ഔഷധസസ്യങ്ങളും
അവയുടെ ഉപയോഗങ്ങളും

oushadhasasyangalum
avayude upayogangalum

•

babu john

•

first edition
november 2014

•

typesetting & published
chintha publishers, thiruvananthapuram

•

printed at
Repro India Ltd, Mumbai.

•

cover
midas

•

photos
aji p jayachandran

•

price
rupees four hundred and seventy only

വിതരണം

ദേശാഭിമാനി ബുക്ക് ഹൗസ്
H O തിരുവനന്തപുരം–695 035
phone: 0471-2303026, 6063026
www.chinthapublishers.com
chinthapublishers@gmail.com

ബ്രാഞ്ചുകൾ

ഹെഡ്ഡാഫീസ് ബ്രാഞ്ച് കുന്നുകുഴി • സ്റ്റാച്ച്യു തിരുവനന്തപുരം • കെ എസ് ആർ ടി സി ബസ് സ്റ്റേഷൻ ആലപ്പുഴ • കെ എസ് ആർ ടി സി ബസ് സ്റ്റേഷൻ എറണാകുളം • ചിറ്റൂർ റോഡ് എറണാകുളം • മച്ചിങ്ങൽ ലെയ്ൻ തൃശൂർ • ഐ ജി റോഡ് കോഴിക്കോട് • മാവൂർ റോഡ് കോഴിക്കോട് • എൻ ജി ഒ യൂണിയൻ ബിൽഡിങ് കണ്ണൂർ • സെൻട്രൽ ബസ് ടെർമിനൽ കോംപ്ലക്സ് താവക്കര കണ്ണൂർ

CO - 2134 / 3587

ഔഷധസസ്യങ്ങളും അവയുടെ ഉപയോഗങ്ങളും

ബാബു ജോൺ

സംശോധനം: ഡോ. പി കെ മോഹൻലാൽ
ഔഷധസസ്യ പരിചയം: മാധവക്കുറുപ്പ്

ചിന്ത പബ്ലിഷേഴ്സ്
തിരുവനന്തപുരം-695 035
വില: ₹ 470

ബാബു ജോൺ

പുതുമല പിഒ
691554
പത്തനംതിട്ട ജില്ല

ഡോ. പി കെ മോഹൻലാൽ

1946 മാർച്ച് 12 നു കൊല്ലം പെരിനാട് തൃക്കരുവാ പുളിമൂട്ടിൽ വീട്ടിൽ ജനിച്ചു. അച്ഛൻ പ്രശസ്ത ആയുർവേദ ഭിഷഗ്വരനും പണ്ഡിതനും ഗ്രന്ഥകാരനുമായിരുന്ന ആയുർവേദാചാര്യ കെ കുഞ്ഞുരാമൻ വൈദ്യൻ. അമ്മ ഒ ഭവാനി. തിരുവനന്ത പുരം ആയുർവേദ കോളേജിൽനിന്നും ബിരുദവും ബിരുദാനന്തര ബിരുദവും നേടി. 1969 ൽ തിരുവനന്തപുരം ആയുർവേദ കോളേജിൽ ലക്ചററായി ഉദ്യോഗ ത്തിൽ പ്രവേശിച്ചു. റീഡർ, പ്രൊഫസർ എന്നീ നിലകളിലും തിരുവനന്തപുരം ആയുർവേദ കോളേജ് ആശുപത്രി സൂപ്രണ്ട്, കണ്ണൂർ, തിരുവനന്തപുരം ആയുർവേദ കോളേജുകളുടെ പ്രിൻസിപ്പൽ എന്നീ നിലകളിലും സേവനമനു ഷ്ഠിച്ചിട്ടുണ്ട്. 1976 മുതൽ 1996 വരെ ആയുർവേദ ബിരുദാനന്തരബിരുദ വിദ്യാർത്ഥികളുടെ ഗവേഷണ പഠനങ്ങൾക്കു മേൽനോട്ടം വഹിച്ചിട്ടുണ്ട്. സംസ്ഥാ നത്തെ പ്രഥമ ആയുർവേദ മെഡിക്കൽ വിദ്യാഭ്യാസ ഡയറക്ടർ ആയിരുന്നു. 2001 ഏപ്രിൽ 30 ന് ഔദ്യോഗികജീവിതത്തിൽനിന്നും വിരമിച്ചു.

കേരള – കണ്ണൂർ സർവകലാശാലകളുടെ ആയുർവേദഫാക്കൽട്ടികളെ പ്രതി നിധീകരിച്ചു. സെൻട്രൽ കൗൺസിൽ ഓഫ് ഇന്ത്യൻ മെഡിസിൻസി (CCIM) ൽ അംഗമായിരുന്നിട്ടുണ്ട്. ജയ്പൂർ 'നാഷണൽ ഇൻസ്റ്റിറ്റ്യൂട്ട് ഓഫ് ആയുർവേദ'യുടെ ഗവേണിങ് ബോഡി അംഗമായിരുന്നിട്ടുണ്ട്. തിരുവനന്തപുരത്തു നാലാഞ്ചിറയിൽ പ്രവർത്തിക്കുന്ന ഭവാനി ആരോഗ്യനികേതനം, ശ്രീകാര്യത്ത് എ എസ് എം ആശു പത്രി, കൊല്ലം എൻ എസ് മെമ്മോറിയൽ സഹകരണ ആയുർവേദാശുപത്രി, പെരിനാട് പൗരസ്ത്യ ഫാർമസി എന്നിവിടങ്ങളിൽ ചീഫ് കൺസൾട്ടന്റാണ്. ആയുർവേദ ശാസ്ത്രമേഖലയ്ക്കു നൽകിയിട്ടുള്ള സമഗ്ര സംഭാവനകളെ പരിഗ ണിച്ച് സംസ്ഥാന സർക്കാർ 2008 ൽ 'ബെസ്റ്റ് ആയുർവേദ ഡോക്ടർ – ധന്വന്തരി' അവാർഡു സമ്മാനിക്കുകയുണ്ടായി.

ആയുർവേദ മേഖലയ്ക്കു നൽകിയിട്ടുള്ള സമഗ്രസംഭാവനകളെ മാനിച്ച് AMAI 2009 ൽ ഡോക്ടർ കെ വി സീതാലക്ഷ്മി മെമ്മോറിയൽ 'AMAI ഭിഷക്രത്ന' അവാർഡ് സമ്മാനിച്ചു. നിരവധി ലേഖനങ്ങളും പ്രബന്ധങ്ങളും രചിച്ചിട്ടുണ്ട്.

ഭാര്യ: കെ കെ ശാന്തകുമാരി
മകൾ: ഡോ. ദീപ എസ് ലാൽ

മാധവക്കുറുപ്പ്

പത്തനംതിട്ട ജില്ലയിലെ തെങ്ങമം സ്വദേശി. ഔഷധസസ്യങ്ങളുമായി ബാല്യ കാലം മുതൽ ബന്ധപ്പെടാനിടയായി. അതിന്നും തുടരുന്നു. തെങ്ങമത്ത് ഔഷധ സസ്യ നേഴ്സറി നടത്തുന്നു.

ഉള്ളടക്കം

അവതാരിക

ആധുനിക ചികിത്സാരീതികളുടെയും മരുന്നുകളുടെയും പ്രളയത്തിൽപ്പെട്ടു ജീവിക്കേണ്ടിവരുന്ന മലയാളി സമൂഹത്തിന് നമ്മുടെ പാരമ്പര്യ ചികിത്സാരീതികളെയും മരുന്നുകളെയും ഔഷധസസ്യങ്ങളെയും ജീവിതരീതികളെയും പരിചയപ്പെടുത്തുന്നതിന്റെ ഭാഗമായി ചില പുസ്തകങ്ങൾ ചിന്ത പ്രസിദ്ധീകരിച്ചിട്ടുണ്ട്. ആ മേഖല കൂടുതൽ വികസിപ്പിക്കുന്നതിന്റെ ഭാഗമായാണ് ഔഷധസസ്യങ്ങളെ പരിചയപ്പെടുത്തുകയും അവയുടെ ഔഷധ ഉപയോഗങ്ങൾ വിവരിക്കുകയും ചെയ്യുന്ന ഈ പുസ്തകം. അമൂല്യ ഔഷധസസ്യങ്ങളെക്കുറിച്ച് നമുക്കിന്ന് തീരെ അറിവില്ലാതായിട്ടുണ്ട്. ഈ സസ്യങ്ങളിൽ പലതും അപ്രത്യക്ഷമാവാനും തുടങ്ങിയിട്ടുണ്ട്. ഈ സസ്യങ്ങളെക്കുറിച്ച് കൂടുതൽ ആളുകൾ മനസിലാക്കിയാൽ, അത് തിരിച്ചറിയാനും സംരക്ഷിക്കാനും അത്യാവശ്യഘട്ടങ്ങളിൽ പ്രയോജനപ്പെടുത്താനും കഴിയും. അതുകൊണ്ട് ഇങ്ങനെയൊരു പുസ്തകം ഏറെ പ്രയോജനകരമായിരിക്കും. ശ്രീ. ബാബു ജോണാണ് ഇവ സമാഹരിച്ചിട്ടുള്ളത്. ആയുർവേദ ഭിഷഗ്വരനും അധ്യാപകനും എന്ന പരിചയത്തിന്റെ പിൻബലത്തിലാണ് ഈ പുസ്തകത്തിന്റെ സംശോധന ചുമതല ഞാൻ നിർവഹിച്ചിട്ടുള്ളത്.

സംഹിതാഗ്രന്ഥങ്ങൾ അടക്കമുള്ള ആധികാരികഗ്രന്ഥങ്ങളെ അവലംബമാക്കിയും ഔഷധസസ്യങ്ങൾ കൈകാര്യം ചെയ്തു പരിചയ സമ്പന്നരായവരിൽനിന്നും വിവരങ്ങൾ ശേഖരിച്ചും തയാറാക്കിയ 351 ഔഷധ സസ്യങ്ങളെക്കുറിച്ചുള്ള ഈ വിവരണം തികച്ചും വിജ്ഞാനപ്രദമാണ്. ഔഷധ വിജ്ഞാനശാസ്ത്രത്തിന്റെ സിദ്ധാന്തപരമായ വശങ്ങളെക്കാൾ പ്രായോഗിക വശങ്ങൾക്കാണ് ഈ വിവരണങ്ങളിൽ പ്രാധാന്യം നൽകിയിട്ടുള്ളത്. ആരും ശ്രദ്ധിക്കാതെ നമ്മുടെ പരിസരങ്ങളിൽ പ്രകൃതിയുടെ വരദാനങ്ങളായി വളർന്നും പടർന്നും കിടക്കുന്ന തുമ്പയും തൊട്ടാവാടിയും കൊടിത്തൂവയും മുക്കുറ്റിയും മുതൽ കുറ്റിച്ചെടികളായും ഇടത്തരം

വൃക്ഷങ്ങളായും വനാന്തരങ്ങളിലെ വൻവൃക്ഷങ്ങളായുമുള്ള ഔഷധസസ്യങ്ങൾ വരെ ഇതിൽ പരാമർശിക്കപ്പെടുന്നുണ്ട്. ആയുർവേദ ഔഷധയോഗങ്ങളിൽ സർവസാധാരണമല്ലാത്തതെങ്കിലും കേരളീയ ആയുർവേദ ഔഷധയോഗങ്ങളിൽ സാധാരണമായ മുറികൂടിയും നീരൂറ്റിയും ചങ്ങലംപരണ്ടയും വേലിപ്പരുത്തിയും വെളുത്ത താർതാവലും വെള്ളിപ്പച്ചയും വള്ളിപ്പാലയും പൊന്നാന്തകരയുമെല്ലാം ഈ വിവരണങ്ങളിൽ ഉൾപ്പെട്ടിട്ടുണ്ട്.

ഒറ്റമൂലികൾ എന്ന നിലയിലും ചേരുവകൾ എന്ന നിലയിലും ഈ ഓരോ ഔഷധസസ്യത്തിന്റെയും ഉപയോഗരീതി ഇതിൽ വിവരിക്കുന്നുണ്ട്. ചെറിയ ചെറിയ അസ്വസ്ഥതകൾക്കും അഭിഘാതങ്ങൾക്കുമൊക്കെയുള്ള ലഘുചികിത്സകളും കാണാം. നമ്മുടെ പറമ്പുകളിലെ ഏതു കുറ്റിച്ചെടിയും പച്ചപ്പുല്ലും ഏതവസരത്തിലും ഔഷധമായി ഉപയോഗപ്പെടുത്താനാവുമെന്ന് ഈ ഔഷധസസ്യവിവരണം വായനക്കാരെ ബോധ്യപ്പെടുത്തുമെന്ന് എനിക്കുറപ്പുണ്ട്. ചിന്തയുടെ ഈ സംരംഭം തീർച്ചയായും നമ്മുടെ സാധാരണക്കാർക്ക് ഔഷധസസ്യങ്ങളെക്കുറിച്ചും അവയുടെ ഉപയോഗങ്ങളെക്കുറിച്ചും സാമാന്യമായ അറിവു നൽകുമെന്നതിനു യാതൊരു സംശയവുമില്ല.

ഡോ. പി കെ മോഹൻലാൽ എം ഡി (ആയുർവേദം)
മുൻ ഡയറക്ടർ
ആയുർവേദ മെഡിക്കൽ വിദ്യാഭ്യാസം
കേരളം

ആമുഖം

ഔഷധസസ്യങ്ങളെ സംരക്ഷിക്കുക

ബാബു ജോൺ

ഒരുകാലത്ത് നമ്മുടെ നാട്ടിൻപുറം ഔഷധസസ്യങ്ങളാൽ സമ്പന്നമായിരുന്നു. നാട്ടിൻപുറത്തെ അതിസമ്പന്നവും വൈവിധ്യമാർന്നതുമായ ജൈവസമ്പത്ത്, ശുദ്ധജലം, ശുദ്ധവായു തുടങ്ങിയ നന്മകളുടെ സമൃദ്ധിയെക്കൂടി ഉദ്ദേശിച്ചാവും നാട്ടിൻപുറം നന്മകളാൽ സമൃദ്ധം എന്ന് കവി പാടിയത്. നാട്ടിൻപുറത്തെ ചെറുതും വലുതുമായ കൃഷിയിടങ്ങളിലും വീടിന്റെ മുറ്റത്തും തൊടികളിലും പാടത്തും പാടവരമ്പത്തും അരുവികളിലും അരുവിക്കരകളിലും ചെറുതോടുകളിലും തോട്ടുവക്കത്തും കുളങ്ങളിലും കുളക്കരയിലും കിണറ്റിൻകരയിലും വെളിമ്പറമ്പുകളിലും നാട്ടിടവഴികളിലും കയ്യാലമേലും വേലിക്കെട്ടുകളിലും ചെറിയ ചെറിയ കാവുകളിലും വള്ളിപ്പടർപ്പുകളിലും കുന്നുകളിലും നമുക്ക് ഈ ജൈവസമ്പത്ത് എന്ന നന്മ ആവോളമുണ്ടായിരുന്നു. ഔഷധമൂല്യമുള്ള ഒന്നുരണ്ടിനം സസ്യങ്ങളെങ്കിലും നട്ടുവളർത്താത്ത വീടോ ചില്ലറ ഗൃഹവൈദ്യം അറിയാത്ത വീട്ടമ്മമാരോ നാട്ടിൻപുറത്തുണ്ടായിരുന്നില്ല. ആധുനിക വിദ്യാഭ്യാസത്തിന്റെയോ ശാസ്ത്രത്തിന്റെയോ ഒന്നും പിൻബലമില്ലാതെ പരമ്പരയായി പകർന്നുകിട്ടിയ നാട്ടറിവുകൾ പ്രതിരോധത്തിനും രോഗശമനത്തിനും ആരോഗ്യ സംരക്ഷണത്തിനും സുഖജീവിതത്തിനും എല്ലാവരും ഉപയോഗിച്ചു പോന്നു. മനുഷ്യരുടെ മാത്രമല്ല കന്നുകാലികളുടെയും മറ്റു വീട്ടുമൃഗങ്ങളുടെയും പക്ഷികളുടെയും ആരോഗ്യവും ഈ ഔഷധങ്ങൾ സംരക്ഷിച്ചിരുന്നു. എഴുത്തും വായനയും ഒന്നുമറിയില്ലെങ്കിലും പൂർവികരിൽനിന്നും പകർന്നുകിട്ടിയ നാട്ടറിവുകൾ പലർക്കും ഹൃദിസ്ഥമായിരുന്നു. ഈ വിജ്ഞാനവും നാട്ടിൻപുറത്തെ ജൈവസമ്പത്തുമായിരുന്നു നമ്മുടെ ഗ്രാമീണാരോഗ്യത്തിന്റെയും സുഖജീവിതത്തിന്റെയും നാഡി. ഈ സമ്പ്രദായം സമഗ്രമാണെന്നോ കുറ്റമറ്റതാണെന്നോ ശാസ്ത്രീയമാണെന്നോ ഉള്ള അതിരുകവിഞ്ഞ വിലയിരുത്തലുകൾക്ക് പ്രസക്തിയില്ലാത്തതുപോലെതന്നെ ഈ രീതി അശാസ്ത്രീ

യവും അപരിഷ്കൃതവുമാണെന്ന വിലയിരുത്തലും അപ്രസക്തമാണ്. ഏറെ പരിമിതികളുണ്ടായിരുന്നെങ്കിലും ഈ അറിവുകൾ ഒരു സമൂഹത്തിന്റെ ആരോഗ്യത്തെ കാത്തുരക്ഷിച്ചിരുന്നു എന്ന സത്യം കാണാതെ പോകരുത്. ഇന്നും കാത്തുരക്ഷിക്കുന്നു എന്ന സത്യവും അവശേഷിക്കുന്നു. അതുകൊണ്ടുതന്നെ തദ്ദേശീയമായ ഈ വിജ്ഞാനം ഇന്നും പ്രസക്തമാണ്. ഈ രംഗത്തെ പുതിയ പഠനങ്ങളും നീരിക്ഷണങ്ങളും പരീക്ഷണങ്ങളും ഗവേഷണ അനുഭവങ്ങളും ഒക്കെ ഇതിന്റെ പ്രസക്തിയെ അനുദിനം വർദ്ധിപ്പിക്കുകയും ചെയ്യുന്നു.

ആധുനിക വൈദ്യശാസ്ത്രം മനുഷ്യരാശിക്കു നൽകിയിട്ടുള്ള മഹത്തായ നേട്ടങ്ങളെ എല്ലാം അംഗീകരിച്ചുകൊണ്ടുതന്നെ വിലയിരുത്തുമ്പോഴും അത് സമഗ്രമാണെന്നോ എല്ലാത്തിനും പരിഹാരമാണെന്നോ ആരും അവകാശപ്പെടുമെന്ന് തോന്നുന്നില്ല. ശാസ്ത്രീയതയ്ക്കിടയിൽ ധാരാളം അശാസ്ത്രീയതകളും അതിലുൾച്ചേർന്നിട്ടുണ്ട്. ആധുനിക വൈദ്യശാസ്ത്രത്തോടൊപ്പം തദ്ദേശീയമായ അറിവുകളെക്കൂടി സമഞ്ജസമായി കൂട്ടിച്ചേർത്താൽ മനുഷ്യർക്ക് മെച്ചപ്പെട്ട പ്രതിരോധ, ആരോഗ്യ സംവിധാനങ്ങളും ചികിത്സയും സുഖജീവിതവും ഉറപ്പുവരുത്തുവാൻ കഴിയും. എന്നാൽ തദ്ദേശീയ വിജ്ഞാനത്തെ പാടെ തള്ളിക്കളയുന്ന നിലപാടാണ് മിക്ക ആധുനിക വൈദ്യശാസ്ത്ര വക്താക്കൾക്കുമുള്ളത്. ആധുനിക വൈദ്യശാസ്ത്രത്തെ പാടെ എതിർക്കുന്ന നിലപാടാണ് മറ്റു ചികിത്സാ സമ്പ്രദായങ്ങളുടെ വക്താക്കളുടെ ഭാഗത്തുനിന്നുള്ളതും. പാരമ്പര്യ വിജ്ഞാനത്തിലെ നിർദ്ദോഷമായ ചികിത്സകൊണ്ട് മാറാവുന്ന പ്രശ്നത്തെ ആധുനിക വൈദ്യശാസ്ത്രത്തിന്റെ കണ്ണടയിലൂടെ കീറിമുറിച്ചു പരിശോധിച്ച് അനാവശ്യചികിത്സ നടത്തി അതിലൂടെ രോഗിയെ സാമ്പത്തികമായും മാനസികമായും ചൂഷണം ചെയ്യുന്നതിലേക്ക് എത്തിക്കുക എന്നത് എതിർക്കപ്പെടേണ്ടതു തന്നെയാണ്. അതേപോലെ തന്നെ തദ്ദേശീയ വിജ്ഞാനം ഉപയോഗിച്ച് മനുഷ്യനെ പരീക്ഷണവസ്തുവാക്കുന്ന നിലപാടും നൈതികമല്ല. ഏറ്റവും കുറഞ്ഞ ചെലവിലും പാർശ്വഫലങ്ങളില്ലാതെയും പൂർണാരോഗ്യം നേടുക എന്നതാണ് ഒരു രോഗിയുടെ ആവശ്യം. അതിനുതകുന്ന ചികിത്സാരീതിയും മാർഗവും കണ്ടെത്തുക എന്നതാണ് ഏറ്റവും പ്രധാനം. രോഗാവസ്ഥയിൽ ഒരു രോഗിക്ക് പലപ്പോഴും ഇത്തരം തീരുമാനങ്ങൾ സ്വയം എടുക്കാൻ കഴിഞ്ഞെന്നുവരികയില്ല. തന്നെ സമീപിക്കുന്ന രോഗിക്ക് ഉത്തമ ഉപദേശം നൽകുക എന്നതാണ് വൈദ്യന്റെ (ഡോക്ടറുടെ) ഏറ്റവും പ്രധാനപ്പെട്ട കടമ. ഈ കടമ സാമ്പത്തിക താൽപ്പര്യങ്ങളിലും മറ്റു സമ്പ്രദായങ്ങളോടുള്ള അനാവശ്യ പുച്ഛത്തിലും പെട്ട് തകരുന്ന സ്ഥിതിയാണിപ്പോൾ കണ്ടുവരുന്നത്. ഇതിനു മാറ്റം വന്നാൽ തന്നെ മെച്ചപ്പെട്ട ആരോഗ്യവും സുഖജീവിതവും ഏറ്റവും കുറഞ്ഞ ചെലവിൽ ഉറപ്പുവരുത്താൻകഴിയും. അതിന് തദ്ദേശീയ വിജ്ഞാനത്തിന്റെ നല്ല അംശങ്ങളെ കാത്തുരക്ഷിക്കുകയും ഭാവിതലമുറകളിലേക്ക് പകരുകയും ചെയ്യേണ്ട

തുണ്ട്. ആഗോളവൽക്കരണത്തിന്റെ വർത്തമാനകാലത്ത് തദ്ദേശീയമായ വിജ്ഞാനത്തെയും സംസ്കാരത്തെയും പൊളിച്ചെഴുതുന്നതിനും തകർക്കുന്നതിനുമുള്ള ശ്രമങ്ങൾ സാമ്രാജ്യത്വ ശക്തികളുടെയും വൻകിട കോർപ്പറേറ്റുകളുടെയും നിക്ഷിപ്ത താൽപ്പര്യക്കാരുടെയും ഭാഗത്തുനിന്നുണ്ടാകുന്നുണ്ട്. അതിനാൽ തദ്ദേശീയ വിജ്ഞാനത്തെ കാത്തുസൂക്ഷിക്കുന്നതിന്റെ ഒരു പ്രധാനവശം ആഗോളവൽക്കരണ നയങ്ങൾക്കെതിരെയുള്ള ചെറുത്തുനിൽപ്പാണ്. ആ ചെറുത്തുനിൽപ്പിന്റെ ഭാഗമാണ് ആരോഗ്യരംഗത്തെ തദ്ദേശീയ വിജ്ഞാനം പ്രചരിപ്പിക്കുക എന്നുള്ളത്.

നാട്ടിൻപുറത്തെ ജൈവസമൃദ്ധി എന്ന നന്മ ഇല്ലാതാക്കപ്പെടുകയോ കുറഞ്ഞുവരുകയോ ചെയ്യുന്നു എന്ന വസ്തുത അത്യന്തം ആശങ്കയോടെ നോക്കിക്കാണേണ്ടതുണ്ട്. കാലപ്രവാഹത്തിൽ മനുഷ്യജീവിതത്തിലും അതിലൂടെ ഭൂവിനിയോഗത്തിലും കാർഷികരീതികളിലും വന്ന മാറ്റങ്ങൾ ഇതിനൊരു കാരണമാണ്. കാർഷികരംഗത്ത് പരമ്പരാഗതമായ ഭക്ഷ്യോൽപ്പാദനം എന്ന ഉദ്ദേശ്യം മാറി കൂടുതൽ സാമ്പത്തിക ഭദ്രത ഉറപ്പുവരുത്തുന്ന റബ്ബർപോലെയുള്ള ദീർഘകാല നാണ്യവിളകളുടെ കടന്നുകയറ്റം കൃഷിയിടങ്ങളെ തോട്ടങ്ങളാക്കി മാറ്റുകയും ബഹുവിള എന്നത് ഏകവിളയായി മാറ്റുകയും ചെയ്തു, കൃഷിയിലെ വൈവിധ്യം ഉപേക്ഷിച്ച് ഏകവിള എന്ന ശൈലിയിലേക്ക് മാറിയത് വളരെ അപകടം ചെയിതിട്ടുണ്ടെന്നു കാണാൻ കഴിയും. അതോടൊപ്പം കുളങ്ങളും തോടുകളും ഇടവഴികളും വെളിമ്പ്രദേശങ്ങളും കുന്നുകളും കാവുകളും പാടങ്ങളും തണ്ണീർത്തടങ്ങളും അനാവശ്യവും ഉപയോഗശൂന്യവുമാണെന്ന കാഴ്ചപ്പാടുറ വളർന്നതും അവയുടെ ഒക്കെ നാശത്തിനും രൂപപരിണാമത്തിനും ഇടയാക്കിയിരിക്കുന്നു. പാടങ്ങളും കുളങ്ങളുമൊക്കെ നികത്തപ്പെടുന്നു. ഇതൊക്കെ ജൈവവൈവിധ്യത്തെ ആകെ തകർത്തുകളഞ്ഞു. ജൈവവൈവിധ്യം തകർന്നതോടുകൂടി അവയെ തിരിച്ചറിയാൻ കഴിയുന്നവരുടെ എണ്ണവും നാട്ടിൽ വളരെ കുറഞ്ഞുപോയി. വീട്ടുമുറ്റങ്ങളിലും പൂന്തോട്ടങ്ങളിലും നാടൻ ഇനങ്ങളെക്കാളുപരി വിദേശ സസ്യങ്ങളാണ് ഇപ്പോൾ കൂടുതൽ കാണപ്പെടുന്നത്. നാടൻ രണ്ടാംതരവും വിദേശി ഒന്നാംതരവുമെന്ന മനോഭാവം വൃക്ഷങ്ങളുടെയും സസ്യങ്ങളുടെയും കാര്യത്തിൽ കൂടി ഉണ്ടായിരിക്കുന്നത് വീട്ടുമുറ്റത്തെ ഔഷധ സസ്യങ്ങളെ പാടെ ഒഴിവാക്കുന്നതിലെത്തിയിരിക്കുന്നു. നാടൻസസ്യങ്ങളെപ്പറ്റിയും അവയുടെ ഔഷധ ഉപയോഗങ്ങളെപ്പറ്റിയും അറിയാവുന്നവർക്ക് ചൂണ്ടിക്കാണിക്കാൻ സസ്യങ്ങളും അപൂർവമായി മാറിക്കൊണ്ടിരിക്കുന്ന അപകടകരമായ സ്ഥിതിയിൽ നാം എത്തിച്ചേർന്നിരിക്കുകയാണ്. ഇതിനെ മുറിച്ചുകടന്നേ മതിയാകൂ. അതിന് ഈ വിജ്ഞാനം കൂടുതൽ പേർ മനസിലാക്കുകയും പ്രയോഗിക്കുകയും വേണം. പ്രയോഗിക്കണമെങ്കിൽ ഔഷധസസ്യങ്ങളുണ്ടാവണം. അതിന് അവയെ ബോധപൂർവം നട്ടുവളർത്തേണ്ടതുണ്ട്. നാട്ടുസസ്യങ്ങൾ നട്ടുവളർത്തുന്ന സംസ്കാരത്തിലേക്ക് പുതുതലമുറയെ കൊണ്ടുവരണം. എല്ലാ വീട്ടുമുറ്റങ്ങളിലും നാട്ടുസസ്യങ്ങൾ ഉണ്ടാകണം.

അവയുടെ ഗുണം തിരിച്ചറിഞ്ഞ് അവയെ പ്രയോഗിക്കുന്നതിന് നാം തയാറാവുകയും വേണം. രോഗം വന്നാൽ സ്വയം ചികിത്സിക്കാതെ വൈദ്യസഹായം തേടുക എന്നതാണ് ശാസ്ത്രീയമായ രീതി. എന്നാൽ ചില കാര്യങ്ങളിൽ നാട്ടറിവുകൾ പ്രയോഗിക്കുന്നതിൽ ഒരു തെറ്റുമില്ല. അതിന് സ്വയം തീരുമാനമെടുക്കുകയും സന്നദ്ധമാവുകയും ചെയ്യുക എന്നതാണ് പ്രധാനം.

ആധുനിക കൃഷിരീതികൾ കാർഷികരംഗത്ത് വിപ്ലവങ്ങളുണ്ടാക്കിയെങ്കിലും ഇന്നു തിരിഞ്ഞുനോക്കുമ്പോൾ സ്ഥിതി അത്ര ആശാവഹമല്ല. കീടനാശിനികളുടെയും രാസവളങ്ങളുടെയും അമിതപ്രയോഗം നമ്മുടെ പ്രകൃതിയെ എന്നപോലെ മനുഷ്യരെയും ബാധിച്ചുതുടങ്ങി. അതുണ്ടാക്കുന്ന ആരോഗ്യ പ്രശ്നങ്ങൾ അനവധിയാണ്. മാറുന്ന ജീവിത ഭക്ഷ്യശൈലികൾക്കനുസരിച്ചുള്ള ജീവിതശൈലീ രോഗങ്ങളും ഭയാനകമായി വർദ്ധിച്ചുവരികയാണ്. ഇതൊക്കെ നാം ഇന്ന് പൊതുവെ ചെയ്തുവരുന്ന കൃഷിരീതികളെപ്പറ്റി ഒരു പുനരാലോചന നടത്തുന്നതിന് മനുഷ്യരെ പ്രേരിപ്പിച്ചിരിക്കുന്നു. പ്രകൃതിക്കിണങ്ങിയ സുസ്ഥിരമായ ഒരു കൃഷിരീതിയാണ് ഏറ്റവും അഭികാമ്യം എന്ന നിലപാടാണ് ലോകമെമ്പാടും ഉരുത്തിരിഞ്ഞുവന്നിട്ടുള്ളത്. രാസകീടനാശിനികളുടെയും രാസവളങ്ങളുടെയും ഉപയോഗം തീരെ ഒഴിവാക്കി പകരം പ്രകൃതിക്കിണങ്ങിയ ബദൽ മാർഗങ്ങൾ അവലംബിച്ച് ശുദ്ധഭക്ഷ്യവസ്തുക്കൾ ഉൽപ്പാദിപ്പിക്കുന്ന രീതിയിലേക്ക് ലോകം മടങ്ങുകയാണ്. ഇന്ത്യയിലും കേരളത്തിലും ഇത്തരത്തിലുള്ള പരിശ്രമങ്ങൾ ചെറിയ തോതിൽ ആണെങ്കിലും ആരംഭിച്ചിട്ടുണ്ട്. ജൈവകൃഷിയെ ശക്തിപ്പെടുത്തണം.

ആരോഗ്യം എന്നത് രാഷ്ട്രീയവും സാമൂഹികവുമായ ഒരു ഉൽപ്പന്നമാണ്. ശുദ്ധഭക്ഷണം ശുദ്ധജലം ശുദ്ധവായു ആരോഗ്യകരമായ പരിസ്ഥിതി ഒക്കെയാണ് ആരോഗ്യത്തിന്റെ നിദാനം ജനങ്ങൾക്കെല്ലാം ജീവിക്കാനാവശ്യമായ ഭക്ഷണംപോലും ഉറപ്പുവരുത്താൻ കഴിയാത്ത രാജ്യത്ത് സമ്പൂർണ ആരോഗ്യത്തെപ്പറ്റി സംസാരിച്ചിട്ട് ഒരു കാര്യവുമില്ല. പട്ടിണി മൂലമുള്ള ആരോഗ്യപ്രശ്നങ്ങൾ പരിഹരിക്കുന്നതിന് ഒരു ചികിത്സാ സമ്പ്രാദായത്തിനും കഴിയില്ല. രാഷ്ട്രീയവും സാമൂഹികവുമായ ഇടപെടലിലൂടെ എല്ലാവർക്കും ഭക്ഷണം ഉറപ്പുവരുത്തുക എന്നതു മാത്രമാണ് ഏക പോംവഴി. ശുദ്ധജലം, ശുദ്ധവായു, ശുദ്ധഭക്ഷണം ഒക്കെ മനുഷ്യന്റെ അവകാശമാണ്. ശുദ്ധവായുവും ശുദ്ധജലവും ശുദ്ധഭക്ഷണവും ഉറപ്പുവരുത്തുന്നതിന് വേണ്ടത് രാഷ്ട്രീയ നിലപാടും ഇച്ഛാശക്തിയുമാണ്. പുത്തൻ സാമ്പത്തിക നയങ്ങളും കോർപ്പറേറ്റ് താൽപ്പര്യങ്ങളും പ്രാമുഖ്യം നേടുന്ന ഇന്ന് ദാരിദ്ര്യവും ജനകീയ ആരോഗ്യവും വലതുപക്ഷ ഭരണ രാഷ്ട്രീയ കക്ഷികളുടെ മുഖ്യ വിഷയമല്ലാതായി മാറിക്കഴിഞ്ഞു. ജനകീയാരോഗ്യരംഗത്ത് തദ്ദേശീയ-ആരോഗ്യ വിജ്ഞാനം ഒരു ചെറിയ ബദലാണ്. അതിനാൽ അതിനെ ശക്തിപ്പെടുത്തേണ്ടത് ഏവരുടെയും കടമയും ബാധ്യതയുമാണ്.

ഈ പുസ്തകത്തിൽ ചേർത്തിട്ടുള്ള വിവരങ്ങളൊക്കെ പരമ്പരാഗതമായി നമുക്കു പകർന്നു കിട്ടിയിട്ടുള്ളതാണ്. *അഷ്ടാംഗഹൃദയം, ചരകസംഹിത, സുശ്രുത സംഹിത, ചികിത്സാമഞ്ജരി* തുടങ്ങിയ ഗ്രന്ഥങ്ങളിൽനിന്നും മറ്റനേകം നാട്ടറിവുകളിൽനിന്നുമാണ് ഇവ ക്രോഡീകരിച്ചിട്ടുള്ളത്. കോട്ടയ്ക്കൽ ആര്യവൈദ്യശാലയ്ക്കുവേണ്ടി ഓറിയന്റ് ലോങ്മാൻ അഞ്ചു വാല്യങ്ങളിലായി പ്രസിദ്ധീകരിച്ചിട്ടുള്ള *ഇന്ത്യൻ മെഡിസിനൽ പ്ലാന്റ്സ് എ കോംപെൻഡിയം ഓഫ് 500 സ്പീഷിസ്, ഹോർത്തൂസ് മലബാറിക്കൂസ്, ഇന്ത്യൻ മെഡിസിനൽ പ്ലാന്റ്സ്* തുടങ്ങി ഒട്ടനേകം ഗ്രന്ഥങ്ങളും സഹായകമായിട്ടുണ്ട്. ഇതിന്റെ സംശോധനം നിർവഹിച്ചിട്ടുള്ളത് ആയുർവേദ കോളേജിന്റെ മുൻ പ്രിൻസിപ്പലും പ്രശസ്ത ചികിത്സകനും സാമൂഹ്യ പ്രവർത്തകനുമായ ഡോ. മോഹൻലാലാണ്. പല ഔഷധസസ്യങ്ങളും തിരിച്ചറിയുന്നതിന് സഹായിച്ചത് മാധവക്കുറുപ്പാണ്. പത്തനംതിട്ട ജില്ലയിലെ തെങ്ങമം സ്വദേശിയായ ഇദ്ദേഹത്തിന് ഔഷധസസ്യങ്ങൾ ഒരു ഹരമാണ്. എഴുപതുകാരനായ ഇദ്ദേഹം വളരെ ചെറുപ്പം മുതലേ ഈ രംഗത്ത് കടന്നുവരികയും അന്വേഷണ തൃഷ്ണകൊണ്ടും താൽപ്പര്യംകൊണ്ടും നേടിയ അനുഭവക്കരുത്ത് കേരളത്തിൽ ഈ രംഗത്ത് പ്രവർത്തിക്കുന്നവരിൽ വളരെ അപൂർവമായിരിക്കും. ഔഷധസസ്യങ്ങളുടെ ചിത്രങ്ങൾ എടുത്തിട്ടുള്ളത് അജി ജയചന്ദ്രനാണ്. എഞ്ചിനീയറിങ് ബിരുദത്തിനു ശേഷം ഫോട്ടോഗ്രാഫിയിൽ താൽപ്പര്യം കയറി ആ രംഗത്ത് ചുവടുറപ്പിച്ചയാളാണ് അജി. ഈ പുസ്തക രചനയിൽ വിവിധ തരത്തിൽ സഹകരിച്ച ഗവേഷകനായ ജോബി, സുനിൽകുമാർ തുടങ്ങിയ സുഹൃത്തുക്കൾക്കും ഡിറ്റിപി ചെയ്ത അടൂർ സീ ക്രിയേഷൻസിലെ ജീവനക്കാർക്കും പ്രസാധകരായ ചിന്തയിലെ ജീവനക്കാർക്കും പ്രത്യേകം നന്ദി രേഖപ്പെടുത്തുന്നു.

നമ്മുടെ നാട്ടിൽ സാധാരണ കണ്ടുവരുന്ന സസ്യങ്ങളെ പരിചയപ്പെടുത്തി അവയുടെ ഔഷധ ഗുണങ്ങളും ഉപയോഗങ്ങളും പ്രതിപാദിക്കുന്ന ഈ പുസ്തകം സാധാരണ വായനക്കാർക്കുൾപ്പെടെ പ്രയോജനപ്പെടുമെന്ന് കരുതുന്നു. ഓരോ സസ്യങ്ങളുടെയും അറിയപ്പെടുന്നതും പരമ്പരയാ പകർന്നു കിട്ടിയതുമായ കുറച്ചു വിവരങ്ങൾ മാത്രമാണിതിലുൾപ്പെടുത്തിയിട്ടുള്ളത്. എന്നാൽ ഓരോനാട്ടിലും പ്രചാരത്തിലുള്ളതും ചില വൈദ്യന്മാർക്കും വ്യക്തികൾക്കും മറ്റും അറിയാവുന്നതുമായ എത്രയോ വിവരങ്ങൾ ഇനിയും ക്രോഡീകരിക്കേണ്ടതുണ്ട്. അതു നഷ്ടപ്പെടാതെ ഭാവിതലമുറയ്ക്കായി സമാഹരിക്കണം. അതിന് ഈ പുസ്തകം പ്രചോദനമാകും എന്നു കരുതുന്നു. നമ്മുടെ വീക്ഷണത്തിൽ ചില ചെറിയ മാറ്റങ്ങൾ വരുത്തിയാൽത്തന്നെ അതു ജീവിതത്തിൽ വലിയ അത്ഭുതങ്ങൾ സൃഷ്ടിക്കുമെന്നതിൽ സംശയമില്ല. ഔഷധ സസ്യങ്ങൾ നട്ടുവളർത്തുന്നതിനും പരിപാലിക്കുന്നതിനും എല്ലാവരും തയാറാകുമെന്നു പ്രതീക്ഷിക്കുന്നു. അതു നമ്മെ കൂടുതൽ നല്ല മനുഷ്യരാക്കുമെന്ന കാര്യത്തിൽ സംശയമില്ല.

അകത്തി

(അഗത്തി, ആത്തി, അർഗാത്തി, അഗസ്ത്യച്ചീര, രുദ്രമന്ദാരം)

അഗസ്ത്യമുനിയുമായി ബന്ധപ്പെടുത്തിയാണ് ഇത് അഗസ്ത്യ ച്ചീര എന്നറിയപ്പെടുന്നത്. ഉത്തരേന്ത്യയിൽ വ്യാപകമായി കാണപ്പെടുന്നു. ബ്രാഹ്മണകുടിയേറ്റ കാലത്ത് ഇവിടെ എത്തിയതാകാം. അകത്തിയുടെ ഇലയും പൂവും കായും പച്ചക്കറിയായി ഉപയോഗിച്ചുവരുന്നു.

സംസ്കൃതനാമം : അഗസ്ത്യ, മുനിതരു, വംഗസേനക
ഇംഗ്ലീഷ് : സെസ്ബാൻ, സ്വാംപ് പീ
ശാസ്ത്രനാമം : സെസ്ബാനിയ ഗ്രാൻഡിഫ്ളോറ
: Sesbania grandiflora (L.) Pers

കുടുംബം: ഫാബേസി
: Fabaceae

വിവരണം: ഇന്ത്യയിലുടനീളം തോട്ടങ്ങളിലും മറ്റും നട്ടുവളർത്തുന്നു. പത്തുമീറ്റർവരെ ഉയരത്തിൽ വളരുന്ന ഇടത്തരം വൃക്ഷം. വളരെ പെട്ടെന്നു വളരും. നീണ്ട തണ്ടിൽനിന്നും ഇരുവശത്തേക്കും നിൽക്കുന്ന ചെറിയ ഇലകൾ, വെള്ളയും ചുവപ്പും നിറത്തിലുള്ള പൂവ്. കായും വിത്തുമുണ്ട്. കായ നീളമുള്ളതാണ്. വിത്തിലൂടെ പ്രജനനം.

ഔഷധയോഗ്യഭാഗങ്ങൾ: വേരിന്മേൽ തൊലി, ഇല, പൂവ്, കായ.

ചില ഔഷധ ഉപയോഗ

ങ്ങൾ: വേരിന്മേൽ തൊലി വാതത്തിനും സന്ധിവേദനയ്ക്കും നല്ലതാണ്. പോഷകവുമാണ്. വിരയിളക്കും. വായുകോപം ശമിപ്പിക്കും. തൊലി അരച്ചിടുന്നത് സ്കേബീസ് എന്ന ത്വക്ക് രോഗത്തിനു നല്ലതാണ്. ഇതിന്റെ നീര് വെള്ളദ്ദാഹത്തിനും വയറിളക്കത്തിനും വയറുവേദനയ്ക്കും നല്ലതാണ്. ഇലയുടെ നീര് നിശാന്ധതയ്ക്ക് ഉത്തമമാണ്. തലവേദന അകറ്റും. ഇല ചവയ്ക്കുന്നത് വായും തൊണ്ടയും അണുമുക്തമാക്കുന്നതിന് സഹായിക്കും. വയറിന്റെ രോഗങ്ങൾക്കും നല്ലതാണ്. പൂക്കൾ പനിയെ പ്രതിരോധിക്കും. പൂക്കളുടെ നീര് കണ്ണിലൊഴിക്കുന്നത് നിശാന്ധതയ്ക്കു നല്ലതാണ്. ഇടവിട്ടുള്ള പനിക്കും നല്ലതാണ്. കായ, പകർച്ചവ്യാധികളെ തടയും. വിളർച്ച, കഫം, വാതം, പിത്തം എന്നിവ അകറ്റും.

തൊലിയുടെ ചാറ് തേൻ ചേർത്ത് കവിൾകൊള്ളുന്നത് തൊണ്ടവീക്കത്തിനും വ്രണങ്ങൾക്കും നല്ലതാണ്. തൊലി വെള്ളത്തിൽ തിളപ്പിച്ചു കുടിക്കുന്നത് ചിക്കൻപോക്സിനു നല്ലതാണ്. ഇല കഷായം വെച്ചു കുടിക്കുന്നത് കഫത്തെയും പിത്തത്തെയും ശമിപ്പിക്കും. പൂവ് കഷായംവെച്ചു കുടിക്കുന്നത് ലൈംഗിക ഉത്തേജനത്തിനും മൂക്കൊലിപ്പിനും നല്ലതാണ്.

ത്വക്ക് രോഗങ്ങൾക്ക് ഇല അരച്ചുണക്കി വെളിച്ചെണ്ണ കാച്ചിതേക്കുക. മാലക്കണ്ണിന് നിത്യേന തോരൻ വെച്ചു കഴിക്കുക. ഗർഭിണികൾക്കും ഗർഭസ്ഥശിശുവിനും കുട്ടികൾക്കും കാൽസ്യത്തിന്റെ കുറവു പരിഹരിക്കുന്നതിന് ഇല തോരൻ വെച്ചു കഴിച്ചാൽ മതി. മൂത്രത്തിൽ കല്ലിന് അകത്തിയില ഇട്ടു വേവിച്ച വെള്ളം കുറച്ചുനാൾ കുടിക്കുക.

വായിൽ പുണ്ണ്, ഉദര അൾസർ, വിശപ്പില്ലായ്മ എന്നിവയ്ക്കും പല്ല് ദ്രവിക്കാതിരിക്കുന്നതിനും സാംക്രമിക രോഗങ്ങൾ വരാതിരിക്കുന്നതിനും സ്ത്രീകൾക്കു പ്രസവാനന്തരവും അകത്തിയില തോരൻ ഫലപ്രദമാണ്.

ഇല അരച്ചിടുന്നത് പുഴുക്കടി, വട്ടച്ചൊറി, മുറിവ് എന്നിവയ്ക്കു നല്ലതാണ്. ഇലനീര് കണ്ണിൽ ഒഴിക്കുന്നത് കാഴ്ചശക്തിക്കു നല്ലതാണ്. ഇലയുടെ നീരുകൊണ്ട് നസ്യം ചെയ്യുന്നത് തലയിൽ ഉള്ള ദുഷ്ടകഫത്തെ ഇളക്കി തലവേദന, പീനസം എന്നിവ ശമിപ്പിക്കും. കുട്ടികളുടെ അപസ്മാരത്തിനും ഇങ്ങനെ നസ്യം ചെയ്യുന്നത് നല്ലതാണ്. പൂവ് പിഴിഞ്ഞെടുത്ത നീര് പാലിൽ ചേർത്തു കഴിക്കുന്നത് വെള്ളപോക്കിനും അമിത ആർത്തവത്തിനും നല്ലതാണ്. അഗത്തിച്ചീര കഴിച്ചാൽ ശരീരത്തിന് ആവശ്യമായ കാൽസ്യം ലഭിക്കും. വിറ്റാമിൻ എ യുടെ കുറവ് പരിഹരിക്കപ്പെടും.

നിശാന്ധതയ്ക്ക് അകത്തിപ്പൂവ് പിഴിഞ്ഞെടുത്ത നീര് തുടർച്ചയായി കഴിക്കുക.

അകത്തിച്ചീര, വിറ്റാമിൻ എ യുടെ കുറവു മൂലമുണ്ടാകുന്ന മൂത്രാശയകല്ലുകളെ അലിയിച്ചു കളയും.

അക്രാവ്

(അക്കിക്കറുക)

നോർത്ത് ആഫ്രിക്കയിൽനിന്നും മറ്റുരാജ്യങ്ങളിലെത്തിപ്പെട്ടതാണ് അക്രാവ്. ഇതിന്റെ വേര് ഞരമ്പുകളുടെ ഉത്തമ ടോണിക്കാണ്.

സംസ്കൃതനാമം : അഗ്രഗ്രാഹി, ആകാരകരഭ
ഇംഗ്ലീഷ് : പെല്ലിറ്ററി
ശാസ്ത്രനാമം : അനാസൈക്ലസ് പൈരെത്രം
: Anacyclus pyrethrum DC.
കുടുംബം : അസ്റ്ററേസിയ
: Asteraceae

വിവരണം: ഇന്ത്യയിലുടനീളം കാണപ്പെടുന്നു. നിലത്തു പടർന്നു വളരുന്ന ബഹുവാർഷിക സസ്യം. അനേകം ശാഖകളുണ്ട്. സാധാരണ ഇലകൾ. ചെറിയ വെള്ളപ്പൂക്കൾ. വേര് മാംസളമാണ്. വല്ലാത്ത ഗന്ധമാണ്. തൊട്ടാൽ ആദ്യം തണുപ്പും പിന്നെ ചൂടും അനുഭവപ്പെടും.

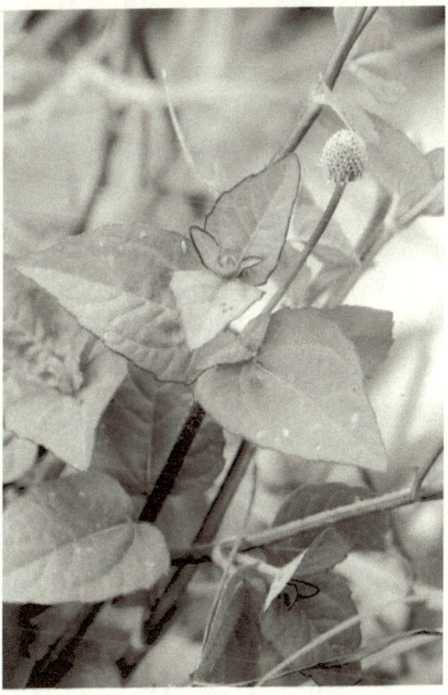

ഔഷധയോഗ്യഭാഗങ്ങൾ: വേര്

ചില ഔഷധ ഉപയോഗങ്ങൾ: വേര് കഷായം വെച്ചത് കവിൾകൊള്ളുന്നത് പല്ലിന്റെ കേടുകൾക്കും ടോൺസിലിറ്റിസിനും ശബ്ദകോശങ്ങൾക്കും നല്ലതാണ്. തളർച്ച, അപസ്മാരം, തലവേദന, ശരീരത്തിന്റെ ഒരുഭാഗത്തെ തളർച്ച, കോളറ, കണ്ണിന്റെ അസുഖങ്ങൾ, വാതം, പനി എന്നിവയ്ക്കും നല്ലതാണ്. വേര് ഉണക്കിപ്പൊടിച്ചത് തേൻ ചേർത്തു നൽകുന്നത് അപസ്മാരത്തിന് നന്ന്. വേര് നാഡീഞരമ്പുവ്യൂഹത്തിനുള്ള ഉത്തമപോഷകമാണ്. തുപ്പലുണ്ടാക്കും. വീക്കത്തെ ചെറുക്കും. രക്തം ശുദ്ധീകരിക്കും. വാതംകൊണ്ട് മുഖം കോടുന്നതിന് വേര് അരച്ചിടുന്നത് നല്ലതാണ്.

അഘോരി

(മുള്ളുള്ളകട്ട)

നല്ല കട്ടിയുള്ള മുള്ളുള്ളതിനാലാവാം ഈ പേര്.

സംസ്കൃതനാമം : അഘോരി
ഇംഗ്ലീഷ് : ഗവർണേഴ്സ് പ്ളം, മഡഗാസ്കർ പ്ളം
ശാസ്ത്രനാമം : ഫ്ലാകൂർട്ടിയ ഇൻഡിക്ക
: Flacourtia indica (Burm.f.) Merr.
കുടുംബം : ഫ്ലാകൂർട്ടിയേസി
: Flacourtiaceae

വിവരണം: ഇന്ത്യയിലുടനീളം വനങ്ങളിലും കുന്നുകളിലും കാണപ്പെടുന്നു. ഇലപൊഴിയുന്ന മുള്ളുള്ള ചെറിയ കുറ്റിച്ചെടി. ചെറിയ ഇലകൾ, പച്ചകലർന്ന മഞ്ഞനിറമുള്ള പൂക്കൾ, കായും വിത്തുമുണ്ട്.

ഔഷധയോഗ്യഭാഗങ്ങൾ: വേര്, ഇല, കായ.

ചില ഔഷധ ഉപയോഗങ്ങൾ: വേര് രക്തം ശുദ്ധീകരിക്കും. വിഷത്തിനു പ്രതിവിധിയാണ്. മൂത്രം ഇളക്കും. വാതം, പിത്തം, വിഷജന്തുക്കളുടെ കടി, ത്വക്ക്രോഗങ്ങൾ, വൃക്കരോഗങ്ങൾ, മുഖത്തെ ചുവന്ന തടിപ്പുകൾ, മാനസിക രോഗങ്ങൾ എന്നിവയ്ക്കു നല്ലതാണ്. ഇല ചൊറിച്ചിലിനും സ്കേബീസിനും നല്ലതാണ്. കായ ദഹനവും രുചിയും വർദ്ധിപ്പിക്കും. മഞ്ഞപ്പിത്തം, വയറിന്റെയും പ്ലീഹയുടെയും രോഗങ്ങൾ എന്നിവയ്ക്കും നല്ലതാണ്.

അടയ്ക്കാമണിയൻ

സംസ്കൃതനാമം : മുണ്ഡിശ്രാവണി, കുദംബപുഷ, അലംബുഷ, മഹീകദംബ
ഇംഗ്ലീഷ് : ഈസ്റ്റ് ഇന്ത്യൻ ഗ്ലോബ് - തിസിൽ
ശാസ്ത്രനാമം : സ്ഫേറാന്തസ് ഇൻഡിക്കസ്
: Sphaeranthus indicus Linn.

കുടുംബം : ആസ്റ്ററേസി
: Asteraceae

വിവരണം: ഇന്ത്യയിലുടനീളം കാണപ്പെടുന്നു. പടർന്നുവളരുന്ന സുഗന്ധമുള്ള സസ്യം. പിങ്കുനിറത്തിലുള്ള പൂക്കൾ. ചിറകുകൾപോലെ തണ്ടുകൾ കാണാം. പൂക്കൾ ഉരുണ്ടതാണ്. ശാഖകളെയും തണ്ടുകളെയും ചേർത്താണ് ഇലകൾ കാണപ്പെടുന്നത്.

ഔഷധയോഗ്യഭാഗങ്ങൾ: സമൂലം

ചില ഔഷധ ഉപയോഗങ്ങൾ: ചെടി സമൂലം ഇടിച്ചുപിഴിഞ്ഞ നീര് വാതം, മാനസികരോഗങ്ങൾ, മഞ്ഞപ്പിത്തം, തലയുടെ ഒരുഭാഗത്തുണ്ടാകുന്ന വേദന, കരൾരോഗങ്ങൾ, ആമാശയരോഗങ്ങൾ എന്നിവയ്ക്കു നല്ലതാണ്. ഈ നീര് എണ്ണയോടൊപ്പം വേദനയുള്ള മുഴകളിലും ചൊറിച്ചിലിനും പുരട്ടാവുന്നതാണ്. വേര്, വായുകോപം ശമിപ്പിക്കും. മൂത്രം, കഫം എന്നിവ ഇളക്കും. പ്രമേഹം, കുഷ്ഠം, ജ്വരം, ചുമ, വെള്ളദ്ദാഹം, നെഞ്ചുവേദന, ഹെർണിയ, വിരശല്യം എന്നിവയ്ക്കു നല്ലതാണ്. ഇലകൾ പൊടിച്ച് ഇടുന്നത് ത്വക്ക്രോഗങ്ങൾക്കു നല്ലതാണ്. ഈ ചൂർണ്ണം ഞരമ്പുരോഗങ്ങൾക്കും നല്ലതാണ്. പൂക്കൾ രക്തം ശുദ്ധീകരിക്കുകയും ശ്രണുപ്പു നൽകുകയും ചെയ്യുന്ന ഉത്തമപോഷകമാണ്. വേരൊഴിച്ചുള്ള ഭാഗം കഷായം വെച്ചു സേവിക്കുന്നത് വായുക്ഷോഭം മൂലമുള്ള നെഞ്ചുവേദനയ്ക്കും വയറുവേദനയ്ക്കും നല്ലതാണ്. വേര് പൊടിച്ച് ഉപയോഗിക്കുന്നത് ഉദരരോഗങ്ങൾക്ക് പ്രത്യേകിച്ച് ചെറുകുടലിന്റെ പ്രശ്നങ്ങൾക്ക് വളരെ നല്ലതാണ്. തൊലി ചതച്ച് പാലിൽ ചേർത്തു കഴിക്കുന്നത് രക്തസ്രാവത്തിനു നല്ലതാണ്.

അടപതിയൻ

മൂന്നു ദോഷങ്ങളെയും ശമിപ്പിക്കും. കണ്ണിനു വളരെ നല്ലതാണ്. പനി, രക്തപിത്തം, ക്ഷയം എന്നിവ ഇല്ലാതാക്കും. മധുരമുള്ളതും ഇല്ലാത്തതെന്നും രണ്ടുതരമുണ്ട്. മധുരമുള്ളതിനാണ് ഔഷധഗുണം കൂടുതലുള്ളത്. കണ്ണിനുണ്ടാകുന്ന അസുഖങ്ങൾക്കെല്ലാം ഇത് ഉത്തമമാണ്. വിത്ത് അപ്പൂപ്പൻതാടി പോലെ പറന്നു നടക്കും.

സംസ്കൃതനാമം : ജീവന്തി, പയസ്വിനി, മധുസ്രവ, അർക്കപുഷ്പി

ശാസ്ത്രനാമം : ഹോളോസ്റ്റെമ്മാ അട-കൊടിയൻ
: Holostemma ada-kodien Schultes

കുടുംബം : ആസ്ക്ലീപ്പീയഡേസി
: Asclepiadaceae

വിവരണം: ഇന്ത്യയിലുടനീളം വേലികളിലും കാടുകളിലും വെളിമ്പറമ്പുകളിലും കാണപ്പെടുന്നു. പടർന്നുകയറുന്ന വള്ളിച്ചെടി. ചെറിയ ഇലകൾ. പർപ്പിൾ നിറത്തിലുള്ള പൂക്കൾ. കായുണ്ട്. ഭൂമിക്കടിയിലുള്ള വേരുകൾക്ക് (കിഴങ്ങ്) നല്ല നീളമുണ്ട്. ഉരുണ്ടതാണ്. ഉണങ്ങുമ്പോൾ മഞ്ഞകലർന്ന ബ്രൗൺനിറമാണ്. ഇലകളിലും തണ്ടിലും പാലുപോലുള്ള കറയുണ്ട്. അധികം പടരാത്ത ഇനവുമുണ്ട്.

ഔഷധയോഗ്യഭാഗങ്ങൾ: വേര്, തണ്ട്, കിഴങ്ങ്, കായ.

ചില ഔഷധ ഉപയോഗങ്ങൾ: തണ്ടും വേരും ദേഹപുഷ്ടി ഉണ്ടാക്കുകയും ക്ഷീണം ശമിപ്പിക്കുകയും ശുക്ലം വർദ്ധിപ്പിക്കുകയും ചെയ്യുന്ന പോഷകദ്രവ്യമാണ്. സ്വരം നന്നാക്കും, യൗവ്വനം നിലനിർത്തും, ചെവിരോഗങ്ങൾക്കു ഫലപ്രദമാണ്. കിഴങ്ങ് പാൽകഷായം വെച്ചു കഴിക്കുന്നത് മുലപ്പാൽ വർദ്ധിപ്പിക്കുവാൻ നല്ലതാണ്. തണ്ടും വേരും ഉണക്കിപ്പൊടിച്ച ചൂർണ്ണം ഉപയോഗിക്കാം. വേര് ശീതമാണ്. സ്വസ്ഥത നൽകും. കാമവർദ്ധകമാണ്. കഫം ഇളക്കും ഉത്തേജകമാണ്. കണ്ണിന്റെ രോഗങ്ങൾ, വൃഷണവീക്കം, എരിച്ചിൽ, വായിലെ വേദന, ക്ഷയം എന്നിവയ്ക്കു നല്ലതാണ്. ഇല, പൂവ്, കിഴങ്ങ് എന്നിവ പച്ചക്കറിയായിട്ട് ഉപയോഗിക്കാവുന്നതാണ്. വേര് ഉണങ്ങിയ പൊടി കണ്ണിനു ചുറ്റും പുരട്ടിയാൽ കറുത്ത പാടുകൾ മാറും. വെണ്ണയിൽ ചേർത്തു തിളപ്പിച്ച് കുടിച്ചാലും ഈ ഗുണം ഉണ്ടാകും.

നേത്രരോഗങ്ങൾക്ക് പച്ചക്കിഴങ്ങിന്റെ നീര് എടുത്ത് മുലപ്പാൽ ചേർത്ത് കണ്ണിൽ ഒഴിക്കുക.

അടപതിയൻ കിഴങ്ങ് പാലിൽ ചേർത്ത് നിത്യവും രാത്രിയിൽ കഴിക്കുന്നത് തിമിരം, നേത്രരോഗങ്ങൾ, ക്ഷയം, ധാതുപുഷ്ടി, ശരീരപുഷ്ടി, കാഴ്ചശക്തി എന്നിവയ്ക്കു നല്ലതാണ്. അടപതിയനും ചന്ദനവുംകൂടി കഷായം വച്ചു കഴിക്കുന്നത് വെള്ളപോക്കിനും രക്തപിത്തത്തിനും നല്ലതാണ്. അടപതിയൻ കിഴങ്ങ് പച്ചപ്പാലിൽ അരച്ചു കഴിക്കുന്നത് പ്രമേഹത്തിന് നല്ലതാണ്.

അടപതിയൻ കിഴങ്ങും പാൽമുതക്കിൻ കിഴങ്ങും പൊടിച്ച് ചൂർണ്ണമാക്കിയത് പാലിലോ തേനിലോ സേവിക്കുന്നത് ശരീരം മെലിഞ്ഞവർക്ക് പുഷ്ടിയുണ്ടാക്കാനും ഹൃദ്രോഗത്തിനും നല്ലതാണ്.

അത്തി

(അത്തിയാൽ)

ആൽവൃക്ഷത്തിൽ ഉൾപ്പെടുന്നു. നാല്പാമരങ്ങളിലൊന്ന്. അത്തി, ഇത്തി, അരയാൽ, പേരാൽ എന്നിവയാണ് നാല്പാമരം. അത്തി ചിലർക്കു പുണ്യവൃക്ഷമാണ്. ഹൈന്ദവ ക്ഷേത്രങ്ങളുടെ നാലുഭാഗത്തും ആൽമരങ്ങൾ വെച്ചുപിടിപ്പിക്കാറുണ്ട്. അത്തി തെക്കുപടിഞ്ഞാറു ഭാഗത്ത് തെക്കുവശത്താണ് വെക്കേണ്ടത്. വീടിന്റെ തെക്കുഭാഗത്താണുത്തമം. വടക്കുഭാഗത്തുവെച്ചാൽ ഉദരരോഗം ഉണ്ടാകുമെന്നാണ് വിശ്വാസം.

സംസ്കൃതനാമം	:	ഉദുംബരാ, സദാഫല, ജന്തുഫല, കൃമിഫല
ഇംഗ്ലീഷ്	:	കൺട്രിഫിഗ്, ക്ലസ്റ്റർഫിഗ്, ഗുലർഫിഗ്
ശാസ്ത്രനാമം	:	ഫൈക്കസ് റസിമോസ, ഫൈക്കസ് ഗ്ലോമേറ്റ
	:	Ficus racemosa Linn, Ficus glomata Roxburg.
കുടുംബം	:	മോറേസി
	:	Moraceae

വിവരണം: ഇന്ത്യയിലുടനീളം കാണപ്പെടുന്നു. പടർന്നുവളരുന്ന ഇലപൊഴിയുന്ന ഇടത്തരം വൃക്ഷം. കടുംപച്ചനിറത്തിലുള്ള വട്ടത്തിലുള്ള ഇലകൾ, അത്തിപ്പഴം ഉരുണ്ടതും പുറം രോമിലവുമാണ്. ഇളംപച്ചനിറത്തിലുള്ള കായ മൂക്കുമ്പോൾ ഇളംചുവപ്പ് നിറമാകും. നല്ല ഇളം സുഗന്ധമുണ്ട്. കായയ്ക്കുവേണ്ടി നട്ടുവളർത്താറുണ്ട്.

ഔഷധയോഗ്യഭാഗങ്ങൾ: വേര്, തൊലി, ഇല, കായ, കറ.

ചില ഔഷധ ഉപയോഗങ്ങൾ: വേര് കഷായം വെച്ചു കഴിക്കുന്നത് രക്തവും കരളും ശുദ്ധമാക്കും. കോളറയുടെ ശക്തി കുറയ്ക്കും. വേര് മുറിച്ച് അതിൽനിന്നും ഇറ്റുവീഴുന്ന ചാറ് ശേഖരിച്ചു കഴിക്കുന്നത് കരൾ രോഗങ്ങൾക്കും കൈകൾ വിണ്ടുകീറുന്നതിനും നല്ലതാണ്. തൊലിയുടെ കഷായം കരളിന്റെ എരിച്ചിൽ കുറയ്ക്കും. വായിലെ വ്രണങ്ങൾക്കും മറ്റുവ്രണങ്ങൾക്കും നല്ലതാണ്. തൊലി ഉണക്കി പൊടിച്ചിടുന്നത് പാണ്ഡുരോഗത്തിനു നല്ലതാണ്. അത്തിത്തൊലിയിട്ടു തിളപ്പിച്ച വെള്ളം ചെങ്കണ്ണിനും ഉഷ്ണത്തിനും കഴുകാൻ നല്ലതാണ്. ഇലയുടെ ചാറു ചേർത്തു കാച്ചിയ എണ്ണ തലയിലും ദേഹത്തും പുരട്ടുന്നത് ചുട്ടുപൊള്ളുന്ന പനിക്കു നല്ലതാണ്. കായ കഫത്തെ ശമിപ്പിക്കും. ശരീരദ്രാവകങ്ങളുടെ ചീത്തപ്രകൃതം കുറ്റമറ്റതാക്കും. വേര് വയറിളക്കത്തിനു നല്ലതാണ്. തൊലി പ്രമേഹത്തെ ചെറുക്കും. മുറിവുകൾ കഴുകാൻ നല്ല

താണ്. ഗർഭച്ഛിദ്രസാധ്യതയെ ഫലപ്രദമായി ചെറുക്കും. മൂത്രാശയ രോഗങ്ങൾക്കു നല്ലതാണ്. ഇല പൊടിച്ചുണക്കി തേനോടൊപ്പം കഴിക്കുന്നത് പിത്തത്തിനു നല്ലതാണ്. ഇലച്ചാറുകൊണ്ട് മുറിവുകളും വ്രണങ്ങളും കഴുകുന്നതു നല്ലതാണ്. ഇളംകായ പിത്തം, വയറിളക്കം, ക്ഷതം എന്നിവയ്ക്കു നല്ലതാണ്. മൂത്ത കായ ഉദരരോഗങ്ങൾക്കും രക്തവാർച്ചയ്ക്കും ആർത്തവക്രമക്കേടുകൾക്കും നല്ലതാണ്. കറ കാമവർദ്ധകമാണ്. ക്ഷതത്തിനും വയറിളക്കത്തിനും നല്ലതാണ്. കായ ചതച്ചുപിഴിഞ്ഞ നീരും തേനും ചേർത്ത് സേവിക്കുന്നത് രക്തപിത്തം ശമിപ്പിക്കും.

അർശസ്സിന് നാല് അത്തിപ്പഴം രാത്രിയിൽ ഒരു ഗ്ലാസ്സ് വെള്ളത്തിലിട്ടു വെച്ചിട്ട് അതിരാവിലെ അത്തിപ്പഴം തിന്നുകയും വെള്ളം കുടിക്കുകയും ചെയ്യുക. ഇങ്ങനെ ഒരുമാസം ചെയ്താൽ അർശസ്സ് ശമിക്കും. അത്തിപ്പഴം തേൻ ചേർത്തു കഴിക്കുന്നത് അത്യാർത്തവം, രക്തം ചുമച്ചു തുപ്പൽ, വായ്പ്പുണ്ണ്, ആന്തരികാവയവ തടസ്സങ്ങൾ, ഹൃദയത്തിലേക്കുള്ള രക്തപ്രവാഹ തടസ്സം, സ്ത്രീകളിലെ രക്തം പോക്ക്, പ്രമേഹം എന്നിവയ്ക്കു നല്ലതാണ്. അത്തിമരത്തിന്റെ കടയ്ക്കൽ പോറലുണ്ടാക്കി ഒരു പാത്രം വെച്ചു കൊടുത്താൽ ലഭിക്കുന്ന നീര് ശുദ്ധജലം ചേർത്ത് കുടിക്കുന്നത് പ്രമേഹത്തിനു നല്ലതാണ്. അത്തിമരത്തോലിന്റെ പൊടി ഗർഭാശയ മുഴ, അർബ്ബുദം, അത്യാർത്തവം എന്നിവയ്ക്കും നല്ലതാണ്. തൊലിയുടെ ശീതകഷായമായാലും ഫലം ചെയ്യും.

അത്തിയുടെ പാൽ തേനും ചേർത്ത് കഴിക്കുന്നത് പ്രമേഹത്തിന് അത്യുത്തമമാണ്. അത്തി, ഇത്തി, അരയാൽ, പേരാൽ, ഞാറ, നീർമാതളം എന്നിവയുടെ തൊലി മഞ്ഞൾ ചേർത്ത് കഷായം വെച്ച് തേൻ കൂട്ടി സേവിച്ചാൽ പ്രമേഹം പൂർണ്ണമായും ശമിക്കും. അത്തി, ഇത്തി ഇവയുടെ തൊലി ചതച്ച് നീരെടുത്ത് പാലോ വെള്ളമോ ചേർത്താൽ പുണ്യാഹമായി.

അമ

(അമ്പൊട്ടൽ, മുഞ്ഞപ്പുല്ല്, മേഖലപ്പുല്ല്)

സംസ്കൃതനാമം : മുഞ്ഞ
ഇംഗ്ലീഷ് : ദേവി ഷുഗർകെയിൻ റീഡിഷുഗർകെയിൻ
ശാസ്ത്രനാമം : സച്ചാരം അരുണ്ടിനേസിയം
: Saccharam arundinaceum Retz.
കുടുംബം : പോയേസി
: Poaceae

വിവരണം: ഇന്ത്യയിലുടനീളം കാണപ്പെടുന്നു. വളരെ വലിപ്പമുള്ള നിവർന്നുവളരുന്ന പുല്ല്. നദിക്കരകളിലും വെള്ളക്കെട്ടുകളുടെ ചുറ്റുപാടുകളിലും സാധാരണ കാണുന്നു.

ഔഷധയോഗ്യഭാഗങ്ങൾ: വേര്, തണ്ട്.

ചില ഔഷധ ഉപയോഗങ്ങൾ: വേര് മൂത്രം ഇളക്കും, ശരീരത്തിന് സ്നിഗ്ധത നൽകും. തണ്ട് രക്തം ശുദ്ധീകരിക്കും. തണുപ്പുനൽകും. കാമം വർദ്ധിപ്പിക്കും. എരിച്ചിൽ, കഫം, പിത്തം, മൂത്രനാളിയിലെ രോഗങ്ങൾ, മുഖത്തെ ചുവന്ന പാടുകൾ, കരൾ രോഗങ്ങൾ ഇവയ്ക്കു നല്ലതാണ്. മദം, പിത്തം, കഫം, ഭ്രാന്ത്, വാതം പിത്തജ്വരത്തിലുണ്ടാകുന്ന ദാഹം ഇവ ശമിപ്പിക്കും. അമയുടെ വേര് തുടർച്ചയായി കഴിച്ചാൽ ബലവും വീര്യവും വർദ്ധിക്കും.

അമര

(അവര)

വെളുത്തതും നീലയുമുണ്ട്. അമരക്കായ വളരെ മൂത്താൽ ഗുണം കുറയും. അമരക്കാ ഭക്ഷ്യയോഗ്യമാണ്.

സംസ്കൃതനാമം : നിഷ്പാവ
ഇംഗ്ലീഷ് : ലാബ്ലാബ്ബീൻ, ബോണവിസ്റ്റ് ബീൻ, ഇന്ത്യൻ ബട്ടർ ബീൻ

ശാസ്ത്രനാമം : ലാബ്ലാബ് പർപൂറിയസ്
: Lablab purpurius Linn.
കുടുംബം : ഫേബേസി
: Fabaceae

വിവരണം: ഇന്ത്യയിലുട നീളം കൃഷിചെയ്തുവരുന്നു. ബഹുവർഷിയായ പടർന്നുകയറുന്ന കുറ്റിച്ചെടി. വെള്ളയോ പിങ്കോ നിറത്തിലുള്ള പൂക്കൾ. കായയും കായയ്ക്കകത്ത് വിത്തുകളുമുണ്ട്. മഞ്ഞ, വെള്ള, കറുപ്പ്, പർപ്പിൾ എന്നീ നിറത്തിലുള്ള വിത്തുകളുണ്ട്.

ഔഷധയോഗ്യഭാഗങ്ങൾ: ഇല, വിത്ത്.

ചില ഔഷധ ഉപയോഗങ്ങൾ: കണ്ഠശുദ്ധിക്കും രുചിക്കും ബുദ്ധിക്കും ദഹനത്തിനും നല്ലതാണ്. മുലപ്പാൽ ഉണ്ടാക്കുന്നതും വയറിളക്കുന്നതുമാണ്. കഫത്തെയും വിഷത്തെയും ശമിപ്പിക്കും. മൂത്രം, വാതം എന്നിവ വർദ്ധിപ്പിക്കും. രക്തപിത്തം ഉണ്ടാക്കും.

ഇല വിഷത്തെ പ്രതിരോധിക്കും. ആർത്തവത്തെ തിരികെകൊണ്ടുവരും. വിത്ത് മലവും മൂത്രവുമിളക്കും. മുലപ്പാൽ വർദ്ധിപ്പിക്കും. കാമം കുറയ്ക്കും, ഉദരരോഗങ്ങൾ, വീക്കം, കഫം എന്നിവയ്ക്കു നല്ലതാണ്.

അമൽപ്പൊരി

(സർപ്പഗന്ധി)

സംസ്കൃതനാമം : സർപ്പഗന്ധാ, ചന്ദ്രികാ
ഇംഗ്ലീഷ് : റോവോൽഫിയ റൂട്ട്, സെർപ്പെന്റീനാ റൂട്ട്, സെർപ്പെന്റീൻ റൂട്ട്
ശാസ്ത്രനാമം : റോവോൽഫിയ സെർപ്പെന്റീനാ
: Rauvolfia serpentina (Linn.) Benth. exKurz
കുടുംബം : അപ്പോസയനേസി
: Apocynaceae

വിവരണം: വെള്ള, ചുവപ്പ് പൂക്കളുള്ള രണ്ടിനങ്ങളുണ്ട്. ഇന്ത്യയിലുടനീളം വനങ്ങളിൽ അടിക്കാടായി കാണപ്പെടുന്നു. നേരെ വളരുന്ന കുറ്റിച്ചെടി. വെള്ള, ചുവപ്പ് നിറത്തിലുള്ള ചെറിയ പൂക്കൾ. കായുണ്ട്. ഇതിന്റെ വേരുകളാണ് കൂടുതൽ ഉപയോഗിക്കുന്നത്. വെള്ളക്കറയുണ്ട്.

ചുവന്ന അമൽപ്പൊരി

വെള്ള അമൽപ്പൊരി

ഔഷധയോഗ്യഭാഗങ്ങൾ: വേര്, ഇല.

ചില ഔഷധ ഉപയോഗങ്ങൾ: വേര് വിരയിളക്കും, മൂത്രം വർദ്ധിപ്പിക്കും. നിദ്ര ജനിപ്പിക്കാനുള്ള ശക്തിയുണ്ട്. രക്താതിസമ്മർദ്ദത്തിന് കൈകണ്ട ഔഷധമാണ്. പനി, ജ്വരം, മുറിവുകൾ, ഉറക്കമില്ലായ്മ, മന്ദത, വെള്ളദ്ദാഹം, കഫം, വാതം, കുടൽരോഗങ്ങൾ, ഞരമ്പുവലിവ് എന്നിവയ്ക്കു നല്ലതാണ്. വേരിന്റെ കഷായം മൂത്രനാളികൾ സങ്കോചിക്കുന്ന രോഗത്തിന് ഉത്തമമാണ്. ഇലകളുടെ നീര് നേത്രപടലത്തിലെ മുറിവുകൾ നീക്കാൻ നല്ലതാണ്.

വേര് നിഴലിലുണക്കി പൊടിച്ചത് ത്രിഫല ചൂർണ്ണത്തോടൊപ്പം കഴിക്കുന്നത് രക്തസമ്മർദ്ദത്തിനും തലവേദനയ്ക്കും തലചുറ്റലിനും നല്ലതാണ്. വേരിന്റെ കഷായം രക്തസമ്മർദ്ദത്തിനും ഉറക്കക്കുറവിനും നല്ലതാണ്.

അമുക്കുരം

(അശ്വഗന്ധ)

ലൈംഗികശേഷിക്കുറവിന് പാരമ്പര്യമായി ഉപയോഗിച്ചുവരുന്ന ഔഷധമാണ് അമുക്കുരം. കുതിരയുടെ (അശ്വം) മൂത്രത്തിന്റെ മണമാണ് ഈ സസ്യത്തിനുള്ളത്. അതുകൊണ്ടാണ് സംസ്കൃതത്തിൽ അശ്വഗന്ധ എന്നപേരുണ്ടായത്.

സംസ്കൃതനാമം : അശ്വഗന്ധ, വരാഹകർണി, വാജിഗന്ധ
ഇംഗ്ലീഷ് : വിന്റർ ചെറി
ശാസ്ത്രീയനാമം : വിതാനിയ സോമ്നിഫെറ
: Withania somnifera (Linn.) Dunal
കുടുംബം : സോളാനേസി
: Solanaceae

വിവരണം: ഇന്ത്യയിലെമ്പാടും വരണ്ടപ്രദേശങ്ങളിൽ കണ്ടുവരുന്നു. ഔഷധ ആവശ്യങ്ങൾക്കായി കൃഷിചെയ്തും വരുന്നു. ഒന്നര മീറ്റർവരെ ഉയരത്തിൽ വളരുന്ന കുറ്റിച്ചെടി. പൂക്കൾ പച്ചനിറമുള്ളതോ ഇളംമഞ്ഞ നിറമുള്ളതോ ആണ്. ഫലങ്ങൾ മൂക്കുമ്പോൾ ഓറഞ്ച് നിറമാകും.

ഔഷധയോഗ്യഭാഗങ്ങൾ: കിഴങ്ങ് (വേര്), ഇല.

ചില ഔഷധഉപയോഗങ്ങൾ: കിഴങ്ങുസമാനമായ വേര് രൂക്ഷവും ചവർപ്പുള്ളതും ശീതവുമാണ്. കാമം വർദ്ധിപ്പിക്കുന്നതും നിദ്ര വരുത്തുന്നതുമാണ്. മൂത്രം വർദ്ധിപ്പിക്കും. ക്ഷീണം അകറ്റി ശരീരശക്തി വർദ്ധിപ്പിക്കുന്ന ഓജസ്കരമായ ഒരു പോഷകമാണ് അമുക്കുരം. വാതം, വെള്ളപോക്ക്, മലബന്ധം, ഉറക്കമില്ലായ്മ എന്നിവയ്ക്കും കോശങ്ങൾ ഉണ്ടാകുന്നതിനും സിരകളുടെ കുഴപ്പങ്ങൾക്കും അത്യുത്തമമാണ്. ഇല പനിക്കും കണ്ണിനും വേദനയുള്ള മുഴകൾക്കും നല്ലതാണ്. ഇലയും വേരും അരച്ചിട്ടാൽ മതി.

അമുക്കുരം പാലിൽ പുഴുങ്ങി ഉണക്കി വേണം ഉപയോഗിക്കേണ്ടത്. അമുക്കുരം ചൂർണ്ണം നെയ്യിൽ കഴിക്കുന്നത് ഉറക്കം ഉണ്ടാക്കും. ശുക്ല

അമുക്കുരം

കാട്ട് അമുക്കുരം

വർദ്ധനവും ഗർഭധാരണശേഷിയും ഉണ്ടാക്കും. അമുക്കുരം പാലിൽ ചേർത്തു കഴിക്കുന്നത് ആർത്തവരോഗങ്ങൾക്കും ഹൃദ്രോഗങ്ങൾക്കും നല്ലതാണ്. ഇലനീരിന് അണുനാശക ശക്തിയുണ്ട്. പനിക്ക് നല്ലതാണ്.

ലൈംഗിക ശേഷിക്ക് അമുക്കുരം പൊടിച്ച് പശുവിൻപാലിൽ ചേർത്തു കഴിക്കുന്നത് നല്ലതാണ്.

ക്ഷീണം മാറ്റാൻ അരസ്പൂൺ അമുക്കുരം പൊടിച്ചത് ഓരോ സ്പൂൺ തേൻ, നെയ്യ് എന്നിവയിൽ യോജിപ്പിച്ച് രണ്ടുനേരം സേവിച്ചാൽ മതി.

അമുക്കുരം പാലോ നെയ്യോ എണ്ണയോ ചൂടുവെള്ളമോ ചേർത്ത് പതിനഞ്ചു ദിവസം കഴിച്ചാൽ എത്ര മെലിഞ്ഞ ആളിന്റെയും ശരീരം പുഷ്ടിപ്പെടും. അമുക്കുരം നെല്ലിക്ക, താന്നിക്ക, കടുക്ക, ഇരട്ടി മധുരം ഇവകൊണ്ട് കഷായം വെച്ച് ഋതുകാലത്തിൽ കഴിക്കുന്നത് സന്താനം ഉണ്ടാകുന്നതിന് നല്ലതാണ്.

അശോകം

നിർവ്വാണ സിദ്ധാന്തത്തിന്റെ സ്ഥാപകനായ ശാക്യമുനി ജനിച്ചത് അശോക മരച്ചുവട്ടിലാണ്. ശോകം (വേദന, ദുഃഖം) അകറ്റുന്നത് എന്നർത്ഥത്തിലാണ് അശോകം എന്ന പേരെന്ന് കരുതുന്നു. ഹിന്ദുമതക്കാരുടെയും ബുദ്ധമതക്കാരുടെയും പുണ്യവൃക്ഷങ്ങളിലൊന്നാണിത്. ഇതിന്റെ ഇല മതചടങ്ങുകൾക്ക് ഉപയോഗിക്കുന്നു.

സംസ്കൃതനാമം	:	അശോക, ഗതശോക
ഇംഗ്ലീഷ്	:	അശോകട്രീ
ശാസ്ത്രനാമം	:	സറാക്ക അശോക, സറാക്ക ഇൻഡിക്ക
	:	Saraca asoca (Roxb.) de Wilde
കുടുംബം	:	ഫാബേസി, സിസാൽ പിനിയേസി
	:	Caesalpiniaceae

വിവരണം: ഇന്ത്യയിലുടനീളം നിത്യഹരിതവനങ്ങളിൽ കാണപ്പെടുന്നു. പൂന്തോട്ടങ്ങളിൽ അലങ്കാരവൃക്ഷമായി നട്ടുവളർത്തുന്നു. 10 മീറ്റർ വരെ ഉയരത്തിൽ വളരുന്ന ഇടത്തരം നിത്യഹരിതവൃക്ഷം. മഞ്ഞകലർന്ന ചുവന്ന നിറത്തോടുകൂടിയ പൂക്കൾ. കായയും വിത്തുമുണ്ട്.

ഔഷധയോഗ്യഭാഗങ്ങൾ: തൊലി, ഇല, പൂവ്, വിത്ത്.

ചില ഔഷധ ഉപയോഗങ്ങൾ: തൊലി വിരയിളക്കുന്നതും രക്തസ്രാവം ശമിപ്പിക്കുന്നതും, വയറിന്റെ രോഗങ്ങൾ ശമിപ്പിക്കുന്നതുമാണ്. സ്വാസ്ഥ്യജനകമാണ്. വായുകോപം, ജ്വരം, വെള്ളദ്ദാഹം, എരിച്ചിൽ, മൂത്രാശയരോഗങ്ങൾ, മൂത്രനാളിയിലെ സ്രവങ്ങൾ, മുഖക്കുരു എന്നിവയ്ക്കു നല്ലതാണ്. തൊലി കഷായം വെച്ച് ഗർഭാശയ രോഗങ്ങൾക്ക്

ഉപയോഗിക്കാറുണ്ട്. പൂക്കൾ മൂത്രാശയരോഗങ്ങൾക്കുള്ള വളരെ പ്രധാനപ്പെട്ട ഔഷധമാണ്. പിത്തം, വെള്ളദ്ദാഹം, എരിച്ചിൽ, കുട്ടികളുടെ കരപ്പൻ, വയറിളക്കം എന്നിവയ്ക്കു നല്ലതാണ്. ഉണങ്ങിയ പൂക്കൾ പ്രമേഹത്തിന് നല്ലതാണ്. വിത്ത് എല്ലുകളുടെ ഒടിവുകൾക്കും മൂത്രത്തിലെ കല്ലിനും നല്ലതാണ്. ഇലകൾ രക്തം ശുദ്ധീകരിക്കും. ഇലനീര് കടുകുമായി ചേർത്തു കഴിക്കുന്നത് ആമാശയരോഗങ്ങൾക്ക് ഉത്തമമാണ്. ഇലനീര് ജീരകപ്പൊടിയും ചേർത്തു കഴിച്ചാൽ വയറുവേദന ഭേദമാകും. ഇലകൾ പൊടിച്ചത് പഞ്ചസാരയും ചെറുനാരങ്ങയും ചേർത്തു കഴിക്കുന്നത് രക്തവർദ്ധനവിനും ശുദ്ധീകരണത്തിനും നല്ലതാണ്.

ഉണങ്ങിയ പൂവ് അരച്ച് തൈരിൽ കഴിക്കുന്നത് രക്താർശസ്സിനു നല്ലതാണ്. ഇത് പ്രമേഹത്തിനും നല്ലതാണ്. പൂവ് എണ്ണ കാച്ചി തേക്കുന്നത് ചൊറിക്കും കരപ്പനും ചർമരോഗങ്ങൾക്കും നല്ലതാണ്. അതു നല്ല നിറവുമുണ്ടാക്കും. അശോകത്തൊലിയും എള്ളും പാൽക്കഷായമാക്കി കഴിക്കുന്നത് വെള്ളപോക്ക്, കുറഞ്ഞതും കൂടിയതുമായ ആർത്തവം എന്നിവയ്ക്കു നല്ലതാണ്. അശോകാരിഷ്ടം പ്രസവിച്ച സ്ത്രീകൾക്ക് നല്ലതാണ്.

ചൊറി/ചിരങ്ങ് എന്നിവയ്ക്ക് അശോകത്തിന്റെ പൂവ് ഉണക്കിപ്പൊടിച്ചത് വെളിച്ചെണ്ണയിൽ ചാലിച്ച് കുറേദിവസത്തേക്ക് തേക്കുക.

പ്രസവിക്കാത്തവർ പ്രസവിക്കുന്നതിനും ഭൂതബാധവരെ അകറ്റുന്നതിനും ഉപയോഗിക്കുന്ന കല്യാണകം ഘൃതം അശോകവും ചേർത്താണുണ്ടാക്കുന്നത്.

അശോകത്തൊലി കഷായം വെച്ച് തേൻ ചേർത്തു കഴിക്കുന്നത് ശബ്ദസംബന്ധമായ പ്രശ്നങ്ങൾക്ക് നല്ലതാണ്.

അണലിവേഗം

ഈ ചെടിയുടെ വേര് വിഷത്തിന് പ്രതിവിധിയായതിനാലാവണം ഈ പേര്.

സംസ്കൃതനാമം : വിഷഘ്നി, അനാദന
ശാസ്ത്രനാമം : അൽ സ്റ്റോണിയ വെനെനാറ്റ
: Alstonia venenata R. Br.
കുടുംബം : അപ്പോസയനേസി
: Apocynaceae

വിവരണം: ഇന്ത്യയിലെ ഇല പൊഴിയും കാടുകളിൽ കാണപ്പെടുന്നു. ഏതാണ്ട് ആറുമീറ്റർ ഉയരത്തിൽ വളരുന്ന വലിയ കുറ്റിച്ചെടി. കടുംമഞ്ഞനിറത്തിൽ കട്ടിയുള്ള വേരുകളാണ് ഉള്ളത്. ഇലകൾക്ക് നല്ല വലിപ്പമുണ്ട്. വെള്ളപ്പൂക്കൾ. കായും അനേകം വിത്തുകളുമുണ്ട്.

ഔഷധയോഗ്യഭാഗങ്ങൾ: വേര്, കായ.

ചില ഔഷധ ഉപയോഗങ്ങൾ: വേര് വിഷത്തിന് പ്രതിവിധിയാണ്. രക്തം ശുദ്ധീകരിക്കും. പനിയും വേദനയും കുറയ്ക്കും. ത്വക്ക്രോഗങ്ങളിലും, മുഖത്തെ ചുവന്ന തടിപ്പിനും നല്ലതാണ്. കുഷ്ഠം, അപസ്മാരം, തളർച്ച, പനി, ചെവിവേദന, എന്നിവയ്ക്കു നല്ലതാണ്. മൂർഖന്റെ കടിക്കും മറ്റുവിഷമുള്ള പാമ്പുകളുടെ കടിക്കും ഉത്തമ ഔഷധമാണ്. കായ അപസ്മാരത്തിനും മാനസികരോഗങ്ങൾക്കും ഉത്തമമാണ്.

അയ്യപ്പാന

(അയ്യമ്പാന)

സംസ്കൃതനാമം : അയപർണ്ണ, അജാപർണ്ണ
ഇംഗ്ലീഷ് : അയപ്പനട്രീ
ശാസ്ത്രനാമം : യുപാറ്റോറിയം ട്രിപ്ലിനേർവെ
: Eupatorium triplinerve Vahl
കുടുംബം : ആസ്റ്ററേസി
: Asteraceae

വിവരണം: ഉത്ഭവം ബ്രസീലിലാണ്. ഇന്ത്യയിലുടനീളം ചതുപ്പു സ്ഥലങ്ങളിൽ കാണപ്പെടുന്നു. തോട്ടങ്ങളിൽ അടിക്കളയായിട്ടു കാണാം. വളരെയധികം ശാഖകളോടുകൂടിയ നിലത്തു പടർന്നുവളരുന്ന കട്ടികുറഞ്ഞ മാംസളമായ തണ്ടുള്ള സസ്യം. ഇലയുടെയും തണ്ടിന്റെയും നിറം ചുവപ്പുകലർന്ന പച്ചയാണ്. നീലപ്പൂക്കൾ. കായുണ്ട്. തണ്ടുമുറിച്ചു നട്ട് പ്രജനനം.

ഔഷധയോഗ്യഭാഗങ്ങൾ: സമൂലം.

ചില ഔഷധ ഉപയോഗങ്ങൾ: ദഹനം വർദ്ധിപ്പിക്കും. ഉത്തേജകമാണ്. വായുകോപം ശമിപ്പിക്കും. അധികം കഴിച്ചാൽ വയറിളകും. ഹൃദയത്തിനു നല്ലതാണ്. രക്തവാർച്ച തടയും. പകർച്ചവ്യാധികളെ ചെറുക്കും. പനിയെ തടയും. അഴുക്കിളക്കും. കഫം ഇളക്കും. പോഷകമാണ്. വയറിന്റെ രോഗങ്ങൾ, സ്കർവി, വെള്ളദ്ദാഹം, മൂക്കിൽനിന്നുള്ള രക്തം പോക്ക്, രക്തം ഛർദിക്കുക, രക്തം തുപ്പുക, മൂത്രത്തിൽ രക്തത്തിന്റെ അംശം കാണുക, മുറിവ്, വ്രണം, കുടൽ വ്രണങ്ങൾ (അൾസർ), ആർത്തവതാമസം, ഹൃദ്രോഗങ്ങൾ, ത്വക്ക്രോഗങ്ങൾ, സ്കേബീസ്, വിഷജന്തുക്കളുടെ കടി, മഞ്ഞപ്പനി, ചുമ, ആസ്ത്മ, കഫം, ക്ഷീണം എന്നിവയ്ക്കു നല്ലതാണ്.

അയ്യമ്പാന കഷായം വച്ചു തണുപ്പിച്ചു കുടിക്കുന്നത് ക്ഷീണത്തിനും രക്തശുദ്ധിക്കും നല്ലതാണ്. സമൂലം എണ്ണകാച്ചി പുരട്ടുന്നത് ത്വക്ക്രോഗങ്ങൾക്കു നല്ലതാണ്. ഏഴ് ഇല വീതം തുടർച്ചയായി അതിരാവിലെ രണ്ടാഴ്ച കഴിച്ചാൽ അർശസ്സും കുടലിലെ അൾസറും വായുകോപവും ശമിക്കും. ഇല വറുത്തു പൊടിച്ചു കഴിക്കുന്നത് മഞ്ഞപ്പിത്തത്തിനു നല്ലതാണ്.

അരളി

(കണവീരം, കരവീരം)

ചുവന്ന നിറത്തിലുള്ള പൂക്കളോടുകൂടിയ ചുവന്ന അരളിയും വെളുത്ത നിറത്തിലുള്ള പൂക്കളോടുകൂടിയ വെളുത്ത അരളിയും ഉണ്ട്.

സംസ്കൃതനാമം	: കരവീര
ഇംഗ്ലീഷ്	: ഇന്ത്യൻ ഒലിയാണ്ടർ, സ്വീറ്റ് സെന്റഡ് ഒലിയാണ്ടർ
ശാസ്ത്രനാമം	: നീരിയം ഒലിയാണ്ടർ
	: Nerium oleander Linn.
കുടുംബം	: അപ്പോസയനേസി
	: Apocynaceae

വിവരണം: ഇന്ത്യയിലുടനീളം പൂന്തോട്ടങ്ങളിലും വീട്ടുമുറ്റങ്ങളിലും നട്ടുപിടിപ്പിക്കുന്നു. പാൽനിറത്തോടു സമാനമായ കറയുള്ള നിത്യഹരിത കുറ്റിച്ചെടി. നീളമുള്ള ഇലകൾ. ചുവപ്പ്/വെള്ള/റോസ് നിറത്തിലുള്ള പൂക്കൾ. സുഗന്ധമുണ്ട്, കായുണ്ട്, വളരെ വിരളമായിട്ടാണ് കായ് ഉണ്ടാവുക. കായ്ക്കകത്ത് വിത്തുണ്ട്.

ഔഷധയോഗ്യഭാഗങ്ങൾ: വേര്, വേരിന്മേൽ തൊലി, ഇല.

ചില ഔഷധ ഉപയോഗങ്ങൾ: വേര് വിരയിളക്കും, കാമവർദ്ധകമാണ്, വയറിന്റെ രോഗങ്ങൾക്കു നല്ലതാണ്. മൂത്രമിളക്കും വായുകോപം ശമിപ്പിക്കും. ആസ്ത്മ, മൂത്രത്തിലെയും വൃക്കയിലെയും കല്ലുകൾ, അസഹനീയമായ വയറുവേദന, കുഷ്ഠം, ചൊറിച്ചിൽ, വ്രണം, സന്ധിവേദന എന്നിവയ്ക്കു നല്ലതാണ്. വേരിന്മേൽ തൊലി പുഴുക്കടിക്ക് നല്ലതാണ്. ഇല ഒരു നല്ല പ്രതിരോധകമാണ്. സ്കേബീസ്, ക്ഷതം, വാതം എന്നിവയ്ക്കു നല്ലതാണ്. കുരുന്ന് ഇലകളുടെ നീര് കൺജക്റ്റിവിറ്റിസിനു (ഒരുതരം കണ്ണുരോഗം) നല്ലതാണ്. പൂക്കൾക്ക് വായുവിനെ ശുദ്ധീകരിക്കാനുള്ള കഴിവുണ്ടെന്നു പറയപ്പെടുന്നു.

അരയാൽ

(ബോധിവൃക്ഷം)

അതിപുരാതനകാലം മുതൽ അറിയപ്പെടുന്ന വൃക്ഷം. മോഹൻജ ദാരോ മുദ്രകളിൽ അരയാലിന്റെ ചിത്രം ഉണ്ട്. വൃക്ഷങ്ങളുടെ രാജാവാണ് (അര-ചാൽ) അരയാൽ. അര-ചാൽ ആണ് പിന്നീട് അരയാലായത്. വേപ്പിനെ അരയാലിന്റെ ഭാര്യയായിട്ടാണ് കണക്കാക്കുന്നത്. വിഷ്ണു ഭഗവാൻ ജനിച്ചത് ഇതിലാണെന്നും ത്രിമൂർത്തികളുടെ സാന്നിദ്ധ്യം ഇതിൽ ഉണ്ടെന്നുമാണ് ഹിന്ദുക്കളുടെ വിശ്വാസം. അതിനാൽ വിവാഹം ഉൾപ്പെടെയുള്ള പുണ്യകർമ്മങ്ങൾക്ക് അരയാൽച്ചുവട് അത്യുത്തമമാണെന്നു വിശ്വസിക്കപ്പെടുന്നു. പണ്ട് ഗ്രാമക്കോടതികളും മറ്റും കൂടിയിരുന്നത് അരയാൽച്ചുവട്ടിലാണ്. മിന്നൽപ്പിണരുകളെ ആവാഹിച്ച് ഭൂമിയിലെത്തിക്കാനുള്ള വിശേഷശക്തി അരയാലിനുണ്ടെന്നു പണ്ടുകാലം മുതൽ വിശ്വസിക്കപ്പെടുന്നു. ക്ഷേത്രങ്ങൾ കൊട്ടാരങ്ങൾ എന്നിവയുടെ ചുറ്റും അതിനാൽ അരയാൽ നട്ടുവളർത്തിയിരുന്നു.

ആലിന്റെ വർഗ്ഗത്തിലെ മൂന്നാമത്തെ ഇനമാണ് അരയാൽ. ബുദ്ധമതക്കാർക്കും ഇത് പവിത്രവും ദൈവികവുമായ വൃക്ഷമാണ്. ക്ഷേത്രത്തിന്റെ കിഴക്കു ഭാഗത്താണ് അരയാലിന്റെ സ്ഥാനം. വീടിന്റെ പടിഞ്ഞാറു ഭാഗത്താണ് ഉത്തമം. കിഴക്കുഭാഗത്ത് അശുഭമാണ്. മറ്റു മരങ്ങളെക്കാൾ കൂടുതൽ ജൈവ വായു, അധിക ഊർജ്ജം അരയാൽ പുറപ്പെടുവിക്കുന്നതായി കരുതുന്നു. ഈ മരത്തിന്റെ ചുവട്ടിലിരുന്നു നടത്തിയ ധ്യാനത്തിനൊടുവിലാണ് സിദ്ധാർഥരാജകുമാരന് ബോധോദയം ഉണ്ടായി ശ്രീബുദ്ധനായതെന്നു കരുതപ്പെടുന്നു.

സംസ്കൃതനാമം : പിപ്പല, അശ്വത്ഥ, ക്ഷീരവൃക്ഷ, ബോധിദ്രുമ

ഇംഗ്ലീഷ് : സേക്രഡ് ഫിഗ്, പീപ്പൽ ട്രീ
ശാസ്ത്രനാമം : ഫൈക്കസ് റിലീജിയോസ
: Ficus religiosa Linn.
കുടുംബം : മോറേസി
: Moraceae

വിവരണം: ഇന്ത്യയിലുടനീളം കാണപ്പെടുന്നു. ഇലപൊഴിയുന്ന വൻവൃക്ഷം. മറ്റുവൃക്ഷങ്ങളിൽ പരാദമായും വളരാറുണ്ട്. പ്രത്യേക തരത്തിലുള്ള അറ്റം നീണ്ടു കൂർത്ത കട്ടികുറഞ്ഞ കടുംപച്ചനിറമുള്ള ഇലകൾ. പാലുപോലുള്ള കറയുണ്ട്. പൂവും കായും വിത്തുമുണ്ട്.

ഔഷധയോഗ്യഭാഗങ്ങൾ: തൊലി, ഇല, ഇലമൊട്ട്, കായ, വിത്ത്, കറ.

ചില ഔഷധ ഉപയോഗങ്ങൾ: വേരിന്റെ തൊലി കഷായമാക്കി കുടിച്ചാൽ കോളറയുടെ ശക്തി കുറയും. രക്തം ശുദ്ധീകരിക്കും. വിട്ടുമാറാത്ത പനിക്കും നല്ലതാണ്. തൊലി പൊടിച്ചു തേക്കുന്നത് വ്രണങ്ങൾക്കു നല്ലതാണ്.

തൊലി ശീതമാണ്. കാമവർദ്ധകമാണ്. തൊലി ചതച്ചു വെള്ളം ചേർത്തെടുക്കുന്ന ദ്രാവകത്തിന് ബാക്റ്റീരിയകളെ പ്രതിരോധിക്കുന്നതിനുള്ള ശേഷിയുണ്ട്. ഗൊണോറിയ, അതിസാരം, വയറിളക്കം, ക്ഷതം, ഉദരവ്രണം (അൾസർ) എന്നിവയ്ക്കു നല്ലതാണ്. തൊലി പൊടിച്ചിടുന്നത് വീക്കത്തിനും മുഴകൾക്കും തീപ്പൊള്ളലിനും നല്ലതാണ്. ഇലയ്ക്കും ഇലമൊട്ടിനും വയറിളക്കാനുള്ള ശേഷിയുണ്ട്. മുറിവ്, ത്വക്ക്രോഗങ്ങൾ എന്നിവയ്ക്കു നല്ലതാണ്. കായ മലമിളക്കും. ദഹനമുണ്ടാക്കും. ഉണങ്ങിയ കായ പൊടിച്ച് വെള്ളം ചേർത്തു കഴിക്കുന്നത് ആസ്ത്മക്കു നല്ലതാണ്. വിത്ത് ശീതമാണ്. മലമിളക്കും. ഞരമ്പുരോഗങ്ങൾക്കും വീക്കത്തിനും ക്ഷതത്തിനും നല്ലതാണ്.

അരയാലിന്റെ തളിരരച്ച് പാലിൽ കലക്കി സേവിച്ചാൽ രാപ്പനി ശമിക്കും.

അരൂത

(നാഗതാളി)

മന്ത്രവാദം പോലെയുള്ള ചില കർമ്മങ്ങൾക്ക് അരൂത ഉപയോഗിച്ചു വരുന്നു.

സംസ്കൃതനാമം : ഗുച്ഛാപത്ര്
ഇംഗ്ലീഷ് : ഗാർഡൻ റൂ, കോമൺ റൂ
ശാസ്ത്രനാമം : റുടാ ചാലെപെൻസിസ്
: Ruta chalepensis Linn.
കുടുംബം : റൂട്ടേസി
: Rutaceae

വിവരണം: ഇന്ത്യയിലെമ്പാടും പൂന്തോട്ടങ്ങളിലും മറ്റും നട്ടുവളർത്തുന്നു. ചെറിയ വെള്ളകലർന്ന പച്ചനിറത്തോടുകൂടിയ ഇലകളും തണ്ടുമുള്ള ബഹുവർഷിയായ ചെറുസസ്യം. നല്ലപ്രത്യേക സുഗന്ധമുണ്ട്. മഞ്ഞ നിറത്തിലുള്ള പൂക്കൾ. കായുണ്ട്.

ഔഷധയോഗ്യഭാഗങ്ങൾ: സമൂലം.

ചില ഔഷധ ഉപയോഗങ്ങൾ: മൂത്രവും മലവും ഇളക്കും. കാമം വർദ്ധിപ്പിക്കും. പനി കുറയ്ക്കും. ഗർഭം അലസിപ്പിക്കും. ദഹനം വർദ്ധിപ്പിക്കും. വായുകോപം ശമിപ്പിക്കും. ആർത്തവം തിരികെ കൊണ്ടുവരും. പോഷകമാണ്. വാതം, കഫം, പനി, മാനസികാസ്വാസ്ഥ്യം, ഉന്മാദം, ആർത്തവക്രമക്കേടുകൾ എന്നിവയ്ക്കു നല്ലതാണ്. പച്ചഇലകൾ വാത രോഗങ്ങൾക്കു നല്ലതാണ്. ഇലയുടെ നീര് കുട്ടികളുടെ വിരശല്യങ്ങൾക്ക് നല്ല ഔഷധമാണ്. പല്ലുവേദനയ്ക്കും ചെവിവേദനയ്ക്കും അതു നല്ലതാണ്.

മൂക്കടപ്പിന് അരൂതയുടെ നീര് രണ്ടുതുള്ളിവീതം മൂക്കിന്റെ ഇരുദ്വാരങ്ങളിലും ഇറ്റിക്കുക. കരപ്പന് അരൂതയിലയും പച്ചമഞ്ഞളും ചേർത്തരച്ച് തേച്ചുപിടിപ്പിക്കുക.

അഴുകണ്ണി

സംസ്കൃതനാമം	:	രുദ്രാന്തിക, രുദന്തി
ശാസ്ത്രനാമം	:	ക്രെസ്സാ ക്രെറ്റിക്ക
	:	Cressa cretica Linn.
കുടുംബം	:	കോൺവോൾവുലേസി
	:	Convolvulaceae

വിവരണം: ഇന്ത്യയിലുട നീളം മണൽപ്രദേശങ്ങളിൽ കാണപ്പെടുന്നു. നേരെ വളരുന്ന ചെറിയ കുറ്റിച്ചെടി. ചെറിയ ധാരാളം ഇലകൾ, വെള്ളപ്പൂക്കൾ, കായും വിത്തുമുണ്ട്.

ഔഷധയോഗ്യഭാഗങ്ങൾ: സമൂലം.

ചില ഔഷധ ഉപയോഗങ്ങൾ: കാമം വർദ്ധിപ്പിക്കും. വിരയിളക്കും കഫമിളക്കും ദഹനം വർദ്ധിപ്പിക്കും. ഉദരരോഗങ്ങൾക്കു നല്ലതാണ്. പോഷകമാണ്. കഫം, പിത്തം, ക്ഷയം, ആസ്ത്മ, ബ്രോങ്കൈറ്റിസ്, മൂത്രനാളീരോഗങ്ങൾ, വെള്ളദ്ദാഹം, വായുകോപം, വിളർച്ച, പ്രമേഹം, കുഷ്ഠം, ക്ഷീണം എന്നിവയ്ക്കു നല്ലതാണ്.

അമൃത്

(ചിറ്റമൃത്)

ദേവന്മാരും അസുരന്മാരും കൂടി പാൽക്കടൽ കടഞ്ഞപ്പോൾ കിട്ടിയ വിശിഷ്ടമായ ഭക്ഷ്യവസ്തുവാണ് അമൃത്. അമൃതം എന്ന പദത്തിന് യാചിക്കാതെ കിട്ടിയ ദ്രവ്യമെന്നാണർഥം. പ്രമൃതം എന്ന പദത്തിന് യാചിക്കാതെ കിട്ടിയ മറ്റൊരു ദ്രവ്യമെന്നാണർത്ഥം കൊടുത്തിട്ടുള്ളത്. ഒരിക്കൽ ദുർവാസാവു മഹർഷി ഒരു അപ്സരസ്സു നൽകിയ കല്പക വൃക്ഷത്തിന്റെ പൂക്കൾകൊണ്ടു കോർത്ത അതീവ സുഗന്ധമുള്ള ദിവ്യമാല ധരിച്ചുകൊണ്ട് ദേവലോകത്തെത്തുകയും അത് ഐരാവതത്തിന്റെ പുറത്തെഴുന്നെള്ളുന്ന ദേവരാജാവായ ഇന്ദ്രനു സമ്മാനിക്കുകയും ചെയ്തു. ഇന്ദ്രൻ അതെടുത്ത് ഐരാവതത്തിന്റെ മസ്തകത്തിൽ വെച്ചപ്പോൾ ഐരാവതം അതെടുത്ത് നിലത്തെറിഞ്ഞു. ഇതിൽ കുപിതനായ ദുർവാസാവ് ദേവലോകത്തിന്റെ ഐശ്വര്യം നശിച്ചുപോകട്ടെയെന്നു ശപിക്കുകയും അന്നുമുതൽ ദേവന്മാർക്കെല്ലാം ജരാനരബാധിക്കുകയും ദേവലോകത്തിന്റെ ഐശ്വര്യം ക്ഷയിക്കുകയും ചെയ്തു. ഇതിൽനിന്നും മോചനം നേടാൻ മഹാവിഷ്ണു ഇപ്രകാരം ഉപദേശിച്ചു: "നിങ്ങൾ അസുരന്മാരോടുകൂടി സകലവിധത്തിലുള്ള ഔഷധികളും കൊണ്ടുവന്ന്

പാൽക്കടലിൽ ഇട്ട് മഹാമേരു പർവ്വതത്തെ കടക്കോലും വാസുകി എന്ന സർപ്പത്തെ കയറുമാക്കി പാലാഴിമഥനം നടത്തുക. അപ്പോൾ കിട്ടുന്ന അമൃതം പാനം ചെയ്താൽ നിങ്ങൾ ബലവാന്മാരും മരണമില്ലാത്തവരും ആയിത്തീരും. അസുരന്മാർ അമൃതം ഭക്ഷിക്കാതിരിക്കാൻ ഞാൻ വേണ്ടതു ചെയ്തുകൊള്ളാം" എന്നും അദ്ദേഹം ഉറപ്പുനല്കി. അങ്ങനെ അമൃതം പാനം ചെയ്ത് ദേവന്മാർ ബലശാലികളായിത്തീരുകയും ദേവലോകം പഴയപോലെ ഐശ്വര്യപൂർണ്ണമാകുകയും ചെയ്തു എന്നാണ് കഥ. അമൃതിന്റെ ഔഷധഗുണം ഇതിൽനിന്നും വ്യക്തമാകുന്നുണ്ടല്ലോ. അമൃതിന്റെ മൂപ്പെത്തിയ തണ്ടാണ് (കാണ്ഡം) ഔഷധമായി ഉപയോഗിക്കുന്നത്.

സംസ്കൃതനാമം	:	അമൃതാ, ഗുദുചി
ഇംഗ്ലീഷ്	:	ഗുലാഞ്ചാടിനോസ്പാറ, ടിനോസ്പോറ
ശാസ്ത്രനാമം	:	ടിനോസ്പോറ കോർഡിഫോളിയ
	:	Tinospora cordifolia (Wild.) Miers ex Hook.f and Thomas
കുടുംബം	:	മെനിസ്പെർമേസി
	:	Menispermaceae

വിവരണം: ഇന്ത്യയിലുടനീളം കാടുകളിലും കാവുകളിലും മരക്കൂട്ടങ്ങൾക്കിടയിലും കാണപ്പെടുന്നു. മരത്തിൽ പടർന്നുകയറുന്ന ബഹുവർഷിയായ വലിയ വള്ളിച്ചെടി. മാംസളമായ പരുക്കൻതണ്ട്. വെള്ളകലർന്ന പച്ചനിറത്തിലുള്ള സാധാരണ ഇലകൾ. മുട്ടുകളിൽനിന്നും നീണ്ട വേരുകളുണ്ടാകും. പൂവും കായുമുണ്ട്. തണ്ടു നട്ടു പ്രജനനം, കാഞ്ഞിരം, മാവ്, ആര്യവേപ്പ് എന്നിവയിൽ വളരുന്നതിന് ഗുണം കൂടുമത്രെ. കാട്ടമൃത് എന്ന ഇനവുമുണ്ട്.

തണ്ടും വേരും ഉഷ്ണകാലത്തു പറിച്ചുനട്ടാൽ ഗുണക്കൂടുതലുണ്ടാകും.

ഔഷധയോഗ്യഭാഗങ്ങൾ: സമൂലം. ഊറലും ഉപയോഗിക്കുന്നു. പച്ചയായിട്ട് ഉപയോഗിക്കുന്നതാണ് നല്ലത്.

ചില ഔഷധ ഉപയോഗങ്ങൾ: ചിറ്റമൃത് കരളിനെ ഉത്തേജിപ്പിക്കുന്നതും വിഷമജ്വരത്തെ ഇല്ലാതാക്കുന്നതുമാണ്. ചിറ്റമൃതിന്റെ തണ്ട് നാരും മൊരിയും നീക്കിയാണുപയോഗിക്കേണ്ടത്. ചിറ്റമൃതുകൊണ്ടുള്ള കഷായം രണ്ടുനേരവും സേവിച്ചാൽ അന്നനാളത്തിലെ അർബ്ബുദം നിശ്ശേഷം ശമിക്കുമെന്ന് പറയപ്പെടുന്നു. തണ്ടു നുറുക്കിയത് 30 ഗ്രാം എടുത്ത് കാൽ ലിറ്റർ തണുത്തവെള്ളത്തിൽ നാലുമണിക്കൂർ ഇട്ടു വെച്ചാൽ ശീതകഷായമായി. ഇത് മുപ്പത് മുതൽ നൂറ് മില്ലി ലിറ്റർ വരെ സേവിക്കാം. തണ്ടിന്റെ സ്വരസം മുപ്പത് മില്ലി വെള്ളമോ പാലോ തേനോ ചേർത്ത് ദിവസത്തിൽ മൂന്നുപ്രാവശ്യം വരെ സേവിക്കാം. കഷായം വെച്ചത് ഒരു ടീസ്പൂൺ തേനോ പഞ്ചസാരയോ ചേർത്ത് സേവിക്കാം. ചിറ്റമൃതിന്റെ ഊറൽ നല്ലൊരൗഷധമാണ്. നല്ല മൂത്തവള്ളി ചെറുതായ രിഞ്ഞു പച്ചവെള്ളത്തിൽ നന്നായി ഇടിച്ചു പിഴിയുക. അങ്ങനെ പിഴിഞ്ഞുകിട്ടിയ വെള്ളം പാത്രത്തിലാക്കി കുറേനേരം അനക്കാതെ വെച്ചാൽ അടിയിൽ വെളുത്ത ഊറലുണ്ടാകും. വെള്ളം ഊറ്റിക്കളഞ്ഞ് ഊറൽ അന്നേദിവസം തന്നെ വെയിലത്തോ കാറ്റത്തോ ഉണക്കുക. ഇതുസൂക്ഷിച്ചുവച്ച് ഒരുഗ്രാം വരെ തേനോടുകൂടിയോ പഞ്ചസാരയും നെയ്യും ചേർത്തോ മുന്തിരിച്ചാറോടുകൂടിയോ കഴിക്കാം. ഊറൽ എല്ലാ ജ്വരങ്ങൾക്കും ജ്വരം മൂലമുണ്ടാകുന്ന ദൗർബല്യങ്ങൾക്കും നന്ന്. വയറിളക്കത്തിനും രക്താതിസാരത്തിനും നല്ലതാണ്. ദഹനം വർദ്ധിപ്പിക്കുന്നതും പുഷ്ടിപ്രദവുമാണ്. പുളിച്ചുതികട്ടലിനും അസിഡിറ്റിക്കും ആന്ത്രസംബന്ധിയായ കുടലിറക്കത്തിനും നന്ന്. തണ്ടിന്റെ സ്വരസം മൂത്രം വർദ്ധിപ്പിക്കും. അസ്ഥിസ്രാവത്തിന് അത് നല്ലൊരൗഷധമാണ്. അമൃതിന്റെ നൂറും നെല്ലിക്കാനൂറും കൂവനൂറും കൂടി തേനിൽ ചാലിച്ചു കഴിച്ചാൽ പ്രദരം (യോനിസ്രവം) ശമിക്കും. ഇവ മുലപ്പാലിൽ ചാലിച്ചുകൊടുത്താൽ ചലസ്രാവം അസ്ഥിസ്രാവം ശുക്ലസ്രാവം ഇവ ശമിക്കും. പിത്തഗ്രഹണിക്കും ക്ഷീണത്തിനും നന്ന്. രക്തം ശുദ്ധീകരിക്കുകയും ഗുണം വർദ്ധിപ്പിക്കുകയും ചെയ്യും. മൂത്രം തെളിമയുള്ളതാക്കും. രോഗമുക്താവസ്ഥയിലെ ക്ഷീണത്തിനും നന്ന്. ഇതിന്റെ സ്വരസം ശരീരക്ഷീണത്തിനും ശുക്ലക്ഷീണത്തിനും പനിക്കും മഞ്ഞപ്പിത്തത്തിനും കരൾ മാന്ദ്യത്തിനും ത്വക്ക് രോഗങ്ങൾക്കും ഫിരംഗ (സിഫിലസ്) രോഗത്തിനും ആമവാതത്തിനും മൂത്രത്തിലെ അമ്ലതയ്ക്കും ചിലതരം ഗ്രഹണികൾക്കും പ്ലീഹാരോഗങ്ങൾക്കും അസ്ഥിസ്രാവത്തിനും ഗൊണോറിയക്കും കൊടുക്കാം. മലമ്പനിക്ക് അത്യുത്തമമാണ്. വേര് സർപ്പദംശനത്തിന് നല്ലതാണ്. വേര് പിഴിഞ്ഞ നീര് കുഷ്ഠത്തിനും നന്ന്. ചിറ്റമൃതിന്റെ വേരും മുത്തങ്ങയും ചുക്കും ചന്ദനവും കൂടി കഷായംവെച്ച് ജലദോഷംകൊണ്ടോ അജീർണ്ണം കൊണ്ടോ ഉണ്ടാകുന്ന ജ്വരങ്ങൾക്കു കൊടുക്കാം. കുട്ടികൾക്കു പ്രത്യേകിച്ചു നല്ലതാണ്. ഇല കറിയാക്കി കരൾരോഗങ്ങൾക്കും അർശസ്സിനും

നേരിയ പനിക്കും ഉപയോഗിക്കാം.

തണ്ട് വേദന കുറയ്ക്കും. വിരയിളക്കും, രോഗങ്ങൾ ആവർത്തിച്ചു വരുന്നതിനെ തടയും. വീക്കത്തെ ചെറുക്കും. ഛർദ്ദിൽ തടയും. രുചിയും ദഹനവുമുണ്ടാക്കും. ഉദരരോഗങ്ങൾക്കു നല്ലതാണ്. ഹൃദയപോഷണ മാണ്. രക്തം ശുദ്ധീകരിക്കും. കഫമിളക്കും കാമവർദ്ധകമാണ്. ഉത്തേ ജകമാണ്. മുലപ്പാൽ ശുദ്ധീകരിക്കും. പോഷകമാണ്. വാതം, എരിച്ചിൽ, വെള്ളദ്ദാഹം, ഹൃദ്രോഗം, ത്വക്ക്രോഗങ്ങൾ, കുഷ്ഠം, മുഖത്തെ ചുവന്ന പാട്, വിളർച്ച, ചുമ ആസ്ത്മ, ക്ഷീണം, മഞ്ഞപ്പിത്തം, മൂത്രാശയരോഗ ങ്ങൾ, പ്ലീഹാരോഗങ്ങൾ, ക്ഷീണം എന്നിവയ്ക്കു നല്ലതാണ്. ഇതിന്റെ കഷായം കടുത്തപനി സന്ധിവേദന മഞ്ഞപ്പിത്തം എന്നിവയ്ക്കു നല്ല താണ്. തണ്ട്, തൊലി കളഞ്ഞതിനുശേഷം വെള്ളവും പാലും ചേർത്ത് വേവിച്ച് ഉണക്കിയെടുത്ത് ശർക്കരയുമായി ചേർത്ത് സേവിക്കുന്നത് ശരീരം മെലിച്ചിൽ ക്ഷീണം എന്നിവയ്ക്കു നല്ലതാണ്. തണ്ടിന്റെ നീര് തിപ്പലിയുമായി ചേർത്തു കഴിക്കുന്നത് കഫക്കെട്ടു മാറ്റും. തണ്ടിന്റെ നീർ തിപ്പലി ശർക്കര എന്നിവ ചേർത്തുകഴിക്കുന്നത് ശരീരദ്രവങ്ങളെ സന്തുലമാക്കുകയും സന്ധി വേദന, പിത്തം എന്നിവ ശമിപ്പിക്കുകയും ചെയ്യും.

ഉപ്പുറ്റി വിള്ളലിന് അമൃ തിന്റെ ഇല അരച്ചു പുരട്ടു ന്നത് നല്ലതാണ്. അമൃതിന്റെ നൂറ് പാലോ പഞ്ചസാരയോ ചേർത്ത് കഴിക്കുന്നത് അർശ സ്സിനു നല്ലതാണ്. അമൃത് കഷായം വെച്ച് കുരുമുളകു ചേർത്തു കഴിക്കുന്നത് ഹൃ ദ്രോഗത്തിനു നല്ലതാണ്. അ മൃത് കഷായം വെച്ചു തണു പ്പിച്ച് മഞ്ഞൾപ്പൊടി ചേർ ത്തു കഴിക്കുന്നത് പ്രമേഹ ത്തിന് നല്ലതാണ്. അമൃത് നീര് കഴിച്ചാലും മതി. ഈ കഷായം തേൻ ചേർത്തു കഴിക്കുന്നത് വൃക്കരോഗ ങ്ങൾക്കു നല്ലതാണ്. അമൃതി ലയും പച്ചമഞ്ഞളും മൈലാ ഞ്ചിയും കൂട്ടി അരച്ചിടുന്നത് കാൽ വെടിച്ചുകീറുന്നതിന് നല്ലതാണ്. ചിറ്റമൃത് കഷാ യം വെച്ചു കുടിക്കുന്നത്

ആമാശയ അർബ്ബുദത്തിന് നല്ലതാണെന്നു പറയപ്പെടുന്നു.

ചൂടുവാതത്തിന് അമൃതിന്റെ ഇല അരച്ചു പുരട്ടുക. മന്തിന് അമൃതിന്റെ നീരിൽ കുറച്ച് എള്ളെണ്ണ ചേർത്ത് കഴിക്കുന്നത് നല്ലതാണ്. ലൈംഗിക ശേഷിക്ക് അമൃതിന്റെ സത്ത് തേൻചേർത്ത് കഴിക്കുക. അത്യുഷ്ണത്തിന് അമൃതിന്റെ സത്ത് പാലോ അല്ലെങ്കിൽ പഞ്ചസാരയോ ചേർത്ത് കഴിക്കുക. മൂത്രാശയരോഗങ്ങൾക്ക് വള്ളി കഷായം വെച്ച് കഴിക്കുക.

രക്തവാതത്തിന് ചിറ്റമൃത് ഇടിച്ചുപിഴിഞ്ഞ നീര് കാച്ചി തണുത്ത പാലിൽ ചേർത്തു കഴിക്കുക. വെള്ളപോക്കിന് അമൃതവള്ളി കഷായം വെച്ചുകുടിക്കുക. കരൾ രോഗങ്ങൾക്ക് അമൃതിന്റെ ഇലകൾ അരച്ച് മോരിൽ കലക്കി സേവിക്കുന്നതു നല്ലതാണ്. അമൃത് ഇടിച്ചുപിഴിഞ്ഞ നീരിൽ തേൻ ചേർത്ത് രണ്ടുനേരം വീതം കഴിക്കുന്നത് പ്രമേഹത്തിനു നല്ലതാണ്.

അമൃതും കരിമ്പും ചേർത്ത് കഷായം വെച്ച് കഴിക്കുന്നത് മഞ്ഞപ്പിത്തത്തിന് നല്ലതാണ്. അമൃതും മുന്തിരിങ്ങയും കരിമ്പും ചെറൂളയും ചേർത്ത കഷായവും ഫലം ചെയ്യും. അമൃത്, കൊന്നത്തൊലി, കടുക്ക, കരിങ്ങാലിക്കാതൽ ഇവകൊണ്ട് കഷായം വെച്ച് കുടിക്കുന്നത് ത്വക്ക് രോഗങ്ങൾക്കും അമ്ലപിത്തത്തിനും വ്രണങ്ങൾക്കും നല്ലതാണ്.

അമൃതുകൊണ്ടുള്ള കഷായം രക്തവാതത്തിന് വളരെ ഫലപ്രദമായ ഔഷധമാണ്. ദഹനമുണ്ടാക്കുന്നതിനും രക്തശുദ്ധിക്കും മഞ്ഞപ്പിത്തത്തിനും കഫദോഷം മാറുന്നതിനും അമൃത് കഷായം നല്ലതാണ്. മിക്ക കാടുകളിലും കാണുന്ന കാട്ടമൃതിന് ചിറ്റമൃതുമായി നല്ല സാമ്യമുണ്ട്. ഇതിന്റെ ഇല വലുതാണ്.

അങ്കോലം

(അഴിഞ്ഞിൽ, വേലിത്തൊണ്ടി)

പാമ്പിന്റെയും പേപ്പട്ടിയുടെയും മറ്റും വിഷങ്ങൾക്കുള്ള ഒരു പ്രത്യൗഷധമാണ്.

സംസ്കൃതം	:	അങ്കോല, അങ്കോട, കൊലക്ക
ഇംഗ്ലീഷ്	:	സേജ് ലീവ്ഡ് അലാൻജിയം
ശാസ്ത്രീയനാമം	:	അലാഞ്ചിയം സാൽവിഫോളിയം
	:	Alangium salvifolium (Linn.f.) Wang
കുടുംബം	:	അലാഞ്ചിയേസി
	:	Alangiaceae

വിവരണം: തെക്കേ ഇന്ത്യയിലെ കാടുകളിൽ കാണപ്പെടുന്നു. ചെറിയ ഇലപൊഴിയും വൃക്ഷം. ആൺപെൺ ഇനങ്ങളുണ്ട്. വെള്ളയോ

അങ്കോലം (ആൺ)

അങ്കോലം (പെൺ)

മഞ്ഞകലർന്ന വെള്ളയോ നിറത്തിലുള്ള പൂക്കൾ. മണമുണ്ട്. ഫലവും വിത്തുമുണ്ട്. ഉരുണ്ട ചെറിയ കായയ്ക്കകത്ത് മജ്ജയും ഉരുണ്ട കറുത്ത ചെറിയ വിത്തുകളുമുണ്ട്. ഉണങ്ങിയ ഫലങ്ങൾക്ക് സ്വാദുണ്ട്. ഭക്ഷ്യയോഗ്യമാണ്.

ഔഷധയോഗ്യഭാഗങ്ങൾ: വേര്, കായ, ഇല, കുരു, വേരിന്മേൽ തൊലി, എണ്ണ.

ചില ഔഷധ ഉപയോഗങ്ങൾ: വേര് വിരയിളക്കുന്നതും മൂത്രം വർദ്ധിപ്പിക്കുന്നതും മലം ഇളക്കുന്നതുമാണ്. വേരിന്മേൽ തൊലി പല തരം വിഷങ്ങൾക്കും പ്രതിവിധിയാണ്. പേപ്പട്ടി വിഷത്തിന് അകത്തും പുറത്തും ഉപയോഗിക്കുന്നു. വേര് അരച്ച് കുഷ്ഠം, വീക്കം, വാതനീര് എന്നിവയ്ക്ക് പൂശുന്നത് നല്ലതാണ്. ഫലം മധുരമുള്ളതും ശീതമായതും മലത്തെ ഇളക്കുന്നതുമാണ്. അത് എരിച്ചിലിനും രക്തശുദ്ധിക്കും നല്ലതാണ്. വേരെടുത്ത് ചതച്ചു നീരു കുടിച്ചാൽ കൃമിയെയും മലത്തെയും കഫത്തെയും പുറന്തള്ളും. നീർക്കെട്ട് ശമിപ്പിക്കും. വേര് ദേഹം ഉഷ്ണിപ്പിക്കുന്നതും, കൃമി, വയറുവേദന, പഴുപ്പ് നശിപ്പിക്കുന്നതുമാണ്. വേരിന്മേൽത്തൊലി ഒരുഗ്രാം വരെ ഉപയോഗിച്ചാൽ മനംപിരട്ടലുണ്ടാകുമെങ്കിലും ജ്വരത്തിന് അത്യുത്തമമായ മരുന്നാണ്. കുഷ്ഠത്തിനും പിത്തപ്പുണ്ണുകൾക്കും ഇതുപയോഗിച്ചുവരുന്നു. രക്തശുദ്ധിക്ക് അര ഗ്രാം വരെ ഉപയോഗിക്കാം. വേരിന്മേൽതൊലി അരിക്കാടിയിൽ അരച്ചു കഴിക്കുന്നത് അതിസാരത്തിനും കുഷ്ഠരോഗത്തിനും സിഫിലിസ് രോഗത്തിനും മറ്റു

ത്വക്ക്രോഗങ്ങൾക്കും ജ്വരത്തിനും നന്ന്. വേരിന്മേൽതൊലി പലവിധ വിഷങ്ങൾക്കും ഒരു പ്രത്യൗഷധമാണ്. പാമ്പിൻവിഷം മുതലായ വിഷങ്ങളിലും അങ്കോലം ഉപയോഗിച്ചുവരുന്നു. കായ ശീതവീര്യമുള്ളതും പോഷകവുമാണ്. ക്ഷയത്തിനും രക്തസ്രാവത്തിനും നല്ലതാണ്. മഹോദര രോഗത്തിൽ മൂത്രം കളയുവാൻ ഇത് ആറുമുതൽ പത്തു ഗ്രാം വരെ കൊടുക്കാം.

അമ്പഴം

(മാമ്പുളി)

അമ്പഴം ഭക്ഷ്യയോഗ്യമാണ്. അമ്പഴങ്ങകൊണ്ട് കറികളും ചട്ണിയും ഉപ്പിലിട്ടതും ഉണ്ടാക്കിവരുന്നു.

സംസ്കൃതനാമം	: അമ്രാതക, അമ്രാതം
ഇംഗ്ലീഷ്	: വൈൽഡ് മാംഗോ, ഹോഗ്പ്ളം
ശാസ്ത്രനാമം	: സ്പോണ്ടിയാസ് പിന്നേറ്റ
	: Spondias pinnata (Linn.f.) Kurz
കുടുംബം	: അനാകാർഡിയേസി
	: Anacardiaceae

വിവരണം: ഇന്ത്യയിലുടനീളം കാടുകളിൽ കാണപ്പെടുന്നു. പഴത്തിനായി വീട്ടുമുറ്റങ്ങളിലും തോട്ടങ്ങളിലും വെച്ചുപിടിപ്പിക്കുന്നു. ഇലപൊഴിയുന്ന മണമുള്ള ഇടത്തരം വൃക്ഷം, വലിയ ഇലകൾ, അനേകം പൂക്കൾ, കായ (അമ്പഴം)യുടെ പുറം മാംസളമാണ്. പച്ചനിറത്തിലുള്ള കായ മൂക്കുമ്പോൾ പച്ച കലർന്ന മഞ്ഞനിറമാകും. കാട്ടമ്പഴം എന്ന ഇനവുമുണ്ട്. അതിന്റെ കായ്ക്ക് കയ്പുരസം കൂടുതലാണ്.

ഔഷധയോഗ്യഭാഗങ്ങൾ: വേര്, തൊലി, ഇല, പഴം (അമ്പഴം).

ചില ഔഷധ ഉപയോഗങ്ങൾ: വേര് ആർത്തവം ക്രമീക

രിക്കുന്നതിന് വളരെ നല്ലതാണ്. തൊലിക്ക് മണമുണ്ട്. ശീതമാണ്. അതിസാരം, വയറിളക്കം, ഛർദ്ദിൽ, വാതവേദന എന്നിവയ്ക്കു നല്ലതാണ്. ഇലകൾക്കും മണമുണ്ട്. വയറിളക്കത്തിനു നല്ലതാണ്. ഇലയുടെ നീര് ചെവിവേദനയ്ക്ക് ഒഴിക്കുന്നത് നല്ലതാണ്. ഇളംകായ രുചിവർധിപ്പിക്കും. കാമം വർദ്ധിപ്പിക്കും. മൂത്തകായ (അമ്പഴം) മധുരമുള്ളതും ശീതവുമാണ്. സ്നിഗ്ദ്ധത നല്കും. സ്കർവ്വിയെ പ്രതിരോധിക്കും, പോഷകമാണ്. വെള്ളദ്ദാഹം, വയറിളക്കം, ക്ഷീണം, വാതം, കഫം, പിത്തം എന്നിവയ്ക്കു നല്ലതാണ്.

വേര് സ്ത്രീകളുടെ ഗുഹ്യഭാഗത്തു വെച്ചാൽ ആർത്തവതടസ്സം നീങ്ങും. തൊലി പൊടിച്ചു മോരും ചേർത്തു കൊടുക്കുന്നത് അതിസാരത്തിനു നല്ലതാണ്. അമ്പഴങ്ങ പിത്തഗ്രഹണിക്കു നല്ലതാണ്. കായയ്ക്കു രക്തസ്തംഭന ശക്തിയുണ്ട്. അമ്പഴമരംകൊണ്ടുള്ള കഷായം ഗൊണേറിയയ്ക്കു നല്ലതാണ്. ഇതിന്റെ തൊലി ജ്വരത്തെ ഇല്ലാതാക്കും. ഇലയും തൊലിയും സുഗന്ധദ്രവ്യങ്ങളാണ്. വീടുകളിൽ പുകയ്ക്കുവാനുപയോഗിക്കാറുണ്ട്. ഇലയുടെ നീര് ചെവിക്കുത്തിന് നല്ലതാണ്. തൊലിയിൽ നിന്നെടുക്കുന്ന പശ മൃദുഗുണത്തോടു കൂടിയായതിനാൽ ചൂർണ്ണരൂപത്തിലുള്ള ഔഷധങ്ങൾ ചേർത്തു കൊടുക്കാൻ ഇതുപയോഗിക്കുന്നു.

ആനച്ചുവടി

(ആനയടിയൻ)

ആനയുടെ ചുവടുപോലെ തോന്നുന്നതിനാലാകണം ആനച്ചുവടി എന്ന പേര്.

സംസ്കൃതനാമം	:	ഹസ്തിപാദി, ഗോജിഹ്വ, കരപർണ്ണിനി, ഗോദി
ഇംഗ്ലീഷ്	:	പ്രിക്ക്‌ലി ലീവ്ഡ് എലിഫന്റ്സ് ഫൂട്ട്
ശാസ്ത്രനാമം	:	എലിഫന്റോപ്പസ് സ്കാബർ
	:	Elephantopus scaber Linn.
കുടുംബം	:	ആസ്റ്ററേസി
	:	Asteraceae

വിവരണം : ഇന്ത്യയിലുടനീളം വരണ്ടപ്രദേശങ്ങളിൽ കാണപ്പെടുന്നു. മൂട്ടിൽ നിന്നുതന്നെ ഇലകൾ വളർന്നുവരുന്ന ബഹുവർഷിയായ ചെറിയ സസ്യം. നീളമുള്ള ഇലകളുടെ നിറം കറുപ്പുകലർന്ന പച്ചയാണ്. തണ്ടിന്റെ അറ്റത്ത് പർപ്പിൾ നിറത്തിലുള്ള ചെറിയ പൂക്കൾ. മുള്ളുപോലെ കുത്തിക്കയറുന്ന അനേകം വിത്തുകൾ.

ഔഷധയോഗ്യഭാഗങ്ങൾ: സമൂലം

ചില ഔഷധ ഉപയോഗങ്ങൾ: പോഷകമാണ്. മൂത്രം ഇളക്കും.

പനിയെ പ്രതിരോധിക്കും. മലബന്ധം ഉണ്ടാക്കും. ഉദര രോഗങ്ങൾക്കു നല്ലതാണ്. സമൂലം എടുത്ത് കഷായം വച്ചു കുടിക്കുന്നത് വേദനയോടുകൂടിയ മൂത്രം പോക്ക്, മൂത്രനാളീരോഗങ്ങൾ, ഉദരരോഗങ്ങൾ ഇടവിട്ടുള്ള പനി, വയറിളക്കം, ബ്രോങ്കൈറ്റിസ് എന്നിവയ്ക്കു നല്ലതാണ്. വേരിന്റെ കഷായം ക്ഷതങ്ങൾക്കു നല്ലതാണ്. ത്വക്ക്രോഗങ്ങൾക്ക് ഇല അരച്ചിടുന്നതു നല്ലതാണ്. പൂക്കൾ കൺജക്റ്റിവിറ്റിസിനു നല്ലതാണ്. കാമം വർദ്ധിപ്പിക്കും. കഫമിളക്കും. പിത്തം, കരൾരോഗങ്ങൾ, കണ്ണിന്റെ രോഗങ്ങൾ, ചുമ, വീക്കം, എന്നിവയ്ക്കു നല്ലതാണ്. ജീരകം ചേർത്ത് ചതച്ചു തൈരിലിട്ടു കഴിച്ചാൽ വയറുവേദന, വയറിളക്കം എന്നിവ ശമിക്കും. സമൂലമെടുത്ത നീര് പഞ്ചസാര ചേർത്തു കഴിക്കുന്നത് വിഷാദരോഗത്തിനു നല്ലതാണ്. ഇല അരിയോ ഗോതമ്പോ ചേർത്ത് അപ്പം ചുട്ടുകഴിക്കുന്നത് രക്തം ഛർദ്ദിക്കു നല്ലതാണ്. സമൂലകഷായം മൂത്രതടസ്സം അകറ്റും.

തവിടുകളയാത്ത അരിയും കരുപ്പട്ടിയും ആനച്ചുവടിയുടെ വേരും ചേർത്ത് അപ്പമുണ്ടാക്കി കഴിച്ചാൽ രക്താർശസ്സ് മാറും. ആനച്ചുവടി അരച്ചുണക്കി കത്തിച്ച് വെച്ച് പുകയേല്പിച്ചാൽ ആണി രോഗം മാറും.

ആടലോടകം

(ചിറ്റാടലോടകം)

വലിയ ഇലയുള്ളതും ചെറിയ ഇലയുള്ളതുമുണ്ട്. ക്ഷയത്തിന് അത്യന്തം ഉത്തമവും ചുമയ്ക്കുള്ള സിദ്ധൗഷധവുമാണ്. കഷായമായോ ലേഹ്യമായോ സ്വരസമായോ ഉപയോഗിക്കാം. രക്തപിത്തത്തോടുകൂടിയ പാണ്ഡുതയിൽ പ്രത്യേകഫലം ചെയ്യും. പൂവും കായും വേരും ശൂലനിവാരണൗഷധങ്ങളാണ്. ആടലോടകം ഉണ്ടെങ്കിൽ ക്ഷയം, കാസം, രക്തപിത്തം എന്നീ രോഗമുള്ളവർ ആകുലപ്പെടേണ്ടതില്ല എന്നാണ് പ്രമാണം. ആടലോകത്തെ വൈദ്യമാതാവെന്നാണ് ആയുർവേദം വിശേ

ഷിപ്പിച്ചിട്ടുള്ളത്.

സംസ്കൃതനാമം	:	വാശാ, വൃക്ഷ, വൃക്ഷക, വാസക, വിഷ്ണു
ഇംഗ്ലീഷ്	:	മലബാർ നട്ട്
ശാസ്ത്രനാമം	:	ജസ്റ്റീസീയ അദാതോട, ആഢത്തോടസെയ്‌ലാനിക്ക, ജസ്റ്റീസിയ ബെഢ്ഢോമൈ, അദതോടബഡ്ഡോലി
	:	Justicia beddomei (Clarke) Bennet Adhathoda beddomei CB Clarke Adhathoda Zeylanica Medicus
കുടുംബം	:	അക്കാന്തേസി
	:	Acanthaceae

വിവരണം: കേരളത്തിലെ കുന്നിൻ പ്രദേശങ്ങളിൽ കാണപ്പെടുന്നു. പൂന്തോട്ടങ്ങളിൽ നട്ടുപിടിപ്പിക്കുന്നു. ബഹുവർഷിയായ വലിയ കുറ്റിച്ചെടി. കടുംപച്ചനിറത്തിലുള്ള വലിയ ഇലകൾ. തണ്ടിന് വലിയ ബലമില്ല. പൂവും കായുമുണ്ട്.

ഔഷധയോഗ്യഭാഗങ്ങൾ: സമൂലം

ചില ഔഷധ ഉപയോഗങ്ങൾ: ആടലോടകം ശീതമാണ്. കഫമിളക്കും രക്തം ശുദ്ധീകരിക്കും മൂത്രമിളക്കും രക്തവാർച്ച തടയും വായു കോപം ശമിപ്പിക്കും പോഷകമാണ്. ഇല, ചുമയ്ക്കും രക്തംതുപ്പലിനും വയറിളക്കത്തിലെ രക്തം പോക്കിനും നല്ലതാണ്. പൂക്കൾ കൺജക്റ്റിവിറ്റിസിനു നല്ലതാണ്. വേരും ഇലയും പിഴിഞ്ഞെടുത്ത നീര് ചുമ, രക്തം തുപ്പൽ, ആസ്ത്മ എന്നിവയ്ക്കു നല്ലതാണ്. ഇല ചുമച്ചുരക്തം തുപ്പുന്നതിനും നല്ലതാണ്. നീര് ചൂടുവെള്ളത്തിൽ കഴിച്ചാൽ വാതം ശമിക്കും. വേദനയുള്ള ഭാഗത്ത് തേച്ചുപിടിപ്പിച്ചാൽ വേദന ശമിക്കും. ഇലയിട്ട് ആവിപിടിക്കുന്നതും നല്ലതാണ്.

ഇലയുടെ നീരോ കഷായമോ കുരുമുളകും തേനും ചേർത്ത് ചുമയ്ക്കുപയോഗിക്കാവുന്നതാണ്. കടുക്ക, തിപ്പലി, ചുക്ക്, പഞ്ചസാര, തേൻ ഇവ ചേർത്ത് എല്ലാ ശ്വാസ

കോശ രോഗങ്ങൾക്കും കഴിക്കാം. ഇലയുടെ നീര് വലിയ അളവിൽ കൊടുത്ത് പിന്നീട് വേരുചേർത്ത കഷായം കൊടുത്താൽ കഫക്കെട്ടിലും മറ്റും പെട്ടെന്നു ഫലം ലഭിക്കും. സ്വരസത്തിന്റെ സാധാരണ മാത്ര പത്തുമുതൽ മുപ്പതുഗ്രാം വരെയാണ്. ക്ഷയത്തിന്റെ ആദ്യാവസ്ഥയിൽ രോഗി തുടരെത്തുടരെ ചുമയ്ക്കുന്നുണ്ടെങ്കിൽ ഇതിന്റെ നീര് ദിവസത്തിൽ മൂന്നു പ്രാവശ്യം കൊടുക്കാം. അഞ്ചുമില്ലി നീര് തേനോടുകൂടിയോ ഒരുഗ്രാം ഇഞ്ചിനീരോടുകൂടിയോ അഥവാ ഇലയും വേരും കഷായം വെച്ച് കുരുമുളകോടുകൂടിയോ കഴിക്കുന്നത് കാസരോഗത്തിന് വളരെ നല്ലതാണ്. കഫക്കെട്ടിനും ആസ്ത്മക്കും ക്ഷയത്തിനും ഇതുപയോഗിക്കാം. ഇലപിഴിഞ്ഞ നീര് നൂറ് മില്ലി, വെള്ളപ്പഞ്ചസാര നൂറ് ഗ്രാം തിപ്പലിപ്പൊടി നൂറ് ഗ്രാം നെയ്യ് നൂറ് മില്ലി ഇവ കൂട്ടിത്തിളപ്പിച്ചു ലേഹ്യം പോലെയാക്കി ആറിയാൽ അമ്പതുമില്ലി തേനും ചേർത്തു വെക്കുന്നതിൽനിന്ന് ഒരു സപൂൺ വീതം സേവിക്കുന്നതും മുൻപറഞ്ഞ രോഗങ്ങൾക്കു നല്ലതാണ്. ആടലോടകത്തില വാട്ടിപ്പിഴിഞ്ഞ നീരിൽ കടുകെണ്ണയും ശർക്കരയും ചേർത്തു സേവിക്കുന്നതും കാസശ്വാസങ്ങൾ ശമിപ്പിക്കും. ആടലോടകത്തിലയുടെ ഒരു പുറത്തു ചന്ദനവും മറുപുറത്തു കരിഞ്ചീരകവും അരച്ചുതേച്ച് ആവിയിൽ വാട്ടിപ്പിഴിഞ്ഞ് നീരെടുത്ത് ആറിയാൽ തേനും ചേർത്തു കൊടുക്കുന്നത് വളരെ ചെറിയ കുട്ടികളുടെ ചുമയ്ക്കും കഫക്കെട്ടിനും വിശേഷമാണ്. ഇലപിഴിഞ്ഞ നീര് വയറുകടിയിലെ ചോരപോക്കിന് പ്രത്യേകം നല്ലതാണ്. കഫക്കെട്ടോടുകൂടി അരുചിയും ദഹനമില്ലായ്മയും ഉണ്ടെങ്കിൽ ഇലയുടെ നീര് ഇഞ്ചിനീരും, തേനും ചേർത്ത് രാവിലെ വെറും വയറ്റിൽ സേവിക്കാം. രക്താർശസ്സിലും രക്താതിസാരത്തിലും യോനിസ്രവങ്ങളിലും ഇലയുടെ നീര് ദിവസേന രണ്ടോ മൂന്നോ പ്രാവശ്യം സേവിക്കാം. ഇലയുടെ നീര് അമ്പതുമില്ലി വരെ ഒരുമിച്ചു സേവിച്ചാൽ കെട്ടിനിൽക്കുന്ന കഫം മുഴുവനും ഛർദ്ദിച്ചുപോകും. ഇല ഉണക്കിപ്പൊടിച്ചത് രണ്ടുനേരവും സേവിക്കുന്നത് മാറത്തു കഫം കെട്ടുന്നതിനു പ്രതിവിധിയാണ്. ഇല വെള്ളത്തിലിട്ടു തിളപ്പിച്ച് വസ്തിപ്രദേശത്തു പതിച്ചാൽ മൂത്രം തെളിവോടുകൂടി ഒഴിഞ്ഞുപോകുകയും വൃക്കയിലെ നീര് ശമിക്കുകയും ചെയ്യും. ഉണങ്ങിയ ഇലകൊണ്ട് ബീഡിയായി തെറുത്ത് ഏങ്ങലുള്ളപ്പോൾ കത്തിച്ചുവലിക്കാം. ആടലോടകത്തില പ്രാണിനാശകമാണ്. പഴങ്ങൾ, കായകൾ മുതലായവയിൽ ഇട്ടുവച്ചാൽ പൂപ്പൽ പിടിക്കുകയില്ല. ഇലയും റാക്കും കൂട്ടി വാറ്റിയെടുക്കുന്ന നീര് ഈച്ച, ചെള്ള്, കൊതുക്, പഴുതാര ഇവയെ നശിപ്പിക്കും. പുതിയ പൂവ് ചെങ്കണ്ണിന് കണ്ണിൽ വെച്ചു കെട്ടാറുണ്ട്. പൂവും ഇലയും വേരും കൊണ്ട് ശീതകഷായമോ ലേഹ്യമോ ഉണ്ടാക്കി കഴിക്കുന്നത് കൃമിനാശകമാണ്. വേര് കഫശൂലയ്ക്കും നീരിളക്കത്തിനും ചുമയ്ക്കും ഏങ്ങലിനും ക്ഷയത്തിനും ഉപയോഗിക്കാം.

ഇലയുടെ നീരിൽ തേൻ ചേർത്തു കഴിക്കുന്നത് കഫം ഇളക്കാനും ചുമയ്ക്കും നല്ലതാണ്. ഉണക്ക ഇല തെറുത്തു വലിച്ചാൽ ആസ്ത്മ

ശമിക്കും. ഇലയും കുരുമുളകും കൂട്ടി ചവച്ചിറക്കിയാൽ സ്വരം തെളിയും. ആടലോടകത്തിന്റെ വേരിന്റെ കഷായം സുഖപ്രസവത്തിന് നല്ലതാണ്. ഇല നീരിൽ ശർക്കര ചേർത്തു ദിവസവും കഴിക്കുന്നത് അമിതാർത്തവത്തിന് നല്ലതാണ്. ഇലനീര് അണുനാശിനിയും കീടനാശിനിയും ആണ്. ഇലനീര് തൊണ്ടവേദനയ്ക്കും പുളിച്ചുതികട്ടലിനും നല്ലതാണ്. ഇല നല്ല പച്ചിലവളമാണ്.

ഒച്ചയടപ്പിന് ആടലോടകത്തിന്റെ ഇല ഉണക്കിപ്പൊടിച്ച് തേനും ചേർത്ത് സേവിക്കുക. ചുമയ്ക്ക് ആടലോടകത്തിന്റെ ഇലവാട്ടിപ്പിഴിഞ്ഞ നീര് തേനിൽ ചേർത്ത് നാലുനേരം വീതം ഒരാഴ്ച സേവിക്കുക. ആടലോടകത്തിന്റെ ഇല പാലിൽ അരച്ചു കലക്കി കുടിക്കുക. ഇത് കാസശ്വാസത്തിനും നല്ലതാണ്. ശ്വാസംമുട്ടലിന് ഇല പിഴിഞ്ഞെടുത്ത നീര് സമം തേൻ ചേർത്ത് കഴിക്കുക.

ഇല, വേര്, തണ്ട്, ചുക്ക് സമം എടുത്ത് കഷായം വെച്ച് കഴിക്കുന്നത് ചുമ, ക്ഷയം, രക്തംപോക്ക് എന്നിവയ്ക്ക് നല്ലതാണ്.

ആട്ടുകൊട്ടപ്പാല
(ആടുതിന്നാപ്പാല)

സംസ്കൃതനാമം: കിടമാരി, ധൂമപത്ര, നകുലി, ധുക്രപത്ര

ഇംഗ്ലീഷ്: വേംകില്ലർ, ബ്രാക്റ്റിയേറ്റഡ്, ബർത്ത് വോർട്ട്

ശാസ്ത്രനാമം: അരിസ്റ്റോലോച്ചിയ ബ്രാക്റ്റിയോലാറ്റ
: Aristolchia bracteolata Lam.

കുടുംബം: അരിസ്റ്റോലോചിയേസി
: Aristolochiaceae

വിവരണം: കേരളത്തിലും കർണ്ണാടകയിലും ബംഗാൾ, ഗുജറാത്ത് എന്നിവിടങ്ങളിലും കാണപ്പെടുന്നു. നിലത്തു പടർന്നുവളരുന്ന ബഹുവർഷിയായ സസ്യം. തണ്ടും ഇലയും വളരെ ചെറുത്. പൂക്കളും കായും വിത്തുമുണ്ട്.

ഔഷധയോഗ്യഭാഗങ്ങൾ: വേര്, ഇല

ചില ഔഷധ ഉപയോഗ

ങ്ങൾ: വേരും ഇലയും കഫവും വാതവും ശമിപ്പിക്കും. ആമാശയവിര കളെ നശിപ്പിക്കും. മലബന്ധം ക്രമരഹിത ആർത്തവം, പൊള്ളൽ, ത്വക്ക് രോഗങ്ങൾ, ഇടവിട്ടുള്ള പനി എന്നിവയ്ക്കു നല്ലതാണ്. വയറിളക്കും രുചി വർദ്ധിപ്പിക്കും. രോഗങ്ങൾ ആവർത്തിച്ചു വരുന്നതിനെ തടയും. സന്ധി കളിലെ വേദന ഇല്ലാതാക്കും.

ആരോഗ്യപ്പച്ച

വംശനാശ ഭീഷണി നേരിട്ടുകൊണ്ടിരിക്കുന്ന വളരെ അപൂർവമായ ചെറു സസ്യം.

ശാസ്ത്രനാമം : ട്രൈക്കോപ്സ് സെയ്‌ലാനിക്കസ്
: Tricopus zeilanicus
കുടുംബം : ട്രൈക്കോപൊഡോസൈ
: Tricopodaceae

വിവരണം: കേരളത്തിലെ അഗസ്ത്യമലയിലും തമിഴ്നാട്ടിലെ തിരുനെൽവേലി കാടുകളിലും സ്വാഭാവികമായി കാണപ്പെടുന്നു. കടും പച്ചനിറത്തിലുള്ള ഇലകൾ. കനംകുറഞ്ഞ കറുത്ത തണ്ടുകളുടെ അറ്റത്താണ് ഇലകൾ കാണപ്പെടുന്നത്. ഒരു മൂട്ടിൽ നാലഞ്ച് ഇലകൾ കാണാം. പൂവും കായുമുണ്ട്. കായക്കകത്ത് വിത്തുണ്ട്. ഭൂമിക്കടിയിൽ കിഴങ്ങുകളും ഉണ്ടാകാറുണ്ട്.

ഔഷധയോഗ്യഭാഗങ്ങൾ: ഇല, തണ്ട്, കായ്, വിത്ത്, കിഴങ്ങ്.

ചില ഔഷധ ഉപയോഗങ്ങൾ: ആരോഗ്യപ്പച്ചയുടെ ഇലകൾ ഭക്ഷിച്ചാൽ ക്ഷീണമറിയില്ലെന്നാണ് അഗസ്ത്യമലയിലെ ആദിവാസികൾ പറയുന്നത്. ക്ഷീണം ഉണ്ടാകാതിരിക്കാനും ക്ഷീണമകറ്റാനും അഗസ്ത്യമലയിലെ ആദിമനിവാസികൾ ആരോഗ്യപ്പച്ച വ്യാപകമായുപയോഗിച്ചിരുന്നു. യുവത്വവും ഓജസ്സും നിലനിർത്താൻ ഈ അമൂല്യസസ്യത്തിനു കഴിവുണ്ടെന്നു കരുതപ്പെടുന്നു. രോഗപ്രതിരോധ ശക്തി വർദ്ധിപ്പിക്കും. ഇളംകായയുടെ കാമ്പ് ആളുകൾ ക്ഷീണമകറ്റാൻ കഴിക്കാറുണ്ട്. ആരോഗ്യപ്പച്ചയുടെ തണ്ട് കിഴങ്ങ്, വിത്ത് എന്നിവ ചേർത്ത് വിവിധ ഔഷധങ്ങൾ ഉണ്ടാക്കിവരുന്നു.

ആവണക്ക്

(ചിറ്റാവണക്ക്)

വെളുത്തതെന്നും ചുവന്നതെന്നും കറുത്തതെന്നും മൂന്നു വിധമുണ്ട്. വെളുത്തതിൽ തന്നെ വലുതും ചെറുതുമുണ്ട്. നല്ലാവണക്ക് കൊല്ലത്തിൽ ഒരിക്കൽ മാത്രം ഉണ്ടാകുന്നതും ചെറിയതുമാകുന്നു. അതിന്റെ കുരുക്കൾ ചെറിയ ചാരനിറവും തവിട്ടുനിറത്തിലുള്ള പുള്ളികളും ചേർന്നവയാണ്. ചുവന്ന ആവണക്ക് ഏതു കാലത്തും ഉണ്ടാവുന്നതും തഴച്ചു വളരുന്നതും ചുവന്നു വലിയ കുരുക്കളോടുകൂടിയതുമാകുന്നു.

സംസ്കൃതനാമം	:	ഏരണ്ഡ, പഞ്ചചാഞ്ചഗുല, ഉരുബൂക്കം
ഇംഗ്ലീഷ്	:	കാസ്റ്റർ, കാസ്റ്റർ ഓയിൽ പ്ലാന്റ്
ശാസ്ത്രനാമം	:	റിസിനസ് കമ്യൂണിസ്
	:	Ricinus communis Linn.
കുടുംബം	:	യൂഫോർബിയേസി
	:	Euphorbiaceae

വിവരണം: ഇന്ത്യയിലുടനീളം വെളിമ്പ്രദേശങ്ങളിലും പാഴ്സ്ഥലങ്ങളിലും കാണപ്പെടുന്നു. കൃഷി ചെയ്തും വരുന്നു. കട്ടിയില്ലാത്ത തടിയോടുകൂടിയ ബഹുവർഷിയായ വലിയ കുറ്റിച്ചെടി. വെള്ളകലർന്ന ചാരനിറത്തിലുള്ള തായ്ത്തടി. വെള്ളകലർന്ന പച്ചനിറത്തിലുള്ള ഇലകൾ. പൂക്കളും ഉരുണ്ട കായകളും. കായുടെ പുറത്ത് മാംസളമായ മുള്ളുകളുമുണ്ട്. വിത്തുകളുമുണ്ട്.

ഔഷധയോഗ്യഭാഗങ്ങൾ: എണ്ണ, ഇല, കായ, കൂമ്പ്, വേര്, പൂവ്, വിത്ത്. എണ്ണയാണ് പ്രധാനമായും ഉപയോഗിക്കുന്നത്.

ചില ഔഷധ ഉപയോഗങ്ങൾ: വേര് വിരയും കഫവും മലവും മൂത്രവുമിളക്കും. കാമം വർദ്ധിപ്പിക്കും, മുലപ്പാൽ വർദ്ധിപ്പിക്കും വായുകോപം ശമിപ്പിക്കും. സ്വാസ്ഥ്യമുണ്ടാക്കും. രക്തം ശുദ്ധീകരിക്കും ഉദരരോഗങ്ങൾ, ഗുല്മൻ, ആമദോഷം, മലബന്ധം, വീക്കം, കുഷ്ഠം, ത്വക്ക് രോഗങ്ങൾ, വാതം, പുറംവേദന എന്നിവയ്ക്കു നല്ലതാണ്. ഇല വിരയിളക്കും മുലപ്പാൽ വർദ്ധിപ്പിക്കും. തീപ്പൊള്ളൽ, നിശാന്ധത എന്നിവയ്ക്കു നല്ലതാണ്. വാതരോഗികൾക്കും സന്ധിവേദനയുള്ളവർക്കും മൂത്രമൊഴിക്കുമ്പോൾ വേദനയുള്ളവർക്കും ഇതിന്റെ ഇല നല്ലതാണ്. കുളിക്കുന്നതിനും നല്ലതാണ്.

വേരിന്റെ കഷായം കാലിലെ വീക്കത്തിനും വായുകോപത്താൽ വയറ്റിലുണ്ടാകുന്ന വേദനയ്ക്കും അരക്കെട്ടു വേദനയ്ക്കും കർണ്ണപടത്തിന്റെ അസുഖങ്ങൾക്കും ആസ്ത്മയ്ക്കും രക്തവാതത്തിനും നല്ലതാണ്. ഇലകൾ ചതച്ച് തലയിൽ വെച്ചാൽ തലവേദന മാറും. കായ് വറുത്തു പൊടിച്ച് മധുരം ചേർത്തു കഴിച്ചാലും എണ്ണ കഴിച്ചാലും വയറിളകും. വയറുവേദനയ്ക്കും നല്ലതാണ്. ആവണക്കെണ്ണ പിത്തം, കഫം, ഉദരമുഴകൾ, ഹൃദ

യരോഗങ്ങൾ, പനി എന്നിവയ്ക്കു നല്ലതാണ്.

വെളുത്ത കുരുവിൽ നിന്നെടുക്കുന്ന തൈലമാണുത്തമം. പലവിധ സിരാരോഗങ്ങൾക്കും വാതരോഗങ്ങൾക്കും ആവണക്കിന്റെ വേര് ചുക്കും കൂട്ടി കഷായം വെച്ച് കന്മദവും ചേർത്തുകൊടുക്കുന്നത് നല്ലതാണ്. വെളുത്ത ആവണക്കിലയും കീഴാർനെല്ലിയിലയും കൂടി അരച്ച് ചെറിയ നാരങ്ങയോളം വലിപ്പത്തിൽ ഉരുട്ടി മൂന്നുദിവസം രാവിലെ പാലിൽ അല്ലെങ്കിൽ കരിക്കിൻ വെള്ളത്തിൽ ചേർത്തു കുടിക്കുകയും നാലാംദിവസം ചൂർണ്ണമോ മറ്റോ കൊടുത്ത് വയറിളക്കുന്നതും മഞ്ഞപ്പിത്തത്തിനു വളരെ ഫലപ്രദമാണ്. ഇല തീനിൽ കാട്ടി ചൂടാക്കി മുലയിന്മേൽ പതിച്ചാൽ മുലപ്പാൽ വർദ്ധിക്കും.

ആവണക്കെണ്ണ വാതം ഗുല്മം കഫം, വൃദ്ധിരോഗം, മഹോദരം, വിഷമജ്വരം ഇവയും കോഷ്ഠപ്രദേശം, ഗുഹ്യപ്രദേശം, അരക്കെട്ട്, പൃഷ്ഠഭാഗം എന്നിവിടങ്ങളിലുമുള്ള വേദനയും നീരും ശമിപ്പിക്കും. ആവണക്കെണ്ണ വയറിളക്കാനുപയോഗിച്ചുവരുന്നു. ഇഞ്ചിനീരിലോ ദശമൂലകഷായത്തിലോ ചേർത്തു കൊടുക്കാം. ഉദരാശയത്തിലെ പഴുപ്പുകൾക്കും ബാലന്മാരുടെ അതിസാരത്തിനും മുതിർന്നവരുടെ അതിസാരത്തിനും ആവണക്കെണ്ണ കൊടുക്കാം. കുട്ടികൾക്ക് ഒരു സ്പൂണും മുതിർന്നവർക്ക് രണ്ടോ മൂന്നോ ടേബിൾ സ്പൂണും ആകാം. കുട്ടികൾക്ക് പശുവിൻ പാലിലോ മുലപ്പാലിലോ ഒഴിച്ചു കൊടുക്കാം. മുതിർന്നവർക്ക് കാപ്പിയിലോ ജീരകവെള്ളത്തിലോ ചുക്കുവെള്ളത്തിലോ ഒഴിച്ചു കഴിക്കുന്നതാണ് നല്ലത്. ഗുദവേദനയിലും അർശസ്സിലും മലം പോകാൻ പ്രയാസമുള്ള അവസരങ്ങളിലും ചെറിയ മാത്രയിൽ ആവണക്കെണ്ണ കഴിക്കുന്നത് മലമാർഗ്ഗം ശരിയാകാനും സുഖശോധനയ്ക്കും ഉപകരിക്കും. ആമവാതത്തിൽ ഇത് ഏറ്റവും ഉത്തമമായ ഔഷധമാണ്. ആവണക്കെണ്ണയും ചുണ്ണാമ്പും കൂട്ടി ചേർത്തു പുരട്ടിയാൽ കുരുക്കൾ വേഗം പൊട്ടിപ്പോകും. തൊലി വിള്ളുക, പൊളിയുക, കൈകാലുകൾ ചുടുക എന്നിവയ്ക്ക് ആവണക്കെണ്ണ പുറമേ പുരട്ടാവുന്നതാണ്. സ്ത്രീകളുടെ മുലക്കണ്ണു വിള്ളുന്നതിന് പുരട്ടുന്നത് നന്ന്. മലബന്ധത്തിൽ വസ്തി ചെയ്യുവാനും നന്ന്. രണ്ട് ഔൺസ് ആവണക്കെണ്ണയും അഞ്ഞൂറുമില്ലി സോപ്പുവെള്ള

വും ചേർത്തു വസ്തി ചെയ്യാം.

തുരുമ്പോ മറ്റോ കണ്ണിൽ പോയാൽ മറ്റു മരുന്നുകൾ ചെയ്യുന്നതു വരെ ആവണക്കെണ്ണ ഇറ്റിക്കുന്നത് വേദനയ്ക്കു ശമനം കിട്ടാൻ നല്ലതാണ്. ചെവിയിൽ പ്രാണികൾ പോയാൽ ഒഴിക്കുന്നത് ഫലപ്രദമാണ്. പല നേത്രരോഗങ്ങളിലും കണ്ണിലൊഴിക്കാവുന്നതാണ്. മൂക്കിൽ കൃമികളുണ്ടായാൽ നസ്യം ചെയ്യുന്നതിനു നന്ന്.

മലബന്ധത്തിന് ശുദ്ധമായ ആവണക്കെണ്ണ പാലിലോ മോരിലോ ചേർത്തു കഴിക്കുക.

ആവണക്കിന്റെ കുരുന്നോ വേരോ പാലിലരച്ചു കുടിച്ചാൽ മഞ്ഞപ്പിത്തം മാറും. ആവണക്കെണ്ണ ചൂടുവെള്ളത്തിൽ ചേർത്ത് കഴിച്ചാൽ വയറിളകും. തളിരില നെയ്യിൽ വറുത്തു കഴിച്ചാൽ നിശാന്ധതയും കാഴ്ചക്കുറവും മാറും. ആവണക്കെണ്ണ തേച്ചാൽ മുടിവളരും.

ആവണക്കെണ്ണ പാലിൽചേർത്ത് കഴിക്കുന്നത് ശൂല, പാണ്ഡ്, ആർശസ്സ് എന്നിവയ്ക്കു നല്ലതാണ്.

പെയിന്റ്, വാർണിഷ്, സോപ്പ്, മഷി, പ്ലാസ്റ്റിക്ക് മുതലായവ നിർമ്മിക്കുന്നതിന് ആവണക്കെണ്ണ ഉപയോഗിക്കുന്നുണ്ട്. പിണ്ണാക്ക് നല്ല ജൈവവളമാണ്.

ആവൽ

(ആവിൽ, ഞെട്ടാവിൽ)

സംസ്കൃതനാമം: ചിരിൽവ, പൂതികഞ്ജ

ഇംഗ്ലീഷ്: ഇന്ത്യൻ എം, കഞ്ചു

ശാസ്ത്രനാമം: ഹോലോപ്റ്റെലിയ ഇന്റഗ്രിഫോളിയ

: Holoptelea integrifolia (Roxb.) Planch

കുടുംബം: ഉൾമേസി

: Ulmaceae

വിവരണം: ഇന്ത്യയിലുടനീളം ഇലപൊഴിയും കാടുകളിൽ കാണപ്പെടുന്നു. ഇലപൊഴിയുന്ന ഇടത്തരം വൃക്ഷം. തടിക്ക് അത്ര ഈടില്ല സാധാരണ ഇലകൾ. പച്ചകലർന്ന മഞ്ഞനിറത്തിലുള്ള പൂക്കൾ. കായയുണ്ട്.

ഔഷധയോഗ്യഭാഗങ്ങൾ: ഇല, തൊലി.

ചില ഔഷധ ഉപയോഗങ്ങൾ: ഇലയും തൊലിയും ദഹനം വർദ്ധിപ്പിക്കും. വായുകോപം ശമിപ്പിക്കും. മുലപ്പാൽ വർദ്ധിപ്പിക്കും. വിരയിളക്കും. രക്തം ശുദ്ധീകരിക്കും. മൂത്രച്ചുടിച്ചിൽ, കഫം, പിത്തം, വീക്കം, വെള്ളദ്ദാഹം, ഛർദ്ദിൽ, ത്വക്ക്രോഗങ്ങൾ, കുഷ്ഠം, പ്രമേഹം, ക്ഷതം, വാതം എന്നിവയ്ക്കു നല്ലതാണ്. ഇതിന്റെ തൊലി, തവിഴാമ വേര് കൊടുവേലിക്കിഴങ്ങ്, കടുക്കത്തോട്, തിപ്പലി, ചുക്ക് ഇവ കഷായം വെച്ച് (ചിരിവിലാദി) കഴിക്കുന്നത് അർശസ്സ് ഭഗന്ദരം ഗുന്മം. ദഹനക്കുറവ് എന്നിവയ്ക്ക് നല്ലതാണ്.

ആഞ്ഞിലി

(അയനി, അയനിപ്ലാവ്, ആഞ്ഞലി)

അയനിച്ചക്ക (ആഞ്ഞിലിച്ചക്ക) യാണ് പഴങ്ങളിൽ വെച്ചേറ്റവും ഗുണം കുറഞ്ഞത്. നല്ല ഉറപ്പുള്ള തടി ഗൃഹനിർമ്മാണത്തിനും വഞ്ചിയുണ്ടാക്കുന്നതിനും മറ്റാവശ്യങ്ങൾക്കും ഉപയോഗിക്കുന്നു.

സംസ്കൃതനാമം	: ലകുച, ലികച, ദാഹു, ഐരാവതം
ഇംഗ്ലീഷ്	: വൈൽഡ് ജാക്ക്
ശാസ്ത്രനാമം	: ആർട്ടോകാർപ്പസ് ഹിർസൂട്ടസ്
	: Artocarpus hirsutus Lam.
കുടുംബം	: മോറേസി
	: Moraceae

വിവരണം: പശ്ചിമതീരത്തെ നിത്യഹരിത വനങ്ങളിലും വീടുകളിലെ പറമ്പുകളിലും പൊതു സ്ഥലങ്ങളിലും കാണപ്പെടുന്നു. നല്ല ഉയരത്തിൽ വളരുന്ന നിത്യഹരിത വൃക്ഷം. സാധാരണ ഇലകൾ, പഴവും (ആഞ്ഞിലിച്ചക്ക) ചക്കയ്ക്കകത്ത് കുരുവുമുണ്ട്. പൂവിന്റെ സ്ഥാനത്ത് ശിഖരാഗ്രങ്ങളിൽനിന്നും ഉരുണ്ടുനീളമുള്ള തിരികൾ ഉണ്ടാകുന്നു. ആഞ്ഞിലിച്ചക്കയ്ക്കു പുറത്തു മാർദ്ദവമായ മുള്ളുകളുണ്ട്.

ഔഷധയോഗ്യഭാഗങ്ങൾ: അയനിച്ചക്ക, ഇല, തൊലി.

ചില ഔഷധ ഉപയോഗങ്ങൾ: പഴുത്ത അയനിച്ചക്ക കഫം, വാതം, പിത്തം ശമിപ്പിക്കുകയും രുചി വർദ്ധിപ്പിക്കുകയും ചെയ്യും. തടി വർദ്ധിപ്പിക്കും. ശുക്ലം കുറ

യ്ക്കും. പച്ച അയനിച്ചക്ക രക്തം, കഫം, വാതം, പിത്തം ഇവ വർദ്ധിപ്പിക്കും. കണ്ണിനും ഹിതമല്ല. മുഖക്കുരുവിനും പാടുകൾക്കും ചൊറിക്കും തൊലി അരച്ചിടുകയോ ചൂർണ്ണമാക്കി ഇടുകയോ ചെയ്യുന്നതു നല്ലതാണ്. ഉണങ്ങിയ ഇല വൃഷണവീക്കത്തിന് നല്ലതാണ്.

ഇല ഉണക്കി ചൂടാക്കി സന്ധികളിൽ വച്ചാൽ സന്ധിവേദനയും പിരിമുറുക്കവും വൃഷണനീരും മാറും.

ആമ്പൽ

പൂവിന്റെ നിറമനുസരിച്ച് വിവിധതരം ആമ്പലുകളുണ്ട്. വെള്ളാമ്പൽ (ശ്വേതോത്പലം) നീല ആമ്പൽ (നീലോത്പലം) വെള്ളയും ചുവപ്പും കലർന്നത് (രക്തോത്പലം) എന്നിവയാണ് പ്രധാനപ്പെട്ടവ.

സംസ്കൃതനാമം	: കുമുദം, ഉല്പലം
ഇംഗ്ലീഷ്	: ഇന്ത്യൻ വാട്ടർ ലില്ലി
ശാസ്ത്രനാമം	: നിംഫയാനൗച്ചലി
	: Nymphaea nouchali Burm.f.
കുടുംബം	: നിംഫയേസി
	: Nymphaeceae

വിവരണം: ഇന്ത്യയിലുടനീളം കുളങ്ങളിലും വെള്ളക്കെട്ടുകളിലും പാടങ്ങളിലും കാണപ്പെടുന്നു. ബഹുവർഷിയായ ജലസസ്യം. വെള്ളത്തിനടിയിൽ വേരുകളും കന്ദവുമുണ്ട്. വെള്ളത്തിനു മുകളിൽ മനോ

ഹരമായ ഇലകളും പൂവുമുണ്ടാകുന്നു. വിവിധ ഇനങ്ങൾക്കനുസരിച്ച് പൂവിന്റെ നിറത്തിനു വ്യത്യാസമുണ്ട്. വിത്തുള്ള കായകളുണ്ട്.

ഔഷധയോഗ്യഭാഗങ്ങൾ: കന്ദം, പൂവ് (ആമ്പൽ), വിത്ത്

ചില ഔഷധ ഉപയോഗങ്ങൾ: വിവിധതരത്തിലുള്ള ആമ്പലുകൾക്കും ഗുണങ്ങൾ ഏതാണ്ടു സമമാണ്. കന്ദം ശീതമാണ്. പോഷകമാണ്. വയറിളക്കം അതിസാരം, ക്ഷീണം എന്നിവയ്ക്കു നല്ലതാണ്. പൂക്കൾ ഹൃദയത്തിനുത്തമപോഷണമാണ്. വിത്ത് ശീതമാണ്. മലബന്ധമുണ്ടാക്കും. കാമവർദ്ധകമാണ്. ഉദരരോഗങ്ങൾക്കു നല്ലതാണ്. ക്ഷീണം അകറ്റി ആരോഗ്യത്തെ തിരികെ കൊണ്ടുവരും. പിത്തം, വയറിളക്കം, ത്വക്ക് രോഗങ്ങൾ എന്നിവയ്ക്കു നല്ലതാണ്. മൂത്രം ഇളക്കും. പോഷകമാണ്. പറിച്ചെടുക്കുന്ന നാല്പത് ഗ്രാം ആമ്പൽപ്പൂവ്, വെയിലത്തിട്ടുണങ്ങിയതാണെങ്കിൽ ഇരുപത് ഗ്രാം എടുത്ത് അതിൽ അഞ്ചിരട്ടി വെള്ളവും മുപ്പത് ഗ്രാം പഞ്ചസാരയും ചേർത്തെടുക്കുന്ന സത്ത് ജ്വരത്തിനും ശക്തിയേറിയ പനിക്കും, ചൂടുകൊണ്ടുണ്ടാകുന്ന മറ്റു രോഗങ്ങൾക്കും തലച്ചോറിനു പഴുപ്പു തട്ടിയിട്ടുള്ള രോഗങ്ങൾക്കും നല്ലതാണ്. പൂവ് ചുമയ്ക്കും, മൂത്രമൊഴിക്കുമ്പോഴുള്ള വേദനയ്ക്കും നല്ലതാണ്. ഇതിന്റെ അല്ലി ശീതവും ദേഹത്തിന്റെ ചുട്ടുനീറ്റൽ, രക്താർശസ്സ് എന്നിവയ്ക്കും നല്ലതാണ്. മണൽ പഴുപ്പിച്ച് അതിൽ വിത്തിട്ടു വറുത്തു കഴിക്കുന്നത് പ്രമേഹത്തിനു വളരെ നല്ലതാണ്. ചുവന്ന ആമ്പലിന്റെ വളയം (തണ്ട്) ഭക്ഷണരൂപത്തിൽ ഉപയോഗിക്കുന്നത് അർശോരോഗികൾക്ക് പ്രത്യേകം നല്ലതാണ്. വേരു പൊടിച്ച് ഗ്രഹണിക്കും അതിസാരത്തിനും അർശസ്സിനും കൊടുക്കാം. ആമ്പലുപയോഗിച്ചുള്ള ഉത്പലാദിഘൃതം വെള്ളദ്ദാഹത്തിനും ചുട്ടുനീറ്റലിനും ഛർദ്ദിക്കും ആന്തരാവയവങ്ങളിൽ നിന്നുള്ള രക്തസ്രാവത്തിനും ഗർഭകാല രക്തസ്രാവത്തിനും നല്ലതാണ്.

ആഫ്രിക്കൻ മല്ലി

ഇതിന്റെ ഉത്ഭവം ആഫ്രിക്കയായതുകൊണ്ടാവാം ഈ പേരുണ്ടായത്. ഇതിന്റെ ഇലകൾക്ക് പ്രത്യേക വാസനയുണ്ട്. ചമ്മന്തിയരച്ചും സാമ്പാറിൽ ചേർത്തും ഉപയോഗിച്ചു വരുന്നു. പ്രത്യേക രുചിയുണ്ട്.

ശാസ്ത്രനാമം: എരിഞ്ചിയം ഫോയിറ്റിഡം

: Eringium foetidum

കുടുംബം: അമ്പെല്ലിഫെറൈ

: Ampellifereae

വിവരണം: ഇന്ത്യയിലുടനീളം കാണപ്പെടുന്നു. കടും പച്ചനിറത്തിലുള്ള അധികം വീതിയില്ലാത്ത നീണ്ട ഇലകൾ. മൂട്ടിൽ നിന്നുതന്നെ ഇലകൾ നാലുഭാഗത്തേക്കുമായി വളരുന്നു. നീണ്ട തണ്ടിൽ പൂവും കായുമുണ്ടാകാറുണ്ട്.

ഔഷധയോഗ്യഭാഗങ്ങൾ: ഇല.

ചില ഔഷധ ഉപയോഗങ്ങൾ:- ഇല ഭക്ഷ്യയോഗ്യമാണ്. വായുകോപം, ഉദരരോഗങ്ങൾ എന്നിവയ്ക്കു നല്ലതാണ്.

ആശാളി

പച്ചക്കറിയായി ഉപയോഗിക്കുന്നു.

സംസ്കൃതനാമം	:	ആശാലിക, ചന്ദ്രസൂർ, വാസപുഷ്പ, പസുമോഹന, കാരിക.
ഇംഗ്ലീഷ്	:	ഗാർഡൻക്രെസ്സ്, വാട്ടർക്രെസ്സ്
ശാസ്ത്രനാമം	:	ലെപിഡിയം സറ്റിവം
	:	Lepidium sativum Linn.
കുടുംബം	:	ക്രൂസിഫെറേ
	:	Crucifereae

വിവരണം: ഇന്ത്യയിലുടനീളം പച്ചക്കറിയായി കൃഷിചെയ്യപ്പെട്ടുവരുന്നു. അരമീറ്റർ വരെ ഉയരത്തിൽ നേരെ വളരുന്ന വാർഷിക കുറ്റിച്ചെടി. വെള്ളപ്പൂക്കൾ, ഫലവും വിത്തും ഉണ്ട്.

ഔഷധയോഗ്യഭാഗങ്ങൾ: വേര്, ഇല, വിത്ത്.

ചില ഔഷധ ഉപയോഗങ്ങൾ: വേര് രണ്ടാംഘട്ട സിഫിലിസിനും മൂത്രവും മലവും പോകാനുള്ള പ്രയാസത്തിനും നല്ലതാണ്. ഇല ഉത്തേജകമാണ്. മൂത്രം ഇളക്കും. ബാക്ടീരിയയെ പ്രതിരോധിക്കും. കരൾ രോഗങ്ങൾക്കു നല്ലതാണ്. വിത്ത് രക്തം ശുദ്ധീകരിക്കും. മുലപ്പാൽ വർദ്ധിപ്പിക്കും. ആർത്തവം തിരികെ കൊണ്ടുവരും. കാമവർദ്ധകമായ പോഷകമാണ്. വ്രണങ്ങൾ, കുഷ്ഠം, ത്വക്ക് രോഗങ്ങൾ, അതിസാരം, വയറിളക്കം, പ്ലീഹാ രോഗങ്ങൾ, പുറം വേദന, കണ്ണിന്റെ രോഗങ്ങൾ, വെള്ളപോക്ക്, സ്കർവി, ബീജക്കുറവ്, ആസ്ത്മ, ചുമ, ക്ഷതം, വാതം എന്നിവയ്ക്കു നല്ലതാണ്. ഗർഭച്ഛിദ്രം ഉണ്ടാക്കും.

ഇടംപിരി വലംപിരി

ഇടത്തോട്ടും വലത്തോട്ടും പിരിഞ്ഞിരിക്കുന്ന കായകളുള്ളതിനാലാവാം ഈ പേര്. ഇല നല്ല കന്നുകാലി തീറ്റയാണ്. തൊലി നല്ല നാരാണ്. ഒന്നരവർഷം പ്രായമായ ചെടിക്കമ്പുകൾ വെട്ടി രണ്ടാഴ്ച വെള്ളത്തിലിട്ടതിനുശേഷം ഉരിച്ചെടുക്കുന്ന തൊലിക്ക് നല്ല ഈടുണ്ട്. ചരട്, ചാക്ക്, കാൻവാസ് എന്നിവ ഉണ്ടാക്കാനുപയോഗിക്കുന്നു.

സംസ്കൃതനാമം	: ആവർത്തനി, മൃഗസൃംഗി
ഇംഗ്ലീഷ്	: ഈസ്റ്റ് ഇന്ത്യൻ സ്ക്രൂ ട്രീ
ശാസ്ത്രനാമം	: ഹെലിക്റ്ററസ് ഐസോറ
	: Helicteres isora Linn.
കുടുംബം	: സ്റ്റെർക്കുലിയേസി
	: Sterculiaceae

വിവരണം: ഇന്ത്യയിലുടനീളം വനങ്ങളിൽ അടിക്കാടായി കാണപ്പെടുന്നു. ഏതാണ്ട് അഞ്ചുമീറ്റർവരെ ഉയരത്തിൽ വളരുന്ന കുറ്റിച്ചെടി. തണ്ടിന് ചാരനിറമാണ്. പൂക്കൾക്കു ചുവപ്പു നിറമാണ്. കായ നീണ്ടതും സ്ക്രൂപോലെ ഇടത്തോട്ടും വലത്തോട്ടും പിരികളുള്ളതുമാണ്. കായിൽ വിത്തുണ്ട്. തൊലി ഉരിച്ച് കെട്ടുവള്ളിയായി ഉപയോഗിക്കാറുണ്ട്.

ഔഷധയോഗ്യഭാഗങ്ങൾ: വേര്, തൊലി, കായ.

ചില ഔഷധ ഉപയോഗങ്ങൾ: വേരും തൊലിയും കഫം ഇളക്കും. സ്വാസ്ഥ്യം നൽകും. മുലപ്പാൽ വർദ്ധിപ്പിക്കും. സ്കേബീസ്, ഉദര രോഗങ്ങൾ, പ്രമേഹം, വയറിളക്കം, അതിസാരം, വിരയുടെ ശല്യം, ശരീരത്തിലെ പഴുപ്പുകൾ എന്നിവയ്ക്കു നല്ലതാണ്. കായ സ്വാസ്ഥ്യജനകവും ഉദര രോഗങ്ങൾക്കും രക്തസ്രാവത്തിനും വിരശല്യത്തിനും നല്ലതുമാണ്. അധികം മൂത്രം പോകുന്നതിനും പിത്തം, കണ്ണിന്റെ രോഗങ്ങൾ, വായുകോപം, അതിസാരം, വയറിളക്കം, മുറിവുകൾ, വ്രണങ്ങൾ, ക്ഷതങ്ങൾ, പ്രമേഹം, മൂക്കിൽനിന്നുമുള്ള രക്തസ്രാവം എന്നിവയ്ക്കും നല്ലതാണ്.

ഇത്തി

(ഇത്തിയാൽ)

ആൽവർഗ്ഗത്തിൽപ്പെടുന്നു. നാല്പാമരങ്ങളിലൊന്ന്. ക്ഷേത്രങ്ങളുടെ വടക്കുഭാഗത്താണ് നടാറ്. ആൽമരങ്ങളിൽ ഏറ്റവും ചെറിയത് ഇത്തിയാണ്. മറ്റുമരങ്ങളിൽ പടർന്നു വളരുന്ന അധിജീവിസസ്യം കൂടിയാണ്.

സംസ്കൃതനാമം: പ്ലക്ഷ

ശാസ്ത്രനാമം: ഫൈക്കസ്ടിങ്ങറ്റോറിയ, ഫൈക്കസ് മൈക്രോകാർപ്പ

: Ficus microcarpa Linn.f.

Ficus tingtoria

കുടുംബം: മോറേസി

: Moraceae

വിവരണം: ഇന്ത്യയിലുടനീളം കാണപ്പെടുന്നു. നിത്യഹരിതമായ വൻവൃക്ഷം. ചെറിയ ഇലകൾ. കായുണ്ട്. തടിയിൽനിന്നും കുറച്ചു വേരുകൾ ഉണ്ടാകാറുണ്ട്. പാലുപോലുള്ള കറയുണ്ട്. വിളഞ്ഞ കായക്ക് മഞ്ഞനിറമാണ്.

ഔഷധയോഗ്യഭാഗങ്ങൾ: വേര്, തൊലി, ഇല.

ചില ഔഷധ ഉപയോഗങ്ങൾ: ഇലയുടെ കഷായം എണ്ണ ചേർത്തു പുരട്ടിയാൽ വ്രണങ്ങൾ ശമിക്കും. തടിയുടെ തൊലി ചതച്ച് തുണികെട്ടി പിഴിഞ്ഞ ചാറും പാലും കൂട്ടി കഴിക്കുന്നത് തലകറക്കത്തിനു നല്ലതാണ്. മോഹാലസ്യം തളർച്ച എന്നിവയ്ക്കും നല്ലാണ്.

തടിയിൽ നിന്നുണ്ടാകുന്ന വേര് പല്ലിനു വേദനയ്ക്കും മോണരോഗങ്ങൾക്കും നല്ലതാണ്. തൊലിയും ഇലയും ഉദരരോഗങ്ങൾക്കു നല്ലതാണ്. മുറിവ് വ്രണം, കരൾ രോഗങ്ങൾ, അതിസാരം, വയറിളക്കം, പ്രമേഹം, എരിച്ചിൽ, ക്ഷതം, മുഖത്തെ ചുവന്നുതടിച്ച പാടുകൾ, ഉദരവ്രണം (അൾസർ), രക്തം തുപ്പൽ, മനോരോഗങ്ങൾ, വെള്ളപോക്ക്, യോനീനാളത്തിനുള്ള ക്ഷതം എന്നിവയ്ക്കു നല്ലതാണ്. ഇത്തിയുടെ തൊലിക്കും വേരിനും അത്തിയുടെ ഗുണങ്ങളുണ്ട്.

ഇലഞ്ഞി

(എലഞ്ഞി)

നല്ല സുഗന്ധമുള്ള പൂക്കളാണ് ഇലഞ്ഞിക്കുള്ളത്. ചെറിയ പൂക്കൾ കോർത്ത് മാല ഉണ്ടാക്കാറുണ്ട്.

സംസ്കൃത നാമം	: ബകുള, ഗന്ധപുഷ്പ, ശാരദ
ഇംഗ്ലീഷ്	: ബുള്ളറ്റ് വുഡ് ട്രീ
ശാസ്ത്രീയ നാമം	: മൈമു സോപ്സ് ഇലഞ്ഞി
	: Mimusops elengi Linn.
കുടുംബം	: സപ്പോട്ടേസി
	: Sapotaceae

വിവരണം: തെക്കേ ഇന്ത്യയിലുടനീളം നിത്യ ഹരിതവനങ്ങളിൽ കാണപ്പെടുന്നു. നല്ല സുഗന്ധമുള്ള പൂക്കളുള്ളതിനാൽ വെച്ചുപിടിപ്പിക്കാറുണ്ട്. ധാരാളം ശിഖരങ്ങളുണ്ട്. പടർന്നു വളരും. സാധാരണ ഇലകൾ. വെള്ളകലർന്ന ഇരുണ്ട മഞ്ഞ നിറത്തിലുള്ള അനേകം ഇതളുകളുള്ള ചെറിയ പൂക്കൾ. ദീർഘ വൃത്താകൃതിയിലുള്ള കായ അതിനകത്ത് വിത്ത്.

ഔഷധയോഗ്യഭാഗങ്ങൾ: വേര്, തൊലി, പൂവ്, കായ.

ചില ഔഷധ ഉപയോഗങ്ങൾ: വേര് വെള്ളത്തിൽ ചാലിച്ച് കവിളിൽ കൊള്ളുന്നത് വായിലെ വ്രണങ്ങൾ മാറാൻ നല്ലതാണ്. തൊലി കഷായം വെച്ച് കവിൾകൊള്ളുന്നത് തൊണ്ടവീക്കത്തിനും പല്ലുവേദനയ്ക്കും നല്ലതാണ്. പൂക്കൾ ഇട്ട് വാറ്റിയത് കുടിക്കുന്നത് വിഷാദരോഗങ്ങൾക്കും പനിക്കും നല്ലതാണ്. തൊലി, പൂവ്, കായ എന്നിവ ശീതമാണ്. വിരയിളക്കും. തൊലി പോഷകമാണ്. വായുകോപം ശമിപ്പിക്കും. പല്ലിന്റെ രോഗങ്ങളിൽ പ്രത്യേകിച്ച് മോണവീക്കം മോണയിൽനിന്നു രക്തം വരിക എന്നിവയ്ക്കും തൊലി ചതച്ച വെള്ളം കവിൾകൊള്ളുന്നത് നല്ലതാണ്. ചെറിയ കമ്പുകൾ ചതച്ചു പല്ലു തേക്കുന്നത് പല്ലുകൾക്കും മോണകൾക്കും നല്ലതാണ്. കമ്പു ചതച്ചിട്ട വെള്ളം മൂത്രാശയത്തിൽ നിന്നുള്ള പഴുപ്പ്, മൂത്രനാളി

യിൽനിന്നുള്ള പഴുപ്പ്, അതിസാരം, വയറിളക്കം എന്നിവയ്ക്കു നല്ലതാണ്. പൂക്കൾകൊണ്ട് മുറിവും വ്രണങ്ങളും കഴുകുന്നത് നല്ലതാണ്. ഉണങ്ങിയ പൂക്കൾ പൊടിച്ച ചൂർണ്ണം ബുദ്ധി വികസിപ്പിക്കും. ഈ പൊടിവലിക്കുന്നത് തലവേദന അകറ്റും. ഇളംകായ ചവച്ചാൽ ഉമിനീർ ഉണ്ടാകും. ഇളകിയ പല്ലുകളെ ഉറപ്പിക്കാൻ സഹായിക്കും. കുട്ടികളിലെ മലബന്ധം തടയുന്നതിന് അകത്തേക്കു കൊടുക്കുന്ന മരുന്ന് ഉണ്ടാക്കാൻ ഉപയോഗിക്കുന്നു.

ഇലമുളച്ചി

ഇലയുടെ എല്ലാവശത്തുനിന്നും പുതിയ നാമ്പുകൾ മുളച്ചുവരും എന്നതിനാലാകാം ഈ പേര് ലഭിച്ചിരിക്കുന്നത്. ഇല തണ്ടിൽ നിന്നാലും മണ്ണിൽ പൂഴ്ത്തി വെച്ചാലും ഇത്തരത്തിൽ പുതുമുളകൾ ഉണ്ടാകും.

സംസ്കൃതനാമം	: പർണ്ണബീജ, അസ്തിഭക്ഷ
ശാസ്ത്രനാമം	: കലാൻചോ പിന്നേറ്റ
	: Kalanchoe pinnata (Lam.) Pers.
കുടുംബം	: ക്രാസ്സുലേസി
	: Crassulaceae

വിവരണം: ഇന്ത്യയിലുടനീളം കാണപ്പെടുന്നു. മാംസളമായ തണ്ടും ഇലകളുമുള്ള ബഹുവർഷിയായ ചെറിയ ചെടി. ഇലയിൽനിന്നും പുതിയ തൈകൾ മുളച്ചുണ്ടാകാറുണ്ട്. ഇളം ചുവപ്പുനിറത്തിലുള്ള പൂക്കൾ, കായുണ്ട്.

ഔഷധയോഗ്യഭാഗങ്ങൾ: ഇല

ചില ഔഷധ ഉപയോഗങ്ങൾ: ശീതമാണ്. രക്തം ശുദ്ധീകരിക്കും, തൊലിക്ക് മിനുസമുണ്ടാക്കും. രക്തവാർച്ച തടയും, വേദനകുറയ്ക്കും. വായുകോപം ശമിപ്പിക്കും, അണുനാശകമാണ്. പോഷകമാണ്. വാതം, പിത്തം, രക്തം തുപ്പുക, മുറിവ്, വ്രണം, പൊള്ളൽ, കണ്ണിന്റെ രോഗങ്ങൾ, ത്വക്കിന്റെ നിറംമാറൽ, ഛർദ്ദിൽ, അതിസാരം, വയറിളക്കം, വീക്കം, അധികമോ നീണ്ടതോ ആയ ആർത്തവം എന്നിവയ്ക്കു നല്ലതാണ്.

ഇലക്കള്ളി

(കള്ളി)

എല്ലാ ഭാഗത്തും പാലുപോലുള്ള കറയുണ്ട്. നേർത്ത തണ്ടുകളോടുകൂടിയ വളരെ കുറച്ച് ചെറിയ ഇലകളുള്ള ഒരിനം കൂടിയുണ്ട്. തിരുക്കള്ളി എന്നറിയപ്പെടുന്നു. അതിനും എല്ലാ ഭാഗത്തും പാലുണ്ട്.

സംസ്കൃതനാമം : സ്നുഹി, സേഹുണ്ഠ
ഇംഗ്ലീഷ് : കോമൺ മിൽക്ക് ഹെഡ്ജ്, ലീഫിസ്പർജ്
ശാസ്ത്രനാമം : യൂഫോർബിയ നിവുലിയ (ഇലക്കള്ളി)
യൂഫോർബിയ തിരുക്കള്ളി (തിരുക്കള്ളി),
യൂഫോർബിയലിഗുലാറിയ
: Euphorbia ligularia Roxb.
Euphorbia tirucalli Reedhe.
Euphorbia nivulia Hum.
കുടുംബം : യൂഫോർബിയേസി
: Euphorbiaceae

വിവരണം: ഇന്ത്യയിലുടനീളം വേലിച്ചെടിയായി കാണപ്പെടുന്നു. മാംസളമായ തണ്ടുകളുള്ള വലിയ കുറ്റിച്ചെടി. ഇലകളും മാംസളമാണ്. കായും വിത്തുമുണ്ട്.

ഔഷധയോഗ്യഭാഗങ്ങൾ: സമൂലം

ചില ഔഷധ ഉപയോഗങ്ങൾ: വയറിളക്കും. ഗർഭച്ഛിദ്രം ഉണ്ടാക്കും. ദഹനം വർദ്ധിപ്പിക്കും. കഫമിളക്കും. രക്തം ശുദ്ധീകരിക്കും. വീക്കത്തെ ചെറുക്കും. വായുകോപം ശമിപ്പിക്കും. വയറിന്റെ രോഗങ്ങൾക്കു നല്ലതാണ്. വിരയിളക്കും. ആസ്ത്മ, ബ്രോങ്കൈറ്റിസ്, വീക്കം, പ്ലീഹാ രോഗങ്ങൾ, പകർച്ച വ്യാധികൾ, വെള്ളദ്ദാഹം, ഇടവിട്ടുള്ള പനി, മഞ്ഞപ്പിത്തം, കുഷ്ഠം, സന്ധിവേദന, വ്രണം, ചെവിവേദന, കണ്ണിന്റെ രോഗങ്ങൾ എന്നിവയ്ക്കു നല്ലതാണ്. ഇലവാട്ടി പിഴിഞ്ഞെടുക്കുന്ന നീര് ചെവിയിലൊഴിക്കു

ന്നത് ചെവിവേദനയ്ക്കും കണ്ണിലൊഴിക്കുന്നത് കണ്ണിന്റെ മൂടലിനും നല്ലതാണ്. ഗുഹ്യഭാഗങ്ങളിലെ അസുഖങ്ങൾക്ക് ലേപനമായി പുരട്ടുന്നത് ഉത്തമമാണ്. കഞ്ഞിവെള്ളത്തിൽ വേര് ചതച്ചിട്ടു കുടിക്കുന്നത് വീക്കത്തിനു നല്ലതാണ്. ഇതു ലഘുവായൊരു മയക്കുമരുന്നുമാണ്. ഇല വേവിച്ചതിൽ ആവി കൊള്ളുന്നത് ശരീരത്തിലും കൈകാലുകളിലുമുള്ള വേദനയകറ്റും.

എണ്ണ പുരട്ടി മർദ്ദിച്ച കള്ളിയില മലദ്വാരത്തിൽവെക്കുന്നത് അർശസ്സ്, കൃമി, ചൊറിച്ചിൽ, നീർക്കെട്ട്, വേദന ഇവ ശമിക്കുവാൻ നല്ലതാണ്. തിരൂക്കള്ളിയുടെ കറയ്ക്കു വിഷമുണ്ട്. മണ്ണിന് പശിമകിട്ടാൻ കറ ചേർക്കാറുണ്ട്.

ഇലവ്

(മുള്ളിലവ്, എലവ്)

ഇതിന്റെ കായിൽ പഞ്ഞിയുണ്ട്. മെത്തയും തലയണയും നിറയ്ക്കാൻ പഞ്ഞി ഉപയോഗിക്കുന്നു. കട്ടി കുറഞ്ഞ തടിയുള്ള ഈ പാഴ്മരം പൾപ്പിനും തീപ്പെട്ടിയുണ്ടാക്കാനും ഉപയോഗിക്കുന്നു.

സംസ്കൃതനാമം	: സാൽമലി, മോച, പൂരണി രക്തപുഷ്പ
ഇംഗ്ലീഷ്	: റെഡ്സിൽക്ക് കോട്ടൺട്രീ
ശാസ്ത്രനാമം	: ബോംബാക്സ് സീബ, ബോംബാക്സ് മലബാറിക്കം
	: Bombax ceiba Linn. Bombax malabaricum DC
കുടുംബം	: ബോംബാക്കേസി
	: Bombacaceae

വിവരണം: ഇന്ത്യയിലുടനീളം കാണപ്പെടുന്നു. ഇലകൊഴിയുന്ന ഇടത്തരം വൃക്ഷം. ധാരാളം ശാഖകളുണ്ട്. ചാരനിറത്തിലോ ബ്രൗൺനിറത്തിലോ ഉള്ള തൊലി. പുറംതോലിൽ അനേകം മുള്ളുകൾ ഉണ്ട്. പഞ്ഞിമരത്തിന്റെ പോലുള്ള കായ്കളും ഇലകളുമാണ് ഇതിനുള്ളത്. ഇതിന്റെ പൂക്കൾ വളരെ വലുതാണ്. പ്രത്യേക മണവുമുണ്ട്. പച്ചനിറത്തിലുള്ള കായ ഉണങ്ങുമ്പോൾ നിറം മാറും. പുറംതോടിന് ഉറപ്പ് കൂടുകയും ചെയ്യും. പുറംതോട് പൊട്ടിച്ചാൽ വിവിധ അറകളിലായി നിറഞ്ഞിരിക്കുന്ന പഞ്ഞികിട്ടും. മൃദുലമായ പഞ്ഞി കാറ്റത്തു പറന്നു നടക്കും. അതിനകത്ത് കറുത്തുരുണ്ട വിത്തുകളുമുണ്ട്. ഇലവ് അനേക വർഷങ്ങൾ നിൽക്കും.

ഔഷധയോഗ്യഭാഗങ്ങൾ: വേര്, പശ, തൊലി, ഇല, പൂവ്, ഇളം കായ, വിത്ത്.

ചില ഔഷധ ഉപയോഗങ്ങൾ: മരത്തൊലി പൊടിച്ച് നാരങ്ങനീരും ചേർത്ത് കുഴമ്പാക്കി തേക്കുന്നത് നീരുവറ്റാനും ഒടിഞ്ഞ എല്ല് യോജി

പ്പിക്കുവാനും നല്ലതാണ്. ഈ ചൂർണ്ണം എണ്ണയിൽ തേക്കുന്നത് ഹെർപ്പിസ് ഉൾപ്പെടെയുള്ള ത്വക്ക് രോഗങ്ങൾക്ക് നല്ലതാണ്. പൂവിന്റെ അടിയിൽനിന്നു ശേഖരിക്കുന്ന മധുരമുള്ള ദ്രാവകം വാളൻ പുളിയിലയുമായി ചേർത്ത് കഴിക്കുന്നത് മലവും മൂത്രവും ഇളക്കും. വേര് ശീതമാണ്. സ്വസ്ഥത നൽകും. ഉത്തേജകവും പോഷകവുമാണ്. വയറിളക്കത്തെ ചെറുക്കും. പശ ഉത്തേജകവും കാമവർദ്ധകവും പോഷകവുമാണ്. രക്തവാർച്ച തടയും. അതിസാരം, രക്തം തുപ്പൽ, ക്ഷയം, ഇൻഫ്ളുവൻസ, നീണ്ടതും വേദനയേറിയതുമായ ആർത്തവം, എരിച്ചിൽ, ക്ഷതം, രക്തത്തിലെ അശുദ്ധി, പിത്തം എന്നിവയ്ക്കു നല്ലതാണ്. തൊലി വിരയിളക്കും. സ്വസ്ഥത നൽകും. ചലവും പഴുപ്പുമുള്ള മുറിവുണക്കും. തൊലിപ്പുറത്തെ പൊട്ടലുകൾക്ക് ഇലയും തൊലിയും അരച്ചിടുന്നത് നല്ലതാണ്. പൂക്കൾ ത്വക്ക് രോഗങ്ങൾക്കും പ്ലീഹാരോഗങ്ങൾക്കും ക്ഷതത്തിനും നല്ലതാണ്. ഇളംകായ കല്ലുകളെ അലിയിക്കും. വൃക്കയുടെയും ബ്ലാഡറിന്റെയും വീക്കത്തിനു നല്ലതാണ്. വിത്ത് കഫം, മൂത്രാശയ വീക്കം, എന്നിവയ്ക്കു നല്ലതാണ്. വിത്ത് നല്ല കന്നുകാലി തീറ്റയാണ്.

ഇലവങ്ങ്ഗം

(കറുവ, വയന, എലവങ്ങ്ഗം)

ഇതിന്റെ ഇല കുമ്പിളുപോലെയാക്കി അതിൽ അപ്പം വേവിച്ചെടുക്കാൻ ഉപയോഗിക്കാറുണ്ട്. പട്ട കറികളിൽ ചേർക്കാറുണ്ട്.

സംസ്കൃതനാമം	:	ത്വക്ക്, ചോചം, ദാരുസിതാ, തമല
ഇംഗ്ലീഷ്	:	സിന്നമൺ
ശാസ്ത്രനാമം	:	സിന്നമോമം വേറും, സിന്നമോമംസെയ്‌ലാനികം
	:	Cinnamomum verum Pres I Cinnamomum czeylanicum BL.
കുടുംബം	:	ലോറേസി
	:	Lauraceae

വിവരണം: പടിഞ്ഞാറൻ ഭാഗങ്ങളിലെ നിത്യഹരിത, അർദ്ധനിത്യ ഹരിത കാടുകളിൽ കാണപ്പെടുന്നു. വീടുകളിൽ വെച്ചുപിടിപ്പിക്കാറുണ്ട്. നിത്യഹരിത ഇടത്തരം വൃക്ഷം. ചുവപ്പുകലർന്ന ബ്രൗൺ നിറത്തിലുള്ള തൊലി, തിളക്കമുള്ള പച്ച ഇലകൾ, നല്ല സുഗന്ധമുണ്ട്, പൂവും കായു മുണ്ട്, കൂമ്പിലകൾക്ക് പച്ചകലർന്ന ചുവപ്പുനിറമാണ്. അവ നല്ല മിനു സമുള്ളതും മാർദ്ദവമുള്ളതുമാണ്. കായ സുഗന്ധദ്രവ്യമാണ്. ഇല വാറ്റിയാൽ കർപ്പൂരം കിട്ടും.

ഔഷധയോഗ്യഭാഗങ്ങൾ: തൊലി, ഇല, എണ്ണ, പൂവ്, കായ.

ചില ഔഷധ ഉപയോഗങ്ങൾ: തൊലിക്ക് നല്ല സുഗന്ധമുണ്ട്. കാമ വർദ്ധകമാണ്, ശരീര ദുർഗന്ധത്തെ അകറ്റും, ഉത്തേജകമാണ്, പകർച്ച വ്യാധികളെ ചെറുക്കും. കഫമിളക്കും. വായുകോപം ശമിപ്പിക്കും. മൂത്രം ഇളക്കും. ആസ്ത്മ, ബ്രോങ്കൈറ്റിസ്, തലവേദന, പല്ലിനുവേദന, ഹൃദ്രോഗം, വയറിളക്കം, മൂത്രാശയരോഗങ്ങൾ, ഓക്കാനം, ഛർദ്ദിൽ, പനി, വായ്നാറ്റം എന്നിവയ്ക്കു നല്ലതാണ്. ത്വക്കിന്റെ യഥാർത്ഥ നിറം തിരികെ കൊണ്ടുവരുന്നതിന് ഫലപ്രദമാണ്. ശുക്ലദോഷം മാറ്റാനും കണ്ഠശുദ്ധി വരുത്താനും നല്ലതാണ്. പട്ട ചവച്ചാൽ വായ് നാറ്റം മാറും. എണ്ണ ഉദര രോഗങ്ങൾക്കു നല്ലതാണ്. ആർത്തവം തിരികെകൊണ്ടുവരും, രക്തം തുപ്പുന്നത് തടയും, വീക്കം, വാതം, വ്രണങ്ങൾ എന്നിവയ്ക്കു നല്ലതാണ്.

ഇലിപ്പ

ഇലിപ്പ മരം ഏതാണ്ടു സമാനധർമ്മങ്ങളുള്ള നാലുതരമുണ്ട്. ബസിയ ബുട്ടിറേസിയ, ലോങ്ങിഫോലിയ, ലാറ്റിഫോലിയ, സിനോമെട്രാ റാമിഫ്ളോറ എന്നീ നാലുവർഗ്ഗങ്ങളാണുള്ളത്.

സംസ്കൃതനാമം	: മധുകജം, മധൂകം
ഇംഗ്ലീഷ്	: സൗത്ത് ഇന്ത്യൻ മഹ്വ
ശാസ്ത്രനാമം	: മധുക ലോങ്ങിഫോളിയ
	: Madhuka longifolia (Koenig) Macbride
കുടുംബം	: സപ്പോട്ടേസി
	: Sapotaceae

വിവരണം: കേരളത്തിലെയും കർണ്ണാടകത്തിലെയും കാടുകളിൽ കാണപ്പെടുന്നു. നിത്യഹരിതമായ വൻവൃക്ഷം. താഴ്ന്ന പ്രദേശങ്ങളിലാണ് സാധാരണ കാണാറ്. ചെറിയ നീണ്ട ഇലകൾ. ഇളംമഞ്ഞ പൂക്കൾ. ഉരുണ്ട പഴം. മൂക്കുമ്പോൾ മഞ്ഞനിറമാകും. ഭക്ഷ്യയോഗ്യമാണ്. തടി, കെട്ടിടം, വഞ്ചി മുതലയാവ നിർമിക്കാനുപയോഗിക്കുന്നു.

ഔഷധയോഗ്യഭാഗങ്ങൾ: തൊലി, ഇല, പൂവ്, കായ, വിത്ത്, കാതൽ, എണ്ണ.

ചില ഔഷധ ഉപയോഗങ്ങൾ: തൊലി സ്വാസ്ഥ്യം നൽകും. വീക്കം, തടിപ്പുകൾ, ചൊറിച്ചിൽ എന്നിവയ്ക്കു നല്ലതാണ്. ഇതിന്റെ കാതൽ, അപസ്മാരം, വാതം, പിത്തം എന്നിവയ്ക്കു നല്ലതാണ്. പൂക്കൾ ഉത്തേജകമാണ്. മൂത്രം ഇളക്കും. ശീതമാണ്. വിരയിളക്കും. രക്തം തുപ്പൽ, കരൾരോഗങ്ങൾ, ഉദരരോഗങ്ങൾ (പ്രത്യേകിച്ചു കുട്ടികളുടേതിന്) നല്ലതാണ്. പഴം ശീതമാണ്. കാമം വർദ്ധിപ്പിക്കും. പോഷകമാണ്. ക്ഷയം, ബ്രോങ്കൈറ്റിസ് എന്നിവയ്ക്കു നല്ലതാണ്. വിത്തിൽ നിന്നെടുക്കുന്ന എണ്ണ – മഹ്വ ഓയിൽ – സ്വസ്ഥത ഉണ്ടാക്കും. വയറിളക്കും. ത്വക്ക്രോഗങ്ങൾ, വാതം, തലവേദന, ക്ഷതം എന്നിവയ്ക്കു നല്ലതാണ്. പൂവിൽ നിന്ന് മദ്യം ഉണ്ടാക്കാറുണ്ട്.

ബസിയ ബൂട്ടിറേസിയ എന്ന തരത്തിന്റെ വിത്തിൽനിന്ന് വളരെ

കൊഴുപ്പുള്ള ഒരുതരം വെണ്ണയെടുക്കാവുന്നതാണ്. അതു ഭക്ഷണദ്രവ്യങ്ങൾ പാകപ്പെടുത്തുവാൻ ഉപയോഗിക്കാം. ചൊറികൾക്കും കൈകാലുകൾ വിള്ളുന്നതിനും പുരട്ടാവുന്നതാണ്. വാതോപദ്രവങ്ങളിലും പക്ഷവാതത്തിലും പുരട്ടാവുന്നതാണ്. ലോങ്ങിഫോലിയ എന്ന ഇനത്തിന്റെ പശ വാതശമനത്തിനു നന്ന്. തൊലി ചൊറികൾക്ക് അരച്ചു പുരട്ടാം. പഴത്തിൽ നിന്നുകിട്ടുന്ന എണ്ണ വിളക്കു കത്തിക്കാൻ ഉപയോഗിക്കാം. അതു ഭക്ഷിക്കുവാനും പലഹാരം ഉണ്ടാക്കുവാനും ഉപയോഗിച്ചു വരുന്നു. പുഷ്പങ്ങൾ വെയിലത്തുണക്കി വറുത്തു ഭക്ഷിക്കാം. പിണ്ണാക്ക് തല കഴുകുവാൻ നല്ലതാണ്. കേരളത്തിൽ ധാരാളമുണ്ടാവുന്നതും സിനോമെട്രാറാമിഫ്ളോറ എന്ന വർഗത്തിൽപ്പെട്ടതുമായ ഇരിപ്പയുടെ ഇല പശുവിൻപാലിൽ പുഴുങ്ങി അരച്ചു തേനും ചേർത്ത് അരിക്കുന്ന ചൊറികൾക്കും കുഷ്ഠത്തിനും തൊലി അടരുന്ന ചർമ്മരോഗങ്ങൾക്കും പുരട്ടാം. ലാറ്റിഫോള എന്ന സാധാരണ ഇരിപ്പയുടെ തൊലി അരച്ചു ദേഹത്ത് ഉരസിത്തേച്ചാൽ ചൊറികൾ ശമിക്കും. തൊലികൊണ്ടുള്ള കഷായം വാതരോഗങ്ങൾക്ക് നന്ന്. പൂവ് ശീതവീര്യമുള്ളതും പോഷകവുമാണ്. പൂവുകൊണ്ടുള്ള കഷായം ചുമയ്ക്കു നന്ന്. പൂവ് പാലിൽ കഴിച്ചാൽ ക്ഷീണം കൊണ്ടുള്ള പൗരുഷഹാനി ശമിക്കും. മുപ്പതുമില്ലി പൂവ് ഇരുനൂറ്റി അമ്പതുമില്ലി പശുവിൻ പാലിൽ കൊടുക്കാം. പൂവിൽ നിന്നെടുക്കുന്ന മദ്യം രുചിദായകവും വീര്യമുള്ളതുമാണ്. വിത്തിൽ നിന്നെടുക്കുന്ന എണ്ണ ത്വക്ക്രോഗങ്ങൾക്കും തലവേദനയ്ക്കും ലേപനം ചെയ്യാം. ഇലിപ്പെണ്ണ പുകച്ചാൽ പ്രാണികളും എലികളും ചത്തുപോകും. ഇരിപ്പയിലയിട്ടു തിളപ്പിച്ച വെള്ളം ദേഹവേദനകൾ ശമിപ്പിക്കുവാൻ നല്ലതാണ്. ഇന്ത്യൻ ബട്ടർട്രീ അല്ലെങ്കിൽ മൗവ്വാട്രീ എന്ന **ഇരിപ്പ** (മധുക ലാറ്റിഫോളിയ)യുടെ പൂമൊട്ടും പൂവും കായും പച്ചയ്ക്കും കറിവെച്ചും മനുഷ്യൻ ഉപയോഗിക്കാറുണ്ട്. കരടി, മാൻ ഇവയുടെ ഇഷ്ടഭക്ഷണമാണ്. പൂക്കൾ വാറ്റി മദ്യം ഉണ്ടാക്കും. അത് സുഖവർദ്ദകമാണ്. ഇത് മറ്റു മദ്യത്തിൽ മായമായി ചേർക്കാറുണ്ട്. വിത്തിൽനിന്നുള്ള എണ്ണ (മൗവ്വാബട്ടർ) ഭക്ഷണത്തിലും സോപ്പുണ്ടാക്കാനും ഉപയോഗിക്കുന്നു.

ഇരുവേലി

ചെറുതും വലുതുമെന്ന രണ്ടിനമുണ്ട്.

സംസ്കൃതനാമം	: വാളക; ഹൃബേര
ശാസ്ത്രനാമം	: പ്ലെക്ട്രാൻതസ് വെറ്റിവെറോയ്ഡ്സ്
	: Plectanthrus vetriveroides (Jacob) Singh and Sharma
കുടുംബം	: ലാമിയേസി
	: Lamiaceae

ഇരുവേലി ചെറുത്

ഇരുവേലി വലുത്

വിവരണം: ഇന്ത്യയിലുടനീളം കാണപ്പെടുന്നു. ഔഷധാവശ്യങ്ങൾക്കായി കൃഷിചെയ്യപ്പെടുന്നു. നേരേ വളരുന്ന ചെറിയ സസ്യം. അനേകം ശാഖകളുണ്ട്. നല്ല സുഗന്ധമുണ്ട്. നീലപ്പൂക്കൾ. കായുണ്ട്.

ഔഷധയോഗ്യഭാഗങ്ങൾ: സമൂലം

ചില ഔഷധ ഉപയോഗങ്ങൾ: മൂത്രം വർദ്ധിപ്പിക്കും; പനിയെ ചെറുക്കും; തലമുടി വളരാൻ സഹായിക്കും. പിത്തം, എരിച്ചിൽ, കുഷ്ഠം, ത്വക്ക്രോഗങ്ങൾ, വെള്ളപോക്ക്, പനി, ഛർദ്ദിൽ, അതിസാരം എന്നിവയ്ക്ക് നല്ലതാണ്.

ഇരുവേലികൊണ്ടുള്ള കഷായം പനി, പുകച്ചിൽ ഇവ ശമിപ്പിക്കും.

ഇഞ്ച

ഇഞ്ചയുടെ മരത്തൊലി ചതച്ച് തേച്ചു കുളിക്കാനുപയോഗിക്കുന്നു. സോപ്പായും ഷാംപൂവായും ഉപയോഗിക്കുന്നു.

സംസ്കൃതനാമം	:	നികുഞ്ചികാ
ഇംഗ്ലീഷ്	:	സോപ്പ്ബാർക്ക്
ശാസ്ത്രനാമം	:	അക്കേഷ്യകേസിയ, അക്കേഷ്യപെന്നാറ്റ, അക്കേഷ്യ ഇൻസ്റ്റിയ

: Acacia caesia (Linn.) Willd.
Acacia instia Willd.
Acacia pennata

കുടുംബം : ഫാബേസി, മൈമോസേസി
: Fabaceae, Mimosaceae

വിവരണം: ഇന്ത്യയിലുടനീളം വരണ്ട കാടുകളിൽ കാണപ്പെടുന്നു. പടർന്നുകയറുന്ന വലിയ വള്ളിച്ചെടി. തണ്ടിൽ മുള്ളുകളുണ്ട്. ചെറിയ ഇലകൾ, വെള്ളപ്പൂക്കൾ. മണമുണ്ട്. കായ വളരെ മിനുസമുള്ളതും പരന്നു നീളമുള്ളതുമാണ്. വിത്തുകളുണ്ട്.

ഔഷധയോഗ്യഭാഗങ്ങൾ: തൊലി, പൂക്കൾ.

ചില ഔഷധ ഉപയോഗങ്ങൾ: ഇഞ്ചയുടെ തൊലി തല്ലിച്ചതച്ചത് (ഇഞ്ച) കുളിക്കുമ്പോൾ ശരീരത്ത് തേക്കുവാനുപയോഗിക്കുന്നു. ഇഞ്ചക്ക് അഴുക്കിളക്കാനുള്ള കഴിവുണ്ട്. മനുഷ്യശരീരത്തെ സൂക്ഷ്മാണുക്കളിൽനിന്നും സംരക്ഷിക്കുന്നതിനുള്ള ശക്തിയുണ്ട്. ചില ആദിവാസി വിഭാഗങ്ങളിലെ സ്ത്രീകൾ ആർത്തവ ക്രമക്കേടുകൾ പരിഹരിക്കുന്നതിനായി പൂക്കൾ ഉപയോഗിക്കാറുണ്ട്. ഇലയിലെയും മരത്തൊലിയിലെയും നീര് അല്പം ഉപ്പു ചേർത്തു കഴിച്ചാൽ വയറുവേദന ശമിക്കും. മരത്തൊലി ഉണക്കിപ്പൊടിച്ചത് തൂകുന്നത് വ്രണങ്ങൾ എളുപ്പം ഉണങ്ങാൻ നല്ലതാണ്.

ഇഞ്ചി

ഇഞ്ചി ഉണക്കിയെടുക്കുന്ന ചുക്കും മഹൗഷധമാണ്. ഇഞ്ചിയും ചുക്കും എല്ലാ വീടുകളിലും കറികളിലും മറ്റും ചേർത്തുപയോഗിച്ചുവരുന്നു. ഇഞ്ചിക്കറി അഞ്ചുകറികൾക്കു തുല്യമാണത്രെ. സുഗന്ധവിള എന്ന നിലയിൽ വ്യാപകമായി കൃഷിചെയ്തുവരുന്നു.

സംസ്കൃതനാമം	:	അദ്രകം, മഹൗഷധി, ശുണ്ഠി, ശൃംഗവേര
ഇംഗ്ലീഷ്	:	ജിഞ്ചർ
ശാസ്ത്രനാമം	:	സിഞ്ചിബർ ഓഫീഷിനാലെ
	:	Zingiber officinale Rosc.
കുടുംബം	:	സിഞ്ചിബെറേസിയ
	:	Zingiberaceae

വിവരണം: ഇന്ത്യയിലുടനീളം കൃഷിചെയ്തു വരുന്ന വാർഷിക വിള. അരമീറ്റർ വരെ ഉയരം വരുന്ന മാംസളമായ തണ്ടോടുകൂടിയ സസ്യം. കടുംപച്ചനിറത്തിലുള്ള വീതികുറഞ്ഞ നീളമുള്ള ഇല. പൂക്കളുണ്ട്. ഭൂമിക്കടിയിൽ വളരുന്ന കാണ്ഡമാണ് ഇഞ്ചി. വിത്തു മുറിച്ചുനട്ട് പ്രജനനം നടത്തുന്നു.

ഔഷധയോഗ്യഭാഗങ്ങൾ: ഇഞ്ചി, ചുക്ക്.

ചില ഔഷധ ഉപയോഗങ്ങൾ: ഇഞ്ചി ദഹനക്കുറവിനും വായുകോപത്തിനും വാതം, കഫം എന്നിവയ്ക്കും ദഹനശേഷി വർദ്ധിപ്പിക്കുന്നതിനും, ഉദരരോഗങ്ങൾക്കും അത്യുത്തമമാണ്. ചുക്ക് രുചി വർദ്ധിപ്പിക്കുകയും മലം ഇളക്കുകയും ചെയ്യും. ചുമയ്ക്കും കഫം ഇളക്കുന്നതിനും വിരയിളക്കുന്നതിനും നല്ലതാണ്. കാമം വർദ്ധിപ്പിക്കും. ഛർദ്ദിൽ, ഓക്കാനം, കോളറ ഇവ ശമിപ്പിക്കും. ഹൃദ്രോഗങ്ങൾക്കും ശരീരത്തിലെ നീരുകൾക്കും നല്ലതാണ്. ഇഞ്ചി വെള്ളദ്ദാഹം, വീക്കം, എന്നിവയ്ക്കു നല്ലതാണ്. ചുക്ക് സ്നിഗ്ദ്ധത നല്കും. ഉത്തേജകമാണ്. വേദന കുറയ്ക്കും. തലവേദന, ചെവിവേദന, ആസ്ത്മ, ചുമ, വയറിളക്കം, മന്ത്, വീക്കം എന്നിവയ്ക്കു നല്ലതാണ്.

ഇഞ്ചിയുടെ നീരാണ് ഔഷധമായി അധികം ഉപയോഗിക്കാറുള്ളത്. ഇഞ്ചി ശീതവും മൂത്രം വർദ്ധിപ്പിക്കുന്നതുമാണ്. നീരെടുത്തു വെച്ച് ഊറൽ നീക്കിയിട്ടു വേണം ഉപയോഗിക്കാൻ. ഇഞ്ചിനീർ തേൻ ചേർത്തു കഴിച്ചാൽ മലബന്ധവും വായുകോപവും പീനസവും കഫവും ശമിക്കും. അരുചിയോടുകൂടിയ അജീർണ്ണത്തിന് ഇഞ്ചിനീരും ചെറുനാരങ്ങാനീരും ഇന്തുപ്പും സമം ചേർത്തോ ഇഞ്ചിയും ഇന്തുപ്പും മാത്രം ചേർത്തോ ഭക്ഷണത്തിനു മുമ്പു കഴിക്കുക. ഇഞ്ചിയുടെ ഒരു കഷണം വായിലിട്ടു ചവച്ചുകൊണ്ടിരുന്നാൽ തൊണ്ടയടപ്പും ഒച്ചയടപ്പും ശമിക്കും. ഇഞ്ചിനീരും ഉള്ളിനീരും ഓരോ സ്പൂൺ വീതം സേവിച്ചാൽ മനംപിരട്ടലും ഛർദ്ദിയും ശമിക്കും. ഇഞ്ചിനീര് കൽക്കണ്ടവും ചേർത്തു സേവിക്കുന്നത് പ്രമേഹ

ത്തിന് ഫലപ്രദമാണ്. ഇഞ്ചിയും ഇന്തുപ്പും ചേർത്ത് ഭക്ഷണത്തിനു മുമ്പ് കഴിച്ചാൽ നാവിനും തൊണ്ടയ്ക്കും ശുദ്ധിവരുകയും രുചി വർദ്ധിക്കുകയും ചെയ്യും. വയറുവേദന, അതിസാരം, ഗ്രഹണി, തൊണ്ടപഴുപ്പു മൂലമുള്ള ചുമ, കഫക്കെട്ട്, വായുക്ഷോഭം, മനം പിരട്ടൽ, വായ്ക്കകത്ത് ദുസ്വാദ്, ജ്വരം, ഞരമ്പുരോഗങ്ങൾ ഇവയ്ക്കൊക്കെ ഇഞ്ചി വളരെ നല്ലതാണ്. ഇഞ്ചിനീരും പാലുംകൂട്ടി മുഖത്തു പുരട്ടിയാൽ പല്ലുവേദനയ്ക്കും മുഖത്തെ വേദനയ്ക്കും ശമനമുണ്ടാകും. വായുകോപത്തിന് ഇഞ്ചിനീര് ആവണക്കെണ്ണയിൽ ചേർത്തു കഴിക്കുന്നത് നല്ലതാണ്.

ചുക്ക്: വിശ്വഔഷധമെന്നും മഹാഔഷധമെന്നും ചുക്ക് അറിയപ്പെടുന്നു. ചുക്ക് ഉഷ്ണവീര്യമാണ്. ചുക്കു പൊടിച്ച് ചൂടുവെള്ളത്തിൽ കലക്കിയോ ശർക്കരയോടുകൂടിയോ കഷായ രൂപത്തിലാക്കിയോ മറ്റൗഷധങ്ങളോടുകൂടി ലേഹ്യമാക്കിയോ സേവിക്കാം. ആമവാതത്തിന് ഫലപ്രദമാണ്. ദഹനക്കുറവുമൂലമുള്ള വായുകോപം, അരുചി മുതലായവയിൽ ചുക്കുപൊടി തേനോ ചൂടുവെള്ളമോ ചേർത്തു കഴിക്കുന്നത് വളരെ നല്ലതാണ്. വിഷമജ്വരത്തിൽ തണുപ്പു തോന്നുമ്പോൾ ചുക്കുകഷായം കഴിച്ചു വിയർപ്പിക്കുന്നതു നല്ലതാണ്. ചുക്കുപൊടി രണ്ട് സ്പൂൺ, നെയ്യ് രണ്ട് സ്പൂൺ, ശർക്കര മുപ്പത് ഗ്രാം ഇങ്ങനെ എടുത്ത് നെയ്യ് പതുക്കെ ചൂടാക്കി അതിൽ ചുക്കുപൊടിയും ശർക്കരയും ചേർത്തു കുറുക്കി ഉരുളയാക്കി ഉരുട്ടി വെക്കുക. അതിൽ ഒരുരുള രാവിലെയോ വൈകിട്ടോ വെറും വയറ്റിൽ സേവിച്ചാൽ ജലദോഷം തലവേദന, ചുമ ഇവ ശമിക്കും. രുചിയുണ്ടാകും. മാമ്പഴത്തിൽ ചുക്കുപൊടി വിതറി ഭക്ഷിക്കുന്നത് മാമ്പഴം കൂടുതൽ തിന്നതുകൊണ്ടുള്ള പ്രശ്നങ്ങൾക്ക് പ്രതിവിധിയാണ്. പ്രമേഹരോഗികൾക്ക് ഉത്തമവുമാണ്. പ്രസവശേഷം വായുശമനത്തിന് ചുക്ക് നല്ലതാണ്. അസ്ഥിസ്രാവത്തിന് ചുക്ക് ഒരു പ്രത്യൗഷധമാണ്. അസ്ഥിസ്രാവത്തിന് ചുക്കുപൊടിയും പാലും വെള്ളവും കൂട്ടി തിളപ്പിച്ച്

അതിരാവിലെ വെറും വയറ്റിൽ ഇരുപത്തൊന്നു ദിവസം സേവിച്ചാൽ അത്ഭുതകരമായ ഫലമുണ്ടാകും. പിത്താധിക്യത്തിലുള്ള തലകുത്തിന് ചന്ദനവും ചുക്കും ചേർത്തരച്ച് നെറ്റിമേൽ തേക്കാം. കോളറ മൂലമുള്ള തളർച്ചയിൽ ചുക്ക് അരച്ച് തള്ളവിരൽ പൊതിയുന്നത് നല്ലതാണ്. അബോധാവസ്ഥയിൽ ചുക്ക് അരച്ച് കണ്ണിൽ അഞ്ജനം (പൂശുക) ചെയ്യാം. ചുക്ക് നസ്യമായോ അഞ്ജനമായോ വെള്ളത്തിലോ ഉപ്പുവെള്ളത്തിലോ ഉപയോഗിച്ചാൽ തലക്കുത്ത്, തലഘനം, ജ്വരംകൊണ്ട് തലച്ചോറിന് വന്ന കേട്, ഉന്മാദം, മുതലായവ മാറും. ഇങ്ങനെ നിരവധി ഗുണങ്ങൾ ഉള്ളതുകൊണ്ടാണ് ആദ്യം സൂചിപ്പിച്ചതുപോലെ മഹാ ഔഷധമെന്ന് അറിയപ്പെടുന്നത്.

ജലദോഷത്തിന് ചുക്കും മഞ്ഞളും സമം കഷായം വെച്ച് തേനും തിപ്പലിയും ചേർത്തു സേവിക്കുക. കുട്ടികൾക്ക് വിശപ്പുണ്ടാകാൻ ഇഞ്ചിനീരും നാരങ്ങാനീരും കൽക്കണ്ടവും ചേർത്തു ദിവസേന നല്കുക. ഇഞ്ചിനീര് തേനിൽ ചാലിച്ചു കഴിക്കുന്നത് വയർനോവിനു നല്ലതാണ്. ഇഞ്ചിനീരും തേനും ചേർത്തു കവിൾകൊള്ളുന്നത് മോണപഴുപ്പ്, മോണവേദന എന്നിവയ്ക്കു നല്ലതാണ്. ആസ്ത്മയ്ക്ക് ഇഞ്ചിനീരും വെറ്റിലനീരും സമം തേനും ചേർത്ത് കഴിക്കുന്നത് നല്ലതാണ്. ഇക്കിളിന് ചുക്കരച്ചു തേനിൽ കഴിക്കുക.

ചുക്കുകഷായം വെച്ച് ചെറുചൂടോടുകൂടി കുടിച്ചാൽ ദഹനശേഷി വർദ്ധിക്കും. ചുമ, വായുമുട്ടൽ, വാതവേദന ഇവ ശമിക്കും. ഇഞ്ചിനീരിൽ ഉപ്പു ചേർത്തു കഴിക്കുന്നത് വയറുവേദനയ്ക്കും ഛർദ്ദിക്കും നല്ലതാണ്. ചുക്കു കഷായം വയറുവേദനയ്ക്കും ഹൃദ്രോഗത്തിനും നല്ലതാണ്. ഇഞ്ചിനീരും ചെറുനാരങ്ങാനീരും പഞ്ചസാര ചേർത്തു കഴിക്കുന്നത് ഗർഭിണികളുടെ ഛർദ്ദിക്കു നല്ലതാണ്. ഇഞ്ചിനീരും സമം എള്ളെണ്ണയും ചേർത്ത് കാച്ചി തലയിൽ തേച്ചുകുളിച്ചാൽ തുമ്മൽ മാറും. ഇഞ്ചി അരിഞ്ഞു തേനിലിട്ട് വാമൂടിക്കെട്ടി വച്ച് തൊണ്ണൂറു ദിവസത്തിനുശേഷം ഓരോ കഷണം കഴിക്കുന്നത് പിത്തം, വായുകോപം, ദഹനക്കുറവ്, ചുമ എന്നിവയ്ക്കു നല്ലതാണ്. ഇഞ്ചിനീര് നെറ്റിയിൽ പുരട്ടുന്നത് തലവേദനയ്ക്കു നല്ലതാണ്. ഇഞ്ചി അരച്ചു വെണ്ണകൂട്ടി കഴിച്ചാൽ ചുമ മാറും. ഇഞ്ചി ചെത്തി ചുണ്ണാമ്പിൽ മുക്കി അരിമ്പാറയിൽ ഉരച്ചാൽ അരിമ്പാറ തേഞ്ഞുപോകും.

തലവേദനയ്ക്ക് ചുക്ക്, ഏലയ്ക്ക, ജീരകം ഇവ തുല്യമെടുത്ത് പൊടിയാക്കി കഴിക്കുക. കാടിവെള്ളത്തിലോ മുലപ്പാലിലോ കരിക്കിൻവെള്ളത്തിലോ അരച്ച് നെറ്റിയിലിടുക. ടോൺസിലെറ്റിസിന് ചുക്ക്, കുരുമുളക്, തിപ്പലി ഇവ സമം പൊടിച്ച് കൽക്കണ്ടമോ തേനോ ചേർത്ത് ഇറ്റിച്ചിറക്കുക. രക്തസമ്മർദ്ദം കൂടുന്നതു മൂലമുള്ള തലചുറ്റലിന് ഇഞ്ചി ഇടിച്ചുപിഴിഞ്ഞ നീരിൽ തേനും ചേർത്ത് കഴിക്കുക. തലയിൽ വെള്ളം തോർന്നുണ്ടാകുന്ന നീർക്കെട്ടിന് ഇഞ്ചിനീരും നല്ലെണ്ണയും തുല്യമെടുത്ത് കാച്ചി തേക്കുക. ചെവിവേദനയ്ക്ക് ഇഞ്ചിനീര് കരടില്ലാതെ ചെറുതായി

ചൂടാക്കി രണ്ടുതുള്ളി ചെവിയിൽ ഒഴിക്കുക. ഇഞ്ചി നല്ലതീയിൽ ചുട്ട് കരിഞ്ഞ തൊലിനീക്കി ചവച്ചുതിന്നാൽ കഫക്കെട്ട് ഇളകിപ്പോകും. പല്ലുവേദനയ്ക്ക് ഇഞ്ചിനീരും തേനും ചേർത്ത് കവിൾകൊള്ളുക. വയറുവേദനയ്ക്ക് ചുക്കുപൊടിച്ച് കരുപ്പെട്ടി ചേർത്ത് കഴിക്കുക. ഗ്യാസ്ട്രബിളിന് ഇഞ്ചിക്കഷണത്തിൽ ഉപ്പുകല്ലും ചെറുനാരങ്ങാനീരും ചേർത്ത് ചവച്ചിറക്കുക.

ഇഞ്ചിനീരും മൊളാസസ്സും ചെറുനാരങ്ങാനീരും ചേർത്തുകഴിക്കുന്നത് മഹോദരത്തിനു നല്ലതാണ്. ഇഞ്ചി ചെറുകക്ഷണങ്ങളാക്കി ദിവസേന കഴിക്കുന്നത് ഉദരരോഗങ്ങൾക്കും കണ്ണിനും നല്ലതാണ്. ഇഞ്ചി കൊണ്ടുള്ള കഷായം മലരും ഇന്തുപ്പും തേനും ചേർത്തു കഴിച്ചാൽ അരുചി മാറും. ഇഞ്ചി വറുത്തു ശർക്കരയിൽ കാച്ചി മലർപ്പൊടിയും ജീരകവും ഇട്ടു തയ്യാറാക്കുന്ന ലേഹ്യം രുചിയുണ്ടാക്കും. പശുവിൻ പാലിൽ ചുക്കരച്ചു കഴിക്കുന്നത് മഞ്ഞപ്പിത്തത്തിനുത്തമമാണ്. കാട്ടിഞ്ചിയുണ്ട് (സിഞ്ചിബർ സെറുമ്പെറ്റ്) ഇഞ്ചിയോളം ഗുണമില്ലെങ്കിലും ഗിരിവർഗ്ഗക്കാർ ഉപയോഗിക്കാറുണ്ട്.

ഇഞ്ചിപ്പുല്ല്

പുൽത്തൈലമെടുക്കുന്ന പുല്ല്. ചായപ്പുല്ല്, പൂതണക്കപ്പുല്ല്, ഞെങ്ങണംപുല്ല്, വാസനപുല്ല്, പടർപ്പുല്ല് എന്നിങ്ങനെയൊക്കെ അറിയപ്പെടുന്നു.

സംസ്കൃതനാമം : കർപ്പൂര തൃണ, സുഗന്ധതൃണ, ഭൂസ്തൃണ
ഇംഗ്ലീഷ് : വെസ്റ്റ് ഇന്ത്യൻ ലെമൺ ഗ്രാസ്സ്, മലബാർ ലെമൺ ഓയിൽ ഗ്രാസ്സ്
ശാസ്ത്രനാമം : സിംബോ പോഗോൺ ഫ്ളെകസുവോസസ്, സിംബോ പോഗോൺ സിട്രാറ്റസ്
: Symbopogon flexuosus (Nis.Ex.Stued.) Watts., Symbopogon sitratus
കുടുംബം : പോയേസ്യേ
: Poeaceae (Gramineae)

വിവരണം: ഇന്ത്യയിലുടനീളം കുന്നിൻചരുവുകളിലും പുൽമേടുകളിലും കാണപ്പെടുന്ന ഒരു മീറ്റർ ഉയരത്തിൽ വളരുന്ന സുഗന്ധ തൈലമുള്ള കുറ്റിച്ചെടി. ചുവട്ടിൽനിന്നുതന്നെ നീളമുള്ള വീതികുറഞ്ഞ ഇലകൾ ഉണ്ടാകും. ഇലകൾക്ക് കടുംപച്ചനിറം. ഞെരടിയാൽ നല്ല വാസന ഉണ്ട്.

ഔഷധയോഗ്യഭാഗങ്ങൾ: ഇല, എണ്ണ (തൈലം).

ചില ഔഷധ ഉപയോഗങ്ങൾ: എണ്ണ വിരയിളക്കും. മലം ഇളക്കും. രുചിയും ദഹനവും ഉണ്ടാക്കും. വിഷത്തെ പ്രതിരോധിക്കും. കാമം കുറ

യ്ക്കും. ഉദരഅസ്വസ്ഥതകൾ, വിഷമുള്ള കടി, ബ്രോങ്കൈറ്റിസ്, അപസ്മാരം, കുഷ്ഠം, ത്വക്ക്രോഗങ്ങൾ, കോളറ, ഞരമ്പുരോഗങ്ങൾ, ജ്വരം, പനി, കഫം, വാതം എന്നിവയ്ക്കു നല്ലതാണ്.

ഇല ചായപോലെ ഉണ്ടാക്കി കഴിക്കുന്നത് വയറിനും മൂത്രം അധികം പോകുന്നതിനും ചുട്ടുനീറ്റലിനും കുട്ടികളുടെ വയറ്റിൽ സുഖക്കേടുകൾക്കും ഫലപ്രദമാണ്. ഇതു നല്ല പോഷകവുമാണ്. കോളറായുടെ തുടക്കത്തിൽ കൊടുത്താൽ ഛർദ്ദി ശമിക്കുകയും രോഗശമനം ലഭിക്കുകയും ചെയ്യും. ഇലയും എണ്ണയും കുടലിലെ ആന്തരിക ചർമ്മങ്ങൾക്ക് ബലം കൊടുക്കും. ഛർദ്ദ്യതിസാരങ്ങൾക്ക് വിശേഷമാണ്. കൽക്കണ്ടം, കുരുമുളക്, ചുക്ക് മുതലായവയോടൊപ്പം ഇല കഷായം വെച്ചോ തൈലം ചേർത്തോ കൊടുത്താൽ ജ്വരവും ജലദോഷവും ശമിക്കും.

അഞ്ചുതുള്ളിവരെ തൈലം പഞ്ചസാരയിൽ ചേർത്തു സേവിക്കുന്നത് ഗുല്മത്തിനു (വായുകോപം) നല്ലതാണ്. സമം വെളിച്ചെണ്ണ ചേർത്ത് പഴകിയ വാതരോഗങ്ങൾക്കും ഉളുക്കുകൾക്കും വരട്ടുചൊറിക്കും പുരട്ടാം. (വെളിച്ചെണ്ണയോ മറ്റു തൈലങ്ങളോ ഇരട്ടി ചേർക്കാതെ പുൽത്തൈലം മാത്രമായി ഉപയോഗിക്കരുത്).

ഇല കഷായം രക്തസമ്മർദ്ദത്തിനു നല്ലതാണ്. ഇലനീര് നെറ്റിയിൽ പൂശുന്നത് തലവേദനയകറ്റും. പുൽതൈലം ചൂടുവെള്ളത്തിലൊഴിച്ച് ആവികൊള്ളുന്നത് ജലദോഷത്തിനു നല്ലതാണ്.

ഇശങ്ക്

സംസ്കൃതനാമം: കുന്തളി, കണ്ടകി

ശാസ്ത്രനാമം: അസിമ ടെട്രാകന്താ

: Ascima tetrakantha

വിവരണം: ഇന്ത്യയിലുടനീളം കാണപ്പെടുന്നു. പടർന്നു കയറുന്ന മുള്ളുകളുള്ള വള്ളിച്ചെടി. ചെറിയ ഇല. നല്ല മുനയുണ്ട്.

ഔഷധയോഗ്യഭാഗങ്ങൾ: ഇല, വേര്.

ചില ഔഷധ ഉപയോഗങ്ങൾ: ഇല ഇടിച്ചു പിഴിഞ്ഞ നീര് കരിക്കിൻ വെള്ളത്തിൽ ചേർത്തു കുടിക്കുന്നത് ക്ഷതങ്ങൾക്ക് നല്ലതാണ്. ഇലനീര് മരുന്നു കഷായം വെച്ചും ക്ഷതത്തിന് ഉപയോഗിക്കാം. ഇലയും വേരുമിട്ട കഷായവും ക്ഷതങ്ങൾക്കു നല്ലതാണ്.

ഈന്തപ്പന

ഈന്തപ്പനയിൽനിന്നു ലഭിക്കുന്ന ഈന്തപ്പഴം പ്രധാനമായും മൂന്നു തരത്തിലുണ്ട്. സാധാരണ ഉപയോഗിച്ചുവരുന്നതിൽ ചെറുതും വലുതുമുണ്ട്. ഇതിൽ വലുതാണ് ഗുണംകൂടിയത്. ഭക്ഷണമായി ഉപയോഗിക്കുന്നു.

സംസ്കൃതനാമം	: ഖർജ്ജൂരം, സ്വാദുഫല
ഇംഗ്ലീഷ്	: ഡേറ്റ് പാം, എഡിബിൾ ഡേറ്റ്
ശാസ്ത്രനാമം	: ഫോനിക്സ് ഡക്റ്റിലിഫേറ
	: Phoenix dactylifera Linn.
കുടുംബം	: അരിക്കേസി
	: Arecaceae

വിവരണം: നല്ല പൊക്കത്തിൽ വളരുന്ന വൃക്ഷമാണ് ഈന്തപ്പന. ശിഖരങ്ങളില്ല. നോർത്ത് അമേരിക്ക, ഈജിപ്ത്, അറേബ്യ എന്നിവിട

ങ്ങളിൽ ഉത്ഭവിച്ച ഈന്തപ്പന ഇപ്പോൾ ഇന്ത്യയുടെ ചില ഭാഗങ്ങളിൽ കാണപ്പെടുന്നു.

ഔഷധയോഗ്യഭാഗങ്ങൾ: പഴം, കായ, പശ, കുരു, മദ്യം.

ചില ഔഷധ ഉപയോഗങ്ങൾ: ഇല കാമവർദ്ധകമാണ്. കരൾരോഗങ്ങൾക്കുത്തമമാണെന്നു പറയപ്പെടുന്നു. പൂക്കൾ വയറിളക്കും. കഫമിളക്കും. പഴം (ഈന്തപ്പഴം) മധുരമുള്ളതാണ്. ശീതമാണ്. കാമം വർദ്ധിപ്പിക്കും. മൂത്രമിളക്കും. പോഷകമാണ്. വൃക്കരോഗങ്ങൾ, നെഞ്ചുരോഗങ്ങൾ, ചുമ, ബ്രോങ്കൈറ്റിസ്, എരിച്ചിൽ, ഉദരരോഗങ്ങൾ എന്നിവയ്ക്കു നല്ലതാണ്. കുരു അരച്ചുണ്ടാക്കുന്ന കുഴമ്പ് തലവേദനയ്ക്കും കോർണിയയുടെ സുതാര്യമില്ലായ്മക്കും നല്ലതാണ്. ഒരുഭാഗത്തെ തലവേദന, വീക്കം, മുറിവ് എന്നിവയ്ക്കും ഈ കുഴമ്പ് തേക്കുന്നത് നല്ലതാണ്. ഈന്തപ്പനയിൽ നിന്നെടുക്കുന്ന കള്ള് കാമവർദ്ധകമാണ്. ദഹനവും രുചിയുമുണ്ടാക്കും. മത്തുപിടിപ്പിക്കും. പോഷകമാണ്. വാതം, കഫം, ബ്രോങ്കൈറ്റിസ് എന്നിവയ്ക്കു നല്ലതാണ്.

നല്ലൊരു പോഷകദ്രവ്യമായ ഈന്തപ്പഴം പാലിൽ തിരുമ്മി പിഴിഞ്ഞു കൊടുക്കുന്നത് ഏതൊരു രോഗിക്കും ആരോഗ്യം വീണ്ടെടുക്കാനുള്ള നല്ലൊരു പ്രയോഗമാണ്. ഇത് ദേഹത്തിന് പെട്ടെന്ന് ഊർജ്ജശക്തി നല്കും. ക്ഷയരോഗികൾക്ക് ഇത് നിത്യേന നല്കാവുന്ന നല്ലൊരാഹാരമാണ്. കഫം, ഇളക്കിക്കളയുകയും മലബന്ധം തടുക്കുകയും ഉരപ്രദേശത്തിനു സുഖം നല്കുകയും ചെയ്യും. വയറിളക്കത്തിനും അതിസാരത്തിനും നല്ലതാണ്. ഇതിന്റെ കുരു വറുത്തുപൊടിച്ച് കാപ്പി

പോലെ ഉപയോഗിക്കാം. കുരു പൊടിച്ച് അരച്ചു കണ്ണിലിടുന്നത് കൃഷ്ണമണിയുടെ കാഴ്ചശക്തി നശിക്കുന്നതിനെ തടയും. കുരു അരച്ചു നെറ്റിമേലിട്ടാൽ തലവേദന ശമിക്കും. ഈന്തപ്പഴത്തിൽ നിന്നുണ്ടാക്കുന്ന മദ്യം വാതരോഗത്തിന് ഫലം ചെയ്യും. ഈന്തപ്പഴം വയറിളക്കത്തിനും ഉല്പാദനേന്ദ്രിയ രോഗങ്ങൾക്കും നല്ലൊരൗഷധമാണ്. ഈന്തലിൽനിന്നു കിട്ടുന്ന പഞ്ചസാര കരിമ്പിൻ പഞ്ചസാരയേക്കാൾ രുചികരവും പോഷകവുമാണ്.

ഉമ്മം

(ഉമ്മത്ത്)

വിവിധ ഇനത്തിലുണ്ട്. ഉമ്മത്തിന്റെ കായ വിഷമാണ്. സൂക്ഷിച്ചു പയോഗിക്കണം.

സംസ്കൃതനാമം	:	ദത്തൂര, ദുസ്തര, ദുർദുര
ഇംഗ്ലീഷ്	:	തോൺ ആപ്പിൾ
ശാസ്ത്രനാമം	:	ഡറ്റുറമെറ്റൽ, ഡറ്റുറ സ്ട്രാമോണിയം
	:	Datura metel Linn. Datura stramonium Linn.
കുടുംബം	:	സൊളാനേസി
	:	Solanaceae

വിവരണം: ഇന്ത്യയിലുട നീളം കളയായി പുറമ്പോക്കുകളിലും വഴിവക്കുകളിലും കാണപ്പെടുന്നു. നേരെ വളരുന്ന വാർഷികച്ചെടി. ഒരു മീറ്റർ വരെ ഉയരം വരും. വലിയ പൂക്കൾ, ഉരുണ്ട കായ, കായയെ പൊതിഞ്ഞ് മുള്ളുകൾ കാണാം. അനേകം വിത്തുകൾ. വിത്തുകളിലൂടെ പ്രജനനം.

ഔഷധയോഗ്യഭാഗങ്ങൾ: സമൂലം

ചില ഔഷധ ഉപയോഗങ്ങൾ: ലഹരിയുണ്ടാക്കും. വേദനയകറ്റും. വിഷത്തെ പ്രതിരോധിക്കും. ആസ്ത്മ, പനി, വ്രണങ്ങൾ, ത്വക്ക്രോഗങ്ങൾ ഇവയ്ക്കു നല്ലതാണ്. വേര് പേപ്പട്ടി വിഷത്തിനും മാനസിക രോഗങ്ങൾക്കും നല്ലതാണ്. ഇല ലഹരി ഉണ്ടാക്കും. വേദന കുറയ്ക്കും. ഇല അരച്ചു തേക്കുന്നത് കണ്ണിനു വേദന, ചെവിവേദന, ഞരമ്പുവേദന, പുറം വേദന, വേദനയുള്ള വീക്കങ്ങൾ എന്നിവയ്ക്കും തൊണ്ട വീക്കത്തിനും നല്ലതാണ്. ഇലയുടെ നീര് അപസ്മാരം, തലവേദന, താരണം എന്നിവയ്ക്കു നല്ലതാണ്. വിത്ത് കാമം വർദ്ധിപ്പിക്കും. ദന്തരോഗങ്ങൾ, കുടൽരോഗങ്ങൾ, ത്വക്ക് രോഗങ്ങൾ, പേൻ എന്നിവയ്ക്കു നല്ലതാണ്. ചെടി ചതച്ച് എണ്ണ

യോടൊപ്പം വയ്ക്കുന്നതു നീരിന് നല്ലതാണ്. നീല ഉമ്മത്ത് എന്ന ഇനത്തിന്റെ കായ കുരുകളഞ്ഞ് ചതച്ചു വെക്കുന്നത് പൊള്ളലിനും അരിമ്പാറയ്ക്കും നല്ലതാണ്.

ത്വക്ക് രോഗങ്ങൾക്ക് ഉമ്മത്തില നീരിൽ വെളിച്ചെണ്ണ ചേർത്ത് തേച്ചു പിടിപ്പിക്കുക.

പൊന്നുമ്മത്ത് സമൂലം ഉണക്കിപ്പൊടിച്ചതുകൊണ്ട് പല്ലുതേക്കുന്നത് ദന്തരോഗങ്ങൾക്കു നല്ലതാണ്. ഇലനീര് കരപ്പൻ, വരട്ടുചൊറി, ചിരങ്ങ്, കണ്ണിന്റെ രോഗങ്ങൾ എന്നിവയ്ക്കു നല്ലതാണ്. പൂക്കൾ രണ്ടോ മൂന്നോ മണിക്കൂർ ഇട്ടുവെച്ച വെള്ളം ഉപയോഗിച്ച് തല കഴുകുന്നത് നേത്രരോഗങ്ങൾക്കു നല്ലതാണ്.

ഉമ്മത്തില ഇടിച്ചുപിഴിഞ്ഞ നീരിൽ ഉമ്മത്തിൻ കുരു കൽക്കമായി കാച്ചിയതൈലം തലയിലെ ചൊറിച്ചിലിനും തലമുടി കൊഴിയുന്നതിനും നല്ലതാണ്.

ഉദി

(ഒടിയമരം, കലശ്, കരശ്, കരയം, ഉതി, കാരിലവ്)

സംസ്കൃതനാമം : ജിംഗിണി, ഝിംഗിണി
ഇംഗ്ലീഷ്: വോഡിയർ, ജിങ്ങം
ശാസ്ത്രനാമം: ലാന്നിയ കൊറോമാണ്ടേലിക്ക ലാനിയഗ്രാൻഡിസ്
: Lannea coromandalica (Hout.) Merril.
Lannea grandis (Denst.) Engler

കുടുംബം: അനാകാർഡിയേസി
: Anacardeaceae

വിവരണം: ഇന്ത്യയിലുടനീളം ഇലപൊഴിയും കാടുകളിൽ കാണപ്പെടുന്നു. ഇലപൊഴിയുന്ന ഇടത്തരം വൃക്ഷം. പച്ച കലർന്ന മഞ്ഞയോ പർപ്പിൾ നിറത്തിലോ ഉള്ള ചെറിയ പൂക്കൾ. കായും വിത്തുമുണ്ട്.

ഔഷധയോഗ്യഭാഗങ്ങൾ: തൊലി, ഇല.

ചില ഔഷധ ഉപയോഗങ്ങൾ: തൊലി ഉദരരോഗങ്ങൾക്കു നല്ലതാണ്. വേദന കുറയ്ക്കും,

മുറിവ്, ചതവ്, ഉരച്ചിൽ, വ്രണങ്ങൾ, കൺജക്റ്റിവിറ്റിസ്, കുടൽവ്രണം (അൾസർ), പല്ലിനു വേദന, വയറിളക്കം, അതിസാരം എന്നിവയ്ക്കു നല്ലതാണ്. ഇല മന്ത്, വീക്കം, ഞരമ്പുരോഗങ്ങൾ, പരിക്ക്, ഉളുക്ക് എന്നിവയ്ക്കു നല്ലതാണ്.

ഉഴുന്ന്

പയർവർഗ്ഗത്തിൽവെച്ച് ഏറ്റവും മൃദുവും ശീതളവും പോഷകവുമാണ് ഉഴുന്ന്. ഭക്ഷ്യവസ്തുവായുപയോഗിക്കുന്നു.

സംസ്കൃതനാമം	:	മാഷ
ഇംഗ്ലീഷ്	:	ബ്ലാക്ക് ഗ്രാം
ശാസ്ത്രീയനാമം	:	വിഗ്നാ മുൻഗോ
	:	Vigna mungo (Linn.) Hepper
കുടുംബം	:	ഫാബേസിയ
	:	Fabaceae

വിവരണം: ഇന്ത്യയിലുടനീളം ഭക്ഷ്യആവശ്യങ്ങൾക്കായി കൃഷി ചെയ്തുവരുന്ന സസ്യം. നേരെ വളരുന്ന വാർഷികസസ്യം. ശാഖകളുണ്ട്. മൂന്നിതളുള്ള ഇലകൾ. നിറയെ ചെറിയ മഞ്ഞപ്പൂക്കൾ, ഉറയ്ക്കകത്ത് കറുത്ത ഫലങ്ങൾ (ഉഴുന്ന്).

ഔഷധയോഗ്യഭാഗങ്ങൾ: ഉഴുന്ന്, വേര്.

ചില ഔഷധ ഉപയോഗങ്ങൾ: വാതം ശമിപ്പിക്കും. മലം ഇളക്കും. ശുക്ലം വർദ്ധിപ്പിക്കുകയും പുറത്തേക്കു കളയുകയും ചെയ്യും. പിത്തവും കഫവും വായുകോപവും ഉണ്ടാക്കും. വായുകോപം ഒഴിവാക്കുന്നതിനായി ഉഴുന്ന് പാകം ചെയ്യുമ്പോൾ സ്വല്പം കായംകൂടി ചേർത്താൽ മതി. ഉഴുന്ന് കഷായംവെച്ച് തെളിയെടുത്ത് കൊടുക്കുന്നത് ഗ്രഹണിക്കു നല്ലതാണ്. ഉഴുന്നുകൊണ്ട് അപ്പമുണ്ടാക്കി കഴിക്കുന്നത് ക്ഷീണം മാറുന്നതിനും ശരീരബലം വർദ്ധിപ്പിക്കുന്നതിനും നല്ലതാണ്. വയറ്റിൽ നീരു വീഴുന്നതിനും വയറിളക്കത്തിനും കല്ലിനും അർശസ്സിനും കരൾരോഗങ്ങൾക്കും സിരാരോഗങ്ങൾക്കും ഉഴുന്നിന്റെ കഷായം നല്ലതാണ്. ഉഴുന്നു വേവിച്ചു കഴിച്ചാൽ മുലപ്പാൽ വർദ്ധിക്കും. ഗർഭാശയരോഗ

ങ്ങൾക്കും നല്ലതാണ്. ഉഴുന്നുപൊടി വെള്ളംചേർത്ത് തേച്ചുപിടിപ്പിക്കുന്നത് ഉളുക്കിനും പഴുപ്പുകളിലും വ്രണങ്ങളിലും നല്ലതാണ്. ഉഴുന്നിന്റെ വേര് ഒരു വേദനാസംഹാരിയാണ്. അസ്ഥിരോഗങ്ങളിൽ അത് ഗുണം ചെയ്യും. ഉഴുന്ന് മൂത്രം വർദ്ധിപ്പിക്കും. രുചിയും ദഹനശക്തിയും വർദ്ധിപ്പിക്കും.

ഉഴുന്നിന്റെ വേര് ലഹരിയുണ്ടാക്കുന്നതാണ്. ചെവിവേദന, വീക്കം എന്നിവയ്ക്ക് നല്ലതാണ്. ഉഴുന്ന് സ്നിഗ്ദ്ധതയുണ്ടാക്കും. കാമവർദ്ധകമാണ്. പോഷകമാണ്. വാതം, ഞരമ്പുരോഗങ്ങൾ, കരൾരോഗങ്ങൾ എന്നിവയ്ക്ക് നല്ലതാണ്.

വാർദ്ധക്യം അകറ്റാൻ ഉഴുന്നു പരിപ്പ് വേവിച്ച് നെയ്യും പഞ്ചസാരയും ചേർത്ത് ഉറങ്ങുന്നതിനുമുമ്പ് സ്ഥിരമായി കഴിക്കുക. ദിവസവും ഉഴുന്നു കഴിക്കുന്നത് ലൈംഗികശേഷി വർദ്ധിപ്പിക്കും. ഉഴുന്ന്, ദേവതാരം കുറുന്തോട്ടിവേര് ഇവ കഷായം വെച്ച് കഴിച്ചാൽ ഹൃദ്രോഗം ശമിക്കും.

ഉഴിഞ്ഞ

സംസ്കൃതനാമം : ചക്രലത, ഇന്ദ്രവള്ളി
ഇംഗ്ലീഷ് : ബാല്ലൻ വൈൻ, ഹേർട്ട്സ്പീ
ശാസ്ത്രനാമം : കാർഡിയോസ്പെർമം ഹെലികാകാബം
: Cardiospermum halicacabum Linn.
കുടുംബം : സാപിൻഡേസി
: Sapindaceae

വിവരണം: ഇന്ത്യയിലുടനീളം കാണപ്പെടുന്നു. പറമ്പുകളിലും വെളിപ്രദേശങ്ങളിലും പടർന്നുവളരുന്ന വാർഷികസസ്യം. വെള്ളപ്പൂക്കൾ, കായും വിത്തുമുണ്ട്. മൂന്നായി വിഭജിക്കപ്പെട്ടിട്ടുള്ള പച്ചനിറത്തിലുള്ള ഇലകളാണുള്ളത്. വിത്തിലൂടെ പ്രജനനം.

ഔഷധയോഗ്യഭാഗങ്ങൾ: സമൂലം

ചില ഔഷധ ഉപയോഗങ്ങൾ: വേര് മൂത്രം ഇളക്കും, വിയർപ്പു കുറയ്ക്കും, ഛർദ്ദിൽ ഉണ്ടാക്കും, വയറിളക്കും, ആർത്തവം പുനഃസ്ഥാപിക്കും. പനി, സന്ധിവാതം, ആർത്തവക്രമക്കേടുകൾ, സിരാരോഗങ്ങൾ, നടുവേദന എന്നിവയ്ക്കു നല്ലതാണ്.

ഇല സന്ധിവേദനയ്ക്കും ചെവിവേദനയ്ക്കും കണ്ണു വേദനയ്ക്കും നല്ലതാണ്. വിത്ത് പോഷകമാണ്. വിയർപ്പ് അകറ്റും. നാഡീവ്യൂഹത്തെ ഉത്തേജിപ്പിക്കാനുള്ള ശക്തി ഉഴിഞ്ഞയ്ക്കുണ്ട്. സമൂലം പിഴിഞ്ഞെടുത്ത നീര് പുരട്ടുന്നത് സന്ധിവീക്കം വാതം എന്നിവയ്ക്കു നല്ലതാണ്. ശർക്കര ചേർത്ത് തിളപ്പിച്ച എണ്ണയിൽ ഇലയുടെ ചൂർണ്ണം ചേർത്തു കഴിക്കുന്നത് കണ്ണിനുണ്ടാകുന്ന അസുഖങ്ങൾക്കു ഫലപ്രദമാണ്. ഇലയുടെ ചൂർണ്ണം ചുമ ശമിപ്പിക്കും. ഇലനീര് ചിറ്റാവണക്കിന്റെ ഇലനീരും കൂടി ചേർത്തുകഴിക്കുന്നത് ആമാശയ രോഗങ്ങൾക്ക് നല്ലതാണ്. ഇലയുടെ നീര് കരിഞ്ചീരകം കൂട്ടി കഴിക്കുന്നത് ഹൃദ്രോഗം മൂലമുണ്ടാകുന്ന പാടുകൾ ഇല്ലാതാക്കും.

ഉങ്ങ്

(പൊങ്ങ്)

സംസ്കൃതനാമം : കരൻജ
ഇംഗ്ലീഷ് : സ്മൂത്ത് ലീവ്ഡ് പൊൻഗാമിയ, ഇന്ത്യൻ ബീച്ച്, കരഞ്ച്, പൊങ്ങം ഓയിൽട്രീ
ശാസ്ത്രനാമം : പൊങ്ങാമിയ പിന്നേറ്റ
: Pongamia pinnata (Linn.) Pierre
കുടുംബം : ഫാബേസി
: Fabaceae

വിവരണം: ഇന്ത്യയിലുടനീളം കായലിനും കടലിനുമടുത്തുള്ള വനങ്ങളിൽ കാണപ്പെടുന്നു. വഴിവക്കിലും പൂന്തോട്ടങ്ങളിലും അലങ്കാരത്തിനായി നട്ടുവളർത്തുന്നു. ഇടത്തരം; നിത്യഹരിത വൃക്ഷം. ലൈലാക് അല്ലെങ്കിൽ പിങ്ക് കലർന്ന വെള്ളനിറത്തിലുള്ള മണമുള്ള പൂക്കൾ. കായ കട്ടിയുള്ളതാണ്. വിത്തുണ്ട്. വെള്ളം കുറവുള്ള വരണ്ടപ്രദേശങ്ങളിലും തണലിലും വളരും. വഴിവക്കുകളിൽ തണലിനായി വെച്ചുപിടിപ്പിക്കാറുണ്ട്.

ഔഷധയോഗ്യ ഭാഗങ്ങൾ: വേര്, തൊലി, ഇല, പൂവ്, വിത്ത്, എണ്ണ.

ചില ഔഷധ ഉപയോഗങ്ങൾ: വേര് ദുഷ്ടവ്രണങ്ങൾ കഴുകുന്നതിന് നല്ലതാണ്. പല്ലുകൾ വൃത്തിയാക്കുന്നതിനും ഉത്തമം. മോണകളെ ബലപ്പെടുത്തും. ഗൊണോറിയായ്ക്കു നല്ലതാണ്. തൊലി വിരയിളക്കും, പകർച്ചവ്യാധികളെ തടയും. ക്ഷതങ്ങൾക്കു നല്ലതാണ്. ബെറിബെറി, കണ്ണിന്റെ രോഗങ്ങൾ, ത്വക്ക് രോഗങ്ങൾ, അണ്ഡനാളീ രോഗങ്ങൾ, വ്രണങ്ങൾ എന്നിവയ്ക്കു നല്ലതാണ്. ഇല ദഹനം വർദ്ധിപ്പിക്കും. മുലപ്പാലുണ്ടാക്കും, വിരയിളക്കും, വായുകോപം വെള്ളദ്ദാഹം ഇവ ശമിപ്പിക്കും. ചുമ, കുഷ്ഠം, വയറിളക്കം എന്നിവയ്ക്കും നല്ലതാണ്. ഇല ചൂടാക്കി തടവുന്നത് വാതവേദനകൾക്കും വ്രണങ്ങൾ വൃത്തിയാക്കുന്നതിനും മുറിവുകൾക്കും നല്ലതാണ്. പൂക്കൾ പ്രമേഹത്തിലെ വെള്ളദാഹത്തിനും വാതം, കഫം എന്നിവയ്ക്കും നല്ലതാണ്. വിത്ത് വിരയിളക്കും. വീക്കം, വായുകോപം, ചെവിവേദന, നെഞ്ചുവേദന, ജ്വരം, പുറംവേദന, വിളർച്ച, വൃഷണവീക്കം എന്നിവയ്ക്കു നല്ലതാണ്. എണ്ണ വിരയിളക്കും, രക്തസ്രാവം നിർത്തും. ഉങ്ങെണ്ണ ത്വക്ക്രോഗങ്ങളും വ്രണവും ശമിപ്പിക്കും.

ഉൽക്കണ്ഠകം

വിവരണം: ആറ് അടി വരെ ഉയരത്തിൽ വളരുന്ന കുറ്റിച്ചെടി. മുള്ളുള്ള പച്ച നിറത്തിലുള്ള സാധാരണ ഇലകൾ. പൂവുണ്ട്.

ഔഷധയോഗ്യഭാഗങ്ങൾ: വേര്

ചില ഔഷധ ഉപയോഗങ്ങൾ: രക്തസമ്മർദ്ദത്തിന് അതിവിശിഷ്ടമാണ്. വേര് കഷായം വെച്ചു കുടിക്കുന്നത് നല്ലതാണ്. വിഷത്തിന് വേര് അരച്ചു കഴിക്കുന്നതും പുറമേ പുരട്ടുന്നതും നല്ലതാണ്.

ഊറാവ്

വിവരണം: ഇന്ത്യയിലുടനീളം കാണപ്പെടുന്നു. ഇടത്തരം വൃക്ഷം.

ഔഷധയോഗ്യഭാഗങ്ങൾ: തൊലി ഇല.

ചില ഔഷധ ഉപയോഗങ്ങൾ: ശരീരത്തിലെ നീരു വറ്റിക്കും. ഇല, വേര് ഇടിച്ചു പിഴിഞ്ഞ നീര് കഷായം വെച്ചു കുടിക്കുന്നത് നീരിനു നല്ലതാണ്.

എരുക്ക്

വെള്ളനിറത്തിലും (വെള്ളെരിക്ക്) ഊതനിറത്തിലും (ലൈലാക്) (ചിറ്റെരിക്ക്) പൂക്കളോടുകൂടിയ രണ്ടിനങ്ങളുണ്ട്. വെളുത്ത നിറത്തിലുള്ള പൊടി തൂകിയിരിക്കുന്നതുപോലെ തോന്നും തണ്ടും ഇലകളും പൂക്കളും കണ്ടാൽ.

സംസ്കൃതനാമം	:	അർക്ക; അലർക്കം
ഇംഗ്ലീഷ്	:	ജൈജാന്റിക് സ്വാളോ വർട്ട്, മുദർ
ശാസ്ത്രനാമം	:	കലോട്രോപിസ് ജൈജാൻഷ്യ കലോട്രോപിസ്പ്രൊസേറ
	:	Calotropis gigantea (Linn.) R.Br. Calotropis procera (Linn.) R.Br.
കുടുംബം	:	ആസ്ക്ലപിയാഡേസി
	:	Asclepiadaceae

വിവരണം: ഇന്ത്യയിലുടനീളം വരണ്ട വെളിമ്പ്രദേശങ്ങളിൽ കാണപ്പെടുന്നു. അധികം ശാഖകളുള്ള പാൽക്കറയുള്ള വലിയ കുറ്റിച്ചെടി. ഇലകൾക്കു മീതെ കമ്പിളിപോലെ നനുത്ത ആവരണം ഉണ്ട്. ലൈലാക് അല്ലെങ്കിൽ വെള്ളനിറത്തിലുള്ള പൂക്കൾ. കായും വിത്തുമുണ്ട്.

ഔഷധയോഗ്യഭാഗങ്ങൾ: വേര്, വേരിന്മേൽ തൊലി, ഇല, പൂക്കൾ.

ചില ഔഷധ ഉപയോഗങ്ങൾ: ചെടി സമൂലം ഉണക്കിപ്പൊടിച്ചത് നല്ല പോഷകമാണ്. കഫം ഇളക്കും. രക്തം ശുദ്ധീകരിക്കും. വിരയിളക്കും. വേരിന്മേൽ തൊലി ഉണക്കിപ്പൊടിച്ചത് വിരയിളക്കും. വായുകോപം ശമിപ്പിക്കും. രക്തം ശുദ്ധീകരിക്കും. കഫം ഇളക്കും. വയറിളക്കും. പകർച്ചവ്യാധികളെ ചെറുക്കും. ചുമയ്ക്കു നല്ലതാണ്. വേര് ഉണ

ക്കിപ്പൊടിച്ചത് ആമാശയരസങ്ങളുടെ പ്രവർത്തനത്തെ ഉത്തേജിപ്പിക്കും. ആസ്ത്മ, ബ്രോങ്കൈറ്റിസ്, വെള്ളദ്ദാഹം എന്നിവയ്ക്കു നല്ലതാണ്. ഇല തളർച്ച, പനി, മുഴകൾ, സന്ധിവേദന എന്നിവയ്ക്കു നല്ലതാണ്. പൂക്കൾ ദഹനം വർദ്ധിപ്പിക്കും. ഉദരരോഗങ്ങൾക്കു നല്ലതാണ്. വിരയിളക്കും. പോഷകമാണ്. ആസ്ത്മ, ഭക്ഷണത്തോടു താല്പര്യമില്ലായ്മ, വീക്കം, മുഴ എന്നിവയ്ക്കു നല്ലതാണ്. അധികമാത്രയിൽ ഛർദ്ദിലും വയറിളക്കവും ഉണ്ടാക്കും. തൊലിയുടെ കഷായം എണ്ണയോടൊപ്പം പുരട്ടുന്നത് രക്തവാതത്തിനു നല്ലതാണ്. വേരിന്റെ കഷായം പനിക്കും സ്ത്രീകളിലെ പ്രസവാനന്തര വീക്കത്തിനും നല്ലതാണ്. വേര് വെറുതെ ചവയ്ക്കുന്നത് പല്ലുവേദനയ്ക്കു നല്ലതാണ്. ഇല എണ്ണ പുരട്ടി ചൂടാക്കി പിടിക്കുന്നത് വാതവേദനയ്ക്കു നല്ലതാണ്.

എരിക്കിൻ കറ ദിവസേന ആണിയിൽ പുരട്ടിയാൽ ആണിരോഗം ശമിക്കും. എരുക്കില നീരും ആര്യവേപ്പില നീരും തേൻ ചേർത്തു കഴിക്കുന്നത് ഉദരകൃമികൾക്കു നല്ലതാണ്. എരിക്കിൻ വിത്തുകൾ അപ്പൂപ്പൻ താടികളായി കാറ്റിൽ പറന്നു നടക്കും.

വെള്ളെരുക്ക്

ചിറ്റെരുക്ക്

എരുമനാക്ക്

(പാറകം, കാട്ടത്തി)

ഇലയ്ക്ക് എരുമനാക്കുമായുള്ള സാമ്യമാകാം പേരിനാധാരം.

സംസ്കൃതനാമം : മലയു, കാകോദുംബരിക
ഇംഗ്ലീഷ്: ക്രീപ്പിങ്ങ് ഫിഗ്
ശാസ്ത്രനാമം: ഫൈക്കസ് ഹിസ്പിട
: Ficus hispida Linn.f.
കുടുംബം : മൊറേസി
: Moraceae

വിവരണം: ഇന്ത്യയിലുടനീളം നിത്യഹരിത വനങ്ങളിലും ചതുപ്പു സ്ഥലങ്ങളിലും കാണപ്പെടുന്നു. തീരെ ബലമില്ലാത്ത ചെറിയ വൃക്ഷം. ചാരനിറത്തിലുള്ള തടിയും ശിഖരങ്ങളും. ഇല കറുപ്പുകലർന്ന പച്ചനിറം. ഇല കന്നുകാലികൾ ഭക്ഷിക്കും. ആനക്കൊമ്പു പോളിഷ് ചെയ്യാനുപയോഗിക്കാറുണ്ട്. കായ മൂക്കുമ്പോൾ മഞ്ഞനിറമാകും.

ഔഷധയോഗ്യഭാഗങ്ങൾ: തൊലി, കായ.

ചില ഔഷധ ഉപയോഗങ്ങൾ: തൊലി ഛർദ്ദിലുണ്ടാക്കും. മലം ഇളക്കും. കായ രക്തം ശുദ്ധീകരിക്കും. വയറിളക്കം ശമിപ്പിക്കും. മുലപ്പാൽ ഉണ്ടാക്കും. രക്തവാർച്ച ഇല്ലാതാക്കും. വ്രണങ്ങൾ വെള്ളപ്പാണ്ഡ്, സോറിയാസിസ്, വിളർച്ച, ക്ഷതം, മഞ്ഞപ്പിത്തം, ഇടവിട്ടുള്ള ജ്വരം, പിത്തം, മൂക്കിൽനിന്നും രക്തം പോകുക, വായിലെ ക്ഷതങ്ങൾ എന്നിവയ്ക്കു നല്ലതാണ്.

എള്ള്

കാശ്യപ മഹർഷിയുടെ ശരീരത്തിൽ നിന്നുണ്ടായതാണ് എള്ള് എന്നാണ് ഐതിഹ്യം. അതിനാൽ എള്ള് ദിവ്യമാണെന്ന് പറയപ്പെടുന്നു. കറുത്തതും ചുവന്നതും ഇളം ചുവപ്പുള്ളതും വെളുത്തതുമെന്ന് നാലു തരമുണ്ട്. അതിനു പുറമേ കാട്ടെള്ള് എന്നും ചെറിയ എള്ള് എന്നും രണ്ടുതരം കൂടിയുണ്ട്. കറുത്ത എള്ളി (കാരെള്ള്) നാണ് ഔഷധഗുണം കൂടുതൽ. എള്ളിൽനിന്നും എടുക്കുന്ന എണ്ണയാണ് എണ്ണകളിൽ വെച്ച് ഏറ്റവും പ്രമുഖം. തിലത്തിൽ നിന്നെടുക്കുന്ന എന്നർത്ഥം വരുന്ന തൈലം എന്ന പദവും എണ്ണ എന്ന പദവും എള്ളിൽ നിന്നെടുക്കുന്ന എണ്ണ എന്ന അർത്ഥത്തിലാണ് ഉപയോഗിച്ചിരുന്നത്. പിന്നീടത് മറ്റു വിത്തുകളിൽ നിന്നെടുക്കുന്ന ദ്രവ്യങ്ങൾക്കും പൊതുവെ ഉപയോഗിക്കുന്ന പദമായി മാറുകയാണുണ്ടായത്. എള്ള് അകത്തു ചെന്നാൽ ഉഷ്ണവീര്യത്തോടു കൂടിയതും പുറമേ പുരട്ടിയാൽ തണുപ്പിന്റെ ഫലം ചെയ്യുന്നതുമാണ്. എണ്ണ ആഹാരസാധനങ്ങൾ പാകം ചെയ്യുന്നതിന് ഉപയോഗിക്കുന്നു. എള്ള് ഭക്ഷ്യയോഗ്യമാണ്. എള്ളുണ്ടപോലുള്ള പലഹാരങ്ങൾ ഉണ്ടാക്കിവരുന്നു.

സംസ്കൃതനാമം : തിലം, സ്നേഹഫല, പാരാവാത
ഇംഗ്ലീഷ് : സിസാമെ, ജിൻജെല്ലി
ശാസ്ത്രനാമം : സിസാമം ഇൻഡിക്ക, സിസാമം ഓറിയന്റൽ
: Sesame indicum Linn.
Sesame oriental Linn.

കുടുംബം: പെഡാലിയേസി Pedaliaceae

വിവരണം: ഇന്ത്യയിലുട നീളം കൃഷി ചെയ്തുവരുന്നു. നേരെ വളരുന്ന വാർഷിക കുറ്റിച്ചെടി. ശാഖകളുണ്ട്. അത്രചെറുതല്ലാത്ത ഇലകൾ. വെള്ള, പിങ്ക്, പർപ്പിൾ നിറത്തിലുള്ള പൂക്കൾ. ചെറിയ നീട്ടമുള്ള നാലുവശമുള്ള കായകൾ. കായയ്ക്കകത്ത് അനേകം വിത്തുകൾ (എള്ള്). കറുപ്പ്, വെള്ള, ബ്രൗൺ നിറത്തിൽ വിത്തുകൾ കാണാം.

ഔഷധയോഗ്യഭാഗങ്ങൾ: ഇല, തണ്ട്, വിത്ത് (എള്ള്), എണ്ണ (എള്ളെണ്ണ).

ചില ഔഷധ ഉപയോഗങ്ങൾ: എള്ള് തൊലിക്കും തലമു

ടിക്കും നല്ലതാണ്. കഫം, പിത്തം, ധാരണാശക്തി, ദേഹബലം, ദഹന ശക്തി ഇവ വർദ്ധിപ്പിക്കും. എള്ള് കഷായമാക്കിയോ അരച്ചു വെണ്ണകൂട്ടിയോ, പലഹാരങ്ങളിൽ ചേർത്തോ പാൽക്കഷായമായോ കഴിച്ചാൽ എല്ലാത്തരം അർശോരോഗങ്ങൾക്കും അത്യുത്തമമമാണ്. അരോഗത്തിലുള്ള മലബന്ധത്തിനും നന്ന്. എള്ളു കഷായം ആർത്തവ നാശത്തിനും ആർത്തവവേദനയ്ക്കും നല്ലതാണ്. ഗർഭകാലത്ത് എള്ളു കഴിക്കുവാൻ പാടുള്ളതല്ല. എള്ളു ശർക്കരകൂട്ടി കഴിക്കുന്നത് ദേഹപുഷ്ടികരമാണ്. എണ്ണയെടുത്ത പിണ്ണാക്കും ശർക്കരയും ചേർത്തും കഴിക്കാം. എള്ളു പൊടിച്ചത് ഓരോ ടീസ്പൂൺ വീതം ചൂടുവെള്ളത്തിൽ കലക്കി രണ്ടു നേരവും ഭക്ഷണശേഷം കഴിക്കുന്നത് ആർത്തവവേദനയ്ക്കു നല്ലതാണ്. എള്ളിന്റെ ഇല വയറ്റിലെ കേടുകൾക്കും അതിസാരത്തിനും കുട്ടികളുടെ കോളറയ്ക്കും നല്ലൊരൗഷധമാണ്. ഇല പിഴിഞ്ഞ വെള്ളം തലമുടി വളരുവാനും നിറം വരുവാനും തലയിൽ പുരട്ടാവുന്നതാണ്. ഇലയും വേരും കഷായംവെച്ചു തലകഴുകിയാൽ മുടി വളരുകയും കറുപ്പുനിറം വരുകയും ചെയ്യും. രക്താതിസാരത്തിൽ എള്ള് വെള്ളം ചേർത്തരച്ചത് വെണ്ണയിൽ ചേർത്തു കഴിക്കുന്നത് നല്ലതാണ്. രക്തവും ചലിയും പോകുന്ന അവസ്ഥയിൽ എള്ള് ആട്ടിൻപാലിൽ അരച്ചുകൊടുക്കാം. ഭഗന്ദരത്തിന് എള്ളരച്ച് പാലിൽ ചേർത്ത് ദിവസേന കഴിക്കുന്നത് ഫലപ്രദമാണ്.

എള്ളെണ്ണ കഫവും വാതവും ശമിപ്പിക്കുന്നതും സ്വരവും നിറവും നന്നാക്കുന്നതും ദേഹത്തിനുറപ്പു നല്കുന്നതും ഒടിഞ്ഞുപോയ ഭാഗങ്ങൾ കൂട്ടിച്ചേർക്കുന്നതും ധാതുക്കളും വ്രണങ്ങളും ശുദ്ധിയാക്കുന്നതുമാണ്. എണ്ണ പുരട്ടിയാൽ ത്വക്ക്രോഗങ്ങൾ ശമിക്കും. ജര ഇല്ലാതാക്കുവാനും നല്ലതാണ്. എണ്ണയുടെ ഉപയോഗംകൊണ്ട് തടിച്ചവർ ചടയ്ക്കുകയും ചടച്ചവർ തടിക്കുകയും ചെയ്യും. എള്ളെണ്ണ കൃമികളെ നശിപ്പിക്കും. അതതു രോഗത്തിനു വേണ്ട മരുന്നുകൾ ചേർത്തു കാച്ചിയെടുക്കുന്നതിനനുസരിച്ച് എല്ലാ രോഗങ്ങളും ശമിപ്പിക്കുവാൻ എള്ളെണ്ണയ്ക്കു ശക്തിയുണ്ട്. എണ്ണ തലമുടിക്ക് നല്ലതാണ്. ശിരസ്സിലെ വേദന ശമിപ്പിക്കും. വാതത്തിന് എള്ളെണ്ണയിൽ കവിഞ്ഞൊരൗഷധമില്ല. എണ്ണ കാച്ചിയാലും ഇല്ലെങ്കിലും പഴകും തോറും ഗുണമേറിടും. എള്ളെണ്ണയും ചുണ്ണാമ്പുവെള്ളവും സമം ചേർത്ത് പൊള്ളിയ വ്രണങ്ങളിൽ പുരട്ടാം. ഇരുപതു തുള്ളി എള്ളെണ്ണയും ഇരുപതു തുള്ളി ചുണ്ണാമ്പുവെള്ളവും അറുപതു തുള്ളി വെള്ളവും ചേർത്ത് അസ്ഥിസ്രാവത്തിനു കൊടുക്കുന്നതു ഫലപ്രദമാണ്. എള്ളെണ്ണ അകത്തു കഴിക്കുന്നതും പുറത്തു പ്രയോഗിക്കുന്നതും മൂലമുണ്ടാകുന്ന ഫലങ്ങൾ വിപരീതങ്ങളാണ്. പുറത്തു പുരട്ടിയാൽ കണ്ണിനും ത്വക്കിനും നല്ലതാണ്. പക്ഷേ ഉള്ളിൽ കഴിക്കുന്നത് കണ്ണിനു ഗുണമല്ലെന്ന് അഭിപ്രായപ്പെടുന്നവരുണ്ട്.

വേരും ഇലയും സ്വസ്ഥത പകരും. ഇല അതിസാരം, കോളറ, കഫം, വൃക്കരോഗങ്ങൾ, മൂത്രാശയരോഗങ്ങൾ, കണ്ണിന്റെ രോഗങ്ങൾ, ത്വക്ക് രോഗങ്ങൾ എന്നിവയ്ക്കു നല്ലതാണ്. എള്ള് സ്വസ്ഥത പകരും. കാമം വർദ്ധി

പ്പിക്കും. വയറിളക്കും, മുലപ്പാൽ വർദ്ധിപ്പിക്കും, ദഹനം ഉണ്ടാക്കും, മുടി വളരാനും കിളിർക്കാനും സഹായിക്കും. പോഷകമാണ്. ക്ഷതം, വ്രണം, പൊള്ളൽ, അതിസാരം, വാതം, മൈഗ്രേൻ, കണ്ണിന്റെ രോഗങ്ങൾ, അമിതവണ്ണം, വൃത്തത്തിൽ മുടി കൊഴിഞ്ഞുപോകുക എന്നിവയ്ക്കു നല്ലതാണ്. മിക്ക ഔഷധ എണ്ണകളിലും എള്ളെണ്ണ ഒരു ചേരുവയാണ്. എള്ളെണ്ണ ദഹനമുണ്ടാക്കും. വിരയിളക്കും, സ്വസ്ഥത നല്കും, മലബന്ധമുണ്ടാക്കും. കാലിലെ പുകച്ചിൽ, ഗൊണോറിയ, ചെവിവേദന, തലവേദന, അമിതവണ്ണം എന്നിവയ്ക്കു നല്ലതാണ്. ത്വക്ക് വരളുന്നതിനും വെള്ളപ്പാണ്ഡിനും പുറമേ പുരട്ടുന്നത് ഉത്തമമാണ്. വേദനാ സംഹാരിയാണ്. തേച്ചുകുളിക്കാനുപയോഗിക്കുന്നു. തലയിൽ തേക്കുന്നത് കാഴ്ചക്കുറവു മാറാനും കാഴ്ചശക്തി കൂടാനും നല്ലതാണ്.

എള്ള് അരച്ചു പാലിൽ ചേർത്തു സേവിക്കുന്നത് അർശസ്സിനു നല്ലതാണ്. എള്ള് ശർക്കര ചേർത്ത് ദിവസേന കഴിക്കുന്നത് ആർത്തവക്രമക്കേടുകൾക്ക് നല്ലതാണ്. എള്ള് കരിച്ച ഭസ്മം പാലും തേനും ചേർത്തു കഴിക്കുന്നത് കല്ലുകളെ അലിയിച്ചു കളയും.

കാരെള്ള്, ചേർക്കുരു, നെല്ലിക്ക, കടുക്ക ഇവ സമമായെടുത്ത് പൊടിച്ചു ശർക്കര ചേർത്ത് ദിവസേന കഴിച്ചാൽ അർശോരോഗം പൂർണമായി ശമിക്കും.

ശരീരം തടിച്ചവർ അതിരാവിലെ എള്ളെണ്ണ കഴിക്കുന്നത് തടി കുറയാൻ നല്ലതാണ്.

എലിച്ചെവി

ഇലയ്ക്ക് എലിയുടെ ചെവിയുമായുള്ള സാമ്യമാകാം പേരിനാധാരം.

സംസ്കൃതനാമം: അഘുകർണ്ണി

ശാസ്ത്രനാമം: മെറേമിയ എമാർജിനാറ്റ

: Merrermia emarginata (Burm.f.) Hall.f.

കുടുംബം: കോൺവോൾവുലേസിയേ

: Convolvulaceae

വിവരണം: ഇന്ത്യയിലുടനീളം കുന്നുകളിലും നിരന്ന പ്രദേശങ്ങളിലും കയ്യാലകളിലും പാഴ്സ്ഥ

ലങ്ങളിലും കാണപ്പെടുന്നു. നിലത്തു പടർന്നു വളരുന്ന ബഹുവർഷിയായ ചെടി. നല്ല പച്ചനിറത്തിലുള്ള എലിയുടെ ചെവിപോലെ തോന്നിക്കുന്ന ഇലകൾ. മഞ്ഞപ്പൂക്കൾ. കായും വിത്തും.

ഔഷധയോഗ്യഭാഗങ്ങൾ: സമൂലം

ചില ഔഷധ ഉപയോഗങ്ങൾ: ദഹനമുണ്ടാക്കും. വിരയിളക്കും. വായുകോപം ശമിപ്പിക്കും. ക്രമരഹിതമായ ശരീരപ്രവർത്തനങ്ങളെ നേരെയാക്കാൻ സഹായിക്കും. തടസ്സങ്ങളെ മാറ്റും. വൃക്ക, മൂത്രാശയ രോഗങ്ങൾ, ശ്വാസകോശത്തിന്റെ വീക്കം, ഹൃദ്രോഗം, ഉദരരോഗങ്ങൾ, ജ്വരം, വിളർച്ച, വെള്ളപ്പാണ്ഡ്, ചെവിവേദന, തലവേദന, എലിവിഷം (എലിയുടെ കടി) എന്നിവയ്ക്കു നല്ലതാണ്.

ഏലം

(ചിറ്റേലം)

പാശ്ചാത്യരെ ഇന്ത്യയിലേക്കാകർഷിച്ച ഒരു പ്രധാന മലഞ്ചരക്കാണിത്. ഒരു സുഗന്ധവിളയാണ്. ലോകത്തിലേറ്റവും കൂടുതൽ ഏലത്തോട്ടങ്ങളുള്ളതു കേരളത്തിലാണ്.

സംസ്കൃതനാമം : ഏലാ, ത്രുടി, പുട, സൂക്ഷ്മ, ദ്രവിദി, കായസ്ഥ

ഇംഗ്ലീഷ്	:	കാർഡമം
ശാസ്ത്രനാമം	:	എലറ്ററിയ കാർഡമോമം
	:	Elettaria cardamomum Maton
കുടുംബം	:	സിഞ്ചിബറേസി
	:	Zingiberaceae

വിവരണം: ഇന്ത്യയിലുടനീളം കൃഷിചെയ്തുവരുന്നു. കാടുകളിലും കാണപ്പെടുന്നു. തണ്ടുകളോടുകൂടിയ പൊക്കമുള്ള ബഹുവർഷിയായ സസ്യം. തണ്ടുകൾ മാംസളമാണ്. നീണ്ട ഇലകൾ. ഒരുമീറ്ററോളം നീളമുള്ള തായ്ത്തണ്ടിൽനിന്നും പൂങ്കുല ഉണ്ടായി തറയിൽ പടരും. കായയ്ക്ക് മങ്ങിയ പച്ച കലർന്ന വെള്ളനിറം. മൂന്നു നാലുമാസംകൊണ്ട് കായ മൂക്കും. ചെറിയ കായയുള്ള ഇനവുമുണ്ട്.

ഔഷധയോഗ്യഭാഗങ്ങൾ: ഏലക്കായ (വിത്ത്), വിത്തിലെ എണ്ണ, തൊണ്ട്.

ചില ഔഷധ ഉപയോഗങ്ങൾ: ഏലക്കാ ശീതമാണ്. ഉത്തേജകമാണ്. വായുകോപം ശമിപ്പിക്കും. ദഹനമുണ്ടാക്കും. ഉദരരോഗങ്ങൾക്കു നല്ലതാണ്. ഹൃദയപോഷണമാണ്. ഗർഭച്ഛിദ്രം ഉണ്ടാക്കും. പകർച്ചവ്യാധികളെ ചെറുക്കും. കഫം ഇളക്കും. പോഷകമാണ്. മൂത്രമിളക്കും. ആസ്ത്മ, ബ്രോങ്കൈറ്റിസ്, ക്ഷതം, വെള്ളദ്ദാഹം, എരിച്ചിൽ, ക്ഷീണം, മൂത്രത്തിലെയും കിഡ്നിയിലെയും (വൃക്ക) കല്ലുകൾ, വാതം എന്നിവയ്ക്കു നല്ലതാണ്. ഇതിൽനിന്നു ലഭിക്കുന്ന എണ്ണ പല മരുന്നുകളുടെയും ഒരു ചേരുവയാണ്.

വിത്ത് (ഏലത്തരി) അത്യന്തം സുഗന്ധമുള്ളതും ഉത്തേജകവും കോഷ്ഠ വാതത്തെ ഇല്ലാതാക്കുന്നതും മൂത്രം വർദ്ധിപ്പിക്കുന്നതുമാണ്. ഏലത്തരി വയറ്റിലെ പല സുഖക്കേടുകൾക്കും നന്ന്. അതിന് ദേഹപോഷകഗുണങ്ങളും കീടനാശകഗുണങ്ങളും ഉണ്ട്. ഛർദ്ദിയിലും തലക്കുത്തിലും മനംപുരട്ടലിലും ഇത് ധാരാളമായി ഉപയോഗിച്ചു വരുന്നു. ദന്തചൂർണ്ണങ്ങളിൽ ഇത് ചേർത്തുവരുന്നു. ഏലക്കായ തൊണ്ടോടുകൂടി കഷായം വെച്ചു ശർക്കര ചേർത്തു കഴിക്കുന്നത് പിത്താധിക്യം കൊണ്ടുള്ള മാന്ദ്യത്തിനു നല്ലതാണ്. നേത്രരോഗങ്ങൾക്കു നല്ലതാണ്. പാമ്പിന്റെ ഉപദ്രവമുള്ള സ്ഥലങ്ങളിൽ ഏലത്തരി കാടിയിൽ അരച്ചു കലക്കി തളിച്ചാൽ പാമ്പ് അവിടെനിന്നും പോകുന്നതാണ്.

തലവേദനയ്ക്ക് ഏലക്കാ, ചുക്ക്, ജീരകം ഇവ തുല്യമെടുത്ത് പൊടിയാക്കി കഴിക്കുക. മുലപ്പാലിൽ ചേർത്തരച്ച് നെറ്റിയിൽ പുരട്ടുക.

ഏലപ്പൊടി പാലിലിട്ട് കുറുക്കി കൽക്കണ്ടം ചേർത്തു കഴിക്കുന്നത് ബുദ്ധി വികാസത്തിനു നല്ലതാണ്. ശീഘ്രസ്ഖലനത്തെ തടയുകയും ചെയ്യും.

ഏലത്തരി പൊടിച്ച് വെണ്ണയിൽ കഴിക്കുന്നത് വെള്ളപോക്കിനും യോനീസ്രവങ്ങൾക്കും നല്ലതാണ്. രാജാർഹമെന്നാണ് സുശ്രുത മഹർഷി ഏലത്തെ വിശേഷിപ്പിച്ചിട്ടുള്ളത്.

ഏഴിലംപാല

(പാല, യക്ഷിപ്പാല, ദൈവപ്പാല)

പാലുള്ള മരം എന്നതിൽനിന്നാവാം പാല എന്ന പൊതുപേരുണ്ടായത്. വിവിധയിനം പാലകളുണ്ട്. അതിലൊന്നാണ് ഏഴിലംപാല. ശാഖകളിലെയും ഉപശാഖകളിലെയും ഇലകൾ ചുറ്റിനും ഏഴെണ്ണമായി വിന്യസിച്ചിരിക്കുന്നതിനാലാവണം ഏഴിലംപാല എന്ന പേര്.

സംസ്കൃതനാമം	:	സപ്തപർണ്ണി, സപ്തഛദ, വിശാലത്വക്ക്, ചത്രപർണ്ണ, ശാരദീ
ഇംഗ്ലീഷ്	:	ഡെവിൾ ട്രീ, സെയ്ത്താൻവുഡ്
ശാസ്ത്രനാമം	:	ആൾസ്റ്റോണിയ സ്ക്കോളാരിസ്
	:	Alstonia scholaris (Linn.) R.Br.
കുടുംബം	:	അപോസൈനേസി
	:	Apocynaceae

വിവരണം: ഇന്ത്യയിലുടനീളം നിത്യഹരിത വനങ്ങളിലും ഇലകൊഴിയും വനങ്ങളിലും പറമ്പുകളുടെ അതിരുകളിലും കാവുകളിലും കാണപ്പെടുന്നു. നേരെ വളരുന്ന വലിയ നിത്യഹരിത വൃക്ഷം. തൊലിയിലും ഇലകളിലും വെളുത്ത കറയുണ്ട്. ചെറിയ പൂക്കൾ പച്ചകലർന്ന വെള്ള നിറം. കായും വിത്തുമുണ്ട്. ബ്ലാക്ക് ബോർഡുണ്ടാക്കാൻ ഇതിന്റെ പലക നല്ലതാണ്. അതുകൊണ്ടാണ് സ്കൊളാരിസ് എന്ന സ്പീഷീസ് നാമം.

ഔഷധയോഗ്യഭാഗങ്ങൾ: തൊലി, ഇല, കറ, പൂവ്.

ചില ഔഷധ ഉപയോഗങ്ങൾ: തൊലി ദഹനം വർദ്ധിപ്പിക്കും. വിരയിളക്കും. മുലപ്പാൽ വർദ്ധിപ്പിക്കും. വായുകോപം ശമിപ്പിക്കും. രക്തം ശുദ്ധീകരിക്കും. പനിയെ ചെറുക്കും. ഹൃദയത്തിനു നല്ലതാണ്. പോഷകമാണ്. മലേറിയ, ഉദര പ്രശ്നങ്ങൾ, വയറിളക്കം, അതിസാരം, വെള്ളദ്ദാഹം, കുഷ്ഠം,

ത്വക്ക് രോഗങ്ങൾ, ചൊറിച്ചിൽ, മുഴകൾ, ആന്തരിക വ്രണങ്ങൾ, ആസ്ത്മ, ബ്രോങ്കൈറ്റിസ്, ക്ഷീണം എന്നിവയ്ക്കു നല്ലതാണ്. ഇളം കുരുന്നിലകൾ അരച്ചു തേക്കുന്നത് പഴുപ്പോടുകൂടിയ വ്രണങ്ങൾക്കും വാതത്തിനും ചെവിവേദനയ്ക്കും നല്ലതാണ്.

തൊലി പൊടിച്ച് കഷായമാക്കി കുടിക്കുന്നത് വയറിളക്കം, ആന്ത്ര വായു, കരളിന്റെ എരിച്ചിൽ കുഷ്ഠം എന്നിവയ്ക്കു നല്ലതാണ്. ഉപ്പും കുരുമുളകും ചേർത്തു കഴിക്കുന്നത് ഉദരരോഗങ്ങൾക്കു നല്ലതാണ്. പൊടി വെള്ളത്തിൽ ചാലിച്ചു പുരട്ടുന്നത് വ്രണങ്ങൾക്കും വാതവേദ നയ്ക്കും നല്ലതാണ്. തൊലി തിളപ്പിച്ച് ആവി പിടിച്ചാൽ വേദന ശമിക്കും. തൊലിയും കുരുപരുത്തിക്കുരുവും എണ്ണകാച്ചി ചെവിയിലൊഴിച്ചാൽ കേഴ്വിക്കുറവിന് ആശ്വാസമാകും. ഇല, തോല്, കറ, പൂവ്, വേര് എന്നിവ പ്രമേഹത്തിനുള്ള ഔഷധങ്ങളാണ്. ഈ പാലയിൽ യക്ഷികൾ താവള മടിക്കാറുണ്ടെന്ന് ചിലർ വിശ്വസിക്കുന്നു.

ഒതളം

(ചട്ടങ്കായ, ഒതവളം)

ഒതളങ്ങ വിഷമാണ്. കായ ഭക്ഷിക്കുന്നത് മരണത്തിനിടയാക്കും.

സംസ്കൃതനാമം : ഔദ്ദാലക, സ്വാനമാര

ഇംഗ്ലീഷ്: ഒഡല്ലംട്രീ, ഡോഗ് - ബേൻ, പിലികിരബിർ

ശാസ്ത്രനാമം: സെർബീറ ഒതളം

: Cerbera odollum Gaertn.

കുടുംബം: അപ്പോസയനേസി

: Apocynaceae

വിവരണം: ഇന്ത്യയിലുടനീളം കായൽത്തീരത്തും വെള്ളക്കെട്ടുകൾക്കരികിലും ഉപ്പുവെള്ള പ്രദേശങ്ങളിലും കാണപ്പെടുന്നു. നിത്യഹരിതമായ ഇടത്തരം വൃക്ഷം. ഇതിന്റെ കറയ്ക്ക് വിഷമുണ്ട്. വലിയ വെള്ളപ്പൂക്കൾ. കായ പച്ചനിറത്തിലാണ്. വിത്തുകളുണ്ട്.

ഔഷധയോഗ്യഭാഗങ്ങൾ: തൊലി, ഇല, കായ (ഒതളങ്ങ) കറ.

ചില ഔഷധ ഉപയോഗങ്ങൾ: കറയും കായും വിഷമാണ്. മരണ കാരണമാകും. വയറിളക്കും. ഛർദ്ദിയുമുണ്ടാക്കും. പുഴുക്കടിക്ക് തൊലി അരച്ചിടുന്നതു നല്ലതാണ്. ഇല വാതം, ത്വക്ക് രോഗങ്ങൾ പ്രത്യേകിച്ച് കുട്ടികളുടേതിന് നല്ലതാണ്. ഒതളങ്ങ പേപ്പട്ടി വിഷത്തിന് ഉപയോഗിക്കുന്നു.

ഓരില

ചെറിയ പഞ്ചമൂലങ്ങളിലൊന്ന്.

സംസ്കൃതനാമം	: പൃശ്നിപർണ്ണീ, പൃഥക്പർണ്ണി, ഗുഹ, സ്ഥിര
ശാസ്ത്രനാമം	: ഡെസ്മോഡിയം ഗിഗാൻറ്റിക്കം
	: Desmodium giganticum (Linn.) DC.
കുടുംബം	: ഫേബേസി
	: Fabaceae

വിവരണം: ഇന്ത്യയിലുടനീളം വരണ്ട കാടുകളിലും മറ്റു സ്ഥലങ്ങളിലും അടിക്കാടായി കാണപ്പെടുന്ന ശാഖകളുള്ള കുറ്റിച്ചെടി. ശാഖകൾ താഴെ പടർന്നും വളരും. വെള്ളപ്പൂക്കൾ, കായും വിത്തുമുണ്ട്. ഓരിലയ്ക്ക് പകരം പലപ്പോഴും വലിയ ഓരിലയാണ് ഉപയോഗിക്കാറ്. ഇതിന്റെ ഇല വലുതാണ്.

ഓരില

കാട്ട് ഓരില

ഔഷധയോഗ്യഭാഗങ്ങൾ: സമൂലം

ചില ഔഷധ ഉപയോഗങ്ങൾ: ഓരിലകൊണ്ടു കഷായം വെച്ചു കുടിച്ചാൽ ഗ്രഹണി, വാതരോഗം, ഗുല്മം ഇവ ശമിക്കും. ശുക്ലം വർദ്ധിക്കും.

വേര് ഞരമ്പിനുള്ള പോഷകമാണ്. കാമവർദ്ധകമാണ്. വായുകോപം ശമിപ്പിക്കും. ഹൃദയത്തിനുള്ള പോഷകമാണ്. മൂത്രം ഇളക്കും. വിരയിളക്കും. വീക്കത്തെ ചെറുക്കും. വാതം, വെള്ളദ്ദാഹം, ക്ഷതം, അതിസാരം, ചളിപോകുക, പനി, ചുമ, ആസ്ത്മ, ബ്രോങ്കൈറ്റിസ്, ഹൃദ്രോഗം, ക്ഷീണം എന്നിവയ്ക്കു നല്ലതാണ്.

ഓരില വേര് ഇട്ട പാൽക്കഷായം കഴിക്കുന്നത് മദ്യത്തോടുള്ള ആസക്തി ശമിപ്പിക്കും. ഹൃദയപേശിയിലേക്ക് രക്തപ്രവാഹം വേണ്ട വിധത്തിൽ നടക്കാത്ത ഹൃദ്രോഗങ്ങൾക്ക് ഓരില വേര് കഷായം വെച്ചുകഴിക്കുന്നത് നല്ലതാണ്.

ഓരിലവേര് അരച്ച് പാലിൽ ചേർത്ത് കഴിക്കുന്നത് സ്ത്രീകളുടെ രക്തം പോക്കിനും വെള്ളപോക്കിനും നല്ലതാണ്. ഓരില വേരുകൊണ്ട് പാൽക്കഷായം വെച്ച് കഴിക്കുന്നത് വാത പ്രധാനമായ ഹൃദ്രോഗത്തിന് നല്ലതാണ്. പ്രസവിക്കാത്ത സ്ത്രീകൾ പ്രസവിക്കുന്നതിനുൾപ്പെടെ ഫലപ്രദമായ കല്യാണകംഘൃതം ഓരില ചേർത്താണുണ്ടാക്കുന്നത്.

ഓട

(വെള്ളയോടൽ)

സംസ്കൃതനാമം : ഇംഗുദി

ശാസ്ത്രനാമം: സാർക്കോസ്റ്റിഗ്മാ ക്ലൈനീ

: Sarcostigma kleinii Wight & Arn.

കുടുംബം: ഇകാസിനേസി

: Icacinaceae

വിവരണം: കേരളത്തിലെ പശ്ചിമഘട്ടങ്ങളിൽ ചരിവുകളിലും കാവുകളിലും കാണപ്പെടുന്നു. വലിയ വൃക്ഷങ്ങളിൽ പടർന്നുകയറുന്ന നല്ല കട്ടിയുള്ള തണ്ടുള്ള വള്ളിച്ചെടി. ചെറിയ മഞ്ഞപ്പൂക്കൾ. തിളങ്ങുന്ന ഓറഞ്ച് ചുവപ്പ് അല്ലെങ്കിൽ

ഓറഞ്ച് മഞ്ഞ നിറത്തിലുള്ള കായകൾ. ചാരനിറമാണ് വള്ളിക്ക്.

ഔഷധയോഗ്യഭാഗങ്ങൾ: തൊലി, ഇല, പഴം, എണ്ണ.

ചില ഔഷധ ഉപയോഗങ്ങൾ: തൊലി ദഹനം വർദ്ധിപ്പിക്കും. വായുകോപം ശമിപ്പിക്കും, മൂത്രം വർദ്ധിപ്പിക്കും, കാമം കുറയ്ക്കും, രക്തം ശുദ്ധീകരിക്കും, ഉദര രോഗങ്ങൾ അകറ്റും, വാതം, തലവേദന, രുചിയില്ലായ്മ, കുഷ്ഠം, ത്വക്ക്രോഗങ്ങൾ, മാനസികരോഗങ്ങൾ, ഉറക്കമില്ലായ്മ എന്നിവയ്ക്ക് നല്ലതാണ്. എണ്ണ; കാമം കുറയ്ക്കും, വിരയിളക്കും, രക്തം ശുദ്ധീകരിക്കും, വാതം, ദുർഗന്ധമുള്ള വ്രണങ്ങൾ, കുഷ്ഠം, ത്വക്ക്രോഗങ്ങൾ എന്നിവയ്ക്ക് നല്ലതാണ്. ചെറിയ തിളക്കമുള്ളതിനാൽ എണ്ണ എഴുതാനും അടയാളപ്പെടുത്താനും ഉപയോഗിക്കുന്നു.

ഓട

(താപസതരു)

ഓട എന്ന മരമാണ് ഇവിടെ ഉദ്ദേശിക്കുന്നത്. വള്ളിയല്ല.

സംസ്കൃതനാമം : മൃഗലിണ്ഡികം

ഔഷധയോഗ്യഭാഗങ്ങൾ: കുരു, തൊലി, കായ, പഴം.

ചില ഔഷധപ്രയോഗങ്ങൾ: ഇതിന്റെ കുരു ചുമയ്ക്കു നന്ന്. തൊലി, പച്ചക്കായ, ഇല എന്നിവ കൃമികളെ നശിപ്പിക്കും. കുരു വയറുവേദനയ്ക്കും നന്ന്. കഴമ്പ് വ്രണശുദ്ധിക്ക് ഉപയോഗിക്കുന്നു. കായയുടെ കഴമ്പ് ഭക്ഷ്യയോഗ്യമാണ്. വിത്തിൽനിന്നുള്ള എണ്ണ വിളക്കു കത്തിക്കാൻ ഉപയോഗിച്ചിരുന്നു. സോപ്പുണ്ടാക്കാൻ ഉപയോഗിക്കുന്നു.

ഓമ

(കർമ്മൂസ, പപ്പായ)

ധാരാളം ഇനങ്ങളുള്ള പപ്പായ ഭക്ഷ്യയോഗ്യമായ ഫലത്തിനുവേണ്ടി നട്ടുവളർത്തുന്നു. ആൺമരവും പെൺമരവും ഉണ്ട്. ആൺമരത്തെ ആമ്പപ്പായെന്ന് പറയുന്നു.

സംസ്കൃതനാമം	: ബ്രഹ്മൈരണ്ഡ എരണ്ഡകർക്കടി
ഇംഗ്ലീഷ്	: പപ്പായ
ശാസ്ത്രീയനാമം	: കരിക്കപപ്പായ
	: Carica papaya Linn.
കുടുംബം	: കരിക്കേസി
	: Caricaceae

വിവരണം: ഇന്ത്യയിലുടനീളം നട്ടുപിടിപ്പിക്കുന്നു. വളരെ മൃദുല

മായ തായ്ത്തടിയോടുകൂടിയ ശാഖകളില്ലാത്ത ചെറുവൃക്ഷം. തടിയുടെ അകം പൊള്ളയാണ്. തണ്ടുകളിൽ പലതായി വിഭജിക്കപ്പെട്ടിട്ടുള്ള കടുംപച്ചനിറത്തിലുള്ള ഇലകൾ. തണ്ടു പൊള്ളയാണ്. തടിയുടെ നിറം വെള്ള കലർന്ന മഞ്ഞനിറമാണ്. വെളുത്ത പൂക്കൾ. കായ ആദ്യം പച്ചനിറത്തിലും പഴുക്കുമ്പോൾ മഞ്ഞ അല്ലെങ്കിൽ ചുവപ്പുനിറത്തിലുമാകും. കായ പഴുത്താൽ മാംസളമാണ്. അകം പൊള്ളയാണ്. പൊള്ളയായ ഭാഗത്ത് കറുത്തുരുണ്ട അനേകം വിത്തുകൾ കാണാം. പഴുത്ത ഓമക്കായിലൊഴികെ എല്ലാ ഭാഗത്തും കറയുണ്ട്.

ഔഷധയോഗ്യഭാഗങ്ങൾ: ഫലം (ഓമക്കാ), കറ, വിത്ത്.

ചില ഔഷധപ്രയോഗങ്ങൾ: ഓമക്കാ വേദന കുറയ്ക്കും, കാമവർദ്ധകമാണ്, ദഹനവും രുചിയുമുണ്ടാക്കും, വിരയിളക്കും, രക്തവാർച്ച തടയും, ഫംഗസിനെ നശിപ്പിക്കും, മൂത്രമിളക്കും. ഉദരരോഗങ്ങൾക്ക് നല്ലതാണ്. വാതം, ചുമ, ബ്രോങ്കൈറ്റിസ്, രക്തം ഛർദ്ദിക്കുക, പ്ലീഹാരോഗങ്ങൾ, പുഴുക്കടി, സോറിയാസിസ്, ത്വക്ക്രോഗങ്ങൾ, മൂത്രക്കല്ല്, മൂത്രനാളിക്കുള്ള പരിക്ക് എന്നിവയ്ക്ക് നല്ലതാണ്. കറ വിരയിളക്കും. വേദന കുറയ്ക്കും, മലമിളക്കും, ആർത്തവം തിരികെ കൊണ്ടുവരും, മുലപ്പാലുണ്ടാക്കും, രക്തം ശുദ്ധീകരിക്കും, വായുകോപം ശമിപ്പിക്കും, പുഴുക്കടി, ഉദരരോഗങ്ങൾ, ക്ഷതം, ക്രമരഹിതമായ ആർത്തവം, വേദനയോടുകൂടിയ ആർത്തവം എന്നിവയ്ക്ക് നല്ലതാണ്.

പഴുത്ത ഓമക്കാ പോഷകമേറിയ നല്ല പഴമാണ്. ദഹനശക്തിയും ശരീരശക്തിയും വർദ്ധിപ്പിക്കും. പച്ചഓമക്കാ തോരൻ വെച്ചും കറിവെച്ചും ഉപയോഗിക്കുന്നു. ദഹനശേഷി കുറവുള്ളവരും കരൾ, പ്ലീഹ എന്നിവയ്ക്ക് രോഗമുള്ളവരും പപ്പായ സ്ഥിരമായി കഴിക്കുന്നത് നല്ലതാണ്. പപ്പായ കായുടെ കറയ്ക്ക് പൊള്ളിക്കുന്ന സ്വഭാവമുണ്ട്. പുഴുക്കടി മുതലായ ത്വക്ക്രോഗങ്ങളിൽ പുരട്ടാം. പച്ചക്കായ ഇടിച്ചുപിഴിഞ്ഞ നീര്

ഒരൗൺസുവീതം സേവിക്കുന്നത് ആർത്തവം സുഗമമാകുന്നതിന് നല്ല താണ്.

വിരശല്യത്തിന് ഓമക്കാ പച്ചയ്ക്കോ തോരൻ വെച്ചോ കഴിക്കുക. ഓമക്കയുടെ കറ പുരട്ടി പർപ്പടകം ചുട്ട് തിന്നുന്നത് വിരശല്യത്തിന് നല്ലതാണ്. കൊക്കോപ്പുഴുവിന് ഓമക്കായുടെ കുരു വെള്ളം തൊടാതെ അരച്ച് ഒരു ടീസ്പൂൺവീതം തുടർച്ചയായി മൂന്നു ദിവസം വെറുംവയറ്റിൽ കഴിക്കുക.

കക്കരിക്ക

നല്ല ഭക്ഷ്യവസ്തുവാണ്.

സംസ്കൃതനാമം	: കർക്കടി, എവ്വരു
ഇംഗ്ലീഷ്	: സ്നേക്ക് കുക്കുംബർ
ശാസ്ത്രനാമം	: കുക്കുമിസ് മെലോ
	: Cucumis melo var. utilissimus (Roxb.) Dathie & Fuller
കുടുംബം	: കുക്കുർബിറ്റേസി
	: Cucurbitaceae

വിവരണം: വടക്കേ ഇന്ത്യയിലും തെക്കേ ഇന്ത്യയുടെ ചിലഭാഗ ങ്ങളിലും കൃഷി ചെയ്തുവരുന്നു. പടർന്നു കയറുന്ന വാർഷിക വള്ളി ച്ചെടി. സാധാരണ ഇലകൾ. മഞ്ഞപ്പൂക്കൾ. നീണ്ട മാംസളമായ പച്ചനിറത്തിലുള്ള കായ (കക്കരിക്ക). അകത്ത് വിത്തുകളുണ്ട്.

ഔഷധയോഗ്യഭാഗങ്ങൾ: കക്കരിക്ക, വിത്ത്.

ചില ഔഷധ ഉപയോഗങ്ങൾ: കക്കരിക്ക ശീതമാണ്. മലമിളക്കും, കാമവർദ്ധകമാണ്, പോഷകമാണ്. പിത്തം, ചിത്തഭ്രമം, കണ്ണിന്റെ രോഗ ങ്ങൾ, ആർത്തവക്രമക്കേടുകൾ, വെള്ളദ്ദാഹം, ക്ഷീണം എന്നിവയ്ക്കു നല്ലതാണ്. വിത്ത് ശീതമാണ്. നല്ല പോഷകമാണ്. മൂത്രമിളക്കും. വേദ നയോടുകൂടിയ മൂത്രം പോക്ക്, കരൾ, വൃക്ക രോഗങ്ങൾ, ബ്രോങ്കൈറ്റിസ്, ജ്വരം, എരിച്ചിൽ, വെള്ളദ്ദാഹം എന്നി വയ്ക്കു നല്ലതാണ്.

കച്ചോലം

(കച്ചോരം, കച്ചൂരി)

നല്ല ഒരു സുഗന്ധവിളയാണ്.

സംസ്കൃതനാമം : ശഠി, കച്ചൂര, ഗ്രന്ഥമൂലക, ദ്രവീടക

ശാസ്ത്രനാമം : കാംഫെറിയ ഗലങ്ങ
Kaempferia galanga Linn.

കുടുംബം : സിഞ്ചിബെറേസി
Zingiberaceae

വിവരണം: ഇന്ത്യയിലുടനീളം കൃഷിചെയ്തുവരുന്നു. ഇലകൾ. നിലത്തു മുട്ടി വളരുന്ന സുഗന്ധമുള്ള കന്ദത്തോടുകൂടിയ ബഹുവർഷിയായ സസ്യം. ഇലകൾക്ക് ഇളംപച്ചനിറമാണ്. വെള്ളപ്പൂക്കൾ. വിത്തുകളുണ്ട്.

ഔഷധയോഗ്യഭാഗങ്ങൾ: കന്ദം, ഇല.

ചില ഔഷധ ഉപയോഗങ്ങൾ: നല്ല സുഗന്ധമുള്ള കന്ദം രക്തം ശുദ്ധീകരിക്കുന്നതും, മൂത്രം ഇളക്കുന്നതും, കഫം ഇളക്കുന്നതും, വായുകോപം ശമിപ്പിക്കുന്നതും, ദഹനം വർദ്ധിപ്പിക്കുന്നതും, വിരകളെ നശിപ്പിക്കുന്നതും, പനി കുറയ്ക്കുന്നതും, ഉത്തേജകവുമാണ്. വെള്ളദ്ദാഹം, കുഷ്ഠം, ത്വക്ക്രോഗങ്ങൾ, വാതം, ആസ്ത്മ, ചുമ, ബ്രോങ്കൈറ്റിസ്, മുറിവ്, പനി, മലേറിയ, പ്ലീഹാരോഗങ്ങൾ, തലവേദന, കടുത്ത വിരശല്യം, മൂക്കിലെ തടസ്സങ്ങൾ, വീക്കമുള്ള മുഴകൾ, വായ്നാറ്റം, മൂത്രാശയക്കല്ല് എന്നിവയ്ക്ക് നല്ലതാണ്. ഇല കണ്ണുരോഗങ്ങൾ, പനി, കഫം, പിത്തം, വാതം, ഫാറിൻക്സിലെ വേദന എന്നിവയ്ക്കു നല്ലതാണ്. കിഴങ്ങ് വെണ്ണ ചേർത്ത് കഴിക്കുന്നത് ആസ്ത്മയ്ക്കു നല്ലതാണ്.

കച്ചോലം ചവച്ചിറക്കിയാൽ വായും തൊണ്ടയും ശുദ്ധിയാകും. കച്ചോലനീര് ചെറുനാരങ്ങാനീരും ഇഞ്ചിനീരും ചേർത്തു കൊടുക്കുന്നത് കുട്ടികളുടെ ഉദരസംബന്ധമായ മിക്ക രോഗങ്ങൾക്കും നല്ലതാണ്. കച്ചോലം അരച്ചു കഴിച്ചാൽ വയറുവേദന ശമിക്കും. കച്ചോലം, ഇരുവേലി, വഴുതന, പഞ്ചസാര, ചുക്ക് ഇവ അരച്ചെടുത്ത നീര് കഴിച്ചാൽ കാസം ശമിക്കും.

കടമ്പ്

(ആറ്റുതേക്ക്)

സംസ്കൃതനാമം	:	കദംബ, കുൽസിതാംഗ
ഇംഗ്ലീഷ്	:	കദം
ശാസ്ത്രനാമം	:	നിയോലമരക്കി കടമ്പ, ആന്തോസെഫാലസ് കടമ്പ
	:	Neolamaricka cadamba (Rox b.) Bosser Anthocephalus cadamba (Roxb.) Mick
കുടുംബം	:	റൂബിയേസി
	:	Rubiaceae

വിവരണം: പശ്ചിമഘട്ടങ്ങളിലുടനീളം കാണപ്പെടുന്നു. വളരെ ഉയരത്തിൽ വളരുന്ന ഉരുണ്ട തടിയോടുകൂടിയ വലിയ വൃക്ഷം. ഓറഞ്ച് അല്ലെങ്കിൽ മഞ്ഞ നിറത്തിലുള്ള പൂക്കൾ, മൂക്കുമ്പോൾ മഞ്ഞനിറത്തിലുള്ള കായ.

ഔഷധയോഗ്യഭാഗങ്ങൾ: തൊലി, ഇല, കായ.

ചില ഔഷധ ഉപയോഗങ്ങൾ: തൊലി വേദന കുറയ്ക്കും. ദഹനം വർദ്ധിപ്പിക്കും. വായുകോപം ശമിപ്പിക്കും. പകർച്ചവ്യാധികളെ തടയും. മുലപ്പാൽ വർദ്ധിപ്പിക്കും. മൂത്രം വർദ്ധിപ്പിക്കും. കഫം ഇളക്കും. പോഷകമാണ്. ഛർദ്ദിൽ, പിത്തം, പനി, വയറിന്റെ രോഗങ്ങൾ, ജ്വരം, ചുമ, വയറിളക്കം, രക്തം തുപ്പുക, കണ്ണിന്റെ രോഗങ്ങൾ, മുറിവ്, വ്രണം, ക്ഷീണം എന്നിവയ്ക്കു നല്ലതാണ്. ഇലയുടെ കഷായം മുറിവ്, വ്രണം, അമിതമൂത്രം പോക്ക് എന്നിവയ്ക്കു നല്ലതാണ്. കായ വയറിന്റെ അസ്വസ്ഥതകൾ, ജ്വരം എന്നിവയ്ക്കു നല്ലതാണ്.

കടലാടി

വൻകടലാടി, ചെറുകടലാടി എന്നിങ്ങനെ രണ്ടിനങ്ങളുണ്ട്.

സംസ്കൃതനാമം : അപാമാർഗ്ഗ
ഇംഗ്ലീഷ് : പ്രിക്ക്‌ലി ചാഫ് ഫ്ളവ്വർ പ്ലാന്റ്
ശാസ്ത്രനാമം : അക്കിരാന്തസ് ആസ്പറസ്
: Achyranthes asperes Linn.
കുടുംബം : അമരാന്തേസി
: Amaranthaceae

വിവരണം: ഇന്ത്യയിലുടനീളം വഴിയോരങ്ങളിലും കുന്നുകളിലും വെളിമ്പ്രദേശങ്ങളിലും കാണപ്പെടുന്നു. ഒരുമീറ്റർ വരെ ഉയരത്തിൽ നേരെ വളരുന്ന അധികം ശാഖകളുള്ള കുറ്റിച്ചെടി. ചെറിയ ഇലകൾ. പച്ചനിറത്തിലുള്ള പൂക്കൾ. ഓരോ പൂങ്കുലയിലും അണ്ഡാകൃതിയിലുള്ള വിത്ത് കാണപ്പെടുന്നു.

ഔഷധയോഗ്യഭാഗങ്ങൾ: സമൂലം

ചില ഔഷധ ഉപയോഗങ്ങൾ: കഫമിളക്കും. വായുകോപം ശമിപ്പിക്കും. ദഹനം വർദ്ധിപ്പിക്കും, വയറിളക്കും, വേദന കുറയ്ക്കും, രക്തം ശുദ്ധീകരിക്കും, വയറിന്റെ രോഗങ്ങൾക്കു നല്ലതാണ്. വിരയിളക്കും, മൂത്രമിളക്കും, കല്ലിനെ അലിയിച്ചു കളയും, ചുമ, ആസ്ത്മ, ബ്രോങ്കൈറ്റിസ്,

ചെറുകടലാടി

വൻകടലാടി

വെള്ളദ്ദാഹം, വേദനയുള്ള വീക്കങ്ങൾ, കണ്ണിന്റെ രോഗങ്ങൾ, ഛർദ്ദിൽ, കുഷ്ഠം, ത്വക്ക്രോഗങ്ങൾ, മൂത്രത്തിലെയും വൃക്കയിലെയും കല്ലുകൾ, ഹൃദ്രോഗം, വിളർച്ച, കഫം, വാതം, ക്ഷീണം എന്നിവയ്ക്കു നല്ലതാണ്. ചെടിയുടെ കഷായം മൂത്രനാളിയിലെ വീക്കത്തിനും വേദനയ്ക്കും, വൃക്കക്കല്ലുമൂലമുള്ള വേദനയ്ക്കും നല്ലതാണ്. വേരു പൊടിച്ചു നെയ്യിൽ വേവിച്ചു കഴിക്കുന്നത് മലബന്ധമകറ്റും.

അമിതവിശപ്പിന് ചെറുകടലാടി സമൂലം അരച്ച് വെള്ളം ചേർത്ത് നെല്ലിക്കാവലിപ്പത്തിൽ കഴിക്കുക.

അർശസ്സ് (മൂലക്കുരു) ന് ചെറുകടലാടി അരച്ച് അരികഴുകിയ വെള്ളത്തിൽ തേനും ചേർത്തു കുടിക്കുക.

ഇല ഇടിച്ചു പിഴിഞ്ഞ നീര് വെളിച്ചെണ്ണയിൽ കാച്ചി രണ്ടു തുള്ളി മൂക്കിലിറ്റിക്കുന്നത് നിർത്താതെയുള്ള തുമ്മൽ മൂക്കൊലിപ്പ് എന്നിവയ്ക്കു നല്ലതാണ്. കടലാടി വേരുകൊണ്ടു പല്ലുതേച്ചാൽ പല്ലിന് നല്ല നിറമുണ്ടാകും. കടലാടി സമൂലം കഷായം വെച്ചുകുടിക്കുന്നത് ഉദര മുഴകൾക്കു നല്ലതാണ്. കടലാടി സമൂലം കത്തിച്ച ചാരം തേനിൽ കഴിക്കുന്നത് മഹോദരത്തിനു നല്ലതാണ്.

ചെറുകടലാടി ഇടിച്ചുപിഴിഞ്ഞ നീരിൽ ഇഞ്ചിനീരും അൽപ്പം പുടയാവും ചേർത്ത് കാച്ചിയ നെയ്യ് വയറുവേദന ശമിപ്പിക്കും.

കടലാവണക്ക്

(കമ്മട്ടി, കാട്ടാവണക്ക്)

കടലാവണക്കിന്റെ കായിൽനിന്നും ഇലയിൽനിന്നും വ്യാവസായികമായി ജൈവഇന്ധനം ഉണ്ടാക്കുന്നതിനുള്ള പരീക്ഷണങ്ങൾ നടന്നുവരുന്നു.

സംസ്കൃതനാമം	: ദ്രവന്തി
ഇംഗ്ലീഷ്	: പർജിങ്ങ് നട്ട്, ഫിസിക്നട്ട്
ശാസ്ത്രനാമം	: ജട്രോഫാ കുർക്കസ് ലിൻ
	: Jatropha curcas Linn.
കുടുംബം	: യൂഫോർബിയേസി
	: Euphorbiaceae

വിവരണം: ഇന്ത്യയിലുടനീളം വേലികളിലും തുറസ്സായ സ്ഥലങ്ങളിലും കാണപ്പെടുന്നു. ഇലപൊഴിയുന്ന വലിയ കുറ്റിച്ചെടി തണ്ടിലും ഇലകളിലും ഒട്ടുന്ന പശയുണ്ട്. മഞ്ഞകലർന്ന പച്ചനിറത്തിലുള്ള പൂക്കൾ. മൂന്നുഭാഗങ്ങളുള്ള കായ. വിത്തുകളുണ്ട്.

ഔഷധയോഗ്യഭാഗങ്ങൾ: ഇല, വിത്ത്, കറ.

ചില ഔഷധ ഉപയോഗങ്ങൾ: ഇല മുലപ്പാൽ വർദ്ധിപ്പിക്കും. പഴു

പ്പുണ്ടാക്കും. പ്രാണിനാശകമാണ്. ദുർഗന്ധമുള്ള വ്രണങ്ങൾ, മുഴകൾ, സ്കേബീസ് എന്നിവയ്ക്കു നല്ലതാണ്. കറ രക്തവാർച്ച നിർത്തും. വയറിളക്കും. മുറിവുകൾക്കും വ്രണങ്ങൾക്കും നല്ലതാണ്. വിത്ത് വയറിളക്കുന്നതിന് ഉത്തമമാണ്. കാമവർദ്ധകമാണ്. ദഹനമുണ്ടാക്കും. പോഷകമാണ്. വിരയിളക്കും. രക്തം ശുദ്ധീകരിക്കും. ക്ഷതം, മുറിവ്, പ്ലീഹാ രോഗങ്ങൾ, ത്വക്ക് രോഗങ്ങൾ എന്നിവയ്ക്കു നല്ലതാണ്. വേരിൽ നിന്നെടുക്കുന്ന എണ്ണയും കുരുവിൽ നിന്നെടുക്കുന്ന എണ്ണയും വയറിളക്കുന്നതിനു നല്ലതാണ്. സന്ധിവാതത്തിനും തളർച്ചയ്ക്കും പുറമേ പുരട്ടുന്നത് നല്ലതാണ്. എണ്ണ വിളക്കു കത്തിക്കാനുപയോഗിക്കുന്നു. പിണ്ണാക്കും ഇലയും വളമാണ്.

കടല

കടല ഭക്ഷ്യവസ്തുവാണ്. ഭക്ഷ്യാവശ്യങ്ങൾക്കായി വ്യാപകമായി കൃഷി ചെയ്യപ്പെട്ടുവരുന്നു.

സംസ്കൃതനാമം	:	ചണക
ഇംഗ്ലീഷ്	:	ബംഗാൾ ഗ്രാം, ചിക്ക് പീ
ശാസ്ത്രനാമം	:	സിസർ അരീയേറ്റിനം
	:	Cicer arietinum Linn.
കുടുംബം	:	ഫാബേസി
	:	Fabaceae

വിവരണം: ഇന്ത്യയിലുടനീളം കൃഷിചെയ്തുവരുന്നു. നേരെ വളരുന്ന അനേകം ശാഖകളുള്ള വാർഷിക സസ്യം. ചെറിയ ഇല. പിങ്ക്, നീല, വെള്ള എന്നീ നിറത്തിൽ പൂക്കൾ കാണാം. ഉറയ്ക്കകത്ത് വിത്തു

കൾ (കടല) ബ്രൗൺകലർന്ന ചുവപ്പ്, കറുപ്പ് അല്ലെങ്കിൽ വെള്ള എന്നിങ്ങനെ മൂന്നു നിറത്തിൽ കടലയുണ്ട്. വലുപ്പവ്യത്യാസങ്ങളുമുണ്ട്.

ഔഷധയോഗ്യഭാഗങ്ങൾ: സമൂലം

ചില ഔഷധ ഉപയോഗങ്ങൾ: ജ്വരങ്ങളിൽ ചെടിസമൂലം കഷായം വെച്ച് ഉപയോഗിക്കാം. ചെടി വെള്ളത്തിലിട്ടു തിളപ്പിച്ച് അതിന്റെ ആവിയേൽക്കുന്നത് ആർത്തവവേദന ശമിക്കുവാൻ നല്ലതാണ്. കല്ലുള്ളവർ കടല ഉപയോഗിക്കാൻ പാടില്ല. കടലച്ചെടിയുടെ ഇല വെള്ളത്തിലിട്ടു തിളപ്പിച്ചു തുണിപിഴിഞ്ഞ് ചുടേൽപ്പിക്കുന്നത് ഉളുക്കിനും അപഭ്രംശത്തിനും നല്ലതാണ്. കടലപ്പരിപ്പ് വറുത്തുപയോഗിക്കുന്നത്, വായു ശരിക്കു പ്രവർത്തിക്കാത്തതിനാൽ (അനാഹം) മൂത്രം വേദനയോടുകൂടിയും അൽപ്പാൽപ്പമായും പോകുന്നതിനു (മൂത്രകൃച്ഛ്റം) നല്ലതാണ്. കടലപ്പരിപ്പ് വെള്ളത്തിലിട്ടു കുതിർത്തു പിഴിഞ്ഞെടുത്ത നീര് ഒരു ദേഹപോഷകദ്രവ്യമാണ്. ഛർദ്ദിക്കും നല്ലതാണ്. വറുത്ത കടല രാത്രി കഴിച്ച് മീതെ ഒരു കപ്പ് ചെറുചൂടുള്ള പാൽ കുടിച്ചാൽ മാറത്തു കഫം കെട്ടുന്നതിന് വളരെ ശമനമുണ്ടാകും. രക്തദോഷം, കഫം, പിത്തം, ആമദോഷം ഇവ ശമിപ്പിക്കും. രുചിയും തടിയും വർദ്ധിപ്പിക്കും. ഇല വയറിളക്കും, മുടിവളരാൻ സഹായിക്കും, ഗർഭച്ഛിദ്രമുണ്ടാക്കും, ഭക്ഷണത്തോടു രുചിയില്ലായ്മ, വെള്ളദ്ദാഹം, ബ്രോങ്കൈറ്റിസ് എന്നിവയ്ക്കു നല്ലതാണ്. കടല പോഷകമാണ്. കഫമിളക്കും, ശീതമാണ്, കാമവർദ്ധകമാണ്, ദഹിക്കാൻ പ്രയാസമുള്ളതാണ്. എരിച്ചിൽ, കരൾ, പ്ലീഹാ രോഗങ്ങൾ, കുഷ്ഠം, പിത്തം, വീക്കം ത്വക്ക്രോഗങ്ങൾ എന്നിവയ്ക്കു നല്ലതാണ്.

പ്രമേഹത്തിന് കുറച്ചു കടല ഒരു ഗ്ലാസ്സ് വെള്ളത്തിലിട്ടു വെച്ചിട്ട് തൊട്ടടുത്ത ദിവസം കുടിക്കുക. തുടർന്നുള്ള ദിവസങ്ങളിലും കടല മുളയ്ക്കുന്നതുവരെ ഇങ്ങനെ ചെയ്യുന്നതായാൽ പ്രമേഹം ശമിക്കും. ഈ കടല കഴിച്ചാൽ ശരീരശക്തി വർദ്ധിക്കുകയും ചെയ്യും.

കടപ്ലാവ്

ഇതിന്റെ ഇല കണ്ടാൽ പ്ലാവിന്റെ ഇലപോലെ തോന്നിക്കും. എന്നാൽ വലിപ്പം കൂടുതലാണ്.

ശാസ്ത്രനാമം: ഫൈക്കസ് കല്ലോസ

: Ficus callosa (Wild.)

കുടുംബം: മോറേസി

: Moraceae

വിവരണം: ഇന്ത്യയിലുടനീളം കാണപ്പെടുന്ന നിത്യഹരിതമായ മരം. കടുംപച്ചനിറത്തിലുള്ള ഇലകൾ. ഇളംകറുപ്പ് നിറത്തിലുള്ള തണ്ടുകൾ. പൂവും കായുമുണ്ട്.

ഔഷധയോഗ്യഭാഗങ്ങൾ: കറ.

ചില ഔഷധ ഉപയോഗങ്ങൾ: ഇതിന്റെ കറ തേക്കുന്നത് തലമുടി വട്ടംവട്ടമായി പൊഴിഞ്ഞു പോകുന്ന രോഗത്തിന് (ഇന്ദ്രലുപ്തം) വളരെ നല്ലതാണ്.

കടുക്ക

കടുക്ക വിശിഷ്ട ഔഷധമാണ്. പത്തു വൈദ്യൻ ഒരു ഭാര്യക്കും, പത്തു ഭാര്യ ഒരു സൂര്യനും, പത്തു സൂര്യൻ ഒരമ്മയ്ക്കും, പത്ത് അമ്മ ഒരു കടുക്കയ്ക്കും സമമാണ് എന്ന് ഒരു ശ്ലോകം തന്നെയുണ്ട്. കടുക്ക ഏഴു തരമുണ്ടെന്നു ശാസ്ത്രങ്ങളിൽ പറയുന്നുണ്ടെങ്കിലും നാലുതരമാണ് പ്രധാനമായും കണ്ടുവരുന്നത്. വലിപ്പവും കനവും കട്ടിയും കൂടിയതും, രണ്ടിഞ്ചോളം നീളമുള്ളതും, മഞ്ഞകലർന്ന തവിട്ടുനിറത്തോടു കൂടിയതും, മഞ്ഞയോ കടുംതവിട്ടുനിറമോ ഉള്ള കഴമ്പും കുരുവും ചേർന്നതാണ് ആദ്യത്തേത്. ഇതു വിലപ്പെട്ട ഒരു വിരേചന ദ്രവ്യമാണ്. രണ്ടാമത്തെ ഇനം വരകൾ കുറഞ്ഞതും ഒരിഞ്ചോളം മാത്രം വലിപ്പമുള്ളതും പുറന്തോടും കഴമ്പും പരിപ്പും മഞ്ഞയായതുമാണ്. ഇതിനു ചവർപ്പു രസം കുറവായിരിക്കും. ഭേദിയും പോഷകവുമാണ്. ജ്വരം, ചുമ,

ശ്വാസതടസ്സങ്ങൾ, മൂത്രദോഷങ്ങൾ, അർശസ്സ്, കൃമി, വാതം ഇവ അകറ്റും. ചായത്തിനുപയോഗിക്കുന്നു. ഈ ഇനമാണ് കൂടുതലായി ഉപയോഗിച്ചുവരുന്നത്. മൂന്നാമത്തെ ഇനം കടുത്ത തവിട്ടുനിറമോ കറുപ്പോ ഉള്ളതാണ്. ഇതിന് മുൻപറഞ്ഞ രണ്ടിനേക്കാളും വലിപ്പം കുറവാണ്. ഏണുകൾ ധാരാളം കാണാം. കഴമ്പും ഇരുണ്ട നിറമായിരിക്കും. കുരു ഉണ്ടാവുകയില്ല. അതിസാരത്തിനും വയറിളക്കത്തിനും നന്ന്. വായുകോപം, ഛർദ്ദി, എക്കിട്ടം, വയർ വേദന, കരൾ, പ്ലീഹാവൃദ്ധികൾ ഇവയ്ക്കു കൊള്ളാം. പഞ്ചസാരയിലരച്ചു പുരട്ടുന്നത് നേത്രരോഗങ്ങൾക്കു നല്ലതാണ്. നാലാമത്തെ ഇനം ഏറ്റവും ചെറുതാണ്. ഗുണം മൂന്നാമത്തെ ഇനത്തിന്റേതു തന്നെയാണ്.

സംസ്കൃതനാമം : ഹരീതകി, പഥ്യാ, അഭയാ, രോഹിണി, ചേതകി
ഇംഗ്ലീഷ് : ചെബുലിക് മൈരോബാലൻ, ഗാൾനട്ട് ട്രീ
ശാസ്ത്രനാമം : ടെർമിനാലിയ ചെബുല, ടെർമിനാലിയ ടൊമന്റെല്ല
: Terminalia chebula Retz.
Terminalia tomentella Kurz.
കുടുംബം : കോംബ്രട്ടേസി
: Combretaceae

വിവരണം: ഇന്ത്യയിലുടനീളം വരണ്ട ഇലപൊഴിയും കാടുകളിൽ കാണപ്പെടുന്നു. വൻവൃക്ഷമാകും. സാധാരണ ഇലകൾ. മഞ്ഞകലർന്ന വെള്ളനിറത്തിലുള്ള പൂക്കൾ. കായും അതിനകത്ത് കട്ടിയുള്ള വിത്തുകളുമുണ്ട്.

ഔഷധയോഗ്യഭാഗങ്ങൾ: കായ, ഫലത്തിന്റെ തോട്

ചില ഔഷധ ഉപയോഗങ്ങൾ: വേദന കുറയ്ക്കും. വീക്കത്തെ ചെറുക്കും. വയറിളക്കും. ദഹനമുണ്ടാക്കും. വിരയിളക്കും. കാമം വർദ്ധിപ്പിക്കും. ഹൃദയപോഷണമാണ്. ഉദരരോഗങ്ങൾക്കു നല്ലതാണ്. രക്തം ശുദ്ധീകരിക്കും. വായുകോപം അകറ്റും. പോഷകമാണ്. ത്രിദോഷങ്ങളെയും (വാതം, പിത്തം, കഫം) അകറ്റും. വ്രണം, മുറിവ്, വീക്കം, മഞ്ഞപ്പിത്തം, കരൾപ്ലീഹാ രോഗങ്ങൾ, ചുമ, മൂത്രനാളീരോഗങ്ങൾ, മൂത്രത്തിലെയും വൃക്കയിലെയും കല്ലുകൾ, തലവേദന, അപസ്മാരം, കണ്ണിന്റെ രോഗങ്ങൾ, ത്വക്ക്രോഗങ്ങൾ, കുഷ്ഠം, ഇടവിട്ടുള്ള പനി, ഹൃദ്രോഗം, ഞരമ്പുരോഗങ്ങൾ, ക്ഷീണം എന്നിവയ്ക്കു നല്ലതാണ്.

ഓർമ്മശക്തിയും ദീപനശക്തിയും ദഹനശക്തിയുമുണ്ടാക്കും. ഇത് യൗവ്വനം കാത്തുസൂക്ഷിക്കും. മലം കളയും. ബുദ്ധി, ഇന്ദ്രിയബലം ഇവ സിദ്ധിക്കുവാൻ നല്ലതാണ്. കുഷ്ഠം, നിറത്തിലും സ്വരത്തിലും മാറ്റംവരൽ, കാലപ്പഴക്കം ചെന്ന വിഷമ ജ്വരം, ഹൃദയം, കണ്ണ്, ശിരസ്സ് ഇവയിലെ രോഗങ്ങൾ, ഗ്രഹണി, പാണ്ഡ്, മഞ്ഞപ്പിത്തം, ചടവ്, നീര്, പ്രമേഹം, തലതിരിച്ചിൽ, കൃമിരോഗം, ഛർദ്ദി, വയറിളക്കം, അർശസ്സ്, മഹോ

ദരം, വയർവീർപ്പ്, പ്ലീഹാരോഗം, ശ്വാസരോഗം, സ്രോതസ്സുകൾക്കുണ്ടാകുന്ന തടവ്, കൂട്ടുവിഷം, ഗുല്മം, ഊരുസ്തംഭം എന്നീ രോഗങ്ങളും കഫം കൊണ്ടും വാതംകൊണ്ടും കഫവാതങ്ങൾ കൂടിച്ചേർന്നും ഏതേതു രോഗങ്ങൾ ഉണ്ടാകുന്നുവോ അവയും ശമിപ്പിക്കുന്നതാണ്. കടുക്ക നിരന്തരം ഉപയോഗിച്ചാൽ ശുക്ലം ക്ഷയിക്കും. കാമദമനത്തിന് കടുക്ക നിരന്തരം ഉപയോഗിച്ചാൽ മതി.

കടുക്ക ഒരുഗ്രാം മുതൽ മൂന്നു ഗ്രാംവരെ രസായനമായി ഉപയോഗിക്കാം. ഒരു സ്പൂൺ വരെ എട്ടിരട്ടി വെള്ളത്തിൽ വെച്ചു നാലിലൊന്നാക്കി അരിച്ച് തേൻ ചേർത്തും കഴിക്കാം. ഇത് അതിസാരത്തിനും വയറിളക്കത്തിനും കരൾവീക്കത്തിനും മഹോദരത്തിനും നന്ന്. കടുക്ക പൊടിച്ചു പല്ലുതേച്ചാൽ കൃമിദോഷത്തിനും വ്രണപ്പെട്ടതും ചോരയൊലിക്കുന്നതുമായ മോണകൾക്കും നല്ലതാണ്. ദന്തസുഷിരം ശമിക്കും. കടുക്ക അരച്ചു പുരട്ടുന്നത് വായ്പുണ്ണിനു നല്ലതാണ്. കടുക്ക ചതച്ചിട്ടു രാത്രിയിൽ വെച്ച വെള്ളത്തിൽ പുലരുമ്പോൾ എടുത്തു കണ്ണുകഴുകുന്നത് നല്ലതാണ്. കടുക്ക തരികളാക്കി പൊടിച്ച് കുഴലിൽ വെച്ച് പുകവലിച്ചാൽ ആസ്ത്മയിലെ ശ്വാസവൈഷമ്യത്തിനു ശമനം കിട്ടും. കടുക്ക കത്തിച്ച ചാരത്തിൽ വെണ്ണചേർത്ത് പുണ്ണുകളിൽ പുരട്ടാം. മൂക്കാത്ത കടുക്കയാണ് ഔഷധരൂപത്തിൽ ഉപയോഗിക്കാൻ അധികം നല്ലത്.

ത്വക്ക് രോഗങ്ങൾക്ക് കടുക്കാത്തോട് പൊടിച്ചെടുത്ത് തേൻ ചേർത്ത് ഉള്ളിൽ കഴിക്കുക. അർശസ്സിന് കടുക്ക ശർക്കരയോടൊപ്പം ചേർത്തു കഴിക്കുന്നതും കടുക്ക ഗോമൂത്രത്തിൽ പാകം ചെയ്തു തേൻ ചേർത്തു കഴിക്കുന്നതും ഫലപ്രദമാണ്.

കടുക്ക കഷായം വെച്ചു കുടിച്ചാൽ മലബന്ധം മാറും. കടുക്കത്തോട് പൊടിച്ച് രാത്രിഭക്ഷണ ശേഷം ഇന്തുപ്പ് ചേർത്തു കഴിച്ചാൽ നല്ല ശോധനയുണ്ടാകും. കടുക്ക രസായനൗഷധമാണ്. മഴക്കാലത്ത് കടുക്കയും ഇന്തുപ്പും ചേർത്തു കഴിക്കുക. വസന്തകാലത്ത് തേൻ ചേർത്തും ഗ്രീഷ്മത്തിൽ ശർക്കര ചേർത്തും ശിശിരത്തിൽ തിപ്പലി ചേർത്തും, ശരത്തിൽ പഞ്ചസാര ചേർത്തും ഹേമന്തത്തിൽ ചുക്കു ചേർത്തും സേവി

ച്ചാൽ മതി. കടുക്കയും ശർക്കരയും കൂടെ ചവച്ചു തിന്നശേഷം മോരു കുടിക്കുന്നത് അർശസ്സിനു നല്ലതാണ്. കടുക്കയുടെ പൊടി തേങ്ങാവെള്ളത്തിൽ ചേർത്തു കഴിക്കുന്നത് മലമൂത്ര തടസ്സം മാറാൻ നല്ലതാണ്. മോരിനകത്തു കടുക്ക ഇട്ടുവെച്ചിരുന്നു കുടിക്കുന്നതും നല്ലതാണ്.

ത്രിഫലക്കഷായം നെയ്യും ചേർത്ത് സ്ഥിരമായി കഴിക്കുന്നത് കണ്ണിലെ തിമിരത്തിനു നല്ലതാണ്. കടുക്ക ഏറെക്കാലം സ്ഥിരമായി ഉപയോഗിക്കാൻ പാടില്ലെന്ന് ചിലർ അഭിപ്രായപ്പെടുന്നുണ്ട്.

കണ്ടകാരി ചുണ്ട

വെളുത്ത കണ്ടകാരിയെന്ന ഒരു വകഭേദം കൂടിയുണ്ട്. ഇതിനു ലക്ഷ്മണാ എന്നാണു സംസ്കൃതനാമം.

സംസ്കൃതനാമം	: കണ്ടകാരി, നിധിഗിദ്ധികാ
ഇംഗ്ലീഷ്	: യെല്ലോ ബറീഡ് നൈറ്റ് ഷേഡ്
ശാസ്ത്രനാമം	: സൊലാനം സുറാട്ടെൻസെ, സൊലാനം സന്തോകാർപ്പം
	: Solanum surattense Burm.f.
കുടുംബം	: സൊളാനേസി
	: Solanaceae

വിവരണം: ഇന്ത്യയിലുടനീളം വരണ്ടപ്രദേശങ്ങളിൽ വഴിവക്കുകളിലും വെളിമ്പ്രദേശങ്ങളിലും കാണപ്പെടുന്നു. മുള്ളുള്ള ബഹുവർഷിയായ ചെറുചെടി. പ്രത്യേകരൂപത്തിലുള്ള ഇലകൾ. ഇലകളുടെ പുറത്തും മുള്ളുണ്ട്. നീല അല്ലെങ്കിൽ നീലകലർന്ന പർപ്പിൾ നിറത്തിലുള്ള പൂക്കൾ. ചെറിയ ഉരുണ്ട കായ. വെള്ള അല്ലെങ്കിൽ മഞ്ഞനിറം. കായയ്ക്കകത്ത് മജ്ജയുണ്ട്. മജ്ജയ്ക്കകത്ത് അനേകം ചെറിയ വിത്തുകളുണ്ട്.

ഔഷധയോഗ്യഭാഗങ്ങൾ: സമൂലം

ചില ഔഷധ ഉപയോഗങ്ങൾ: വിരയിളക്കും. വീക്കത്തെ ചെറുക്കും. വേദന കുറയ്ക്കും. ദഹനമുണ്ടാക്കും. വായുകോപം അകറ്റും. രുചിയുണ്ടാക്കും. ഉദരരോഗങ്ങൾക്കു നല്ലതാണ്. രക്തം ശുദ്ധീകരിക്കും. കഫമിളക്കും. വയറിളക്കും. മൂത്രമിളക്കും. ഓജസ്സുണ്ടാക്കും. ആർത്തവം തിരികെകൊണ്ടുവരും. പോഷകമാണ്. കാമവർദ്ധകമാണ്. വാതം, കഫം, ദന്തരോഗങ്ങൾ, വീക്കം, സന്ധിവേദന, കുഷ്ഠം, ത്വക്ക്രോഗങ്ങൾ, രക്തസമ്മർദ്ദം, സന്ധിവാതം, പനി, ജ്വരം, ചുമ, ആസ്ത്മ, ബ്രോങ്കൈറ്റിസ്, അപസ്മാരം, മൂത്രത്തിലെ കല്ല്, ഹൃദ്രോഗം, പുറംവേദന, മൂക്കിന്റെ രോഗങ്ങൾ, പ്രയാസമേറിയതും നീണ്ടതുമായ ആർത്തവം, ആർത്തവക്രമക്കേടുകൾ, ക്ഷതം എന്നിവയ്ക്കു നല്ലതാണ്.

ചുമയ്ക്കും ഏങ്ങലിനും നീരിളക്കസംബന്ധമായ ജ്വരത്തിനും നെഞ്ചുവേദനയ്ക്കും കഫത്തിനും നല്ലതാണ്. വേരിന്റെ കഷായം തിപ്പ

ലിയും തേനും ചേർത്തു ജല ദോഷത്തിനും ചുമയ്ക്കും, ഇന്തുപ്പും കായവും ചേർത്തു കാസത്തിനും സന്നിപാത ജ്വര ത്തിനും നല്ലതാണ്. വേരും കിരിയാത്തും ഇഞ്ചിയുംകൂട്ടി കൊടുക്കുന്നത് ജ്വരത്തിനും ക്ഷയോപദ്രവങ്ങൾക്കും കുഷ്ഠ ത്തിനും ദേഹക്ഷീണത്തിനും കരൾ പ്ലീഹ വലുതാവുന്ന തിനും നല്ലതാണ്. പച്ചച്ചെടി യുടെ നീര് രണ്ടു സ്പൂൺ അത്രയും നറുനീണ്ടിയും ചേർ ത്ത് മോരുകൂട്ടി കൊടുക്കുന്നത് മൂത്രവർദ്ധകമാണ്. കായയുടെ നീര് തൊണ്ട വേദനയ്ക്കു നല്ല താണ്. തണ്ടും പൂവും കായും വാതം ശമിപ്പിക്കും. ഉള്ളങ്കാൽ പുട്ടുനീറ്റലിനു നന്ന്. കണ്ടകാരി ചുണ്ട കത്തിച്ചു പുക ഏൽക്കുന്നത് പല്ലുകുത്തിനു നല്ലതാണ്. സമൂലം കഷായം വെച്ചുകുടിക്കുന്നത് അസ്ഥിസ്രാവത്തിനു നന്ന്. ഇതിന്റെ മൊട്ടും പൂവും ഉപ്പുവെള്ളത്തിൽ അരച്ചതുകൊണ്ട് കണ്ണുകഴുകിയാൽ കണ്ണിൽ നിന്നുവെള്ളം വരുന്നതു ശമിക്കും.

കാസശ്വാസത്തിന് കണ്ടകാരിചുണ്ടവേര് കഷായം വെച്ചു സേവി ക്കുക. വേര് ഉണക്കിപ്പൊടിച്ച് തേൻ ചേർത്തു സേവിക്കുന്നതും നല്ല താണ്. വിശപ്പില്ലായ്മയ്ക്ക് ചുണ്ടയ്ക്കാ നല്ലെണ്ണയിൽ വറുത്തു കഴി ക്കുന്നത് നല്ലതാണ്.

കണ്ടൻകത്തിരി

(പൊന്നുമ്മത്ത്)

സംസ്കൃതനാമം	: സ്വർണ്ണക്ഷീരി, ബ്രഹ്മദന്തി
ഇംഗ്ലീഷ്	: മെക്സിക്കൻ പോപ്പി, യെല്ലോ മെക്സിക്കൻ പോപ്പി, പ്രിക്ക്ലി പോപ്പി.
ശാസ്ത്രനാമം	: അർഗമോൺ മെക്സിക്കാന
	: Argemone mexicana Linn.
കുടുംബം	: പാപ്പാവെറേസി
	: Papaveraceae

വിവരണം: ഇന്ത്യയിലുട നീളം വരണ്ടപ്രദേശങ്ങളിൽ വഴി വക്കുകളിലും വെളിമ്പ്രദേശങ്ങ ളിലും കാണപ്പെടുന്നു. ഒരുമീറ്റർ വരെ ഉയരത്തിൽ വളരുന്ന അനേകം ശാഖകളുള്ള, മുള്ളു ള്ള, കറയുള്ള വാർഷിക സസ്യം. കടുംമഞ്ഞ നിറത്തിലുള്ള വലിയ പൂക്കൾ, മുള്ളുള്ള കായ, വിത്തു കളുണ്ട്.

ഔഷധയോഗ്യഭാഗങ്ങൾ: സമൂലം

ചില ഔഷധ ഉപയോഗ ങ്ങൾ: ശീതമാണ്. കഫമിളക്കും. കാമവർദ്ധകമാണ്. ഛർദ്ദിയുണ്ടാ ക്കും. രക്തം ശുദ്ധീകരിക്കും. മുറി വുണക്കും. മൂത്രവും മലവുമിള ക്കും. വീക്കം തടയും. വേദന കുറയ്ക്കും. വിരയിളക്കും. പനി കുറയ്ക്കും. കണ്ണിന്റെയും വയറിന്റെയും രോഗങ്ങൾക്കു നല്ലതാണ്. ഉത്തേജകമാണ്. വേര് ഗിനിപ്പന്നിയുടെ വിരയ്ക്ക് നല്ലതാണ്. ത്വക്ക്രോ ഗങ്ങൾ, കുഷ്ഠം, വീക്കം, ചലംപോകുക, എല്ലാത്തരത്തിലുമുള്ള വിഷം, മലബന്ധം, മലേറിയാപനി, മൂത്രാശയക്കല്ല് എന്നിവയ്ക്കു നല്ലതാണ്. ഇല ചുമ, മുറിവ്, വ്രണം എന്നിവയ്ക്കു നല്ലതാണ്. വിത്ത് കഫം, ചുമ, ആസ്ത്മ, കുഷ്ഠം, മുറിവ്, വ്രണങ്ങൾ, പല്ലിനു വേദന, പല്ലിന്റെ മറ്റു രോഗങ്ങൾ, വാതവേദന എന്നിവയ്ക്കു നല്ലതാണ്. കറ മഞ്ഞപ്പിത്തം, കൺജക്റ്റിവിറ്റിസ്, വീക്കം, എരിച്ചിൽ, വ്രണങ്ങൾ എന്നിവയ്ക്കു നല്ല താണ്. എണ്ണ മുറിവ്, കുഷ്ഠം, ത്വക്ക്രോഗങ്ങൾ, മലബന്ധം, സ്ഥിരവ്ര ണങ്ങൾ, വാതവേദന എന്നിവയ്ക്കു നല്ലതാണ്.

കയ്യാലപ്പുളി

ഞെരിഞ്ഞാപ്പുളി, കോൽപ്പുളി, മരപ്പുളി, അമ്പഴം എന്നിവ ഉൾപ്പെ ടുന്ന അഞ്ചു പുളിയിൽ ഒന്നാണ് കയ്യാലപ്പുളി.

വിവരണം: കയ്യാലമേലും മറ്റും കാണപ്പെടുന്ന മാംസളമായ തണ്ടു കളോടു കൂടിയ ചെറിയ സസ്യം. ഇലകളുടെയും തണ്ടുകളുടെയും നിറം ലേശം ചുവപ്പ് കലർന്ന പച്ചയാണ്. ചെറിയ പൂവും കായുമുണ്ട്.

ഔഷധയോഗ്യഭാഗങ്ങൾ: സമൂലം

ചില ഔഷധഉപയോഗങ്ങൾ: വേദനകൾക്ക് കയ്യാലപ്പുളിയിട്ട് ആവിപിടിക്കുന്നത് നല്ലതാണ്. വേദനകൾക്ക് കയ്യാലപ്പുളിയിട്ടു കാച്ചിയ എണ്ണ വളരെ ഫലപ്രദമാണ്.

കയ്യോന്നി

(കയ്യൂണ്ണി, കഞ്ഞൂണ്ണി, കയ്യുണ്ണ്യം)

പൂക്കളുടെ നിറത്തിനനുസരിച്ച് വിവിധ ഇനങ്ങളുണ്ട്. വെള്ള, മഞ്ഞ തുടങ്ങിയവ. സഹിക്കാൻ പറ്റാത്ത വേദനകൾ അകറ്റുന്ന - കരച്ചിൽ അകറ്റുന്ന - ഔഷധമാണ് കയ്യോന്നി.

സംസ്കൃതനാമം	:	ഭൃംഗരാജ, തേകരാജ, അംഗരക, കേശഭൃംഗ
ഇംഗ്ലീഷ്	:	ട്രെയിലിങ് എക്ലിപ്റ്റാ
ശാസ്ത്രനാമം	:	എക്ളിപ്റ്റ പ്രോസ്ട്രേറ്റ, എക്ലിപ്റ്റാ അൽബ
	:	Eclipta prostrata (Linn.) Linn. Eclipta alba (Linn.)
കുടുംബം	:	ആസ്റ്ററേസി
	:	Astaraceae

വിവരണം: ഇന്ത്യയിലുടനീളം വഴിയിറമ്പുകളിലും വെളിമ്പ്രദേശങ്ങളിലും വയലിറമ്പുകളിലും കാണപ്പെടുന്നു. നേരെയും ചിലപ്പോൾ പടർന്നും വളരുന്ന അനേകം ശാഖകളുള്ള വാർഷിക സസ്യം. തണ്ടിന്റെ മുട്ടുകളിൽനിന്നു വേരുകളുണ്ടാകും. വെള്ള, മഞ്ഞ നിറത്തിലുള്ള പൂക്കൾ. കായും വിത്തുകളുമുണ്ട്. വിത്തുകളിലൂടെയും തണ്ടുമുറിച്ചു നട്ടും പ്രജനനം.

ഔഷധയോഗ്യഭാഗങ്ങൾ: സമൂലം

ചില ഔഷധ ഉപയോഗങ്ങൾ: മുടിവളരുന്നതിന് സഹായിക്കും. കാമവർദ്ധകമാണ്. കണ്ണിന്റെ രോഗങ്ങൾക്കു നല്ലതാണ്. ദഹനം

കയ്യോന്നി വെള്ള

കയ്യോന്നി മഞ്ഞ

ഉണ്ടാക്കും. വായുകോപം ശമിപ്പിക്കും. മൂത്രം ഇളക്കും. രക്തം ശുദ്ധീകരിക്കും. കരൾ, പ്ലീഹാരോഗങ്ങൾ, മന്ത്, വീക്കം, വാതം, ഉദരരോഗങ്ങൾ, വിരശല്യം, ത്വക്ക്രോഗങ്ങൾ, മുറിവ്, ചതവ്, വ്രണം, കണ്ണിന്റെ രോഗങ്ങൾ, ക്ഷീണം, രക്തസമ്മർദ്ദം, കുഷ്ഠം, പനി, മഞ്ഞപ്പിത്തം, പല്ലിനു വേദന, ചെവിവേദന, തലവേദന എന്നിവയ്ക്കു നല്ലതാണ്. മുടികറുക്കുന്നതിനും മുടികൊഴിച്ചിൽ തടയുന്നതിനും അത്യുത്തമമാണ്. ക്ഷതത്തിനും മോണ ശക്തിപ്പെടുത്തുന്നതിനും നല്ലതാണ്. വിത്ത് ലൈംഗികശേഷി വർദ്ധിപ്പിക്കും. ചെടി സമൂലം എടുത്ത് കഷായം വെച്ചു കുടിച്ചാൽ പല്ലുവേദനയും തലവേദനയും ശമിക്കും. ചാറ് വെണ്ണയുമായി ചേർത്തുപയോഗിച്ചാൽ വാതവേദനകൾ ശമിക്കും. ഇല ഉണക്കിപ്പൊടിച്ച് ഉപ്പും കുരുമുളകും നാരങ്ങാനീരും ചേർത്തു കഴിക്കുന്നത് വിശപ്പുണ്ടാക്കാനും ഛർദ്ദി ഇല്ലാതാക്കാനും നല്ലതാണ്.

മഞ്ഞപ്പിത്തത്തിന് കയ്യോന്നി സമൂലം അരച്ച് നെല്ലിക്കാ വലിപ്പത്തിൽ കഴിക്കുന്നത് നല്ലതാണ്. കയ്യോന്നി ചവച്ച് കുലുക്കി ഉഴിയുന്നത് മോണനീരിനും പഴുപ്പിനും നല്ലതാണ്. കയ്യോന്നിനീര് കരൾരോഗങ്ങൾക്ക് ഉത്തമമാണ്.

തുമ്മലിന് കയ്യോന്നിനീര് മൂക്കിൽ ഇറ്റിക്കുക. മഞ്ഞപ്പിത്തത്തിന് സമൂലം അരച്ചെടുത്ത് നെല്ലിക്കാവലിപ്പത്തിൽ മൂന്നു നേരം കഴിക്കുക. മുടിവളരാൻ കയ്യുണ്യം ഇടിച്ചു പിഴിഞ്ഞനീരിൽ സമം വെളിച്ചെണ്ണ ചേർത്ത് കാച്ചി ഈ എണ്ണ ദിവസേന തലയിൽ തേച്ചു കുളിക്കുക. കയ്യുണ്യം നീരു മാത്രമായി തലയിൽ തേച്ചുപിടിപ്പിക്കുന്നതും ഫലപ്രദമാണ്.

കയ്യോന്നി ഇടിച്ചു പിഴിഞ്ഞ നീരിൽ ചുക്ക്, വിഴാലരി, ഇരട്ടി മധുരം ഇവയിട്ടു കാച്ചിയ നെയ്യ് ആറുതുള്ളി ഉപയോഗിച്ച് നസ്യം ചെയ്താൽ എല്ലാവിധത്തിലുള്ള ശിരോരോഗവും ശമിക്കും. കയ്യോന്നി, ചിറ്റമൃത്, പച്ച നെല്ലിക്ക ഇവ ഇടിച്ചു പിഴിഞ്ഞെടുത്ത നീരിൽ പാലും ചേർത്ത് ഇരട്ടിമധുരം ഇട്ടു കാച്ചി എടുക്കുന്ന എണ്ണ ശിരസ്സ്, കണ്ണ്, പല്ല് ഇവയുടെ രോഗങ്ങൾക്കും തലവേദനയ്ക്കും തലമുടി നരയ്ക്കാതിരിക്കുന്നതിനും നല്ലതാണ്. കയ്യോന്നി, പച്ചനെല്ലിക്ക ഇവ ഇടിച്ചു പിഴിഞ്ഞനീര് ഒരുലിറ്ററും എണ്ണ ഒരുലിറ്ററും എടുത്ത് അതിൽ അറുപതുഗ്രാം ഇരട്ടിമധുരവും നാലുലിറ്റർപാലും ചേർത്ത് കാച്ചി അരിച്ചെടുക്കുന്ന എണ്ണ കണ്ണ്, ചെവി, പല്ല്, ശിരസ്സ് എന്നിവയ്ക്കും പൊതുആരോഗ്യത്തിനും ഉത്തമമാണ്. കയ്യോന്നി, കുരുമുളക്, കൊടുവേലിക്കിഴങ്ങ്, പുരാണകിട്ടം ഇവ തുല്യമായെടുത്ത് പൊടിച്ച് അയമോദകം, ചുക്ക് ഇവ മോരിലിട്ട് കുറുക്കി പിഴിഞ്ഞരിച്ച് ആ മോരിൽ ഈ പൊടി സേവിച്ചാൽ എല്ലാ പാണ്ഡുരോഗവും ശമിക്കും.

കരളകം

പടർന്നു കയറുന്ന വള്ളിച്ചെടി. സാധാരണ ഇലകൾ. പൂവും കായുമുണ്ട്.

ഔഷധയോഗ്യഭാഗങ്ങൾ: സമൂലം

ചില ഔഷധ ഉപയോഗങ്ങൾ: വിഷത്തിന് വളരെ ഫലപ്രദമാണ്.

കരിനൊച്ചി

ചുമയ്ക്കും കഫത്തിനുമുള്ള പ്രധാന ഔഷധമായി ഉപയോഗിച്ചു വരുന്നു. കരിനൊച്ചിയും (കറുപ്പ്) വെൺനൊച്ചിയുമുണ്ട് (വെള്ള).

സംസ്കൃതനാമം	:	നിർഗുണ്ഡി
ഇംഗ്ലീഷ്	:	ഫൈവ് ലീവ്ഡ് ചെസ്റ്റ് ട്രീ
ശാസ്ത്രീയനാമം	:	വൈറ്റെക്സ് നെഗുണ്ടോ, വൈറ്റെക്സ് ട്രൈഫോളിയ
	:	Vitex negundo Linn. Vitex trifolia (Greh.)

കുടുംബം : വെർബിനേസി
: Verbenaceae

വിവരണം: ഇന്ത്യയിലുടനീളം പറമ്പുകളിലും പാഴ്സ്ഥലങ്ങളിലും കണ്ടുവരുന്നു. ഏതാണ്ട് മൂന്നു മീറ്റർ ഉയരംവരെ വളരുന്ന കുറ്റിച്ചെടി. നീലകലർന്ന പർപ്പിൾ നിറത്തിൽ പൂക്കളുണ്ട്. ഫലങ്ങൾ മൂപ്പെത്തുമ്പോൾ കറുത്തിരിക്കും. വെൺനൊച്ചിയുടെ ഇലകൾ കരിനൊച്ചിയുടേതിനേക്കാൾ ഇളം നിറമാർന്നതാണ്.

ഔഷധയോഗ്യഭാഗങ്ങൾ: സമൂലം

ചില ഔഷധ ഉപയോഗങ്ങൾ: ഇലകളാണ് പ്രധാനമായിട്ടും ഉപയോഗിക്കുന്നത്. ഇലയുടെ ചാറോ ഇല ഉണക്കിപ്പൊടിച്ച പൊടിയോ ഉപയോഗിക്കുന്നു. കഫത്തെയും വിരയെയും ഇളക്കും. ദഹനം വർദ്ധിപ്പിക്കും. വായുകോപം ഇല്ലാതാക്കും. വേദന കുറയ്ക്കുന്നതിനുള്ള കഴിവുണ്ട്. മൂത്രം വർദ്ധിപ്പിക്കും. അണുനാശകമാണ്. ആർത്തവം ക്രമപ്പെടുത്തും. കണ്ണിനു ഹിതമാണ്. വാതത്തിനും അൾസറിനും ബ്രോങ്കൈറ്റിസിനും ചുമയ്ക്കും കണ്ണിന്റെ രോഗങ്ങൾക്കും നല്ലതാണ്. കമ്പ്വാതം കുറയ്ക്കും. പൂക്കൾ വയറിളക്കത്തിനും കോളറയ്ക്കും പനിക്കും ഹൃദ്രോഗത്തിനും നല്ലതാണ്. ഇലയിട്ടു തിളപ്പിച്ച വെള്ളം കുടിക്കുന്നത് ജലദോഷത്തോടനുബന്ധിച്ചുണ്ടാകുന്ന പനി ശമിപ്പിക്കും. ഇല തിളപ്പിച്ച് ആവികൊള്ളുന്നത് വയറുവേദന ശമിപ്പിക്കും. വേരിന്റെ കഷായം ശരീരവേദനയ്ക്കും സന്ധിവീക്കത്തിനും നല്ലതാണ്. ഇലച്ചാറ് തലയിൽ നന്നായി തേച്ചുപിടിപ്പിക്കുന്നത് മുടിവളർച്ച ത്വരിതപ്പെടുത്തും. ഇല ചവയ്ക്കുന്നത് ശ്വാസതടസ്സം അകറ്റും.

ഇതിന്റെ വേരരച്ചു പശുവിൻ മോരിൽ കഴിക്കുന്നത് മൂത്രതടസ്സത്തിനു നല്ലതാണ്.

കരിങ്ങാലി

ഇതിന്റെ കാതൽ വെള്ളത്തിലിട്ടു തിളപ്പിച്ച് ദാഹത്തിനു കുടിക്കാറുണ്ട്. പൊടി നല്ല ദാഹശമനിയാണ്.

സംസ്കൃതനാമം	:	ഖദീര, രക്തസാരം, കുഷ്ഠാരി
ഇംഗ്ലീഷ്	:	കച്ച്ട്രീ
ശാസ്ത്രനാമം	:	അക്കേസിയ കറ്റേച്ചു, ഡാർക്ക് കറ്റേച്ചു
	:	Acasia catechu Linn.
കുടുംബം	:	മിമോസേസി
	:	Mimosaceae

വിവരണം: പശ്ചിമഘട്ടത്തിന്റെ കിഴക്കൻ പ്രദേശങ്ങളിൽ കാണപ്പെടുന്നു. വീടുകളിൽ വെച്ചു പിടിപ്പിക്കുന്നു. മുള്ളുള്ള ഇലപൊഴിയുന്ന ഇടത്തരം വൃക്ഷം. സാധാരണ ചെറിയ ഇലകൾ ഇളംമഞ്ഞ നിറത്തിലുള്ള പൂക്കൾ. പരന്നു നീട്ടമുള്ള കായ. അതിന്റെ ഉറയ്ക്കകത്ത് വിത്തുകൾ. ഈ തടിയുടെ കറയ്ക്ക് കച്ച് എന്നാണു പറയുന്നത്.

ഔഷധയോഗ്യഭാഗങ്ങൾ: തൊലി, കാതൽ, കറ (കച്ച്).

ചില ഔഷധ ഉപയോഗങ്ങൾ: തൊലി വിഷാദരോഗം, കൺജക്റ്റിവിറ്റിസ്, രക്തം തുപ്പൽ എന്നിവയ്ക്കു നല്ലതാണ്. തടിയുടെ കാതൽ ശീതമാണ്. രക്തം ശുദ്ധീകരിക്കും. വിരയിളക്കും, പഴുപ്പിനെ തടയും (ആന്റിസെപ്റ്റിക്ക്) വയറിളക്കത്തെ ചെറുക്കും. പനിയെ തടയും. രുചിയുണ്ടാക്കും, രക്തവാർച്ച തടയും. പോഷകമാണ്. കഫം, പിത്തം, ചുമ, ത്വക്ക് രോഗങ്ങൾ, വെള്ളപ്പാണ്ഡ്, അതിസാരം, ദുഷ്ടവ്രണങ്ങൾ, മുറിവ്, ക്ഷതം, പല്ലിന്റെ രോഗങ്ങൾ, പ്രമേഹം, വിളർച്ച, പ്ലീഹാരോഗങ്ങൾ എന്നിവയ്ക്കു നല്ലതാണ്. കച്ച് (കറ) രുചിയും ദഹനവുമുണ്ടാക്കും. കാമവർദ്ധകമാണ്. പോഷകമാണ്. കഫം, വാതം, വ്രണം, മുറിവ്, കുഷ്ഠം, ത്വക്ക് രോഗങ്ങൾ, വെള്ളപ്പാണ്ഡ്, യോനീനാളത്തിന്റെ വീക്കം, ദന്തരോഗം എന്നിവയ്ക്കു നല്ലതാണ്.

കരിങ്ങോട്ട

(കരിഞ്ഞൊട്ട)

തടി വിവിധ ആവശ്യങ്ങൾക്കുപയോഗിക്കുന്നു.

സംസ്കൃതനാമം : ഗുച്ഛകരഞ്ച
ഇംഗ്ലീഷ് : നീപ ബാർക്ക് ട്രീ
ശാസ്ത്രനാമം : സമാദേര ഇൻഡിക്ക, കാസിയ ഇൻഡിക്ക
: Samadera indica Gaertn.
Cassia indica (Gaertn.) Nutebum
കുടുംബം : സിമാറൂബേസി
: Simaroubaceae

വിവരണം: തെക്കേ ഇന്ത്യയിലെ നിത്യഹരിതവനങ്ങളിലും കായലോരങ്ങളിലും കാണപ്പെടുന്നു. ഏതാണ്ട് 10 മീറ്റർ വരെ ഉയരത്തിൽ വളരുന്ന ഇടത്തരം നിത്യഹരിത വൃക്ഷം. ഇലകൾ കടുംപച്ചനിറം. ഇളം മഞ്ഞനിറത്തിലുള്ള ശാഖകൾ. പിങ്ക് കലർന്ന മഞ്ഞനിറത്തിലുള്ള പൂക്കൾ, വിത്തുള്ള വലിയ കായ.

ഔഷധയോഗ്യഭാഗങ്ങൾ: തൊലി, തടി, വിത്ത്, ഇല.

ചില ഔഷധ ഉപയോഗങ്ങൾ: തടിയും തൊലിയും ഉദര രോഗങ്ങൾക്കു നല്ലതാണ്. ആർത്തവം തിരികെ കൊണ്ടുവരും. പോഷകമാണ്, പനി കുറയ്ക്കും, വാതം, വെള്ളദ്ദാഹം, ക്ഷീണം, വേദനയോടുകൂടിയ പ്രയാസമേറിയ ആർത്തവം എന്നിവയ്ക്കു നല്ലതാണ്. ഇല മുഖത്തെ ചുവന്നപാടുകൾക്കും ചൊറിച്ചിലിനും നല്ലതാണ്. വിത്തിൽനിന്നും ലഭിക്കുന്ന എണ്ണ രക്തം ശുദ്ധീകരിക്കുകയും, പനി കുറയ്ക്കുകയും, മലം ഇളക്കുകയും ചെയ്യും. വാതം, കഫം, കുഷ്ഠം, സ്കേബീസ്, ത്വക്ക് രോഗങ്ങൾ, ദഹനക്കുറവ് എന്നിവയ്ക്കു നല്ലതാണ്. വിത്തിൽനിന്നുള്ള എണ്ണ വാത ചികത്സയ്ക്ക് നല്ലതാണ്. ഇലക്കഷായം ചിതലിനെ അകറ്റും.

കരിങ്കൂവളം

സംസ്കൃതനാമം : ഇന്ദീവര
ശാസ്ത്രനാമം : മൊണോച്ചോറിയ വജീനാലിസ്
: Monochoria vaginalis presl
കുടുംബം : പൊന്റഡെറിയേസി
: Pontederiaceae

വിവരണം: ഇന്ത്യയിലുടനീളം കുളങ്ങളിലും തോടുകളിലും വെള്ളക്കെട്ടുകളിലും ചതുപ്പുപ്രദേശങ്ങളിലും കാണപ്പെടുന്നു. മാംസളമായ തണ്ടുകളോടുകൂടിയ നേരെ വളരുന്ന ബഹുവർഷിയായ ചെടി. നീലപ്പൂക്കൾ. കായുണ്ട്. മൂലകാണ്ഡം വലുതായി കിഴങ്ങായി (കന്ദം) രൂപപ്പെടും.

ഔഷധയോഗ്യഭാഗങ്ങൾ: കന്ദം, ഇല.

ചില ഔഷധ ഉപയോഗങ്ങൾ: കന്ദവും ഇലയും മധുരമുള്ളതും സുഗന്ധമുള്ളതുമാണ്. മൂത്രം ഇളക്കും. പോഷകമാണ് എരിച്ചിൽ, പിത്തം, ചുമ, ആസ്ത്മ, സ്കർവ്വി, പൊള്ളൽ, ക്ഷതം, ആമാശയരോഗങ്ങൾ, കരൾ രോഗങ്ങൾ, പല്ലിനു വേദന എന്നിവയ്ക്കു നല്ലതാണ്.

കരിമ്പന

കരിമ്പനയും അമ്പനയും ചൂണ്ടപ്പനയുമുണ്ട്. ഓല (പനയോല) ഉപയോഗിച്ച് വീട് മേഞ്ഞിരുന്നു. ഇപ്പോഴും വീടുമേയാൻ ഉപയോഗിക്കുന്നു. ഓല എഴുതാനുപയോഗിച്ചിരുന്നു (താളിയോല).

സംസ്കൃതനാമം : താല, താലദ്രുമ
ഇംഗ്ലീഷ് : പാൽമിറാപാം
ശാസ്ത്രനാമം : ബൊറാസസ്സ് ഫ്ളാബെല്ലിഫെർ
: Borassus flabellifer Linn.
കുടുംബം : അരിക്കേസി, പാമേ
: Arecaceae, Palmeae

വിവരണം: ഇന്ത്യയിലുടനീളം വരണ്ടപ്രദേശങ്ങളിൽ കാണപ്പെ

ടുന്നു. മുപ്പതുമീറ്ററോളം ഉയരത്തിൽ വളരുന്ന ഒറ്റത്തടി വൃക്ഷം. പ്രത്യേകതരത്തിലുള്ള ഇലകൾ. ഇലകൾ (പനയോല) പുരമേയാനും എഴുതാനും കുട്ട, വട്ടി, വിശറി എന്നിവ ഉണ്ടാക്കുന്നതിനും ഉപയോഗിച്ചിരുന്നു. കരിമ്പനയ്ക്കു കായുണ്ട്. അമ്പനയ്ക്കു കായില്ല. പകരം പൂക്കളെ വഹിക്കുന്ന കുലകൾ മാത്രമാണുള്ളത്.

ഔഷധയോഗ്യഭാഗങ്ങൾ: കായ, പഴം, തൊലി, കല, വേര്, ഇല, കുരു, മദ്യം.

ചില ഔഷധ ഉപയോഗങ്ങൾ: വേര് ശീതമാണ്. പഴയ അവസ്ഥ തിരികെ കൊണ്ടുവരും. ഉത്തേജകമാണ്. മൂത്രമിളക്കും, ചൂടിനെയും വീക്കത്തെയും പ്രതിരോധിക്കും. എരിച്ചിലിനു നല്ലതാണ്. പൂങ്കുല കരിച്ച ചാരം വയറെരിച്ചിലിനും അസിഡിറ്റിക്കും നല്ലതാണ്. രോഗങ്ങൾ ആവർത്തിച്ചു വരുന്നതിനെ തടയും. ഹൈപ്പർ അസിഡിറ്റി, ഹൃദയമെരിച്ചിൽ, കരളിന്റെയും പ്ലീഹയുടെയും വീക്കം, ത്വക്ക് രോഗങ്ങൾ എന്നിവയ്ക്കു നല്ലതാണ്. കായ (പനംതേങ്ങ) ശീതമാണ്. മധുരമുണ്ട്. മലമിളക്കും. ഉത്തേജകമാണ്. രക്തം ശുദ്ധീകരിക്കും. വിരയിളക്കും, രക്തവാർച്ച തടയും. ഉദരരോഗങ്ങൾക്കു നല്ലതാണ്. പോഷകമാണ്. എരിച്ചിൽ, വായുകോപം, കുഷ്ഠം, ക്ഷതം, രക്തം തുപ്പൽ, പിത്തം, വാതം, ക്ഷീണം എന്നിവയ്ക്കു നല്ലതാണ്.

പനങ്കായുടെ കഴമ്പു ഭക്ഷിച്ചാൽ വയറുകടിയും അതിസാരവും സുഖപ്പെടും. മത്സ്യത്തിന്റെ ചെറിയ മുള്ളു തൊണ്ടയിൽ പെട്ടാൽ അതു വീണുപോകാനും നന്ന്. പഴത്തിന്റെ കഴമ്പ് ത്വക്ക് രോഗങ്ങൾക്ക് ലേപനം ചെയ്യുന്നത് നല്ലതാണ്. പൂങ്കുല കത്തിച്ച ചാരം പിത്തസംബന്ധമായ രോഗങ്ങൾക്ക് ഉള്ളിൽ കഴിക്കാവുന്നതാണ്. ഇത് കരൾ, പ്ലീഹകളുടെ വീക്കങ്ങൾക്ക് മറ്റ് ഔഷധങ്ങളോടുകൂടി ലേപനം ചെയ്യാവുന്നതാണ്. കരിമ്പന വേര് ദേഹം തണുപ്പിക്കുകയും രക്തം ശുദ്ധീകരിക്കുകയും ചെയ്യും. വേരു പൊടിച്ചതിനോട് നാളികേരം ചുരണ്ടിയതും അരിപ്പൊടിയും ജീരകവും കപ്പൽമുളകും കുരുമുളകും കൂടി അരച്ച് അപ്പമുണ്ടാക്കി ആവിയിൽ വേവിച്ച് ഉണക്കിയാൽ രണ്ടോ മൂന്നോ മാസം കേടുകൂടാതെ ഇരിക്കും. ഇതു പഞ്ചസാരകൂട്ടി ഭക്ഷിക്കാവുന്നതാണ്. ഇത് ദേഹബലം വർദ്ധിപ്പിക്കും.

താലവിലാസം എന്ന തമിഴ്ഗ്രന്ഥത്തിൽ കരിമ്പനകൊണ്ടുള്ള എണ്ണൂറ്റിയൊന്ന് ഉപയോഗങ്ങൾ വിവരിച്ചിട്ടുണ്ട്. വേരുകൊണ്ടുള്ള പാൽക്കഷായം പുരുഷന്മാരുടെ അസ്ഥിസ്രാവത്തിനു നന്ന്. കരിമ്പനയുടെ അല്ലിക്കള്ള് വളരെ മധുരമുള്ളതാണ്. അൽപ്പം പുളിച്ച കള്ള് പ്രമേഹത്തിനു നല്ലതാണ്. കള്ള് പോഷകവും കഫത്തെ നശിപ്പിക്കുന്നതുമാണ്. അസ്ഥിസ്രാവത്തിനും നെഞ്ചുനീറ്റലിനും നല്ലതാണ്. കരിമ്പന പഞ്ചസാര പിത്തത്തെ ശമിപ്പിക്കുന്നതും രക്തം ശുദ്ധീകരിക്കുന്നതുമാണ്.

കരിമ്പന ചെത്തി കള്ളുണ്ടാക്കുന്നു. തെങ്ങിൻ കള്ളിന്റത്രയും ഗുണം ഇതിനില്ല. ഈ കള്ളുകൊണ്ട് ചക്കര (പനംചക്കര) ഉണ്ടാക്കാറുണ്ട്. പനംകള്ളിൽ ചുണ്ണാമ്പു ചേർത്താണ് അക്കാനി ഉണ്ടാക്കുന്നത്. ആൺ പനയെയാണ് അമ്പന എന്ന് ഇപ്പോൾ പറഞ്ഞു വരുന്നത്. അമ്പനയ്ക്കു കായകളില്ല. കരിമ്പനയുടെയും അമ്പനയുടെയും ഇല എഴുത്താണി ഉപയോഗിച്ച് പഴയ കാലങ്ങളിൽ എഴുത്തിനുപയോഗിച്ചിരുന്നു. പേപ്പർ പ്രചാരത്തിലാകുന്നതിനു മുമ്പുള്ള ലിഖിതങ്ങൾ മിക്കതും ഇത്തരം എഴുത്തോലകളിലാണ് രേഖപ്പെടുത്തിവെച്ചിട്ടുള്ളത്. ചില പ്രത്യേക രീതിയിൽ സംസ്കരിച്ചെടുക്കുന്ന ഓല ദീർഘകാലം ഒരു കേടും കൂടാതെയിരിക്കും എന്ന പ്രത്യേകതയുണ്ട്. കേരളത്തിന്റെ പല ഭാഗത്തുനിന്നും ഇത്തരം ധാരാളം പഴയ രേഖകൾ ലഭിച്ചിട്ടുണ്ട്. ആയുർവ്വേദ ചികിത്സാവിധികൾ മിക്കതും എഴുത്തോലയിലാണ് എഴുതി സൂക്ഷിച്ചിരുന്നത്.

കുടപ്പന

പനം കൽക്കണ്ടവും ചക്കരയും വേദനയോടുകൂടി മൂത്രം പോകുന്നതിനും മൂത്രദ്വാരത്തിലെ എരിച്ചിലിനും നല്ലതാണ്.

ഇളയകരിമ്പനത്തണ്ടുകൊണ്ട് കഷായം വെച്ച് അതിൽ ഏലത്തിരി പൊടിച്ചിട്ട് സേവിക്കുന്നത് മൂത്രതടസ്സത്തിനും കല്ലിനും നല്ലതാണ്.

കുടപ്പന

ഇംഗ്ലീഷ്	:	ടാലിപോട്ട് പാം, ഫാൻ പാം
ശാസ്ത്രനാമം	:	കോറിഫ അമ്പ്രാക്കൂലിഫെറ
കുടുംബം	:	പാമേ

കുടപ്പനയുടെ ഇല വിശറി, കുട്ട, കുട, പായ് മുതലായവ ഉണ്ടാക്കാനും പുരമേയാനും എഴുത്തോലയായും ഉപയോഗിക്കുന്നു. ഇതിൽ കായുണ്ടായി മൂക്കുന്നതോടെ മരം നശിച്ചു പോകാറാണ് പതിവ്.

കരിമ്പ്

കരിമ്പ് പല ഇനങ്ങളുണ്ട്. വൈദ്യവിഷയത്തിൽ നീലക്കരിമ്പ് അഥവാ വൈദ്യക്കരിമ്പാണ് ഉപയോഗിക്കേണ്ടത്. കരിമ്പിൽനിന്നും ശർക്കരയും പഞ്ചസാരയും ഉണ്ടാക്കുന്നു, കരിമ്പിൻചണ്ടി പുളിപ്പിച്ച് ലഹരി പാനീയങ്ങളുണ്ടാക്കുന്നു.

സംസ്കൃതനാമം	: ഇക്ഷു, പുണ്ഡ്രക
ഇംഗ്ലീഷ്	: ഷുഗർകെയിൻ, നോബിൾ കെയിൻ
ശാസ്ത്രനാമം	: സക്കാരം ഒഫിസിനാരം
	: Saccharam officinarum Linn.
കുടുംബം	: പോയേസി
	: Poaceae

വിവരണം: ഇന്ത്യയിലുടനീളം കൃഷിചെയ്തുവരുന്നു. നല്ല ഉയരത്തിൽ വളരുന്ന മാംസളമായ തണ്ടുകളോടുകൂടിയ ബഹുവർഷിയായ സസ്യം. വളരെ നീണ്ട ഇലകൾ. സിൽക്ക് നൂൽ പോലെ കുലകളായി പൂക്കൾ കാണപ്പെടുന്നു. തണ്ട് നട്ടാണ് പ്രജനനം.

ഔഷധയോഗ്യഭാഗങ്ങൾ: കരിമ്പ്, അതിന്റെ നീര്, അതുകൊണ്ടുണ്ടാക്കുന്ന മറ്റു ഭക്ഷ്യദ്രവ്യങ്ങൾ, വേര്.

ചില ഔഷധ ഉപയോഗങ്ങൾ: വേര് ശീതമാണ്. മൂത്രമിളക്കും. മൂത്രനാളീരോഗങ്ങൾക്കു നല്ലതാണ്. തണ്ട് (കരിമ്പ്) മധുരമുള്ളതും ശീതവുമാണ്. സ്വച്ഛതയുണ്ടാക്കും. വയറിളക്കും. ഹൃദയപോഷണമാണ്. മുലപ്പാൽ വർദ്ധിപ്പിക്കും. കാമവർദ്ധകമാണ്. കഫമിളക്കും. രക്തവാർച്ച തടയും. ബോധക്ഷയം, കുഷ്ഠം, ഉദരരോഗങ്ങൾ, ഹൃദ്രോഗം, രക്തം ഛർദ്ദിക്കുക, ചുമ, വിളർച്ച, മുഖത്തെ ചുവന്ന തടിച്ച പാടുകൾ, തൊലിപ്പുറത്തെ അർശസ്സ്, ശുക്ലക്ഷീണം, ക്ഷീണം, ശരീരം മെലിച്ചിൽ എന്നിവയ്ക്കു നല്ലതാണ്. കൽക്കണ്ടം ചുമ, തൊണ്ടവേദന, അമിതദാഹം എന്നിവയ്ക്കു നല്ലതാണ്.

കരിമ്പ് ഒരു സംരക്ഷണീയ (പ്രിസർവേറ്റീവ്) ദ്രവ്യമാണ്. കരിമ്പിൻ നീര് ചെറുനാരങ്ങാനീരോ ഇഞ്ചിനീരോ ചേർത്തു സേവിക്കുന്നത് വേദനയോടുകൂടി മൂത്രം

ചെറുകരിമ്പ്

പോകുന്നതിനും കല്ലിനും ഗൊണേറിയയ്ക്കും ശരിയായ ദഹനമില്ലായ്മയ്ക്കും ശുക്ലസ്രാവത്തിനും ആമാശയവ്രണങ്ങൾക്കും (അൾസർ) നല്ലതാണ്. കരിമ്പിൻ നീരും തിപ്പലി പൊടിച്ചതും തൈരിൽ ചേർത്തു കഴിച്ചാൽ അജീർണ്ണം, ഛർദ്ദി, അരുചി എന്നിവ ശമിക്കും. ശരീരത്തിലുണ്ടാകുന്ന ഉഷ്ണാധിക്യം കുറയ്ക്കുകയും ചെയ്യും. കരിമ്പിന്റെ ഇലകളിന്മേലുള്ള മഞ്ഞുതുള്ളികൾ തിമിരത്തിനും മറ്റു നേത്രരോഗങ്ങൾക്കും കണ്ണിലൊഴിക്കുന്നതു നല്ലതാണ്. കരിമ്പിൻനീര് കഫവും മൂത്രവും മലവും ഇളക്കുന്നതും ദേഹത്തിനു കൂടുതൽ തടിയുണ്ടാക്കുന്നതും രക്തപിത്തം ശമിപ്പിക്കുന്നതുമാണ്. കരിമ്പിൻ നീരിൽ കുറച്ചു ചുക്കരച്ചു കഴിച്ചാൽ എക്കിട്ടം ശമിക്കും. കരിമ്പിൻ നീരും തൈരും കൽക്കണ്ടവും കൂട്ടിക്കഴിച്ചാൽ ദേഹത്തിലെ ചുട്ടുപുകച്ചിൽ മാറും.

കരിന്തുമ്പ

സംസ്കൃതനാമം	:	വൈകുണ്ഠ, മഹാദ്രോണ
ഇംഗ്ലീഷ്	:	മലബാർ കാറ്റ്മിന്റ്
ശാസ്ത്രനാമം	:	അനിസോമെലെസ് മലബാറിക്ക
	:	Anisomeles malabarica (Linn.) R. B.
കുടുംബം	:	ലാമിയേസി
	:	Lamiaceae

വിവരണം: കേരളത്തിലും തെക്കേഇന്ത്യയിലും പറമ്പിലും വെളിസ്ഥലങ്ങളിലും കണ്ടുവരുന്നു. ഏതാണ്ട് ഒരുമീറ്റർ വരെ ഉയരത്തിൽ വളരുന്ന കുറ്റിച്ചെടി. കടുംപച്ചനിറത്തിലും മഞ്ഞകലർന്ന പച്ചനിറത്തിലും ഇലകൾ കാണപ്പെടുന്നു. വെളുത്ത പൂക്കളും കായകളുമുണ്ട്.

ഔഷധയോഗ്യഭാഗങ്ങൾ: സമൂലം

ചില ഔഷധ ഉപയോഗങ്ങൾ: കൊതുകിനെയും പ്രാണികളെയും അകറ്റുന്നതിന് ശക്തിയുണ്ട്. പനി കുറയ്ക്കുന്നതിനും വിരയിളക്കുന്നതിനും നല്ലതാണ്. ബുദ്ധി വികസിപ്പിക്കുന്നതിനുള്ള കഴിവുണ്ട്. അപസ്മാരം, ഹർഷോന്മാദം, കുട്ടികളുടെ മാനസിക വളർച്ചക്കുറവ്, ദഹനക്കുറവ്, ആമാശയത്തിലെ വിരകൾ, ജ്വരം, വാതം, കഫം, വയറിളക്കം എന്നിവയ്ക്കു നല്ലതാണ്. നീര് ശർക്കര ചേർത്തു കഴിക്കുന്നത് കഫത്തെ ഇല്ലാതാക്കും. കഷായംവെച്ചു ദേഹത്തു തേക്കുന്നത് സന്ധിവാതത്തെ ഇല്ലാതാക്കും. പൂക്കൾ അച്ചാറുപോലെ വെച്ചു കഴിക്കുന്നതും സന്ധിവാതത്തിനു നല്ലതാണ്.

കരിമുത്തിൾ

കുടങ്ങലിന്റെ പോലെയുള്ള ഇലകളും തണ്ടും.

ഔഷധയോഗ്യഭാഗങ്ങൾ: സമൂലം

ചില ഔഷധ ഉപയോഗങ്ങൾ: ഓർമ്മശക്തി വർദ്ധിപ്പിക്കുന്നതിന് അത്യുത്തമമാണ്.

കരീലാഞ്ചി

മരത്തിലോ പൊന്തയിലോ നിലത്തോ പടർന്നു വളരുന്ന വള്ളി ച്ചെടി. ഇളം കറുപ്പ് നിറത്തിലുള്ള വള്ളിയിൽ ചെറിയ മുള്ളുകളുണ്ട്. സാധാരണ ഇലകൾ. നല്ല ബലമുള്ള കരീലാഞ്ചി വള്ളി ഉപയോഗിച്ച് കൊട്ട, വട്ടി എന്നിവ ഉണ്ടാക്കാറുണ്ട്.

ഔഷധ ഉപയോഗങ്ങൾ: രക്ത ശുദ്ധിക്ക് നല്ലതാണ്.

കല്ലാൽ
(കല്ലരയാൽ)

സംസ്കൃതനാമം : കപിതന, പാരിശ

ഇംഗ്ലീഷ്: മൈസൂർ ഫിഗ്

ശാസ്ത്രനാമം: ഫിക്കസ് അർനൊട്ടിയാന, ഫൈക്കസ് മൈസൂറെൻസിസ്

: Ficus arnottiana (Miq.) Miq.

Ficus mysorensis IIcin.

കുടുംബം: മോറേസി

: Moraceae

വിവരണം: ഇന്ത്യയിലുട നീളം നനവാർന്ന വനങ്ങളിലും പ്രദേശങ്ങളിലും കാണപ്പെടുന്ന വലിയ വൃക്ഷം. സാധാരണ ഇല കൾ. ഇളംശാഖകളിൽ തവിട്ടു രോമം കാണാം. പൂവും അണ്ഡാ കൃതിയിൽ ഓറഞ്ചു നിറമുള്ള കായും ഉണ്ട്.

ഔഷധയോഗ്യഭാഗങ്ങൾ: തൊലി

ചില ഔഷധ ഉപയോഗ ങ്ങൾ: ശീതമാണ്, കാമവർദ്ധകമാ ണ്, രക്തം ശുദ്ധീകരിക്കും. സ്നി

ഗ്ദ്ധതയും മിനുസവും ഉണ്ടാക്കും, മലബന്ധം ഉണ്ടാക്കും, വാതം, പിത്തം, ത്വക്ക്രോഗങ്ങൾ, കുഷ്ഠം, സ്കേബീസ്, മുറിവ്, പ്രമേഹം, എരിച്ചിൽ, യോനീനാളരോഗങ്ങൾ, വീക്കം, വയറിളക്കം എന്നിവയ്ക്കു നല്ലതാണ്.

കല്ലൂർവഞ്ചി

കല്ല് അലിയിച്ചു കളയുന്നതിനുള്ള കല്ലൂർ വഞ്ചിയുടെ കഴിവ് പ്രശസ്തമാണ്.

സംസ്കൃതനാമം : പാഷാണഭേദ, അസ്മഭേദ, മൂത്രള
ശാസ്ത്രനാമം : റോടുള അക്വാറ്റിക്കാ
: Rotula aquatica Lour.
കുടുംബം : ബോറാഗിണേസിയ
: Boraginaceae

വിവരണം: ഇന്ത്യയിലുടനീളം കായലിന്റെയും ആറിന്റെയും തോടുകളുടെയും വെള്ളക്കെട്ടുകളുടെയും അകത്തും സമീപത്തും ഉള്ള പാറയിടുക്കുകളിലും മണൽക്കൂനകളിലും കാണപ്പെടുന്നു. അനേകം ശാഖകളുള്ള ചെറുസസ്യം. തണ്ടിന് ഏതാണ്ട് കറുപ്പുനിറം. ചെറിയ സാധാരണ ഇലകൾ. വേര് പാറക്കെട്ടിനുള്ളിലേക്കിറങ്ങും. പിങ്ക് അല്ലെങ്കിൽ ചുവപ്പു നിറത്തിലുള്ള ചെറിയ പൂക്കൾ. ദീർഘവൃത്താകൃതിയിലുള്ള കായ. ഓറഞ്ച് നിറം.

ഔഷധയോഗ്യഭാഗങ്ങൾ: സമൂലം

ചില ഔഷധ ഉപയോഗങ്ങൾ: വേര് ശീതമാണ്. മലവും മൂത്രവുമിളക്കും. ക്ഷതം പ്രമേഹം, ഗുഹ്യരോഗങ്ങൾ എന്നിവയ്ക്കു നല്ലതാണ്. വൃക്കയിലെയും മൂത്രത്തിലെയും കല്ലുകൾ അലിയിച്ചു കളയും. കല്ലൂർവഞ്ചി വേര് കഷായം വെച്ച് അതിൽ നെയ്യ്, എണ്ണ, പാൽ ചേർത്തു കഴിച്ചാൽ മൂത്രതടസ്സം മാറും.

കല്ലുവാഴ

ഇലയൊഴിച്ചാൽ വാഴയുമായി വലിയ സാമ്യമില്ല. കുലയുണ്ടാകാറുണ്ട്. കുലയുടെ കായ്ക്കകത്ത് അരി(കുരു)യുണ്ട്.

വിവരണം: വാഴയുടെ രൂപത്തിലുള്ള ഇലകൾ നീണ്ടു പരന്നത്, പച്ചനിറം. തണ്ടുകൾക്ക് ഇളം ചുവപ്പ് കലർന്ന മഞ്ഞനിറം. കുരു വിട്ടാണ് പ്രജനനം നടത്തുന്നത്.

ഔഷധയോഗ്യഭാഗങ്ങൾ: വാഴക്കായിലെ കുരു.

ചില ഔഷധ ഉപയോഗങ്ങൾ: വാഴക്കായിലെ കുരുവിന് മൂത്രത്തിലെ കല്ല് അലിയിച്ചു കളയുന്നതിനുള്ള ശക്തിയുണ്ട്.

കവുങ്ങ്

(അടയ്ക്കാമരം)

കവുങ്ങിന്റെ മിക്ക ഭാഗങ്ങൾക്കും ഉപയോഗം ഉണ്ട്. നല്ല നാരുള്ള തടി വീടുകൾക്കും മറ്റും കഴുക്കോലുണ്ടാക്കുന്നതിനും തൂണുകൾക്കും, കൂന്താലി, തൂമ്പ തുടങ്ങിയവയ്ക്ക് കൈയായും ഉപയോഗിക്കുന്നു. പാള വെള്ളം കോരാനുള്ള തൊട്ടിയായും, മറ്റ് അലങ്കാരവസ്തുക്കളുടെ നിർമ്മാണത്തിനും ഉപയോഗിക്കുന്നു. അടയ്ക്ക മരുന്നുകൾക്കും സുഗന്ധദ്രവ്യങ്ങൾക്കും ഉപയോഗിക്കുന്നു. അടയ്ക്ക വെറ്റിലയും ചുണ്ണാമ്പും കൂട്ടി മുറുക്കാൻ ഉപയോഗിക്കുന്നു.

സംസ്കൃതനാമം	: പുഗ, ക്രാമുക, പുംഗിഫല, ഗുഹക, ഉദ്വേഗം
ഇംഗ്ലീഷ്	: അരിക്കനട്ട് ട്രീ, ബീറ്റിൽനട്ട് ട്രീ
ശാസ്ത്രനാമം	: അരേക്ക കറ്റേച്ചു
	: Areca catechu Linn.
കുടുംബം	: അരിക്കേസി
	: Arecaceae

വിവരണം: ഇന്ത്യയിലുടനീളം കാണപ്പെടുന്നു. തോട്ടങ്ങളിലും വീടുകളിലും നട്ടുവളർത്തുന്നു. അധികം വണ്ണമില്ലാത്ത നല്ല ഉയരത്തിൽ വളരുന്ന ഒറ്റത്തടിവൃക്ഷം. ഓലപോലെ തണ്ടിന് ഇരുവശത്തും നീളമുള്ള

ഇല. നല്ല പച്ചനിറം. ഓലയുടെ അറ്റത്ത് പാളയുണ്ട്. പാളയ്ക്ക് നല്ല മൃദുലതയും തണുപ്പുമുണ്ട്. വെള്ള നിറത്തിലുള്ള പൂക്കൾ വലിയ കുലയായി കാണപ്പെടുന്നു. കായ പച്ചനിറത്തിൽ നീണ്ട് ഉരുണ്ടത്. പഴുക്കുമ്പോൾ ചുവന്നനിറമാകും. മാംസളമായ തോടിന് അകത്ത് മാംസളമായ അടയ്ക്ക. മൂക്കുമ്പോൾ കട്ടിയാകും.

ഔഷധയോഗ്യഭാഗങ്ങൾ: വേര്, ഇല, അടയ്ക്ക (പാക്ക്).

ചില ഔഷധ ഉപയോഗങ്ങൾ: കുരുത്തോല പിഴിഞ്ഞ ചാറ് എള്ളെണ്ണ ചേർത്ത് കൊടുക്കുന്നത് സന്ധിവാതത്തിനു നല്ലതാണ്. വ്രണമുള്ള ചുണ്ടുകളുടെ ചികിത്സയ്ക്ക് വേരിന്റെ കഷായം ഫലപ്രദമാണ്. ഇലയുടെ നീര് എണ്ണയുമായി ചേർത്ത് പുരട്ടുന്നത് പുറം വേദനയ്ക്ക് നല്ലതാണ്. അടയ്ക്ക പച്ചയ്ക്കും സംസ്കരിച്ചും ഉപയോഗിക്കാറുണ്ട്. അടയ്ക്ക ശീതമാണ്. മൂത്രമിളക്കും, ദഹനം ഉണ്ടാക്കും, വിരയിളക്കും, കാമവർദ്ധകമാണ്. ഞരമ്പിന് പോഷണമാണ്. ആർത്തവം തിരികെ കൊണ്ടുവരും. മൂത്രസംബന്ധമായ പ്രശ്നങ്ങൾ, ക്ഷീണം എന്നിവയ്ക്കു നല്ലതാണ്. മൃഗങ്ങൾക്ക് വിരയിളക്കാൻ പ്രത്യേകിച്ച് നാട വിരയ്ക്ക് അത്യുത്തമമാണ്. അടയ്ക്ക ചവയ്ക്കുന്നത് തുപ്പൽ ഉണ്ടാക്കുകയും പല്ലിന്റെ കേടുകളെ ചെറുക്കുകയും ചെയ്യും. സ്ഥിരമായ ഉപയോഗം പല്ലിന്റെ നിറത്തെ കെടുത്തുകയും ഉറപ്പിനെ ബാധിക്കുകയും വായിലെ ക്യാൻസറിനു കാരണമാകുകയും ചെയ്യും. കരിച്ച അടയ്ക്ക (പാക്ക്) പല്ല് വൃത്തിയാക്കാൻ നല്ലതാണ്. ഇളംകായകളുടെ നീര് വയറിളക്കും. കാട്ടുകമുക് (അരെക്ക ഡിക്സോണൈ) എന്ന ഇനവുമുണ്ട്. ഇതിന്റെ കായ അടയ്ക്കക്കു പകരം ഉപയോഗിക്കാറുണ്ട്.

കറിവേപ്പ്

കറിവേപ്പില കറികൾക്കും മറ്റും സ്വാദു പകരുന്നതിനായി ഉപയോഗിച്ചുവരുന്നു.

സംസ്കൃതനാമം : കാളശാകം, കൗടര്യ, കൃഷ്ണനിംബ, സുരഭിനിംബ

ഇംഗ്ലീഷ് : കറിലീഫ് ട്രീ
ശാസ്ത്രനാമം : മുറയകൊയ്നിഗി, കോർച്ചോറസ് കാപ്സുലാരിസ്
: Murraya koenigii (Linn.) Spreng.
കുടുംബം : റൂട്ടേസി
: Rutaceae

വിവരണം: ഇന്ത്യയിലുടനീളം കാണപ്പെടുന്നു. കൃഷിചെയ്തും വരുന്നു. ഇടത്തരം കുറ്റിച്ചെടി. ചാരനിറത്തിലുള്ള തണ്ടുകളും കടുംപച്ച നിറത്തിലുള്ള ഇലകളും. ചെറിയ തണ്ടിനിരുവശവുമായിട്ടാണ് ഇലകൾ കാണപ്പെടുന്നത്. വെള്ള നിറത്തിലുള്ള പൂക്കൾ ഉരുണ്ട ചെറിയ കായ, വിത്തുകളുണ്ട്. തണ്ടിനും ഇലയ്ക്കും പ്രത്യേക സുഗന്ധമുണ്ട്. കാട്ടു കറിവേപ്പ് എന്നൊരിനവും ഉണ്ട്.

ഔഷധയോഗ്യഭാഗങ്ങൾ: ഇല, തൊലി, വേര്.

ചില ഔഷധ ഉപയോഗങ്ങൾ: വേരും തൊലിയും ഇലയും ശീതമാണ്. സ്നിഗ്ദ്ധതയുണ്ടാക്കും. രക്തം ശുദ്ധീകരിക്കും. വിരയിളക്കും. വായുകോപം അകറ്റും. ഉദരരോഗങ്ങൾ ശമിപ്പിക്കും. രുചിയുണ്ടാക്കും. വേദന കുറയ്ക്കും. ക്ഷതത്തെ ചെറുക്കും. പഴുപ്പിനെ തടയും (ആന്റി സെപ്റ്റിക്ക്). പോഷകമാണ്. കഫം, പിത്തം, എരിച്ചിൽ, കുഷ്ഠം, ത്വക്ക്രോഗങ്ങൾ, വെള്ളപ്പാണ്ഡ്, വെള്ളദ്ദാഹം, അതിസാരം, വയറിളക്കം, ഛർദ്ദിൽ, വീക്കം, ദുർഗ്ഗന്ധമുള്ള വ്രണങ്ങൾ, അലർജി, പ്രമേഹം എന്നിവയ്ക്കു നല്ലതാണ്. തളിരിലകൾ പാലിൽ വേവിച്ച് അരച്ചെടുക്കുന്ന കുഴമ്പ് പാമ്പിന്റെയും മറ്റു വിഷജന്തുക്കളുടെയും കടിയേറ്റ ഭാഗത്ത് പുരട്ടുന്നത് വിഷമില്ലാതാക്കും. തളിരില വെറുതെ അരച്ചു പൂശിയാലും മതി. ആര്യവേപ്പിലയും കറിവേപ്പിലയും ചേർത്തുണ്ടാക്കുന്ന കഷായം പകർച്ചവ്യാധികളെ തടയും.

ഇതിന്റെ കൂമ്പില

കടിച്ചുതിന്നുന്നത് വയറിളക്കത്തിനു നല്ലതാണ്. പച്ചില വാട്ടിപ്പിഴിഞ്ഞ നീര് ഛർദ്ദിക്കു നല്ലതാണ്. ഇല കഷായം വെച്ച് കയ്പുള്ള മറ്റു മരുന്നുകളോടു കൂട്ടിച്ചേർത്ത് ജ്വരത്തിനുപയോഗിക്കാം. ഇല പാലിൽ വേവിച്ച് അരച്ചു പുരട്ടുന്നത് വിഷക്കടികൾക്കും വ്രണങ്ങൾക്കും നല്ലതാണ്. ഇലയും വേരും ഓജസ്സു വർദ്ധിപ്പിക്കും. തൊലിയും വേരും അരച്ച് വിഷങ്ങൾക്കു പുരട്ടാവുന്നതാണ്. കറിവേപ്പിന്റെ തൊലിയും കുരുമുളകും കൂടി മോരിൽ അരച്ചുകലക്കി ചൂടാക്കി ധാരചെയ്യുന്നത് തേൾവിഷത്തിന്റെ വേദന ശമിക്കുവാൻ നല്ലതാണ്.

കറിവേപ്പില ഉണക്കിപ്പൊടിച്ചത് ഒരു സ്പൂണും മഞ്ഞൾപ്പൊടിയും സമം ചേർത്ത് രണ്ടു സ്പൂൺ തേനിൽ ചാലിച്ച് കഴിച്ചാൽ ഇസ്നോഫീലിയ ശമിക്കും. കറിവേപ്പിലയിട്ടു തിളപ്പിച്ച വെള്ളം പതിവായി കഴിക്കുന്നത് ഉദരരോഗങ്ങൾക്കു നല്ലതാണ്.

വായിൽപുണ്ണിന് കറിവേപ്പില നിഴലിലുണക്കി പൊടിച്ച പൊടിയും സമം തൃഫലപ്പൊടിയും ചേർത്ത് ഭക്ഷണത്തിനു മുമ്പ് വെണ്ണയിലോ മോരിലോ ചേർത്ത് ദിവസം മൂന്നുനേരം എന്ന കണക്കിൽ തുടർച്ചയായി കഴിക്കുക. കറിവേപ്പിലയും സമം മഞ്ഞളും അരച്ച് ചെറിയ നെല്ലിക്കാവലുപ്പത്തിൽ രാവിലെ കഴിച്ചാൽ അലർജി ശമിക്കും. കറിവേപ്പില ഇട്ടു തിളപ്പിച്ച വെള്ളം സ്ഥിരമായി കുടിക്കുന്നത് ഉദര അൾസറിനു നല്ലതാണ്. ഇത് മറ്റ് ഉദരരോഗങ്ങൾക്കും നല്ലതാണ്. കൊളസ്റ്ററോളിന് കറിവേപ്പില അരച്ച് നെല്ലിക്കാ വലുപ്പത്തിൽ രാവിലെ രാവിലെ വെറുംവയറ്റിൽ കഴിക്കുക. ദഹനക്കേടിന് കറിവേപ്പിലയരച്ച് മോരിൽ കലർത്തി കുടിക്കുക. അതിസാരത്തിന് കറിവേപ്പിലത്തണ്ട് അരച്ച് മോരിൽ ചേർത്ത് ഇടവിട്ടിടവിട്ട് കുടിക്കുക. വയറുകടിക്ക് കറിവേപ്പില അരച്ച് തൈരും ഉപ്പും ചേർത്ത് കഴിക്കുക. വയറുവേദനയ്ക്ക് കുറച്ചു കറിവേപ്പില അരച്ച് പുളിച്ചമോരിൽ കലക്കി കുടിക്കുക. വയറുവേദനയ്ക്ക് കറിവേപ്പില അരച്ച് മോരിൽ കാച്ചി കുടിക്കുന്നതും നല്ലതാണ്. കറിവേപ്പിലകൊണ്ടുള്ള കഷായം പ്രമേഹം മഞ്ഞപ്പിത്തം എന്നിവയ്ക്കു നല്ലതാണ്.

ദഹനശക്തി വർദ്ധിപ്പിക്കുന്നതും രുചികരമായിട്ടുള്ളതും ഏതു രോഗിക്കും ഉപയോഗിക്കാവുന്നതുമായ വേപ്പിലക്കട്ടി തയ്യാറാക്കി പഴമക്കാർ ഉപയോഗിച്ചിരുന്നു. ഇന്നും ചിലർ അതു പിന്തുടരാറുണ്ട്. ഇരുനൂറ്റി മുപ്പതുഗ്രാം വീതം കറിവേപ്പിലയും ചെറുനാരകത്തിന്റെ ഇളയിലയും അമ്പത്തിആറുഗ്രാം വീതം വേപ്പിൻ തളിരും ചുക്കും കുരുമുളകും ജീരകവും അയമോദകവും എഴുനൂറ്റി അമ്പതുഗ്രാം ഇന്തുപ്പും ചേർത്ത് നല്ലപോലെ ഇടിച്ചുണക്കി എടുക്കുന്നതാണ് വേപ്പിലക്കട്ടി. ഇത് ആവശ്യത്തിന് ഉപയോഗിക്കാവുന്നതാണ്. കറിവേപ്പില തൊള്ളായിരംഗ്രാം; ചെറുനാരകത്തില രണ്ടുകിലോ, വറ്റൽമുളക്, കല്ലുപ്പ് ഇവ ഇരുനൂറ്റി മുപ്പതുഗ്രാം അയമോദകം ചുക്ക്, ജീരകം ഇവ പതിനഞ്ചു ഗ്രാം വീതം ഇവയെല്ലാം കൂട്ടിച്ചേർത്ത് നല്ലപോലെ ഇടിച്ചുണക്കുന്ന ഒരു തയ്യാറിപ്പും പ്രചാരത്തിലുണ്ട്.

കറുകപ്പുല്ല്
(ബലിക്കറുക)

ബലികർമ്മങ്ങൾക്കുപയോഗിക്കുന്ന പ്രധാനപ്പെട്ട സസ്യമാണ് കറുക.

സംസ്കൃതനാമം	: നിലദുർവ്വ, ദുർവ്വ
ഇംഗ്ലീഷ്	: ദൂബ്ഗ്രാസ്സ്, ബർമുഡഗ്രാസ്സ് ബഹാമഗ്രാസ്സ്, കോഞ്ച് ഗ്രാസ്സ്
ശാസ്ത്രനാമം	: സൈനഡോൺ ഡാക്റ്റിലോൺ
	: Cynodon dactylon (Linn.) Pers.
കുടുംബം	: പോയേസി
	: Poaceae

വിവരണം: ഇന്ത്യയിലുടനീളം പുറമ്പോക്കുകളിലും വീട്ടുമുറ്റത്തും പറമ്പുകളിലും കാണപ്പെടുന്നു. നിലത്തു പടർന്നുവളരുന്ന ബഹുവർഷിയായ പുല്ല്. തണ്ടിന്റെ മുട്ടുകളിൽനിന്നും വേരിറങ്ങും. ചെറിയ വളരെ വീതികുറഞ്ഞ ഇലകൾ. വിത്തുകളുണ്ട്.

ഔഷധയോഗ്യഭാഗങ്ങൾ: സമൂലം

ചില ഔഷധ ഉപയോഗങ്ങൾ: രക്തം ശുദ്ധീകരിക്കും. മൂത്രം ഇളക്കും. ശീതമാണ്. രക്തവാർച്ച തടയും. മലബന്ധം ഉണ്ടാക്കും. പോഷകമാണ്. പിത്തം, കഫം, എരിച്ചിൽ, രക്തം തുപ്പൽ, മൂത്രത്തിൽ കൂടി രക്തം പോകുക, ക്ഷതം, മുറിവ്, കൺജക്റ്റിവിറ്റിസ്, തലവേദന, മുഖത്തെ ചുവന്ന തടിപ്പുകൾ, ത്വക്ക് രോഗങ്ങൾ, ഛർദ്ദിൽ, അതിസാരം, വയറിളക്കം, ഗർഭമലസൽ, ക്ഷീണം, യോനീനാളത്തിലുള്ള ക്ഷതങ്ങൾ എന്നിവയ്ക്കു നല്ലതാണ്.

ജലദോഷത്തിന് കറുകപ്പുല്ല് പിഴിഞ്ഞെടുത്ത നീര് മൂക്കിലൊഴിക്കുക. ചുട്ടുപുകച്ചിലിന് കറുക ഇടിച്ചു പിഴിഞ്ഞനീര് കാച്ചിയ പാലിൽ ചേർത്തു സേവിക്കുക.

കർപ്പൂരമരം
(പുടക്കർപ്പൂരം)

പൂർവ്വേഷ്യയിൽനിന്നു വന്നതാണ്. കർപ്പൂരം മതപരമായ ചടങ്ങുകളിലുപയോഗിക്കുന്നു. ആഴിപൂജയ്ക്കുപയോഗിക്കുന്നു.

സംസ്കൃതനാമം	: കർപ്പൂര
ഇംഗ്ലീഷ്	: കാംഭർ ട്രീ
ശാസ്ത്രനാമം	: സിന്നമോമം കാംഭോറ
	: Cinnamomum camphora (Linn.) Presl
കുടുംബം	: ലോറേസി
	: Lauraceae

വിവരണം: ഇന്ത്യയിലുടനീളം കാണപ്പെടുന്നു. ധാരാളം ശാഖകളുള്ള വളരെ ഉയരത്തിൽ വളരുന്ന നിത്യഹരിത വൃക്ഷം. പൂക്കൾ മഞ്ഞകലർന്ന വെള്ള. കായ കടുംപച്ച. മൂക്കുമ്പോൾ കറുപ്പാകും.

മരത്തിന്റെ എല്ലാഭാഗത്തും എണ്ണ ഉണ്ടെങ്കിലും പ്രധാനമായും ഇലകളും ശാഖകളും വാറ്റിയാണ് കർപ്പൂര എണ്ണ വേർതിരിച്ചെടുക്കുന്നത്. വളരെ പെട്ടെന്ന് തീപിടിക്കുകയും അലിയുകയും ചെയ്യുന്ന വെളുത്ത പൊടിയുടെ രൂപത്തിലാണ് കർപ്പൂരം കാണപ്പെടുന്നത്.

ഔഷധയോഗ്യഭാഗങ്ങൾ: കർപ്പൂരം

ചില ഔഷധ ഉപയോഗങ്ങൾ: നല്ല സുഗന്ധമുണ്ട്. മൃദുത്വം നല്കും. വിയർപ്പുണ്ടാക്കും. ത്വക്കിനെയും ഹൃദയത്തെയും ഉത്തേജിപ്പിക്കും. അണുനാശകമാണ്. വേദന കുറയ്ക്കും. കഫം ഇളക്കും. വായുകോപം ശമിപ്പിക്കും. കാമം വർദ്ധിപ്പിക്കും. വാതം, വീക്കം, ഹൃദ്രോഗം, ചുമ, ആസ്ത്മ, മസിൽ വേദന, വെള്ളദ്ദാഹം, വയറിളക്കം, അതിസാരം എന്നിവയ്ക്കു നല്ലതാണ്.

കറ്റാർവാഴ

പോളയിലെ കൊഴുത്തദ്രാവകം ഉപയോഗിച്ചാണ് ചെന്നിനായകം ഉണ്ടാക്കുന്നത്.

സംസ്കൃതനാമം	: കുമാരി, ഘൃതകുമാരി, ഗൃഹകന്യ
ഇംഗ്ലീഷ്	: ഇന്ത്യൻ അലോയ, ബാർബഡോസ് അലോയ, ഗുരാക്കായോ അലോയ, അലോയ വേറ
ശാസ്ത്രനാമം	: അലോയബാർബഡെൻസിസ്
	: Aloe barbadensis Mill.

കുടുംബം: ലിലിയേസി
: Liliaceae

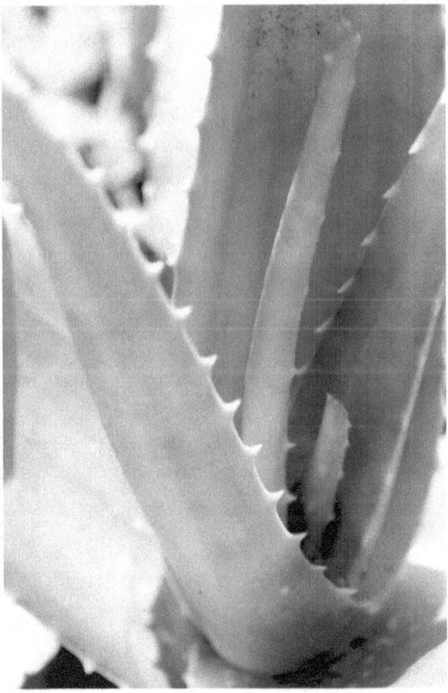

വിവരണം: ഇന്ത്യയിലുടനീളം വരണ്ടപ്രദേശങ്ങളിൽ കാണപ്പെടുന്നു. വ്യാവസായിക ആവശ്യങ്ങൾക്കായി കൃഷിചെയ്തു വരുന്നു. മാംസളമായ തണ്ട് (ഇല)കളോടുകൂടിയ ബഹുവർഷിയായ സസ്യം. വേരുകൾ കുറവാണ്. കടുംപച്ചനിറത്തിൽ ചെറിയ മുള്ളുകളോടുകൂടിയ ചുവട്ടിൽ തടിച്ചും അറ്റം കൂർപ്പിച്ചുമിരിക്കുന്ന തണ്ടാണ് ഇല (പോള). മഞ്ഞനിറത്തിലുള്ള പൂക്കളുമുണ്ട്. ചെറിയ കായുണ്ട്. മുട്ട് നട്ട് പ്രജനനം നടത്തുന്നു.

ഔഷധയോഗ്യഭാഗങ്ങൾ: പോളയും അതിലെ കൊഴുത്ത ദ്രാവകവും, പോളയിലെ കൊഴുത്ത ദ്രാവകം ഉണക്കി എടുക്കുന്ന ചെന്നിനായകം.

ചില ഔഷധ ഉപയോഗങ്ങൾ: രക്തം ശുദ്ധീകരിക്കുന്നതും വായുകോപം ഇല്ലാതാക്കുന്നതും മൂത്രം വർദ്ധിപ്പിക്കുന്നതും പകർച്ചവ്യാധികളെ തടയുന്നതും ആർത്തവം തിരികെ കൊണ്ടുവരുന്നതും കണ്ണിന് ഹിതകരവും വിരകളെ നശിപ്പിക്കുന്നതുമാണ്. ഇതിന്റെ ദ്രാവകം മലബന്ധത്തിനും പൊള്ളലിനും കരൾരോഗങ്ങൾക്കും പ്ലീഹാരോഗങ്ങൾക്കും ത്വക്ക് രോഗങ്ങൾക്കും വയറ്റിലെ മുഴകൾക്കും വായുകോപത്തിനും നല്ലതാണ്. ചെന്നിനായകം കുട്ടികളുടെ വിരശല്യത്തിനും വയ

റിളക്കത്തിനും നല്ലതാണ്. വേദനയുള്ള വീക്കങ്ങൾക്കും ആന്തരിക വ്രണങ്ങൾക്കും നേത്രരോഗങ്ങൾക്കും നല്ലതാണ്. കറ്റാർവാഴപ്പോളയുടെ കാമ്പ് ഉപയോഗിച്ച് ധാരാളം സൗന്ദര്യസംരക്ഷണ ഉൽപ്പന്നങ്ങളും എണ്ണയും നിർമ്മിച്ചുവരുന്നു. മുഖകാന്തി നിലനിർത്തുന്നതിനായി ഇതിന്റെ കാമ്പ് മുഖത്ത് തേച്ചു പിടിപ്പിക്കുന്നതു നല്ലതാണ്.

കറ്റാർവാഴപ്പോള 10 സെ മി നീളത്തിൽ എടുത്ത് ഒരു ഗ്ലാസ്സ് വെള്ളത്തിലിട്ടു വെച്ചിട്ട് തൊട്ടടുത്ത ദിവസം വെറും വയറ്റിൽ ഈ വെള്ളം കുടിക്കുക. കുറച്ചുദിവസം ആവർത്തിച്ചാൽ രക്തസമ്മർദ്ദം കുറയും. കറ്റാർവാഴനീര് ആർത്തവക്രമക്കേടുകൾക്കും ആ സമയത്തെ വയറുവേദനയ്ക്കും നല്ലതാണ്. ഗർഭിണികൾ, ആർത്തവം ക്രമമായുള്ളവർ എന്നിവർ കറ്റാർവാഴ ഉപയോഗിക്കരുത്. കറ്റാർവാഴപ്പോളയ്ക്കകത്ത് ചെറുപയറിട്ട് മുളപ്പിച്ച് അതരച്ചു ചമ്മന്തിയുണ്ടാക്കിക്കഴിച്ചാൽ കറ്റാർവാഴയുടെ ഗുണങ്ങളെല്ലാം ലഭിക്കുകയും ചില്ലറ ദോഷങ്ങൾ ഒഴിവാകുകയും ചെയ്യും. കറ്റാർവാഴയുടെ കാമ്പ് (ജെൽ) പഞ്ചസാര/ തേൻ ചേർത്ത് തണുപ്പിച്ചു കഴിക്കുന്നത് അത്യന്തം പോഷകമാണ്. കറ്റാർവാഴയുടെ കാമ്പും തേനും ചേർത്ത് കഴിക്കുന്നത് കാൻസറിനു നല്ലതാണെന്ന് ചിലർ അഭിപ്രായപ്പെടുന്നു.

കഴഞ്ചി

സംസ്കൃതനാമം: ലതാകരഞ്ച, കുബേരാക്ഷി, കണ്ഠകികരഞ്ച, കർഷ

ഇംഗ്ലീഷ്: ഫീവർ നട്ട്, ബോണ്ടക് നട്ട്

ശാസ്ത്രനാമം: സീസാൽപ്പിനിയ ബോണ്ടക്

: Caesalpinia bonduc (Linn.) Roxb.

കുടുംബം: സീസാൽപിനിയേസി

: Caesalpiniaceae

വിവരണം: ഇന്ത്യയിലുടനീളം തീരപ്രദേശങ്ങളിലും വെളിമ്പ്രദേശങ്ങളിലും സമതലങ്ങളിലും കാണപ്പെടുന്നു. നിറയെ മുള്ളുകളുള്ള തായ്ത്തടിയില്ലാത്ത ചെറുവൃക്ഷം. പൂക്കൾ മഞ്ഞ. കായും വിത്തുമുണ്ട്.

ഔഷധയോഗ്യഭാഗങ്ങൾ: വേരിന്മേൽ തൊലി, ഇല, വിത്ത്.

ചില ഔഷധ ഉപയോഗങ്ങൾ: വേരിന്മേൽ തൊലി, ഇല എന്നിവ വയറിന്റെ രോഗങ്ങൾക്കു നല്ലതാണ്. വിരയിളക്കും. കഫം പുറത്തു കളയും. പനി കുറയ്ക്കും. ആർത്തവം തിരികെ കൊണ്ടുവരും. ആർത്തവ ക്രമക്കേടുകൾ, വേദനയോടുകൂടിയ ആർത്തവം, ജ്വരം, ചുമ, ആസ്ത്മ, കുടൽ വിരകൾ, വെള്ളദ്ദാഹം, കരൾ വീക്കം എന്നിവയ്ക്കു നല്ലതാണ്. വിത്ത് വേദന കുറയ്ക്കും. വിരയിളക്കും. ദഹനം വർദ്ധിപ്പിക്കും. ആമാശയരോഗങ്ങൾക്കു നല്ലതാണ്. കരളിനു നല്ലതാണ്. രക്തം ശുദ്ധീകരിക്കും. കഫം ഇളക്കും. ഗർഭം തടയും. കാമം വർദ്ധിപ്പിക്കും. പോഷകമാണ്. കഫം, വാതം, പിത്തം, വാതവേദന, വൃഷണവീക്കം, വെള്ളപ്പാണ്ഡ്, കുഷ്ഠം, ത്വക്ക്രോഗങ്ങൾ, വൃക്ക, പ്ലീഹാരോഗങ്ങൾ, പ്രമേഹം എന്നിവയ്ക്കു നല്ലതാണ്.

കസ്തൂരി മഞ്ഞൾ

(കാട്ടുമഞ്ഞൾ)

തൊലിയുടെ നിറവും മാർദ്ദവവും കൂട്ടുകയും മുഖക്കുരുവിനെ തടയുകയും ചെയ്യുമെന്നുള്ളതിനാൽ പ്രധാനപ്പെട്ട സൗന്ദര്യവർദ്ധക ഔഷധമാണിത്.

സംസ്കൃതനാമം: ആരണ്യഹരിദ്ര, വനഹരിദ്ര, കസ്തൂരിഹരിദ്ര

ഇംഗ്ലീഷ്: വൈൽഡ് ടർമറിക്, കൊച്ചിൻ ടർമറിക്, യെല്ലോ സീഡോറി

ശാസ്ത്രനാമം: കുർക്കുമ അരോമാറ്റിക്ക

: Curcuma aromatica Salisb.

കുടുംബം: സിഞ്ചി ബറേസി

: Zingiberaceae

വിവരണം: ഇന്ത്യയിലുടനീളം കാടുകളിൽ കാണപ്പെടുന്നു. കൃഷി ചെയ്തും വരുന്നു. നേരെ വളരുന്ന മാംസളമായ തണ്ടുകളോടുകൂടിയ ബഹുവർഷിയായ ചെറുസസ്യം. കന്ദമാണ് ഉപയോഗിക്കുന്നത്. ചുവപ്പ് അല്ലെങ്കിൽ പിങ്ക് നിറത്തിലുള്ളതായ പൂക്കളുണ്ട്. കായുമു

ണ്ട്. വിത്ത് നട്ടാണ് പ്രജനനം.

ഔഷധയോഗ്യഭാഗങ്ങൾ: കന്ദം (കസ്തൂരി മഞ്ഞൾ).

ചില ഔഷധ ഉപയോഗങ്ങൾ: രുചി വർദ്ധിപ്പിക്കും. വായുകോപം അകറ്റും. പോഷകമാണ്. സൗന്ദര്യവർദ്ധകമാണ്. പൊള്ളലിനും മുറിവിനും ബ്രോങ്കൈറ്റിസിനും ചുമയ്ക്കും വെള്ളപോക്കിനും ത്വക്ക്രോഗങ്ങൾക്കും ഉത്തമമാണ്. (കസ്തൂരി മഞ്ഞളിനെപ്പോലെയിരിക്കുന്ന കൂവക്കിഴങ്ങാണ് പലപ്പോഴും വിപണിയിൽ കസ്തൂരിമഞ്ഞളായി ലഭിക്കുന്നത്).

കാക്കത്തൊണ്ടി

സംസ്കൃതനാമം	:	കാകനാസ, ധ്വാക്ഷനാസ
ശാസ്ത്രനാമം	:	ട്രൈക്കോസാന്തസ് ട്രികുസ്പിഡേറ്റ, കപ്പാരിസ് സെപ്പിയേരിയ
	:	Trichosanthus tricuspidata Lour. Capparis sepiaria Linn.
കുടുംബം	:	കപ്പാരിഡേസി, കുക്കുർബിറ്റേസി
	:	Cucurbitaceae, Capparidaceae

വിവരണം: ഇന്ത്യയിലുടനീളം കാണപ്പെടുന്നു. മുള്ളുള്ള പടർന്നു കയറുന്ന കുറ്റിച്ചെടി. നിലത്തു പടർന്നു വളരുകയോ താങ്ങുകളിൽ പടർന്നു കയറുകയോ ചെയ്യും. ദീർഘ വൃത്താകൃതിയിലുള്ള ഇലകൾ. വെള്ളനിറത്തിലുള്ള പൂക്കൾ: ഉരുണ്ടകായ. പഴുക്കുമ്പോൾ ചുവപ്പു നിറമാകും. അകത്ത് വിത്തുകൾ.

ഔഷധയോഗ്യഭാഗങ്ങൾ: വേര്, കായ.

ചില ഔഷധ ഉപയോഗങ്ങൾ: ജ്വരം ശമിപ്പിക്കുന്നതിനും ത്വക്ക് രോഗചികിത്സയ്ക്കും നല്ലതാണ്. രക്തശുദ്ധീകരണത്തിനുള്ള നല്ല ഔഷധമാണ്. വേര് ഛർദ്ദിയുണ്ടാക്കും. ഗർഭച്ഛിദ്രമുണ്ടാക്കും. വയറിളക്കും. ഒരു വശത്തെ തലവേദന, തൊലിപ്പുറത്തും അതിനു താഴെയും ബാധിക്കുന്ന കാർബംകിൾ എന്ന ത്വക്ക് രോഗം, ഗൊണോറിയ എന്നിവയ്ക്കു നല്ലതാണ്. കായ ചെവിക്കകത്തെയും മൂക്കിനകത്തെയും മ്യൂക്കസ് പാടയുടെ വീക്ക

ത്തിന് അത്യുത്തമമാണ്. വീക്കം, വാതം, കൺജക്റ്റിവിറ്റിസ്, ലസീകന ഗ്രന്ഥി (ലിംഫ്)യുടെ ശേഷിക്കുറവ്, കുഷ്ഠം എന്നിവയ്ക്കു നല്ലതാണ്.

കാക്കത്തൊണ്ടിയോടു സാമ്യമുള്ള ചെടിയാണ് കപ്പാരിസ് സ്പൈനോസ എന്ന കരീരം. ഇതിന്റെ വേര്, പക്ഷവാതം, മഹോദരം, രക്തവാതം മുതലായവയുടെ ചികിത്സയ്ക്കുപയോഗിക്കുന്നു. ഇത് ചൈതന്യവർദ്ധകവുമാണ്.

കാച്ചിൽ

(കാവുത്ത്)

കാച്ചിലിന്റെ കിഴങ്ങ് (കാച്ചിക്കിഴങ്ങ്) ഭക്ഷ്യ വസ്തുവാണ്.

സംസ്കൃതനാമം	: ആലൂക
ഇംഗ്ലീഷ്	: ഗ്രേറ്റർയാം, ഏഷ്യാറ്റിക്യാം
ശാസ്ത്രനാമം	: ഡയസ്കോറിയ അലാറ്റ
	: Dioscorea alata Linn.
കുടുംബം	: ഡയസ്കോറിയേസി
	: Dioscoreaceae

വിവരണം: ഇന്ത്യയിലുടനീളം കൃഷിചെയ്തുവരുന്നു. മരങ്ങളിലും തണ്ടുകളിലും പടർന്നുവളരുന്ന വാർഷിക വള്ളിച്ചെടി. ഭൂമിക്കടിയിൽ വളരുന്ന കിഴങ്ങാണ് (കാച്ചിൽ) ഉപയോഗിക്കുന്നത്. പച്ചനിറത്തിൽ ചതുരത്തിലുള്ള വള്ളികളുടെ കോണുകൾ ഉന്തിനിൽക്കുന്നതും ഇളം ചുവപ്പുനിറവുമാണ്. പച്ചനിറത്തിലുള്ള ഇലകൾ ഞെരടിയാൽ പശപ്പുപോലെ തോന്നും.

ഔഷധയോഗ്യഭാഗങ്ങൾ: കിഴങ്ങ് (കാച്ചിൽ)

ചില ഔഷധ ഉപയോഗങ്ങൾ: ശീതമാണ്. കാമംവർദ്ധിപ്പിക്കും. മൂത്രം ഇളക്കും വിര ഇളക്കും പോഷകമാണ്. പിത്തം, ക്ഷതം, പ്രമേഹം, കുഷ്ഠം, ഗൊണോറിയ എന്നിവയ്ക്കു നല്ലതാണ്. ഇലയുടെ നീര് തേനീച്ച കുത്തിയ വിഷം ശമിപ്പിക്കും. ഗർഭിണികൾ കാച്ചിൽ കഴിക്കുന്നത് സുഖപ്രസവത്തിനു നല്ലതാണ്.

കാട്ടപ്പ

(അപ്പ, മുറിയൻ പച്ച)

സംസ്കൃതനാമം	: വിഷമുഷ്ടി
ഇംഗ്ലീഷ്	: ഗോട്ട്‌വീഡ്, അപ്പഗ്രാസ്സ്
ശാസ്ത്രനാമം	: അജേറാറ്റം കോണിസോയിഡസ്
	: Ageratum conyzoides Linn.
കുടുംബം	: ആസ്റ്ററേസി
	: Asteraceae

വിവരണം: ഇന്ത്യയിലുടനീളം കുന്നുകളിലും സമതലങ്ങളിലും വഴിവക്കുകളിലും കാണപ്പെടുന്നു. കാടുകളിൽ അടിക്കാടായി വളരുന്നു. ഏതാണ്ട് ഒരുമീറ്റർ വരെ ഉയരത്തിൽ വളരുന്ന ചെറുവാർഷിക കള. പൂവും കായുമുണ്ട്.

ഔഷധയോഗ്യഭാഗങ്ങൾ: വേര്, ഇല.

ചില ഔഷധ ഉപയോഗങ്ങൾ: വേര് ദഹനവും രുചിയുമുണ്ടാക്കും. കല്ലിനെ അലിയിച്ചു കളയും. കണ്ണിന്റെ രോഗങ്ങൾക്കു നല്ലതാണ്. വാതം, കഫം, വെള്ളദ്ദാഹം, കൺജക്റ്റിവിറ്റിസ് എന്നിവയ്ക്കു നല്ലതാണ്. പകർച്ചവ്യാധികളെ തടയും. മൂത്രത്തിലെയും വൃക്കയിലെയും കല്ലുകളെ അലിയിക്കും. ഇല രക്തവാർച്ച തടയും. വയറിളക്കത്തെ തടയും. ക്ഷതം, മുറിവുകൾ, പുഴു അരിച്ചുള്ള വ്രണങ്ങൾ എന്നിവയ്ക്കു നല്ലതാണ്. ഇല അരച്ചിടുന്നത് പൊള്ളൽ, അർശസ്സ് എന്നിവയ്ക്കു നല്ലതാണ്. ഇലയുടെ നീര് ഒഴിക്കുന്നത് കണ്ണുരോഗങ്ങൾക്ക് നല്ലതാണ്. ഇല വെച്ചുകെട്ടുന്നത് അർശസ്സിന് നല്ലതാണ്.

അപ്പയുടെ ഇല ഇടിച്ചുപിഴിഞ്ഞ നീര് മുറിവുകളിൽ ഒഴിച്ചാൽ പെട്ടെന്ന് മുറിവുണങ്ങും. വേര് പിഴിഞ്ഞ നീര് കറന്നയുടനെയുള്ള പാലിൽ ചേർത്തു സേവിച്ചാൽ മൂത്രത്തിലെ കല്ല് അലിഞ്ഞുപോകുന്നതിനു നല്ലതാണ്. ഇലയ്ക്ക് അണുനാശക ശക്തിയുണ്ട്.

കാട്ടപ്പയുടെ ഇല ഇടിച്ചു പിഴിഞ്ഞ് അതിട്ടു കാച്ചിയ എണ്ണ പുരട്ടുന്നത് അർശസ്സ് ശമിക്കാൻ നല്ലതാണ്. കാട്ടപ്പ, തുമ്പ, കുപ്പമഞ്ഞൾ ഇവ കാടിയിൽ അരച്ച് ചെറുചൂടോടെ പുരട്ടുന്നതും അർശസ്സ് ശമിപ്പിക്കും.

കാട്ടുപടവലം

സംസ്കൃതനാമം	:	പടോലാ, തിക്തപടോലാ
ഇംഗ്ലീഷ്	:	വൈൽഡ് സ്നേക്ക് ഗൂർഡ്, ബിറ്റർ സ്നേക്ക് ഗൂർഡ്
ശാസ്ത്രനാമം	:	ട്രിച്ചോസാന്തെസ് ലോബാറ്റ
	:	Trichosanthes lobata Roxb.
കുടുംബം	:	കുക്കുർബിറ്റേസിയ
	:	Cucurbitaceae

വിവരണം: ഇന്ത്യയിലുടനീളം കുന്നുകളിലും കാടുകളിലും തുറസ്സായ സ്ഥലങ്ങളിലും വന്യമായി കാണപ്പെടുന്നു. പടർന്നുകയറുന്ന വാർഷിക വള്ളിച്ചെടി. നീളമുള്ള തണ്ടുകൾ. സാധാരണ ഇലകൾ. നീളത്തെക്കാൾ വീതിയുണ്ട്. വെള്ളപ്പൂക്കൾ. അണ്ഡാകൃതിയിലുള്ള കായ. വിത്തുകളുണ്ട്.

ഔഷധയോഗ്യഭാഗങ്ങൾ: സമൂലം

ചില ഔഷധ ഉപയോഗങ്ങൾ: രക്തം ശുദ്ധീകരിക്കും. പകർച്ചവ്യാധികളെ ചെറുക്കും. രുചിയും ദഹനവുമുണ്ടാക്കും. വിരയിളക്കും. വായുകോപം ശമിപ്പിക്കും. ഉദരരോഗങ്ങൾക്കു നല്ലതാണ്. കഫമിളക്കും. ഹൃദയപോഷകമാണ്. പഴുപ്പുണ്ടാക്കും. ദഹനരസത്തെ ഉത്തേജിപ്പിക്കും. വേദന കുറയ്ക്കും. പനിയെയും വീക്കത്തെയും ചെറുക്കും. ത്രിദോഷങ്ങൾക്കും നല്ലതാണ്. കുഷ്ഠം, വെള്ളപ്പാണ്ഡ്, ചൊറിച്ചിൽ, വെള്ളദ്ദാഹം, ഹൈപ്പർ അസിഡിറ്റി, കരൾരോഗങ്ങൾ, മഞ്ഞപ്പിത്തം, വിരശല്യം, ക്ഷതം, തലവേദന, ചുമ, ആസ്ത്മ, ബ്രോങ്കൈറ്റിസ്, ഹൃദ്രോഗം, മുറിവ്, വ്രണം, വീക്കം, വൃത്തത്തിൽ മുടിപൊഴിയൽ,

പൊള്ളൽ, ക്ഷീണം എന്നിവയ്ക്കു നല്ലതാണ്. ഉയർന്നമാത്രയിൽ ഛർദ്ദിലും വയറിളക്കവുമുണ്ടാക്കും.

കാട്ടുപടവല (വനപടവലം) ത്തിന്റെ ഗുണം ദേഹത്തിൽ വളരെ വേഗം വ്യാപിക്കുന്നതാണ്. ഇതിന്റെ പച്ചക്കായ ഭക്ഷണദ്രവ്യമായി ഉപയോഗിക്കാറുണ്ട്. രോഗശേഷം സ്വാസ്ഥ്യം ലഭിക്കുവാൻ ഇതു നല്ലതാണ്. കായ പിഴിഞ്ഞനീര് ദേഹം തണുപ്പിക്കുവാനും മലം ഇളക്കാനും ഉപയോഗിക്കാം. വള്ളികൊണ്ടുള്ള കഷായം കഫം തുപ്പിച്ചു കളയാൻ നല്ലതാണ്. മസൂരിരോഗത്തിന് ഇതിന്റെ കഷായം നല്ലതാണ്.

കാട്ടുഴുന്ന്

സംസ്കൃതനാമം	:	മാഷപർണ്ണി, വർണ്ണമാഷ
ഇംഗ്ലീഷ്	:	വൈൽഡ് ബ്ലാക്ക് ഗ്രാം
ശാസ്ത്രനാമം	:	ഗ്ലിസിൻ ലാബിയാലിസ്, വിഗ്നറേഡിയേറ്റ
	:	Vigna radiata (Linn.) Wilczek
കുടുംബം	:	ഫേബിയേസി
	:	Fabaceae

വിവരണം: ഇന്ത്യയിലുടനീളം തുറസ്സായ സ്ഥലങ്ങളിലും കുന്നുകളിലും കാണപ്പെടുന്നു. പടർന്നു കയറുന്ന വലിയ വള്ളിച്ചെടി. ഇലകൾ രോമിലമാണ്. മഞ്ഞപ്പൂക്കൾ. നീളമുള്ള കായും അതിനകത്ത് വിത്തുകളും (ഉഴുന്ന്).

ഔഷധയോഗ്യഭാഗങ്ങൾ: വേര്, കായ, ഇല.

ചില ഔഷധ ഉപയോഗങ്ങൾ: വേര് ശീതമാണ്. ദഹനമുണ്ടാക്കും. സ്വസ്ഥത നല്കും. മലബന്ധമുണ്ടാക്കും. രക്തം ശുദ്ധീകരിക്കും. വീക്കത്തെ ചെറുക്കും. കാമവർദ്ധകമാണ്. രക്തവാർച്ച തടയും. മുലപ്പാൽ വർദ്ധിപ്പിക്കും. ശക്തിയുണ്ടാക്കും. വായുകോപം ശമിപ്പിക്കും. പോഷകമാണ്. വെള്ളദ്ദാഹം,

പഴുപ്പുണ്ടാകുക, വയറിളക്കം, ത്വക്ക്രോഗങ്ങൾ, കുഷ്ഠം, വീക്കം, ക്ഷതം, ശുക്ലബലഹീനത, എരിച്ചിൽ, ചുമ, രക്തം തുപ്പൽ, ക്ഷയം, മുഖം കോടൽ, ശരീരത്തിന്റെ ഒരുഭാഗത്തെ തളർച്ച, വാതം, പിത്തം, ജ്വരം, ക്ഷീണം എന്നിവയ്ക്കു നല്ലതാണ്.

വേര് ക്ഷയരോഗത്തിന് നല്ലതാണ്. പനികുറയ്ക്കും. ശുക്ലവും ബലവും പുഷ്ടിയും വർദ്ധിപ്പിക്കും. കാട്ടുഴുന്ന് ബലവും തടിയും നിറവും ഉണ്ടാക്കും. രക്തപിത്തം, കഫം, വാതം, ക്ഷയം, കാസജ്വരം എന്നിവ ശമിപ്പിക്കും.

കാട്ടുപയർ

സംസ്കൃതനാമം : സുവ്യപർണ്ണി, മുഗ്ദപർണ്ണി
ശാസ്ത്രനാമം : വിഗ്നോപിലാസ
: Vigna pilosa Baker
കുടുംബം : ഫാബേസി
: Fabaceae

വിവരണം: ഇന്ത്യയിലുടനീളം കാടുകളിലും കുന്നുകളിലും തുറസ്സായ സ്ഥലങ്ങളിലും കാണപ്പെടുന്നു. പടർന്നു കയറുന്ന വള്ളിച്ചെടി. ചുവപ്പ്, നീല നിറങ്ങളിലുള്ള ഇടത്തരം പൂക്കൾ, നീണ്ട കായ, അതിനകത്ത് വിത്തുകൾ (പയർ).

ഔഷധയോഗ്യഭാഗങ്ങൾ: ഇല, വേര്, വേരിന്മേൽ തൊലി, കുരു.

ചില ഔഷധ ഉപയോഗങ്ങൾ: ഇല തീപ്പൊള്ളലിന് പ്രത്യൗഷധമാണ്. കാട്ടുപയർകൊണ്ട് വറകുഴമ്പുണ്ടാക്കി അർശസ്സ്, ശോഫം (നീര്) എന്നിവയ്ക്കു പുരട്ടാം. ഉഷ്ണപ്പുണ്ണിന് ഇല കഷായം വെച്ചു കൊടുക്കാം. അത് രുചിയുണ്ടാക്കുന്നതിനും നന്ന്. വേരിന്മേൽ തൊലി ചതച്ച് ചാരായത്തിലിട്ട് കോളറായ്ക്കു കൊടുക്കാം. വേരി

ന്മേൽ തൊലി ദഹനത്തെ വർദ്ധിപ്പിക്കുന്നതും, ജ്വരം ശമിപ്പിക്കുന്നതു മായ ഒരു ശമനൗഷധമാണ്. ഛർദ്ദി, വേദന മുതലായ ഉദരസംബന്ധ മായ ഉപദ്രവങ്ങൾ ശമിപ്പിക്കുന്നതിനും രുചിവർദ്ധിപ്പിക്കുന്നതിനും അമി തവിയർപ്പിനും ഇതു നല്ലതാണ്.

വേര് കാമവർദ്ധകമാണ്, അണുനാശകമാണ്, ശീതമാണ്. ക്ഷയം, ചുമ, ജ്വരം, വയറിളക്കം, ക്ഷതം, കണ്ണിന്റെ രോഗങ്ങൾ, എരിച്ചിൽ, വാതം, പിത്തം, കഫം എന്നിവയ്ക്കു നല്ലതാണ്.

കാട്ടുപയറിൻവേര്, കാട്ടുഴുന്നിൻവേര്, തഴുതാമവേര്, കുറുന്തോട്ടി വേര്, ഇല്ലാവണക്കി (വെളുത്ത ആവണക്ക്) ൻ വേര് എന്നിവ കൂടിയ താണ് മദ്ധ്യമപഞ്ചമൂലം. ഇത് കഫവും വാതവും ശമിപ്പിക്കും. പിത്തം അധികം വർദ്ധിപ്പിക്കുകയുമില്ല. മലം ഇളക്കുന്നതാണ്.

കാപ്പി

ലോകത്തിലെല്ലാവർക്കും പ്രിയപ്പെട്ട പാനീയമാണ് കാപ്പി. ഉണർവ്വും ഉന്മേഷവും ഉണ്ടാക്കുന്ന ഒരു കപ്പ് കാപ്പിയോടെയാണ് പല രുടെയും പ്രഭാതം ആരംഭിക്കുന്നത്.

സംസ്കൃതനാമം: രാജപിലു

ഇംഗ്ലീഷ്: കോഫി, അറേബ്യൻ കോഫി

ശാസ്ത്രനാമം: കോഫി അറബിക്കാ

: Coffea arabica Linn.

കുടുംബം: ഡി റൂബിയേസി

: Rubiaceae

വിവരണം: തണുപ്പും ചൂടു മുള്ള പ്രദേശങ്ങളിൽ കൃഷിചെ യ്തുവരുന്നു. അനേകം ശാഖക ളുള്ള വലിയ കുറ്റിച്ചെടി. ശിഖര ങ്ങൾക്ക് നല്ല ഉറപ്പും ബലവുമു ണ്ട്. സാമാന്യം വലിപ്പമുള്ള കടും പച്ച നിറത്തിലുള്ള ഇലകൾ. വെള്ളപ്പൂക്കൾ നല്ല സുഗന്ധമുണ്ട്. കുലയിൽ അനേകം പൂക്കളുണ്ടാ കും. ഉരുണ്ട ചെറിയ കായ. പച്ച നിറത്തിലുള്ള കായ പഴുക്കു മ്പോൾ നല്ല ചുവപ്പുനിറമാകും. കായയ്ക്കകത്താണ് വിത്ത്.

ഔഷധയോഗ്യഭാഗങ്ങൾ: വിത്ത് (കാപ്പിക്കുരു)

ചില ഔഷധ ഉപയോഗങ്ങൾ: കാപ്പിക്കുരു പൊടിച്ചത് ഇട്ട് ഉണ്ടാക്കുന്ന കാപ്പി നല്ലൊരു പാനീയമാണ്. ഉത്തേജകമാണ്. മൂത്രമിളക്കും. പനി കുറയ്ക്കും. രോഗികൾക്കും സുഖംപ്രാപിക്കുന്നവർക്കും ഇതൊരു മരുന്നായി പ്രയോജനപ്പെടും. ദഹനരസത്തെയും ആമാശയപേശികളെയും ഉത്തേജിപ്പിക്കും. വിളയാത്ത കായ മൈഗ്രേൻ, പനി എന്നിവയ്ക്ക് നല്ലതാണ്. കാപ്പി വയറിളക്കത്തിനു നല്ലതാണ്. വേദനയെ ശമിപ്പിക്കുന്നതിനുള്ള കഴിവുണ്ട്. ഒപ്പിയം, മദ്യം, മറ്റ് ലഹരിവസ്തുക്കൾ എന്നിവയിൽനിന്നുള്ള വിഷത്തിന് കടുപ്പമുള്ള കാപ്പി പ്രതിവിധിയാണ്.

കാഞ്ഞിരം

വള്ളിപോലെ പടർന്നു കയറുന്ന വള്ളിക്കാഞ്ഞിരം എന്ന ഇനംകൂടിയുണ്ട്. കാഞ്ഞിരവൃക്ഷത്തിന്റെ എല്ലാ ഭാഗവും കയ്പാണ്. ദിവസം ഒന്നോ രണ്ടോ കുരുവീതം രണ്ടുകൊല്ലം തുടർച്ചയായി ഉപയോഗിക്കുന്ന ആൾക്ക് മൂർഖന്റെ വിഷംപോലും ഏൽക്കുകയില്ലെന്നാണ് പറയപ്പെടുന്നത്. കാഞ്ഞിരം അത്രമാത്രം അപകടമാണ്. സൂക്ഷിച്ചുപയോഗിക്കണം.

സംസ്കൃതനാമം: കാരസ്കര

ഇംഗ്ലീഷ്: നക്സ് – വൊമിക്ക, സ്നേക്ക് വുഡ് സ്ട്രിങ്കനൈൻ ട്രീ, പോയിസൺ നട്ട്, ക്വാക്കർ ബട്ടൺ

ശാസ്ത്രനാമം	: സ്ട്രിക്ക്നോസ് നക്സ് – വോമിക്ക
	: Strychnos nux-vomica Linn.
കുടുംബം	: ലൊഗാനിയേസി
	: Loganiaceae

വിവരണം: ഇന്ത്യയിലുടനീളം പറമ്പുകളിലും കാവുകളിലും ഇലപൊഴിയും വനങ്ങളിലും കാണപ്പെടുന്നു. 20 മീറ്റർ വരെ ഉയരത്തിൽ വളരുന്ന ഇടത്തരം ഇലപൊഴിയും വൃക്ഷം കടുംപച്ചനിറമുള്ള ഇലയ്ക്ക്

നല്ല കയ്പുണ്ട്. പൂക്കളും ഉരുണ്ട കായും അതിൽ നാണയരൂപത്തിലുള്ള വിത്തുകളുമുണ്ട്. വിത്തുകളിലൂടെ പ്രജനനം. തടി ചിതലെടുക്കാറില്ല.

ഔഷധയോഗ്യഭാഗങ്ങൾ: തൊലി, ഇല, വിത്ത്, വേരിന്മേൽ തൊലി.

വള്ളികാഞ്ഞിരം

ചില ഔഷധ ഉപയോഗങ്ങൾ: കോളറയ്ക്കു നല്ല ഔഷധമാണ് വേരിന്മേൽ തൊലി. ഇലകൾ അരച്ച് വ്രണങ്ങളിലും മുറിവുകളിലും തേച്ചുപിടിപ്പിക്കുന്നത് നല്ലതാണ്. ഇലയുടെ കഷായം തളർവാതത്തിന് ഉത്തമമാണ്. പഴുത്ത ഫലമജ്ജ കാലിന്റെയും കൈയുടെയും തളർച്ചയ്ക്ക് ഉപയോഗിക്കാറുണ്ട്. വിത്തുകൾ പകർച്ചവ്യാധികളെ തടയും. കാമവർദ്ധകമാണ്. രുചി വർദ്ധിപ്പിക്കും. രോഗങ്ങൾ ആവർത്തിച്ചു വരുന്നതു തടയും. വിരയിളക്കും. ദഹനശേഷി വർദ്ധിപ്പിക്കും. വായുകോപം ശമിപ്പിക്കും. ആർത്തവം തിരികെ കൊണ്ടുവരും. വയറിളക്കും. ഉത്തേജകമാണ്. ഉദര രോഗങ്ങൾക്കു നല്ലതാണ്. വിളർച്ച, ആസ്ത്മ, ബ്രോങ്കൈറ്റിസ്, ദഹനക്കുറവ്, പ്രമേഹം, ജ്വരം, പനി, ഉറക്കമില്ലായ്മ, ത്വക്ക് രോഗങ്ങൾ, തളർച്ച, കാലിന്റെ ബലക്ഷയം, ഹൃദയമിടിപ്പ് വർദ്ധിക്കൽ എന്നിവയ്ക്കു നല്ലതാണ്. വേരിന്റെ കഷായം വയറിളക്കും. പനി, വയറുവേദന ഇവയ്ക്കും നല്ലതാണ്. സത്ത് ഒരുനുള്ള് കുരുമുളകും ചേർത്തു കഴിക്കുന്നതു സന്ധിവാതത്തിനും നെറ്റിയിൽ പുരട്ടുന്നത് തലകറക്കത്തിനും നല്ലതാണ്. പൂക്കൾ ചതച്ചിട്ടു കാച്ചിയ വെളിച്ചെണ്ണ കുഴിനഖത്തിനു നല്ലതാണ്.

കാഞ്ഞിരത്തടി കൊണ്ടുണ്ടാക്കിയ കട്ടിലിൽ വാതസംബന്ധമായ രോഗങ്ങളുള്ളവർ കിടക്കുന്നത് നല്ലതാണ്. കാഞ്ഞിരക്കുരു ഉപയോഗിച്ച് ജൈവ കീടനാശിനികൾ ഉണ്ടാക്കിവരുന്നു.

കാർത്തോട്ടി

(മോതിരക്കണ്ണി)

മോതിരംപോലുള്ള വളയങ്ങൾ ഈ ചെടിയുടെ മുട്ടുകളിൽ കാണാം. ഇതിന്റെ വേരിന്റെ തൊലിയിൽനിന്നും വിഷത്തിനെതിരായ ഔഷധമുണ്ടാക്കുന്നു.

സംസ്കൃതനാമം	: കംസമാര
ഇംഗ്ലീഷ്	: ക്ലൈംബിങ് ഫ്ളാക്സ്
ശാസ്ത്രനാമം	: ഹ്യൂഗോണിയ മിസ്റ്റാക്സ്
	: Hugonia mystax Linn.
കുടുംബം	: ലൈനേസി
	: Linaceae

വിവരണം: ഇന്ത്യയിലുടനീളം വരണ്ട കാടുകളിൽ കാണപ്പെടുന്നു. അനേകം ശാഖകളുള്ള കുറ്റിച്ചെടി. മഞ്ഞനിറത്തിലുള്ള പൂക്കൾ. കായും വിത്തുമുണ്ട്. കായ ഉരുണ്ടതും മാംസളവുമാണ്.

ഔഷധയോഗ്യഭാഗങ്ങൾ: വേര്

ചില ഔഷധ ഉപയോഗങ്ങൾ: വിരയിളക്കും. വായുകോപം ശമിപ്പിക്കും. ജ്വരം, വാതം, വീക്കം എന്നിവയ്ക്കു നല്ലതാണ്. വേരുചതച്ചു പുരട്ടുന്നത് കാലുകളിലെ വേദന, പരുക്കൾ, കുട്ടികളുടെ പനി, വയറുവേദന, വിരശല്യം എന്നിവയ്ക്കു നല്ലതാണ്. മൂർഖൻ പാമ്പുകടിച്ചാൽ വേരരച്ചു പുരട്ടുന്നത് വിഷത്തിനെതിരെ ഒരു പ്രതിവിധിയാണ്. വിയർപ്പുണ്ടാക്കുകയും മൂത്രം വർദ്ധിപ്പിക്കുകയും ചെയ്യും.

കാരറ്റ്

(മഞ്ഞമുള്ളങ്കി)

കാരറ്റ് നല്ല പച്ചക്കറിയാണ്. വ്യാപകമായി ഉപയോഗിച്ചുവരുന്നു.

സംസ്കൃതനാമം	:	ഗർജ്ജര
ഇംഗ്ലീഷ്	:	കാരറ്റ്, ബീസ്നെസ്റ്റ്, ബേർഡ്സ്നെസ്റ്റ് ഡോക്ക്
ശാസ്ത്രനാമം	:	ഡോക്കസ് കരോട്ട
	:	Daucus carota Linn. var. sativa DC.
കുടുംബം	:	ഏപിയേസി
	:	Apiaceae

വിവരണം: ഇന്ത്യയിലുടനീളം കൃഷിചെയ്തുവരുന്നു. നേരെ വളരുന്ന മാംസളമായ ശാഖകളോടുകൂടിയ സസ്യം. മണ്ണിനടിയിൽ വളരുന്ന കിഴങ്ങുകൾ (കാരറ്റ്) ആണ് ഉപയോഗിക്കുന്നത്. പൂക്കൾ വെള്ളയോ മഞ്ഞനിറത്തിലോ കാണപ്പെടുന്നു. അനേകം വിത്തുകളുണ്ട്.

ഔഷധയോഗ്യഭാഗങ്ങൾ

കിഴങ്ങ് (കാരറ്റ്), വിത്ത്.

ചില ഔഷധ ഉപയോഗങ്ങൾ: കിഴങ്ങ് ദഹനമുണ്ടാക്കും. രുചിവർദ്ധിപ്പിക്കും. വിരയിളക്കും. ഉദരരോഗങ്ങൾക്കു നല്ലതാണ്. മൂത്രമിളക്കും. കാമവർദ്ധകമാണ്. ഹൃദയത്തിനുള്ള ഉത്തമപോഷകമാണ്. ഉത്തേജകമാണ്. കണ്ണിന്റെ വേദനയ്ക്കു നല്ലതാണ്. പിത്തം, വെള്ളദ്ദാഹം, വായുകോപം, നാടവിര, പീത്തവിര, വയറിളക്കം, നെഞ്ചെരിച്ചിൽ, ഹൈപ്പർ അസിഡിറ്റി, ഹൃദ്രോഗം, ചുമ, ആസ്ത്മ, ബ്രോങ്കൈറ്റിസ്, മുറിവ്, വ്രണങ്ങൾ, കുഷ്ഠം, തിമിരം, നിശാന്ധത, കാഴ്ചയ്ക്കുള്ള പ്രശ്നങ്ങൾ, സമീപക്കാഴ്ച, മുഴകൾ, വീക്കം, ക്ഷതം, പൊള്ളൽ, രക്തം

തുപ്പുക, പ്രമേഹം, മഞ്ഞപ്പിത്തം എന്നിവയ്ക്കു നല്ലതാണ്. വിത്ത് ഉത്തേജകമാണ്. കാമവർദ്ധകമാണ്. വാതം, കടുത്ത വയറിളക്കം, വൃക്കയിലെ കല്ല് എന്നിവയ്ക്കു നല്ലതാണ്.

ഹൈപ്പർ അസിഡിറ്റിക്ക് കാരറ്റ് നീര് നൂറു മില്ലി ദിവസവും കാലത്തു കഴിക്കുന്നത് രോഗശമനമുണ്ടാക്കും.

കാശാവ്

വിവരണം: കേരളത്തിലുടനീളം കാണപ്പെടുന്ന തണ്ടിനു നല്ല ബലമുള്ള കുറ്റിച്ചെടി. കടുംപച്ചനിറത്തിലുള്ള സാധാരണ ഇലകൾ. ഇളം കറുപ്പുനിറത്തിലുള്ള തണ്ടുകൾ.

ഔഷധയോഗ്യഭാഗങ്ങൾ: ഇല

ചില ഔഷധ ഉപയോഗങ്ങൾ: കണ്ണിനു നീരുണ്ടായാൽ ഇല അരച്ച് തേനിൽ ചാലിച്ച് പുരട്ടുന്നത് നല്ലതാണ്.

കായം

(കറിക്കായം, പെരുങ്കായം)

കറികൾക്ക് രുചി വർദ്ധിപ്പിക്കുന്നതിനായി ഉപയോഗിച്ചുവരുന്നു.

സംസ്കൃതനാമം: ഹിംഗു

ഇംഗ്ലീഷ്: അസാഫൊയറ്റീഡ, അസാഫെറ്റിഡ

ശാസ്ത്രനാമം : ഫെറുല അസഫൊയറ്റീഡ
: Ferula asafoetida Linn.

കുടുംബം : ഏപിയേസി
: Apiaceae

വിവരണം: പഞ്ചാബ്, കാശ്മീർ തുടങ്ങിയ പ്രദേശങ്ങളിൽ കാട്ടിൽ കാണപ്പെടുന്നു. ഏതാണ്ട് അഞ്ചു മീറ്റർ ഉയരം വരുന്ന ബഹുവർഷിയായ സസ്യം. നീണ്ട വലിപ്പമുള്ള മാംസളമായ വേരുകളാണുള്ളത്.

പൂവും കായുമുണ്ട്. മാർച്ച് ഏപ്രിൽ മാസങ്ങളിൽ 4 വർഷത്തിലധികം പ്രായമുള്ള ചെടിയുടെ വേര് മുകളിൽ വെച്ചു മുറിക്കുന്നു. അതിൽനിന്നും കറ ഊറിവരും. അതു ശേഖരിച്ച് അടുത്ത വേരു മുറിക്കുന്നു. ഇങ്ങനെ കറതീരുന്നതുവരെ ശേഖരിക്കുന്നു. ഇതാണ് കായം.

ഔഷധയോഗ്യഭാഗങ്ങൾ: കായച്ചെടിയുടെ വേരിൽനിന്നു കീറിയെടുക്കുന്ന പശ (കായം).

ചില ഔഷധ ഉപയോഗങ്ങൾ: കഫമിളക്കും. വായുകോപം ശമിപ്പിക്കും. വിരയിളക്കും. മലവും മൂത്രവുമിളക്കും. ഞരമ്പുകൾക്കു പോഷണമാണ്. ദഹനവും രുചിയുമുണ്ടാക്കും. ഉത്തേജകമാണ്. ആർത്തവം തിരികെ കൊണ്ടുവരും. ആസ്ത്മ, വെള്ളദ്ദാഹം, ഉന്മാദം, ബ്രോങ്കൈറ്റിസ്, വില്ലൻചുമ, അപസ്മാരം, മാനസികരോഗങ്ങൾ, കരൾപ്ലീഹാ രോഗങ്ങൾ വാതം, കഫം എന്നിവയ്ക്കു നല്ലതാണ്.

ദഹനക്കുറവ്, വയറുവേദന എന്നിവയ്ക്ക് കായം വറുത്തുപൊടിച്ച് മോരിലോ ചൂടുവെള്ളത്തിലോ കഴിക്കുക.

കായം വയർ വീർപ്പ്, വയർവേദന, വാതം, കഫം ഇവ നശിപ്പിക്കുകയും പിത്തം വർദ്ധിപ്പിക്കുകയും ചെയ്യും. ഒരുഗ്രാം ശർക്കര ചേർത്തു ഗുളികകളാക്കിയോ പാലിൽ കലക്കിയോ സേവിക്കാം. രക്തത്തിന്റെ ചംക്രമണത്തിനും സ്രവങ്ങൾക്കും നിദാനമായ അംഗങ്ങളിന്മേൽ പ്രത്യേകമായി പ്രവർത്തിച്ച് അവയെ ഉത്തേജിപ്പിക്കുകയും ചെയ്യും. വായുകോപത്തെ ഇല്ലാതാക്കുകയും കൃമികളെ നശിപ്പിക്കുകയും മൂത്രം ഇളക്കിവിടുകയും ലൈംഗികാസക്തി വളർത്തുകയും, നാഡികളെ ഉത്തേജിപ്പിക്കുകയും ചെയ്യും. ഹിസ്റ്റീരിയ മുതലായ മാനസിക രോഗങ്ങളിൽ കായവും പടിക്കാരവും അൽപ്പം തേനിൽ ചാലിച്ചു കൊടുക്കുന്നത് നല്ലതാണ്. പഴക്കം ചെന്ന കഫക്കെട്ട്, കഫജ്വരം മുതിർന്നവരുടെ ആസ്ത്മയിലും കുട്ടികളുടെ വിടാതെ നിൽക്കുന്ന ചുമയിലും തൊണ്ണൂറാം ചുമയിലും നന്ന്. ആർത്തവകാലത്തെ രക്തസ്രാവം ശരിയാക്കുന്നതിനും വയറുവേദനയ്ക്കും പ്രത്യേകം നന്ന്. പതിവായി ഗർഭം അലസിപ്പോകുന്നവർക്ക് ഇതൊരു കൈകണ്ട ഔഷധമാണ്. പത്തിലൊന്നു ഗ്രാം വീതം വരുന്ന കായത്തിന്റെ ഗുളികകളുണ്ടാക്കി ഗർഭധാരണം മുതൽ ഒരു

ഗുളിക വെച്ച് രണ്ടുനേരം സേവിക്കുകയും പിന്നീട് എണ്ണം വർദ്ധിപ്പിച്ച് പത്തുവരെയാക്കി വീണ്ടും കുറയ്ക്കുകയും ചെയ്യുക. കായം കുട്ടികൾക്കുണ്ടാകാവുന്ന വിരയുടെ ഉപദ്രവത്തിന് വളരെ നന്ന്. കായവും നായ്ക്കുരണപ്പൊടിയും സമംകൂട്ടി നല്ലവണ്ണം ചൊറിയാതെ വരത്തക്ക വണ്ണം ഇടിക്കണം. ഇതിൽനിന്നു പ്രായഭേദമനുസരിച്ച് ഒന്നോ അതിലധികമോ കടുകുമണിയോളം കൊടുത്താൽ വിരകൊണ്ടുള്ള എല്ലാ ഉപദ്രവങ്ങളും തീരും. കായം പൊരിച്ചിട്ടേ ഉപയോഗിക്കാവൂ. അല്ലെങ്കിൽ ഛർദ്ദിയുണ്ടാകും. സന്നിവാതജ്വരത്തിലും കോളറയിലും കുട്ടികളുടെ ഇളക്കത്തിൽ വരുന്ന വായുകോപത്തിലും പെരിറ്റോണിറ്റിസ്‌ലും ഇതു വസ്തിരൂപത്തിൽ പ്രയോഗിക്കാം. പത്തു ഗ്രാം കായം അരലിറ്റർ വെള്ളത്തിലോ നേർത്ത കഞ്ഞിവെള്ളത്തിലോ തിരുമ്മിച്ചേർത്തു വസ്തി ചെയ്യാം. കായം ചേർത്തുള്ള വസ്തികൊണ്ട് കുടലിന്റെ അടിഭാഗത്തുള്ള കൃമികൾ നശിക്കും. ആസ്ത്മയിലെ ശ്വാസവിഷമതകളിൽ ഇതിന്റെ പുക അകത്തേക്കു വലിക്കാം. കായവും ഉഴുന്നും കനലിലിട്ടാൽ വരുന്ന പുക ഒരു കുഴലിൽ കൂടി വലിക്കണം. കായം പ്രസിദ്ധമായൊരു വിഷനാശകമാണ്. പുഴുക്കടിക്കു കായം ചാലിച്ചു പുരട്ടിയാൽ ശമനം കിട്ടും. വെറ്റിലനീരും നല്ലെണ്ണയും കായവും ചേർത്തു പുരട്ടിയാൽ തേൾവിഷത്തിന്റെ വേദന ക്ഷണത്തിൽ ശമിക്കും. കർണ്ണരോഗങ്ങളിൽ കായം ഒരു വേദനാസംഹാരിയാണ്. അർശസ്സിന് കായത്തിന്റെ ചൂർണ്ണം (ഹിംഗ്വാദി ചൂർണ്ണം) മോരിനോടൊപ്പം അല്ലെങ്കിൽ പാലിനോടൊപ്പം കഴിക്കുന്നത് ഫലപ്രദമാണ്. കായം ദീർഘകാലം തുടർന്നു കഴിക്കുന്നത് നല്ലതല്ല.

കീഴാനെല്ലി

(കിഴുകാനെല്ലി, കീഴാർനെല്ലി)

ചെറിയ ഇലത്തണ്ടിന്റെ അടിയിലായി (കീഴിൽ) നെല്ലിക്കാപോലെയുള്ള ചെറിയ കായകൾ കാണപ്പെടുന്നു.

സംസ്കൃതനാമം : താമലകി, ഭൂമ്യാംമ്ലകി, ഭൂധാത്രി, ബഹുപത്ര

ശാസ്ത്രനാമം : ഫില്ലാന്തസ് അമരസ്, ഫില്ലാന്തസ്ഡെബ്ലിസ്
: Phyllanthus amarus Schum. & Thonn.
Phyllanthus deblis Wild.

കുടുംബം : യൂഫോർബിയേസി
: Euphorbiaceae

വിവരണം: ഇന്ത്യയിലുടനീളം കൃഷിയിടങ്ങളിലും വെളിമ്പ്രദേശങ്ങളിലും കളയായി കാണപ്പെടുന്നു. നേരെ വളരുന്ന ശാഖകളുള്ള മാംസളമായ തണ്ടോടുകൂടിയ ചെറുസസ്യം. ചെറിയ ഇലകൾ. മഞ്ഞകലർന്ന

പച്ച നിറത്തിലുള്ള പൂക്കൾ. തണ്ടിനടിയിൽ ഉരുണ്ട കായകൾ. വിത്തുണ്ട്.

ഔഷധയോഗ്യഭാഗങ്ങൾ സമൂലം

ചില ഔഷധ ഉപയോഗങ്ങൾ: ശീതമാണ്. മൂത്രം ഇളക്കും. ഉദരരോഗങ്ങൾക്കു നല്ലതാണ്. പനി കുറയ്ക്കും. ആന്റിസെപറ്റിക്കാണ്. വയർവേദന, വയറിളക്കം, അതിസാരം, ഇടവിട്ടുള്ള പനി, കണ്ണിന്റെ രോഗങ്ങൾ, മൂത്രാശയ രോഗങ്ങൾ, സ്കേബീസ്, മുറിവുകൾ, വ്രണങ്ങൾ എന്നിവയ്ക്കു നല്ലതാണ്. മഞ്ഞപ്പിത്തത്തിനും കരൾരോഗങ്ങൾക്കും കൈകണ്ട ഔഷധമാണ്.

കീഴാനെല്ലി സമൂലം അരച്ചു കഴിക്കുന്നത് പ്രമേഹത്തിനു നല്ലതാണ്. ഇതിന്റെ പച്ചവേര് അരച്ച് കറന്ന ഉടനെയുള്ള പാലിൽ ചേർത്തു വെറും വയറ്റിൽ കഴിച്ചാൽ മഞ്ഞപ്പിത്തം ശമിക്കും. സമൂലം ഉണക്കിപ്പൊടിച്ച പൊടി കഴിച്ചാലും ഫലമുണ്ടാകും. സമൂലം പിഴിഞ്ഞ നീര് ചൂടുപാലിൽ ചേർത്തു കഴിക്കുന്നത് വെള്ളപോക്ക്, ജനനേന്ദ്രിയ, മൂത്രാശയ സംബന്ധമായ രോഗങ്ങൾക്കു നല്ലതാണ്. വേരും ഇലയും കഷായമാക്കി കവിൾ കൊണ്ടാൽ വായ്പുണ്ണ് നിശ്ശേഷം ശമിക്കും.

ചെങ്കണ്ണിന് കീഴാർനെല്ലിയുടെ നീര് കണ്ണിൽ ഇറ്റിക്കുക.

കീഴാർനെല്ലി താളിയാക്കി ഉപയോഗിക്കുന്നത് മുടി കൊഴിച്ചിലിനു നല്ലതാണ്. കീഴാർനെല്ലി സമൂലം അരച്ച് ഇളനീരിലോ പാലിൽ കാച്ചിയോ രാവിലെയും വൈകിട്ടും കഴിച്ചാൽ മഞ്ഞപ്പിത്തം ശമിക്കും. കീഴാർനെല്ലിയിലയുടെ നീര് തേനിൽ ചാലിച്ചു കഴിക്കുന്നത് ഉദരകൃമികളെ നശിപ്പിക്കും.

കീരിക്കിഴങ്ങ്

വിഷം തീണ്ടുമ്പോൾ കീരി ഓടിപ്പോയി മാന്തിത്തിന്നുന്നത് ഈ കിഴങ്ങായതിനാലാണ് കീരിക്കിഴങ്ങെന്ന പേരു വന്നതെന്നു കരുതുന്നു.

വിവരണം: ചെറിയ കുറ്റിച്ചെടി. കിഴങ്ങാണ് ഉപയോഗിക്കുന്നത്.

ഔഷധയോഗ്യഭാഗങ്ങൾ: കിഴങ്ങ്

ചില ഔഷധ ഉപയോഗങ്ങൾ: വിഷത്തിന് കീരിക്കിഴങ്ങ് നല്ലതാണ്.

കുടംപുളി

(പിണംപുളി, മരപ്പുളി; കൊടംപുളി, ഓട്ടുപുളി)

കുടത്തിന്റെ ആകൃതിയിൽ ഫലം ഉള്ളതിനാലാകാം കുടംപുളി എന്ന പേര്. കായുടെ തോട് ഉണക്കി വെച്ചത് കറികൾക്ക് സ്വാദു കൂട്ടാനുപയോഗിക്കുന്നു. അകത്തെ മാതളം ഭക്ഷ്യയോഗ്യമാണ്. പുളി ദീർഘകാലം കേടുകൂടാതെയിരിക്കും.

സംസ്കൃത നാമം	:	വൃക്ഷാമ്ല
ഇംഗ്ലീഷ്	:	ഇന്ത്യൻ ഗാർസീനിയ
ശാസ്ത്രനാമം	:	ഗാർസീനിയഗമ്മിഗുട്ടാ, ഗാർസീനിയ കമ്പോജിയ
	:	Garcinia gummi - gutta (Linn.) Robs. Garcinia cambogia Ders.
കുടുംബം	:	ക്ലൂസിയേസി
	:	Clusiaceae (Guttifereae)

വിവരണം: പശ്ചിമഘട്ടത്തിലെ നിത്യഹരിതചോലവനങ്ങളിലും പറമ്പുകളിലും കാണപ്പെടുന്നു. നിത്യഹരിതമായ ഇടത്തരം വൃക്ഷം. കറുത്ത നിറത്തിലുള്ള തടിയും ശിഖരങ്ങളും കടുംപച്ചനിറത്തിലുള്ള സാധാരണ ഇലകൾ. പൂക്കളും ഉരുണ്ട കുടംപോലുള്ള കായകളും. മാംസളമായ പുറം തോടിനകത്ത് മാംസളമായ പല അല്ലികളും അതിനകത്ത് കുരുവും. തോട് ഉണക്കുമ്പോൾ നല്ല കറുത്ത നിറമാകും.

ഔഷധയോഗ്യഭാഗങ്ങൾ: കായ, പഴം, കുരു, തൊലി, തളിര്, പൂവ്, തോട് ഉണക്കിയത് (പുളി).

ചില ഔഷധ ഉപയോഗങ്ങൾ: ഇലയും പുളിയും ദഹനമുണ്ടാക്കും. വാതം, കഫം, വ്രണം, വീക്കം, ക്ഷതം, അതിസാരം, വയറിളക്കം, വായുകോപം, വെള്ളദ്ദാഹം എന്നിവയ്ക്കു നല്ലതാണ്.

രക്തവാതത്തിൽ പൊതുവെ പുളി വിരോധമാണെങ്കിലും പിണമ്പുളി ഗുണമാണു ചെയ്യുക. പച്ചക്കായ ഹൃദയത്തിനു ബലം കൊടുക്കുകയും രക്തദോഷവും പിത്തദോഷവും നശിപ്പിക്കുകയും ചെയ്യും. കായയുടെ സത്ത് അതിസാരത്തിലെ ജ്വരത്തിൽ ഭക്ഷിക്കാവുന്ന നല്ലൊരു ശീതളപാനീയമാണ്. പഴം ഒരുകൊല്ലം പഴകിയാൽ വാതം, പിത്തം, കഫം ഇവ ശമിപ്പിക്കും. ഉണങ്ങിയ പഴത്തിന്റെ പൊടി തൈരോടുകൂടി സേവിച്ചാൽ രക്താർശസ്സു ശമിക്കും. വിത്തിൽ നിന്നെടുക്കുന്ന തൈലം വെണ്ണ പോലിരിക്കും. ചിലർ നെയ്യിനു പകരം ഇതു ഭക്ഷിക്കാറുണ്ട്. കൈകൾ, ചുണ്ട് ഇവ വിള്ളുന്നതിനും പഴുപ്പുള്ള വ്രണങ്ങൾക്കും ഈ തൈലം ലേപനം ചെയ്യാവുന്നതാണ്. ഈ വെണ്ണ പശുവിൻപാലിൽ ചേർത്തു കഴിക്കുന്നത് അതിസാരത്തിനു നല്ലതാണ്. വായ്നാറ്റത്തിന് അടുപ്പിൽ ചുട്ട കുടമ്പുളിയോടൊപ്പം അൽപ്പം കുരുമുളകുപൊടിയും ഉപ്പും ചേർത്ത് ദിവസവും പല്ലു തേക്കുക. കുടുമ്പുളിക്കഷായം വാതത്തിനും ഗർഭാശയ രോഗങ്ങൾക്കും നല്ലതാണ്.

കുമ്പളം

വള്ളികളിലുണ്ടാകുന്ന കായകളിൽവെച്ച് ഏറ്റവും ഉത്തമം. രക്തം ശുദ്ധീകരിക്കും. രക്തബന്ധനത്തിനും ഫലപ്രദമാണ്. വാതവും പിത്തവും ശമിപ്പിക്കും. ഭക്ഷ്യവസ്തുവായി ഉപയോഗിക്കുന്നു. ചക്കരക്കുമ്പളം അല്ലെങ്കിൽ പീതകൂശ്മാണ്ഡം എന്നൊരു വകഭേദംകൂടിയുണ്ട്. ഇതിന്റെ കായയുടെ നിറംചുവപ്പാണ്. കുമ്പളംപോലെ പടരുന്നതാണ്.

പൂവിനു മഞ്ഞ നിറമാണ്. കായയ്ക്ക് നല്ല വലിപ്പമുണ്ട്.

സംസ്കൃതനാമം: കൂശ്മാണ്ഡം. കൂഷ്മാണ്ഡം ബൃഹത്ഫലം, ശ്രേഷ്ഠഫല

ഇംഗ്ലീഷ്: ആഷ്ഗൂർഡ്, വൈറ്റ്ഗൂർഡ് മെലൺ

ശാസ്ത്രനാമം	:	ബെനിൻകാസഹിസ്പിഡ
	:	Benincasa hispida (Thumb.) Cogn.
കുടുംബം	:	കുക്കർബിറ്റേസി
	:	Cucurbitaceae

വിവരണം: ഇന്ത്യയിലുടനീളം പച്ചക്കറിയായി കൃഷി ചെയ്തുവരുന്നു. നിലത്തും മരത്തിലും പടർന്നു വളരുന്ന വള്ളിച്ചെടി. മഞ്ഞപ്പൂക്കൾ. ഫലം ഉരുണ്ടുനീണ്ട് പച്ചനിറത്തിൽ കട്ടിയുള്ള പുറംതൊലിയോടുകൂടിയതാണ്. പുറംതൊലിക്കു മേൽ വെളുത്തപൊടി കാണാം.

ഔഷധയോഗ്യഭാഗങ്ങൾ: കുമ്പളങ്ങാ, വിത്ത്.

ചില ഔഷധ ഉപയോഗങ്ങൾ: മെർക്കുറി (രസം) കഴിച്ചാലുണ്ടാകുന്ന വിഷത്തിന് ഇത് ഒരു പ്രത്യൗഷധമാണ്. ആന്തരാവയവങ്ങളിലുണ്ടാകുന്ന രക്തസ്രാവം നിർത്തുന്നതിന് കുമ്പളങ്ങയുടെ നീര് കുടിക്കുകയും അതിന്റെ കഷണങ്ങൾ ചെന്നികളിൽവെച്ചു കെട്ടുകയും ചെയ്താൽ മതി. ഭ്രാന്ത്, അപസ്മാരം തുടങ്ങിയ രോഗങ്ങളിൽ കുമ്പളങ്ങയുടെ നീര് പഞ്ചസാര ചേർത്തു കഴിക്കുന്നത് നല്ലതാണ്. കുമ്പളങ്ങയുടെ കുരു കഴിച്ചാൽ ഉദരവിരയും കൃമിയും നശിക്കും. ശ്വാസസംബന്ധമായ രോഗങ്ങളിലും കുരു ഫലപ്രദമാണ്. ശർക്കരയിലിട്ട കുമ്പളങ്ങ മൂലക്കുരുവിനും ഗ്രഹണിക്കും പിത്തത്തിനും നല്ലതാണ്. മൂത്ത കുമ്പളങ്ങയുടെ നീര് രക്തം ശുദ്ധീകരിക്കും. മൂത്രളമാണ്.

മൂപ്പെത്താത്ത സമയത്ത് വിഷഗുണമുള്ള കുമ്പളങ്ങ മൂപ്പെത്തിയാൽ വിഷസംഹാരിയാണ്. പൊള്ളലിന് കുമ്പളങ്ങാനീര് നല്ലതാണ്. കായപൊടിച്ച് വെണ്ണ ചേർത്തു കഴിച്ചാൽ വിശപ്പുണ്ടാകും. വിത്തുപൊടിച്ച് എള്ളെണ്ണ ചേർത്തുപയോഗിക്കുന്നത്

മൂത്രമൊഴിക്കുമ്പോഴുണ്ടാകുന്ന വേദന ശമിപ്പിക്കും. അപസ്മാരത്തിന് കാമ്പ് പിഴിഞ്ഞെടുത്ത് 15 മില്ലി നീരിൽ 5 ഗ്രാം ഇരട്ടിമധുരം പൊടിച്ചു ചേർത്ത് ദിവസവും മൂന്നുനേരം വീതം കഴിക്കുക. കാസശ്വാസത്തിന് കുമ്പളങ്ങ ചുരണ്ടി പഞ്ചസാരയിട്ടു കഴിക്കുക. പ്രമേഹത്തിന് കുമ്പള ങ്ങാനീര് 15 മില്ലിവീതം രാവിലെയും വൈകിട്ടും ദിവസേന കഴിക്കുക.

ചക്കരക്കുമ്പളങ്ങയുടെ വിത്തും കഴമ്പും കായയും ഞെട്ടിയും ഉപയോഗിക്കുന്നു. ഇതിന്റെ വിത്ത് നാടപ്പുഴുവിനെ നശിപ്പിക്കും. വിത്തിന്റെ എണ്ണ ഞരമ്പുകളെ പോഷിപ്പിക്കും. കായ കറിവെച്ചുപയോ ഗിച്ചുവരുന്നു. വിത്ത് പഞ്ചസാരയും ചേർത്ത് രാത്രി ഉറങ്ങാൻ നേരത്തു കൊടുക്കുകയും പിറ്റേദിവസം രാവിലെ ആവണക്കെണ്ണ കൊടുത്തു വയ റിളക്കുകയും ചെയ്താൽ നാടവിര നശിച്ചു പോകും. മൂത്രാശയ രോഗ ങ്ങൾക്കും നല്ലതാണ്. കുമ്പളങ്ങയുടെ വിത്ത് പൊടിച്ച് എള്ളെണ്ണ ചേർത്ത് ഉപയോഗിച്ചാൽ മൂത്രമൊഴിക്കുമ്പോൾ വേദന അനുഭവപ്പെടു ന്നതിന് ശമനമുണ്ടാകും. വിത്തിന്റെ പൊടി വരണ്ട ചുമയ്ക്കും പനിക്കും പിത്തത്തിനും നല്ലതാണ്. കുമ്പളങ്ങയുടെ നീര് ആസ്ത്മ, പ്രമേഹം, ചുമ എന്നിവയ്ക്കും കാമവർദ്ധനവിനും നല്ലതാണ്. കുമ്പളങ്ങ ഇടിച്ചു പിഴിഞ്ഞനീര് പത്തുമുതൽ പതിനഞ്ചുമില്ലി വരെ ദിവസേന രണ്ടുനേരം കഴിക്കുന്നത് പ്രമേഹത്തിനും ബുദ്ധിശക്തി വർദ്ധിപ്പിക്കുന്നതിനും അപ സ്മാരത്തിനും നല്ലതാണ്.

കുമ്പിൾ

തടി ഉപയോഗിക്കാറുണ്ട്.

സംസ്കൃതനാമം	: കാശ്മര്യം, ഗംഭാരി, കുംഭിക, മധുപർണ്ണി
ഇംഗ്ലീഷ്	: കൂംബ്ടീക്ക്, കാഷ്മെരി ട്രീ
ശാസ്ത്രനാമം	: മേലിനാ അർബോറിയ
	: Melyna arboria Roxb.
കുടുംബം	: വെർബിനേസി
	: Verbinaceae

വിവരണം: ഇന്ത്യയിലുടനീളം ഇലപൊഴിയും കാടുകളിൽ കാണ പ്പെടുന്നു. ഇലപൊഴിയുന്ന ഇടത്തരം വൃക്ഷം. സാധാരണ ഇലകൾ. ബ്രൗൺകലർന്ന മഞ്ഞനിറത്തിലുള്ള കാഴ്ചയ്ക്കു ഭംഗിയുള്ള പൂക്കൾ. ഉരുണ്ട കായ. വളരെ കട്ടിയുള്ള വിത്തുകൾ.

ഔഷധയോഗ്യഭാഗങ്ങൾ: വേര്, തൊലി, ഇല, പഴം.

ചില ഔഷധ ഉപയോഗങ്ങൾ: വേര് ഉദരരോഗങ്ങൾക്കു നല്ലതാണ്. പോഷകമാണ്. മലമിളക്കും. മുലപ്പാൽ വർദ്ധിപ്പിക്കും. വിരയിളക്കും. ഉന്മാദം, ജ്വരം, വെള്ളദ്ദാഹം, ക്ഷതം, വയറിനുവേദന, എരിച്ചിൽ എന്നി

വയ്ക്കു നല്ലതാണ്. തൊലി പോഷകമാണ്. ഉദരരോഗങ്ങൾക്കു നല്ലതാണ്. ജ്വരം, വെള്ളദ്ദാഹം എന്നിവയ്ക്കു നല്ലതാണ്. ഇല അരച്ചിടുന്നത് തലവേദനയ്ക്കു നല്ലതാണ്. ഇല പിഴിഞ്ഞനീരുകൊണ്ട് ദുർഗന്ധമുള്ള വ്രണങ്ങൾ കഴുകുന്നത് ഉത്തമമാണ്. പൂക്കൾ ശീതമാണ്. കുഷ്ഠം, ത്വക്ക്രോഗങ്ങൾ എന്നിവയ്ക്കു നല്ലതാണ്. ഫലം ശീതമാണ്. മൂത്രമിളക്കും. കാമവർദ്ധകമാണ്. മുടി വളരുന്നതിനു സഹായിക്കും. പോഷകമാണ്. വിളർച്ച, കുഷ്ഠം, വ്രണം, മലബന്ധം, വെള്ളപോക്ക്, യോനീനാളത്തിന്റെ വീക്കം എന്നിവയ്ക്കു നല്ലതാണ്.

പഴം വയറിനു നല്ലതും ദേഹത്തിനു മാർദ്ദവമുണ്ടാക്കുന്നതും ശീതവീര്യമുള്ളതുമാണ്. വേര് അജീർണ്ണം ശമിപ്പിക്കും. വേരിന്റെ കഷായം പുണ്ണ്, പനി, വാതം എന്നിവയ്ക്കു നന്ന്. ഇരട്ടിമധുരം പഞ്ചസാര, തേൻ ഇവയോടു ചേർത്തു കൊടുത്താൽ മുലപ്പാൽ വർദ്ധിക്കും. ഇല വെള്ളത്തിലരച്ചു നെറ്റിമേൽ പുരട്ടിയാൽ തലവേദന ശമിക്കും. ഇലയുടെ നീരുപുരട്ടിയാൽ വ്രണത്തിലെ കൃമികളും ദുർഗ്ഗന്ധസ്രാവവും ശമിക്കുന്നതാണ്. കൂമ്പിലയുടെ നീരും പശുവിൻപാലും ചേർത്തു കൽക്കണ്ടവും കൂട്ടി കൊടുത്താൽ ഗൊണേറിയയ്ക്കും മൂത്രസഞ്ചിയിലെ നീർവീഴ്ചയ്ക്കും നന്ന്.

കുപ്പമഞ്ഞൾ

(കുരങ്ങുമഞ്ഞൾ)

മഞ്ഞൾ എന്നു പേരിലുണ്ടെങ്കിലും ഇതൊരു ചെറിയ വൃക്ഷമാണ്. കായ്ക്കകത്തെ വിത്തുകളെ ചുറ്റിയിരിക്കുന്ന നല്ല ചുവന്ന നിറമുള്ള പശനഖത്തിനു നിറം കൊടുക്കാനുപയോഗിക്കാറുണ്ട്. നല്ല ചായമാണ്.

സംസ്കൃതനാമം	: സിന്ദൂരി
ഇംഗ്ലീഷ്	: അമോട്ടപ്ലാന്റ്, അന്നാറ്റോപ്ലാന്റ്
ശാസ്ത്രനാമം	: ബിക്സ ഒറെല്ലാനാ
	: Bixa orellana Linn.
കുടുംബം	: ബിക്സേസി
	: Bixaceae

വിവരണം: ഇന്ത്യയിലുടനീളം കാണപ്പെടുന്നു. പൂന്തോട്ടങ്ങളിലും ഗൃഹാങ്കണങ്ങളിലും വെച്ചുപിടിപ്പിക്കപ്പെടുന്നു. നിത്യഹരിതമായ ചെറിയ വൃക്ഷം. വലിയ ഇലകൾ. വെള്ളയോ പിങ്ക് നിറത്തിലോ ഉള്ള പൂക്കൾ. ഉരുണ്ടകായ. കായയ്ക്കകത്ത് അനേകം ചെറിയ വിത്തുകൾ. വിത്തുകളെ പൊതിഞ്ഞ് ചുവന്ന നിറത്തിലുള്ള പശയുണ്ട്.

ഔഷധയോഗ്യഭാഗങ്ങൾ: വേര്, തൊലി, വിത്ത്, ചായം.

ചില ഔഷധ ഉപയോഗങ്ങൾ: വേര് രോഗങ്ങൾ ആവർത്തിച്ചുവരുന്നതിനെ ചെറുക്കും. പനിയെ ചെറുക്കും. ഇടവിട്ടുള്ള പനി, ഗൊണോറിയ എന്നിവയ്ക്കു നല്ലതാണ്. വിത്തിനെ പൊതിഞ്ഞിരിക്കുന്ന ചുവന്നദ്രവം കൊതുകുകളെ അകറ്റും. വയറിളക്കത്തിനും നല്ലതാണ്. പാർശ്വഫലങ്ങളുണ്ടാക്കാത്ത നല്ല ചായമാണിത്. ഭക്ഷ്യയോഗ്യമായ വസ്തുക്കൾക്ക് നിറം നല്കുന്നതിന് ഇതിന്റെ പശ ഉപയോഗിക്കുന്നു. പരുത്തിത്തുണിക്ക് ചായം നൽകാൻ ഉപയോഗിച്ചിരുന്നു.

കുപ്പമേനി

സംസ്കൃതനാമം: ഹരിതമഞ്ചരി
ഇംഗ്ലീഷ്: ഇന്ത്യൻ അകാലിഫ
ശാസ്ത്രനാമം : അക്കാലിഫ ഇൻഡിക്ക
: Acalypha indica Linn.
കുടുംബം : യൂഫോർബിയേസി
: Euphorbiaceae

വിവരണം: ഇന്ത്യയിലുടനീളം കാണപ്പെടുന്ന കള. നേരെ നിൽക്കുന്ന വാർഷിക സസ്യം. ചെറിയ സാധാരണ ഇലകൾ. ഇലയുടെ അഗ്രഭാഗം മുള്ളുകൾ ഉള്ളതാണ്. കുലയായിട്ടാണ് പൂക്കൾ കാണുന്നത്. വെള്ളനിറമുള്ള പൂക്കളിലെ ഉറയ്ക്കകത്താണ് വിത്ത്.

ഔഷധയോഗ്യഭാഗങ്ങൾ: സമൂലം

ചില ഔഷധ ഉപയോഗങ്ങൾ: കഫവും മലവും മൂത്രവും ഇളക്കും. ഛർദ്ദിൽ ഉണ്ടാക്കും. വേരും ഇലയും ത്വക്ക്രോഗങ്ങൾ, മലബന്ധം,

ബ്രോങ്കൈറ്റിസ്, കുടലിലെ കുരുക്കൾ, വാതം ഇവയ്ക്കു നല്ലതാണ്. നീര് എണ്ണയിൽ തിളപ്പിച്ചു പുരട്ടുന്നത് സന്ധിവാതത്തിനും തലകറക്കത്തിനും ഗുഹ്യരോഗങ്ങൾ മൂലമുള്ള വേദനയ്ക്കും നല്ലതാണ്. നാരങ്ങാനീരിനോടൊപ്പം തേച്ചാൽ ത്വക്ക്രോഗങ്ങൾ ശമിക്കും. വേരിന്റെ കഷായം ഒഴിക്കുന്നത് ചെവിവേദനയ്ക്ക് നല്ലതാണ്. വേര് ചതച്ചു വെള്ളത്തോടൊപ്പം കഴിച്ചാൽ മലബന്ധം മാറും.

ചൊറി/ചിരങ്ങ് എന്നിവയ്ക്ക് കുപ്പമേനിയിലയും ഉപ്പും ചേർത്തരച്ച് രോഗബാധയുള്ളിടത്ത് തേച്ചുപിടിപ്പിക്കുക.

കുമിഴ്

ദശമൂലങ്ങളിലൊന്നായ കുമിഴ് കുറ്റിച്ചെടിയാണ്. ചെറിയ ഇലകളാണുള്ളത്. മുള്ളുണ്ട്. കുമിഴിനുപകരം കുമ്പിളാണ് പലരും ഉപയോഗിച്ചു കാണുന്നത്.

ശാസ്ത്രനാമം: ഗമേലിനാ അർബോറിയ

: Gmelina arborea Roxb.

കുടുംബം: വെർബിനേസി

: Verbenaceae

ഔഷധയോഗ്യഭാഗങ്ങൾ: വേര്

ഔഷധ ഉപയോഗങ്ങൾ: ദശമൂലത്തിൽപ്പെട്ട ഒന്നാണ് കുമിഴ്. ദശമൂലാരിഷ്ടം ഉണ്ടാക്കാനുപയോഗിക്കുന്നു. കുമിഴിൻതൊലി പൊടിച്ചതും കറുത്ത എള്ളും മഞ്ചട്ടിപ്പൊടിയും ശതാവരിക്കിഴങ്ങും കൂടി പാലിൽ കൊടുത്താൽ ഗർഭത്തിന്റെ ആദ്യഅവസ്ഥയിൽ അലസിപ്പോകുന്നതു തടയാം.

കുടങ്ങൽ

(മുത്തിൾ, കുടകൻ)

ബുദ്ധിയും ഓർമ്മയും വളർത്തുന്നതിനുള്ള പ്രധാനപ്പെട്ട ഔഷധങ്ങളിലൊന്നാണിത്.

സംസ്കൃതനാമം	:	മണ്ഡൂകപർണ്ണി, മണ്ഡൂകി
ഇംഗ്ലീഷ്	:	ഇന്ത്യൻ പെന്നിവേർട്ട്
ശാസ്ത്രനാമം	:	സെന്റല്ല ഏഷ്യാറ്റിക്ക
	:	Cantella asiatica (Linn.) Urban.
കുടുംബം	:	ഏപ്പിയേസി
	:	Apiaceae

വിവരണം: ഇന്ത്യയിലുടനീളം നനവുള്ള പ്രദേശങ്ങളിലും വയൽവരമ്പുകളിലും പാടത്തും തോട്ടുവക്കുകളിലും മറ്റും കാണപ്പെടുന്നു. നിലത്തു പടർന്നുവളരുന്ന മുട്ടുകളിൽനിന്നും വേരുകളിറങ്ങുന്ന സസ്യം. മാംസളമായ ചെറിയ തണ്ടുകൾ. ചെറിയ ഇലകൾ. പിങ്ക് നിറത്തിലുള്ള പൂക്കൾ. കായുണ്ട്.

ഔഷധയോഗ്യഭാഗങ്ങൾ: സമൂലം. വേരിനാണ് കൂടുതൽ ഗുണം.

ചില ഔഷധ ഉപയോഗങ്ങൾ: ശീതമാണ്. ഉറക്കം വരുത്തും. ഹൃദയപോഷണമാണ്. ഞരമ്പുകളെ ഉത്തേജിപ്പിക്കും. ഉദരരോഗങ്ങൾക്ക് നല്ലതാണ്. മൂത്രം ഇളക്കും. കുഷ്ഠത്തെ ചെറുക്കും. വായുകോപം ശമിപ്പിക്കും. ബുദ്ധിവളർച്ചയെ സഹായിക്കും. പിത്തം, ഹൃദ്രോഗം, അപസ്മാരം, ആസ്ത്മ, ബ്രോങ്കൈറ്റിസ്, കുട്ടികളുടെ ബുദ്ധിവളർച്ചാക്കുറവ്, ആമാശയരോഗങ്ങൾ, പനി, ജ്വരം എന്നിവയ്ക്കും നല്ലതാണ്. വയറിളക്കം മൂലം കുട്ടികൾക്കുണ്ടാകുന്ന ആമാശയപ്രശ്നങ്ങൾക്ക് ഉത്തമപ്രതിവിധിയാണ്. സമൂലം വെള്ളത്തിൽ ഇട്ട് തിളപ്പിച്ച് ഉപയോഗിച്ചാൽ കടുത്തപനിയും തലവേദനയും മാറും. സമൂലം അരച്ച് തൈരിൽ ചേർത്തു കഴിച്ചാൽ വയറിളക്കം ശമി

ക്കും. മോരിൽ ചേർത്തു കുടിച്ചാൽ തലയ്ക്കുള്ള മാന്ദ്യത മാറും.

കുഷ്ഠം, വ്രണങ്ങൾ, സോറിയാസിസ് മുതലായ ത്വക്ക് രോഗങ്ങളിൽ മുത്തിൾ അകത്തും പുറത്തും ഉപയോഗിക്കാവുന്നതാണ്. മുത്തിളിന്റെ ഇലമാത്രമായി പറിച്ചെടുത്ത് നിഴലിലുണക്കി പൊടിച്ചത് നൂറ് ഗ്രാം എടുത്ത് ഒരുലിറ്റർ വെള്ളത്തിൽ വേവിച്ച് പകുതിയാക്കി അരക്കിലോ പഞ്ചസാരയും ചേർത്ത് സർബത്തുണ്ടാക്കാം. ഇത് രണ്ട് ടീ സ്പൂൺ വരെ കഴിക്കാം. ചെടി അങ്ങനെതന്നെ പിഴിഞ്ഞനീര് അഞ്ചുതുള്ളി വരെയും ക്രമേണ വർദ്ധിപ്പിച്ച് പതിനഞ്ചു തുള്ളിവരെയും കഴിക്കാവുന്നതാണ്. ഉണങ്ങിയ ചെടി ഇരുപതിരട്ടി വെള്ളത്തിൽ കഷായം വെച്ചു സേവിക്കാം. ഇലപൊടിച്ച പൊടി മൂന്നുമുതൽ അഞ്ചുഗ്രാം വരെ ഉപയോഗിക്കാം. ഗ്രന്ഥിവീക്കങ്ങൾക്കും ആമവാതത്തിനും വളരെ ഫലപ്രദമാണ്. കുട്ടികളുടെ അതിസാരത്തിനും പീനസത്തിനും നന്ന്. കാലിൻമേലോ വൃഷണത്തിലോ സംഭവിക്കുന്ന നീരുകളിലും വാതനീരിലും ഇതുകൊണ്ടുണ്ടാക്കിയ എണ്ണയോ ഇത് പിഴിഞ്ഞനീരോ പുരട്ടാവുന്നതാണ്. മുൻപറഞ്ഞ രോഗങ്ങൾ മൂലം ഉണ്ടാകുന്ന ജ്വരത്തിന് ഇതിന്റെ അർക്കം ഒന്നുമുതൽ അഞ്ചുതുള്ളി കൊടുത്താൽ രോഗം ശമിക്കും. കുട്ടികളുടെ വയറിളക്കം മുതലായ ഉദരരോഗങ്ങൾക്കും മൂന്നോ നാലോ ഇലകൾ ജീരകവും പഞ്ചസാരയും ചേർത്തു കൊടുക്കാം. ഇല അരച്ച് പൊക്കിളിന്മേൽ തേക്കുകയും ചെയ്യാം. രാവിലെ ഒന്നോ രണ്ടോ ഇലകൾ കഴിച്ചാൽ വീക്കത്തിനു ഭേദം കാണും. ഓർമ്മക്കുറവിന് ഇലയുടെ ചൂർണ്ണം ചെറിയ മാത്രയിൽ പാലിൽ കലക്കിക്കൊടുക്കാം. കുട്ടികളുടെ ത്വക്ക് രോഗം, രക്തദോഷങ്ങൾ, മാനസികരോഗങ്ങൾ ഇവയ്ക്കും മഞ്ഞപ്പിത്തത്തിനും പനിക്കും ഇതിന്റെ ഇല പിഴിഞ്ഞനീരും പാലും ഇരട്ടിമധുരവും ചേർത്തു കൊടുക്കാം. കുട്ടികളുടെ പനിക്കും വയറ്റിൽകേടുകൾക്കും ഇലയുടെ ശീതകഷായം ഉലുവായും ചേർത്ത് കൊടുക്കുന്നത് നല്ലതാണ്. മുത്തിൾ രണ്ടുഭാഗം, അഞ്ചുഭാഗം ശീമക്കൊട്ടം, നാലുഭാഗം തേൻ എന്നിങ്ങനെ ചേർത്ത് അഞ്ചു ഗ്രാം ഗുളികകളാക്കി സേവിക്കുന്നത് മാനസിക രോഗങ്ങൾക്കും ഭ്രാന്തിനും വളരെ നല്ലതാണ്. വേര് ഉൽപ്പാദന അവയവങ്ങളിലും മൂത്രഅവയവങ്ങളിലും പ്രത്യേകം പ്രവർത്തിക്കുന്നതാണ്. അതിന്റെ പകകൊണ്ട് ദേഹം ചൊറിച്ചിൽ ഉണ്ടായെന്നുവരാം. മുത്തിൾ വലിയ മാത്രയിൽ കഴിച്ചാൽ തലകുത്തും ബോധക്കേടുതന്നെയും ഉണ്ടായെന്നു വരാം.

ഇല മോരിലരച്ചു കുടിക്കുന്നത് കുടലിലെ അൾസറിനും വായ്പുണ്ണിനും നല്ലതാണ്. സമൂലം അരച്ചനീര് തലച്ചോറിന്റെ ഞരമ്പുകളെ ശക്തിപ്പെടുത്തുമെന്നതിനാൽ ഉന്മാദം, അപസ്മാരം എന്നിവയ്ക്കും, ബുദ്ധിക്കും ഓർമ്മയ്ക്കും നല്ലതാണ്. ഇത് എല്ലാത്തരം ത്വക്ക്രോഗങ്ങൾക്കും ഞരമ്പുരോഗങ്ങൾക്കും നല്ലതാണ്. ഇലയും പച്ചമഞ്ഞളും കൂട്ടി അരച്ചു കഴിക്കുന്നത് മഞ്ഞപ്പിത്തം, വായ്നാറ്റം, കുടലിലെ അൾസർ, കൃമി എന്നിവയ്ക്കു നല്ലതാണ്. ഇല ഉണക്കിപ്പൊടിച്ച ചൂർണ്ണം വെള്ള

പോക്കിനു നല്ലതാണ്. ഇല ചവച്ചു തിന്നുന്നത് വിക്കിനു നല്ലതാണ്.

ഹെപ്പറ്റാറ്റിസ് ബി പോസിറ്റീവ് ആയവർക്ക് മുത്തിളിന്റെ കഷായം ഏറെ ഗുണം ചെയ്യും. ബുദ്ധിയും ഓർമ്മയും വികസിക്കുന്നതിന് മുത്തിൾ പാലിൽ ചേർത്തു കഴിച്ചാൽ മതി. തുമ്മലിന് കുടകന്റെ മൂന്നിലയും മൂന്നു കുരുമുളകും കൂടി ചവച്ചരച്ച് 41 ദിവസം തുടർച്ചയായി കഴിക്കുക. മഞ്ഞപ്പിത്തത്തിന് കുടങ്ങൽ സമൂലം അരച്ച് പശുവിൻപാലിലോ തേനിലോ ചേർത്ത് കഴിക്കുക. ഓർമ്മശക്തിക്കും ബുദ്ധിശക്തിക്കും കുടങ്ങലിന്റെ ഇല സ്ഥിരമായി കഴിക്കുക.

ഇല ഉണക്കിപ്പൊടിച്ച ചൂർണ്ണം നെയ്യിലോ തേനിലോ ചേർത്തു കഴിക്കുന്നത് ഓർമ്മശക്തിക്കും ദീർഘായുസ്സിനും നല്ലതാണ്.

കുടകപ്പാല

എല്ലാ ഭാഗത്തും പാലുപോലെ കറയുണ്ട്. കുടകപ്പാലയരി, വിഴാലരി, ഏലത്തരി, ചെറുപുന്നയരി, കാർകോകിലരി, മല്ലിയരി (കൊത്തമ്പാലരി) എന്നിവയുൾപ്പെടുന്ന അരിയാറിലെ ഒരിനം. അരിയാറ് പ്രസവരക്ഷയ്ക്കുള്ള മരുന്നാണ് സൂപ്പുകളുണ്ടാക്കാനുമുപയോഗിക്കുന്നു. തളർവാതമുൾപ്പെടെയുള്ള വാതരോഗങ്ങൾക്ക് ഉത്തമമാണ്. കുടജാരിഷ്ടം ഉദരരോഗങ്ങൾക്കുപയോഗിക്കുന്നു.

സംസ്കൃതനാമം	:	കുടജ, കലിംഗാ, ഇന്ദ്രവൃക്ഷം
ഇംഗ്ലീഷ്	:	കുർച്ചി, കോനെസ്സി, ടെലിച്ചേരി ബാർക്ക്
ശാസ്ത്രനാമം	:	ഹോളറീന പുബസെൻസ്, ഹോളറീന ആന്റിഡിസെന്റ്റിക്ക
	:	Holarrhena pubescens (Buch.Ham.) Wallich ex Don, Holarrhena antidysentrica Wall.
കുടുംബം	:	അപോസയനേസി
	:	Apocyanaceae

വിവരണം: ഇന്ത്യയിലുടനീളം ഇലപൊഴിയും കാടുകളിലും വഴിവക്കിലും കാവുകളിലും കാണപ്പെടുന്നു. വെള്ള കറയുള്ള ഇലപൊഴിയുന്ന ഇടത്തരം വൃക്ഷം. തൊലിക്കു നല്ല കനമുണ്ട്. വെള്ളപ്പൂക്കൾ. പ്രത്യേക സുഗന്ധമുണ്ട്. മുല്ലപ്പൂപോലിരിക്കും. കായ മുരിങ്ങക്കാ പോലെ നീണ്ടതാണ്. വിത്തിന്റെ പുറത്ത് അപ്പൂപ്പൻ താടിയുള്ളതിനാൽ അന്തരീക്ഷത്തിൽ പറന്നു നടക്കും. തടി കൊത്തുപണികൾക്ക് ഉത്തമമാണ്.

ഔഷധയോഗ്യഭാഗങ്ങൾ: തൊലി, കായ, വിത്ത്, കറ.

ചില ഔഷധ ഉപയോഗങ്ങൾ: തൊലിയും വിത്തും വിരയിളക്കും.

രോഗങ്ങൾ ആവർത്തിച്ചുവരുന്നതിനെ തടയും. കാമം വർദ്ധിപ്പിക്കും. കഫമിളക്കും. വായുകോപം ശമിപ്പിക്കും. പനിയെ ചെറുക്കും. പോഷകമാണ്. വയറിളക്കം, ആസ്ത്മ, അതിസാരം, ബ്രോങ്കോ ന്യൂമോണിയ, വയറിന്റെ രോഗങ്ങൾ, വാതം, മലേറിയ, ഛർദ്ദിൽ, മൂത്രനാളീരോഗങ്ങൾ, ത്വക്ക്രോഗങ്ങൾ, ആന്തരികക്ഷതം, കരൾരോഗങ്ങൾ, പ്ലീഹാരോഗങ്ങൾ എന്നിവയ്ക്കു നല്ലതാണ്. ഇല കഠിനമായ ബ്രോങ്കൈറ്റിസിനും പൊള്ളലിനും വ്രണങ്ങൾക്കും വയറിളക്കത്തിനും നല്ലതാണ്.

തൊലിയിലും വിത്തിലും അടങ്ങിയിട്ടുള്ള കൊണിസ്സെൻ എന്ന ആൽക്കലോയ്ഡിന് അമീബയെ നശിപ്പിക്കാനുള്ള കഴിവുണ്ട്. കുടകപ്പാലയരി ത്രിദോഷങ്ങളെയും ശമിപ്പിക്കും. തൊലി പൊടിച്ച് മോരു ചേർത്തു കഴിക്കുന്നത് വയറിളക്കവും രക്താതിസാരവും അതിസാരവും ശമിപ്പിക്കും. പൊടി വെള്ളം ചേർത്ത് തിളപ്പിച്ചു കഴിക്കുന്നത് ശരീരത്തിലെ മുഴകൾക്കു നല്ലതാണ്. വേര് പൊടിച്ച് കാടിവെള്ളത്തിൽ തിളപ്പിച്ച് കഴുകുന്നത് മുഴകൾക്കും വാതസംബന്ധമായ വേദനയ്ക്കും തൊണ്ടവീക്കത്തിനും പല്ലുവേദനയ്ക്കും നല്ലതാണ്. അണുനാശിനിയാണ്. വിത്ത് കഷായമായി സേവിക്കുന്നത് പൊള്ളുന്ന പനി; കരളെരിച്ചിൽ രക്തവാതം എന്നിവയ്ക്കു നല്ലതാണ്.

കുന്നി

കറുത്തതും വെളുത്തതുമെന്ന രണ്ടിനമുണ്ട്.

സംസ്കൃതനാമം: ഗുഞ്ജ

ഇംഗ്ലീഷ്: ഇന്ത്യൻ ലികോറിസ്, വൈൽഡ് ലികോറിസ്, ജെക്യൂരിറ്റി, ക്രാബ്സ് ഐ

ശാസ്ത്രീയനാമം	:	അബ്രസ് പ്രികാറ്റോറിയസ്
	:	Abrus precatorius Linn.
കുടുംബം	:	ഫേബേസി
	:	Fabaceae

വിവരണം: ഇന്ത്യയിലുടനീളം കാണപ്പെടുന്നു. വള്ളിപ്പടർപ്പുകളിലും കുറ്റിക്കാടുകളിലും പടർന്നു കയറുന്ന വള്ളിച്ചെടി. ചെറിയ ഇല

കുന്നി കറുത്തത്

കുന്നി വെളുത്തത്

കൾ ജോഡിയായി തണ്ടുകളിൽ കാണപ്പെടുന്നു. പൂക്കൾ വെള്ള കലർന്ന പച്ചനിറത്തിലോ ഇളംചുവപ്പുനിറത്തിലോ കാണപ്പെടുന്നു. കായ നീണ്ട ഉറകളോടു കൂടിയതാണ്. ഉറയ്ക്കകത്താണ് വിത്ത്. കറുത്തതിലും വെളുത്തതിലും ചെറിയ പൊട്ടുണ്ട്. പണ്ട് ഇന്ത്യയിൽ സ്വർണവും രത്നവും തൂക്കിയിരുന്നത് കുന്നിക്കുരു ഉപയോഗിച്ചാണ്. കുന്നിക്കുരുവും വേരും വിഷമുള്ളതാണ്. കുന്നിക്കുരു പുഴുങ്ങിമാത്രമേ ഉപയോഗിക്കാവൂ.

ഔഷധയോഗ്യഭാഗങ്ങൾ: വേര്, ഇല, വിത്ത് (കുന്നിക്കുരു).

ചില ഔഷധ ഉപയോഗങ്ങൾ: വേര്, ഇല മൂത്രം വർദ്ധിപ്പിക്കും. ചുമ വാതം, നെഞ്ചുവേദന ഇവ ശമിപ്പിക്കും. കുന്നിക്കുരു ലൈംഗിക താല്പര്യം വർദ്ധിപ്പിക്കും. പിത്തം, വാതം ശമിപ്പിക്കും. പാണ്ഡ്, കണ്ണിന്റെ അസുഖങ്ങൾ, ത്വക്ക്രോഗങ്ങൾ, ആസ്ത്മ, പനി, വെള്ളദ്ദാഹം ഇവയ്ക്കും നല്ലതാണ്. കുന്നിയുടെ നീര് തണുപ്പുമൂലം കൈകാലുകൾക്കനുഭവപ്പെടുന്ന വേദനയക്കു നല്ലതാണ്. ഇലയും ഇഞ്ചിപ്പുല്ലും വെള്ളത്തിൽ ചേർത്ത് ഉപയോഗിക്കുന്നത് കഫം മൂലമുള്ള വേദന ശമിപ്പിക്കും. വേരും ജീരകവും വെള്ളത്തിൽ ചേർത്തു കഴിക്കുന്നത് കഫത്തിനെ അകറ്റും. കായും വേരും തേങ്ങാപ്പാലും പാലും ചേർത്ത് സേവിക്കുന്നത് രക്തസ്രാവത്തിനു നല്ലതാണ്. മുടി വട്ടത്തിൽ പൊഴിയുന്ന (ഇന്ദ്രലുപ്തം) തിന് കുന്നിക്കുരു അരച്ച് ഇടവിട്ടിടവിട്ട് പുരട്ടിയാൽ മതി.

തലവേദനയ്ക്ക് കുന്നിക്കുരുവും കുന്നിവേരും അരച്ച് നെയ്യിൽ ചാലിച്ച് നെറ്റിയിൽ പുരട്ടുക. ലൈംഗിക ശേഷിക്ക് വെള്ളക്കുന്നിക്കുരു

വിന്റെ പരിപ്പുപൊടിച്ച് ദിവസേന തേനിൽ ചാലിച്ച് കഴിക്കുക. ഗർഭ ധാരണം തടയാൻ ആർത്തവാനന്തരം കുറേദിവസത്തേക്ക് മൂന്നുനാലു കുന്നിക്കുരു പുഴങ്ങിയത് രണ്ടുനേരം കഴിച്ചാൽ മതി.

കുറിഞ്ഞി

(കരിങ്കുറിഞ്ഞി, വെള്ളക്കുറിഞ്ഞി)

കരിങ്കുറിഞ്ഞിയും വെള്ളക്കുറിഞ്ഞിയും ഉണ്ട്.

സംസ്കൃതനാമം : സഹചര, സേര്യക, ദാസി
ശാസ്ത്രനാമം : സ്ട്രോബിലാന്തസ് ഹെയ്നിയാനസ്, നീലഗിരിയാന്തസ് സിലിയെറ്റസ്
: Nilgirianthus ciliatus (Nees) Bremek.
കുടുംബം : അക്കാന്തേസീ
: Acanthaceae

വിവരണം: പശ്ചിമഘട്ടത്തിലെ കാടുകളിലും വെളിമ്പ്രദേശങ്ങളിലും കാണപ്പെടുന്നു. കുറ്റിച്ചെടി. ഇലകൾക്ക് കറുപ്പുകലർന്ന പച്ചനിറമാണ്. വെള്ളപ്പൂക്കൾ. വളരെ അപൂർവ്വമായി മാത്രം കായകൾ ഉണ്ടാകുന്നു.

ഔഷധയോഗ്യഭാഗങ്ങൾ: വേര്, തൊലി, ഇല.

ചില ഔഷധ ഉപയോഗങ്ങൾ: വേര് രക്തം ശുദ്ധീകരിക്കും. മൂത്രം വർദ്ധിപ്പിക്കും. പനി കുറയ്ക്കും. വിയർപ്പ് കുറയ്ക്കും. വീക്കങ്ങൾ തടയും, കഫം ഇളക്കും. പോഷകമാണ്. വാതസംബന്ധമായ അസുഖങ്ങൾ, നെഞ്ചിലെ വലിച്ചിലുകൾ, പനി, വെള്ളപോക്ക്, ത്വക്ക് രോഗങ്ങൾ, പല്ലുവേദന, ക്ഷീണം, നടുവിനു വേദന എന്നിവയ്ക്കു നല്ലതാണ്. ഇലയും തൊലിയും വിയർപ്പു കുറയ്ക്കും. കഫം ഇളക്കും. രക്തം ശുദ്ധീകരിക്കും. പനി കുറയ്ക്കും. വില്ലൻചുമ, ബ്രോങ്കൈറ്റിസ്, വെള്ളപോക്ക്, കുഷ്ഠം, വീക്കം, പല്ലിനുവേദന, ചൊറിച്ചിൽ എന്നിവയ്ക്കു നല്ലതാണ്.

ഇലയും കായും ചേർന്ന കഷായം കല്ലുകളെ അലിയിക്കും. ഇലകൾ ചതച്ച് വയറിനു മുകളിൽ വെച്ചാലും മതി. ഇലനീരും കല്ലു

ചതുര കുറിഞ്ഞി

വെൺ കുറിഞ്ഞി

കരിങ്കുറിഞ്ഞി

കളെ അലിയിക്കും. ഇലക്കഷായം മൂത്രതടസ്സത്തിനു നല്ലതാണ്. ചൂടു വെള്ളത്തിൽ കഴിക്കുന്നത് ചുമയ്ക്കും കല്ലിന്റെ വേദനയ്ക്കും നല്ലതാണ്. വേര് തിളപ്പിച്ച് ആവിപിടിക്കുന്നത് വാതവേദനയ്ക്കും നല്ലതാണ്. വെൺകുറിഞ്ഞിയുടെ കഷായം ശരീരത്തെയും തലയെയും സംബന്ധിക്കുന്ന അസുഖങ്ങൾക്കു നല്ലതാണ്.

സമൂലം കഷായം വെച്ചുകുടിക്കുന്നത് വാതം, അത്യാർത്തവം, ചർമ്മരോഗം എന്നിവയ്ക്കു നല്ലതാണ്. കരിങ്കുറിഞ്ഞി വേര്, ദേവതാരം, ചുക്ക് ഇവ കഷായം വെച്ച് (സഹചരാദികഷായം) എണ്ണ ചേർത്ത് സേവിച്ചാൽ എല്ലാ വാതവും ശമിക്കും.

കുണുക്കാട്ടി

വിവരണം: നേരെ വളരുന്ന ചെറിയ കുറ്റിച്ചെടി. നല്ല പച്ചനിറമുള്ള തണ്ടും ഇലകളും. കുണുക്കിന്റെ ആകൃതിയുള്ള കായുണ്ട്.

ഔഷധയോഗ്യഭാഗങ്ങൾ: സമൂലം.

ചില ഔഷധ ഉപയോഗങ്ങൾ: സമൂലം ഇട്ടു കാച്ചിയ എണ്ണ തേക്കുന്നത് സൈനസൈറ്റിസിന് വളരെ നല്ലതാണ്.

കുറുന്തോട്ടി

കുറുന്തോട്ടി പല ഇനത്തിലുണ്ട്. കുറുന്തോട്ടി (ബലാ), വൻകുറുന്തോട്ടി (അതിബലാ), ആനക്കുറുന്തോട്ടി (മഹാബലാ), വള്ളിക്കുറുന്തോട്ടി (നാഗബലാ) എന്നിവയാണവ. ഞരമ്പുകളെയും വാതത്തെയും നിയന്ത്രിക്കാനുള്ള കുറുന്തോട്ടിയുടെ ഔഷധശക്തി പ്രസിദ്ധമാണ്. 'കുറുന്തോട്ടിക്കും വാതം' എന്ന ചൊല്ലുതന്നെയുണ്ട്.

സംസ്കൃതനാമം : ബലാ, മഹാസമങ്ങ, ക്ഷരയഷ്ടി
ഇംഗ്ലീഷ് : കോമൺസിഡ
ശാസ്ത്രനാമം : സൈഡാ റോംബിഫോളിയ, സൈഡാ ആൾനിഫോളിയ, സിഡ റെറ്റൂസ,
സിഡ കോർഡേറ്റ
: Sida rhombifolia Linn.
കുടുംബം : മാൾവേസ്യേ
: Malvaceae

വിവരണം: ഇന്ത്യയിലുടനീളം വരണ്ടപ്രദേശങ്ങളിൽ പാഴ്ചെടിയായി കാണപ്പെടുന്നു. നേരെവളരുന്ന വെള്ളകലർന്ന മഞ്ഞനിറത്തോടുകൂടിയ തണ്ടുകളും ചെറിയ ഇലകളും ഉള്ള സസ്യം. മഞ്ഞപ്പൂക്കൾ. കായും വിത്തുമുണ്ട്.

ഔഷധയോഗ്യഭാഗങ്ങൾ: സമൂലം

ചില ഔഷധ ഉപയോഗങ്ങൾ: ശീതമാണ്. സ്വസ്ഥത നല്കും. കാമവർദ്ധകമാണ്, ലൈംഗികശേഷി വർദ്ധിപ്പിക്കും. ശക്തിയുണ്ടാക്കും. ശുക്ലക്ഷീണം അകറ്റും, കുറുന്തോട്ടി ത്രിദോഷങ്ങളെ ശമിപ്പിക്കും. കുറുന്തോട്ടി ഓജസ്സും ബലവും പുഷ്ടിയും വർദ്ധിപ്പിക്കുന്ന പോഷകദ്രവ്യമാണ്. കുറുന്തോട്ടി വേര് വാതത്തിനും പിത്തത്തിനും മൂത്രരോഗങ്ങൾക്കും ജ്വരത്തിനും രക്താർശസ്സിനും രക്തമൂത്രത്തിനും അസ്ഥിസ്രാവത്തിനും അതിസാരത്തിനും ഉന്മാദത്തിനും ശിരോരോഗങ്ങൾക്കും ആർത്തവ ദോഷത്തിനും യോനീ രോഗങ്ങൾക്കും കൊടുക്കാം. കുറുന്തോട്ടി വേരും ചുക്കും കൂടിയ കഷായം വിറയോടുകൂടിയ

ആനകുറുന്തോട്ടി

നീലകുറുന്തോട്ടി

വലിയകുറുന്തോട്ടി

ജ്വരത്തിനു നന്ന്. വേരിന്റെ നീര് വ്രണത്തിൽ പുരട്ടാവുന്നതാണ്. വേരിന്മേൽതൊലി പൊടിച്ച് പാലും പഞ്ചസാരയും ചേർത്ത് മൂത്രാതിസാരത്തിനും അസ്ഥിസ്രാവത്തിനും സേവിക്കാം. പച്ചക്കുറുന്തോട്ടി അരച്ച് പുരട്ടിയാൽ കുരുക്കൾ വേഗം പഴുക്കും. കുറുന്തോട്ടി സമൂലം വെള്ളം തൊടാതെ അരച്ചുപിഴിഞ്ഞ് നീരെടുത്ത് നാലിലൊന്ന് നല്ലെണ്ണയും ചേർത്ത് കാച്ചിത്തേച്ചാൽ വാതപ്രധാനമായ തലനോവിന് അത്യന്തം ഫലപ്രദമാണ്. നീരിന്റെ തെളി അർശസ്സിന് അകത്തേക്ക് കൊടുക്കാം. പച്ച ഇല വേവിച്ച് രക്താർശസ്സിന് കഴിക്കാവുന്നതാണ്. വിത്ത് അർശസ്സിനും വയറുവേദനയ്ക്കും മലബന്ധത്തിനും ഉപയോഗിക്കാം. കുറുന്തോട്ടികൊണ്ട് രസായന സേവ ചെയ്യാവുന്നതാണ്. രസായനസേവയ്ക്കായി ശരത്കാലത്തിന്റെ തുടക്കത്തിൽ ആനകുറുന്തോട്ടിയുടെ വേരുപറിച്ചുണക്കി പുതുകലത്തിൽ സൂക്ഷിക്കുക. അതു പൊടിച്ച് പാലിൽ സേവിക്കുക.

കുറുന്തോട്ടി ഉണക്കിപ്പൊടിച്ച് തേനിൽ കുഴച്ച് പാലിൽ കലക്കി രാത്രി കിടക്കാൻനേരം കുടിക്കുന്നത് ഹീമോഫീലിയയ്ക്കു നല്ലതാണ്.

വേരുകൊണ്ട് പാൽക്കഷായം വെച്ച് അതിൽ അമുക്കുരം പൊടിച്ചിട്ട് പഞ്ചസാരയോ തേനോ ചേർത്ത് കഴിക്കുന്നത് ക്ഷയത്തിനും ക്ഷതത്തിനും നല്ലതാണ്. കുറുന്തോട്ടികൊണ്ടുള്ള പാൽക്കഷായവും ദശമൂലകഷായവും ഹൃദ്രോഗം, മാറത്തെ ക്ഷതം, തലവേദന എന്നിവയ്ക്കു നല്ലതാണ്.

കുറുന്തോട്ടി വേര് കാൽക്കിലോ നാലുലിറ്റർ പാലിൽ അരച്ചു കലക്കി ഒരു ലിറ്റർ എണ്ണ ചേർത്ത് ചെറുതീയിൽ കാച്ചി അരിച്ചെടുക്കുന്ന ക്ഷീരബല എന്ന എണ്ണ എല്ലാവിധ വാതരോഗങ്ങൾക്കും ഉള്ളിൽ കഴിക്കുന്ന

തിനും നസ്യത്തിനും പുറമേ തേക്കുന്നതിനും നല്ലതാണ്. കുറുന്തോട്ടി കൊണ്ടു കഷായം വെച്ച് പാലും ചേർത്തു കഴിക്കുന്നവരുടെ എല്ലാ വാത രോഗങ്ങളും മാറിക്കിട്ടും. ഒടിവു ചതവുകൾക്കും ഭേദം വരും. ഗർഭിണികൾ ഒന്നാംമാസത്തിൽ കുറുന്തോട്ടി കഷായം പാൽ ചേർത്തു കുടിക്കുന്നത് ആരോഗ്യത്തിനും സുഖപ്രസവത്തിനും നല്ലതാണ്. കുറുന്തോട്ടി വേര്, കൂവളത്തിന്റെ വേര് ഇവ കൊണ്ടുണ്ടാക്കിയ കഷായം എണ്ണയും നെയ്യും ശർക്കരയും ചേർത്ത് പ്രസവിച്ചവർ പന്ത്രണ്ടു ദിവസം കഴിക്കുന്നത് വളരെ നല്ലതാണ്. കുറുന്തോട്ടി വേര്, ചുക്ക്, കൂവളത്തിൽ വേര് ഇവ കൊണ്ടുള്ള പാൽക്കഷായം കഴിച്ചാൽ ഗർഭിണികൾക്കുണ്ടാകുന്ന വയറ്റിൽവേദന ശമിക്കും. കുറുന്തോട്ടി വേര്, ഉഴുന്ന്, ദേവതാരം ഇവ കഷായം വെച്ചു സേവിക്കുന്നത് ഹൃദ്രോഗത്തിനു നല്ലതാണ്. ഞെരിഞ്ഞിൽ, വയൽച്ചുള്ളിയരി, ശതാവരിക്കിഴങ്ങ്, നായ്ക്കുരണയരി, കുറുന്തോട്ടി, വൻകുറുന്തോട്ടി എന്നിവ ചേർത്തു പൊടിച്ച് രാത്രിയിൽ സേവിച്ചാൽ നിത്യവും നൂറു സ്ത്രീകളെ വരെ പ്രാപിക്കാൻ തക്ക കരുത്തുണ്ടാകുമത്രെ.

കുരുമുളക്

(നല്ലമുളക്)

ക്രിസ്തുവിനു മുമ്പും പിമ്പും ഇന്ത്യയിലേക്കു കടന്നുവന്ന വിദേശസാമ്രാജ്യ കച്ചവട ശക്തികളുടെ പ്രധാനലക്ഷ്യം തങ്ങൾക്കാവശ്യമായ കുരുമുളക് ശേഖരിച്ച് കടത്തുക എന്നതായിരുന്നു. ബ്ലാക്ക് ഗോൾഡ് (കറുത്ത സ്വർണ്ണം) എന്നറിയപ്പെടുന്ന കുരുമുളക് കേരളത്തിലെ മിക്ക വീടുകളിലും മരങ്ങളിൽ പടർന്ന് കിടക്കുന്നതു കാണാം. നല്ല ആദായം തരുന്ന ഒന്നാണ് കുരുമുളക്. മിക്ക വീടുകളിലും കുറച്ച് ഉണങ്ങിയ കുരുമുളക് എപ്പോഴും സൂക്ഷിക്കാറുണ്ട്. പനിക്ക് കുരുമുളകിട്ട കാപ്പി കൈകണ്ട ഔഷധമാണ്.

സംസ്കൃതനാമം	:	മരിചം, ഊഷാനം, കൃഷ്ണ, ധർമ്മപതനം
ഇംഗ്ലീഷ്	:	ബ്ലാക്ക് പെപ്പർ, പെപ്പർ, കോമൺ പെപ്പർ
ശാസ്ത്രീയനാമം	:	പൈപ്പർ നൈഗ്രം
	:	Piper nigrum Linn.
കുടുംബം	:	പൈപ്പറേസി
	:	Piperaceae

വിവരണം: ഇന്ത്യയിലെല്ലായിടത്തും നിത്യഹരിത വനങ്ങളിൽ കാണപ്പെടുന്നു. വ്യാപകമായി കൃഷി ചെയ്തുംവരുന്നു. പടർന്നു കയറുന്ന ബഹുവർഷിയായ ലതാസസ്യം. ചെറിയപൂക്കൾ. ഫലമാണ് കുരുമുളക്. തണ്ടു നട്ടും കുരുമുളക് മുളപ്പിച്ചും പ്രജനനം.

ഔഷധയോഗ്യഭാഗങ്ങൾ: പച്ചയും പഴുത്തതും ഉണങ്ങിയതുമായ

കുരുമുളക്, ഇല, വള്ളി.

ചില ഔഷധ ഉപയോഗങ്ങൾ: കുരുമുളക് വിരയിളക്കുന്നതും വായുകോപത്തെ ഇല്ലാതാക്കുന്നതും ദഹനം ശരിയാക്കുന്നതും കാമം വർദ്ധിപ്പിക്കുന്നതും പകർച്ച വ്യാധികളെ തടയുന്നതും രോഗങ്ങൾ ആവർത്തിച്ചുവരുന്നതിനെ തടയുന്നതും മൂത്രം വർദ്ധിപ്പിക്കുന്നതും ആർത്തവം തിരികെ കൊണ്ടുവരുന്നതും ഉത്തേജകവുമാണ്. സന്ധിവാതം, ആസ്ത്മ, പനി, കഫം, വയറിളക്കം, മലബന്ധം, ഫാരിൻക്സിലെ വേദന മൂത്രനാളിയിൽനിന്നുള്ള സ്രാവങ്ങൾ എന്നിവയ്ക്കു നല്ലതാണ്. ഇല ഇട്ടു വെന്ത വെള്ളത്തിൽ കുളിക്കുന്നത് ശരീരവേദനകൾക്കും ത്വക്ക് രോഗങ്ങൾക്കും നല്ലതാണ്. വേരു ചതച്ച് വെള്ളത്തിലിട്ടു തിളപ്പിച്ചത് ഉപയോഗിച്ച് വായ കഴുകുന്നത് വായശുദ്ധീകരിക്കുന്നതിനും മോണരോഗങ്ങൾക്കും നല്ലതാണ്.

കുരുമുളക് ജ്വരവും കഫവും ശമിപ്പിക്കും. രണ്ടുഗ്രാം വരെ കുരുമുളകിൻപൊടി തേനോ നെയ്യോ പഞ്ചസാരയോ ശർക്കരയോ ചേർത്തു സേവിക്കാം. പത്തുമുതൽ ഇരുപതുഗ്രാം വരെ കഷായംവെച്ച് തേനോ നെയ്യോ ചേർത്ത് സേവിക്കുകയുമാകാം. ചെറുനാരങ്ങാനീർ പുളി മുതലായവ ചേർത്ത് രസമോ ചട്ട്ണിയോ ഉണ്ടാക്കി കഴിക്കുകയും ചെയ്യാം. കുരുമുളക് ദീപനത്തിനും കോഷ്ഠവാതത്തിനും അതിസാരത്തിനും ഗ്രഹണിക്കും വിഷമജ്വരത്തിനും മലമ്പനിക്കും നല്ലതാണ്. മറ്റൗഷധങ്ങളോടുകൂടി കൃമികളെ നശിപ്പിക്കുവാൻ കൊടുക്കാറുണ്ട്. ചെറിയ മാത്രയിൽ ഇത് മൂത്രത്തിലുള്ള വിഷാണുക്കളെ ശമിപ്പിക്കും. ജ്വരം, ജലദോഷം ഇൻഫ്ളുവൻസ എന്നിവ വരാതിരിക്കാനും നന്ന്. ജലദോഷം മൂലം ചുമയോ കഫക്കെട്ടോ ഉള്ളപ്പോൾ കുരുമുളകുപൊടി, നെയ്യ്, പഞ്ചസാര ഇവയോടു ചേർത്തോ കുരുമുളകു കഷായം വെച്ചോ കഴിക്കുന്നത് നല്ലതാണ്. പാൽക്കഷായമുണ്ടാക്കി രാത്രിയിൽ സേവിച്ചാൽ രസായനമാണ്. രക്തശുദ്ധിയുണ്ടാവുകയും ചെയ്യും. അപസ്മാര രോഗങ്ങളാൽ ആകസ്മികമായി രോഗി വീണുപോയാൽ കുരുമുളകു കത്തിച്ച പുക ശ്വസിപ്പി

ച്ചാൽ ബോധം വീണ്ടുകിട്ടുന്നതാണ്. ഭക്ഷണദ്വാരാ രക്തത്തിൽ വിഷാംശം കലർന്നാൽ കുരുമുളക് ഒരു പ്രതിവിധിയാണ്. ഔഷധസേവ കൊണ്ടുണ്ടാകുന്ന വിഷാംശത്തിനും നന്ന്. മുപ്പതുഗ്രാം കുരുമുളകും നാല്പത്തഞ്ചു ഗ്രാം പെരുംജീരകവും ചേർത്തു പൊടിച്ച് അതിൽനിന്ന് നാലു ഗ്രാംവീതം നിത്യവും രണ്ടുനേരം തേൻ ചേർത്തു സേവിച്ചാൽ അർശോ രോഗത്തിന് ആശ്വാസം ലഭിക്കും. കഫം കൊണ്ടുള്ള തലകു ത്തിന് കുരുമുളകു മാത്രമായോ അരി ചേർത്തോ അരച്ച് നെറ്റിയിലിടാം. ഞരമ്പ് വേദനകൾക്കും കുരുമുളക് അരച്ചു പുരട്ടുന്നത് ഫലപ്രദമാണ്. ത്വക്ക് രോഗങ്ങളിൽ കുരുമുളകു നെയ്യോടുകൂടിയോ കുപ്പമേനിയിലനീ രിൽ അരച്ചോ പുരട്ടുന്നത് നല്ലതാണ്. തലയിലെ പുഴുക്കടിക്ക് സവാളയും കുരുമുളകും ഉപ്പും കൂട്ടി അരച്ചു പുരട്ടുന്നത് ഫലപ്രദമാണ്. കുരുമു ളകു കഷായം കൽക്കണ്ടവും പാലും ചേർത്തു കഴിക്കുന്നത് ഈസ്നോ ഫീലിയയ്ക്കു നല്ലതാണ്. മൂക്കടപ്പ്/ജലദോഷം എന്നിവയ്ക്ക് സൂചി കൊണ്ട് ഒരു കുരുമുളക് കുത്തിയെടുത്ത് കത്തിച്ച് പുക ശ്വസിക്കുക. ചുമയ്ക്ക് കുരുമുളകു പൊടിച്ച് പഞ്ചസാരയും നെയ്യും ചേർത്ത് തേനിൽ ചാലിച്ചു സേവിക്കുക. കാസശ്വാസത്തിന് കുരുമുളകുപൊടി തേനും കൽക്കണ്ടവും ചേർത്ത് കഴിക്കുക. വിരശല്യത്തിന് കുരുമുളകുപൊടി അരിഞ്ഞ തക്കാളിയിൽ വിതറി രാവിലെ വെറുംവയറ്റിൽ കഴിക്കുക. പുളി ച്ചുതികട്ടലിന് കുരുമുളകും ജീരകവും തുല്യം പൊടിച്ച് ഇഞ്ചിനീരിൽ ചാലിച്ചു കഴിക്കുക. ചൊറിക്ക് കുരുമുളകുകൊടിയില, തുളസിയില, ആര്യ വേപ്പില എന്നിവ ഇട്ടു തിളപ്പിച്ച വെള്ളത്തിൽ കുളിക്കുകയും കുരുമുളകു തണ്ട് വേവിച്ച് ചൊറിയുള്ള ഭാഗത്തു തേക്കുകയും ചെയ്യുക.

രാത്രിയിൽ പത്തുകുരുമുളകും ഒരു കടുക്കയും ഇട്ടു തിളപ്പിച്ച വെള്ളം ചെറുചൂടോടെ കുടിച്ചാൽ ചുമമാറും. നല്ല ഉറക്കവും ഉണ്ടാകും. കുരുമുളകുപൊടി പഞ്ചസാര, തേൻ, നെയ്യ് ഇവചേർത്ത് രാത്രിയിൽ കഴിക്കുന്നത് രുചിയില്ലായ്മ, ചുമ, ദഹനക്കുറവ് എന്നിവയ്ക്ക് നല്ലതാണ്.

കുരുമുളക് തൈരിലരച്ചു പുരട്ടുന്നത് നിശാന്ധതയ്ക്ക് (രാക്കണ്ണു കാണാത്തതിന്) നല്ലതാണ്.

കുരുട്ടുപാല

(കുണ്ടളപ്പാല, കൂനൻപാല)

പാലയുടെ വർഗ്ഗത്തിൽപ്പെടുന്നത്. എല്ലാ ഭാഗത്തും പാലുണ്ട്. മറ്റു പാലകളെ അപേക്ഷിച്ച് ചെറുതായതിനാ (കുരുട്ട്, കുരുട്) ലാവണം കുരു ട്ടുപാല എന്ന പേര്.

സംസ്കൃതനാമം : കംബലിക, ക്ഷീരിണി
ശാസ്ത്രനാമം : ടാബർനിമൊണ്ടാന ആൾട്ടർനിഫോളിയ,

		ടാബർനിമൊണ്ടാന ഡിക്കോറ്റോന, ടാബർനിമൊണ്ടാനഹെയ്നിയാന
	:	Tabernae montana heyneana Wall.
കുടുംബം	:	അപോസയനേസി
	:	Apocynaceae

വിവരണം: ഇന്ത്യയിലുടനീളം കാണപ്പെടുന്നു. വലിയ കുറ്റിച്ചെടി. അനേകം ശാഖകളുണ്ട്. തൊലി പരുപരുത്തതാണ്. സാധാരണ ഇലകൾ. വെള്ളനിറത്തിലുള്ള പൂക്കൾ. പ്രത്യേക തരത്തിൽ ദീർഘവൃത്താകൃതിയിൽ രണ്ടറ്റവും കൂർത്തിരിക്കുന്ന പച്ചനിറത്തിലുള്ള കായ. വിളയുമ്പോൾ മഞ്ഞ നിറമാകും. വിത്തുകളുണ്ട്.

ഔഷധയോഗ്യഭാഗങ്ങൾ: വേരിന്റെ തൊലി, തൊലി, കറ, കായ.

ചില ഔഷധ ഉപയോഗങ്ങൾ: വേരിന്റെ തൊലി ചതച്ചിട്ട് തിളപ്പിച്ച വെള്ളം കുടിക്കുന്നത് വയറിളക്കത്തിനു നല്ലതാണ്. പാൽ ചേർത്തു കഴിക്കുന്നത് രക്താതിസാരം ശമിപ്പിക്കും. തൊലി ചതച്ച് വെള്ളം ചേർത്തു തീപ്പൊള്ളലിനു പുരട്ടുന്നത് നല്ലതാണ്. കറ അരിമ്പാറയുടെ മേൽ പുരട്ടിയാൽ അരിമ്പാറ നശിക്കും. മുറിവിനും വിഷത്തിനും നല്ലതാണ്.

കുരീൽ

(നറുമ്പാണൽ)

വഴക്കവും ബലവുമുള്ളതിനാൽ കുരീലിന്റെ തണ്ട് വടിയുണ്ടാക്കാൻ ഉപയോഗിക്കാറുണ്ട്.

സംസ്കൃതനാമം	:	നിലവള്ളി, വല്ലിശാഖോട
ശാസ്ത്രനാമം	:	റോറിയ മൈലർ, ഉവേറിയ നാറും
	:	Uvaria narum (Dunal) Wall. ex Wight
കുടുംബം	:	കൊണാരേസി, അന്നോനേസി
	:	Annonaceae

വിവരണം: പശ്ചിമഘട്ടങ്ങളിലെ കയ്യാലകളിലും ചെറുകുന്നുകളിലും കാടുകളിലും കാണപ്പെടുന്നു. നിവർന്നു വളരുന്ന ഇടത്തരം കുറ്റിച്ചെടി. ചെറിയ നീലകലർന്ന പച്ചനിറമുള്ള ഇലകൾ. ചുവന്നപൂക്കൾ, കായും വിത്തുകളുമുണ്ട്. വിത്തുകളിലൂടെ പ്രജനനം.

ഔഷധയോഗ്യഭാഗങ്ങൾ: വേര്, ഇല.

ചില ഔഷധ ഉപയോഗങ്ങൾ: വേര്, രക്തം ശുദ്ധീകരിക്കും. വായുകോപം ശമിപ്പിക്കും. ഉദരരോഗങ്ങൾക്കു നല്ലത്. സുഗന്ധമുണ്ട്. സ്നിഗ്ദ്ധത ഉണ്ടാക്കും. വാതം, പിത്തം, പുഴുക്കടി, ചൊറിച്ചിൽ, മഞ്ഞപ്പിത്തം, മുഖത്തു വരുന്ന ചുവന്ന നിറത്തിലുള്ള പാടുകൾ എന്നിവയ്ക്കു നല്ലതാണ്. ഇല, വായുകോപം, വാതം, പിത്തം, മഞ്ഞപ്പിത്തം ഇവ ശമിപ്പിക്കും.

കുശ

(ഞാങ്ങണ)

പുരമേയാനും മറ്റുമായി ചിലർ ഉപയോഗിക്കാറുണ്ട്.

സംസ്കൃതനാമം: കുശ

ഇംഗ്ലീഷ്: താച്ച് ഗ്രാസ്, വൈൽഡ് ഷുഗർ കെയിൻ

ശാസ്ത്രനാമം: സക്കാറം സ്ഫൊണ്ടേനിയം

: Saccharum spontaneum Linn.

കുടുംബം: പോയേസി

: Poaceae

വിവരണം: ഇന്ത്യയിലുടനീളം കാണപ്പെടുന്നു. നേരെ നിവർന്നു വളരുന്ന ബഹു

വാർഷിക പുല്ല്. ഏതാണ്ട് നാലുമീറ്റർ വരെ ഉയരത്തിൽ വളരും. കുറച്ചു നീളമുള്ള സാധാരണ ഇലകൾ. കതിര് സിൽക്ക് നാരുകൾപോലെ. ചാരം കലർന്ന വെള്ളനിറത്തിലോ പിങ്ക് നിറത്തിലോ കാണാം. ഉരുണ്ട ചെറിയ മണികളുണ്ട്.

ഔഷധയോഗ്യഭാഗങ്ങൾ: വേര്.

ചില ഔഷധ ഉപയോഗങ്ങൾ: മൂത്രം ഇളക്കും. മുലപ്പാൽ വർദ്ധിപ്പിക്കും. കാമോദ്ദീപകമാണ്. കല്ലുകളെ അലിയിച്ചുകളയാനുള്ള ശക്തിയുണ്ട്. രക്തസ്രാവം നിർത്തും. പോഷകമാണ്. വാതം, പിത്തം, എരിച്ചിൽ, വൃക്കയിലെയും മൂത്രത്തിലെയും കല്ല്, വെള്ളദ്ദാഹം, ക്ഷീണം, മുലപ്പാൽ ഇല്ലാതിരിക്കുക, മൂത്രനാളിയിലെ രക്തസ്രാവം എന്നിവയ്ക്കു നല്ലതാണ്.

കൂവളം

കൂവളം ഐശ്വര്യകരമാണെന്നാണ് വിശ്വാസം. കൂവളത്തിന് ഭൂതപ്രേതാദികളെ അകറ്റാൻ കഴിയുമെന്ന് ചിലർ വിശ്വസിക്കുന്നു. നാരകം നട്ടേടവും കൂവളം പട്ടേടവും നല്ലതല്ല എന്ന് ഒരു ചൊല്ലുണ്ട്. കൂവളപ്പഴം കഫം, വാതം, പിത്തം എന്നീ മൂന്നു ദോഷങ്ങളെയും വർദ്ധിപ്പിക്കും. പിഞ്ചു കായ കഫ വാത ശമനമാണ്. പിഞ്ചു കായ പഞ്ചസാരപ്പാനിയോ വിനാഗിരിയോ ചേർത്തു അച്ചാറിടാറുണ്ട്. പാകമായത് പഴമായി ഭക്ഷിക്കാറുണ്ട്. കൂവളത്തില പൂജകൾക്കുപയോഗിക്കുന്നു. ഇലയിൽ വിറ്റാമിനുകൾ ധാരാളമടങ്ങിയിട്ടുണ്ട്.

സംസ്കൃതനാമം	:	വില്പശിവദ്രുമ, ശ്രീഫല, സദഫല, വിൽവ
ഇംഗ്ലീഷ്	:	ഹോളിഫ്രൂട്ട് ട്രീ, ബായൽ ട്രീ
ശാസ്ത്രനാമം	:	ഏഗിൾ മാർമിലോസ്
	:	Aegle marmelos (Linn.) Corr.
കുടുംബം	:	റൂട്ടേസി
	:	Rutaceae

വിവരണം: ഇന്ത്യയിലുടനീളം വരണ്ടകാടുകളിൽ കാണപ്പെടുന്നു. അമ്പലപ്പറമ്പുകളിലും കാവുകളിലും ഗൃഹാങ്കണങ്ങളിലും വെച്ചു പിടിപ്പിക്കുന്നു. മുള്ളുള്ള ഇല പൊഴിയുന്ന ഇടത്തരം വൃക്ഷം. കറുപ്പു കലർന്ന പച്ചനിറത്തിലുള്ള ഇലകൾ. സുഗന്ധമുണ്ട്. പച്ചകലർന്ന മഞ്ഞനിറത്തിലുള്ള പൂക്കൾ. ഉരുണ്ട കായ. ഫലമജ്ജയുണ്ട്. വിത്തുകളുണ്ട്.

ഔഷധയോഗ്യഭാഗങ്ങൾ: ഫലമജ്ജ, പച്ചയും ഇളയതുമായ ഫലം, വേര്, വേരിന്മേൽത്തൊലി, ഇല, പഴുത്ത കായയുടെ തൊണ്ട്, പൂവ്.

ചില ഔഷധ ഉപയോഗങ്ങൾ: വേര് വായുകോപം അകറ്റും. അതിസാരം, വയറിളക്കം, വെള്ളദ്ദാഹം, വയറുവേദന, ക്രമമല്ലാത്ത ഹൃദയ

ത്തുടിപ്പ്, വാതം, ശുക്ലബലഹീനത, മൂത്രനാളീരോഗങ്ങൾ, ഛർദ്ദിൽ, ഇടവിട്ടുള്ള പനി, വീക്കം, കുട്ടികളിലെ ഉദരപ്രശ്നങ്ങൾ, കുഷ്ഠം, പ്രമേഹം എന്നിവയ്ക്കു നല്ലതാണ്. ഇല വയറിളക്കും. വായുകോപം അകറ്റും. കഫം ഇളക്കും. കൺജക്റ്റിവിറ്റിസ്, ബധിരത, വീക്കം, പ്രമേഹം, ആസ്ത്മ എന്നിവയ്ക്കു നല്ലതാണ്. മൂക്കാത്ത ഫലം ദഹനം വർദ്ധിപ്പിക്കും. ഉദരരോഗങ്ങൾക്കും നല്ലതാണ്. പക്വമായ ഫലം ശീതമാണ്. ഹൃദയത്തിനും തലച്ചോറിനും ഉത്തമമാണ്. വെള്ളദ്ദാഹം അകറ്റും.

ഇളയകായ പഴക്കം ചെന്ന അതിസാരത്തിന് ഫലപ്രദമാണ്. ഇതുമാത്രം ഭക്ഷണമായി കഴിച്ചാൽ എത്ര പഴക്കം ചെന്ന അതിസാരവും ഭേദമാകും. ആറു മണിക്കൂർ കനലിലിട്ടു ചുട്ട പച്ചക്കായ അല്ലെങ്കിൽ കായ ഉണക്കിപ്പൊടിച്ചത് രക്താതിസാരത്തിന് നല്ലതാണ്. പച്ചക്കായയുടെ കഴമ്പെടുത്ത് ഒരാഴ്ച നല്ലെണ്ണയിലിട്ടു വെച്ച് ആ എണ്ണ കുളിക്കുന്നതിനുമുമ്പ് നല്ലപോലെ തേച്ചു പിടിപ്പിച്ചാൽ കാൽ ചുട്ടു നീറ്റലിനു ശമനം വരും. പച്ചക്കായ ഇഞ്ചിയും ശതകുപ്പയും കൂട്ടി കഷായം വെച്ച് മൂലക്കുരുവിനു കൊടുക്കാവുന്നതാണ്. പാതിമൂത്ത കായ നുറുക്കി വെയിലത്തുണക്കി കുട്ടികളുടെ ഉൾപ്പെടെ അതിസാരത്തിനും വയറിളക്കത്തിനും കൊടുക്കുന്നത് നല്ലതാണ്. പഴുത്ത കായ ശീതവും മധുരമുള്ളതുമാണ്. പഴം സർബ്ബത്തിന്റെ രൂപത്തിൽ ഉപയോഗിക്കാം. ഇതു മലശോധനയുണ്ടാക്കും. സർബ്ബത്തിന്റെ മാത്ര മുപ്പത് മില്ലി വരെയാണ്. മലബന്ധമുള്ളവർക്കും ഗ്രഹണിക്കാർക്കും ഈ സർബ്ബത്ത് ഗുണം ചെയ്യും. സർബ്ബത്തുണ്ടാക്കാൻ കുറച്ചു കഴമ്പ് വെള്ളത്തിൽ ഇട്ട് കൈകൊണ്ടു തിരുമ്മിച്ചേർത്ത് കുഴമ്പുപരുവമാകും വരെ ചൂടാക്കുക. ഇതിൽ മധുരം ചേർത്ത് ഉപയോഗിക്കാം. അല്പം പഴുത്ത കായ മൂലക്കുരു ഉണ്ടാകാതിരിക്കാൻ പഞ്ചസാര കൂട്ടി ഉപയോഗിക്കാം. കൂവളക്കായയുടെ മജ്ജയുടെ ചൂർണ്ണം ഒരു രസായന ദ്രവ്യമാണ്. പന്ത്രണ്ടു മുതൽ പതിനഞ്ചു ഗ്രാം വരെ ഉപയോഗിക്കാം. ഇത് വയറിളക്കത്തിനും അതിസാരത്തിനും നന്ന്. വേരിന്റെയും വേരിന്മേൽ തൊലിയുടെയും കഷായം വിഷമജ്വരങ്ങൾക്കും പിത്തോന്മാദത്തിനും നെഞ്ചിടിപ്പിനും കൊടുക്കാം. തൊലി

ഇടിച്ചുപിഴിഞ്ഞ നീര് രണ്ടുസ്പൂൺ എടുത്ത് ജീരകവും കൂട്ടി പാലിൽ കഴിച്ചാൽ ശുക്ലവൃദ്ധിവരും. കൂവളത്തില അരച്ചിടുന്നത് ചെങ്കണ്ണിനു നല്ലതാണ്. ഇല പിഴിഞ്ഞ നീര് ചെങ്കണ്ണിലൊഴിക്കാം. സന്നിപാത ജ്വരത്തിലുണ്ടാകുന്ന മോഹാലസ്യത്തിന് ഇല അരച്ചു തലയിൽ ഇടുന്നത് നല്ലതാണ്. പച്ചിലയുടെ നീരും കുരുമുളകും ചേർത്ത് അതിൽ തേൻ ചേർത്ത് നേർപ്പിച്ചു കൊടുക്കുന്നത് ജലദോഷത്തിനും ജ്വരത്തിനും ഫലപ്രദമാണ്. ഇല കഷായം വെച്ചു കുടിക്കുന്നത് ജ്വരവും കഫവും ശമിപ്പിക്കും.

തൊലിയും ചെറിയ വേരും വെള്ളത്തിൽ ചേർത്തുണ്ടാക്കുന്ന മരുന്ന് രോഗഭയത്തിനും ക്ഷീണത്തിനും വിഷാദത്തിനും കഴുത്തിലെ നീരിനും നല്ലതാണ്. തൊലി പൊടിച്ച് തേനിൽ ചേർത്തു കഴിക്കുന്നത് ദഹനം ഉണ്ടാക്കും. തലവേദനയ്ക്കും തലകറക്കത്തിനും നല്ലതാണ്. ഇലയുടെ സത്ത് ആസ്ത്മയ്ക്കു നല്ലതാണ്. പഴുത്ത കായ അതിസാരത്തെ ശമിപ്പിക്കും.

കൂവളത്തിന്റെ തളിരില ഇടിച്ചുപിഴിഞ്ഞ നീര് രണ്ടുനേരം തുടർച്ചയായി കഴിക്കുന്നത് രക്തസമ്മർദ്ദത്തിനും കരൾരോഗങ്ങൾക്കും പ്രമേഹത്തിനും നല്ലതാണ്.

ഇല ഇടിച്ചുപിഴിഞ്ഞ നീര് കൽക്കണ്ടം ചേർത്തു കഴിക്കുന്നത് ബ്രോങ്കൈറ്റിസിനു നല്ലതാണ്. ശക്തിയേറിയ പനിക്ക് ഇല അരച്ചു നെറ്റിയിലിടുന്നതു നല്ലതാണ്. ചുമ, ശ്വാസംമുട്ടൽ എന്നിവയ്ക്കു നെഞ്ചിലരച്ചിടുക. കൂവളപ്പഴത്തിന്റെ മജ്ജ പാൽ ചേർത്തു കഴിക്കുന്നത് മലമൂത്രവിസർജ്ജനത്തെ സഹായിക്കും.

ശരീരം ശോഷിച്ചാൽ കൂവളത്തിന്റെ പത്ത് തളിരിലകൾ ദിവസേന കഴിക്കുക.

അഞ്ചു കൂവളത്തില അരച്ച് വാഴപ്പിണ്ടി നീരിൽ കലർത്തി രാവിലെ വെറും വയറ്റിൽ കുടിക്കുന്നത് രോഗങ്ങളെ ചെറുക്കുന്നതിന് നല്ലതാണ്. പ്രമേഹത്തിന് രാവിലെ വെറും വയറ്റിൽ കൂവളത്തില കഴിക്കുന്നത് നല്ലതാണ്. ചുക്ക്, മുളക്, അയമോദകം ഇവചേർത്ത് രാവിലെ ചൂടുവെള്ളത്തിലോ മോരിലോ കഴിച്ചാൽ അർശസ്സ് ശമിക്കും.

കൂവളത്തിന്റെ വേരിന്മേൽ തൊലി അരച്ച് വെണ്ണയും കൂട്ടി ഉള്ളം കാലിൽ താലോടിയാൽ നല്ല ഉറക്കം കിട്ടും. ഫലമജ്ജയിൽ ചുണ്ണാമ്പു ചേർത്താൽ നല്ല പശയാകും. പഴുത്ത കായയുടെ ചാറ് തേച്ചുകുളിക്കുന്നത് അതീവ സുഖകരമാണ്.

ബൃഹത് പഞ്ചമൂലത്തിൽ ഉൾപ്പെടുന്നു (കൂവളം, കുമ്പിൾ, പാതിരി, പലകപ്പയ്യാനി, മുഞ്ഞ).

കൂവ

ബിസ്കറ്റുകളും കേക്കുകളും പുഡ്ഡിംഗുകളും ജെല്ലികളും മുഖകാന്തിക്കുള്ള പൗഡറുകളും കൂവക്കിഴങ്ങിൽ നിന്നുല്പാദിപ്പിക്കുന്ന കൂവപ്പൊടി കൊണ്ടുണ്ടാക്കുന്നുണ്ട്.

സംസ്കൃതനാമം	:	തവക്ഷീരി, തുഗാക്ഷീരി
ഇംഗ്ലീഷ്	:	ആരോറൂട്ട്, വെസ്റ്റ് ഇന്ത്യൻ ആരോറൂട്ട്
ശാസ്ത്രനാമം	:	മരാന്റാ അരുൺടിനേസിയ
	:	Maranta arundinacea Linn.
കുടുംബം	:	മരാന്റേസി
	:	Marantaceae

വിവരണം: ഇന്ത്യയിലുടനീളം കൃഷിചെയ്തു വരുന്നു. വെളിമ്പ്രദേശങ്ങളിലും കാണാം. നേരെ വളരുന്ന മാംസളമായ തണ്ടോടുകൂടിയ സസ്യം. കിഴങ്ങാണ് ഉപയോഗിക്കുന്നത്. വെള്ളപ്പൂക്കൾ. കിഴങ്ങ് നട്ട് പ്രജനനം നടത്തുന്നു.

ഔഷധയോഗ്യഭാഗങ്ങൾ കിഴങ്ങ്, കിഴങ്ങിൽനിന്നും എടുക്കുന്ന കൂവപ്പൊടി.

ചില ഔഷധ ഉപയോഗങ്ങൾ: കൂവപ്പൊടി അത്യന്തം ശീതളവും പോഷകവുമാണ്. കാമം വർദ്ധിപ്പിക്കും. കഫം ഇളക്കും. വായുകോപം ശമിപ്പിക്കും. സ്നിഗ്ദ്ധത നല്കും. കുട്ടികൾക്ക് ആരോഗ്യദായകമായ ഭക്ഷണമാണ്. രോഗികൾക്കും ക്ഷീണിതർക്കും അത്യുത്തമമാണ്. വയറിളക്കം, അതിസാരം, വെള്ളദ്ദാഹം, ബ്രോങ്കൈറ്റിസ്, ചുമ എന്നിവയ്ക്കു നല്ലതാണ്.

കൊടിയാവണക്ക്

ആവണക്കിന്റെ കായുടെ രൂപത്തിലുള്ള കായകളാണ് ഈ ചെറിയ സസ്യത്തിനുള്ളത്. അതിനാലാവണം ഈ പേര്.

വിവരണം: നിലത്തു പടർന്നും കുറച്ചു നേരെയും വളരുന്ന ചെറിയ സസ്യം. ചെറിയ തണ്ടുകളും ഇലകളും. തീരെ ചെറിയ കായാണുള്ളത്. കായ്ക്ക് ആവണക്കിന്റെ കായോടു സാമ്യമുണ്ട്.

ഔഷധയോഗ്യഭാഗങ്ങൾ: സമൂലം

ചില ഔഷധ ഉപയോഗങ്ങൾ: വാതസംബന്ധമായ രോഗങ്ങൾക്ക് ഇതു ചേർത്തു തയ്യാറാക്കുന്ന കഷായവും കുഴമ്പും (പ്രഭഞ്ജനം കുഴമ്പ്) വളരെ നല്ലതാണ്.

കൊടുവേലി

പൂക്കളുടെ നിറത്തെ ആസ്പദമാക്കി ചുവന്നതും വെളുത്തതും കറുത്തതും (നീല) മഞ്ഞയുമായ നാലു തരമുണ്ടെന്നു പറയപ്പെടുന്നു. ചുവന്നപൂവുള്ളതിനാണു തീക്ഷ്ണത കൂടുതൽ (ചെത്തി കൊടുവേലി). ചെത്തിക്കൊടുവേലിയുടെ ഇലയ്ക്കും പൂവിനും വലുപ്പം കൂടുതലാണ്.

ചുവന്ന കൊടുവേലി	–	പ്ലംബാഗോ റോസിയ
വെള്ളക്കൊടുവേലി	–	പ്ലംബാഗോസെയ്‌ലാനിക്ക
നീലക്കൊടുവേലി	–	പ്ലംബാഗോ ഓറിക്കുലാറ്റ
സംസ്കൃതനാമം	:	ചിത്രകം, ദഹന, അഗ്നി
ഇംഗ്ലീഷ്	:	ഫയർപ്ലാന്റ്, റോസിഫ്ളവേർഡ് ലീഡ് വോർട്ട് , വൈറ്റ് ലീഡ് വോർട്ട്, സിലോൺ ലീഡ് വോർട്ട്
ശാസ്ത്രനാമം	:	പ്ലംബാഗോ ഇൻഡിക്ക
	:	Plumbago indica Linn.
കുടുംബം	:	പ്ലംബാജിനേസി
	:	Plumbaginaceae

ചുവന്ന കൊടുവേലി

വെള്ള കൊടുവേലി

നീല കൊടുവേലി

വിവരണം: ഇന്ത്യയിലുടനീളം നനവുള്ള പ്രദേശങ്ങളിൽ കാണപ്പെടുന്നു. കൃഷിചെയ്തും വരുന്നു. തണ്ടുകൾക്ക് അധികം കനവും ബലവുമില്ലാത്ത നേരെയും നിലത്തു പടർന്നും വളരുന്ന ബഹുവർഷിയായ സസ്യം. പച്ചനിറത്തിലുള്ള തണ്ടും സാധാരണ ഇലകളും. ഇനമനുസരിച്ച് വിവിധ നിറത്തിലുള്ള പൂക്കൾ. ഭൂമിക്കടിയിലുള്ള വേരും കിഴങ്ങുകളുമാണ് ഉപയോഗിക്കുന്നത്. കായും വിത്തുമുണ്ട്.

ഔഷധയോഗ്യഭാഗങ്ങൾ: വേര്, വേരിന്മേൽ തൊലി, ഇല, ചറം, കിഴങ്ങ്.

ചില ഔഷധ ഉപയോഗങ്ങൾ: കൊടുവേലിക്കിഴങ്ങ് ശുദ്ധിചെയ്തു വേണം ഉപയോഗിക്കേണ്ടത്. കൊടുവേലിക്കിഴങ്ങിന്റെ നാരും മൊരിയും നീക്കി ചുണ്ണാമ്പുവെള്ളത്തിലിട്ട് കുറച്ചുനേരം വെക്കുക. പിന്നീട് നിഴലിൽ ഉണക്കുക. കൂടുതൽ ശുദ്ധിവരുത്തണമെങ്കിൽ ഇത് രണ്ടുമൂന്നു തവണ ആവർത്തിക്കാവുന്നതാണ്. എരുമച്ചാണകനീറ്റിൽ പുഴുങ്ങിയാലും ശുദ്ധിയാകും. രണ്ടുവിധത്തിൽ ശുദ്ധിചെയ്താലും പിന്നെ പച്ചവെള്ളത്തിൽ കഴുകേണ്ടതാണ്. കൊടുവേലി പുറത്തെ തൊലി കളഞ്ഞ് ചുണ്ണാമ്പ് പുരട്ടി കഴുകി വെടിപ്പാക്കി ഉള്ളിലുള്ള നാരുകളെ കളഞ്ഞാലും ശുദ്ധിയാകും.

കൊടുവേലി ഒരു ഉത്തേജകദ്രവ്യമാണ്. അധികമായി കഴിച്ചാൽ ഉറക്കമുണ്ടാകും. കൊടുവേലിക്കിഴങ്ങ് മോരിൽ അരച്ച് പുത്തൻ കലത്തിന്റെ അകത്തുതേച്ച് കലം കമഴ്ത്തി വെയിലത്ത് ഉണക്കി പിന്നേയും അതിന്മേൽ തേക്കുക. ഇപ്രകാരം ഏഴുവട്ടം തേച്ചുണക്കി ആ കലത്തിൽ ഇട്ട് കാച്ചിയ പാൽ പകർന്ന് ഉറവീഴ്ത്തി മൂന്നുനാൾ വെച്ചിരുന്ന് മോരാക്കി പിന്നെ അത് ഏഴുദിവസംകൊണ്ട് സേവിച്ചാൽ അജീർണ്ണം, വായുഗ്ര

ഹണി, അർശസ്സ് ഇവയ്ക്ക് ഉടനെ ശമനം കിട്ടും. അയമോദകവും ചുക്കും സമമെടുത്ത് മൂന്നിരട്ടി കൊടുവേലിക്കിഴങ്ങും ചേർത്ത് പൊടിച്ച് പത്തു ഗ്രാം വീതം എടുത്ത് മോരിൽ സേവിച്ചാൽ അർശസ്സ് കൊണ്ട് ഉണ്ടാകുന്ന ദഹനക്കുറവും വിളർച്ചയും ശമിക്കും. ഒരു ഉപ്പുമാങ്ങയണ്ടിപ്പരിപ്പ് കൊടുവേലിക്കിഴങ്ങിന്റെ ചാറിൽ അരച്ചുകലക്കി സേവിക്കുന്നത് സന്ധിവാതജ്വരത്തിനു ശമനൗഷധമാണ്. കൊടുവേലി കഷായം വെച്ച് അത് തന്നെ കൽക്കമായി കാച്ചുന്ന നെയ്യ് ഗ്രഹണി, പ്ലീഹാരോഗം എന്നിവയും അർശസ്സും ശമിപ്പിക്കുന്നതാണ്. വേരും വേരിന്മേൽ തൊലിയും വാതരോഗത്തിനും പ്ലീഹാരോഗത്തിനും നന്ന്. കൊടുവേലി (കിഴങ്ങ്) കുഷ്ഠം ഉൾപ്പെടെയുള്ള ത്വക്ക്രോഗങ്ങളിൽ ഉപയോഗിക്കുന്നു. കൊടുവേലിക്കിഴങ്ങ് നല്ലതുപോലെ ശുദ്ധിചെയ്ത് ഉണക്കിപ്പൊടിച്ച പൊടി ദിവസേന പഞ്ചസാരയോടുകൂടി കുറേക്കാലം തുടർന്നു കഴിച്ചാൽ കുഷ്ഠം ശമിക്കും. വേരിൽനിന്നും കിട്ടുന്ന വെളുത്ത ചറം ദുർഗന്ധമുള്ള വ്രണങ്ങളിലും ചിരങ്ങുകളിലും പുരട്ടാൻ നന്ന്. കൊടുവേലിക്കിഴങ്ങ് കരിനൊച്ചിവേർ, ചുക്ക്, കുരുമുളക്, തിപ്പലി ഇവ സമം ഉണക്കിപ്പൊടിച്ച് ശീലപ്പൊടി ആക്കി അതിൽനിന്നും പത്തുഗ്രാം വീതം സേവിച്ച് പാൽ അനുപാനമായി കഴിക്കുന്നത് എല്ലാവിധ വാതങ്ങൾക്കും ശമനൗഷധമാണ്. കൊടുവേലിക്കിഴങ്ങ് ഗോമൂത്രത്തിൽ അരച്ച് ചെറുചൂടോടു പുരട്ടുന്നത് മന്ത് ശമിപ്പിക്കുവാൻ നല്ലതാണ്. കൊടുവേലിക്കിഴങ്ങ് കള്ളിപ്പാലിൽ അരച്ച് ശർക്കര ചേർത്തു പുരട്ടിയാൽ അരിമ്പാറ ശമിക്കും.

ചുവന്ന പൂവുള്ള കൊടുവേലി വാതത്തിനും ഗ്രന്ഥിവീക്കങ്ങൾക്കും ഒരു വേദനാസംഹാരിയാണ്. ഇതിന്റെ സത്തെടുത്ത് സിഫിലിസ് രോഗത്തിലും കുഷ്ഠത്തിലും ഗ്രഹണിയിലും അർശസ്സിലും വായുകോപത്തിലും അരുചിയിലും ദഹനഅവയവങ്ങളിലുള്ള മറ്റുകേടുകളിലും കഴിക്കാം. പ്രസവാനന്തരമുള്ള രക്തസ്രാവത്തിനു നല്ലതാണ്. സൂക്ഷിച്ചുവേണം ഉപയോഗിക്കാൻ. അഞ്ചുമുതൽ പത്തു തുള്ളിവരെ മാത്രമേ നല്കാവൂ. കൊടുവേലിക്കിഴങ്ങ് മൂന്നു പ്രാവശ്യം ശുദ്ധിചെയ്ത് ശുദ്ധമായ നാടൻ വിനാഗിരി കൂട്ടി അരച്ചു കുപ്പിയിൽ ആക്കി സൂക്ഷിച്ചുവെക്കുക. അതിൽനിന്നും പഞ്ഞികൊണ്ട് കുറച്ചെടുത്ത് മുഖത്ത് പുരട്ടിയാൽ മുഖത്തിന് ഭംഗിയും നിറവും കിട്ടുമെന്ന് പറയപ്പെടുന്നു.

വെളുത്തകൊടുവേലിയും വിഷമുള്ളതുതന്നെയാണ്. പാലോ വിനാഗിരിയോ, ഉപ്പും വെള്ളവും ചേർത്തുമോ കുഷ്ഠത്തിലും അതുപോലെ ത്വക്ക്രോഗങ്ങളിലും വ്രണങ്ങളിലും പുരട്ടാവുന്നതാണ്. വാതത്തിനും പ്ലീഹാവൃദ്ധിക്കും ഉപയോഗിക്കാവുന്നതാണ്.

ശക്തിയേറിയ അർശസ്സിന് കൊടുവേലിക്കിഴങ്ങ് ശുദ്ധിചെയ്യാതെ തന്നെയുള്ള ഒരു പ്രയോഗമുണ്ട്. ഒരു കൊടുവേലിക്കിഴങ്ങ് നാരും മൊരിയും നീക്കിയത് നാഴി തേങ്ങാപ്പാലിൽ വേവിക്കുക. എണ്ണ തിരിഞ്ഞാൽ വാങ്ങിവയ്ക്കുക. അപ്പോൾ മെഴുകുപോലെ ആയിരിക്കുന്ന അതിന്റെ കല്ക്കം മുഴുവനും ഒരുമിച്ച് തിന്നുക. ശേഷമുള്ള വെളിച്ചെണ്ണ

മൂന്നുദിവസമായി സേവിക്കുക. അർശസ്സ് പെട്ടെന്ന് ചുരുങ്ങിപ്പോകും. കുറച്ചുദിവസം കഴിഞ്ഞ് വേണമെങ്കിൽ ഈ പ്രയോഗം ഒരിക്കൽക്കൂടി ചെയ്യാം.

കൊടുവേലിക്കിഴങ്ങ് തിപ്പലി, ചുക്ക്, തിപ്പലിവേര്, ചാവികവേര് ഇവ അഞ്ചും ചേരുന്നതിനെ പഞ്ചകോലമെന്നു പറയുന്നു. ഇത് ദഹനശക്തി വർദ്ധിപ്പിക്കും. വയറുവേദന, ഗുല്മം, പ്ലീഹാരോഗം, വായുകോപം, ഉദരരോഗങ്ങൾ ഇവ ശമിപ്പിക്കും.

കൊടുവേലിക്കിഴങ്ങ് വിരയിളക്കും, കഫം ഇളക്കും, വീക്കത്തെ ചെറുക്കും, ഗർഭച്ഛിദ്രം ഉണ്ടാക്കും, രോഗങ്ങൾ ആവർത്തിച്ചുവരുന്നതിനെ ചെറുക്കും, വായുകോപം ശമിപ്പിക്കും, ദഹനം വർദ്ധിപ്പിക്കും, ദഹനം ഉണ്ടാക്കും, ഞരമ്പുകളെ ഉത്തേജിപ്പിക്കും, ഓജസ്കരമാണ്. ചുമ, ബ്രോങ്കൈറ്റിസ്, ക്ഷതം, മന്ത്, ജ്വരം, കുഷ്ഠം, വെള്ളപ്പാണ്ഡ്, പുഴുക്കടി, സ്കേബീസ്, കരൾ, പ്ലീഹാരോഗങ്ങൾ, നീണ്ടതും വേദനയേറിയതുമായ ആർത്തവം, പല്ലിനുവേദന, വാതം, കഫം, വിളർച്ച, അർശസ്സ് എന്നിവയ്ക്കു നല്ലതാണ്. വേര് ചതച്ച് വെള്ളത്തിൽ ഇട്ട് തിളപ്പിച്ച് ഉപയോഗിച്ചാൽ ശീതപ്പനി കുറയും. തൈരിൽ കഴിച്ചാൽ വയറിളക്കം മാറും.

കിഴങ്ങ് അരച്ചു പുരട്ടുന്നത് ആണിരോഗത്തിനു നല്ലതാണ്. ശുദ്ധി ചെയ്ത കൊടുവേലിക്കിഴങ്ങ് തൈരിൽ സേവിച്ചാൽ അർശസ്സ് ശമിക്കും. കിഴങ്ങരച്ച് അരിമ്പാറയിലിട്ടാൽ അരിമ്പാറ നശിക്കും. ശുദ്ധിചെയ്ത കൊടുവേലിക്കിഴങ്ങ് ചതച്ചിട്ട് പാൽകാച്ചി ഉറയൊഴിച്ച് കടഞ്ഞെടുത്ത വെണ്ണയും മോരും കൂട്ടി ചോറു കഴിക്കുന്നത് രക്താർശസ്സിനു നല്ലതാണ്.

അർശസ്സിന് കൊടുവേലിയുടെ വേര് അരച്ചുപുരട്ടിയ മൺകലത്തിലോ ഭരണിയിലോ സൂക്ഷിച്ച മോര് ഉപയോഗിക്കുന്നത് ഫലപ്രദമാണ്.

കൊടുത്തൂവ

(ചൊറിതനം, ചൊറിയണം)

ഈ ചെടി ശരീരവുമായി സ്പർശനത്തിനിടയായാൽ അവിടം ചൊറിഞ്ഞു തടിക്കും. അതിനാലാവാം ചൊറിയണം എന്ന പേര്.

സംസ്കൃതനാമം	: ദുസ്പർശ, ദുരാലഭ
ഇംഗ്ലീഷ്	: ഇന്ത്യൻ സ്റ്റിങ്ങിങ്- നെറ്റിൽ
ശാസ്ത്രനാമം	: ട്രാജിയ ഇൻവൊലുക്രേറ്റ
	: Tragia involucrata Linn.
കുടുംബം	: യുഫോർബിയേസി
	: Euphorbiaceae

വിവരണം: ഇന്ത്യയിലുടനീളം കാടുകളിലും വഴിവക്കുകളിലും തുറസ്സായ സ്ഥലങ്ങളിലും അടിക്കാടായി കാണപ്പെടുന്നു. പടർന്നു കയറുന്ന

നിത്യഹരിത ബഹുവർഷിയായ വള്ളിച്ചെടി. ഇളംപച്ചനിറത്തിലുള്ള ഇലകളും തണ്ടും രോമിലമാണ്. ഇളംപച്ചയോ മഞ്ഞയോ നിറത്തിലുള്ള ചെറിയ പൂക്കൾ. പൂക്കൾ കൊഴിയുമ്പോൾ നിറയെ രോമാവൃതമായ ചെറിയ കായകളുണ്ടാകുന്നു, വിത്തുകളുണ്ട്.

ഔഷധയോഗ്യഭാഗങ്ങൾ: സമൂലം

ചില ഔഷധ ഉപയോഗങ്ങൾ: വേരിൽനിന്നു പിഴിഞ്ഞെടുക്കുന്ന നീര് പശുവിൻ പാലിൽ പഞ്ചസാരയും ചേർത്തു കുടിക്കുന്നത് അസ്ഥികളിലെ പനിക്കും ചൊറിച്ചിലിനും നല്ലതാണ്. വേരിന്റെ കഷായം മൂത്രതടസ്സം നീക്കും. തിരണ്ടിവാലുകൊണ്ടുള്ള മുറിവുകളിൽ ഇതിന്റെ തണ്ടും കായും ചതച്ചുവയ്ക്കുന്നതു നല്ലതാണ്. വേര് ശീതമാണ്. മൂത്രമിളക്കും. വിയർപ്പുണ്ടാക്കും. രോഗങ്ങൾ ആവർത്തിച്ചുവരുന്നതിനെ ചെറുക്കും. രക്തം ശുദ്ധീകരിക്കും. ചൊറിച്ചിൽ, തൊലിപ്പുറത്തെ പാടുകൾ, ഗുഹ്യരോഗങ്ങൾ, ക്ഷതം, പ്രമേഹം, ഉദരരോഗങ്ങൾ ഗിനിവിര, രക്തത്തിലെ ദൂഷ്യങ്ങൾ, ഛർദ്ദിൽ, മാന്ദ്യത, പിത്തം, കൈകാൽവേദന എന്നിവയ്ക്കു നല്ലതാണ്. ഇല തലവേദനയ്ക്കു നല്ലതാണ്. കൊടുത്തൂവ വേര്, കൂവള വേര്, ജീരകം, ചുക്ക് ഇവ ഏഴുഗ്രാം വീതം, പാടക്കിഴങ്ങ് ഇരുപത്തിയെട്ട് ഗ്രാം ഇവ കഷായം (ദുസ്പർശകാദി) വച്ചു കഴിച്ചാൽ അർശസ്സ് ശമിക്കും.

കൊന്ന

(കണിക്കൊന്ന)

ഇതിന്റെ മഞ്ഞപ്പൂക്കൾ വിഷുവിന് കണികാണാൻ ഉപയോഗിക്കുന്നതിനാൽ കണിക്കൊന്ന എന്നറിയപ്പെടുന്നു. കാഴ്ചയ്ക്കു പ്രത്യേക ഭംഗിയുള്ളതാണ് പൂക്കൾ. പുരാണങ്ങളിൽ ഇതിനെപ്പറ്റി വർണിച്ചിട്ടുണ്ട്. കൃഷിയിറക്കേണ്ട കാലത്താണ് കൊന്ന പൂക്കുക. കൊന്ന പൂക്കുമ്പോൾ

ഉറങ്ങിയാൽ മരുതു പൂക്കുമ്പോൾ (വരും വർഷം) പട്ടിണി എന്നൊരു ചൊല്ലുണ്ട്.

സംസ്കൃതനാമം	:	അരഗ്വദ, കൃതമാല, രാജവൃക്ഷ, ചതുരാംഗുലം
ഇംഗ്ലീഷ്	:	ഇന്ത്യൻ ലാബുമം പർജിങ്ങ് ഫിസ്റ്റുല
ശാസ്ത്രീയനാമം	:	കാഷിയഫിസ്റ്റുല
	:	Cassia fistula Linn.
കുടുംബം	:	ഫാബേസി Fabacaea
	:	Caesalpiniaceae
ഉപകുടുംബം	:	സേസാൽപിനിയേസി

വിവരണം: ഇന്ത്യയിലുടനീളം ഇലപൊഴിയും കാടുകളിൽ കാണപ്പെടുന്നു. പൂന്തോട്ടങ്ങളിലും വീടുകളുടെ മുറ്റത്തും വച്ചുപിടിപ്പിക്കുന്നു. ഇലകൊഴിയുന്ന ഇടത്തരം വൃക്ഷം. നല്ല പച്ചനിറത്തിലുള്ള സാധാരണ ഇലകൾ. ചാരനിറത്തിലുള്ള തൊലി. അനേകം ശിഖരങ്ങൾ. പ്രത്യേക ആകൃതിയിലുള്ള കടുംമഞ്ഞനിറത്തിലുള്ള മനോഹരമായ പൂക്കൾ. പ്രത്യേക സുഗന്ധമില്ല. നീണ്ടകായ. കായയ്ക്കത്തെ മജ്ജയിൽ ഉരുണ്ട വിത്തുകൾ.

ഔഷധയോഗ്യഭാഗങ്ങൾ: തൊലി, ഇല, പൂവ്, കായ.

ചില ഔഷധ ഉപയോഗങ്ങൾ: തീപ്പൊള്ളലിന് തൊലിയും ഇലയും അരച്ച് എണ്ണയിൽ ചാലിച്ചു പുരട്ടുന്നത് നല്ലതാണ്. കായുടെ പൊടി വ്രണങ്ങളിൽ പുരട്ടാം. വയറിളക്കുന്നതിന് കായുടെ കഷായം കുടിച്ചാൽമതി. വേര് ശീതമാണ്. വയറിളക്കം, വായുകോപം എന്നിവ ശമിപ്പിക്കും, പോഷകമാണ്. ത്വക്ക്രോഗങ്ങൾ, ക്ഷയം, സിഫിലിസ്, എരിച്ചിൽ എന്നിവയ്ക്ക് നല്ലതാണ്. തൊലി വിരയിളക്കും. മലമിളക്കും. രക്തം ശുദ്ധീകരിക്കും. പൊള്ളൽ, കുഷ്ഠം, ത്വക്ക്രോഗങ്ങൾ, പുഴുക്കടി, വെള്ളദ്ദാഹം, വായുകോപം, ജ്വരം, പ്രമേഹം ചലത്തോടുകൂടിയ

കുരു, ഹൃദ്രോഗം എന്നിവയ്ക്കു നല്ലതാണ്. ഇല മലമിളക്കും. രോഗങ്ങൾ ആവർത്തിച്ചുവരുന്നതിനെ ചെറുക്കും. വാതം, ത്വക്ക്രോഗങ്ങൾ, വ്രണം, ജ്വരം എന്നിവയ്ക്കു നല്ലതാണ്. പൂക്കൾ ശീതമാണ്. മിനുസമുണ്ടാക്കും. കഫമിളക്കും. സ്വസ്ഥതയുണ്ടാക്കും. പിത്തം, എരിച്ചിൽ, ചുമ, ബ്രോങ്കൈറ്റിസ് എന്നിവയ്ക്കു നല്ലതാണ്. കായ ശീതമാണ്. മലമിളക്കും, വേദനകുറയ്ക്കും. വീക്കത്തെ ചെറുക്കും. രക്തം ശുദ്ധീകരിക്കും. പനിയെ ചെറുക്കും. ഗർഭച്ഛിദ്രമുണ്ടാക്കും. കണ്ണിന്റെ രോഗങ്ങൾക്കു നല്ലതാണ്. മലബന്ധത്തിന് കണിക്കൊന്നയില വറുത്ത് കഴിക്കുക. മഞ്ഞപ്പിത്തത്തിന് കണിക്കൊന്നയുടെ പൂവ് പാലിൽ അരച്ചുകഴിക്കുക. കൊന്നയില അരച്ചിടുന്നത് ചൊറി, ചിരങ്ങ് എന്നിവയ്ക്കു നല്ലതാണ്. വേരരച്ചതു പാൽ ചേർത്തു കഴിച്ചാൽ പുഴുക്കടി ശമിക്കും.

കൊട്ടത്തേങ്ങാപ്പുല്ല്

വിവരണം: പരക്കെ കാണപ്പെടുന്ന ചെറിയപുല്ല്. പൂവും കായുമുണ്ട്.

ഔഷധയോഗ്യഭാഗങ്ങൾ: വേര്

ചില ഔഷധ ഉപയോഗങ്ങൾ: കുട്ടികൾക്കുള്ള വിരയ്ക്കും വയറുവേദനയ്ക്കും ഇതിന്റെ വേരു കഷായം വളരെ നല്ലതാണ്.

കൊഴിഞ്ഞിൽ

(കൊഴുവ, കാട്ടമരി, കൊടിക്കൊഴിഞ്ഞിൽ)

സംസ്കൃതനാമം : സരപുയിക്ക, ബാണ, ബാണപുയിക്ക, പ്ലീഹാശത്രു

ഇംഗ്ലീഷ് : വൈൽഡ് ഇൻഡിഗോ, പർപ്പിൾ ടെഫ്രോസിയ

ശാസ്ത്രനാമം : തെഫ്രോഷിയ പർപ്യൂറിയ

: Tephrosia purpurea (Linn.) Pers.

കുടുംബം : ഫാബേസി
: Fabaceae

വിവരണം: ഇന്ത്യയിലുടനീളം വെളിമ്പ്രദേശങ്ങളിലും വഴിവക്കുകളിലും കാണപ്പെടുന്നു. ഏതാണ്ട് 60 സെ മീ വരെ നിവർന്നു വളരുന്ന ശാഖകളോടുകൂടിയ ബഹുവാർഷിക സസ്യം. ചുവപ്പ് അല്ലെങ്കിൽ പർപ്പിൾ നിറത്തിലുള്ള പുഷ്പങ്ങൾ, കായും വിത്തുമുണ്ട്. നീളമുള്ള കായകളുടെ ഉറയ്ക്കകത്താണ് വിത്ത്.

ഔഷധയോഗ്യഭാഗങ്ങൾ: സമൂലം

ചില ഔഷധ ഉപയോഗങ്ങൾ: ദഹനം വർദ്ധിപ്പിക്കും. മലവും മൂത്രവും ഇളക്കും. വിരയിളക്കും. രക്തം ശുദ്ധീകരിക്കും. രക്തസ്രാവം നിർത്തും. പകർച്ചവ്യാധികളെ ചെറുക്കും. ജ്വരത്തെ തടുക്കും. വേര്, ത്വക്ക് രോഗങ്ങൾക്കും വെള്ളദ്ദാഹത്തിനും വായുകോപത്തിനും ആസ്ത്മയ്ക്കും ബ്രോങ്കൈറ്റിസിനും വിളർച്ചയ്ക്കും തടിപ്പുകൾക്കും വയറുവേദനയ്ക്കും കരൾരോഗങ്ങൾക്കും വേദനയോടുകൂടിയ ആർത്തവങ്ങൾക്കും ജ്വരത്തിനും പൊള്ളലിനും മുഖക്കുരുവിനും ദന്തരോഗങ്ങൾക്കും മോണരോഗങ്ങൾക്കും നല്ലതാണ്. ഇല വെള്ളദ്ദാഹത്തിനും നെഞ്ചുരോഗങ്ങൾക്കും സിഫിലിസ്, ഗൊണേറിയ എന്നിവയ്ക്കും നല്ലതാണ്. വിത്ത് ത്വക്ക് രോഗങ്ങൾക്കും എലിവിഷത്തിനും നല്ലതാണ്. ചാറുപിഴിഞ്ഞ് തേൻ ചേർത്ത് പുരട്ടുന്നത് വായ്പ്പുണ്ണിനു നല്ലതാണ്. തേങ്ങാപ്പാലിൽ ചേർത്ത് പാണ്ഡുരോഗത്തിനു പുരട്ടാം.

കോടാശാരി

വിവരണം: ഇന്ത്യയിലുടനീളം കാണപ്പെടുന്ന ഇടത്തരം കുറ്റിച്ചെടി. നല്ല പച്ച നിറത്തിലുള്ള ഇലകൾ. പൂവും കായുമുണ്ട്.

ഔഷധയോഗ്യഭാഗങ്ങൾ: ഇല.

ചില ഔഷധ ഉപയോഗങ്ങൾ: നീരിന് ഇല അരച്ചിടുന്നത് വളരെ നല്ലതാണ്.

കോവൽ

കോവയ്ക്കാ നല്ല പച്ചക്കറിയാണ്. പച്ചയ്ക്കും പാചകം ചെയ്തും ഭക്ഷിക്കാം.

സംസ്കൃതനാമം : ബിംബി, ബിംബിക, ദ്രോണപുഷ്പി, കരഭപ്രിയ, ചിത്രപത്രിക

ഇംഗ്ലീഷ്: ഐവി ഗൂർഡ്

ശാസ്ത്രനാമം: കോക്സിനിയ ഗ്രാൻഡിസ്, ലൂക്കാസ് അസ്പേറ : Coccinia grandis (Linn.) Voigt

കുടുംബം: കുക്കുർബിറ്റേസി : Cucurbitaceae

വിവരണം: ഇന്ത്യയിലുടനീളം കാട്ടുചെടിയായി കാണപ്പെടുന്നതോടൊപ്പം ഭക്ഷണാവശ്യങ്ങൾക്കായി നട്ടുവളർത്തുകയും ചെയ്യുന്നു. പടർന്നു കയറുന്ന ബഹുവർഷിയായ ലതാസസ്യം. പൂക്കൾ നല്ല വെള്ളനിറം. കായ (കോവയ്ക്ക) പച്ചനിറത്തിലാണ് പഴുക്കുമ്പോൾ ചുവപ്പുനി

റമാകും. തണ്ട് നല്ല കനം വയ്ക്കുമ്പോൾ ചാരനിറമാകും, ഇലകൾ കടുംപച്ചനിറമാണ്. കായ മാംസളമാണ്. അതിനകത്ത് ചെറിയ അനേകം വിത്തുകൾ.

ഔഷധയോഗ്യഭാഗങ്ങൾ: വേര്, ഇല, കായ (കോവയ്ക്ക).

ചില ഔഷധ ഉപയോഗങ്ങൾ: കോവയ്ക്കാ കരളിനും വൃക്കയ്ക്കും നല്ലതാണ്. രക്തം ശുദ്ധീകരിക്കും. മുലപ്പാൽ വർദ്ധിപ്പിക്കും. വിരയിളക്കും. ദഹനം വർദ്ധിപ്പിക്കും. പനി അകറ്റും. കഫം ഇളക്കും. പകർച്ച വ്യാധികളെ ചെറുക്കും. കഫം, പിത്തം, മുറിവ്, വ്രണം, വീക്കം, വെള്ളദ്ദാഹം, ക്ഷയം, കരൾ രോഗങ്ങൾ, മഞ്ഞപ്പിത്തം, ത്വക്ക് രോഗങ്ങൾ, കുഷ്ഠം, ജ്വരം, ആസ്ത്മ, ചുമ, പ്രമേഹം, രക്തക്കുറവ് എന്നിവയ്ക്ക് നല്ലതാണ്. ഇലകൾക്കും ഇതേ ഗുണമുണ്ട്. വേര് മൂത്രത്തിലെ പഴുപ്പിനും ഛർദ്ദിലിനും എരിച്ചിലിനും നല്ലതാണ്. കോവയ്ക്കാ ശർക്കര ചേർത്തുപയോഗിക്കുന്നത് പിത്തത്തിനു നല്ലതാണ്.

കൈതച്ചക്ക

(കടച്ചക്ക)

വിവിധ ഇനങ്ങളിൽ ഉണ്ട്. മധുരത്തിലും വലുപ്പത്തിലും വ്യത്യാസമുണ്ട്. കൈതച്ചക്ക ഭക്ഷ്യയോഗ്യമാണ്. വളരെ വ്യാപകമായി ഉപയോഗിക്കപ്പെടുന്ന ഫലമാണ് കൈതച്ചക്ക.

സംസ്കൃതനാമം	:	അനംനാസം, ബഹുനേത്ര ഫലം
ഇംഗ്ലീഷ്	:	പൈനാപ്പിൾ
ശാസ്ത്രനാമം	:	അനനാസ് കോമോസസ്
	:	Ananas comosus (Linn.) Merrill
കുടുംബം	:	ബ്രൊമീലിയോസി
	:	Bromeliaceae

വിവരണം: ഇന്ത്യയിലുടനീളം കൃഷിചെയ്യപ്പെടുന്ന മുള്ളുള്ള കട്ടിയുള്ള, നീണ്ട തണ്ടുപോലെ ഇലകളും ഉള്ള ചെറിയ സസ്യം. കടയിൽ

നിന്നും മാത്രമാണ് ഇലകളുണ്ടാകുന്നത്. പൂവ് ഫലമായി വളരുന്നു. ഫലത്തിന്റെ അറ്റത്ത് ചെറിയ കടയുമുണ്ട്. ഈ കട നട്ട് പ്രജനനം നടത്തുന്നു.

ഔഷധയോഗ്യഭാഗങ്ങൾ: ഫലം, ഇല.

ചില ഔഷധ ഉപയോഗങ്ങൾ: പഴുക്കാത്ത മൂപ്പെത്തിയ ഫലം രുചിയും ദഹനശക്തിയും വർദ്ധിപ്പിക്കും. അത് വിരകളെ നശിപ്പിക്കുന്നതും, വയറ്റിലെ ദുഷ്ടുകളെ പുറന്തള്ളാൻ കഴിവുള്ളതുമാണ്. ഹൃദയത്തിന് നല്ലതാണ്. മൂത്രം വർദ്ധിപ്പിക്കുകയും ആർത്തവം ക്രമപ്പെടുത്തുകയും ചെയ്യും. പിത്തം ശമിപ്പിക്കും, മലബന്ധത്തിനും പനിക്കും ലൈംഗിക രോഗങ്ങൾക്കും നല്ലതാണ്. പഴുത്തപഴം മൂത്രം വർദ്ധിപ്പിക്കും. രുചിയും ദഹനശക്തിയും വർദ്ധിപ്പിക്കും. പാകമാകാത്ത ഫലം വിനാഗിരി ചേർത്തു കഴിച്ചാൽ ഗർഭച്ഛിദ്രം ഉണ്ടാകും. പഴുത്തഫലം വായുകോപം ശമിപ്പിക്കും.

മൂത്രത്തിൽ കല്ലിന് കൈതച്ചക്കയുടെ നീര് സ്ഥിരമായി കഴിക്കുന്നത് നല്ലതാണ്.

· ദഹനക്കേടിന് കൈതച്ചക്കപ്പഴം തിന്നുകയോ നീര് കുടിക്കുകയോ ചെയ്യുക.

ഗരുഡക്കൊടി

(ഈശ്വരമുല്ല, കരളയം)

സംസ്കൃതനാമം	:	ഗരിക്കാ, ഈശ്വരി
ഇംഗ്ലീഷ്	:	ഇന്ത്യൻ ബർത്ത് വേർട്ട്
ശാസ്ത്രനാമം	:	അരിസ്റ്റോലോച്ചിയ ഇൻഡിക്ക
	:	Aristolochia indica Linn.
കുടുംബം	:	അരിസ്റ്റോലോച്ചിയേസി
	:	Aristolochiaceae

വിവരണം: ഇന്ത്യയിലുടനീളം കുറ്റിക്കാടുകളിലും മലഞ്ചെരിവുകളിലും കാണപ്പെടുന്നു. പടർന്നുകയറുന്ന ബഹുവർഷിയായ വള്ളി. ചെറിയ ഇലകൾ. പച്ച കലർന്ന വെള്ളനിറത്തോടുകൂടിയ പൂക്കൾ. ഉരുണ്ട കായും വിത്തും.

ഔഷധയോഗ്യഭാഗങ്ങൾ: ഇല, വേര്, കായ.

ചില ഔഷധ ഉപയോഗങ്ങൾ: വേര് രക്തം ശുദ്ധീകരിക്കുന്നതും മലം ഇളക്കുന്നതും വേദനയകറ്റുന്നതും ദഹനം വർദ്ധിപ്പിക്കുന്നതും വിരയിളക്കുന്നതും മൂത്രം വർദ്ധിപ്പിക്കുന്നതും പനി കുറയ്ക്കുന്നതും രോഗങ്ങൾ ആവർത്തിച്ചു വരുന്നത് തടയുന്നതും ആർത്തവം ക്രമപ്പെടുത്തുന്നതുമായ പോഷകമാണ്. ഹൃദയരോഗങ്ങൾക്കുത്തമം. വാതം, കഫം, ആന്തരിക വ്രണങ്ങൾ, കുഷ്ഠം, വെള്ളപോക്ക്, ത്വക്ക്രോഗങ്ങൾ, മലബന്ധം, കുടൽവിരകൾ, വായുകോപം, ജ്വരം, ചുമ, ആമാശയരോഗങ്ങൾ, വേദനയോടുകൂടിയ ആർത്തവം എന്നിവയ്ക്കും നല്ലതാണ്. എല്ലാത്തരം വിഷജന്തുക്കളുടെയും കടിക്കും വിഷത്തിനും ഉത്തമമാണ്. ഇലകൾ കോളറ, ഉദരത്തിന്റെ പ്രശ്നങ്ങൾ, കുട്ടികളിലെ ഇടവിട്ടുള്ള പനി എന്നിവയ്ക്കു നല്ലതാണ്. വിത്ത് വീക്കത്തിനും വരട്ടുചുമ, സന്ധിവേദന, കുട്ടികളിലെ ശ്വാസവൈഷമ്യങ്ങൾ എന്നിവയ്ക്കും നല്ലതാണ്.

ഗരുഡപ്പച്ച

നല്ല പച്ചനിറത്തിലുള്ള ചെറിയ നാരുകൾ കൂടിച്ചേർന്ന പോലെയുള്ള ഇലകളുള്ള നിലത്തു പടർന്നു വളരുന്ന ചെറുസസ്യം.

ഔഷധയോഗ്യഭാഗങ്ങൾ: സമൂലം

ചില ഔഷധ ഉപയോഗങ്ങൾ: വിഷം ശമിപ്പിക്കുന്നതിനുള്ള കഴിവുണ്ട്.

ഗന്ധരാജൻ

(സോമനാദികായം)

ഈ ചെടിയുടെ പശയുടെ ഗന്ധത്തിൽ നിന്നുമാവാം ഈ പേര് വന്നത്.

സംസ്കൃതനാമം: നാടീഹിങ്ഗ്ഗ, ഹിങ്ങുനാടിക

ഇംഗ്ലീഷ് : കുമ്പി - ഗം ട്രീ, വൈറ്റ് എമിറ്റിക്നട്ട്

ശാസ്ത്രനാമം: ഗാർഡേനിയ ഗുമ്മിഫെറ

: Gardenia gummifera Linn.f.

കുടുംബം : റൂബിയേസി

: Rubiaceae

വിവരണം: ഇന്ത്യയിലുടനീളം ഇലപൊഴിയും കാടുകളിൽ കാണപ്പെടുന്നു. വലിയ കുറ്റിച്ചെടി. സാധാരണ ഇലകൾ. ആദ്യം വെള്ളയും പിന്നീട് മഞ്ഞയുമാകുന്ന പൂക്കൾ. വലിയ കായ. അനേകം വിത്തുകൾ. ഇതിന്റെ കണ്ണീർരൂപത്തിലുള്ള പശ സുതാര്യവും പച്ചകലർന്ന മഞ്ഞനി

റത്തിലുമാണുള്ളത്. അസുഖകരമായ മണവും രുചിയുമാണുള്ളത്.

ഔഷധയോഗ്യഭാഗങ്ങൾ: പശ

ചില ഔഷധ ഉപയോഗങ്ങൾ: കഫമിളക്കും. രുചിവർദ്ധിപ്പിക്കും. ദഹനമുണ്ടാക്കും. വായുകോപം ശമിപ്പിക്കും. വിയർപ്പുണ്ടാക്കും. വേദന കുറയ്ക്കും. വിരയിളക്കും. സുഖമാകുന്നതിനെ സഹായിക്കും. ഹൃദയത്തിനു പോഷകമാണ്. രക്തം ശുദ്ധീകരിക്കും. വാതം, കഫം, ഞരമ്പു രോഗങ്ങൾ, ചുമ, വെള്ളദ്ദാഹം, പല്ലിനുവേദന, ദുഷ്ടവ്രണങ്ങൾ, മുറിവ് ആമാശയവിര, കുഷ്ഠം, ത്വക്ക് രോഗങ്ങൾ, അമിതവണ്ണം, പ്ലീഹാരോഗങ്ങൾ എന്നിവയ്ക്കു നല്ലതാണ്.

ഗോതമ്പ്

(കോതമ്പ്)

ധാന്യങ്ങളിൽ വച്ച് ഏറ്റവും നല്ലത് ഗോതമ്പാണ്. ഇന്ത്യയിലെ ഭൂരിഭാഗം പ്രദേശത്തിന്റേയും മുഖ്യഭക്ഷ്യധാന്യം ഗോതമ്പാണ്. അരി മുഖ്യ ഭക്ഷ്യധാന്യമായിട്ടുള്ള പ്രദേശങ്ങളിലും ഗോതമ്പ് വ്യാപകമായി ഉപയോഗിച്ചുവരുന്നു.

സംസ്കൃതനാമം	: ഗോദുമ
ഇംഗ്ലീഷ്	: കോമൺ വീറ്റ്, ബ്രഡ് വീറ്റ്
ശാസ്ത്രനാമം	: ട്രിറ്റികം ഏസ്റ്റിവം
	: Triticum aestivum Linn.

കുടുംബം : പോയേസ്യേ
: Poaceae

വിവരണം: ഇന്ത്യയിലുടനീളം കൃഷിചെയ്തുവരുന്നു. ചില സംസ്ഥാനങ്ങളിലെ മുഖ്യകൃഷി ഗോതമ്പാണ്. ഏതാണ്ട് ഒന്നര മീറ്ററോളം ഉയരത്തിൽ വളരുന്ന കച്ചിയുള്ള വാർഷികസസ്യം. തണ്ടുപൊള്ളയാണ്. വളരെ നീളമുള്ള വീതികുറഞ്ഞ ഇലകൾ. പൂക്കുലയും കതിരിൽ ധാന്യങ്ങളും.

ഔഷധയോഗ്യഭാഗങ്ങൾ: ധാന്യം (ഗോതമ്പ്), ഇളംചെടി.

ചില ഔഷധ ഉപയോഗങ്ങൾ: ശരീരത്തിന് ഓജസ്സും ഉറപ്പും നല്കുന്നതും വാത, പിത്തങ്ങൾ ശമിപ്പിക്കുന്നതുമാണ്. ഒടിഞ്ഞ ഭാഗങ്ങൾ കൂട്ടിച്ചേർക്കുവാൻ സഹായിക്കുന്ന ഘടകങ്ങളുണ്ട്. കാമം വർദ്ധിപ്പിക്കുകയും മലം അയയ്ക്കുകയും ചെയ്യും. ഗോതമ്പിന്റെ ഓരോ ചെറിയ മാത്രയിലും അസ്ഥി, തലമുടി, മാംസം ഇവ വളരുന്നതിനും ദന്തോത്ഭവത്തിനും വേണ്ടുന്ന ഗുണങ്ങൾ അടങ്ങിയിട്ടുണ്ട്. ഗോതമ്പു മൃദുവായി പൊടിക്കുന്നത് അതിന്റെ പല പോഷകാംശങ്ങളും നഷ്ടപ്പെടാനിടയാക്കും. അതിനാൽ മൃദുവായി പൊടിക്കാതിരിക്കുന്നതാണുത്തമം. ഗോതമ്പ് മൺചട്ടിയിലിട്ടു വറുത്ത് പൊടിച്ചു വെച്ച് കാപ്പി ഉണ്ടാക്കുന്നതുപോലെ ഉണ്ടാക്കി ഉപയോഗിക്കുന്നത് വളരെ ഗുണകരമാണ്. രണ്ടുകപ്പു വെള്ളത്തിൽ ഒരു ടേബിൾസ്പൂൺ ഗോതമ്പു പൊടിയിട്ട് ഇളക്കി തിളപ്പിച്ച് പഞ്ചസാര ചേർത്തുപയോഗിക്കാം. ആർത്തവരക്തം അധികം പോകുന്നുണ്ടെങ്കിൽ ഗോതമ്പുകൊണ്ടുള്ള കഞ്ഞി വിശേഷമാണ്. മെർക്കുറി (രസം), താമ്രം, തുത്തനാകം, വെള്ളി, തകരം, അയഡിൻ ഇവയുടെ വിഷത്തിന് ഗോതമ്പുപൊടി വെള്ളത്തിൽ കലക്കി കഴിക്കാം. ഗോതമ്പിന്റെ തവിട് ഇട്ടുവെച്ച വെള്ളത്തിൽ കുളിക്കുന്നത് ചർമ്മ രോഗങ്ങൾക്കു നല്ലതാണ്. അകത്തേക്കു കഴിച്ചാൽ ദേഹം മാർദ്ദവപ്പെടും. തവിടുചാലിച്ചു പുരട്ടുന്നത് വേദനകൾക്കു നല്ലതാണ്. എണ്ണ പുഴുക്കടിക്കും വ്രണങ്ങൾക്കും നല്ലതാണ്.

ഗോതമ്പ് രുചിയുണ്ടാക്കും. സ്നിഗ്ദ്ധത നല്കും. സ്വസ്ഥത നല്കും. പോഷകമാണ്, വാതം, പിത്തം, പൊള്ളൽ, ചൊറിച്ചിൽ, ത്വക്ക് രോഗങ്ങൾ, വ്രണങ്ങൾ, മലബന്ധം, ആർത്തവക്രമക്കേടുകൾ, ക്ഷീണം എന്നിവയ്ക്കു നല്ലതാണ്.

ഗോതമ്പ് കുതിർത്ത് തീപ്പൊള്ളലേറ്റ സ്ഥലത്ത് തേച്ചുപിടിപ്പിക്കുന്നതു നല്ലതാണ്. ഗോതമ്പു ചേർത്തു വയ്ക്കുന്ന പാൽക്കഞ്ഞി ധാതുക്ഷയത്തിനും കുട്ടികളുടെ ഉദരക്രമക്കേടുകൾക്കും അതിസാരത്തിനും വെള്ളപോക്കിനും അമിതാർത്തവത്തിനും നല്ലതാണ്. ഗോതമ്പുകൊണ്ടുള്ള ആഹാരം ശീലിക്കുന്നത് പ്രമേഹത്തിനു നല്ലതാണ്.

മറ്റു ധാന്യങ്ങളെ അപേക്ഷിച്ച് ഗോതമ്പിൽ ധാരാളം പോഷകങ്ങൾ അടങ്ങിയിട്ടുണ്ട്. ശരീരവളർച്ചയ്ക്കും ബലത്തിനും വളരെ നല്ലതാണ്. ഗോതമ്പ് കഞ്ഞി സ്ത്രീകളുടെ വെള്ളപോക്കിനും മൂക്കിൽനിന്നും രക്തം

വരുന്നതിനും പീനസത്തിനും നല്ലതാണ്. ഗോതമ്പു വറുത്ത് പൊടിച്ച് തേൻ, നെയ്യ്, ശർക്കര ഇവ ചേർത്ത് കഴിക്കുകയോ ഗോതമ്പുപൊടിയും നീർമരുതിൻ തോലിന്റെ പൊടിയും ചേർത്ത് പാലിൽ കുറുക്കി തണുക്കുമ്പോൾ തേൻ ചേർത്തു കഴിക്കുകയോ ചെയ്യുന്നത് ഹൃദ്രോഗത്തിനു നല്ലതാണ്. ഗോതമ്പുചെടി ഇളംപ്രായത്തിൽ കൊയ്ത് ഉണക്കിപ്പൊടിച്ച് ഉപയോഗിക്കുന്നത് രോഗപ്രതിരോധ ശേഷി വർദ്ധിപ്പിക്കും.

ഗ്രാമ്പു

(കരയാമ്പൂ)

ഗ്രാമ്പു നല്ല സുഗന്ധവിളയാണ്. ഏറെ വ്യാപാരപ്രാധാന്യമുള്ളതാണ്.

സംസ്കൃതനാമം : ലവംഗം, ദേവകുസുമംസ, ശ്രീപ്രസനാക
ഇംഗ്ലീഷ് : ക്ലോവ്ട്രീ, ക്ലോവ്സ്
ശാസ്ത്രനാമം : സിസിജിയം അരോമാറ്റികം
: Syzygium aromaticum (Linn.) Merril & Perry
കുടുംബം : മിർട്ടേസീ
: Myrtaceae

വിവരണം: തെക്കേ ഇന്ത്യയിൽ തോട്ടങ്ങളിൽ നട്ടുവളർത്തുന്നു. ഏതാണ്ട് പത്തുമീറ്റർ ഉയരംവരെ കോണിക്കലായി വളരുന്ന നിത്യഹരിത ചെറുവൃക്ഷം. മണമുള്ള ഇലയും പൂക്കളും. മഞ്ഞകലർന്ന പച്ചനിറത്തിലുള്ള ചെറിയ ഇലകൾ, പച്ചയും പിങ്കും നിറത്തിലുള്ള പൂക്കൾ, ചെറിയ തണ്ടും അതിന്റെ അറ്റത്ത് ഇതളുകളും.

ഔഷധയോഗ്യഭാഗങ്ങൾ: ഇല, ഉണങ്ങിയ പൂ (ഗ്രാമ്പൂ), ഗ്രാമ്പൂ എണ്ണ.

ചില ഔഷധ ഉപയോഗങ്ങൾ: കണ്ണിനു നല്ലതാണ്. ദഹനം വർദ്ധിപ്പിക്കും. വായുകോപം ശമിപ്പിക്കും. വയറിന്റെ രോഗങ്ങൾക്കു

നല്ലതാണ്. ഉത്തേജകമാണ്. കാമവർദ്ധകമാണ്. രുചി വർദ്ധിപ്പിക്കും. കഫം ഇളക്കും. വിരയിളക്കും. മൂത്രം വർദ്ധിപ്പിക്കും. ബാക്റ്റീരിയകളെ നശിപ്പിക്കും. സ്നിഗ്ദ്ധത നല്കും. ഉമിനീർ വർദ്ധിപ്പിക്കും. പോഷകമാണ്. മുലപ്പാൽ ശുദ്ധീകരിക്കും. വായ്നാറ്റം, പല്ലുവേദന, കണ്ണിന്റെ രോഗങ്ങൾ, ആസ്ത്മ, ചുമ, പിത്തം, എരിച്ചിൽ, ത്വക്ക്രോഗങ്ങൾ, മുലപ്പാൽ ഇല്ലാതിരിക്കുക, ജ്വരം, ഛർദ്ദിൽ, ക്ഷയം, തലവേദന, നടുവിനു വേദന, പുറംവേദന, ഹൈപ്പർ അസിഡിറ്റി, കരൾരോഗങ്ങൾ, ക്ഷീണം എന്നിവയ്ക്കു നല്ലതാണ്. എണ്ണ ചുമ, ബ്രോങ്കൈറ്റിസ്, വാതം, ത്വക്ക്രോഗങ്ങൾ, വെള്ളദ്ദാഹം, ഛർദ്ദിൽ, പല്ലുവേദന, പല്ലിന്റെ പോട്, തലവേദന എന്നിവയ്ക്കു നല്ലതാണ്.

അർശസ്സിന് ഗ്രാമ്പു അരച്ച് ചേർത്ത് മോരു കാച്ചി ആഹാരത്തോടൊപ്പം സ്ഥിരമായി ഉപയോഗിക്കുക. രക്തസമ്മർദ്ദത്തിന് ഗ്രാമ്പുവും സമം വെളുത്തുള്ളിയും അരച്ച് തേനിൽ ചേർത്തു കഴിക്കുക. ദഹനത്തിന് ഭക്ഷണശേഷം ഒരു ഗ്രാമ്പു വായിൽ ഇട്ട് ചവച്ച് ഇറക്കുന്നത് നല്ലതാണ്.

ഗ്രാമ്പുകൂട്ടി വെറ്റില മുറുക്കുന്നത് മോണപഴുപ്പ്, മോണതരിപ്പ്, മോണവീക്കം, പല്ലിന്റെ ഇളക്കം എന്നിവയ്ക്കു നല്ലതാണ്. ഗ്യാസ്ട്രബിളിന് ഗ്രാമ്പൂ ഇട്ടു തളപ്പിച്ച വെള്ളം പതിവായി കുടിക്കുക.

ചക്കരക്കൊല്ലി

(മധുനാശിനി)

പ്രമേഹമുണ്ടോ എന്നറിയാൻ ചക്കരക്കൊല്ലിയുടെ ഇല ഉപയോഗിക്കാറുണ്ട്. ഇല കുറച്ചുനേരം ചവച്ചശേഷം മധുരം കഴിക്കുക. മധുരമറിയുന്നെങ്കിൽ പ്രമേഹമുണ്ടെന്നും ഇല്ലെങ്കിൽ പ്രമേഹമില്ലെന്നുമുറപ്പിക്കാമെന്നുമാണ് അനുഭവം. ഒന്നു രണ്ടു മണിക്കൂർ വരെ മധുരമറിയാത്ത ഈ അവസ്ഥ നാവിൽ നിലനിൽക്കും.

സംസ്കൃതനാമം	:	അജസൃംഗി, മേഷസൃംഗി, മധുനാശിനി
ഇംഗ്ലീഷ്	:	രാംസ് ഹോൺ, പെരിപ്ലോക്ക ഓഫ് ദി വുഡ്സ്
ശാസ്ത്രനാമം	:	ജിംനിമസിൽവെസ്ട്രേ
	:	Gymnema sylvestre (Retz.) R.Br.
കുടുംബം	:	അസ്ക്ലേപിയഡേസി
	:	Asclepiadaceae

വിവരണം: ഇന്ത്യയിലുടനീളം വരണ്ട കാടുകളിൽ കാണപ്പെടുന്നു. വളരെ ഉയരത്തിൽ പടർന്നു വളരുന്ന വലിയ വള്ളിച്ചെടി. തണ്ടുകൾക്ക് നല്ല ഘനം വെക്കും. ഇലകൾ ചെറുതാണ്. ചെറിയ മഞ്ഞപ്പൂക്കൾ, കായുണ്ട്. തണ്ടു മുറിച്ചു വെച്ച് പ്രജനനം.

ഔഷധയോഗ്യ ഭാഗങ്ങൾ: വേര്, ഇല.

ചില ഔഷധ ഉപയോഗങ്ങൾ: വേദന കുറയ്ക്കും. ദഹനം വർദ്ധിപ്പിക്കും. കരളിനുള്ള ഉത്തമപോഷകമാണ്. ഛർദ്ദിൽ ഉണ്ടാക്കും. മൂത്രം ഇളക്കും. വയറിനെ ഉത്തേജിപ്പിക്കും. വിരയിളക്കും. മുലപ്പാൽ വർദ്ധിപ്പിക്കും. കഫം ഇളക്കും. ഹൃദയത്തിനും മൂത്രാശയത്തിനുമുള്ള പോഷണമാണ്. വിഷത്തെ ശമിപ്പിക്കും. പനിയെ പ്രതിരോധിക്കും. വീക്കം, കരളിനും പ്ലീഹായ്ക്കുമുള്ള വീക്കം, വെള്ളദ്ദാഹം, മഞ്ഞപ്പിത്തം, ക്ഷതം, വൃക്കയിലെയും മൂത്രത്തിലെയും കല്ലുകൾ, വിരശല്യം, ഹൃദ്രോഗം, ചുമ, ആസ്ത്മ, ഇടവിട്ടുള്ള പനി, ആർത്തവക്രമക്കേടുകൾ, വാതം, വെള്ളപ്പാണ്ഡ്, കൺജക്റ്റിവിറ്റിസ്, പ്രമേഹം എന്നിവയ്ക്കു നല്ലതാണ്.

ഇലയ്ക്ക് കല്ലിനെ അലിയിച്ചുകളയുന്നതിനുള്ള ശക്തിയുണ്ട്. ഹൃദ്രോഗം, നേത്രരോഗങ്ങൾ, മൂത്രസംബന്ധമായ തകരാറുകൾ എന്നിവയ്ക്കു നല്ലതാണ്. പ്രമേഹത്തിന് ഫലപ്രദമായ ഔഷധമാണ്. ഇല പൊടിച്ച് ദിവസേന തുടർച്ചയായി കഴിച്ചാൽ പ്രമേഹം ശമിക്കും. പാലിൽ ഇല കഷായം വെച്ചു കുടിച്ചാലും ഫലം ലഭിക്കും. വേര് സർപ്പവിഷത്തിന് പ്രതിവിധിയാണെന്നു പറയപ്പെടുന്നു.

ഇല ചവച്ചതിനുശേഷം ഏതു വസ്തു കഴിച്ചാലും രുചിതോന്നാത്ത തരത്തിൽ രുചിമുകുളങ്ങളെ കുറേനേരത്തേക്ക് നിർജ്ജീവമാക്കുന്നതിനുള്ള ശക്തി ഇലകൾക്കുണ്ട്.

ചതുരമുല്ല

ചതുരവള്ളി

സംസ്കൃതനാമം	:	ഹേമമാലതി, ചതുർച്ചാരലത
ശാസ്ത്രനാമം	:	മിക്സോപൈറം സെറാറ്റുലം
	:	Myxopyrum serratulum A.W.Hill
കുടുംബം	:	ഒലിയേസി
	:	Oleaceae

വിവരണം: കേരളത്തിലുടനീളം നിത്യഹരിതവനങ്ങളിൽ കാണപ്പെടുന്നു. പടർന്നു കയറുന്ന വലിയ വള്ളിച്ചെടി. ചെറിയ മഞ്ഞപ്പൂക്കൾ. കായും വിത്തുമുണ്ട്.

ഔഷധയോഗ്യ ഭാഗങ്ങൾ: വേര്, ഇല.

ചില ഔഷധ ഉപയോഗങ്ങൾ: വേര് സ്കേബീസ്, ചൊറിച്ചിൽ പ്രത്യേകിച്ച് കുട്ടികളിലേതിന് നല്ലതാണ്. ഇല വേദനയും പനിയും ശമിപ്പിക്കും. പോഷകമാണ്. കഫം, വാതം, ചുമ, ആസ്ത്മ, വാതം, തലവേദന, പുറംവേദന, ക്ഷയം, പനി, ചെവിരോഗങ്ങൾ, മുറിവ്, വ്രണം, ഞരമ്പുരോഗങ്ങൾ എന്നിവയ്ക്കു നല്ലതാണ്.

ചതുരക്കള്ളി

ഈ ചെടിയുടെ കറ പൊള്ളിക്കുന്നതാണ്.

സംസ്കൃതനാമം: വജ്രകണ്ഡക, ത്രിധാര, സ്നുഹി

ഇംഗ്ലീഷ്: ട്രയാംഗുലർ സ്പ്രൂജ്

ശാസ്ത്രനാമം: യൂഫോർബിയ ആന്റിക്വോറം

: Euphorbia antiquorum Linn.

കുടുംബം: യൂഫോർബിയേസി

: Euphorbiaceae

വിവരണം: ഇന്ത്യയുടെ വരണ്ടപ്രദേശങ്ങളിൽ കാണപ്പെടുന്നു. മാംസളമായ തണ്ടുകളോടുകൂടിയ ഇലകളില്ലാത്ത ചെറുമരം. ചെറിയ നീളമുള്ള

മുള്ളുകളുമുണ്ട്. ചെറിയ പൂക്കളും കായയുമുണ്ട്. തണ്ടിന്റെ നിറം പച്ച യാണ്. ഈ ചെടി സമൂലം പാലുള്ളതാണ്. പച്ചനിറത്തിലുള്ള പൂമൊട്ടു കൾ പിന്നീട് മഞ്ഞനിറമാകും. പച്ചനിറത്തിലുള്ള കായ പിന്നീട് ചുവ പ്പാകും.

ഔഷധയോഗ്യഭാഗങ്ങൾ: വേര്, നീര്.

ചില ഔഷധ ഉപയോഗങ്ങൾ: വേര് മലമിളക്കും. വേദനകുറ യ്ക്കും. ഛർദ്ദിയുണ്ടാക്കും. ദഹനം വർദ്ധിപ്പിക്കും. ഉദര രോഗങ്ങൾക്കു നല്ലതാണ്. കഫം, ചെവിവേദന, വെള്ളദ്ദാഹം, മുറിവ്, വ്രണം എന്നി വയ്ക്കു നല്ലതാണ്. ചെടിയുടെ നീര് ക്ഷതത്തെ ചെറുക്കും. മലമിളക്കും. പ്രയാസങ്ങളെ ഇല്ലാതാക്കും. വാതവേദന, കേഴ്വിക്കുറവ്, ചുമ, പകർച്ച വ്യാധികൾ, ഞരമ്പുരോഗങ്ങൾ എന്നിവയ്ക്കു നല്ലതാണ്. ഇതിന്റെ വേര് കായം ചേർത്ത് ലേപനമാക്കി കുട്ടികളുടെ വയറ്റിനു മുകളിൽ വെച്ചാൽ വിരയിളകും. തണ്ടു ചതച്ച് വേവിച്ചതിന്റെ ആവി കൊള്ളുന്നത് രക്ത വാത വേദനയ്ക്കു നല്ലതാണ്.

ചതുരപ്പുളി
(ഇരുമ്പൻ പുളി)

ഭക്ഷ്യയോഗ്യമാണ്.

സംസ്കൃതനാമം: കർമ്മരംഗ, കരുക

ഇംഗ്ലീഷ്: കാരംബോല ആപ്പിൾ, കൊറോമാണ്ഡൽ ഗൂസ്ബെറി

ശാസ്ത്രനാമം: അവർഹോ കാരംബോല

: Averrhoa carambola Linn.

കുടുംബം: ഒക്സാലിഡേസി

: Oxalidaceae

വിവരണം: ഇന്ത്യയിലുടനീളം കാണപ്പെടുന്നു. വീടുകളിൽ വച്ചു പിടിപ്പിക്കുന്നു. നിത്യഹരിതമായ ചെറിയ മരം. അനേകം ശാഖകളു ണ്ട്. തടിക്ക് അധികം വണ്ണം വയ് ക്കാറില്ല. ഇളംപച്ചനിറത്തിലുള്ള ഇലകൾ. ഇളം കറുത്തനിറത്തിലുള്ള തൊലി, തണ്ടുകളിൽനിന്നും വെ ള്ളയും പർപ്പിളും കലർന്ന പൂക്കൾ. അതിൽനിന്നും ചെറിയ നീണ്ട കായ. കായ മാംസളമാണ്. നീരിനു നല്ല പുളിയുണ്ട്. കായയ്ക്കകത്ത് ചെറിയ

വിത്തുകളുണ്ട്.

ഔഷധയോഗ്യഭാഗങ്ങൾ: ഇല, പുളി.

ചില ഔഷധ ഉപയോഗങ്ങൾ: ഇല പനിയെയും ചൊറിച്ചിലിനെയും പ്രതിരോധിക്കും. വിരയിളക്കും. സ്കേബീസ്, വിവിധ തരത്തിലുള്ള വിഷബാധ, ചൊറിച്ചിൽ, ഇടവിട്ടുള്ള ജ്വരം, ആമാശയ വിരകൾ എന്നിവയ്ക്കു നല്ലതാണ്. പുളി വായുകോപം ശമിപ്പിക്കും. പനിയെയും സ്കേബീസിനെയും പ്രതിരോധിക്കും. മലബന്ധമുണ്ടാക്കും. പോഷകമാണ്. വയറിളക്കം, ഛർദ്ദിൽ, വെള്ളദ്ദാഹം, ക്ഷതം, കരളിലെ വേദനകൾ, ക്ഷീണം എന്നിവയ്ക്കും നല്ലതാണ്.

ചണ്ണ
(ചണ്ണക്കൂവ, നറുംചണ്ണ)

സംസ്കൃതനാമം	: ചൺടാ
ശാസ്ത്രനാമം	: കോസ്റ്റസ് സ്പീഷിയോസസ്
	: Costus speciosus (Koenig ex Retz.) J.E.Smith
കുടുംബം	: സിഞ്ചിബറേസി
	: Zingiberaceae

വിവരണം: ഇന്ത്യയിലുട നീളം നീർവാഴ്ചയുള്ള സ്ഥലങ്ങളിൽ കാണപ്പെടുന്നു. നിവർന്നു വളരുന്ന മാംസളമായ തണ്ടുകളോടുകൂടിയ സസ്യം. വെള്ളപ്പൂക്കൾ. മണമുണ്ട്. കായും വിത്തുമുണ്ട്. കന്ദ (കിഴങ്ങ്)മാണ് ഉപയോഗിക്കുന്നത്. കിഴങ്ങിനു മണമുണ്ട്.

ഔഷധയോഗ്യഭാഗങ്ങൾ: കിഴങ്ങ്

ചില ഔഷധ ഉപയോഗങ്ങൾ: കാമവർദ്ധകവും രക്തം ശുദ്ധീകരിക്കുന്നതും വിരയിളക്കുന്നതും വയറിളക്കുന്നതും പനിയെ ചെറുക്കുന്നതും കഫം ഇളക്കുന്നതുമാണ്. പോഷകമാണ്. കഫം, പിത്തം, എരിച്ചിൽ,

ത്വക്ക്രോഗങ്ങൾ, ആസ്ത്മ, ബ്രോങ്കൈറ്റിസ്, വീക്കങ്ങൾ, രക്തക്കുറവ് എന്നിവയ്ക്കു നല്ലതാണ്. ഇഞ്ചിചേർത്തു കഴിക്കുന്നത് ഉദരരോഗങ്ങൾക്കു നല്ലതാണ്. ഇതിന്റെ നീര് വേദന, അൾസർ, കേൾവിക്കുറവ്, തലയ്ക്കുള്ള മാന്ദ്യത, തലചുറ്റൽ എന്നിവയ്ക്കു നല്ലതാണ്.

ചന്ദനം

പ്രാചീനകാലം മുതൽ ഭാരതീയർ സുഗന്ധദ്രവ്യമായി ഉപയോഗിച്ചുവരുന്നു. ഇന്ത്യക്കു വെളിയിൽ ഇന്തോനേഷ്യയിൽ മാത്രമെ ലോകത്ത് ചന്ദനം കാണപ്പെടുന്നുള്ളൂ. പുരാതന കാലം മുതൽ ഭാരതത്തിൽനിന്നും ചന്ദനം കയറ്റിഅയച്ചിരുന്നു. ചന്ദനമരം രാജകീയ വൃക്ഷമാണെന്നും ജനങ്ങൾ അതു വെട്ടിയെടുക്കരുതെന്നും *കൗടില്യശാസ്ത്ര*ത്തിൽ നിയമമുണ്ട്.

സംസ്കൃതനാമം : ചന്ദന, ശ്രീഖണ്ഡ, തൈലപർണി
ഇംഗ്ലീഷ് : സാൻഡൽ ട്രീ, വൈറ്റ് സാൻഡ്രൽ ട്രീ
ശാസ്ത്രനാമം : സന്റാലം ആൽബം
: Santalum album Linn.
കുടുംബം : സന്റാലേസി
: Santalaceae

വിവരണം: ഇന്ത്യയുടെ വരണ്ട പ്രദേശങ്ങളിൽ പ്രത്യേകിച്ച് കേരളം, തമിഴ്നാട്, കർണ്ണാടകം എന്നീ സംസ്ഥാനങ്ങളിൽ കണ്ടുവരുന്നു. നിത്യഹരിതമായ ഇടത്തരം വൃക്ഷം. ചെറിയ ഇലകൾ. പൂക്കളും ഉരുണ്ട കായയുമുണ്ട്. തടിയുടെ കാതലിനു നല്ല മണമുണ്ട്.

ഔഷധയോഗ്യഭാഗങ്ങൾ: തടി

ചില ഔഷധ ഉപയോഗങ്ങൾ: നല്ല സുഗന്ധമുണ്ട്. ശരീരദുർഗന്ധം അകറ്റും. അണുനാശകമാണ്. ശീതമാണ്. രക്തം ശുദ്ധീകരിക്കും. ബുദ്ധി വികസിപ്പിക്കും. ഹൃദയത്തിനു നല്ലതാണ്. മൂത്രം ഇളക്കും. വിയർപ്പുണ്ടാക്കും. കഫം ഇളക്കും. കാമം വർദ്ധിപ്പിക്കും.

വേദന ശമിപ്പിക്കും. പനി കുറയ്ക്കും. രക്തവാർച്ച തടയും. ക്ഷീണം അകറ്റും. ആരോഗ്യത്തെ തിരികെ വരുത്തും. പോഷണമാണ്. പിത്തം, എരിച്ചിൽ, തലവേദന, വിയർപ്പുനാറ്റം, ത്വക്ക്രോഗങ്ങൾ, കുഷ്ഠം, ഓർമ്മക്കുറവ്, കുട്ടികളിലെ മാനസിക വളർച്ചക്കുറവ്, മാനസിക രോഗങ്ങൾ, ഹൃദ്രോഗം, ഹൈപ്പർ അസിഡിറ്റി, മഞ്ഞപ്പിത്തം, ചുമ, ബ്രോങ്കൈറ്റിസ്, വീക്കം, അതിസാരം, വയറിന്റെ അസ്വസ്ഥതകൾ, വെള്ളപോക്ക്, രക്തംതുപ്പൽ, ക്ഷീണം, മൂത്രാശയവീക്കം, അധികവും നീണ്ടതുമായ ആർത്തവം, ശുക്ലക്ഷീണം, ഇടവിട്ടുള്ള പനി എന്നിവയ്ക്കു നല്ലതാണ്. ചന്ദനം സുഗന്ധദ്രവ്യങ്ങളും സൗന്ദര്യ സംരക്ഷക വസ്തുക്കളും നിർമിക്കാനുപയോഗിക്കുന്നു.

ചപ്പങ്ങ
(സപ്പ.ങ്ങ)

സംസ്കൃതനാമം	:	പത്രങ്ങ, പതങ്ങ, പട്ടരഞ്ജക, കൂചന്ദന, ലോഹിത
ഇംഗ്ലീഷ്	:	സപ്പൻവുഡ്, ബ്രസീൽവുഡ്, ജപ്പാൻ വുഡ്
ശാസ്ത്രനാമം	:	സീസാൽപിനിയ സപ്പൻ
	:	Caesalpinia sappan Linn.
കുടുംബം	:	സീസാൽ പിനിയേസി
	:	Caesalpiniaceae

വിവരണം: തെക്കേ ഇന്ത്യയിലും ബംഗാളിലും കാണപ്പെടുന്നു. വ്യവസായികാവശ്യങ്ങൾക്കായി നട്ടുവളർത്തുന്നു. ചെറിയ മുള്ളുള്ള ഇടത്തരം വൃക്ഷം. ചെറിയ ഇലകൾ. മുറിക്കുമ്പോൾ തടിയുടെ നിറം ഇളം മഞ്ഞയാണ്. അതു പെട്ടെന്ന് ചുവപ്പായി മാറും. ഈ നിറം പെട്ടെന്ന് വെള്ളത്തിൽ അലിഞ്ഞുചേരും. മഞ്ഞപ്പൂക്കൾ, കായയും വിത്തുമുണ്ട്.

ഔഷധയോഗ്യ ഭാഗങ്ങൾ: തടി (കാതൽ)

ചില ഔഷധ ഉപയോഗങ്ങൾ: ശീതമാണ്. രക്തം ശുദ്ധീകരിക്കും.

ഉത്തേജകമാണ്. രക്തവാർച്ച തടയും. മലബന്ധമുണ്ടാക്കും. പിത്തം, എരിച്ചിൽ, മുറിവ്, വ്രണം, കുഷ്ഠം, ത്വക്ക്രോഗങ്ങൾ, വയറിളക്കം, അതിസാരം, അപസ്മാരം, വെള്ളപോക്ക്, പ്രമേഹം, നട്ടെല്ലു ഞരമ്പുകൾക്കുണ്ടാകുന്ന വലിവ്, നീണ്ടതും അധികവുമായ ആർത്തവം, ക്ഷതം, വായയ്ക്കുണ്ടാകുന്ന രോഗങ്ങൾ, പല്ലിനു വേദന എന്നിവയ്ക്കു നല്ലതാണ്. സുഖമാക്കുന്നതിനുള്ള പ്രവണതയുണ്ട്.

ചമ്പകം

(ചെമ്പകം)

ഹിന്ദുക്കളുടെ പവിത്രമായ വൃക്ഷമാണ് ഈ പൂമരം. പൂക്കൾക്ക് ചെമ്പിന്റെ തിളക്കത്തോടുകൂടിയ ഉൾഭാഗം ഉള്ളതിനാലാവണം ചെമ്പകം എന്നു പേർ വന്നത്.

സംസ്കൃതനാമം : ചമ്പക, അതിഗന്ധ, സുകുമാര, ഹേമപുഷ്പ
ഇംഗ്ലീഷ് : ചംപക്ക്, ഗോൾഡൻ ചമ്പക
ശാസ്ത്രീയനാമം : മൈക്കീലിയ ചമ്പക
: Michelia champaka Linn.

കുടുംബം: മഗ്നേളിയേസി
: Magnoliaceae

വിവരണം: ഇന്ത്യയിലുടനീളം നിത്യഹരിത വനങ്ങളിൽ കാണപ്പെടുന്നു. അലങ്കാര വൃക്ഷമായി പൂന്തോട്ടങ്ങളിലും വീട്ടുമുറ്റങ്ങളിലും നട്ടുവളർത്തുന്നു. വളരെ ഉയരത്തിൽ വളരുന്ന നിത്യഹരിത വൃക്ഷം. മഞ്ഞ മുതൽ ഓറഞ്ചുവരെ നിറത്തിലുള്ള നല്ല സുഗന്ധമുള്ള പൂക്കൾ. കായും വിത്തുമുണ്ട്.

ഔഷധയോഗ്യഭാഗങ്ങൾ: വേര്, തൊലി, വേരിന്മേൽ തൊലി, പൂവ്, കായ.

ചില ഔഷധ ഉപയോഗങ്ങൾ: വേരിന്മേൽ തൊലി പൊടിച്ച് ചൂടുവെള്ളത്തിൽ കലക്കി കുടിക്കുന്നത് ആർത്തവം ത്വരിതപ്പെടുത്തും. പൂക്കൾ ചതച്ചിട്ടു

കാച്ചുന്ന എണ്ണ പുരട്ടുന്നത് വേദനയ്ക്കും ചെങ്കണ്ണിനും കാലിലെ സന്ധി വേദനയ്ക്കും നല്ലതാണ്. പൂവിട്ടു വാറ്റിയ കഷായം ഉദരഭിത്തിയെ ഊർജ്ജസ്വലമാക്കും. നാല്പതുദിവസം പൂക്കൾ ഇട്ടുവെച്ചിരുന്ന എണ്ണ ഉപയോഗിച്ചാൽ തലവേദനമാറും. കായിൽനിന്നു ലഭിക്കുന്ന എണ്ണ ദേഹത്തു പുരട്ടുന്നത് ആന്ത്രവായുവിനു നല്ലതാണ്. ചെമ്പകപ്പൂവ് കഫം, പിത്തം, ചുട്ടുനീറ്റൽ മുതലായവയ്ക്കു നല്ലതാണ്. വേരും വേരിന്മേൽ തൊലിയും വയറിളക്കും. ആർത്തവം തിരികെ കൊണ്ടുവരും. ശരീരത്തിലെ പഴുപ്പുകൾ, വീക്കം, മലബന്ധം, ആർത്തവക്രമക്കേടുകൾ, വേദനയോടുകൂടിയ ആർത്തവം എന്നിവയ്ക്കു നല്ലതാണ്. തടിയുടെ തൊലി മൂത്രം ഇളക്കും. പനി കുറയ്ക്കും. ഉത്തേജകമാണ്. കഫം ഇളക്കും. ഉദരരോഗങ്ങൾ, പനി, ചുമ, ബ്രോങ്കൈറ്റിസ്, ഹൃദ്രോഗം എന്നിവയ്ക്കു നല്ലതാണ്. പൂമൊട്ട്, പൂവ്, കായ എന്നിവ രക്തം ശുദ്ധീകരിക്കുകയും, രക്തവാർച്ച നിർത്തുകയും ദഹനം വർദ്ധിപ്പിക്കുകയും, വായുകോപം ശമിപ്പിക്കുകയും വിരയിളക്കുകയും കഫം ഇളക്കുകയും ചെയ്യും. വിയർപ്പുണ്ടാക്കും. ആർത്തവം പുനഃസ്ഥാപിക്കും. ഉദരരോഗങ്ങൾക്കും ഹൃദ്രോഗത്തിനും നല്ലതാണ്. പനിയെ പ്രതിരോധിക്കും. ഉത്തേജകമാണ്. എരിച്ചിൽ വെള്ളദ്ദാഹം, ഓക്കാനം, പിത്തം, വാതം, ത്വക്ക്രോഗങ്ങൾ, കുഷ്ഠം, മുറിവുകൾ, വ്രണങ്ങൾ, വേദന, വെർട്ടിഗോ, കണ്ണിന്റെ രോഗങ്ങൾ, വൃക്കരോഗങ്ങൾ, വേദനയുള്ള ആർത്തവം, മലേറിയ, തലവേദന എന്നിവയ്ക്കു നല്ലതാണ്.

ചെമ്പകത്തിന്റെ വേരുകൊണ്ട് കഷായമുണ്ടാക്കി കുടിക്കുന്നത് മൂത്രതടസ്സത്തിന് നല്ലതാണ്. പൂക്കളിൽനിന്നു വാസനത്തൈലം ഉണ്ടാക്കാറുണ്ട്.

ചമത

(പ്ലാശ്)

തടിയും ഇലയും മതചടങ്ങുകൾക്ക് ഉപയോഗിച്ചുവരുന്നു. ചമതയുടെ വിറകുപയോഗിച്ചാണ് ഹോമകുണ്ഡത്തിൽ തീ കത്തിച്ചിരുന്നത്. ഇല ആഹാരം വിളമ്പാൻ ഉപയോഗിക്കാറുണ്ട്.

സംസ്കൃതനാമം	:	പലാശ, കിംശുക, രക്തപുഷ്പ, ക്ഷാരശ്രേഷ്ഠ
ഇംഗ്ലീഷ്	:	ഫ്ളെയിം ഓഫ് ദി ഫോറസ്റ്റ്, ബസ്റ്റാർഡ് റ്റീക്ക്.
ശാസ്ത്രനാമം	:	ബ്യൂട്ടിയ മോണോസ്പെർമ
	:	Butea monosperma (Lam.) Taboo
കുടുംബം	:	ഫാബേസി
	:	Fabaceae

വിവരണം: ഇന്ത്യയിലുട നീളം ഇല പൊഴിയും വനങ്ങ ളിൽ കണ്ടുവരുന്നു. തുറന്ന സ്ഥലങ്ങളിലും കാണാം. പതി നഞ്ചു മീറ്റർ വരെ ഉയരത്തിൽ വളരുന്ന ഇടത്തരം ഇലപൊ ഴിയും വൃക്ഷം. കടുപ്പമുള്ള ഓറഞ്ച്– ചുവപ്പുനിറത്തിലുള്ള വലിയ പൂക്കൾ, കായ, വിത്ത്. കായ കുറച്ചു നീളവും വീതി യുമുള്ളതാണ്. അതിനകത്തെ ഉറകളിലാണ് വിത്തുകളുള്ള ത്. വിത്തിലൂടെയും ശാഖകൾ മുറിച്ചു വച്ചും പ്രജനനം നട ത്താം. ഇല നല്ല കന്നുകാലി ത്തീറ്റയാണ്.

ഔഷധയോഗ്യഭാഗങ്ങൾ: തൊലി, ഇല, പൂവ്, വിത്ത്, പശ.

ചില ഔഷധ ഉപയോഗ ങ്ങൾ: തൊലി കാമവർദ്ധകവും ദഹനം വർദ്ധിപ്പിക്കുന്നതും വിരയിള ക്കുന്നതും പോഷകവുമാണ്. പിത്തം, കഫം, ഭക്ഷണത്തോടു താല്പ ര്യമില്ലായ്മ, മലബന്ധം, വയറിളക്കം, അതിസാരം, എല്ലുകളുടെ ഒടിവ്, ഗുദരോഗങ്ങൾ, വേദനയോടുകൂടിയ ആർത്തവം, കരൾരോഗങ്ങൾ, ആന്ത രികവ്രണങ്ങൾ, ആന്തരിക മുഴകൾ, പ്രമേഹം എന്നിവയ്ക്കു നല്ലതാ ണ്. ഇല വേദന ശമിപ്പിക്കുന്നതും കാമം വർദ്ധിപ്പിക്കുന്നതുമാണ്. മുഖ ക്കുരു, പൊള്ളൽ, വായുകോപം, വിരശല്യം, സന്ധിവേദന എന്നിവ ശമി പ്പിക്കും. പൂക്കൾ കാമം വർദ്ധിപ്പിക്കും. രക്തസ്രാവം തടയും. മൂത്രം ഇള ക്കും. പനി കുറയ്ക്കും. രക്തം ശുദ്ധീകരിക്കും. പോഷകമാണ്. പിത്തം, കഫം, വയറിളക്കം,ആർത്തവമില്ലായ്മ, വേദനയോടുകൂടിയ ആർത്തവം, ജ്വരം, കുഷ്ഠം, ത്വക്ക്രോഗങ്ങൾ, വാതവേദന, രക്തം തുപ്പൽ, എരിച്ചിൽ, എല്ലുകളുടെ ഒടിവ്, ജനനനിയന്ത്രണം, വെള്ളദ്ദാഹം എന്നിവയ്ക്കു നല്ല താണ്. വിത്ത് വയറിളക്കുന്നതും വിരയിളക്കുന്നതുമാണ്. രക്തം ശുദ്ധീ കരിക്കും. പോഷകമാണ്. ഹെർപിസ്, കണ്ണിന്റെരോഗങ്ങൾ, ചുഴലി, പ്രമേഹം, മലബന്ധം എന്നിവയ്ക്കു നല്ലതാണ്. കായ പൊടിച്ച ചൂർണ്ണം കഴിച്ചാൽ വിരയിളകും. ഈ ചൂർണ്ണം ചുക്കു പൊടിയും ചേർത്ത് കഴി ക്കുന്നത് അണലി വിഷത്തിനു നല്ലതാണ്.

തൊലി സ്നിഗ്ദ്ധത നല്കും. ക്ഷതം, ക്രമരഹിതമായ ആർത്തവം, ഗൊണോറിയ, കരൾ രോഗങ്ങൾ, വ്രണം, മുഴ, വൃഷണവീക്കം എന്നി

വയ്ക്കു നല്ലതാണ്. ഇല വീക്കത്തെ ചെറുക്കും. ഉദരവേദന, വീക്കം, ക്ഷതം എന്നിവയ്ക്കു നല്ലതാണ്. പൂക്കൾ ശീതമാണ്. മലബന്ധമുണ്ടാക്കും. ക്ഷതം, നീണ്ടതും പ്രയാസമേറിയതുമായ ആർത്തവം, വീക്കം എന്നിവയ്ക്കു നല്ലതാണ്. വിത്ത് ത്വക്ക്രോഗങ്ങൾ, പുഴുക്കടി, അപസ്മാരം, സന്ധിവാതം എന്നിവയ്ക്കു നല്ലതാണ്.

പ്ലാശിന്റെ തൊലി ഇടിച്ചു പിഴിഞ്ഞ നീര് എണ്ണ ചേർത്തു സേവിച്ചാൽ മറുപിള്ള ഉടനെ പുറത്തുവരും.

ചങ്ങലംപരണ്ട

(പെരണ്ട)

വിവിധ ഇനങ്ങളുണ്ട്. ചതുരത്തിലുള്ളത്, പരന്നത് മൂന്നുവശങ്ങളിലുള്ളത് എന്നിങ്ങനെ. തണ്ടിന്റെ ആകൃതിയിലാണ് വ്യത്യാസം, ചമ്മന്തിയായി അരച്ച് ഭക്ഷണത്തോടൊപ്പം ഉപയോഗിക്കാറുണ്ട്. ചമ്മന്തി അരയ്ക്കുമ്പോൾ അല്പം നല്ലെണ്ണ ചേർക്കുന്നതു നല്ലതാണ്.

സംസ്കൃതനാമം : അസ്ഥിശൃംഖലാ, വജ്രവല്ലി, ധാരവല്ലി
ഇംഗ്ലീഷ് : എഡിബിൾ സ്റ്റെമ്മ്ഡ്വയിൻ, അഡമന്റ് ക്രീപ്പർ, ബോൺസെറ്റർ
ശാസ്ത്രനാമം : സിസ്സസ് ക്വാഡ്രാൻഗുലാരിസ്
: Cissus quandrangularis Linn.

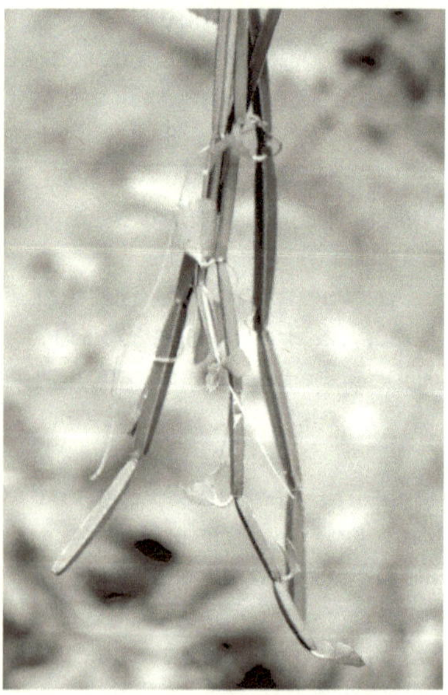

കുടുംബം: വൈറ്റേസി
: Vitaceae (Pappilyonaceae)

വിവരണം: ഇന്ത്യയിലെല്ലായിടത്തും വരണ്ട പ്രദേശങ്ങളിൽ കാണപ്പെടുന്നു. കൂട്ടിച്ചേർക്കപ്പെട്ട ചെറിയ മാംസളമായ തണ്ടുകളോടുകൂടിയ പടർന്ന് വളരുന്ന സസ്യം. തണ്ടുകളുടെ നിറം കറുപ്പുകലർന്ന പച്ചയാണ്. സന്ധികളിൽ ചെറിയ ഇലകൾ കാണാം. പച്ചനിറത്തിലുള്ള ചെറിയപൂക്കൾ. കായും വിത്തുമുണ്ട്. തണ്ടുകളിലൂടെ പ്രജനനം. തണ്ടുകൾക്കകത്ത് കൊഴുത്ത മജ്ജയുണ്ട്.

ഔഷധയോഗ്യഭാഗങ്ങൾ: സമൂലം

ചില ഔഷധ ഉപയോഗങ്ങൾ: ഇല അരച്ചിടുന്നത് ചെവിയിലെ പുഴുപ്പിനു നല്ലതാണ്. സമൂലമരച്ചനീരിൽ, ഏലം, മല്ലി, ഇഞ്ചി എന്നിവ ചേർത്തു കഴിക്കുന്നത് വായു കോപം ശമിപ്പിക്കും. കാമം വർദ്ധിപ്പിക്കും. ദഹനം വർദ്ധിപ്പിക്കും. രോഗങ്ങൾക്ക് നല്ലതാണ്. വിരയിളക്കും. രക്തം ശുദ്ധീകരിക്കും. കഫം ഇളക്കും ഉത്തേജകമാണ്. പനി കുറയ്ക്കും. കഫം, വാതം, വെള്ളദ്ദാഹം, ഭക്ഷണത്തോടു താല്പര്യമില്ലായ്മ, മുഴകൾ ത്വക്ക്രോഗങ്ങൾ, കുഷ്ഠം, ജ്വരം എന്നിവയ്ക്കു നല്ലതാണ്. രക്തവാർച്ച, കണ്ണുരോഗങ്ങൾ, രക്തം തുപ്പുക, കടുത്ത വ്രണങ്ങൾ, ക്ഷതങ്ങൾ, അപസ്മാരം, ഒടിവുകൾ, കുറഞ്ഞ ആർത്തവം, നീര് എന്നിവയ്ക്കു നല്ലതാണ്. ഇളം നാമ്പ് സ്കർവി, പൊള്ളൽ, മുറിവ് എന്നിവയ്ക്ക് നല്ലതാണ്. എല്ലിന്റെ ഒടിവിന് ചെടി അരച്ച് പുരട്ടുന്നത് വളരെ നല്ലതാണ്.

ചാമ

ക്ഷാമകാലത്ത് അരിക്കു പകരം ഉപയോഗിച്ചിരുന്നതിനാലാവണം ക്ഷാമപ്പുല്ല് - ചാമപ്പുല്ല് എന്ന പേര്. ചാമയരിക്കു വേണ്ടി കൃഷിചെയ്തു വരുന്നു.

സംസ്കൃതനാമം	:	ശ്യാമക
ഇംഗ്ലീഷ്	:	ലിറ്റിൽ മില്ലെറ്റ്
ശാസ്ത്രനാമം	:	ലെപ്റ്റോക്ലോവ മലബാറിക്ക, പാനികം സുമാത്രാൻസെ
	:	Panicum sumatrense Roth ex Roem.et Schult.
കുടുംബം	:	പോയേസി
	:	Poaceae

വിവരണം: ഇന്ത്യയിലുടനീളം കൃഷിചെയ്യപ്പെടുന്നു. ഏതാണ്ട് ഒരു മീറ്റർ ഉയരത്തിൽ നേരെ വളരുന്ന സസ്യം. തണ്ടുകൾക്കു കനം കുറവാണ്. തണ്ടുകളിൽ കതിർമണികളുണ്ടാകുന്നു. വിത്തുപയോഗിച്ച് പ്രജനനം.

ഔഷധയോഗ്യഭാഗങ്ങൾ: ചാമയരി

ചില ഔഷധ ഉപയോഗങ്ങൾ: ചാമയരി ദഹനം വർദ്ധിപ്പിക്കും. പകർച്ചവ്യാധികളെ ചെറുക്കും. ശീതമാണ്. പിത്തം, കഫം, എരിച്ചിൽ, വയറിളക്കം, അതിസാരം, വെള്ളദ്ദാഹം, മുറിവ്, ആന്തരികവ്രണങ്ങൾ, ഗൊണേറിയ എന്നിവയ്ക്കു നല്ലതാണ്. ഇഞ്ചി, കായം എന്നിവയുടെകൂടെ കഷായം ഉണ്ടാക്കിക്കഴിക്കുന്നത് വയറുവേദനയ്ക്കു നല്ലതാണ്. പശുവിൻപാലിൽ തിളപ്പിച്ച് കഴിക്കുന്നത് പരുവിനും വ്രണങ്ങൾക്കും നല്ലതാണ്.

ചാമ്പ

വിവിധ ഇനങ്ങളുണ്ട്. നാടൻ ചാമ്പയും മലേഷ്യയിൽ (മലാക്ക) നിന്നുവന്ന എന്നർത്ഥത്തിലുള്ള മലാക്ക ചാമ്പയും ആണ് കൂടുതൽ കാണപ്പെടുന്നത്. കായ ഭക്ഷ്യയോഗ്യമാണ്.

സംസ്കൃതനാമം : ചാമ്പേയ

ഇംഗ്ലീഷ് : റോസ്ആപ്പിൾ

ശാസ്ത്രീയനാമം : സൈസീജിയം ജാംബോസ് (മലാക്ക ചാമ്പ)
സൈസീജിയം മലാക്കൻസ് (നാട്ടുചാമ്പ)

: Zyzygium jambos (Linn.) Alston

കുടുംബം: മിർട്ടേസി

: Myrtaceae

വിവരണം: ഇന്ത്യയിലുടനീളം കാണപ്പെടുന്നു. പൂന്തോട്ടങ്ങളിലും വീട്ടുമുറ്റങ്ങളിലും വച്ചുപിടിപ്പിക്കുന്നു. അനേകം ശാഖകളുള്ള ഇടത്തരം വൃക്ഷം. ചെറിയ ഇലകൾ. നാട്ടുചാമ്പയുടെയും മലാക്ക ചാമ്പയുടെയും ഇലകൾ തമ്മിൽ വ്യത്യാസമുണ്ട്. പച്ചകലർന്ന വെള്ളനിറത്തിലുള്ള പൂക്കൾ. പൂവ് വളർന്ന് കായാകുന്നു. വെള്ള കലർന്ന പച്ചനിറത്തിലും വെള്ള കലർന്ന ചുവപ്പു നിറത്തിലുമുള്ള കായ. കായക്കകത്ത് വിത്തുണ്ട്.

ഔഷധയോഗ്യ ഉപയോഗങ്ങൾ: ഫലം (ചാമ്പക്ക), തൊലി.

ചില ഔഷധ പ്രയോഗങ്ങൾ: മലാക്ക ചാമ്പ വെള്ളം ചേർത്തു തിളപ്പിച്ചു വായിലിട്ടു കുലുക്കുഴിയുന്നത് വായിലെ

കുരുക്കൾക്ക് നല്ലതാണ്. നാട്ടുചാമ്പയുടെ തൊലി ചതച്ച് മോരു ചേർത്തു കഴിക്കുന്നത് രക്താതിസാരത്തിനു നല്ലതാണ്. മലാക്ക ചാമ്പയുടെ തൊലി രക്തം ശുദ്ധീകരിക്കും. രക്തവാർച്ച തടയും. സുഖം ഉണ്ടാക്കാനുള്ള പ്രവണതയുണ്ട്. വിരയിളക്കും. അതിസാരത്തെ ചെറുക്കും. ക്ഷതം, സിഫിലിസ്, കുഷ്ഠം, ത്വക്ക്രോഗങ്ങൾ, മുറിവ്, വ്രണം, ഉദരരോഗങ്ങൾ, പിത്തം എന്നിവയ്ക്കു നല്ലതാണ്.

ചിറ്ററത്ത

(അരത്ത)

സംസ്കൃതനാമം : രാസ്ന, സുഗന്ധമൂല
ഇംഗ്ലീഷ് : ഗ്രേറ്റർ ഗാളാങ്ങൾ, ജാവ ഗാളാങ്ങൾ
ശാസ്ത്രനാമം : അൽപീനിയ കാൽസറാറ്റ
: Alpinia calcarata (Roxb.)
കുടുംബം : സിഞ്ചിബറേസി
: Zingiberaceae

വിവരണം: പശ്ചിമമലനിരകളിൽ കാണപ്പെടുന്നു. ഔഷധാവശ്യങ്ങൾക്കായി കൃഷിചെയ്തു വരുന്നു. സുഗന്ധമുള്ള മൂലകാണ്ഡത്തോടു കൂടിയ രണ്ടു മീറ്ററോളം ഉയരത്തിൽ വളരുന്ന ബഹുവാർഷിക ചെടി. തണ്ടിലെ ചുവട്ടിൽനിന്നു തന്നെ ഇലകളുണ്ടാകുന്നു. ഇലകൾക്ക് നല്ല നീളമുണ്ട്. പച്ചകലർന്ന വെള്ളപ്പൂക്കൾക്ക് മണമുണ്ട്. കായുണ്ട്.

ഔഷധയോഗ്യഭാഗങ്ങൾ: കന്ദം

ചില ഔഷധ ഉപയോഗങ്ങൾ: ചിറ്ററത്തയുടെ കിഴങ്ങ് ഉണക്കിപ്പൊടിച്ചാണ് രാസ്നാദിചൂർണ്ണം ഉണ്ടാക്കുന്നത്. മണമുള്ള രാസ്നാദി ചൂർണ്ണം പനിയും നീരിറക്കവും ഉണ്ടാവാതിരിക്കാൻ കുട്ടികളും മുതിർന്നവരും കുളികഴിഞ്ഞ് ഉച്ചിയിൽ തേച്ചുപിടിപ്പിക്കാറുണ്ട്. കന്ദത്തിന്റെ നീര് ഒരു സിരാടോണിക്കാണ്. വായുകോപം, വാതം, കഫം, ചുമ, ആസ്ത്മ, ബ്രോങ്കൈറ്റിസ്, മലബന്ധം, അമിതവണ്ണം, പ്രമേഹം, വിഷം, കാസം, മഹോദരം, പനി, തല

വേദന, സന്ധിവേദനകൾ എന്നിവയ്ക്കു നല്ലതാണ്. കാമവർദ്ധകവും അണുനാശകവും പനി കുറയ്ക്കുന്നതുമാണ്. ചുക്കിനുപകരം ചിറ്റരത്തയുടെ കന്ദം അച്ചാറിൽ ചേർക്കാറുണ്ട്.

ചിറ്റീന്തൽ

സംസ്കൃതനാമം	: പരുഷക്
ഇംഗ്ലീഷ്	: സ്മാൾ വൈൽഡ് ഡേറ്റ് പാം
ശാസ്ത്രനാമം	: ഫീനിക്സ് പുസില്ല, ഫീനിക്സ് ഹുമിലിസ്
	: Phoenix pusilla Gaertn.
കുടുംബം	: അരേക്കേസി
	: Arecaceae

വിവരണം: കേരളം, കർണ്ണാടകം, തമിഴ്നാട് എന്നീ സംസ്ഥാനങ്ങളിലെ വരണ്ട കാടുകളിലും പുൽമേടുകളിലും കാണപ്പെടുന്നു. പനയുടെ ഇനത്തിൽപ്പെട്ട കുറ്റിച്ചെടി. ആൺപൂവിന് വെള്ളനിറവും പെൺപൂവിന് പച്ചനിറവുമാണുള്ളത്. ഉരുണ്ട മാംസളമായ കായ. മൂക്കുമ്പോൾ ചുവപ്പു നിറമാകും. കായക്കകത്ത് വിത്തുകൾ. കായ ഭക്ഷ്യയോഗ്യമാണ്.

ഔഷധയോഗ്യഭാഗങ്ങൾ: കായ

ചില ഔഷധ ഉപയോഗങ്ങൾ: കായ വയറിളക്കും. ഹൃദയ പോഷണമാണ്. കാമവർദ്ധകമാണ്. വായുകോപം ശമിപ്പിക്കും. ശക്തിയുണ്ടാക്കും. വാതം, പിത്തം, വെള്ളദ്ദാഹം, എരിച്ചിൽ, ജ്വരം, പനി, ക്ഷയം, ഹൃദ്രോഗം, ശുക്ല ക്ഷീണം, ഉദരരോഗങ്ങൾ, ക്ഷീണം എന്നിവയ്ക്കു നല്ലതാണ്.

കാട്ടുതീയിലും വരൾച്ചയിലും പിടിച്ചുനിൽക്കാനുള്ള ശക്തി ചിറ്റീന്തലിനുണ്ട്.

ചീനിക്ക

(സപ്തല ചർമ്മലന്ത, ചീക്കാക്ക, ചീവിക്ക)

അഴുക്കു കളയുന്ന ദ്രവ്യമാണ്.

സംസ്കൃതനാമം	: സപ്തല, ചർമ്മ സാഹവ
ഇംഗ്ലീഷ്	: സോപ്പ്നട്ട്, സോപ്പ് അക്കേസിയ
ശാസ്ത്രനാമം	: അക്കേസിയ സിനുയേറ്റ
	: Acacia sinuata (Lour.) Merr.
കുടുംബം	: മിമോസേസി
	: Mimosaceae

വിവരണം: ഇന്ത്യയിലുടനീളം കാടുകളിൽ കാണപ്പെടുന്നു. നല്ല കട്ടിയുള്ള തണ്ടുകളോടുകൂടിയ മുള്ളുള്ള പടർന്നു കയറുന്ന ലതാ സസ്യം. ബ്രൗൺനിറത്തിലുള്ള തണ്ടിൽ വെള്ളപ്പൊട്ടുകൾ കാണാം. രണ്ടുവശത്തേക്കുമുള്ള ഇലകളിലും മുള്ളുകളുണ്ട്. ചെറിയ പൂക്കൾ, ഉറയ്ക്കകത്ത് എട്ടുപത്ത് വിത്തുകൾ കാണാം.

ഔഷധയോഗ്യഭാഗങ്ങൾ: കായ, ഇല.

ചില ഔഷധ ഉപയോഗങ്ങൾ: കായ ശീതമാണ്. മൂത്രവും വിരയുമിളക്കും. തടസ്സത്തെ നീക്കും. നല്ലവണ്ണം അഴുക്കിളക്കും. രക്തം ശുദ്ധീകരിക്കും. ഛർദ്ദിലുണ്ടാക്കും. പിത്തം, കഫം, എരിച്ചിൽ, മലബന്ധം, വൃക്കയിലെയും മൂത്രത്തിലെയും കല്ലുകൾ, ക്ഷതം, വെള്ളപ്പാണ്ഡ്, പുഴുക്കടി, ചൊറിച്ചിൽ, മൂത്രം ഒഴിക്കുന്നതിനുള്ള പ്രയാസം, മുഖത്തെ ചുവന്നുതടിച്ച പാടുകൾ എന്നിവയ്ക്കു നല്ലതാണ്. രുചിയുണ്ടാക്കും. കഫത്തെ ശമിപ്പിക്കും. ദേഹത്തിലെയും തലമുടിയിലെയും വസ്ത്രങ്ങളിലെയും ചെളി കളയുന്ന ഒരു ഉത്തമ ശുദ്ധീകരണൗഷധമാണ്. കൂമ്പില കുരുമുളകു വെള്ളത്തിൽ കുതിർത്ത് ഉപ്പും പുളിയും പച്ചമുളകും കൂട്ടി അരച്ച് ചമ്മന്തിയാക്കി കഴിക്കുന്നത് മഞ്ഞപ്പിത്തത്തിനും പിത്തരോഗങ്ങൾക്കും നല്ലതാണ്. ഇലയുടെ കഷായം മലമ്പനിക്കു നല്ലതാണ്. ചീനിക്കാ പൊടിച്ചത് സോപ്പിനു പകരം ഉപയോഗിക്കാവുന്നതാണ്. അത് എല്ലാവിധ ത്വക്ക്രോഗങ്ങൾക്കും നല്ലതാണ്.

ചീര

ചീര വിവിധ തരത്തിലുണ്ട്. അതീവപോഷകമായ നല്ലൊരു പച്ചക്കറിയാണ് ചീര.

1. ചെറുചീര

സംസ്കൃതനാമം : താണ്ഡുലീയംന
ഇംഗ്ലീഷ് : അമരാന്ത്
ശാസ്ത്രനാമം : അമരാന്തസ് സ്പിനോസസ്
കുടുംബം : അമരാന്തേസി

വിവരണം: ഇന്ത്യയിലുടനീളം പുറമ്പോക്കുകളിലും വെളിമ്പ്രദേശങ്ങളിലും കാണപ്പെടുന്നു. വീടുകളിൽ നട്ടുവളർത്താറുമുണ്ട്. നേരെ വളരുന്ന മാംസളമായ തണ്ടുകളുള്ള ചെറുസസ്യം. ഇലഞെട്ടുകളിലും തണ്ടിലും ചെറിയ മുള്ളുകളുണ്ട്. പച്ചനിറത്തിലും ഇളംചുവപ്പുനിറത്തിലും

തണ്ടും ഇലകളുമുള്ള രണ്ടിനങ്ങളാണുള്ളത്. മഞ്ഞകലർന്ന വെള്ളനിറത്തിലോ ഇളംപച്ചനിറത്തിലോ ഉള്ള ചെറിയ പൂക്കൾ. പൂക്കുലയിൽ അനേകം പൂക്കൾ കാണാം. പൂക്കൾക്കകത്ത് ഉരുണ്ട ചെറിയ അനേകം വിത്തുകളുണ്ട്.

ഔഷധയോഗ്യഭാഗങ്ങൾ: സമൂലം

ചില ഔഷധ ഉപയോഗങ്ങൾ: ശീതമാണ്. മലവും മൂത്രവുമിളക്കും. പകർച്ചവ്യാധികളെ ചെറുക്കും. പനിയെ പ്രതിരോധിക്കും. ഉദരരോഗങ്ങൾക്കു നല്ലതാണ്. വായുകോപം ശമിപ്പിക്കും. മുലപ്പാലുണ്ടാക്കും. ഭക്ഷണത്തോടു താല്പര്യമുണ്ടാക്കും. പോഷകമാണ്. പിത്തം, എരിച്ചിൽ, ആർത്തവക്രമക്കേടുകൾ, ക്ഷതം, പൊള്ളൽ, മനംപിരട്ടൽ, ഇടവിട്ടുള്ള ജ്വരം, വിളർച്ച, ക്ഷീണം എന്നിവയ്ക്കു നല്ലതാണ്. വേര് രക്തം ഛർദ്ദിക്കുന്നതിനെ തടയും. കഫം, ആർത്തവക്രമക്കേടുകൾ, വെള്ളപോക്ക്, രക്തം തുപ്പൽ എന്നിവയ്ക്കു നല്ലതാണ്. ചെറുചീരയുടെ കഷായം അർശസ്സിനും കുട്ടികളുടെ ഗ്രഹണിക്കും നല്ലതാണ്. വേര് മൂത്രതടസ്സത്തിനു നല്ലതാണ്.

2. വാസ്തുച്ചീര

സംസ്കൃതനാമം : വാസ്തുക
ഇംഗ്ലീഷ് : ലാംബ്സ് ക്വാർട്ടേഴ്സ്, വൈൽഡ് സ്പിനാച്ച്, വൈറ്റ് ഗുസ്ഫുട്ട്
ശാസ്ത്രനാമം : ചെനോപോഡിയം അൽബം
കുടുംബം : ചെനോപോഡിയേസി

വിവരണം: ഇന്ത്യയിലുടനീളം കാണപ്പെടുന്നു. ഭക്ഷണാവശ്യത്തിനായി നട്ടുവളർത്തുകയും ചെയ്യുന്നു. നേരെ വളരുന്ന മാംസളമായ തണ്ടുകളോടുകൂടിയ സസ്യം. സാധാരണ ഇലകൾ. കുലകളായി പൂക്കൾ, അതിനകത്ത് ഉരുണ്ട അനേകം വിത്തുകൾ.

ഔഷധയോഗ്യഭാഗങ്ങൾ: സമൂലം

ചില ഔഷധ ഉപയോഗങ്ങൾ: ദഹനമുണ്ടാക്കും. വായുകോപം ശമിപ്പിക്കും. മലവും മൂത്രവുമിളക്കും. വിരയിളക്കും. കാമവർദ്ധകമാണ്. പോഷകമാണ്. പിത്തം, പെപ്റ്റിക് അൾസർ, ശുക്ലക്ഷീണം, പ്ലീഹാരോഗങ്ങൾ, ക്ഷതം, കണ്ണിന്റെ രോഗങ്ങൾ, ഹൃദ്രോഗം, ക്ഷീണം എന്നിവയ്ക്കു നല്ലതാണ്.

3. കറിച്ചീര
(കൊഴുപ്പച്ചീര, കൊഴുപ്പ)

സംസ്കൃതനാമം	:	ബൃഹത് ലോണി ധോടിക
ഇംഗ്ലീഷ്	:	കോമൺ പർസ്ലേൻ
ശാസ്ത്രനാമം	:	പോർട്ടുലാകാഒലിറേസി
കുടുംബം	:	പോർട്ടുലാസേസി

വിവരണം: ഇന്ത്യയിലുടനീളം കളയായി കാണപ്പെടുന്നു. ഭക്ഷണാവശ്യങ്ങൾക്കായി കൃഷിചെയ്തും വരുന്നു. നേരെയും നിലത്തു പടർന്നും വളരുന്ന വാർഷിക സസ്യം. പച്ചയും ഇളംചുവപ്പുനിറത്തിലുമുള്ള തണ്ടും ഇലകളുമുള്ള ഇനങ്ങളുണ്ട്. തണ്ടുകൾ മാംസളമാണ്. തിളങ്ങുന്ന മഞ്ഞനിറത്തിലുള്ള പൂക്കൾ. കുലകളായി കാണപ്പെടുന്നു. അതിൽ നിറയെ ഉരുണ്ട ചെറിയ അനേകം വിത്തുകൾ.

ഔഷധയോഗ്യഭാഗങ്ങൾ: തണ്ട്, ഇല, വിത്ത്

മൈസൂർ ചീര

ചില ഔഷധ ഉപയോഗങ്ങൾ: തണ്ടും ഇലയും ഉദരരോഗങ്ങൾക്കു നല്ലതാണ്. പകർച്ചവ്യാധികളെ തടയും. ബാക്റ്റീരിയകളെ നശിപ്പിക്കും. സ്കേബീസിനെ ചെറുക്കും. മൂത്രമിളക്കും പോഷകമാണ്. മുഴകൾ, വീക്കം, കിഡ്നി രോഗങ്ങൾ, മൂത്രനാളിയിലെ വേദന, മൂത്രനാളിയുടെ വീക്കം, പ്ലീഹാരോഗങ്ങൾ, ക്ഷതം, മഞ്ഞപ്പിത്തം, പ്രമേഹം, പൊള്ളൽ, തലവേദന, ചെവിവേദന, പല്ലിനുവേദന, സ്കർവ്വി, എരിച്ചിൽ, വയറിളക്കം, ഛർദ്ദിൽ, ത്വക്ക്‌രോഗങ്ങൾ, ഹൃദ്രോഗം, മൂത്രമൊഴിക്കുമ്പോഴുള്ള വേദന, മൂത്രത്തിൽ രക്തത്തിന്റെ അംശങ്ങൾ, കുടലിലെ അൾസർ എന്നിവയ്ക്കു നല്ലതാണ്. വിത്ത് ശീതമാണ്. മൂത്രമിളക്കും. വയറിളക്കത്തെ ചെറുക്കും.

പച്ചച്ചീര

സാമ്പാർചീര

മുള്ളൻചീര

4. ചെഞ്ചീര

സംസ്കൃതനാമം : പാലക്യ, പാലംക്യ
ഇംഗ്ലീഷ് : കോമൺ സ്പിനാച്ച്
ശാസ്ത്രനാമം : സ്പിനാസിയ ക്ലെറേസി

വിവരണം: ഇന്ത്യയിലുടനീളം കളയായി കാണപ്പെടുന്നു. കൃഷി ചെയ്തും വരുന്നു. നേരെ വളരുന്ന മാംസളമായ തണ്ടുകളോടുകൂടിയ സസ്യം.

ഔഷധയോഗ്യഭാഗങ്ങൾ: തണ്ട്, ഇല, വിത്ത്.

ചില ഔഷധ ഉപയോഗങ്ങൾ: ഇതിന്റെ ഇലയും തണ്ടും വേവിച്ചു ഭക്ഷിക്കുന്നത് അത്യന്തം പോഷണമാണ്. ഇല അരച്ചു തേക്കുന്നത് തൊലിക്കു മിനുസം വരാൻ നല്ലതാണ്. ഇതിന്റെ കഷായം മൂത്രമിളക്കും. ജ്വരത്തെ ശമിപ്പിക്കും. ശ്വാസകോശത്തിലെയും ഉദരത്തിലെയും പഴുപ്പുകളെ ശമിപ്പിക്കും. പിത്തം ഇല്ലാതാക്കും. മൂത്രത്തിലെ കല്ലിനെ അലിയിപ്പിച്ചു കളയും. രോഗപ്രതിരോധശക്തിക്കും ത്വക്കിന്റെ ആരോഗ്യത്തിനും ഉത്തമമാണ്. പല്ലുകളുടെ ബലത്തിനും പല്ലുതേഞ്ഞു പോകാതിരിക്കുന്നതിനും വിള്ളലുകളുണ്ടാകാതിരിക്കുന്നതിനും കോർണിയ (കൃഷ്ണമണ്ഡല)യുടെ സുസ്ഥിതിക്കും നല്ലതാണ്. ശരീരത്തിലുണ്ടാകുന്ന അത്യുഷ്ണത്തെ നിയന്ത്രിക്കും. വൃക്കരോഗങ്ങൾക്ക് വളരെ ഉത്തമമാണ്. ചെഞ്ചീര നീരും തേനും ചേർത്ത് കഴിക്കുന്നത് അത്യന്തം പോഷകമാണ്. പ്രമേഹരോഗികൾക്ക് ചീര നല്ലൊരു ഭക്ഷണമാണ്. ഇല

നീര് കവിൾകൊള്ളുന്നത് തൊണ്ടവേദനയ്ക്കു നല്ലതാണ്. കൊക്കോപ്പുഴുവിനെ നശിപ്പിക്കും. വിത്ത് ശ്വാസംമുട്ടലിനും മഞ്ഞപ്പിത്തത്തിനും നല്ലതാണ്.

5. വശളച്ചീര

വെളുത്തതും ചുവന്നതുമുണ്ട്.

സംസ്കൃതനാമം : ഉപോദകാ

ഇംഗ്ലീഷ് : ഇന്ത്യൻ സ്പിനാച്ച്, മലബാർ നൈറ്റ് ഷേഡ്

ശാസ്ത്രനാമം : ബാസെലാ അൽബാ

വിവരണം: ഇന്ത്യയിലുടനീളം കാണപ്പെടുന്നു. നട്ടുവളർത്തുകയും ചെയ്യുന്നു. നേരെ വളരുന്ന മാംസളമായ തണ്ടുകളുള്ള സസ്യം. കുലകളായി അനേകം പൂക്കൾ. അതിൽ ഉരുണ്ട വിത്തുകൾ.

ഔഷധയോഗ്യഭാഗങ്ങൾ: സമൂലം

ചില ഔഷധ ഉപയോഗങ്ങൾ: നല്ല ദഹനമുണ്ടാക്കും. മൂത്രമിളക്കും. ചുവന്ന ചീരയുടെ ഇലനീരും കൽക്കണ്ടവും ചേർത്തു കൊടുത്താൽ കുട്ടികളുടെ ജലദോഷം മാറും. തീപ്പൊള്ളലിന് ഇലനീരു നല്ലതാണ്. ദേഹം ചുട്ടുപൊള്ളുന്നതിനും പരുവിനും നല്ലതാണ്. ഇലയും തണ്ടും പിഴിഞ്ഞുകിട്ടുന്ന നീര് തലയിൽ പുരട്ടിയാൽ തലക്കുത്തു ശമിക്കും. സുഖനിദ്രയുണ്ടാകും.

ചുര

ചുരക്കാ നല്ല ഭക്ഷ്യവസ്തുവാണ്.

സംസ്കൃതനാമം: തുംബം, അലാബു

ഇംഗ്ലീഷ്: വൈറ്റ് ഗൂർഡ്, ലോങ് വൈറ്റ് ഗൂർഡ്

ശാസ്ത്രനാമം: കുക്കുർബിറ്റ ലാഗനാറിയ

വിവരണം: ഇന്ത്യയിലുടനീളം കാണപ്പെടുന്നു. നട്ടും വളർത്തുന്നു. നിലത്തും മരത്തിലും പടർന്നു വളരുന്ന വള്ളിച്ചെടി. വെള്ളകലർന്ന പച്ചനിറത്തിലുള്ള തണ്ടുകൾ. മഞ്ഞപ്പൂവ്. ചെറിയ നീളത്തിൽ ഉരുണ്ട കായ. കട്ടി

യുള്ള പുറന്തോട്. വെള്ളപ്പൊടി വിതറിയതുപോലെ തോന്നും പുറം കണ്ടാൽ. അകത്ത് വെള്ളക്കാമ്പ്, കാമ്പിനകത്ത് വിത്തുകളുണ്ട്. ചുരക്ക കുറേക്കാലം കേടുകൂടാതെ ഇരിക്കും. കുറേനാൾ കഴിയുമ്പോൾ അകത്തെ കാമ്പ് ഉണങ്ങി പൊടിയാകും. കട്ടിയുള്ള പുറന്തോട് അവ ശേഷിക്കും. ചെറിയ കിഴുത്തയിലൂടെ പൊടി പുറത്തുകളയാം. പഴയ കാലത്ത് പല്ലു തേക്കുന്നതിനുള്ള ഉമിക്കരി ഇത്തരം ചുരക്കുടുക്കകളിൽ സൂക്ഷിച്ചിരുന്നു.

ഔഷധയോഗ്യഭാഗങ്ങൾ: ചുരക്ക, വിത്ത്.

ചില ഔഷധ ഉപയോഗങ്ങൾ: ചുരക്കാ മൂത്രമിളക്കും. പിത്തം കുറയ്ക്കും. ജ്വരത്തിനു തലയിൽ വച്ചുകെട്ടുവാൻ നല്ലതാണ്.

ചുവന്നുള്ളി

(ചെറിയ ഉള്ളി)

വലിയ ഉള്ളിപോലെ തന്നെ തീക്ഷ്ണമാണ്. പിത്തകോപമുള്ള വർക്ക് നല്ലതല്ല. മലം മുറുക്കുന്ന സ്വഭാവമുണ്ട്. ഭക്ഷണത്തോടൊപ്പം ഉപയോഗിച്ചുവരുന്നു. ഉള്ളി മുറിക്കുമ്പോൾ കണ്ണിന് എരിച്ചിലുണ്ടാകു ന്നത് ഉള്ളിയിലുള്ള സൾഫീനിക് ആസിഡ് ഉണ്ടാക്കുന്ന സിൽ-പ്രൊ പാന്തെയ്ൽ എസ്-ഓക്സൈഡ് എന്ന രാസവസ്തുമൂലമാണ്.

സംസ്കൃതനാമം	: ഗൃഞ്ജനകം, പലാണ്ഡു
ഇംഗ്ലീഷ്	: ഒനിയൻ
ശാസ്ത്രനാമം	: അല്ലിയം സെപ
	: Allium cepa Linn.
കുടുംബം	: ലിലിയേസി
	: Liliaceae

വിവരണം: ഇന്ത്യയിലുടനീളം കൃഷിചെയ്തുവരുന്നു. ഏതാണ്ട് ഒരുമീറ്റർ ഉയരംവരെ വളരുന്ന സസ്യം. പൂക്കളുണ്ടാകും. ഭൂമിക്കടിയി ലുണ്ടാകുന്ന കന്ദമാണ് ഉപയോഗിക്കുന്നത്.

ഔഷധയോഗ്യഭാഗങ്ങൾ: കന്ദം (ഉള്ളി)

ചില ഔഷധ ഉപയോഗങ്ങൾ: ചുവന്നുള്ളി ഉത്തേജകവും മൂത്രവും കഫവും ഇളക്കുന്നതുമാണ്. ജ്വരം, മഹോദരം, നീരിളക്കം, വയറുവേദന, ചിരങ്ങ്, കുടൽ വായു, മഞ്ഞപ്പിത്തം എന്നിവയ്ക്കും രക്താർശസ്സിനും ഗുദ ഭ്രംശത്തിനും പേപ്പട്ടി വിഷത്തിനും നന്ന്. ഉള്ളി വച്ചിരിക്കുന്നതിന്റെ അരികെ പാമ്പോ മറ്റു വിഷമുള്ള ഇഴജന്തുക്കളോ വരികയില്ലെന്നു വിശ്വസിക്കപ്പെടുന്നു. ഉള്ളി ഇട്ട് ചായ, കാപ്പി കൊടു ത്താൽ കരച്ചിൽ മാറാത്ത കുട്ടികൾക്ക് ഗുണമുണ്ടാകും. ആർത്തവവൈ ഷമ്യത്തിനും അതു മൂലമുണ്ടാകുന്ന തണ്ടെല്ലുവേദനയ്ക്കും ചുവന്നുള്ളി

ഇട്ടു തിളപ്പിച്ച വെള്ളം കൽക്കണ്ടവും ചേർത്തു ചെറുചൂടോടെ ദിവസേന കുടിക്കുക. ചുവന്നുള്ളി കാമോദ്ദീപകവും ശുക്ലം വർദ്ധിപ്പിക്കുന്നതുമാണ്. ഉള്ളി അരിഞ്ഞ് പാകത്തിൽ വെള്ളം ചേർത്ത് വേവിച്ച് സിറപ്പു പരുവത്തിലാക്കി തേനും ചേർത്തിളക്കി കരയാമ്പൂവും ഏലത്തരിയും ചേർത്ത് ഭരണികളിലാക്കി സൂക്ഷിക്കാവുന്നതാണ്. പ്ലീഹാ വൃദ്ധിക്ക് ഉള്ളിക്കറിയോ ഉള്ളി സാമ്പാറോ കഴിക്കുന്നത് നല്ലതാണ്. ചുവന്നുള്ളി വറുത്തു ജീരകം, കൽക്കണ്ടം, പശുവിൻ നെയ്യ് ഇവ ചേർത്തു കഴിക്കുന്നത് അർശസ്സിനു ഹിതമാണ്. അരിഞ്ഞു നെയ്യിൽ മൂപ്പിച്ച് ദിവസേന ചോറിനൊപ്പം ഭക്ഷിക്കുന്നതും നല്ലതാണ്. പ്രാണികൾ കടിച്ചിടത്ത് ഇതിന്റെ നീരു തേച്ചാൽ ചൊറിച്ചിൽ നിലയ്ക്കും. ഉള്ളി കുരുമുളകുകൂട്ടി പച്ചയ്ക്കു തിന്നുന്നത് മലമ്പനിക്കും പനിക്കും ജ്വരത്തിനും നന്ന്. ശർക്കരകൂട്ടി കഴിക്കുന്നത് കുട്ടികളുടെ വിളർച്ചയ്ക്കു നല്ലതാണ്. മോഹാലസ്യത്തിനും തളർച്ചയ്ക്കും ചുവന്നുള്ളി കശക്കി മണപ്പിക്കാവുന്നതാണ്. നീര് ചെറുചൂടോടുകൂടി ചെവിയിലൊഴിച്ചാൽ ചെവിവേദന ശമിക്കും.

ചുവന്നുള്ളി രൂക്ഷമാണ്. രോഗങ്ങൾ ആവർത്തിച്ചുവരുന്നത് തടയും. ബാക്റ്റീരിയകളെ നശിപ്പിക്കും. ആർത്തവം തിരികെ കൊണ്ടുവരും. സ്വസ്ഥത നല്കും. കഫമിളക്കും. വായുകോപം ശമിപ്പിക്കും. ഉദരരോഗങ്ങൾക്കു നല്ലതാണ്. വേദനകുറയ്ക്കും. മൂത്രമിളക്കും. പോഷകമാണ്. ക്ഷതം, അതിസാരം, മഞ്ഞപ്പിത്തം, കരൾ പ്ലീഹാരോഗങ്ങൾ, ശ്വാസകോശരോഗങ്ങൾ, ആസ്ത്മ, ബ്രോങ്കൈറ്റിസ് കൺജക്റ്റിവിറ്റിസ്, ഛർദ്ദിൽ, ചെവിവേദന, മലേറിയാപനി, പുറംവേദന, അപസ്മാരം, മുഴ, മുറിവ്, തളർച്ച, വെള്ളപ്പാണ്ഡ്, ത്വക്ക്രോഗങ്ങൾ, പനി, ജലദോഷം എന്നിവയ്ക്കു നല്ലതാണ്.

ചുവന്നുള്ളി അരിഞ്ഞ് പാലിൽ കാച്ചി നിത്യവും കഴിക്കുന്നത് അർശസ്സ് ശമിപ്പിക്കും. ഇത് വയറുകടിക്കും നല്ലതാണ്. ചെറിയ ചുവന്നുള്ളി ഒന്നുരണ്ടെണ്ണം ചവച്ചിറക്കുന്നത് നല്ല നിദ്രയുണ്ടാക്കും.

തലവേദനയ്ക്ക് ചുവന്നുള്ളി അരച്ച് കാലിന്റെ അടിയിൽ പുരട്ടുക. ചുവന്നുള്ളിയുടെ നീരും തേനും ചേർത്ത് രാവിലെയും വൈകിട്ടും

കണ്ണിൽ ഒഴിക്കുന്നത് തിമിരം ശമിക്കാനും വരാതിരിക്കാനും നല്ലതാണെന്നു പറയപ്പെടുന്നു. ബോധക്ഷയത്തിന് ഉള്ളിവാട്ടി പിഴിഞ്ഞ നീര് മൂക്കിൽ നസ്യം ചെയ്യുക. ഉള്ളി ചുട്ടുപിഴിഞ്ഞ നീരിൽ ഉപ്പും ചേർത്തു ചെറുചൂടോടെ കഴിച്ചാൽ വയറുവേദന മാറും. ഉറക്കമില്ലായ്മയ്ക്ക് കിടക്കാൻ സമയമാകുമ്പോൾ ഉള്ളി അരിഞ്ഞിട്ട് പാൽ കാച്ചി കുടിക്കുക.

ഒരു ചെറിയ ഉള്ളി അരച്ച് കൽക്കണ്ടം ചേർത്തു കഴിക്കുന്നത് അർശസ്സിനു നല്ലതാണ്. ഉള്ളി വെള്ളത്തിലിട്ടു തിളപ്പിച്ച് കൽക്കണ്ടം ചേർത്തു കുടിക്കുന്നത് ആർത്തവത്തെ ക്രമപ്പെടുത്തും.

ചൂണ്ടപ്പന

(ആനപ്പന, ഈറമ്പന)

ഇല (പട്ട) നാട്ടാനകളുടെ പ്രധാന ഭക്ഷണമാണ്. പട്ടയിലെ നാരുകൾ ചൂണ്ടച്ചരടായി പണ്ടുകാലം മുതൽ ഉപയോഗിച്ചിരുന്നു. അതിനാലാണ് ചൂണ്ടപ്പന എന്ന പേര് ലഭിച്ചത്.

സംസ്കൃതനാമം : ശ്രീതാല
ഇംഗ്ലീഷ് : ഫിഷ് ടെയിൽ പാം, എലിഫന്റ്സ് പാം, മലബാർ സാഗോപാം
ശാസ്ത്രനാമം : കരിയോറ്റ ഉറെൻസ്
: Caryota urens Linn.

കുടുംബം: പാമേ
: Palmae

വിവരണം: ഇന്ത്യയിലുടനീളം സമുദ്രനിരപ്പിലും ചെറിയ കുന്നിൻ പ്രദേശങ്ങളിലും കാടുകളിലും കാണപ്പെടുന്നു. നല്ല ഉയരമുള്ള ഒറ്റത്തടി വൃക്ഷം. ഇലകൾ പ്രത്യേക തരത്തിലാണ്. വലിയ കുലകളായിട്ടാണ് പൂക്കൾ പ്രത്യക്ഷപ്പെടുന്നത്. ഉരുണ്ട കായകൾ മൂക്കുമ്പോൾ ചുവന്ന നിറമാകും.

ഔഷധയോഗ്യഭാഗങ്ങൾ: കായ, ഇളംനാമ്പ്, കള്ള്.

ചില ഔഷധ ഉപയോഗങ്ങൾ: പൂങ്കുല ചെത്തി

കള്ളുശേഖരിക്കുന്നു. ഇളം കള്ളിനു നല്ല മധുരമാണ്. ഇളംനാമ്പ് ശീതമാണ്. പിത്തത്തിനു നല്ലതാണ്. കായ് അരച്ചിടുന്നത് ഒരുവശത്തെ തലവേദനയ്ക്കു നല്ലതാണ്. തടിയ്ക്കകത്തുള്ള ചോറ് താറാവിനും ആനയ്ക്കും ഇഷ്ടപ്പെട്ട തീറ്റയാണ്. ചോറു കളഞ്ഞ തടി കാർഷികോപകരണങ്ങൾ വീട് മുതലായവ ഉണ്ടാക്കാൻ ഉപയോഗിക്കുന്നു.

ചൂരൽ

ചൂരൽ, ചെറുചൂരൽ, വലിയ ചൂരൽ, കുറ്റിച്ചൂരൽ, കാട്ടുചൂരൽ, അരിച്ചൂരൽ എന്നിങ്ങനെ വിവിധ ഇനങ്ങളുണ്ട്. ഇരിപ്പിടങ്ങൾ, വിവിധ അലങ്കാര വസ്തുക്കൾ എന്നിവ ഉണ്ടാക്കുന്നതിന് ചൂരൽ ഉപയോഗിക്കുന്നു.

സംസ്കൃതനാമം	: വേത്ര
ഇംഗ്ലീഷ്	: റാട്ടൻ, കോമൺ റാട്ടൻ
ശാസ്ത്രനാമം	: കാലാമസ് റോട്ടാങ്, കാലാമസ് ട്രാവൻ കോറിക്കസ്
	: Calamus rotang Linn.
കുടുംബം	: അരീക്കേസി, പാമേ
	. Arecaceae, Palmeae

വിവരണം: ഇന്ത്യയുടെ മദ്ധ്യ തെക്കുഭാഗങ്ങളിൽ കുന്നിൻ ചരിവുകളിലും കുറ്റിക്കാടുകളിലും കാണപ്പെടുന്നു. മഞ്ഞകലർന്ന വെള്ളനിറത്തോടുകൂടിയ മരത്തിലും മറ്റും പടർന്നു വളരുന്ന മുള്ളുള്ള കുറ്റിച്ചെടി. തണ്ടിനു നല്ല വഴക്കമുണ്ട്. പൂവും കായും വിത്തുമുണ്ട്.

ഔഷധയോഗ്യഭാഗങ്ങൾ: സമൂലം

ചില ഔഷധ ഉപയോഗങ്ങൾ: വേര് കഫം ഇളക്കും. പകർച്ചവ്യാധികളെ തടയും. രക്തം ശുദ്ധീകരിക്കും. മൂത്രം ഇളക്കും. പനി കുറയ്ക്കും. കുറഞ്ഞ രക്തസമ്മർദ്ദം, പിത്തം,

എരിച്ചിൽ, കുഷ്ഠം, ത്വക്ക്രോഗങ്ങൾ, മൂത്രാശയക്കല്ലുകൾ, ക്ഷീണം, മുഖത്തെ ചുവന്ന തടിപ്പുകൾ എന്നിവയ്ക്കു നല്ലതാണ്. പോഷകമാണ്. ഇല വയറിളക്കും. പിത്തം ത്വക്ക്രോഗങ്ങൾ എന്നിവയ്ക്കു നല്ലതാണ്. വിത്ത് രക്തം ശുദ്ധീകരിക്കും. കഫം ഇളക്കും. കഫം, ചുമ, ത്വക്ക്രോഗങ്ങൾ എന്നിവയ്ക്കു നല്ലതാണ്. ഇളംകൂമ്പ് വാതത്തിനും കഫത്തിനും നല്ലതാണ്. ചൂരലിന്റെ കായ ആളുകൾ ഭക്ഷിക്കാറുണ്ട്. ചൂരൽ കുടക്കാൽ, കസേര, ഊന്നുവടി മുതലായവ നിർമ്മിക്കാനുപയോഗിക്കുന്നു. കട്ടിലും കസേരയും വരിയാനും കുട്ട ഉണ്ടാക്കാനുമുപയോഗിക്കുന്നു.

ചെങ്ങഴുനീർകിഴങ്ങ്

(ചെങ്ങഴുനീർകൂവ)

സംസ്കൃതനാമം	: ഭൂമിചമ്പകാ, ഭൂചമ്പകാ, ഹല്ലക
ഇംഗ്ലീഷ്	: ഇന്ത്യൻ ക്രോക്കസ്
ശാസ്ത്രനാമം	: കേംഫേറിയ റോട്ടൻഡ
	: Kaempferia rotunda Linn.
ശാസ്ത്രനാമം	: സിഞ്ചിബറേസി
	: Zingiberaceae

വിവരണം: ഇന്ത്യയിലുടനീളം നനവുള്ള മണ്ണിൽ കാണപ്പെടുന്നു. കൃഷി ചെയ്തും വരുന്നു. സുഗന്ധമുള്ള സസ്യം. വെള്ളനിറത്തിലുള്ള സുഗന്ധവാഹിയായ പൂക്കളുണ്ട്. കിഴങ്ങുകളാണ് ഉപയോഗിക്കുന്നത്.

ഔഷധയോഗ്യഭാഗങ്ങൾ: കന്ദം

ചില ഔഷധ ഉപയോഗങ്ങൾ: കിഴങ്ങ് തുപ്പൽ വർദ്ധിപ്പിക്കുന്നതും, ഛർദ്ദി ഉണ്ടാക്കുന്നതുമാണ്. വാതം, കഫം, ഉദരരോഗങ്ങൾ, മുറിവ്, ആന്തരിക വ്രണങ്ങൾ, രക്തം കട്ടപിടിക്കൽ, മാരകമായ വളർച്ചകൾ, കാൻസർ മുഴകൾ, ശരീരത്തിലെ ദുർനീരുകൾ എന്നിവയ്ക്കു നല്ലതാണ്.

ചെറൂള

(ചെറുവൂള, ചെറുപൂള)

സംസ്കൃതനാമം	: ഭദ്ര, കൂറൻഢക, ഗോരക്ഷഗബക
ശാസ്ത്രനാമം	: ഏർവലനേറ്റ
	: Aerva lanata (Linn.)
കുടുംബം	: അമരാന്തേസി
	: Amaranthaceae

വിവരണം: ഇന്ത്യയിലുടനീളം പറമ്പുകളിലും വെളിമ്പ്രദേശങ്ങളിലും കാണപ്പെടുന്നു. അരമീറ്റർ വരെ ഉയരത്തിൽ വളരുന്ന ചെറിയ സസ്യം. ഇലകൾ ചെറുതാണ്. ഇലകളുടെ കക്ഷത്തു തന്നെ ചെറിയ പൂക്കളുമുണ്ട്. ചെറിയ പച്ചകലർന്ന വെള്ളനിറമാണ് പൂക്കൾക്ക്. കായും വിത്തുമുണ്ട്.

ഔഷധയോഗ്യഭാഗങ്ങൾ: സമൂലം

ചില ഔഷധ ഉപയോഗങ്ങൾ: വിരകളെ നശിപ്പിക്കുന്നതും മൂത്രം ഇളക്കുന്നതും കല്ല് നശിപ്പിക്കുന്നതും പഴുപ്പുണ്ടാക്കുന്നതുമാണ്. പൊള്ളലിനും ചുമയ്ക്കും തലവേദനയ്ക്കും ഉത്തമമാണ്.

സമൂലം കഷായം വച്ചു കഴിക്കുന്നത് മൂത്രതടസ്സം, മൂത്രത്തിൽകല്ല്, അർശസ്സ് എന്നിവയ്ക്കു നല്ലതാണ്.

പ്രമേഹത്തിന് ചെറൂള സമൂലം അരച്ച് തിളപ്പിച്ചാറിയ പാലിൽ ചേർത്ത് കഴിക്കുക. മൂത്രം ചുടീലിന് വേര് കഷായം വെച്ചു കഴിക്കുക.

ചെറൂള പാലിൽ അരച്ച് ഏലത്തരിയും തിപ്പലിപ്പൊടിയും ചേർത്ത് മൂന്നു ദിവസം കഴിച്ചാൽ മൂത്രത്തിൽകല്ല് മാറും. ചെറൂള ഏലത്തരിയും തിപ്പലിപ്പൊടിയും ചേർത്ത് കഴിക്കുന്നതും നല്ലതാണ്.

ചെറുതേക്ക്

തേക്കിന്റെ ഇലകളോട് സാദൃശ്യമുള്ള ഇല ഉള്ളതിനാലാവാം ഈ പേര്.

സംസ്കൃതനാമം : ഭാർഗി, ഖരശാക, കസാജിത്ത്, ബർബുറ, ബ്രാഹ്മണ്യാഷ്ടിക
ശാസ്ത്രനാമം : ക്ലെറോഡെൻഡ്രം സെറാറ്റം
: Clerodendrum Serratum (Linn.) Moon
കുടുംബം : വെർബനേസി
: Verbenaceae

വിവരണം: ഇന്ത്യയിലുടനീളം വനങ്ങളിൽ കാണപ്പെടുന്നു. ഇടത്തരം കുറ്റിച്ചെടി. നീലപ്പൂക്കൾ. കായുണ്ട്.

ഔഷധയോഗ്യഭാഗങ്ങൾ: വേര്, ഇല.

ചില ഔഷധ ഉപയോഗങ്ങൾ: വേര് ദഹനം വർദ്ധിപ്പിക്കും. വായുകോപം ഇല്ലാതാക്കും. വയറിന്റെ രോഗങ്ങൾക്ക് നല്ലതാണ്. വിരയിളക്കും. രക്തം ശുദ്ധീകരിക്കും. കഫം ഇളക്കും. ഉത്തേജകമാണ്. കഫം, വാതം, വീക്കം, വെള്ളദ്ദാഹം, ഭക്ഷണത്തോടു താല്പര്യമില്ലായ്മ, വായുകോപം, ചുമ, ആസ്ത്മ, മുഴകൾ, കുഷ്ഠം, ക്ഷയം, മൂക്കിന്റെ വിങ്ങൽ, ത്വക്ക്രോഗങ്ങൾ, വെള്ളപ്പാണ്ഡ്, ശരീരത്തിലെ ദുർനീരുകൾ എന്നിവയ്ക്കു നല്ലതാണ്. ഇലകൾ അരച്ചിടുന്നത് തലവേദനയ്ക്കും കണ്ണു രോഗങ്ങൾക്കും നല്ലതാണ്.

ചെറുകാര

(കാരമുള്ള്, കാര, കണ്ടങ്കാര)

കാരച്ചെടി പലയിനത്തിലുണ്ട്. എല്ലാത്തിനും മുള്ള് ഉണ്ട്.

സംസ്കൃതനാമം : ഗാംങ്ങേരുകി, ഛായാതിനിശ
ഇംഗ്ലീഷ് : കാറായ ചെഡീ

ശാസ്ത്രനാമം: കാന്തിയം റീഡൈ, കാന്തിയം പർവിഫ്ളോറം

: Canthium parviflorum Lam.

കുടുംബം: റൂബിയേസി

: Rubiaceae

വിവരണം: ഇന്ത്യയിൽ ഉടനീളം കയ്യാലകളിലും കുന്നുകളിലും കാടുകളിലും കാണപ്പെടുന്നു. നിവർന്നുവളരുന്ന മുള്ളുകളുള്ള ചെടി. മഞ്ഞ കലർന്ന വെള്ളനിറത്തിലുള്ള പൂക്കൾ. കായയുണ്ട്.

ഔഷധയോഗ്യഭാഗങ്ങൾ: വേര്, ഇല.

ചില ഔഷധ ഉപയോഗങ്ങൾ: മൂത്രം ഇളക്കും. വായുകോപം ശമിപ്പിക്കും. മലബന്ധം ഉണ്ടാക്കും. വിരനിളക്കും. പോഷകമാണ്. കഫം, വയറിളക്കം, പനി, വെള്ളപോക്ക്, ആമാശയ റീക്കങ്ങൾ, വിളർച്ച എന്നിവയ്ക്കു നല്ലതാണ്. ഇല ഇട്ടു വെന്ത വെള്ളംകൊണ്ട് വായ് കഴുകിയാൽ വായ്പുണ്ണ് ശമിക്കും. വേര് ചതച്ചുണ്ടാക്കുന്ന കഷായം കരളിന്റെ തടസ്സങ്ങൾ നീക്കും. രക്തം ശുദ്ധീകരിക്കും.

ചെറുനാരകം

ദാഹശമനത്തിനായി ചെറുനാരങ്ങയുടെ നീര് വ്യാപകമായി ഉപയോഗിച്ചു വരുന്നു. അച്ചാറാക്കി ഭക്ഷണത്തോടൊപ്പം ഉപയോഗിക്കുന്നു. മംഗള കർമ്മങ്ങളിൽ നാരങ്ങ ഉപയോഗിച്ചു വരുന്നു.

സംസ്കൃതനാമം	: ദന്തശാം, ജംബീര, നിംബുക, ജംബക
ഇംഗ്ലീഷ്	: ലൈം
ശാസ്ത്രനാമം	: സിട്രസ്ലെമൺ
	: Citrus limon (Linn.) Burm.f.
കുടുംബം	: റൂട്ടേസി
	: Rutaceae

വിവരണം: ഇന്ത്യയിലുടനീളം തൊടികളിലും മറ്റും നട്ടുവളർ

ത്തുന്നു. തോട്ടങ്ങളായി കൃഷിചെയ്തും വരുന്നു. അനേകം ശാഖകളും മുള്ളുകളുമുള്ള വലിയ കുറ്റിച്ചെടി. കടുംപച്ചനിറത്തിലുള്ള ചെറിയ ഇലകൾ. പ്രത്യേക സുഗന്ധമുണ്ട്. വെള്ളപ്പൂക്കൾ. പച്ചനിറത്തിലുള്ള ഉരുണ്ട കായ (നാരങ്ങ). മൂക്കുമ്പോൾ മഞ്ഞനിറമാകും. അകത്ത് വിത്തുകൾ.

ഔഷധയോഗ്യഭാഗങ്ങൾ: നാരങ്ങ, ഇല, പൂവ്, നാരങ്ങാത്തോടിൽനിന്നും ഇലയിൽനിന്നും പൂവിൽനിന്നും എടുക്കുന്ന തൈലം.

ചില ഔഷധ ഉപയോഗങ്ങൾ: ചെറുനാരങ്ങയിൽ സിട്രിക് അമ്ലം ധാരാളം അടങ്ങിയിട്ടുള്ളതുകൊണ്ട് ഇതിന്റെ നീര് സ്കർവിരോഗം ശമിപ്പിക്കുകയും വരാതെ നോക്കുകയും ചെയ്യും. നാരങ്ങാനീരിന് ശരീരത്ത് അടിഞ്ഞുകൂടുന്ന അനാവശ്യദ്രവ്യങ്ങളെ അലിയിച്ചുകളയുന്നതിനുള്ള ശക്തിയുണ്ട്. ചെറുനാരങ്ങാനീര് മസൂരി, അഞ്ചാംപനി എന്നിവയ്ക്കും ഉദരം, ആന്ത്രം, ഗർഭപാത്രം, വൃക്കകൾ മുതലായ ആന്തരാവയവങ്ങളിൽനിന്നുള്ള രക്തസ്രാവത്തിനും നല്ലതാണ്. ഒന്നോ രണ്ടോ ചെറുനാരങ്ങയുടെ നീര് ഒരു ഗ്ലാസ്സ് തിളയ്ക്കുന്ന വെള്ളത്തിലൊഴിച്ചു പഞ്ചസാരയും ചേർത്ത് രാത്രി ഉറങ്ങാൻ നേരത്തു കഴിച്ചാൽ ജലദോഷത്തിന് അത്ഭുതകരമായ ഫലം ലഭിക്കും. ഹിസ്റ്റീരിയ എന്ന മാനസികരോഗം കൊണ്ടുണ്ടാകുന്ന ഹൃദയമിടിപ്പിന് ഇതിന്റെ നീര് അര ഔൺസ് വീതം കഴിക്കാം. നെഞ്ചുരുക്കത്തിന് (ഹാർട്ട്ബേൺ) ഒരു ചെറുനാരങ്ങയുടെ പകുതിയുടെ നീര് കുറച്ചു വെള്ളത്തിൽ ചേർത്ത് കൊടുത്താൽ ശമിക്കും. ധാരാളം വെള്ളം ചേർത്തു കൊടുത്താൽ കോളറയിലും സന്നിപാത

ത്തിലും അണുനാശകമായിത്തീരും. വയറിളക്കത്തിനും വളരെ നല്ലതാണ്. ചെറുനാരങ്ങാനീരു കൊണ്ടുണ്ടാക്കിയിട്ടുള്ള ലമണേഡ് കഴിക്കുന്നത് രക്തവാതം, ആമവാതം എന്നിവയ്ക്കു നല്ലതാണ്. ഇത് രാവിലെ ഭക്ഷണത്തിനു മുമ്പും രാത്രി ഉറങ്ങാൻ നേരത്തും കഴിക്കുന്നത് ഉദരശുദ്ധിക്കും മലശോധനയ്ക്കും നല്ലതാണ്. കുറച്ചുചെറുനാരങ്ങാനീരും അത്രയും വെള്ളവും പഞ്ചസാരയും ചേർത്തു നക്കിയാൽ ഛർദ്ദിയും അജീർണ്ണവും ശമിക്കും. പ്രമേഹത്തിലെ വെള്ളദ്ദാഹം ശമിക്കുന്നതിന് ഭക്ഷണങ്ങൾക്കിടയിൽ കഴിക്കുകയോ നാരങ്ങാവെള്ളം കുടിക്കുകയോ ചെയ്താൽ മതി. ദിവസേന നാരങ്ങാ ഉപ്പുകൂട്ടി കഴിക്കുന്നത് പ്ലീഹാവൃദ്ധിയിൽ നല്ലതാണ്. ആവണക്കെണ്ണ കൊണ്ടുണ്ടാക്കുന്ന വയറിളക്കത്തിന് പഞ്ചസാരയിട്ട് നാരങ്ങാനീര് പിഴിഞ്ഞൊഴിച്ച ഒരു ഗ്ലാസ്സ് ചൂടുവെള്ളം കുടിച്ചാൽ മതി. ചെറുനാരങ്ങയും ഇഞ്ചിയും ഒരുനുള്ള് ഉപ്പുംകൂട്ടി ഭക്ഷണത്തിനു മുമ്പു കഴിച്ചാൽ കഫവായുക്കൾ ശരിയാവുകയും രുചി വർദ്ധിക്കുകയും കുടലുകളുടെ പ്രവർത്തനം ത്വരിതപ്പെടുത്തി മലബന്ധം ഇല്ലാതാക്കുകയും ചെയ്യും. ചെറുനാരങ്ങാനീരും തേനും ചെറിയ ചൂടിലുള്ള വെള്ളവും കൂട്ടിയോജിപ്പിച്ചു രാവിലെ വെറുംവയറ്റിൽ സേവിച്ചാൽ തടി കുറയുന്നതാണ്. ഗർഭച്ഛർദ്ദിക്കും ഇതു നല്ലതാണ്. ഒരു ചെറുനാരങ്ങായുടെ നീരിൽ ഒരു കോഴിമുട്ട ഉടയ്ക്കാതെ ഇട്ടുവെച്ച് പിറ്റേദിവസം അതു മുഴുവനും അടിച്ചു യോജിപ്പിച്ച് സേവിക്കുന്നത് ചിലതരം ആസ്ത്മ രോഗികളിൽ ഒരു സിദ്ധൗഷധമാണ് കൊതുകു കടിച്ചിട്ടുണ്ടാകുന്ന ചൊറിച്ചിലിനും ഢണുപ്പുകൊണ്ടുള്ള വാതക്കുരു, വിള്ളൽ മുതലായവയ്ക്കും നാരങ്ങാനീരു പുറമേ പുരട്ടുന്നത് നല്ലതാണ്. നാരങ്ങാനീരു ദേഹത്തു പുരട്ടിക്കിടന്നാൽ കൊതുകു കടിക്കുകയില്ല. വാതംകൊണ്ടുള്ള കടീവേദനയിൽ ചെറുനാരങ്ങാ മുറിച്ചതുകൊണ്ട് ഉരസുന്നതു നല്ലതാണ്. തലമുടിയിലും തലയിലും നാരങ്ങാനീരു തേച്ചാൽ താരണം ശമിക്കും. പൊങ്കാരവും ഗന്ധകവും ചെറുനാരങ്ങാനീരിൽ ചാലിച്ചു പുരട്ടിയാൽ വട്ടച്ചൊറി വേഗത്തിൽ സുഖപ്പെടും. വേനൽക്കാലങ്ങളിൽ മൂന്നിൽരണ്ടു ഭാഗം നാരങ്ങാനീരും ഒരുഭാഗം ശുദ്ധജലവുമായി കലർത്തി പഞ്ഞിമുക്കി മുഖം ഉൾപ്പെടെ തുടയ്ക്കുന്നത് നിറം വർദ്ധിക്കുന്നതിന് ഇടയാക്കും. ചെറുനാരങ്ങായുടെ തോട് ഉണക്കിയ ചാരം വെള്ളത്തിൽ ചേർത്തു കഴിക്കുന്നത് ഓക്കാനം ശമിപ്പിക്കാൻ നല്ലതാണ്. തോടുകൊണ്ടു സ്റ്റീൽപാത്രങ്ങൾ കഴുകിയാൽ പാത്രം വൃത്തിയാകും. തൊണ്ടിൽനിന്നും കുരുവിൽ നിന്നും പൂവിൽനിന്നും എടുക്കുന്ന തൈലം ഒരു ഉത്തേജകദ്രവ്യമാണ്.

ചെറുനാരങ്ങ ദഹനവും രുചിയുമുണ്ടാക്കും. വായുകോപം ശമിപ്പിക്കും. മലവും മൂത്രവുമിളക്കും. വിരയിളക്കും. ഉത്തേജകമാണ്. പഴുപ്പിനെ ചെറുക്കും (ആന്റിസെപ്റ്റിക്) കൊതുകിനെ അകറ്റും. വാതം, കഫം, വെള്ളദ്ദാഹം, സ്കേബീസ്, മയക്കം, വായ്നാറ്റം, ഛർദ്ദിൽ, കാൽവിറയൽ, മനോരോഗങ്ങൾ, ചുമ, ബ്രോങ്കൈറ്റിസ്, ഒരുവശത്തെ തലവേദന എന്നിവയ്ക്കു നല്ലതാണ്. ചെറുനാരങ്ങാ നീരിൽ ചൂടുവെള്ളം ഒഴിച്ച്

അതിൽ കൈമുക്കിവച്ചാൽ നഖത്തിന് നല്ല തിളക്കം കിട്ടും.

ഒരു പഴുത്ത ചെറുനാരങ്ങ ചെളികൊണ്ടു പൊതിഞ്ഞ് തീക്കനലിലിട്ടു ചുട്ടെടുത്ത് പിഴിഞ്ഞനീരിൽ തേൻ ചേർത്ത് കണ്ണിൽ ഒഴിക്കുന്നത് വെള്ളെഴുത്തിനു നല്ലതാണെന്നു പറയുന്നു. ചെറുചൂടുവെള്ളത്തിൽ നാരങ്ങാനീരു ചേർത്തു കുടിച്ചാൽ മലബന്ധം മാറും. ചെറുനാരങ്ങാനീരിൽ പഞ്ചസാര ചേർത്ത് ഏഴുദിവസം കഴിച്ചാൽ പനി മാറും. ചെറുനാരങ്ങാനീര് തേങ്ങാപ്പാലിൽ ചേർത്തു തലയിൽ പുരട്ടിയാൽ താരണം മാറും. വയറുകടിക്ക് ചെറുചൂടു കട്ടൻചായയിൽ നാരങ്ങാനീരു പിഴിഞ്ഞ് കഴിക്കുന്നതു നല്ലതാണ്.

മൂക്കിൽനിന്നും രക്തം വന്നാൽ പഞ്ചസാരയും ഉപ്പും ചേർത്ത നാരങ്ങാവെള്ളം കുടിക്കുകയും ചെറുനാരങ്ങയുടെ രണ്ടുതുള്ളിനീര് മൂക്കിലൊഴിക്കുകയും ചെയ്യുക. കഫശല്യത്തിന് ചെറുനാരങ്ങാവെള്ളം തേൻ ചേർത്ത് കഴിക്കുക. അരുചിക്ക് ചെറുനാരങ്ങാനീരിൽ അല്പം ഉപ്പു ചേർത്തു കുടിക്കുക. ദഹനക്കേടിന് ചെറുനാരങ്ങാനീര് ഒന്നും ചേർക്കാതെ കഴിക്കുക. വിശപ്പില്ലായ്മക്ക് നാരങ്ങാനീര് പുതിനയിലയോ ഇഞ്ചിനീരോ സമം ചേർത്ത് കഴിക്കുക. കുഴിനഖം ബാധിച്ച വിരൽ ചെറുനാരങ്ങയിൽ കടത്തി വച്ചാൽ കുഴിനഖം മാറും. സന്ധിവേദനയ്ക്ക് ചെറുനാരങ്ങാ നീരും വെളിച്ചെണ്ണയും ചേർത്തു പുരട്ടുക. ചുണങ്ങിന് ചെറുനാരങ്ങാനീരിൽ ഉപ്പിട്ട് ചുണങ്ങിൽ തേക്കുക. രക്തശുദ്ധിക്ക് ചെറുനാരങ്ങാനീര് കഴിക്കുന്നത് ഫലപ്രദമാണ്. രോഗപ്രതിരോധശേഷിക്ക് തേൻ ചേർത്ത് ചെറുനാരങ്ങാ വെള്ളം ദിവസേന രാവിലെ കുടിക്കുക. മുഖക്കുരുവിന് ചെറുനാരങ്ങാനീരിൽ വെള്ളം ചേർത്ത് മുഖം കഴുകുക. പേൻശല്യത്തിന് നാരങ്ങാനീരിൽ വെളുത്തുള്ളി അരച്ചു ചേർത്ത് തലയിൽ പുരട്ടുക.

ചെറുനാരങ്ങാനീര് അധികം അകത്തു ചെല്ലുന്നത് ചോരയിലെ രക്താണുക്കളിൽ യൂറിക് അമ്ലം ഉല്പാദിപ്പിക്കുന്നതിനിടയാക്കുമെന്നും വളരെക്കാലം തുടർന്നുപയോഗിച്ചാൽ ദഹനശക്തി കുറയ്ക്കുകയും രക്തം ദുഷിപ്പിക്കുകയും ചെയ്യുമെന്നും പറയപ്പെടുന്നു.

ചെറുപയർ

ഉറപോലുള്ള ആവരണങ്ങളിൽ ഉണ്ടാകുന്ന പയർമുതലായ ധാന്യങ്ങളെ ശിംബിധാന്യങ്ങളെന്നാണ് സംസ്കൃതത്തിൽ അറിയപ്പെടുന്നത്. ഇത്തരം ധാന്യങ്ങളിൽ (ശിംബീധാന്യങ്ങൾ) വച്ച് ഏറ്റവും ശ്രേഷ്ഠമായിട്ടുള്ളത് ചെറുപയറാണ്. ചെറുപയർ പച്ചയും വെളുത്തതും മഞ്ഞയും തുടങ്ങി ഏഴുതരത്തിലുള്ളതായി കാണപ്പെടുന്നു. ഇതിൽ ഏറ്റവും നല്ലത് പച്ചനിറത്തിലുള്ളതാണ്. കാട്ടിലുണ്ടാകുന്ന ചെറുപയറിനും നാട്ടുപയറിന്റെ അതേ ഗുണങ്ങൾ തന്നെയാണ്.

സംസ്കൃതനാമം : മുദ്ഗാ, ശിംബിശ്രേഷ്ഠാ, രസോത്തമ
ഇംഗ്ലീഷ് : ഗ്രീൻഗ്രാം, ഗോൾഡൻ ഗ്രാം
ശാസ്ത്രനാമം : വിഗ്നാ റേഡിയേറ്റാ
: Vignaradiata (Linn.) Wilczek
കുടുംബം : ഫേബേസ്യേ
: Fabaceae

വിവരണം: ഇന്ത്യയിലുടനീളം കൃഷിചെയ്തുവരുന്നു. കാട്ടിലുമുണ്ടാകുന്നു. കുറച്ചുനേരെ വളരുന്ന വാർഷികച്ചെടി. ഇലയ്ക്കു മൂന്നു ദലങ്ങളുണ്ട്. കടുംപച്ചനിറം. പൂക്കൾ വിവിധ കുലകളായി കാണപ്പെടുന്നു.

ഔഷധയോഗ്യഭാഗങ്ങൾ: വിത്ത് (ചെറുപയർ)

ചില ഔഷധ ഉപയോഗങ്ങൾ: വിത്ത് (ചെറുപയർ) ശീതമാണ്. കാമവർദ്ധകമാണ്. മുലപ്പാൽ വർദ്ധിപ്പിക്കും. മൂത്രമിളക്കും. രക്തവാർച്ച തടയും. ദഹനമുണ്ടാക്കും. പോഷകമാണ്. മലബന്ധമുണ്ടാക്കും. കഫം, പിത്തം, മുലപ്പാലില്ലായ്മ, ക്ഷതം, ത്വക്ക് രോഗങ്ങൾ, സ്കേബീസ്, വെള്ളപ്പാണ്ഡ്, ഗൊണോറിയ, ആസ്ത്മ, മൂക്കിൽനിന്നുള്ള രക്തവാർച്ച, തളർച്ച, തലവേദന, വെർട്ടിഗോ, ഞരമ്പുരോഗങ്ങൾ, കണ്ണിന്റെ രോഗങ്ങൾ, ജ്വരം, ക്ഷീണം എന്നിവയ്ക്കു നല്ലതാണ്.

ജ്വരങ്ങളിൽ ഉണ്ടാകുന്ന വെള്ളദ്ദാഹത്തിനു ചെറുപയർ നല്ലതാണ്. കൂടുതൽ കഴിച്ചാൽ മലം അയയും. ഇതു പൊടിച്ചിടുന്നത് ചുട്ടു പുകച്ചിലിനു നന്ന്. അരച്ചുപുരട്ടിയാൽ മുലപ്പാൽ കുറയും. സ്തനഗ്രന്ഥികളുടെ വലിപ്പം ചുരുക്കുകയും ചെയ്യും. രോഗശേഷം വരുന്ന ക്ഷീണത്തിന് ചെറുപയറിന്റെ ചാർ വിശേഷമാണ്. ശരീരത്തിന് മാർദ്ദവം കിട്ടുന്നതിന് പയർ പൊടിച്ചു തേച്ചാൽ മതി. തല ശുദ്ധിയാക്കുന്നതിനും നല്ലതാണ്. ചെറുപയർ കഫം, വാതം, പിത്തം ഇവ ശമിപ്പിക്കും. മൂത്രരോഗങ്ങൾക്കും കണ്ണിനും രക്തവാതത്തിനും കൃമിക്കും വയർവീക്കത്തിനും നല്ലതാണ്.

പയർ വറത്തു പൊടിച്ച് ശർക്കരയോ പഞ്ചസാരയോ ചേർത്തു കൊടുക്കുന്നത് കുട്ടികൾക്ക് ദഹനത്തിനും ഓർമ്മശക്തി കൂടുന്നതിനും നല്ലതാണ്. പയറുപൊടി തലയിൽ തേച്ചുകുളിച്ചാൽ അകാലനര ഒഴിവാക്കാം.

ചെമ്പരത്തി

ചെമ്പരത്തിക്ക് ആയിരത്തിലധികം ഇനങ്ങളുണ്ട്. പൂക്കളുടെ ആകൃതി, നിറം, വലിപ്പം, ഇലകളുടെ ആകൃതി, വലിപ്പം ഒക്കെ വ്യത്യാസപ്പെട്ടിരിക്കുന്നു. സാധാരണയായി കാണുന്ന ചുവന്ന ഇടത്തരം പൂവുള്ള ഇനത്തെയാണ് ചെമ്പരത്തി എന്നു സാമാന്യമായി ഉദ്ദേശിക്കുന്നത്.

സംസ്കൃതനാമം	: ജപാ, ഓൺഡ്രപുഷ്പി, രംഗപുഷ്പി
ഇംഗ്ലീഷ്	: ഷൂഫ്ളവർ പ്ലാന്റ്, ചൈനീസ് ഹിബിസ്കസ്
ശാസ്ത്രനാമം	: ഹൈബിസ്കസ് റോസാ സൈനെൻസിസ്
	: Hibiscus rosa - sinensis Linn.
കുടുംബം	: മാൽവേസി
	: Malvaceae

വിവരണം: ഇന്ത്യയിലുടനീളം പൂന്തോട്ടങ്ങളിലും വേലികളിലും നട്ടുപിടിപ്പിക്കുന്നു. സമൃദ്ധമായ കടുംപച്ചനിറത്തിലുള്ള ഇലകളും ചുവന്നതും മറ്റു ധാരാളം നിറത്തിലുള്ളതുമായ പൂക്കൾ ഉള്ള ഒരു നിത്യഹരിത കുറ്റിച്ചെടി. തണ്ടുനട്ടു പ്രജനനം നടത്തുന്നു. ഇലയും പൂവും ഞെരടിയാൽ വഴുവഴുപ്പുള്ള ദ്രാവകം കിട്ടും.

ഔഷധയോഗ്യഭാഗങ്ങൾ: വേര്, ഇല, പൂവ്.

ചില ഔഷധ ഉപയോഗങ്ങൾ: വേര് സ്വാസ്ഥ്യം നല്കും. വായു കോപം ശമിപ്പിക്കും. ചുമ, ഗുഹ്യരോഗങ്ങൾ, പനി, അമിതവും നീണ്ടതുമായ ആർത്തവം, ചൊറിച്ചിൽ എന്നിവയ്ക്കു നല്ലതാണ്. ഇല തണുപ്പു നല്കുന്നതും വേദനകുറയ്ക്കുന്നതും രക്തം ശുദ്ധീകരിക്കുന്നതുമാണ്. എരിച്ചിൽ, കരൾരോഗങ്ങൾ, മയക്കം, ശരീരത്തിലെ പഴുപ്പ്, മറുപിള്ളയെ പുറന്തള്ളൽ, ത്വക്ക്രോഗങ്ങൾ എന്നിവയ്ക്കു നല്ലതാണ്. ഇല ഞെരടി തലയിൽ തേക്കുന്നത് അഴുക്കുകൾ പോകുന്നതിനും തല വൃത്തിയാകുന്നതിനും നല്ലതാണ്. പൂക്കൾ രക്തം ശുദ്ധീകരിക്കുന്നതും

സ്നിഗ്ദ്ധത നല്കുന്നതും മുടിവളരാൻ സഹായിക്കുന്നതും കാമവർദ്ധകവും സ്വാസ്ഥ്യം നല്കുന്നതും ആർത്തവം തിരികെ കൊണ്ടുവരുന്നതുമാണ്. രക്തസ്രാവം നിർത്തുന്നതിനും ഹൃദയരോഗങ്ങൾക്കും നല്ലതാണ്. ഇത് നല്ലൊരു മസ്തിഷ്ക ഔഷധമാണ്. കഫം, പിത്തം, പൊള്ളൽ, തടിപ്പ്, അപസ്മാരം, ക്ഷീണം, ശുക്ലക്ഷയം, ത്വക്ക്രോഗങ്ങൾ, കുഷ്ഠം, പ്രമേഹം, വയറിളക്കം, രക്തം തുപ്പുക അമിതവും നീണ്ടതുമായ ആർത്തവം, മൂത്രനാളിയിൽനിന്നുള്ള സ്രവങ്ങൾ എന്നിവയ്ക്കു നല്ലതാണ്. പൂവ് ഞെരടി വെള്ളത്തോടൊപ്പം തലയിൽ തേക്കുന്നത് തല കഴുകാൻ നല്ലതാണ്.

വേരു പൊടിച്ച് എണ്ണയോടൊപ്പം കഴിച്ചാൽ അമിത ആർത്തവം നിലയ്ക്കും. കുരുന്നിലകൾ ചതച്ച് വെണ്ണചേർത്തു പരുക്കൾക്കുമേൽ വച്ചാൽ എളുപ്പം പഴുക്കും. കുരുന്നിലകൾ ചതച്ച് വെള്ളത്തിലിട്ടു കുടിക്കുന്നത് ചിക്കൻ പോക്സിനു നല്ലതാണ്. ശർക്കര ചേർത്തു കഴിക്കുന്നത് കരൾ എരിച്ചിലിനും നല്ലതാണ്.

മുടി കറുക്കാൻ ചെമ്പരത്തിപ്പൂവും ഇലയും താളിയാക്കി നിത്യേന തലയിൽ തേച്ചു പിടിപ്പിക്കുക. ചെമ്പരത്തിപ്പൂവ് വെയിലത്തുണക്കി അത് വെളിച്ചെണ്ണയിലിട്ട് ഒരാഴ്ച വെയിലിൽ ചൂടാക്കി വയ്ക്കുക. അത് നിത്യേന ഉപയോഗിച്ചാലും മുടി കറക്കും. വെള്ളപോക്കിന് ചെമ്പരത്തി കഷായം വച്ചു കുടിക്കുക.

ചെമ്പരത്തിമൊട്ട് പാലിൽ അരച്ചു സേവിക്കുന്നത് സ്ത്രീകളുടെ അമിത രക്തം പോക്കിന് നല്ലതാണ്. ചെമ്പരത്തിയിലയും നെല്ലിയിലയും വറുത്തു പൊടിച്ചു നെയ്യിൽ ചാലിച്ച് കഴിക്കുന്നത് ശബ്ദം തെളിയുന്നതിന് നല്ലതാണ്.

ചെമ്പ്രാവള്ളി

വിവരണം: വലിയ ഉയരത്തിൽ പടർന്നു വളരുന്ന വള്ളിച്ചെടി. നല്ല വലിപ്പമുള്ള വട്ടത്തിലുള്ള ഇലകൾ. തണ്ട് മാംസളമാണ്. വേരു മുറ്റിയുണ്ടാകുന്ന നീണ്ട ചെറിയ കിഴങ്ങുകളാണുപയോഗിക്കുന്നത്. പൂവും കായുമുണ്ട്.

ഔഷധയോഗ്യഭാഗങ്ങൾ: കിഴങ്ങ്

ചില ഔഷധ ഉപയോഗങ്ങൾ: നീരു വറ്റിക്കുന്നതിന് കിഴങ്ങ് കഷായം വച്ചു സേവിക്കുന്നതു നല്ലതാണ്.

ചേന

കിഴങ്ങുവർഗ്ഗങ്ങളിൽ ഏറ്റവും നല്ലതു ചേനയാണ്. കഫം നശിപ്പിക്കുന്നതും അഗ്നി വർദ്ധിപ്പിക്കുന്നതും രുചിയുണ്ടാക്കുന്നതുമാണ്. അർശോരോഗത്തിൽ പ്രത്യേകിച്ച് ഗുണപ്രദമാണ്. കാട്ടിൽ വളരുന്ന വനസൂരണ (കാട്ടുചേന) ത്തിനാണ് ഗുണം കൂടുതൽ. ഭക്ഷണമായിട്ടുപയോഗിക്കുന്നു. ഇലയും തടയും ചില സ്ഥലങ്ങളിൽ തോരനോ കറിവച്ചോ ഉപയോഗിക്കാറുണ്ട്. ചേനയിലുള്ള കാത്സ്യം ഓക്സലൈറ്റാണ് ചേന മുറിക്കുമ്പോൾ ശരീരത്ത് ചൊറിച്ചിലുണ്ടാക്കുന്നത്.

സംസ്കൃതനാമം: സൂരണം

ഇംഗ്ലീഷ്: എലിഫന്റ് ഫൂട്ട് യാം

ശാസ്ത്രനാമം : അമോർഫോഫാലസ്കാംപാനുലേറ്റസ് ഡെൻസെ, അമോർഫോഫാലസ്പയോനിഫോളിയസ്

: Amorphophallus paeoniifolius (Dennst.) Nicolson var. companulatus (Decne.) Sivad.

കുടുംബം : അരാസ്യേ

: Araceae

വിവരണം: ഇന്ത്യയിലുടനീളം കൃഷിചെയ്തു വരുന്നു. രണ്ടുമീറ്റർവരെ ഉയരത്തിൽ വളരുന്ന ഒറ്റത്തണ്ടായുള്ള സസ്യം. പൂവുണ്ട്. ഭൂമിക്കടിയിൽ വളരുന്ന കന്ദമാണ് ചേന. കന്ദം ഉപയോഗിച്ച് പ്രജനനം നടത്തുന്നു.

ഔഷധയോഗ്യഭാഗങ്ങൾ: ചേന, ഇല, തട.

ചില ഔഷധ പ്രയോഗങ്ങൾ: ചേന മണ്ണിൽ പൊതിഞ്ഞ് ചുട്ട് ഉപ്പും എണ്ണയും കൂട്ടി കഴിക്കുന്നത് രക്തം പോകുന്നതും പോകാത്തതുമായ അർശോരോഗികൾക്ക് വളരെ നല്ലതാണ്. അർശോരോഗചികിത്സയ്ക്ക് കാട്ടുചേനയാണ് കൂടുതൽ ഫലപ്രദം. അതു ശുദ്ധിചെയ്തിട്ടു വേണം ഉപയോഗിക്കാൻ. മോരിലിട്ടു വെക്കുകയോ വെച്ചൂറ്റുകയോ ചെയ്താൽ ശുദ്ധിവരും. വാതനീരുകൊണ്ടുള്ള വേദനയ്ക്ക് ചേന അരച്ചുപുരട്ടുന്നത് നല്ലതാണ്. കിഴങ്ങ് ചെങ്കണ്ണ് ശമിപ്പിക്കുന്നതിനും ഗർഭപാത്ര സങ്കോചത്തിനും ഉത്തമമാണ്.

ചേന ദഹനം വർദ്ധിപ്പിക്കുകയും രുചിവർദ്ധിപ്പിക്കുകയും കരൾ പോഷണമായി പ്രവർത്തിക്കുകയും ക്ഷീണവും അനാരോഗ്യവും ഇല്ലാതാക്കുകയും ചെയ്യും. വാതം, കഫം എന്നിവ ഇല്ലാതാക്കും. ബ്രോങ്കൈറ്റിസ്, അസ്ത്മ, പ്ലീഹാരോഗങ്ങൾ, ചുമ, വേദനയേറിയ ആർത്തവം, വായുകോപം, കണ്ണിന്റെ രോഗങ്ങൾ എന്നിവയ്ക്കും ഉത്തമമാണ്. ദഹനവും രുചിയും ഉണ്ടാക്കും. ഉദര രോഗങ്ങൾക്കു നല്ലതാണ്. വിരയിളക്കും.

കാമം വർദ്ധിപ്പിക്കും. ഉത്തേജകമാണ്. ആർത്തവം തിരികെ കൊണ്ടുവരും. വേദനകുറയ്ക്കും. വീക്കത്തെയും ക്ഷതത്തെയും ചെറുക്കും. രക്ത വാർച്ച തടയും കഫമിളക്കും. സന്ധിവേദന, മന്ത്, മുഴകൾ, ഛർദ്ദി, ചുമ, വെള്ളദ്ദാഹം, മലബന്ധം, കരൾ രോഗങ്ങൾ, ആർത്തവ ക്രമക്കേടുകൾ, പ്രയാസമേറിയതും നീണ്ടതുമായ ആർത്തവം, ശുക്ലക്ഷയം, വിളർച്ച, ബോധക്ഷയം, ക്ഷീണം എന്നിവയ്ക്കു നല്ലതാണ്. വേര് കണ്ണിന്റെ രോഗങ്ങൾക്കു നല്ലതാണ്. ആർത്തവം തിരികെ കൊണ്ടുവരും. പൊള്ളലിനു നല്ലതാണ്.

ചേര്

(തേങ്കൊട്ട, ചെറുമരം, ചേർക്കുരു)

ഇലയിലെയും തടിയിലെയും കായിലെയും നീരു പൊള്ളിക്കും. ചെറിയ സമ്പർക്കംകൊണ്ടും അടുത്തുകൂടി പോയാലും ശരീരമാസകലം തടിച്ചു പൊന്താനും പൊള്ളാനും സാധ്യതയുണ്ട്. പാലോ വെണ്ണയോ കഴിക്കുകയോ മറ്റു പ്രതിവിധികൾ ഉടനടി ചെയ്യുകയോ വേണം. പഴത്തിൽനിന്നും തൊലിയിൽനിന്നും ഫലഭിത്തിയിൽനിന്നും വെട്ടിയെടുക്കുന്ന കറ ചുണ്ണാമ്പുമായി ചേർത്ത് പരുത്തിത്തുണികളിൽ ചായം ചേർക്കുന്നതിന് ഉപയോഗിക്കാറുണ്ട്. അലക്കുകാരും ഈ മഷി ഉപയോഗിക്കുന്നുണ്ട്. അതിനാലാവാം ഡോബിനട്ട്ട്രീ മാർക്കിങ് നട്ട് ട്രീ എന്ന് ഇംഗ്ലീഷിൽ പേരു വന്നത്. ചേർക്കുരുവിന്റെ പരിപ്പ് കറപറ്റാതെയെടുത്താൽ ഭക്ഷ്യയോഗ്യമാണ്. ചേരുമരത്തിന്റെ അരികെകൂടി പോയാൽ ചിലപ്പോൾ പൊള്ളലേൽക്കാം. അങ്ങനെയുണ്ടാകുന്ന ചേരിന്റെ പക മാറാൻ താന്നിയെ വലംവെച്ചാൽ മതി.

സംസ്കൃതനാമം : ഭല്ലാതകം, അരുസ്കര
ഇംഗ്ലീഷ് : മാർക്കിങ് നട്ട് ട്രീ, ഓറിയന്റൽ കാഷ്യു, ഡോബിനട്ട് ട്രീ

ശാസ്ത്രനാമം : ഹോളിഗാർന്ന അർനോട്ടിയാന, സെമികാർപ്പസ്അനാകാർഡിയം
: Holigarna arnottiana Hook f.

കുടുംബം : അനാകാർഡിയേസി
: Anacardiaceae

വിവരണം: ഇന്ത്യയിലുടനീളം അർദ്ധനിത്യഹരിത വനങ്ങളിലും നനവുള്ള ഇലകൊഴിയും വനങ്ങളിലും കാവുകളിലും കണ്ടുവരുന്നു. ഇടത്തരം വൃക്ഷം, സാധാരണ ഇലകൾ, പച്ചകലർന്ന വെള്ളനിറത്തിലുള്ള പൂക്കൾ. ചെറിയ പഴത്തിന്റെ അറ്റത്താണ് കായ. പഴം പഴുക്കുമ്പോൾ മഞ്ഞനിറവും കായയ്ക്ക് കറുപ്പു നിറവുമാകും. ഉരുണ്ടതോ നീണ്ടുരുണ്ടതോ ആയ ചെറിയ കായുള്ള ചേരുമുണ്ട്. ഫലമജ്ജ ചാറുള്ളതാണ്. പരിപ്പുമുണ്ട്. തടിയിൽ തീക്ഷ്ണഗുണമുള്ള ദ്രാവകമുണ്ട്. ഇതിൽനിന്നും താണതരം വാർണിഷ് ഉണ്ടാക്കുന്നുണ്ട്.

ഔഷധയോഗ്യഭാഗങ്ങൾ: തോലിന്റെ അടിയിലുള്ള കഴമ്പ്, കുരു (അണ്ടി), പഴം, പരിപ്പ്.

ചില ഔഷധ ഉപയോഗങ്ങൾ: കുരു ധാരണാശക്തിയുണ്ടാക്കുന്നതും കഫവാതങ്ങളെ ശമിപ്പിക്കുന്നതുമാണ്. ചേരിൻ പഴം ദഹനത്തെ വർദ്ധിപ്പിക്കുന്നതും ഉത്തേജകവുമാകുന്നു. പഴം തേനിൻ കുഴച്ചു കഴിച്ചാൽ ആമവാതത്തിലെ സന്ധിഗത ദോഷങ്ങളും ഉദരവ്രണങ്ങളും ശമിക്കും. വിറ്റാമിൻ ബി യുടെ കുറവുകൊണ്ടുണ്ടാകുന്ന ബെറിബെറി രോഗത്തിന് ചേർപ്പഴം നല്ലതാണ്. പഴത്തിന്റെ കഷായം പാലും നെയ്യും ചേർത്ത് ക്രമേണ മാത്ര കൂട്ടിക്കൂട്ടി വേണം ഉപയോഗിക്കാൻ. ആമവാതം, രക്തവാതം മുതലായവയിൽ ഇതൊരു ഉത്തമൗഷധമാകുന്നു. ചേരിൻ പഴം ഒരു രസായന ദ്രവ്യമാണ്. ഞരമ്പുസംബന്ധമായ ഹൃദ്രോഗത്തിന് ചേരിൻ കായ ഒന്നാന്തരം ഔഷധമാണ്. മുപ്പതുമില്ലി വെള്ളത്തിൽ അഞ്ച് ഗ്രാം വീതം കായ ചതച്ചിട്ടുവെച്ച കഷായം ദിവസം രണ്ടോ മൂന്നോ പ്രാവശ്യം സേവിച്ചാൽ കഫജ്വരം ശമിക്കും. കായുടെ തൊണ്ടിൽനിന്നു കിട്ടുന്ന നീര് ചൂടും വരൾച്ചയും ഉള്ള ത്വക്ക്രോഗങ്ങൾക്കും പക്ഷവാതം, അപസ്മാരം മുതലായ സിരാരോഗങ്ങൾക്കും ഒരു സിദ്ധൗഷധമാണ്. ശ്വിത്ര എന്നറിയപ്പെടുന്ന ചർമരോഗത്തിന് കായ കടുകെണ്ണയിൽ വറുത്ത് ആ എണ്ണ ഉപയോഗിച്ചാൽ തൊലിയുടെ വെളുപ്പു പോകുന്നതാണ്.

കുരു ശുദ്ധി ചെയ്തതിനു ശേഷം മാത്രമെ ഉപയോഗിക്കാൻ പാടുള്ളൂ. കായ എടുത്തു വെള്ളത്തിലിടുമ്പോൾ താഴ്ന്നുപോകുന്നവ മാത്രം എടുത്ത് ഇഷ്ടികപ്പൊടി ചേർത്തിട്ടു മർദ്ദിച്ചാൽ ശുദ്ധിയാകും. രണ്ടു മൂന്നു തവണ ആവർത്തിക്കണം. കുരു ചതച്ച് ഗോമൂത്രത്തിൽ ഒരു രാത്രി ഇട്ടുവെച്ചതിനു ശേഷം തൊട്ടടുത്ത പകൽ വെയിലത്തുണക്കുക. ഇങ്ങനെ അടുപ്പിച്ച് മൂന്നു ദിവസം ചെയ്താൽ ശുദ്ധമാകും.

ആമവാതം, അർബുദം, പരു എന്നിവയുടെ വേദനാ ശമനത്തിനും രോഗശമനത്തിനും അർശസ്സിനും അഗ്നിമാന്ദ്യത്തിനും കൃമിരോഗത്തിനും

ശ്വാസരോഗത്തിനും പ്ലീഹാവൃദ്ധിക്കും രക്തവാതത്തിനും കടീവാതത്തിനും ഗുണപ്രദമാണ്. ചേരിൻ കുരു ഏതു തലത്തിലുള്ള മജ്ജാതന്തുവീക്കങ്ങളിലും നല്ലതാണ്. ഒന്നുമുതൽ നാലുവരെ കുരുക്കൾ എട്ട് മില്ലി പാലിൽ വേവിച്ച് കുറച്ചു പഞ്ചസാരയും നെയ്യും കൂട്ടി സേവിക്കാം. അല്ലെങ്കിൽ എട്ടിരട്ടി വെള്ളത്തിൽ കഷായം വച്ച് എട്ടിലൊന്നാക്കി അരിച്ച് പാലും ചേർത്ത് സേവിക്കാം. സേവിക്കുമ്പോൾ തൊണ്ടയിലും വായിലും നെയ്യ് പുരട്ടുന്നതു നല്ലതാണ്.

ചേർക്കുരു നല്ല രസായന ഔഷധമാണ്. വെള്ളത്തിലിട്ടാൽ താഴുന്നതായ നല്ല ചേരിൻ കുരു ഒരുകിലോയെടുത്ത് ആദ്യം ഇഷ്ടികപ്പൊടികൊണ്ടു മർദ്ദിച്ച് പിന്നെ ചൂടുവെള്ളത്തിൽ കഴുകി നടുവേ മുറിച്ച് പരിപ്പെടുത്ത് നാലുലിറ്റർ വെള്ളത്തിൽ കഷായം വെച്ച് നാലിലൊന്നാക്കി അരിച്ച് ഒരുലിറ്റർ പാലും ഒരുലിറ്റർ പശുവിൻ നെയ്യും ചേർത്തു പചിച്ചു കട്ടിയാവുമ്പോൾ ഒരുകിലോ പഞ്ചസാരയും ചേർത്ത് ലേഹ്യപാകത്തിൽ വാങ്ങി ഒരു പാത്രത്തിലാക്കി ഏഴു ദിവസം അടച്ചു കെട്ടിവയ്ക്കുക. അതിനുശേഷം തുടരെ സേവിച്ചാൽ ഈ രസായനവിധി സകല അർശോ വികാരങ്ങളും ശമിപ്പിക്കും. ഇടതൂർന്നതും കറുത്തതുമായ തലമുടി ഉണ്ടാകും. ഗരുഡനെപ്പോലെ സൂക്ഷ്മദൃഷ്ടി, കുതിരയെപ്പോലെ വേഗത, ആനയ്ക്ക് സമമായ ബലം, മയിലിന്റേതിനൊത്ത സ്വരം, സൗകുമാര്യം ദഹനശക്തി, സന്താനലാഭം, ജരാനരകളില്ലാതെ ദീർഘായുസ്സ് എന്നിവ ഉണ്ടാകും എന്നാണ് ചക്രദത്തൻ വിധിച്ചിട്ടുള്ളത്. ഈ രസായന സേവയിൽ യാതൊരു പഥ്യവും ആചരിക്കേണ്ടതില്ല. സ്കേബീസ്, സോറിയാസിസ് തുടങ്ങിയ ത്വക്ക്രോഗങ്ങളിലും കുഷ്ഠത്തിലും കണ്ഠമാലയിലും സിഫിലിസിലും ഈ രസായനം ഫലപ്രദമാണെന്ന് അനുഭവസ്ഥർ പറയുന്നു. ചേർക്കുരുവും സുഗന്ധതൈലങ്ങളും കൂട്ടി കാച്ചുന്ന എണ്ണ കേശവർദ്ധകമാണ്. തല പുഴുതിന്നുന്നതിന് ചേർക്കുരു തേനിലരച്ചു പുരട്ടുന്നത് നല്ലതാണ്. ചേരിൻകുരു കൈകാര്യം ചെയ്യുമ്പോൾ കയ്യിൽ നല്ലെണ്ണ തേക്കുന്നത് പകയേൽക്കാതിരിക്കാൻ നല്ലതാണ്. ചേർക്കുരുപ്പരിപ്പു പൊള്ളുന്നതല്ല. അതു മിഠായിയുണ്ടാക്കാൻ ഉപയോഗിക്കുന്നു. വാതരോഗത്തിനും രുചിയുണ്ടാക്കുവാനും നല്ലതാണ്.

പോഷകമായ ഈ പരിപ്പ് പലഹാരങ്ങളിലും മറ്റും ചേർത്തു കഴിക്കാം. ശുദ്ധിയായ ചേർക്കുരുവിന്റെ പരിപ്പ് കശുവണ്ടിപ്പരിപ്പ് കഴിക്കുന്നതു പോലെ തിന്നാവുന്നതാണ്.

കായ ദഹനമുണ്ടാക്കും. സ്നിഗ്ദ്ധത ഉണ്ടാക്കും. മലവും വിരയുമിളക്കും. വായുകോപം അകറ്റും. കരൾ പോഷണമാണ്. കഫമിളക്കും. കാമവർദ്ധകമാണ്. രക്തം ശുദ്ധീകരിക്കും. അർബുദം പോലെയുള്ള വളർച്ചകളെ ചെറുക്കും. ഉത്തേജകമാണ്. പഴുപ്പിനെ പ്രതിരോധിക്കും (ആന്റിസെപ്റ്റിക്ക്) ഹൃദയപോഷണമാണ്. മൂത്രം ഇളക്കും. പോഷകമാണ്. ഓജസ്സുണ്ടാക്കും, ബെറിബെറി, വാതം, ചുമ, ആസ്ത്മ, വെള്ളദ്ദാഹം, മലബന്ധം, ക്ഷതം, കരൾപ്ലീഹാ രോഗങ്ങൾ, കുഷ്ഠം, വെള്ളപ്പാണ്ഡ്, ത്വക്കിന്റെ പുറത്തുണ്ടാകുന്ന ചെതുമ്പലുകൾ, വീക്കം, ഹൃദ്രോഗം, പ്രമേഹം, നീണ്ടതും പ്രയാസമേറിയതുമായ ആർത്തവം, ക്രമരഹിതമായ ആർത്തവം, മുഴ, വ്രണം, ക്ഷീണം, കൊക്കോപ്പുഴു, നാഡീതന്തു വീക്കം, നടുവേദന എന്നിവയ്ക്കു നല്ലതാണ്. പഴം കഷായം വെച്ച് പാലിൽ ചേർത്തു കഴിക്കുന്നത് ചൊറി, കുഷ്ഠം, അടിവയറു വേദന, കഫജന്യ രോഗങ്ങൾ, ജലദോഷം കൊണ്ടുണ്ടാകുന്ന തലവേദന, തലകറക്കം, തലക്കനം എന്നിവ ശമിപ്പിക്കും. കായുടെ നീര് കുരുക്കൾ പെട്ടെന്ന് പൊട്ടാൻ നല്ലതാണ്.

ചേർക്കുരു പരിപ്പ് രക്താർബുദത്തിനും പ്ലേറ്റ്ലെറ്റ് എണ്ണം കുറയുന്നതിനും ബ്രെയിൻ ട്യൂമറിനും ഫലപ്രദമാണെന്നു പറയപ്പെടുന്നു. മറ്റ് അർബുദങ്ങൾക്കും ചേർക്കുരുപരിപ്പ് നല്ലതാണ്.

ബ്ലാക്ക് വാർണിഷ് ട്രീ ഓഫ് മലബാർ എന്നറിയപ്പെടുന്ന ചേരു (കരിഞ്ചേര്)മുണ്ട് (ഹോളിഗാർന അർനൊട്ടിയാന) ഇതിന്റെ കറയും ചായമായി ഉപയോഗിക്കുന്നു. ഇതിന്റെ കായ പക്ഷികൾക്കും മൃഗങ്ങൾക്കും ഇഷ്ടമാണ്.

ചേർമരം തൊട്ടുവെന്നാലും കാറ്റേറ്റാലും പലവിധം തടിപ്പും നീരും ചൊറിയുമുണ്ടാകും. അതിന് ചെറുചീരയും തുല്യം കടുകുമൊന്നിച്ചു നല്ലവണ്ണമരച്ചത് വെണ്ണയിൽ ചേർത്തു തേക്കുകയോ മുത്തങ്ങ, കടുക്, ദേവതാരം സമം പൊടിച്ചത് വെണ്ണയിൽ ചാലിച്ചു തേക്കുകയോ ചെയ്താൽ പ്രതിവിധിയാകും.

ചേമ്പ്

ചേമ്പ് ഭക്ഷ്യയോഗ്യമായ കിഴങ്ങാണ്.

സംസ്കൃതനാമം	: ആലുപം, ആലൂകം
ഇംഗ്ലീഷ്	: താരോ, കോക്കോയാം
ശാസ്ത്രനാമം	: കൊലോക്കേസിയ എസ്കുലെന്റാ
	: Colocasia esculenta (Linn.) Schott

കുടുംബം : അരേസി
: Araceae

വിവരണം: ഇന്ത്യയിലുടനീളം വരണ്ടപ്രദേശങ്ങളിൽ കൃഷിചെയ്തുവരുന്നു. മണ്ണിനടിയിൽ മൂലകന്ദവും ചെറുകന്ദങ്ങളും ഉള്ള വിള. തണ്ടുകൾ മാംസളമാണ്. വലിയ പരന്ന ഇലകൾ. ഇലയ്ക്ക് നല്ല മിനുസമുള്ളതിനാൽ വെള്ളം പിടിക്കാതെ തെറിച്ചുപോകും.

ഔഷധയോഗ്യഭാഗങ്ങൾ: ചേമ്പില, തണ്ട്, കന്ദം (ചേമ്പ്).

ചില ഔഷധ ഉപയോഗങ്ങൾ: ഇലയുടെയും തണ്ടിന്റെയും നീര് രക്തവാർച്ച തടയും. ഉത്തേജകമാണ്. ആന്തരിക ക്ഷതങ്ങൾ, ചെവിവേദന, കഴലവീക്കം, ആമാശയത്തിൽനിന്നും കരളിലേക്കുള്ള രക്തചംക്രമണ സംവിധാനം എന്നിവയ്ക്കു നല്ലതാണ്. ചേമ്പ് മുലപ്പാൽ വർദ്ധിപ്പിക്കും. വേദന കുറയ്ക്കും. സ്നിഗ്ദ്ധത ഉണ്ടാക്കും. ഉദരരോഗങ്ങൾ, തലയിൽനിന്ന് ചെറുവൃത്തങ്ങളിൽ പൂർണ്ണമായും മുടികൊഴിഞ്ഞുപോയി വെളുത്ത പാട് അവശേഷിക്കുക എന്നിവയ്ക്കു നല്ലതാണ്. മലബന്ധത്തെ തടയും.

ജാതി

ജാതിക്കായും ജാതിപത്രിയും പുരാതന കാലം മുതൽ ഉപയോഗിച്ചുവരുന്ന ഔഷധങ്ങളാണ്. ഇളംകായ ഉപ്പിലിട്ട് അച്ചാറുണ്ടാക്കാം. കായുടെ പുറന്തോട് ഉപയോഗിച്ച് ചമ്മന്തി, ജാം, ജെല്ലി എന്നിവ ഉണ്ടാക്കാറുണ്ട്.

സംസ്കൃതനാമം : ജാതി, ജാതിഫല
ഇംഗ്ലീഷ് : നട്ട്മെഗ് ട്രീ, മേസ്ട്രീ
ശാസ്ത്രനാമം : മിരിസ്റ്റികാ ഫ്രാഗ്രൻസ്
: Myristica fragrans Houtt.
കുടുംബം : മിരിസ്റ്റിക്കേസി
: Myristicaceae

വിവരണം: ഇന്ത്യയിലുടനീളം മഴയുള്ള പ്രദേശങ്ങളിൽ കൃഷിചെയ്തുവരുന്നു. കാട്ടിലും കാണാറുണ്ട്. നിറയെ ശാഖകളും ഇലകളു

മുള്ള ഇടത്തരം നിത്യഹരിതവൃക്ഷം. വെളുത്ത പൂക്കൾ, മാംസളമായ കായയും അതിനകത്ത് ചുവന്ന നിറത്തിലുള്ള ജാതിപത്രിയിൽ പൊതിഞ്ഞ് ഉരുണ്ട വിത്തും കാണാം. വിത്തിലൂടെ പ്രജനനം.

ഔഷധയോഗ്യഭാഗങ്ങൾ: ജാതിക്കാ, ജാതിപത്രി.

ചില ഔഷധ ഉപയോഗങ്ങൾ: കാമവർദ്ധകമാണ്. വേദന കുറയ്ക്കും, വിരയിളക്കും, ഉത്തേജകമാണ്. അണുനാശകമാണ്. കണ്ണുരോഗങ്ങൾക്കു നല്ലതാണ്. അല്പം ലഹരിയുണ്ട്. ആർത്തവം തിരികെ കൊണ്ടുവരും. ശരീരദുർഗന്ധം അകറ്റും. ദഹനം വർദ്ധിപ്പിക്കും. വായുകോപം ശമിപ്പിക്കും. വയറിന്റെ രോഗങ്ങൾക്കു നല്ലതാണ്. കഫവും മൂത്രവും ഇളക്കും. പോഷകമാണ്. കഫം, വാതം, തലവേദന, വായ്നാറ്റം, വെള്ളദ്ദാഹം, ചുമ, ആസ്ത്മ, വയറിളക്കം, ഛർദ്ദി, ആർത്തവക്രമക്കേടുകൾ, കണ്ഠരോഗങ്ങൾ, വേദനയുള്ള ആർത്തവം, കൃമി, ഛർദ്ദി, വ്രണങ്ങൾ, കരൾരോഗങ്ങൾ, പ്ലീഹാരോഗങ്ങൾ, വന്ധ്യത, ത്വക്ക്രോഗങ്ങൾ, ഉറക്കമില്ലായ്മ, ഹൃദ്രോഗം ക്ഷീണം ഇവയ്ക്കും നല്ലതാണ്. വിദേശമദ്യം, പലഹാരങ്ങൾ മുതലായവ സ്വാദിഷ്ടമാക്കുന്നതിന് ജാതി പത്രി ചേർക്കാറുണ്ട്.

ഞരമ്പോടൽ

വിവരണം: പടർന്നു കയറുന്ന വള്ളിച്ചെടി. പച്ചനിറത്തിലുള്ള അല്പം വലിപ്പമുള്ള ഇലകൾ. ഇലകൾ ഞെരടിയാൽ ഇലഞരമ്പുകൾ മാത്രം അവശേഷിക്കും.

ഔഷധയോഗ്യഭാഗങ്ങൾ: ഇല

ചില ഔഷധ ഉപയോഗങ്ങൾ: ഞരമ്പുരോഗങ്ങൾക്ക് ഇല കഞ്ഞിവച്ചു കുടിക്കുന്നതു നല്ലതാണ്.

ഞാവൽ

പൗരാണിക കാലം മുതൽ അറിയപ്പെടുന്ന വൃക്ഷം. പണ്ടു ഭാരതം ജാംബു (ഞാവൽ) ദ്വീപ് എന്നാണറിയപ്പെട്ടിരുന്നത്. കഫ പിത്തങ്ങൾ ശമിപ്പിക്കും. വാതം വർദ്ധിപ്പിക്കും. വയർ ശുദ്ധീകരിക്കുന്നതിന് ഞാവൽപ്പഴം കഴിച്ചാൽ മതി.

സംസ്കൃതനാമം	:	ജംബു
ഇംഗ്ലീഷ്	:	ബ്ലാക്ക് പ്ലം, ജാമൻ, ജംബോലൻ, ഇന്ത്യൻചെറി
ശാസ്ത്രനാമം	:	സിസിജിയം കുമിനി, മിർട്ടസ്കുമനി, യുജീനിയ ജാംബൊലാന
	:	Syzygium cumini (Linn.) Skeels
കുടുംബം	:	മിർട്ടേസി
	:	Myrtaceae

വിവരണം: ഇന്ത്യയിലുടനീളം കാടുകളിലും നദീതീരങ്ങളിലും കാണപ്പെടുന്നു. തണലിനായി വഴിവക്കുകളിൽ വച്ചുപിടിപ്പിക്കുന്നു. ചെറിയ ഇലകളുള്ള വലിയ വൃക്ഷം. പച്ചകലർന്ന വെള്ളനിറത്തിലുള്ള പൂക്കൾ. ഉരുണ്ട പച്ചനിറത്തിലുള്ള കായ പഴുക്കുമ്പോൾ കടുംപർപ്പിൾ നിറമാകും. പിങ്ക് നിറത്തിലുള്ള മാംസളമായ കാമ്പും അകത്ത് കുരുവുമുണ്ട്.

ഔഷധയോഗ്യഭാഗങ്ങൾ: തൊലി, ഇല, കായ, പഴം, കുരു, പച്ച വേര്.

ചില ഔഷധ ഉപയോഗങ്ങൾ: പഴത്തിന്റെ നീര് പ്രമേഹം ശമിപ്പിക്കും. വയറ്റിൽ കേടുകൾക്കും നല്ലതാണ്. സ്റ്റാർച്ചിനെ പഞ്ചസാരയാക്കി മാറ്റുന്ന പ്രക്രിയ തടയുവാൻ ഇതിനു ശക്തിയുണ്ട്. ഞാവൽപ്പഴത്തിൽ നിന്നെടുക്കുന്ന ചൊറുക്ക (വിനാഗിരി) നല്ല സ്വാദുള്ളതും ദഹനം വർദ്ധിപ്പിക്കുന്നതും വാതം ശമിപ്പിക്കുന്നതും മൂത്രം വർദ്ധിപ്പിക്കുന്നതുമാണ്. പഴത്തിന്റെ സത്തെടുത്ത് പത്തു ഗ്രാം വരെ സേവിച്ചാൽ പ്രമേഹത്തിൽ മൂത്രത്തിലെ പഞ്ചസാരയ്ക്കു കുറവുവരും. കറുത്ത ഞാവൽപ്പഴത്തിന്റെ നീരും മാമ്പഴത്തിന്റെ നീരും സമം ചേർത്തു കഴിച്ചാൽ പ്രമേഹത്തിലെ തൃഷ്ണ ശമിക്കും.

പഴത്തിൽ നിന്നെടുക്കുന്ന സത്തും ചൊറുക്കയും പ്ലീഹാവൃദ്ധിയിലും അതിസാരത്തിലും വളരെ നല്ലതാണ്. നീരിന്റെ സത്ത് കുറച്ച് ഉപ്പും ചേർത്ത് മഞ്ഞപ്പിത്തത്തിന് ഇടവിട്ട ദിവസങ്ങളിൽ കൊടുക്കാം. സത്ത് പോഷകവും ശീതളവും ഗ്രീഷ്മത്തിലേക്കു പറ്റിയ ഒരു പാനീയവുമാണ്. ഞാവൽപ്പഴത്തിന്റെ പരിപ്പ് അരച്ചോ ഉണക്കിപ്പൊടിച്ചോ കഴിക്കുന്നത് പ്രമേഹത്തിനു വളരെ നല്ലതാണ്. ഇല പിഴിഞ്ഞ നീര് രക്താർശസ്സിനു കൊടുക്കാറുണ്ട്. തളിരുകളുടെ നീരു തനിച്ചോ ഏലത്തരി മുതലായ സുഗന്ധദ്രവ്യങ്ങളോടു ചേർത്തോ ആട്ടിൻപാലിൽ കുട്ടികളുടെ അതിസാരത്തിനു കൊടുക്കാം. ഞാവലിന്റെ പച്ചത്തൊലി ഇടിച്ചുപിഴിഞ്ഞ നീരിൽ ആട്ടിൻപാൽ ചേർത്ത് കുട്ടികളുടെ വയറിളക്കത്തിനു കൊടുക്കാം. തൊലിയുടെ കഷായം മോണപഴുപ്പിലും സ്കർവ്വിയിലും മോണയിൽനിന്നും വേദനയോടുകൂടിയ രക്തസ്രാവത്തിലും കവിൾകൊള്ളാം. പഴുപ്പുള്ള സ്ഥലങ്ങളിൽ തൊലി അരച്ചു പുരട്ടാം.

തൊലി ശീതമാണ്. ദഹനമുണ്ടാക്കും. വിരയിളക്കും. ബാക്റ്റീരിയകളെ ചെറുക്കും. ഉദരരോഗങ്ങൾ ശമിപ്പിക്കും. മൂത്രമിളക്കും. വായുകോപം ശമിപ്പിക്കും. പ്രമേഹം, വെള്ളപോക്ക്, ജ്വരം, വയറുവേദന, ത്വക്ക് രോഗങ്ങൾ എന്നിവയ്ക്കു നല്ലതാണ്. ഇല ബാക്റ്റീരിയകളെ ചെറുക്കും. പല്ലും മോണയും ശക്തിപ്പെടുത്തും. മൂക്കാത്ത ഇല ഛർദ്ദിലുണ്ടാക്കും. കായും കുരുവും ശീതമാണ്. പോഷകമാണ്. വയറിളക്കം, പ്ലീഹാരോഗങ്ങൾ, പുഴുക്കടി, മൂത്രനാളീരോഗങ്ങൾ എന്നിവയ്ക്കു നല്ലതാണ്. തീരെ ചെറിയ കായുണ്ടാകുന്ന ചെറുഞാവലുണ്ട്.

ഞാറ

ശാസ്ത്രനാമം: യൂജിനിയ മൂണിയാന

: Eugenia mooniana Whyte.

കുടുംബം: മിർട്ടേസി

: Mirtaceae

വിവരണം: അഞ്ചടി പൊക്കത്തിൽ വരെ വളരുന്ന വലിയ കുറ്റിച്ചെടി. വിവിധ ശാഖകളിലായി പടർന്ന് ഇടതൂർന്നു വളരുന്ന കടുംപച്ചനിറത്തിലുള്ള ചെറിയ ഇലകൾ. നിത്യഹരിത വനങ്ങളിൽ കാണപ്പെടുന്നു. കാഴ്ചയ്ക്ക് പൊന്തക്കാടുപോലെ തോന്നിക്കും. വെളുത്തനി

റത്തിലുള്ള ചെറിയപൂക്കൾ. ഞാവൽക്കായയുടെ തരത്തിലുള്ള ചെറിയകായകൾ. കായുടെ മാംസളഭാഗം ഭക്ഷ്യയോഗ്യമാണ്. അതിനകത്ത് ചെറിയ കുരു.

ഔഷധയോഗ്യഭാഗങ്ങൾ: വേരിന്മേൽ തൊലി, ഞാറക്കാ.

ചില ഔഷധ ഉപയോഗങ്ങൾ: വേരിന്മേൽ തൊലിവച്ചുള്ള കഷായം വയറിളക്കത്തിനും കുടൽ സംബന്ധമായ രോഗങ്ങൾക്കും നല്ലതാണ്. ഞാറക്കാ ഉദരരോഗങ്ങൾക്കു നല്ലതാണ്.

ഞെരിഞ്ഞിൽ

ഇതു വലിയതും ചെറിയതുമെന്നു രണ്ടുതരത്തിലുണ്ട്. ചെറിയ ഞെരിഞ്ഞിലിന് മധുരഞെരിഞ്ഞിൽ എന്നും വലിയതിന് കാട്ടുഞെരിഞ്ഞിൽ എന്നും പറഞ്ഞുകാണുന്നു. രണ്ടിന്റെയും ഗുണങ്ങൾ ഏതാണ്ടു സമം തന്നെയാണ്. ഞെരിഞ്ഞിലിന്റെ വേരാണ് വിധിപ്രകാരം ഉപയോഗിക്കേണ്ടത്.

സംസ്കൃതനാമം: ഗോക്ഷുര, സ്വദംഷ്ടാഷഡംഗ, ഗോകണ്ടക

ഇംഗ്ലീഷ്: ലാൻഡ് കാൽട്രോപ്സ്, പൻക്ചർ വൈൻ

ശാസ്ത്രനാമം: ട്രിബുലസ് ടെറസ്ട്രിസ്

: Tribulus terrestris Linn.

കുടുംബം : സിഗോഫൈല്ലേസി

: Zygophyllaceae

വിവരണം: ഇന്ത്യയിലുടനീളം കളയായി വെളിമ്പ്രദേശങ്ങളിലും വഴിവക്കുകളിലും കാണപ്പെടുന്നു. നിലത്തു പടർന്നു വളരുന്ന സസ്യം. അനേകം ശാഖകളുണ്ട്. ചെറിയ ഇലകൾ. കടുംമഞ്ഞനിറത്തിലുള്ള പൂക്കൾ. കായിൽ കൂർത്ത മുള്ളുണ്ട്. ഓരോ കായിലും ഒന്നോ രണ്ടോ വിത്തു കാണും.

ഔഷധയോഗ്യഭാഗങ്ങൾ: സമൂലം

ചില ഔഷധഉപയോഗങ്ങൾ: വേരും കായും (ഞെരിഞ്ഞിൽ) ശീതവും മൂത്രം ഇളക്കുന്നതുമാണ്. കാമം വർദ്ധിപ്പിക്കും. സ്നിഗ്ദ്ധത നല്കും. രുചി ഉണ്ടാക്കും. ദഹനം വർദ്ധിപ്പിക്കും. വിരയിളക്കും. കഫമിളക്കും. വേദന കുറയ്ക്കും. വീക്കത്തെ തടുക്കും. മുലപ്പാൽ വർദ്ധിപ്പിക്കും. രക്തസ്രാവം തടയും. കല്ല് അലിയിപ്പിക്കുന്നതിനുള്ള കഴിവുണ്ട്. കരൾ രോഗങ്ങൾക്കു നല്ലതാണ്. പോഷകമാണ്. വേദനയോടുകൂടി മൂത്രം പോകുന്നതിനും മൂത്രത്തിൽ കല്ലിനും വൃക്കയിലെ കല്ലിനും, വെള്ളദ്ദാഹത്തിനും ഹൃദ്രോഗങ്ങൾക്കും കണ്ണിന്റെ രോഗങ്ങൾക്കും, ചുമ, ആസ്ത്മ, രക്തക്കുറവ്, വാതം, പിത്തം, സ്കേബീസ്, രക്തം തുപ്പുക, ക്ഷയം, ക്ഷീണം, മോണയിലെ വ്രണങ്ങൾ എന്നിവയ്ക്കും നല്ലതാണ്.

ഇല മൂത്രം ഇളക്കും, കാമവർദ്ധകമാണ്, രക്തം ശുദ്ധീകരിക്കും. വിരയിളക്കും. പോഷകമാണ്. ഗോണോറിയ, വീക്കം, യോനീനാളത്തിൽ നിന്നുള്ള പഴുപ്പ് മറ്റ് സ്രവങ്ങൾ, മോണവീക്കം, അമിതവും നീണ്ടതുമായ ആർത്തവം, കുഷ്ഠം, ത്വക്ക്രോഗങ്ങൾ, ക്ഷീണം എന്നിവയ്ക്കു നല്ലതാണ്. വിത്ത് ശക്തി നല്കും. മൂക്കിൽനിന്നുള്ള രക്തവാർച്ച, ക്ഷതം, കുടലിലെ അൾസർ എന്നിവയ്ക്കു നല്ലതാണ്. സമൂലം കരിച്ച ചാരം വാതം മൂലമുള്ള സന്ധിവേദനകളിൽ പുറമേ പുരട്ടുന്നത് നല്ലതാണ്.

ഞെരിഞ്ഞിൽ മൂത്രമാർഗ്ഗം ശുദ്ധീകരിക്കും, രൂക്ഷമല്ലാത്ത തോതിൽ മാത്രമെ മൂത്രത്തെ ഇളക്കിവിടുകയുമുള്ളൂ. ആമവാതത്തിന് ഞെരിഞ്ഞിലും ചുക്കും കൂടി കഷായം വച്ചു കൊടുക്കുന്നത് നല്ലതാണ്. ഞെരിഞ്ഞിലും പാലും കൂട്ടി വേവിച്ചു പഞ്ചസാരയും ചേർത്തുപയോഗിക്കുന്നത് ശുക്ലവർധകവും കാമശക്തിയുണ്ടാക്കുന്നതുമാണ്. ഞെരിഞ്ഞിൽ അമുക്കുരവും പാലും ചേർത്ത് കഴിച്ചാൽ ക്ഷയത്തിന് നന്ന്. ഗുൽഗ്ഗുലുവിനോടുകൂടിചേർത്ത് പ്രമേഹത്തിലും വാതത്തിലും കൊടുക്കാം. ഞെരിഞ്ഞിൽ പൊടിച്ച് വെണ്ണയിൽ ചാലിച്ച് രാവിലെ കൊടുത്താൽ അസ്ഥിസ്രാവം ശമിക്കും. ചെടിയും കായും കഷായംവെച്ചു കഴിക്കുന്നത് ശുക്ലസ്രാവത്തിന് നല്ലതാണ്. ഇത് പ്രസവാനന്തരമുള്ള ഗർഭാശയരോഗങ്ങൾക്കും നല്ലതാണ്. മൂത്രത്തിൽ അൽബുമിൻ കാണുന്ന വൃക്കരോഗങ്ങളിൽ ഞെരിഞ്ഞിൽ വളരെ ഫലപ്രദമാണ്. ഈ രോഗങ്ങളിൽ ഞെരിഞ്ഞിൽ സമൂലം കഷായം വെച്ച് കന്മദവും തേനും ചേർത്ത് കൊടുക്കുന്നത് നല്ലതാണ്.

ഞെരിഞ്ഞിൽ, ചെറുവഴുതിന, വെൾവഴുതിന, ഓരില, മൂവില ഇവ അഞ്ചിന്റെയും വേരു ചേരുന്നതാണ് ചെറുപഞ്ചമൂലം. ഇത് ത്രിദോഷങ്ങൾ ശമിപ്പിക്കും. ജലദോഷത്തിനും പനിക്കും ചുമയ്ക്കും മറ്റു കഫോപദ്രവങ്ങൾക്കും നന്ന്.

ഞെരിഞ്ഞാമ്പുളി

സംസ്കൃതനാമം	:	അമ്ല വേതസാ
ശാസ്ത്രനാമം	:	സൊലേന അംപ്ലെക്സികോലിസ്, മെലോത്രിയ ഹെറ്ററോഫൈല്ല
	:	Solena amplexicaulis (Lann.) Gandhi
കുടുംബം	:	കുക്കുർബിറ്റേസി
	:	Cucurbitaceae

വിവരണം: ഇന്ത്യയിലുടനീളം ചെറുകുന്നുകളിലും കയ്യാലകളിലും കാണപ്പെടുന്നു. പടർന്നു കയറുന്ന ബഹുവർഷിയായ ലതാസസ്യം. ചെറിയ മഞ്ഞപ്പൂക്കൾ, കായും വിത്തുമുണ്ട്. മണ്ണിനടിയിൽ വളരുന്ന അനേകം വേരുകൾ കിഴങ്ങായി മാറും. പൂവും കായുമുണ്ട്.

ഔഷധയോഗ്യഭാഗങ്ങൾ: കിഴങ്ങ്, ഇല, വിത്ത്.

ചില ഔഷധ ഉപയോഗങ്ങൾ: കിഴങ്ങ് രുചിയുണ്ടാക്കും. വായുകോപം ശമിപ്പിക്കും, ദഹനം വർദ്ധിപ്പിക്കും, കഫം ഇളക്കും. ഓജസ്സ് നല്കും. കഫം, വാതം, വെള്ളദ്ദാഹം, ഹൃദ്രോഗങ്ങൾ, ആസ്ത്മ, ബ്രോങ്കൈറ്റിസ്, ഛർദ്ദിൽ, വൃക്കയിലെയും മൂത്രത്തിലെയും കല്ലുകൾ, ഗൊണോറിയ, പ്ലീഹാരോഗങ്ങൾ, ബീജത്തിന്റെ കുറവ് എന്നിവയ്ക്ക് നല്ലതാണ്. ഇല അലർജിക്കു നല്ലതാണ്. വിത്ത് വയറിളക്കും.

ഞൊട്ടാഞൊടിയൻ

(ഞൊടിഞൊട്ട)

ഇതിന്റെ കായ പൊട്ടിച്ചു ശബ്ദമുണ്ടാക്കുന്നത് കുട്ടികൾക്കൊരു വിനോദമാണ്.

സംസ്കൃതനാമം	:	മുദ്രകുഞ്ചചിക, ചിരാപോതാ, ഉപകുഞ്ചികം
ഇംഗ്ലീഷ്	:	കൺട്രി ഗൂസ്ബെറി
ശാസ്ത്രനാമം	:	ഫൈസാലിസ് മിനിമാ

: Physalis minima Linn.
ശാസ്ത്രനാമം : സൊളാനേസി
: Solanaceae

വിവരണം: ഇന്ത്യയിലുടനീളം പറമ്പുകളിലും വെളിമ്പ്രദേശങ്ങളിലും കണ്ടുവരുന്നു. ഏതാണ്ട് മുപ്പതു സെ മീറ്റർ വരെ ഉയരത്തിൽ വളരുന്ന സസ്യം. ഇലകൾ കടും പച്ചനിറം, പൂക്കൾ ഇളംമഞ്ഞ, കായ പച്ചനിറം, വിത്തുകളുണ്ട്. വിത്തുകളിലൂടെ പ്രജനനം. കായ ഇടിച്ചാൽ ശബ്ദത്തോടെ പൊട്ടും.

ഔഷധയോഗ്യഭാഗങ്ങൾ: സമൂലം

ചില ഔഷധ ഉപയോഗങ്ങൾ: മലവും മൂത്രവും കഫവും ഇളക്കും. രുചി വർദ്ധിപ്പിക്കും. പോഷകമാണ്. പിത്തത്തിനും എരിച്ചിലിനും ചുമയ്ക്കും ബ്രോങ്കൈറ്റിസിനും പ്ലീഹാ വീക്കത്തിനും വയറിന്റെ അസുഖങ്ങൾക്കും, ആന്തരിക വ്രണങ്ങൾക്കും ചൊറിച്ചിലിനും മൂക്കിൽ നിന്നുള്ള രക്തം പോക്കിനും നല്ലതാണ്.

ചൊറിക്ക് ഞൊട്ടാഞൊടിയൻ ചതച്ച് ഒരുദിവസം വെള്ളത്തിലിട്ടുവച്ചത് തൊട്ടടുത്തദിവസം വെറുംവയറ്റിൽ കഴിച്ച് വയറിളക്കുന്നത് ഉള്ളിലെ ദുഷ്ട് പുറത്തുകളയാൻ ഫലപ്രദമാണ്.

തകര

ത്വക്ക്രോഗങ്ങൾക്ക് ഫലപ്രദമായ ഔഷധമാണ്.

സംസ്കൃതനാമം : ഏളകലം, ഏളഗജം, പ്രപുന്നാട, ഏഡഗജം, ചക്രമർദ്ദ, ചക്രി
ഇംഗ്ലീഷ് : ഫൊയറ്റിഡ് കാസ്സിയ
ശാസ്ത്രനാമം : കാസ്സ്യ ടോറ
: Cassia tora Linn
കുടുംബം : ഫാബേസി Fabaceae
: Caesalpiniaceae

വിവരണം: ഇന്ത്യയിലുടനീളം വഴിവക്കുകളിലും പാഴ്സ്ഥലങ്ങളിലും പറമ്പുകളിലും കാണപ്പെടുന്നു. നേരെ വളരുന്ന വാർഷിക അടിക്കള. സാധാരണ ഇലകൾ, പ്രത്യേക ഗന്ധമുണ്ട്. മഞ്ഞപ്പൂക്കൾ, കായും വിത്തുമുണ്ട്. കായ നീണ്ടതാണ്.

ഔഷധയോഗ്യഭാഗങ്ങൾ: ഇല, തൊലി, വേര്, കുരു.

ചില ഔഷധ ഉപയോഗങ്ങൾ: ശീതമാണ്. മലമിളക്കും. രക്തം ശുദ്ധീകരിക്കും. രോഗങ്ങൾ ആവർത്തിച്ചുവരുന്നതിനെ ചെറുക്കും. വിരയിളക്കുന്ന കരളിനും ഹൃദയത്തിനും ഉത്തമപോഷകമാണ്. കഫമിളക്കും. കൺജക്റ്റിവിറ്റിസ്, പുഴുക്കടി, ചൊറിച്ചിൽ, കരൾരോഗങ്ങൾ, വായുകോപം, കണ്ണിന്റെ രോഗങ്ങൾ, ചുമ, ബ്രോങ്കൈറ്റിസ്, ഹൃദ്രോഗം, ക്ഷതം എന്നിവയ്ക്കു നല്ലതാണ്. തേനീച്ച കുത്തിയ ഭാഗത്ത് ഇലകൾ ചതച്ചു പുരട്ടാം. വെറ്റില നീരിനോടൊപ്പം പുരട്ടുന്നത് നഖങ്ങളിലെ രോഗങ്ങൾക്കു നല്ലതാണ്.

തകരക്കുരുവും ഉങ്ങിൻകുരുവും കൂടി അരച്ചു പുരട്ടുന്നത് പുഴുക്കടിക്കു വിശേഷമാണ്. കുരുവും ഇലയും അരച്ചു പുരട്ടുന്നത് കുഷ്ഠം മുതലായവകൊണ്ടുള്ള ചൊറിച്ചിലും തടിപ്പും ശമിക്കുവാൻ നന്ന്. ഇതിന്റെ കുരു കാപ്പിക്കു പകരം ഉപയോഗിക്കാം. പുറത്തു പുരട്ടിയാൽ അണുനാശകവും കൃമിനാശകവുമാണ്. വേദനകുറയ്ക്കുകയും ചെയ്യും. ഇല കഷായം വച്ചു കുട്ടികൾക്ക് ദന്തോത്ഭവകാലത്തുള്ള പനിക്കു കൊടുക്കാം. രൂക്ഷദ്രവ്യങ്ങൾ (ആസിഡ്) കൊണ്ടു സംഭവിച്ചിട്ടുള്ള പഴുപ്പുകളിൽ പുരട്ടാം. വേര് അരച്ച് ചെറുനാരങ്ങാനീരും കൂട്ടി പുരട്ടുന്നത് പുഴുക്കടിക്ക് (റിങ്വേം) ഒരു സിദ്ധൗഷധമാണ്.

പുഴുക്കടിക്ക് തകരയില ഉപ്പുചേർത്തരച്ച് തേച്ചുപിടിപ്പിക്കുക.

തക്കാളി

തക്കാളി നല്ല പച്ചക്കറിയാണ്.

സംസ്കൃതനാമം	: രക്തമാചി
ഇംഗ്ലീഷ്	: റ്റുമാറ്റോ
ശാസ്ത്രനാമം	: ലൈക്കോപേഴ്സികോൺ എസ്കുലെന്റം
	: Lycopersicon esculentum Mill.
കുടുംബം	: സോളാനേസി
	: Solanaceae

വിവരണം: ഇന്ത്യയിലുടനീളം കൃഷി ചെയ്തുവരുന്നു. നേരെ വളരുന്ന മാംസളമായ തണ്ടുകളോടുകൂടിയ വാർഷിക സസ്യം. സാധാരണ ഇലകൾ. വെള്ളകലർന്ന പച്ചനിറം. മഞ്ഞനിറത്തിലുള്ള പൂക്കൾ. മാംസളമായ ഏതാണ്ട് ഉരുണ്ട കായ. ആദ്യം പച്ചനിറവും പഴുക്കുമ്പോൾ ചുവപ്പുനിറവുമാകും. ഫലമജ്ജ മാംസളമാണ്. അതിനകത്ത് ചെറിയ ഉരുണ്ടുപരന്ന അനേകം വിത്തുകൾ.

ഔഷധയോഗ്യഭാഗങ്ങൾ: തക്കാളിക്കാ (തക്കാളി)

ചില ഔഷധ ഉപയോഗങ്ങൾ: ദഹനമുണ്ടാക്കും. രക്തം ശുദ്ധീകരിക്കും. ഉദരത്തിലെ പഴുപ്പുകളെ ചെറുക്കും. കരൾ, വൃക്ക എന്നിവയുടെ പ്രവർത്തനങ്ങളെ ഉത്തേജിപ്പിക്കും. പോഷകമാണ്. ശരീരബലവും തൂക്കവും വർദ്ധിപ്പിക്കും. വായുകോപം ശമിപ്പിക്കും. ആസ്ത്മ, ബ്രോങ്കൈറ്റിസ്, ത്വക്ക്രോഗങ്ങൾ, വ്രണങ്ങൾ, ഉദരരോഗങ്ങൾ, കരൾ, വൃക്ക രോഗങ്ങൾ, ക്ഷീണം എന്നിവയ്ക്കു നല്ലതാണ്.

തക്കാളിനീര് മുഖത്തു പുരട്ടുന്നത് ചർമ്മത്തിന് നല്ല തിളക്കം ലഭിക്കാൻ നല്ലതാണ്.

തലനീളി

(പ്രസാരിണി)

തലമുടിയുടെ വളർച്ചയ്ക്ക് സഹായിക്കുന്ന ഔഷധമാണിത്.

സംസ്കൃതനാമം : പ്രസാരണി
ശാസ്ത്രനാമം : മെറീമിയ ട്രൈഡെൻടേറ്റ
: Merremia tridentata (Linn.) Hallier f.ssp. tridentata
കുടുംബം : കൺവൊൾവുലേസി
: Convolvulaceae

വിവരണം: ഇന്ത്യയിലുടനീളം വേലികളിലും വെളിമ്പ്രദേശങ്ങളിലും കാണപ്പെടുന്നു. ബഹുവർഷിയായ കുറ്റിച്ചെടി. സാധാരണ ഇലകൾ. ഇളം മഞ്ഞനിറത്തിലുള്ള ചോർപ്പ് ആകൃതിയിലുള്ള പൂക്കൾ. ഉരുണ്ട കായ. വിത്തുകളുണ്ട്.

ഔഷധയോഗ്യഭാഗങ്ങൾ: സമൂലം

ചില ഔഷധ ഉപയോഗങ്ങൾ: കാമം വർദ്ധിപ്പിക്കും. മുലപ്പാൽ വർദ്ധിപ്പിക്കും. വേദന കുറയ്ക്കും. സ്വസ്ഥത ഉണ്ടാക്കും. പോഷകമാണ്. വാതം, ക്ഷീണം, വീക്കം, മൂത്രനാളീ രോഗങ്ങൾ, ശരീരത്തിന്റെ ഒരു ഭാഗം തളർന്നുപോകുക, ക്ഷതം എന്നിവയ്ക്കു നല്ലതാണ്. തലനീളിയും എള്ളെണ്ണയും ചേർത്തു തയ്യാറാക്കുന്ന എണ്ണ തലയിൽ പുരട്ടുന്നത് തലവേദനയ്ക്കും മുടികൊഴിച്ചിലിനും അത്യുത്തമമാണ്.

തവിഴാമ

(തഴുതാമ)

തവിഴാമ വെളുത്തതും, ചുവപ്പും, ചുവപ്പും കറുപ്പും കൂടിയതും കറുത്തപൂക്കളുമുള്ള നാലുതരത്തിലുണ്ട്. ഇതിൽ വെളുത്ത പൂവുള്ള തവിഴാമയാണ് സാധാരണയായി ഔഷധങ്ങളിൽ ഉപയോഗിച്ചുവരുന്നത്. പുനർന്നവ എന്നും അറിയപ്പെടുന്നു. പുനർന്നവ എന്നാൽ നവീകരിക്കു

ന്നത് അതായത് രസായനമായിട്ടുള്ളതെന്നാണർത്ഥം.

സംസ്കൃതനാമം	:	കഠില്ലം, പുനർന്നവാ, ശോഫഘ്നി
ഇംഗ്ലീഷ്	:	ഹോഗ്‌വീഡ്, പിഗ്‌വീഡ്
ശാസ്ത്രനാമം	:	ബോയർഹേവിയഡിഫ്യൂസ
	:	Boerhaavia diffusa Linn.
കുടുംബം	:	നിക്ടാജിനേസി
	:	Nyctaginaceae

വിവരണം: ഇന്ത്യയിലുടനീളം വഴിവക്കുകളിലും വെളിമ്പ്രദേശങ്ങളിലും കളയായി കാണപ്പെടുന്നു. നിലത്തു പടർന്നുവളരുന്ന ബഹുവർഷിയായ സസ്യം. ചെറിയ ഇലകൾ. നാലിനത്തിനും നാലുനിറത്തിലുള്ള പൂക്കളുണ്ട്. കായും വിത്തുമുണ്ട്. തണ്ടു മുറിച്ചുവച്ചും വിത്തിലൂടെയും പ്രജനനം.

ഔഷധയോഗ്യഭാഗങ്ങൾ: സമൂലം

ചിലഔഷധ ഉപയോഗങ്ങൾ: തഴുതാമ വേര് തൈരിന്റെ വെള്ളത്തിലരച്ച് എല്ലാ കുഷ്ഠങ്ങൾക്കും പുരട്ടാം. തഴുതാമ കഷായം വച്ച് സേവിക്കുന്നത് കല്ലിനെ ശമിപ്പിക്കും. വേര് പൊടിച്ച് തേനിൽ ചാലിച്ചിടുന്നത് എലികടിച്ച വിഷത്തിന് നല്ലതാണ്. താഴുതാമ കഷായവും പാലും കൂട്ടി ഇരട്ടിമധുരം കൽക്കമായി കാച്ചിയ നെയ്യ് മദ്യം സേവിച്ചുണ്ടാകുന്ന പ്രശ്നങ്ങൾക്ക് നല്ലതാണ്. പച്ചവേര് പിഴിഞ്ഞ നീര് പത്തുമില്ലി വരെ കഴിക്കാവുന്നതാണ്. തഴുതാമ ഉത്തമമായ ഒരു രസായനദ്രവ്യമാണ്. അമ്പതുമില്ലി തഴുതാമ അരച്ചുകലക്കി പാലോടുകൂടി പതിനഞ്ചു ദിവസമോ രണ്ടുമാസമോ ആറുമാസമോ ഒരുവർഷം തന്നെയോ സേവിക്കാവുന്നതാണ്. മഞ്ഞപ്പിത്തം മഹോദരം, വേദനയോടുകൂടി മൂത്രം പോകുന്നത് ഉള്ളിലെ വീക്കം ഇവയ്ക്കും നന്ന്. കരൾസംബന്ധമായ എല്ലാ രോഗങ്ങൾക്കും തഴുതാമ ഉത്തമമായ ഒരൗഷധമാണ്. വൃക്കസ്രാവങ്ങൾ വർദ്ധിപ്പിക്കേണ്ട അവസരങ്ങളിലെല്ലാം ഇതുകൊടുക്കാം. തഴുതാമ ഹൃദയമിടിപ്പ് വർദ്ധിപ്പിക്കുന്നതിനാൽ സിരകളിലെ രക്തസമ്മർദ്ദം ഉയർന്ന് നാഡിമിടിപ്പ് അധികമാക്കി വൃക്കകളെ പ്രവർത്തിപ്പിക്കുന്നു. തന്മൂലം മൂത്രം വർദ്ധിക്കുന്നു. ഹൃദയമിടിപ്പു വർദ്ധിപ്പിക്കുമെന്നതിനാൽ ഹൃദയ കവാടങ്ങളുടെ കേടുകൾക്കും ഹൃദയകവാടസങ്കോചത്തിനും നല്ലതാണ്. പ്ളൂറസി മുതലായ രോഗങ്ങളിൽ മൂത്രമാർഗ്ഗേണ ആ ദ്രവങ്ങളെ പുറത്തുകളയുന്നതിനാൽ വളരെ ഫലപ്രദമാണ്. ഇലയുടെ നീര് മഞ്ഞപ്പിത്തത്തിനും കരൾരോഗങ്ങൾക്കും നല്ലതാണ്. നിശാന്ധത ഉൾപ്പെടെയുള്ള നേത്രരോഗങ്ങളിൽ തേൻ ചേർത്തു കണ്ണിലൊഴിക്കുന്നതു നല്ലതാണ്. തഴുതാമ സമൂലം ഉണക്കിപ്പൊടിച്ച് ഇന്തുപ്പുചേർത്തോ ഗോമൂത്രത്തിലോ സേവിച്ചാൽ ഉദരാന്തർഗ്രന്ഥികളിലെ മുഴകളെ ശമിപ്പിക്കും. പുനർന്നവാസവം ഭക്ഷണശേഷം സേവിച്ചാൽ മൂത്രം സ്വച്ഛമാകും. രക്തശുദ്ധിയും വരും. വൃക്കരോഗങ്ങളിലും മഞ്ഞപ്പിത്തത്തിനും നന്ന്.

തഴുതാമ ശീതളമാണ്. വിരയിളക്കും. മൂത്രമിളക്കും. കാമവർദ്ധക

മാണ്. ഹൃദയപോഷണമാണ്. വിയർപ്പുണ്ടാക്കും. കഫം ഇളക്കും. വീക്കത്തെ ചെറുക്കും. വയറിളക്കും. പോഷകമാണ്. വെള്ളപോക്ക്, വീക്കങ്ങൾ, കണ്ണിനു വേദന, പുറംവേദന, സ്കേബീസ്, പേശീവേദന, ഹൃദയരോഗങ്ങൾ, മഞ്ഞപ്പിത്തം, വിളർച്ച, മലബന്ധം, ചുമ, ക്ഷീണം എന്നിവയ്ക്കു നല്ലതാണ്. ചെടിയുടെ കഷായം സേവിച്ചാൽ പനിശമിക്കും. വേരിന്റെ തൊലി, ജീരകം എന്നിവ മോരിൽ ചേർത്തു കുടിച്ചാൽ ഉദരസ്തംഭനം ശമിക്കും.

ഹൃദ്രോഗം, മൂത്രാശയക്കല്ല്, രക്തസമ്മർദ്ദം, വൃക്കരോഗങ്ങൾ, മദ്യപാനരോഗങ്ങൾ എന്നിവയ്ക്ക് തഴുതാമ വേര് കഷായം വച്ചു കുടിക്കുക. ഇല ഇടിച്ചു പിഴിഞ്ഞ നീര് രണ്ടുനേരം കഴിച്ചാലും ഫലം കിട്ടും. തഴുതാമ തോരൻ വച്ചു കഴിക്കുന്നത് തിമിരത്തിനു നല്ലതാണ്.

തഴുതാമ വേര് കഷായംവച്ചു കഴിക്കുന്നത് മൂത്രം പോകാൻ തടസ്സം, മൂത്രനാളീവീക്കം, മഞ്ഞപ്പിത്തം, മൂത്രക്കല്ല്, പുരുഷഗ്രന്ഥി വീക്കം എന്നിവയ്ക്കു നല്ലതാണ്.

മലബന്ധത്തിന് തഴുതാമ ഇല പച്ചയ്ക്കോ തോരൻവച്ചോ കഴിക്കുക. കരൾ രോഗങ്ങൾക്ക് തഴുതാമ തോരൻ വച്ചു കഴിക്കുന്നത് ഉത്തമമാണ്. മൂത്രാശയരോഗങ്ങൾക്ക് വേര് ചതച്ച് കഷായമാക്കി സേവിക്കുന്നത് ഫലപ്രദമാണ്. നിത്യയൗവ്വനത്തിന് കാച്ചിയ പശുവിൻപാലിൽ മുപ്പതുഗ്രാം തഴുതാമ വേരരച്ച നീര് ചേർത്ത് ദിവസേന കുറേക്കാലം കുടിക്കുന്നത് ഫലപ്രദമാണ്. തഴുതാമ വേരുകൊണ്ടു പാൽക്കഷായമുണ്ടാക്കി ചുക്കുചേർത്ത് കഴിക്കുന്നത് രക്തഛർദ്ദിക്കു നല്ലതാണ്.

തഴുതാമവേര് ഇളനീരിൽ അരച്ച് കുടിക്കുന്നത് മഞ്ഞപ്പിത്തത്തിന് നല്ലതാണ്. തഴുതാമവേര്, കടുക്കാത്തൊണ്ട്, ചുക്ക്, കറിവേപ്പില ഇവ കൊണ്ടുള്ള കഷായം ദേഹനീരിന് നല്ലതാണ്. തഴുതാമവേര് വയൽച്ചുള്ളി ഇവ കത്തിച്ച ചാരം തുണിയിൽ ഇട്ട് കലക്കിയ വെള്ളത്തിന്റെ തെളി, പാലും ചുക്കുംചേർത്ത് കഴിച്ചാൽ വീക്കം ശമിക്കും. തഴുതാമവേര് കടുക്ക, വയൽച്ചുള്ളി ഇവ അരച്ച് വെണ്ണകൂട്ടി തേച്ചാൽ വീക്കം ശമിക്കും. തഴുതാമ വേര് വെളുത്തുള്ളി, ചുക്ക് ഇവകൊണ്ട് പാൽക്കഷായം ഉണ്ടാക്കി കുടിക്കുന്നത് ദേഹനീര് ശമിക്കുന്നതിന് നല്ലതാണ്.

താതിരി

താതിരിക്ക് ദമനകം എന്നും പേരുണ്ട്. ശിവന്റെ ശാപംകൊണ്ട് ഭൈരവൻ വൃക്ഷമായി തീർന്നെന്നും അതാണ് താതിരി എന്ന വൃക്ഷമെന്നുമാണ് വിശ്വാസം. അതിനാൽ താതിരി മരം പൂജാർഹമാണ്. ഈ മരത്തെ പൂജിക്കുന്ന വിധിക്ക് ദമനകാരോഹണവിധി എന്നുപറയുന്നു. ഔഷധങ്ങൾ കേടുകൂടാതെ സൂക്ഷിക്കുന്നതിനും ആസവം, അരിഷ്ടം മുതലായവ ശരിക്ക് പുളിക്കുന്നതിനും ഔഷധവീര്യം കൂട്ടുന്നതിനും ഉള്ള ശക്തി താതിരിപ്പൂവിനുള്ളതിനാൽ പരമ്പരാഗതമായി ഇത് ചേർത്തുവരുന്നു.

സംസ്കൃതനാമം	:	ധാതകി, മദനിയഹേതു, ബഹുപുഷ്പി
ഇംഗ്ലീഷ്	:	ഫയർ ഫ്ളെയിംബുഷ്, വുഡ് ഫോർഡിയ
ശാസ്ത്രീയനാമം	:	വുഡ് ഫോർഡിയ ഫ്രൂട്ടിക്കോസ
	:	Woodfordia fruticosa (Linn.) Kurz
കുടുംബം	:	ലിത്രേസി
	:	Lythraceae

വിവരണം: ഇന്ത്യയിലുടനീളം കണ്ടുവരുന്നു. ഇല പൊഴിയുന്ന ഏഴുമീറ്റർ വരെ ഉയരത്തിൽ വളരുന്ന കുറ്റിച്ചെടി. ചെറിയ ഇലകൾ, ചുവന്ന നിറത്തിലുള്ള അനേകം പൂക്കൾ. ഫലവും വിത്തുമുണ്ട്.

ഔഷധയോഗ്യഭാഗങ്ങൾ: പൂക്കൾ

ചില ഔഷധ ഉപയോഗങ്ങൾ: പൂക്കൾ ചവർപ്പുള്ളതും രൂക്ഷവും ശീതവീര്യവുമാണ്. രക്തം ശുദ്ധീകരിക്കുന്നതിനും വിരകളെ നശിപ്പിക്കുന്നതിനും രക്തവാർച്ച തടയുന്നതിനും പനി കുറയ്ക്കുന്നതിനും അണുക്കളെ നശിപ്പിക്കുന്നതിനും മൂത്രത്തിലെ നിറവ്യത്യാസം ഇല്ലാതാക്കുന്നതിനുമുള്ള ശക്തി പൂക്കൾക്കുണ്ട്. കഫം, പിത്തം, കുഷ്ഠം, ത്വക്ക്രോഗങ്ങൾ, വെള്ളപോക്ക്, രക്തം തുപ്പുക, വയറിളക്കം, പ്രമേഹം, കരൾരോഗങ്ങൾ, വിരശല്യം എന്നിവയ്ക്കുത്തമമാണ്. ബീജദോഷത്തിന് താതിരിപ്പൂവ് പൊടിച്ച് പാലിൽ ചേർത്ത് പതിവായി

കഴിക്കുന്നത് ഫലപ്രദമാണെന്നു പറയുന്നു. പൂവ് പൊടിച്ചത് തേനിൽ ചേർത്ത് നിത്യേന കഴിക്കുന്നത് രക്താർശസിനു നല്ലതാണ്.

താതിരിപ്പൂവ് പൊടിച്ച് തേൻ ചേർത്തു കഴിക്കുന്നത് പ്ലീഹാവീക്കത്തിനും രക്തസ്രാവം, അതിസാരം, വെള്ളപോക്ക് എന്നിവയ്ക്കും നല്ലതാണ്.

താന്നി

പൗരാണികകാലം മുതൽ ശ്രദ്ധിക്കപ്പെടുന്ന വൃക്ഷം. നളനെ ആവേശിച്ച കലി പുറത്തുചാടി കയറിയത് ഒരു താന്നി വൃക്ഷത്തിലായിരുന്നെന്നും നളൻ പോയശേഷം ഇറങ്ങിപ്പോകുകയും ചെയ്തതായും അതല്ല അതിൽത്തന്നെ വസിക്കുന്നതായും *മഹാഭാരതം* വനപർവ്വം അമ്പത്തി എട്ടാം അദ്ധ്യായത്തിൽ പറയുന്നുണ്ട്. അന്നു മുതൽ താന്നി നിഷിദ്ധ വൃക്ഷമായി തീർന്നതായി പറയുന്നു. താന്നിയെപ്പറ്റി മറ്റൊരു പരാമർശം കൂടി *മഹാഭാരത*ത്തിലുണ്ട്. ദമയന്തിയുടെ രണ്ടാം സ്വയംവരത്തിൽ പങ്കെടുക്കാൻ ഋതുപൂർണ്ണരാജാവിന്റെ തേരുതെളിച്ച് നളൻ പോകുമ്പോൾ നിലത്തുവീണ ഉത്തരീയം എടുക്കാൻ തേരു നിർത്താൻ പറഞ്ഞപ്പോൾ തന്റെ അശ്വവിദ്യകൊണ്ട് തേര് വളരെ ദൂരം പോന്നതായി നളൻ പറഞ്ഞു അപ്പോൾ രാജാവു അവിടെ കായ്ച്ചുനിന്ന താന്നി വൃക്ഷത്തിലെ ഇലകളുടെയും കായകളുടെയും എണ്ണം പറയുകയുണ്ടായി. അത്ഭുതപ്പെട്ടുനിന്ന നളനെ നോക്കി രാജാവു പറഞ്ഞു നിനക്ക് അശ്വവിദ്യയിൽ സാമർത്ഥ്യമുള്ളതു പോലെ എനിക്ക് അക്ഷ ഹൃദയത്തിൽ നല്ല വൈദഗ്ദ്ധ്യമുണ്ട്. എന്നിട്ട് രാജാവ് നളനെ അക്ഷഹൃദയമന്ത്രവും നളൻ രാജാവിനെ അശ്വഹൃദയമന്ത്രവും പഠിപ്പിച്ചു. അക്ഷഹൃദയം വശമാക്കിയതിനാൽ നളന് രണ്ടാമതു ചൂതുകളിയിൽ ജയിച്ച് രാജ്യം തിരിച്ചെടുക്കാൻ കഴിഞ്ഞു. പണ്ട് താന്നിക്കാ ചൂതുകളിക്കുപയോഗിച്ചിരുന്നു. നളന്റെ കലിബാധ മാറിയത് ഒരു താന്നിയുടെ അടുത്തുവച്ചായിരുന്നു. അതിനാലാണ് കലിദ്രുമമെന്ന പേര്. ചേരിന്റെ പൊള്ളൽ മാറാൻ താന്നിക്ക് പ്രദക്ഷിണം വെച്ചാൽ മതി. ത്രിഫലയിലെ ഒരിനമാണ് താന്നിക്കാ. തടി വിവിധ ആവശ്യങ്ങൾക്കുപയോഗിക്കാറുണ്ട്. പരിപ്പ് ഭക്ഷ്യയോഗ്യമാണ്.

സംസ്കൃതനാമം	:	അക്ഷം, വിഭീതക, വിഭീതകി, ഭൂതവശ, കലിദ്രുമ, ആക്ഷിക
ഇംഗ്ലീഷ്	:	ബെല്ലിറിക് മൈറോബാലൻ
ശാസ്ത്രനാമം	:	ടെർമിനേലിയ ബല്ലറിക്ക
	:	Terminalia bellerica (Gaertn.) Roxb.
കുടുംബം	:	കോംബ്രിട്ടേസി
	:	Combretaceae

വിവരണം: ഇന്ത്യയിലുട നീളം ഇലപൊഴിയും കാടുകളിൽ കാണപ്പെടുന്നു. ഇലപൊഴിയുന്ന വൻവൃക്ഷം. സാധാരണ ഇലകൾ, പച്ചകലർന്ന മഞ്ഞനിറത്തിലുള്ള പൂക്കൾ. ചെറിയ ദുർഗന്ധമുണ്ട്. ചുവടറ്റം നീണ്ടുരുണ്ട കായയിൽ മജ്ജയും അതിനകത്ത് വെളുത്ത കാമ്പുള്ള നീണ്ടുരുണ്ട കടുപ്പമേറിയ വിത്തുമുണ്ട്. അണ്ണാൻ, കുരങ്ങ് പന്നി മുതലായവയുടെ ഇഷ്ടഭക്ഷണമാണ് താന്നിക്ക.

ഔഷധയോഗ്യഭാഗങ്ങൾ: കായ (താന്നിക്കാ), കായയിൽനിന്നെടുക്കുന്ന തൈലം, മരത്തിന്റെ പശ.

ചില ഔഷധ ഉപയോഗങ്ങൾ: താന്നിക്കാ ഗ്രഹണിക്കും ചിത്തസംബന്ധമായ തലവേദനയ്ക്കും മൂലക്കുരുവിനും മഹോദരത്തിനും ജ്വരത്തിനും വയറിളക്കത്തിനും കുഷ്ഠത്തിനും ഉപയോഗിക്കുന്നു. പകുതി മൂപ്പായ താന്നിക്കായ്ക്കു മലം ഇളക്കുവാനുള്ള കഴിവുണ്ട്. മൂത്തതിനും ഉണങ്ങിയതിനും ഇതിനു വിപരീതമായ ഗുണമാണുള്ളത്. പഴുത്തതോ ഉണങ്ങിയതോ ആയ കായ തേൻ ചേർത്തു നേത്രരോഗങ്ങൾക്ക് ഉപയോഗിക്കാം. താന്നിക്കയുടെ കഴമ്പ് ഇന്തുപ്പും തിപ്പലിയും ചേർത്തു ലേഹ്യമാക്കി ചുമ സ്വരസാദം തൊണ്ടവേദന അജീർണ്ണം ഇവയ്ക്കു കൊടുക്കാം. താന്നിക്കാത്തൊണ്ട് ഉണക്കിയതും ഇന്തുപ്പും തിപ്പലിയും കുരുമുളകും ചേർത്തു തേനിൽ ചാലിച്ചു നക്കുന്നത് വരട്ടു ചുമയ്ക്കു നല്ലതാണ്.

കടുക്ക, നെല്ലിക്ക, താന്നിക്ക ഇവ മൂന്നും സമം ചേർന്നതാണ് ത്രിഫല. കടുക്ക മൂന്നുഭാഗവും താന്നിക്ക ആറുഭാഗവും നെല്ലിക്ക പന്ത്രണ്ടുഭാഗവും ചേർക്കണമെന്ന അഭിപ്രായവും ഉണ്ട്. ഒരു കടുക്കയ്ക്കും രണ്ടു താന്നിക്കയ്ക്കും നാലു നെല്ലിക്കയ്ക്കും തൂക്കം ഏതാണ്ട് സമമായിരിക്കും എന്നതിനാൽ ഈ രണ്ട് അഭിപ്രായങ്ങൾക്കും തമ്മിൽ വൈരുദ്ധ്യമില്ല. ത്രിഫല ഉത്തമമായ ഒരു രസായനദ്രവ്യമാണ്. വ്രണങ്ങളുണക്കും. കഫം, മേദസ്സ്, പ്രമേഹം, രക്തദോഷം, ത്വക്ക്‌രോഗങ്ങൾ, കണ്ണിലെ രോഗങ്ങൾ ഇവ ശമിപ്പിക്കുകയും ചെയ്യും. പുതിയ ഇരുമ്പു പാത്രത്തിൽ ത്രിഫല അരച്ചു പുരട്ടി ഒരു രാത്രിയും പകലും വെച്ചിരുന്ന് അതെടുത്ത് തേനും വെള്ളവും ചേർത്ത് ഒരുവർഷം കുടിച്ചാൽ ജരാനരകൾ ബാധിക്കാതെ അരോഗിയായി ദീർഘായുസ്സോടെ ഇരിക്കാം. ത്രിഫലശീലമാ

ക്കുന്നതുകൊണ്ട് ദോഷങ്ങൾ ഇല്ല. നേരെമറിച്ച് ആരോഗ്യവും ശക്തിയും ഉണ്ടാവുകയും ചെയ്യും. ആർത്തവാരംഭഘട്ടത്തിൽ യുവതികൾ ത്രിഫല ദിവസേന കഴിക്കുന്നത് വളരെ നല്ലതാണ്. ആർത്തവകാലഘട്ടത്തിലെ പ്രശ്നങ്ങൾക്കും നല്ലതാണ്. പുളി, എരിവ്, കയ്പ് ഈ രസങ്ങളുടെ ആധിക്യത്തോടുകൂടിയ ഭക്ഷണവും വറുത്ത ഭക്ഷണവും കൂടുതൽ കഴിക്കുന്നതുകൊണ്ടുണ്ടാകുന്ന ദോഷങ്ങൾക്കും ത്രിഫല ഉത്തമമാണ്. രണ്ടുമുതൽ മൂന്നു ടീസ്പൂൺ വരെ എടുത്തു വെള്ളത്തിൽ കലക്കിയോ തേനോ നെയ്യോ ചേർത്തോ രാത്രി ഉറങ്ങാൻ നേരത്തു കഴിക്കാം. പതിവായി ത്രിഫല സേവിച്ചാൽ ത്രിദോഷങ്ങളെയും സപ്തധാതുക്കളെയും സമാവസ്ഥയിൽ നിർത്തി ആരോഗ്യവും ദീർഘായുസ്സും ലഭിക്കുന്നതാണ്.

തൊലി ചെറിയ തോതിൽ മൂത്രമിളക്കും. വിളർച്ച വെള്ളപ്പാണ്ഡ് എന്നിവയ്ക്കു നല്ലതാണ്. താന്നിക്കാ വീക്കത്തെ ചെറുക്കും. വേദന കുറയ്ക്കും. രക്തവാർച്ച തടയും. ലഹരിയുണ്ടാക്കും. ദഹനം വർദ്ധിപ്പിക്കും. വിരയിളക്കും. കഫമിളക്കും. പനിയെ ചെറുക്കും. ഛർദ്ദിലിനെ തടയും, ഉത്തേജകമാണ്. കഫം, വാതം, ചുമ, ബ്രോങ്കൈറ്റിസ്, ഉറക്കമില്ലായ്മ, വെള്ളദ്ദാഹം, ഛർദ്ദിൽ, കണ്ണിന്റെ രോഗങ്ങൾ, പ്ലീഹാരോഗങ്ങൾ, തലവേദന, ത്വക്ക്രോഗങ്ങൾ, കുഷ്ഠം, വ്രണം, ജ്വരം, ക്ഷീണം എന്നിവയ്ക്കു നല്ലതാണ്. ഉണങ്ങിയ താന്നിക്കാ മലബന്ധമുണ്ടാക്കും. അതിസാരത്തിനും വയറിളക്കത്തിനും നല്ലതാണ്. വിത്തിൽ നിന്നെടുക്കുന്ന എണ്ണ മുടിവളരാൻ നല്ലതാണ്. ത്വക്ക്രോഗങ്ങൾ വെള്ളപ്പാണ്ഡ് അകാലനര എന്നിവയ്ക്കു നല്ലതാണ്. പരിപ്പ് നേത്രരോഗങ്ങൾക്കു നല്ലതാണ്. എണ്ണ മുടിനാരുകൾക്ക് ബലം നല്കും. ചേരിന്റെ പൊള്ളലിന് പ്രത്യൗഷധമാണ്. ഇതിന്റെ പുറന്തൊലി മരപ്പട്ടയും ഒരു കഷണം കായവും ചേർത്തിടിച്ചു കൊടുക്കുന്നത് ചേരിന്റെ വിഷം ഇല്ലാതാക്കും. ത്രിഫലത്തോട് ഇരട്ടി മധുരം ഇവകൊണ്ടുണ്ടാക്കിയ കഷായം നെയ്യ് മേമ്പൊടി ചേർത്ത് സേവിക്കുന്നത് ഗർഭിണികളുടെ സുഖപ്രസവത്തിന് നല്ലതാണ്.

താമര

പുരാണ പ്രസിദ്ധമായ പുഷ്പമാണ് താമര. വെള്ള വസ്ത്രം ധരിച്ച് വെള്ളത്താമരയിലാണ് സരസ്വതി ദേവി ഇരിക്കുന്നത്. വിവിധ ഇനങ്ങളുണ്ട്. വെള്ള, നീല, ചുവപ്പ് എന്നീ മൂന്നിനങ്ങളാണ് സാധാരണ കണ്ടുവരുന്നത്. വിശുദ്ധപുഷ്പമായിട്ടാണ് താമര പരിഗണിക്കപ്പെടുന്നത്.

സംസ്കൃതനാമം	: പത്മം, പങ്കജം, കമലം
ഇംഗ്ലീഷ്	: ഇന്ത്യൻ ലോട്ടസ്, സേക്രഡ് ലോട്ടസ്, ചൈനീസ് വാട്ടർ ലില്ലി
ശാസ്ത്രനാമം	: നെലംബോ നൂസിഫെറ
	: Nelumbo nucifera Gaertn.

കുടുംബം : നിംഫേസീ
: Nymphaeaceae

വിവരണം: ഇന്ത്യയിലുടനീളം നനവാർന്ന പ്രദേശങ്ങളിലും കുളങ്ങളിലും വെള്ളക്കെട്ടുകളിലും വയലുകളിലും കാണപ്പെടുന്നു. വെള്ളത്തിന്റെ പുറത്ത് ഇലകൾ പടർന്നുകിടക്കുന്നു. വൃത്താകൃതിയിലുള്ള ഇലകളുടെ മുകൾഭാഗം ഇളംപച്ചനിറത്തിലാണ്. പ്രത്യേക തണ്ടുകളിലാണ് പൂക്കൾ കാണപ്പെടുന്നത്. പൂക്കൾ വളരെ വലുതാണ്. അനേകം ഇതളുകളുണ്ട്. ഇളം ചുവപ്പുനിറമാണ്. പ്രത്യേക സുഗന്ധമുണ്ട്. വിത്തുകൾ പൂക്കളുടെ മദ്ധ്യഭാഗത്ത് ഒളിഞ്ഞിരിക്കുന്നു.

ഔഷധയോഗ്യഭാഗങ്ങൾ: സമൂലം. താമരയുടെ പൂവും നൂലും അല്ലിയും കുരുവും ഇലയും കിഴങ്ങും തണ്ടും വളയവും. ബിസം (വേരിന്റെ വണ്ണംകൂടിയ ഭാഗം).

ചില ഔഷധ ഉപയോഗങ്ങൾ: വിത്ത് മൃദുവും പോഷകവുമാണ്. നൂലും പുഷ്പവും ശീതവും വേദന ശമിപ്പിക്കുന്നതും കഫം ഇളക്കുന്നതുമാണ്. പൂവും നൂലും തണ്ടിന്റെ നീരും അതിസാരത്തിനും കോളറയ്ക്കും കരൾ രോഗങ്ങൾക്കും ജ്വരത്തിനും നല്ലതാണ്. ഹൃദയത്തിന് സ്ഥൈര്യം നല്കും. താമരത്തേൻ നേത്രരോഗങ്ങൾക്ക് ഫലപ്രദമായ ഔഷധമാണ്. പൂക്കൾകൊണ്ടുണ്ടാക്കുന്ന സർബത്ത് ചുമ, രക്താർശസ്സ്, രക്താതിസാരം എന്നിവയ്ക്കു നല്ലതാണ്. വെള്ളത്താമരയുടെ കിഴങ്ങ് നല്ലെണ്ണയിലിട്ടു മൂപ്പിച്ചു തലയിൽ തിരുമ്മുന്നത് തലയ്ക്കും കണ്ണിനും നല്ലതാണ്. കിഴങ്ങിന്റെ നീരെടുത്തു തിരുമ്മുന്നതും നല്ലതാണ്. വേര് മൂലക്കുരുവിനു നല്ലതാണ്. വിത്ത് അരച്ചു പുരട്ടുന്നത് കുഷ്ഠത്തിനും ത്വക്ക്രോഗങ്ങൾക്കും നല്ലതാണ്. താമരനൂല് തേനും വെണ്ണയുമായോ പഞ്ചസാരയോടുകൂടിയോ സേവിക്കുന്നത് രക്താർശസ്സിനു നല്ലതാണ്. ഇലയുടെ ഞെട്ടി തലവേദനയ്ക്കു പുരട്ടാൻ നല്ലതാണ്. താമരപ്പൂവും ഇലയും ചന്ദനമോ നെല്ലിക്കയോ കൂട്ടി അരച്ചു പുരട്ടിയാൽ തലവേദനയ്ക്ക് ആശ്വാസം ലഭിക്കും. താമരവളയം ഛർദ്ദി നേത്രരോഗം, മൂത്രത്തിലെ കല്ല്, ജ്വരം, പിത്തം, രക്തദോഷം ഇവ ശമിപ്പിക്കും. തലമുടി വളരുവാൻ നല്ലതാണ്. ശുക്ലവും മുലപ്പാലും വർദ്ധിപ്പിക്കും. വാതത്തിനും കഫത്തിനും നന്നല്ല.

താമരപ്പൂവ് ഹൃദയപോഷകമാണ്. വയറിളക്കം,

കോളറ, ജ്വരം, വൃക്കരോഗം, അന്തരികമുറിവുകൾ, ബ്രോങ്കൈറ്റിസ്, തൊലിപ്പുറത്തെ പൊട്ടലുകൾ, പിത്തം എന്നിവയ്ക്കു നല്ലതാണ്. വിത്ത് ശീതമാണ്. മൂത്രമിളക്കും. പോഷകമാണ്. രക്തം ശുദ്ധീകരിക്കും. കാമവർദ്ധകമാണ്. ത്വക്ക്രോഗങ്ങൾ, വായ്നാറ്റം, എരിച്ചിൽ, ഛർദ്ദിൽ, വെള്ളപോക്ക്, ആർത്തവക്രമക്കേടുകൾ, നെഞ്ചുരോഗങ്ങൾ, കുഷ്ഠം, ചൊറിച്ചിൽ എന്നിവയ്ക്കു നല്ലതാണ്.

തമരയല്ലി ഉണക്കിപ്പൊടിച്ച് ശകലം ഇരട്ടി മധുരവും ചേർത്ത് തേനിൽ ചാലിച്ചു കഴിക്കുന്നത് വെള്ളപോക്കിനും യോനീസ്രവങ്ങൾക്കും നല്ലതാണ്.

താർതാവൽ

(കുടൽച്ചുരുക്കി, നത്തച്ചൂരി)

സംസ്കൃതനാമം: വസുക, ബുക

ശാസ്ത്രനാമം: സ്പെർ മാക്കോസ് ഹിസ്പിഡ

: Sperma coce hispida Linn.

കുടുബം: റൂബിയേസി

: Rubiaceae

വിവരണം: ഇന്ത്യയിലുടനീളം അടിക്കളയായി കാണപ്പെടുന്നു. നിലത്തു പടർന്നു വളരുന്ന കള. സാധാരണ ഇലകൾ. പൂവും കായും ഉണ്ട്.

ഔഷധയോഗ്യഭാഗങ്ങൾ: സമൂലം

ചില ഔഷധ ഉപയോഗങ്ങൾ: ഉദരരോഗങ്ങൾക്കു നല്ലതാണ്. പിത്തം, വാതം, വെള്ളദ്ദാഹം, ക്ഷീണം എന്നിവയ്ക്കു നല്ലതാണ്.

തിന

(തെന, തെനയരി)

തിന (കംഗു), വരിനെല്ല് (നീവാരം), വരക് (കോദ്രവം), ചാമ (ശ്യാമാകം) എന്നീ ധാന്യങ്ങളാണ് തൃണധാന്യങ്ങൾ എന്നറിയപ്പെടുന്നത്. ചില പ്രദേശങ്ങളിൽ കൃഷിചെയ്തുവരുന്ന ധാന്യവിളയാണ് തിന. പക്ഷികൾക്ക് ഇഷ്ടപ്പെട്ട തീറ്റയാണ് തിനയരി.

സംസ്കൃതനാമം	: കംങ്ഗു, കംങ്ഗനി
ഇംഗ്ലീഷ്	: ഇന്ത്യൻ മില്ലെറ്റ്, ഫോക്സ് ടെയിൽ മില്ലറ്റ്
ശാസ്ത്രനാമം	: സിറ്റേറിയ ഇറ്റാലിക്ക
	: Setaria italica (Linn.) P. Beauv
കുടുംബം	: പോയേസി
	: Poaceae

വിവരണം: ഇന്ത്യയിലുടനീളം കൃഷിചെയ്തു വരുന്നു. നേരെ വളരുന്ന തണ്ടുകളോടുകൂടിയ വാർഷിക സസ്യം. നീളമുള്ള ഇലകൾ. കതിരും കതിരിൽ ധാന്യവുമുണ്ടാകുന്നു.

ഔഷധയോഗ്യഭാഗങ്ങൾ: ധാന്യം (തിന)

ചില ഔഷധ ഉപയോഗങ്ങൾ: ഒടിഞ്ഞുപോയ അംഗങ്ങൾ കൂട്ടിച്ചേർക്കുവാൻ സഹായിക്കുന്നതും ദേഹം തടിപ്പിക്കുന്നതുമാകുന്നു. പിത്തവും കഫവും കുറയ്ക്കും. ധാതുശക്തി വർദ്ധിപ്പിക്കും.

ശീതമാണ്. കാമവർദ്ധകമാണ്. മൂത്രവും മലവുമിളക്കും. സന്ധിവാതം, എരിച്ചിൽ, ഒടിവ്, വേദന, പ്രസവ സമയത്തെ വേദന എന്നിവയ്ക്കു നല്ലതാണ്. വെള്ളത്തിൽ തിളപ്പിച്ചു കുടിച്ചാൽ ശരീരത്തിൽ രക്തം കട്ടിയായിരിക്കുന്നതിനെ അലിയിച്ചു കളയും. കുടൽ വേദനയ്ക്കും ഉദരവേദനയ്ക്കും നല്ലതാണ്.

തിപ്പലി

വളരെ പ്രധാനപ്പെട്ട ഒരു രസായന ഔഷധമാണ്. ആനത്തിപ്പലി, കാട്ടുതിപ്പലി, വൻതിപ്പലി, മുളക് തിപ്പലി, അത്തിത്തിപ്പലി തുടങ്ങിയ പല ഇനങ്ങളുമുണ്ട്.

സംസ്കൃതനാമം	: പിപ്പലി, മഗധി
ഇംഗ്ലീഷ്	: ഇന്ത്യൻ ലോങ്പെപ്പർ, ലോങ്പെപ്പർ
ശാസ്ത്രനാമം	: പൈപ്പർ ലോങ്ങം
	: Piper longum Linn.
കുടുംബം	: പൈപ്പറേസി
	: Piperaceae

വിവരണം: ഇന്ത്യയിലുടനീളം നിത്യഹരിത വനങ്ങളിൽ കാണപ്പെടുന്നു. വ്യാവസായികാവശ്യങ്ങൾക്കായി കൃഷി ചെയ്തുവരുന്നു. മരത്തിൽ പടർന്നുകയറുകയോ നിലത്തു പടർന്നു വളരുകയോ ചെയ്യുന്ന ലേശം മണമുള്ള വള്ളിച്ചെടി. മുട്ടുകളിൽനിന്നും വേരുണ്ടാകും. ഇല കറുപ്പുകലർന്ന പച്ചനിറം. പൂവുണ്ട്. കായാണ് തിപ്പലി.

ഔഷധയോഗ്യഭാഗങ്ങൾ: ഉണങ്ങിയ കായ (തിപ്പലി), വേര്.

ചില ഔഷധ ഉപയോഗങ്ങൾ: വേര് മൂത്രം, വിര, കഫം ഇളക്കും. വയറിളക്കും. ദഹനം വർദ്ധിപ്പിക്കും. ഉദരരോഗങ്ങൾക്കു നല്ലതാണ്. ആർത്തവം തിരികെ കൊണ്ടുവരും. വാതം, വെള്ളദ്ദാഹം, പ്ലീഹാ രോഗങ്ങൾ പെട്ടെന്നുണ്ടാകുന്ന ബോധക്കേട്, പുറംവേദന എന്നിവയ്ക്കു നല്ലതാണ്. പോഷകമാണ്. തിപ്പലി കാമവർദ്ധകമാണ്. കഫമിളക്കും. പനി കുറയ്ക്കും. വായുകോപം ശമിപ്പിക്കും. മുലപ്പാൽ വർദ്ധിപ്പിക്കും. ആന്റിസെപ്റ്റിക്കാണ്. ശരീരത്തിന് മിനുസമുണ്ടാക്കും. മലദ്വാരവീക്കം, ആസ്ത്മ, ബ്രോങ്കൈറ്റിസ്, വയർവേദന, അപസ്മാരം, പ്രമേഹം, പനി, ഗൊണോറിയ എന്നിവയ്ക്കു നല്ല

താണ്. തിപ്പലി രസായനമാണ്. ത്രിദോഷങ്ങളെയും ശമിപ്പിക്കും.

തിപ്പലിയും കരിനൊച്ചി വേരും അരച്ച് കരിക്കിൻ വെള്ളത്തിൽ കുടിക്കുന്നത് മൂത്രാശയക്കല്ലിനു നല്ലതാണ്.

ഒച്ചയടപ്പിന് തിപ്പലിപ്പൊടി കൽക്കണ്ടമോ പഞ്ചസാരയോ ചേർത്ത് നുണഞ്ഞിറക്കുക. കാസശ്വാസത്തിന് ചെറുതിപ്പലി തുളസിനീരിൽ കലക്കി കുടിക്കുക. ഓർമ്മശക്തിക്ക് അത്തിത്തിപ്പലി പത്തുദിവസം തേനിലിട്ടു വച്ചത് രാവിലെ വെറുംവയറ്റിൽ ഒരു തിപ്പലിവീതം ചവച്ച് നീരുമാത്രം കുടിക്കുക.

തിരുതാളി

ഇത് നല്ലൊരു താളിയാണ്. മുടിയും ശരീരവും വൃത്തിയാക്കുവാനുപയോഗിക്കുന്നു.

സംസ്കൃതനാമം : ലക്ഷ്മണ, പുത്രദ, അശ്രബിന്ദുചട, നഗിനി
ശാസ്ത്രനാമം : ഐപോമിയ സെപിയാരിയ, ഐപോമിയ മാർജിനേറ്റ
: Ipomoea sepiaria Roxb.
കുടുംബം : കൺവൊൾവുലേസി
: Convolvulaceae

വിവരണം: ഇന്ത്യയിലുടനീളം പറമ്പുകളിലും വെളിമ്പ്രദേശങ്ങളിലും വേലിപ്പടർപ്പുകളിലും കാണപ്പെടുന്നു. പടർന്നുകയറുന്ന ബഹുവർഷിയായ ലതാസസ്യം. ഇളംപിങ്ക് നിറത്തിലുള്ള പൂക്കൾ. കായയും വിത്തുമുണ്ട്.

ഔഷധയോഗ്യഭാഗങ്ങൾ: സമൂലം

ചില ഔഷധ ഉപയോഗങ്ങൾ: കാമം വർദ്ധിപ്പിക്കും. ഉത്തേജകമാണ്. മൂത്രം വർദ്ധിപ്പിക്കും. മലം ഇളക്കും. പോഷകമാണ്. പിത്തം, എരിച്ചിൽ, വിളർച്ച, സ്ത്രീകളിലെ വന്ധ്യത, വെള്ളദ്ദാഹം എന്നിവയ്ക്കു നല്ലതാണ്. താളിയായിട്ടുപയോഗിക്കുന്നു.

ത്രികോല്പക്കൊന്ന

(ത്രിപുട, ശിവത)

കറുത്തതും വെളുത്തതുമുണ്ട്.

സംസ്കൃതനാമം : ത്രിവൃത്
ഇംഗ്ലീഷ് : ഇന്ത്യൻ ജലാപ്, ടൂർപെത്ത് റൂട്ട്
ശാസ്ത്രനാമം : ഓപ്പർകുലിനാ ഐപോമിയ ടൂർപെഥം
: Operculina turpethum (Linn.) Silva Manso
കുടുംബം : കോൺവോൾവുലേസി
: Convolvulaceae

വിവരണം: ഇന്ത്യയിലുടനീളം കാണപ്പെടുന്നു. പാൽക്കറയുള്ള മൂന്നുവർഷത്തിലധികം നിൽക്കുന്ന പടർന്നു കയറുന്ന വള്ളിച്ചെടി. ലളിതമായ ഇലകൾ. ചോർപ്പു രൂപത്തിലുള്ള വെള്ളപ്പൂക്കൾ. ഉരുണ്ട കായും വിത്തുകളും മാംസളമായ അനേകം വേരുകളുമുണ്ട്.

ഔഷധയോഗ്യഭാഗങ്ങൾ: വേര്, പുറ്.

ചില ഔഷധ ഉപയോഗങ്ങൾ: കഫമിളക്കും. വെള്ളത്തെയും പഴുപ്പിനെയും പുറത്തുകളയും. വായുകോപം ശമിപ്പിക്കും. പനിയെ ചെറുക്കും. കരളിനെ ഉത്തേജിപ്പിക്കും. വിഷം ശമിപ്പിക്കും. വിരയിളക്കും. മലബന്ധം, വാതം, തളർച്ച, സന്ധിവേദന, പേശീവേദന, നെഞ്ചുവേദന, ബ്രോങ്കൈറ്റിസ്, അമിതവണ്ണം, ആമാശയരോഗങ്ങൾ, വീക്കം, വെള്ളപ്പാണ്ഡ്, ചൊറിച്ചിൽ, വ്രണങ്ങൾ, മുഖത്തെ ചുവന്ന തടിപ്പുകൾ, ക്ഷതം, മുഴകൾ, മഞ്ഞപ്പിത്തം, ക്ഷയം, കണ്ണിനുവേദന എന്നിവയ്ക്കു നല്ലതാണ്. വെളുത്ത കൊന്നയുടെ വേര് നല്ല വിരേചനൗഷധമാണ്.

തുടലി

(തുടരി, ചെറിയലന്ത, കൊട്ടമുള്ള്)

സംസ്കൃതനാമം	: കക്കന്ദു
ഇംഗ്ലീഷ്	: ജക്കാൾ ജുജുബെ
ശാസ്ത്രനാമം	: സിസിഫസ് ഒയിനോപ്ലിയ, സിസിഫസ് സൈലോപൈറസ്
	: Ziziphus oenoplia (Linn.) Mill. Zizyphus xylopyrus Wild.
കുടുംബം	: റാംനേസി
	: Rhamnaceae

വിവരണം: ഇന്ത്യയിലുടനീളം വരണ്ട കാടുകളിലും പൊന്തക്കാടുകളിലും കാണപ്പെടുന്ന മുള്ളുള്ള ഇടത്തരം കുറ്റിച്ചെടി. സാധാരണ ഇലകൾ. രോമിലമാണ്. പച്ചനിറത്തിലുള്ള പൂക്കൾ. ഉരുണ്ട കായ. അതിനകത്ത് വിത്തുകൾ.

ഔഷധയോഗ്യഭാഗങ്ങൾ: വേര്

ചില ഔഷധ ഉപയോഗങ്ങൾ: വേര് വിരയിളക്കും. ദഹനമുണ്ടാക്കും. വേരിന് നല്ല കയ്പുണ്ട്. ആന്റിസെപ്റ്റിക്കാണ് (പഴുപ്പിനെ ചെറുക്കും). ഹൈപ്പർ അസിഡിറ്റി, ഉദരരോഗങ്ങൾ, മുറിവുകൾ കരിയുന്നതിന്,

വൻ തുടലി

ചെറു തുടലി

അണുബാധ, ചെറുകുടലിലെ കൃമി എന്നിവയ്ക്കു നല്ലതാണ്. വൻതുടലി(സിസിഫസ് ഇനോപ്ലിയ) എന്ന ഇനവുമുണ്ട്. ഇത് മരങ്ങളിൽ പടർന്നു വളരും. മുള്ളുണ്ട്. ചില ആദിവാസികൾ ഭൂതബാധ ഒഴിപ്പിക്കാൻ ഇതിന്റെ ശിഖരങ്ങൾ ഉപയോഗിക്കാറുണ്ട്. സിസിഫസ് റൂഗോസ എന്ന ചെറുതുടലിയുടെ ഇല തുടലിയുടെ ഇലയേക്കാൾ വലുതാണ്. ഇതിന്റെ ഇല കന്നുകാലി തീറ്റയാണ്. പൂവും വെറ്റില ഞെട്ടും സമം എടുത്ത് പകുതി ചുണ്ണാമ്പും ചേർത്തരച്ചത് ഒരുഗ്രാം ദിവസേന രണ്ടു നേരം വീതം കഴിച്ചാൽ അത്യാർത്തവത്തിനു ശമനമുണ്ടാകും.

തുമ്പ

കരിത്തുമ്പ, കാട്ടുതുമ്പ, അറക്കത്തുമ്പ എന്നിങ്ങനെ പല ഇനങ്ങളുണ്ട്.

സംസ്കൃതനാമം	: കതുംബകം, ദ്രോണപുഷ്പി
ഇംഗ്ലീഷ്	: തുംബ
ശാസ്ത്രനാമം	: ലൂക്കാസ് അസ്പെര
	: Leucas aspera (Willd.) Link
കുടുംബം	: ലാമിയേസി
	: Lamaceae

വിവരണം: ഇന്ത്യയിലുടനീളം വഴിവക്കുകളിലും വെളിമ്പ്രദേശങ്ങളിലും പാഴ്സ്ഥലങ്ങളിലും പറമ്പുകളിലും കാണപ്പെടുന്നു. നേരെ വളരുന്ന ചെറിയസസ്യം. അനേകം ശാഖകളുണ്ട്. ചെറിയ ഇലകൾ. പ്രത്യേക രൂക്ഷഗന്ധമുണ്ട്. തൂവെള്ളനിറത്തിലുള്ള പൂക്കൾ കാഴ്ചയ്ക്ക് നല്ല ഭംഗിയുണ്ട്. കുലയായി കാണപ്പെടുന്ന ചെറിയ കായകൾ.

ഔഷധയോഗ്യഭാഗങ്ങൾ: സമൂലം

ചില ഔഷധ ഉപയോഗങ്ങൾ: ചുണങ്ങു മുതലായ ത്വക്ക്രോഗങ്ങളിൽ ഇല പിഴിഞ്ഞ നീര് പുരട്ടുന്നത് നല്ലതാണ്. ജലദോഷം, തലകുത്ത്, സർപ്പവിഷം എന്നിവയിൽ നീര് നസ്യം ചെയ്യാൻ ഉപയോഗിക്കാം. കാലിന്റെ തള്ളവിരലിനകത്ത് നീര് ഒഴിച്ച് ഉദയത്തിനുമുമ്പ് ഒരുമണിക്കൂർ ഇരിക്കണം. ഇങ്ങനെ മൂന്നുപ്രാവശ്യം ചെയ്താൽ സൂര്യാവർത്തം (ഒരുതരം തലവേദന) നിശ്ശേഷം ശമിക്കുന്നതാണ്. തുമ്പനീർ സേവിച്ചാൽ കുട്ടികളുടെ കൃമിയും ഗ്രഹണിയും നിശ്ശേഷം മാറും. തുമ്പപ്പൂവ് മുലപ്പാൽ വർദ്ധിപ്പിക്കുവാൻ നന്ന്. പൂവിന്റെ നീര് ആറു തുള്ളിയും കുറച്ചു കാരയ്ക്കായും പൊടിച്ചിട്ടു സേവിച്ചാൽ ജലദോഷംകൊണ്ട് കുടലിൽ ഉണ്ടാകുന്ന ഉപദ്രവങ്ങൾ ശമിക്കും. കുട്ടികൾക്ക് ഇത് പ്രത്യേകം നല്ലതാണ്. ആർത്തവഹാനിക്കും തുമ്പ നല്ല ഔഷധമാണ്. തല പുഴുതിന്നുന്ന ഭാഗം പനയോലകൊണ്ടോ പേനാക്കത്തികൊണ്ടോ പതുക്കെ ഒന്ന് ചുരണ്ടി അറക്കത്തുമ്പയുടെ ഇല അരച്ചതും ചുണ്ണാമ്പുംകൂടി പുരട്ടി

മലർ തുമ്പ

തുമ്പ

ഒരുമണിക്കൂർ ഇരുന്നതിനുശേഷം കഴുകികളയുക. ഇങ്ങനെ മൂന്നുദിവസം ചെയ്താൽ രണ്ടാഴ്ചയ്ക്കു ശേഷം രോഗം മാറി മുടി കിളിർത്തു വരും. ഇലയും പൂവും ദഹനം ഉണ്ടാക്കും. വിരയിളക്കും. വായുകോപം ശമിപ്പിക്കും. ആർത്തവം തിരികെ കൊണ്ടുവരും. വീക്കത്തെ ചെറുക്കും. പനിയെ പ്രതിരോധിക്കും. കഫമിളക്കും. ബാക്ടീരിയകളെ നശിപ്പിക്കും. രക്തം ശുദ്ധീകരിക്കും. പ്രാണികളെ അകറ്റും. ത്വക്കിന്റെ പ്രശ്നങ്ങൾ, സോറിയാസിസ്, ചുമ, നീണ്ടതും പ്രയാസമേറിയതുമായ ആർത്തവം, ക്രമരഹിതമായ ആർത്തവം, ഇടവിട്ടുള്ള ജ്വരം, വ്രണം, സന്ധിവേദന എന്നിവയ്ക്കു നല്ലതാണ്.

ഇലയുടെ നീര് കണ്ണിൽ ഒഴിക്കുന്നത് തലവേദനയ്ക്കും വിരശല്യം മൂലം കുട്ടികളിൽ ഉണ്ടാകുന്ന തലച്ചോർ പ്രശ്നങ്ങൾക്കും ഉത്തമപ്രതിവിധിയാണ്. മൂക്കിൽ ഒഴിക്കുന്നത് തലവേദനയ്ക്കു നല്ലതാണ്. ചെടിയിട്ടു ചൂടാക്കുന്ന എണ്ണ തേക്കുന്നത് ചൊറി, ചിരങ്ങ് എന്നിവയ്ക്കും പുണ്ണിലെ പുഴുക്കളെയും വിരകളെയും കൊല്ലാനും നല്ലതാണ്.

മൂക്കടപ്പിന് തുമ്പയില തിളപ്പിച്ച് ആവി ശ്വസിക്കുക. തൊണ്ടവീക്കത്തിന് തുമ്പയുടെ ഇലയും കുരുമുളകും വെളുത്തുള്ളിയും ചേർത്തരച്ച് രണ്ടുനേരം മൂന്നുദിവസം തുടർച്ചയായി കഴിക്കുക. ഗ്യാസ്ട്രബിളിന് തുമ്പ സമൂലം പിഴിഞ്ഞെടുത്ത നീര് കുറച്ചുദിവസത്തേക്ക് കഴിക്കുക. കണ്ണിനുചതവിന് തുമ്പനീര് കരടില്ലാതെ കണ്ണിലിറ്റിക്കുക.

തുമ്പയില ഞെരടി അരച്ച് പുരട്ടുന്നത് അർശസ്സിന് വളരെ നല്ലതാണ്.

തുമ്പ വേരും ജീരകവും അരച്ച് ചൂടു വെള്ളത്തിൽ കഴിച്ചാൽ വയറു വേദന ശമിക്കും. തുമ്പയില ഇടിച്ചു പിഴിഞ്ഞ നീരിൽ പകുതി എണ്ണയും ചേർത്ത് അതിൽ ഈന്തപ്പഴം വിതറി കഴിച്ചാൽ വയറുവേദന മാറും.

തുളസി

മഹാവിഷ്ണുവിന്റെ ഭാര്യയായ ലക്ഷ്മീദേവിയാണ് ലോകത്തിൽ തുളസിച്ചെടിയായി രൂപംകൊണ്ടിരിക്കുന്നതെന്നാണ് വിശ്വാസം. അതു കൊണ്ടുതന്നെ ഹൈന്ദവർ ഏറ്റവും പരിശുദ്ധമായി തുളസിയെ കരുതുന്നു. തുളസിയുടെ എല്ലാ ഭാഗവും എന്തിന് അതു നിൽക്കുന്ന മണ്ണു പോലും പാവനമായിട്ടുള്ളതാകുന്നു. തുളസികൊണ്ട് ദഹിക്കപ്പെട്ടാൽ എല്ലാപാപങ്ങളും നീങ്ങുമത്രെ. വിറകുകളുടെ കൂട്ടത്തിൽ ഒരു കഷണം തുളസിയുണ്ടായാലും ഫലം കിട്ടും. ഗംഗാജലം അശുദ്ധ വസ്തുക്കളെ ശുദ്ധമാക്കുന്നതുപോലെ ഒരു കഷണം തുളസി മറ്റു വിറകുകളെ ശുദ്ധീകരിക്കും. തുളസി അരച്ച് സ്വദേഹത്ത് പൂശി വിഷ്ണുവിനെ പൂജിച്ചാൽ നൂറുപൂജയുടെയും നൂറുപശുദാനത്തിന്റെയും ഫലം അതിനുണ്ടെന്നാണ് പത്മപുരാണം പറയുന്നത്. തുളസിത്തീകൊണ്ട് വിഷ്ണുവിന് ഒരു വിളക്ക് വച്ചാൽ അനേകലക്ഷം വിളക്കിന്റെ പുണ്യഫലം കിട്ടും എന്ന് ഒരു വിശ്വാസം ഉണ്ട്.

കൃഷ്ണ തുളസി

കാട്ട് തുളസി

കൃഷ്ണതുളസി, രാമതുളസി (ചെറുതുളസി) വൈകുണ്ഠതുളസി എന്നിങ്ങനെ തുളസി വിവിധ ഇനത്തിലുണ്ട്. തുളസി എന്ന് സാമാന്യമായി ഉദ്ദേശിക്കുന്നത് കൃഷ്ണതുളസിയെയാണ്. ചില സാമാന്യഗുണങ്ങളൊഴിച്ചാൽ ഇന ഭേദമനുസരിച്ച് ഔഷധ ഗുണങ്ങളിൽ വ്യത്യാസമുണ്ട്.

സംസ്കൃതനാമം : അർജ്ജകം (രാമതുളസി) കഠോരം (വൈകുണ്ഠതുളസി) ഫണിജ്ജം (കർപ്പൂരതുളസി) ജംബീരം (വെൺതുളസി) സുമുഖം (കാട്ടുതുളസി) സുരസം (കൃഷ്ണതുളസി)

ഇംഗ്ലീഷ് : ഹോളിബേസിൽ, സേക്രഡ് ബേസിൽ, വൈറ്റ് ബേസിൽ

ശാസ്ത്രനാമം : ഒസിമം ടെന്യുഫ്ളോറം

കുടുംബം : ലാമിയേസി

ഔഷധയോഗ്യഭാഗങ്ങൾ: സമൂലം

ചില ഔഷധ ഉപയോഗങ്ങൾ:

കൃഷ്ണതുളസി: ഇല പിഴിഞ്ഞ നീരും ഇലയുടെ കഷായവും മലമ്പനിക്കും ജലദോഷത്തിനും കുട്ടികളുടെ വയറ്റിൽ സുഖക്കേടുകൾക്കും കരൾരോഗങ്ങൾക്കും വളരെ ഫലപ്രദമാണ്. ഇത് കഫമിളക്കിക്കളയാൻ നല്ലതാണ്. ഇലയുടെ നീര് ഓരോ സ്പൂൺ ദിവസേന രാവിലെ സേവിച്ചാൽ ജീർണ്ണ ജ്വരം, രക്തസ്രാവം, വയറിളക്കം, ഗ്രഹണി ഇവ ശമിക്കും. ഇല പിഴിഞ്ഞ നീര് ചെവിയിലൊഴിക്കുന്നത് ചെവിക്കുത്തിന് വളരെ നന്ന്. ഇലയുടെ നീരും ഇഞ്ചിനീരും കൂട്ടി കുട്ടികളുടെ വയറിളക്കത്തിനു കൊടുക്കാം. ഛർദ്ദിയും കുടലിലെ വ്രണങ്ങളും കൃമികളും നശിക്കുവാൻ ഇലയുടെ നീര് ഉത്തമമാണ്. ഇലയുടെ നീരും ഇഞ്ചിനീരും ഉള്ളി നീരും തേനും ചേർത്തു കൊടുത്താൽ കഫം ചുമച്ചു തുപ്പിപ്പോകും. ലോഹങ്ങൾകൊണ്ടുണ്ടാക്കുന്ന ഭസ്മാദികൾ ഇതിന്റെ നീരിൽ ചാലിച്ചു കഴിച്ചാൽ ദോഷങ്ങൾക്കു കുറവും ഫലത്തിനു മികവും ഉണ്ടാകുന്നതാണ്. ഇല ചെറുനാരങ്ങാ നീരിലരച്ചു പുഴുക്കടിക്കു പുരട്ടാം. ഇല ഉണക്കിപ്പൊടിച്ച് പീനസത്തിനും കണ്ണിന്റെ കൃഷ്ണമണി ശുഷ്കിക്കുന്നതിനും മൂക്കിൽ വലിക്കാം. വേരു കഷായം വച്ചു ജ്വരങ്ങൾക്കു കൊടുക്കാം. വിത്ത് പശുവിൻ പാലിലരച്ചു കലക്കി കൊടുക്കുന്നത് കുട്ടികളുടെ ഛർദ്ദിക്കു നല്ലതാണ്. തുളസിക്കതിർ ഗോമൂത്രത്തിലരച്ചു പുരട്ടുന്നത് കൊതുകിന്റെ വിഷത്തിനു പ്രതിവിധിയാണ്. ചെടി സമൂലം കഷായം വെച്ച് നീരിളക്കത്തിനും മാറത്തു കഫക്കെട്ടിനും അതിസാരത്തിനും കുട്ടികളുടെ വാമുള്ളിനും കൊടുക്കാവുന്നതാണ്. വയർവേദന, രക്തദോഷം, പനി, കുഷ്ഠം, ഛർദ്ദി, ശരീരദുർഗന്ധം, കൃമി, വിഷം, വാതം, കഫം, ചുമ ഇവയ്ക്കെല്ലാം അത്യുത്തമമാണ്.

കാട്ടുതുളസി: വാതം, കഫം, ഗ്രഹണി, അർശസ്സ്, ത്വക്ക്രോഗങ്ങൾ എന്നിവയ്ക്ക് ഫലപ്രദം. കഫം ചുമച്ചു തുപ്പിപ്പോകുവാൻ കഷായാദികളിൽ ചേർക്കാം. ഇല പിഴിഞ്ഞ നീര് കാടിവെള്ളത്തിൽ കലക്കി കുടി

ച്ചാൽ മൂത്രം പോകുന്നതിലും ഗൊണോറിയയ്ക്കും നല്ലതാണ്. ഇല നീരിൽ കാവിമണ്ണു ചേർത്തു പുരട്ടിയാൽ കൈകാലുകളിലുള്ള നീരും ത്വക്ക്രോഗങ്ങളും ശമിക്കും. വയറുവേദനയ്ക്കും നല്ലതാണ്. വിത്ത് തേനിലരച്ചു ശിശുക്കളുടെ ഛർദ്ദിക്കു കൊടുക്കാം. വാതരോഗത്തിൽ പുകയ്ക്കുവാനും കുളിക്കുവാനും ഇതു നല്ലതാണ്. വേര് വേദനാസംഹാരിയാണ്. ഈ ചെടി കെട്ടിത്തൂക്കിയാൽ കൊതുകുകളുടെ ഉപദ്രവത്തിനു ശമനമുണ്ടാകും. കഷായം കുട്ടികളുടെ വായ്പ്പുണ്ണിന് നന്ന്. ഉണങ്ങിയ ഇല പൊടിച്ച് മൂക്കിൽ വലിക്കുന്നത് പീനസത്തിനു ഫലപ്രദമാണ്. വ്രണങ്ങളിൽ കൃമി നശിക്കുന്നതിന് അതു വിതറാം. വേരുകൊണ്ടുണ്ടാക്കിയ കഷായം മലമ്പനിക്കു നല്ലതാണ്.

വെൺതുളസി: ജ്വരം ശമിപ്പിക്കും. ജ്വരത്തിൽ വിരൽത്തുമ്പുകളൊക്കെ തണുക്കുന്ന അവസ്ഥയിൽ ഇതിന്റെ ഇല അരച്ച് വിരലിന്മേലും കാൽനഖത്തിന്മേലും പുരട്ടാം. ഇത് പുഴുക്കടിക്കും പുരട്ടാവുന്നതാണ്. ഇലയുടെ നീര് ജലദോഷം, കഫം എന്നിവയ്ക്കും നല്ലതാണ്.

കർപ്പൂരതുളസി: വാതം, കഫം, കുഷ്ഠം, കൃമി, തേൾവിഷം എന്നിവ ശമിപ്പിക്കും. കർപ്പൂരത്തുളസി വെളുത്തതും അല്ലാത്തതുമായ രണ്ടു തരമുണ്ടെന്നും വെളുത്തത് ഭക്ഷിപ്പാനും മറ്റേത് ശിവപൂജയ്ക്ക് ഉപയോഗിക്കുന്നതായും പറയപ്പെടുന്നു.

ചെറുതുളസി: വാതത്തെ കുറയ്ക്കുകയും മൂത്രത്തെ വർദ്ധിപ്പിക്കുകയും ചെയ്യും. ഉത്തേജകമാണ്. ഇല അരച്ചു തേളുകുത്തിയ സ്ഥലത്തു പുരട്ടുന്നത് നല്ലതാണ്. ഇല ഉണക്കിപ്പൊടിച്ചു മൂക്കിൽ വലിച്ചാൽ പീനസം കൊണ്ടുണ്ടാകുന്ന കൃമികളെ വേദനകളില്ലാതെ പുറത്തു ചാടിക്കാൻ കഴിയും. ഇല പിഴിഞ്ഞ നീര് പുഴുക്കടിക്ക് ഫലപ്രദമാണ്. ഇലയും കുറച്ചു കുരുമുളകും ചുക്കും ചേർത്ത് പനിയിൽ കഴിക്കാം. കുരു ദേഹം തടിപ്പിക്കും. അതിസാരം, ആന്തരാർശസ്സ്, പഴകിയ വയറുവേദന, പ്രസവാനന്തര അതിസാരം ഇവയിൽ ഇതിന്റെ കുരു വെള്ളത്തിലിട്ടു കുതിർന്നു വരുമ്പോൾ സേവിക്കുന്നത് നല്ലതാണ്. ശീതകഷായമായും സേവിക്കാം. കുരു കാമോദ്ദീപകമാണ്. കുരു പൊടിച്ച് വ്രണങ്ങളിൽ പുരട്ടാം. കുരു സർബത്താക്കി ഉപയോഗിക്കുന്നത് മലബന്ധത്തിനും ആന്തരാർശസ്സിനും നല്ലതാണ്. വേര് കുട്ടികൾക്കുണ്ടാകുന്ന കുടൽ രോഗങ്ങൾക്ക് നന്ന്.

മസാല തുളസി

അഗസ്ത്യ തുളസി

വെള്ള തുളസി

പച്ചില തുളസി

പൂച്ച തുളസി

മിന്റ് തുളസി

ജലദോഷത്തിന് തുളസിയില, ഉള്ളി, കുടംപുളി, കുരുമുളക് എന്നിവ വെള്ളത്തിലിട്ടു തിളപ്പിച്ചു ഇടവിട്ട് കുടിക്കുക, വായ്നാറ്റത്തിന് തുളസിയിലയിട്ടു തിളപ്പിച്ച വെള്ളം കവിൾകൊണ്ടാൽ മതി. പുഴുക്കടിക്ക് തുളസിയിലയും ഉപ്പുംകൂടി അരച്ചു പുരട്ടുക. തുളസിയില വാട്ടിപ്പിഴിഞ്ഞനീര് കഴിച്ചാൽ ചുമ, പനി, എക്കിൾ, ശ്വാസംമുട്ടൽ എന്നിവ ശമിക്കും. തുളസിയില നീര് മുഖത്തു പുരട്ടിയാൽ മുഖക്കുരു മാറും. തുളസി സമൂലം ഉണക്കിപ്പൊടിച്ചത് രാത്രിയിൽ സേവിച്ചാൽ ശീഘ്രസ്ഖലനം തടയാം.

കൃഷ്ണതുളസിയുടെ നീര് ദിവസം രണ്ടുനേരം തുടർച്ചയായി കഴിക്കുന്നത് മഞ്ഞപ്പിത്തം വയറുകടി, മലമ്പനി എന്നിവയ്ക്കു നല്ലതാണ്.

ഇലയും ഉപ്പും കൂട്ടി അരച്ചിടുന്നത് പുഴുക്കടിക്കു നല്ലതാണ്. ഇല നീരിൽ മഞ്ഞളരച്ചിട്ടാൽ മുഖത്തെ പാടുകൾ മാറും. ഇലചൂർണ്ണം മൂക്കുപ്പൊടി പോലെ വലിക്കുന്നത് സൈനസൈറ്റസിനും (പീനസം) മൂക്കടപ്പിനും നല്ലതാണ്. ഇലനീരിൽ എണ്ണകാച്ചി തേച്ചാൽ ടോൺസിലെറ്റിസ് ശമിക്കും. അലർജിമൂലമുള്ള തുമ്മലിനും നല്ലതാണ്. ഉപ്പുമാങ്ങാ ഭരണിയിൽ തുളസിയിലയിട്ടാൽ കൂടുതൽ കാലം കേടുകൂടാതെയിരിക്കും.

ചെവിവേദനയ്ക്ക് തുളസിനീര് കരടില്ലാതെ ചെവിയിൽ ഒഴിക്കുക. തുമ്മലിന് തുളസിയിട്ടു കാച്ചിയ എണ്ണ ദിവസവും തലയിൽ തേക്കുക. മൂക്കടപ്പിന് തുളസിയിലയും ചുവന്നുള്ളിയും ചതച്ച് നീരെടുത്ത് ഓരോ തുള്ളിവീതം മൂക്കിൽ ഒഴിക്കുക. ടോൺസിലെറ്റിസിന് തുളസിയിലയിട്ടു വെന്ത വെള്ളം കവിൾകൊള്ളുകയും കുടിക്കുകയും ചെയ്യുക. മുണ്ടിനീരിന് തുളസിയിലയും പച്ചമഞ്ഞളും കൂടി നന്നായി അരച്ച് നിറുകയിലും നീരുള്ള ഭാഗത്തും പുരട്ടുക. വായ്പ്പുണ്ണിന് തുളസിയില നീരിൽ ജാതിക്കയും കരിംജീരകവും അരച്ച് നാക്കിൽ പുരട്ടുക. ദഹനക്കുറവിന് തുളസിയിലനീര് അല്പം ഉപ്പും ചേർത്തു കഴിക്കുക. വയറിളക്കത്തിന് രാമതുളസിയുടെ ഇല ചതച്ചെടുത്ത നീരിൽ അല്പം ഉപ്പു ചേർത്തു കഴിക്കുക. മഞ്ഞപ്പിത്തത്തിന് തുളസിയില നീരിൽ കുരുമുളകുപൊടി ചേർത്ത് കഴിക്കുക. ജലദോഷത്തിന് തുളസിയില, ചുക്ക്, കുരുമുളക് എന്നിവ ചേർത്ത കാപ്പി ഇടവിട്ടിടവിട്ട് കുടിക്കുക. കഷായമാക്കിയും കുടിക്കാം. തേമലിന് തുളസിയില നീരും നാരങ്ങാനീരും സമം ചേർത്ത് ഇടയ്ക്കിടെ കുറേദിവസത്തേക്കു പുരട്ടുക. ഉന്മേഷക്കുറവിന് തുളസിയിലയിട്ടു തിളപ്പിച്ച വെള്ളത്തിൽ സ്വല്പം പഞ്ചസാരയിട്ട് നിത്യേന കുടിക്കുക. തുളസിയില ഇഞ്ചി, ചുവന്നുള്ളി ഇവയുടെ നീരിൽ തേൻ ചേർത്ത് ഇടയ്ക്കിടെ കഴിക്കുക. രോഗപ്രതിരോധശേഷിക്ക് തുളസിയിലയിട്ടു തിളപ്പിച്ച വെള്ളത്തിൽ തേനോ പഞ്ചസാരയോ ഇട്ട് നിത്യേന കുടിക്കുക. പേൻശല്യത്തിന് തുളസിയില അരച്ച് തലയിൽ പുരട്ടുക. തുളസിയില വിതറി അതിന്മേൽ കിടന്നാലും മതി. തുളസിയില ഇടിച്ചു പിഴിഞ്ഞ നീരിൽ ചെറുകടലാടി ഇട്ടുകാച്ചിയ എണ്ണ അർശസ്സിന് നല്ലതാണ്.

ചെറുതേക്ക് തുളസി

തുളസിയില ഇടിച്ചു പിഴിഞ്ഞ നീരിൽ കുന്തിരിക്കം ചേർത്ത് കാച്ചുന്ന എണ്ണ മൂക്കിൽ നിന്നുണ്ടാകുന്ന ദുർഗന്ധത്തോടുകൂടിയ പഴുപ്പിനു നല്ലതാണ്.

തെറ്റി
(തെച്ചി, ചെത്തി)

മൂന്നിനങ്ങളുണ്ട്. ചെത്തി, വെൺചെത്തി, പൂചെത്തി. ചെത്തിയുടെ ചുവന്ന പൂക്കൾ പൂജകൾക്കായി ഉപയോഗിച്ചു വരുന്നു.

സംസ്കൃതനാമം	:	പാറന്തി, പതാലി, രക്തല
ഇംഗ്ലീഷ്	:	ജംഗിൾ ഫ്ളെയിം ഇക്സോറ, സേക്രഡ് ഇക്സോറ, ഫ്ളെയിം ഓഫ് ദി വുഡ്സ്
ശാസ്ത്രനാമം	:	ഇക്സോറ കൊക്സീനിയ
	:	Ixora coccinea Linn.
കുടുംബം	:	റൂബിയേസി
	:	Rubiaceae

വിവരണം: ഇന്ത്യയിലെ പടിഞ്ഞാറൻ തീരത്തു കാണപ്പെടുന്നു. കുറ്റിക്കാടുകളിലും വേലികളിലും കയ്യാലകളിലും കാണുന്നു. മനോഹരമായ പൂക്കളുള്ളതിനാൽ വീട്ടുമുറ്റത്തും പൂന്തോട്ടങ്ങളിലും നട്ടുവളർത്തുന്നു. നേരെ വളരുന്ന ഇടത്തരം കുറ്റിച്ചെടി. ചെറിയ ഇലകൾ പൂങ്കുലയിൽ ധാരാളം പൂക്കൾ. കായയും വിത്തുമുണ്ട്. വെള്ള, ചുവപ്പ്, മഞ്ഞ തുടങ്ങി വിവിധനിറത്തിൽ പൂക്കളുണ്ടാകുന്ന പലതരം തെറ്റികളുണ്ട്. പച്ചനിറത്തിലുള്ള ഉരുണ്ടകായ പഴുക്കുമ്പോൾ കടുംചുവപ്പു നിറമാകും. ഇതിന്റെ മാംസളഭാഗം ഭക്ഷിക്കാറുണ്ട്. അകത്താണ് കുരു.

ഔഷധയോഗ്യഭാഗങ്ങൾ: വേര്, ഇല, പൂക്കൾ.

ചില ഔഷധ ഉപയോഗങ്ങൾ: വേര് അണുനാശകമാണ്. ഉദര രോഗങ്ങൾക്കു നല്ലതാണ്. ഉത്തേജകമാണ്. പനി കുറയ്ക്കും. പനി, ചുമ, ഗൊണോറിയ, വയറിളക്കം, അതിസാരം, ഭക്ഷണത്തോടു താല്പര്യമില്ലായ്മ, തലവേദന, ചൊറി, വ്രണങ്ങൾ, ത്വക്ക്രോഗങ്ങൾ എന്നിവയ്ക്കു നല്ലതാ

ണ്. ഇല അതിസാരത്തിനു നല്ലതാണ്. പൂക്കൾ ദഹനം വർദ്ധിപ്പിക്കും. വായുകോപം ശമിപ്പിക്കും. വെള്ളപോക്ക്, വേദനയോടുകൂടിയ ആർത്തവം, രക്തം തുപ്പൽ, ബ്രോങ്കൈറ്റിസ്, കണ്ണിന്റെ രോഗങ്ങൾ, ചൊറി, വ്രണങ്ങൾ എന്നിവയ്ക്കു നല്ലതാണ്. വേര് ചതച്ചു തണുത്ത വെള്ളത്തിൽ കുടിക്കുന്നത് പനിക്കും കൈ പുകച്ചിലിനും രക്തം തുപ്പുന്നതിനും തലവേദനയ്ക്കും നല്ലതാണ്. വൃക്കകളുടെ പുകച്ചിൽ, വെള്ളപോക്ക്, ഗൊണോറിയ എന്നിവയ്ക്ക് വേര് പശുവിൻ പാലിൽ അരച്ചു സേവിക്കുന്നത് നല്ലതാണ്. വസൂരിക്കലകളിൽ പുരട്ടാം. വേര് തേങ്ങാപ്പാലിൽ അരച്ചു പുരട്ടുന്നത് ത്വക്ക്രോഗങ്ങൾക്കും വ്രണങ്ങൾക്കും നല്ലതാണ്.

വരട്ടുചൊറിക്ക് തെച്ചിപ്പൂവ് തേങ്ങാപ്പാലിൽ അരച്ചു ചാലിച്ച് പുരട്ടുക. പൂവും മറ്റ് എല്ലാ ഭാഗങ്ങളും രക്തശുദ്ധിയുണ്ടാക്കും. തെച്ചിപ്പൂവ് മോരിൽ വേവിച്ചു കഴിക്കുന്നത് വെള്ളപോക്കിനു നല്ലതാണ്.

തെങ്ങ്

(കേരം)

ദക്ഷിണ ഭാരതത്തിലെ അതിപ്രാചീനമായ വൃക്ഷമാണ് തെങ്ങ്. വാല്മീകി *രാമായണം* എഴുതിയ കാലത്ത് തെങ്ങ് പശ്ചിമ തീരത്തിലുണ്ടായിരുന്നതായി കിഷ്കിന്ധാകാണ്ഡം 42-ാം സർഗത്തിലെയും ആരണ്യകാണ്ഡം 35-ാം സർഗത്തിലെയും തെങ്ങിനെപ്പറ്റിയുള്ള പരാമർശങ്ങളിൽനിന്നും മനസിലാക്കാം. തെങ്ങ് മറ്റ് പ്രദേശങ്ങളിൽനിന്നും ഒഴുകി ഇവിടെയെത്തിയതാണെന്ന അഭിപ്രായം ഉണ്ട്. കേരത്തിൽനിന്നാണ് കേരളം എന്ന പേരുണ്ടായതെന്ന അഭിപ്രായവും ചിലർക്കുണ്ട്. കേരം തിങ്ങും കേരളനാട് എന്ന ചൊല്ല് അന്വർത്ഥമാണ്. പല ഇനം തെങ്ങുകളുണ്ട്. ഇനഭേദമനുസരിച്ച് തേങ്ങയുടെ വലിപ്പം, കാമ്പിന്റെ ഉൾഘനം, വെളിച്ചെണ്ണയുടെ ലഭ്യത ഒക്കെ ഏറിയും കുറഞ്ഞുമിരിക്കും. നാളികേരവും വെളിച്ചെണ്ണയും ഭക്ഷണമായിട്ടുപയോഗിച്ചുവരുന്നു. കേരളത്തിലെ ഏറ്റവും പ്രധാനപ്പെട്ട നാണ്യവിളയാണ്. കല്പവൃക്ഷമെന്നറിയപ്പെടുന്നു. മൂത്ത തെങ്ങിൻതടി ഗൃഹനിർമാണത്തിനും കടൽക്കുറ്റിയായും മറ്റു ആവശ്യങ്ങൾക്കും ഉപയോഗിച്ചുവരുന്നു.

സംസ്കൃതനാമം	: നാരികേരം, നാരീകേലവൃക്ഷ, നാരികേല
ഇംഗ്ലീഷ്	: കോക്കനട്ട് ട്രീ, കോക്കനട്ട്
ശാസ്ത്രനാമം	: കോക്കോസ് ന്യൂസിഫെറാ
	: Cocos nucifera Linn.
കുടുംബം	: അരിക്കേസി
	: Arecaceae

വിവരണം: തെക്കെ ഇന്ത്യയിൽ പ്രത്യേകിച്ച് തീരപ്രദേശങ്ങളിൽ

വ്യാപകമായി നട്ടുവളർത്തുന്നു. ശാഖകളില്ലാത്ത 25 മീറ്ററോളം ഉയരത്തിൽ വളരുന്ന വൃക്ഷം. മടലിന്റെ ഇരുവശങ്ങളിലേക്കും നീളത്തിൽ വളരുന്നതാണ് ഇല. മടലിന്റെ ഇടയിലുള്ള കൂമ്പിൽ അനേകം പൂക്കുലകൾ. പൂക്കുലകൾ കായായി (തേങ്ങ) രൂപാന്തരപ്പെടുന്നു.

ഔഷധയോഗ്യഭാഗങ്ങൾ: കൂമ്പ്, പൂക്കുല, തേങ്ങ, വെളിച്ചെണ്ണ, വേര്, കുരുത്തോല, കരിക്ക്.

ചില ഔഷധ ഉപയോഗങ്ങൾ: കരിക്കിന്റെ ഉള്ളിലെ കാമ്പ് പോഷകവും ദാഹശമനകവും ശീതവുമാണ്. തേങ്ങാപ്പാലിൽനിന്ന് എടുക്കുന്ന വെളിച്ചെണ്ണ കഷണ്ടിക്കും തീപ്പൊള്ളലിനും നന്ന്. നാളികേരം ഉടച്ച് ഭക്ഷിച്ചതിനുശേഷം മൂന്നു മണിക്കൂർ കഴിഞ്ഞ് ആവണക്കെണ്ണ കുടിച്ചാൽ നാടവിരയെല്ലാം പുറത്തുപോകും. ഇളംതേങ്ങയുടെ പാല് ശീതവും സന്താപശമനവും മൂത്രാശയത്തിലെ രൂക്ഷത, ഛർദ്ദി, പിത്തജ്വരം ഇവ ശമിപ്പിക്കുന്നതുമാണ്. തെങ്ങിൻപൂക്കുലയുടെ അല്ലി പോഷകവും ദീപനവുമാണ്. പൂക്കുലയരി ദിവസേന ഓരോ പിടിവീതം കടിച്ചു ചവച്ചു തിന്നാൽ അസ്ഥിസ്രാവം, രക്തദോഷം, രക്തഛർദ്ദി ഇവ ശമിക്കും. ഇളംപൂക്കുല ഇടിച്ചുപിഴിഞ്ഞു സമം എണ്ണയും ചേർത്തു കാച്ചിപ്പുരട്ടിയാൽ ചൊറി, ചിരങ്ങ്, വ്രണം മുതലായവ ശമിക്കും. തെങ്ങിന്റെ ഇളംപൂക്കുലയരി കല്കമാക്കി പതിന്നാലുദിവസം സേവിച്ചാൽ സ്വപ്നസ്ഖലനം, ദ്രുത സ്ഖലനം, അസ്ഥിസ്രാവം എന്നിവ ശമിക്കുന്നതാണ്. നല്ലൊരു പോഷണ ദ്രവ്യമാണ് അല്ലിക്കള്ള്. ഇതു ഗർഭകാലത്ത് ആഴ്ചയിൽ രണ്ടോ മൂന്നോ തവണ സേവിച്ചാൽ കുട്ടിക്ക് വർണപ്രസാദമുണ്ടാകുമെന്നു പറയപ്പെടുന്നു. അല്ലിക്കള്ളും മലർപ്പൊടിയും കൂടി പതിനഞ്ചു ദിവസം സേവിക്കുന്നതായാൽ ക്ഷയരോഗം ശമിക്കുകയും ആരോഗ്യമുണ്ടാവുകയും ചെയ്യും. കുട്ടികളുടെ ആരോഗ്യത്തിനും ഇതു രാവിലെ മുപ്പതുഗ്രാം നല്കാവുന്നതാണ്. തെങ്ങിന്റെ ഇളയ വേരും ഇഞ്ചിയും ഉപ്പുംകൂടി വേവിച്ച് ജ്വരങ്ങൾക്കു കൊടുക്കാം. തെങ്ങിൻ വേര് യോനീരോഗങ്ങൾക്കും ഗർഭാശയ രോഗങ്ങൾക്കും നന്ന്. അമ്പതുഗ്രാം വീതം തെങ്ങിൻവേരും അശോകത്തോലും ചേർത്ത് കഷായമാക്കി സേവിച്ചാൽ ആർത്തവദോഷങ്ങളും വന്ധ്യത്വവും ഇല്ലാതാകും. ഇരുപ

തുഗ്രാം തെങ്ങിന്റെ വേര് 250 മില്ലി വെള്ളത്തിൽ പതിനഞ്ചുമിനിട്ട് തിള പ്പിച്ചു വച്ചു പലവട്ടമായി സേവിക്കുന്നത് മഹോദരത്തിനും വയറുവേദ നയ്ക്കും നന്ന്. തിന്നുവാൻ പ്രായത്തിലുള്ള ഇളംകുരുത്തോല കഴിക്കു ന്നത് മാറത്തെ കഫക്കെട്ടിനും അർശോരോഗത്തിനും നല്ലതാണ്. പച്ച യീർക്കിലി കോളറാ ശമിപ്പിക്കുന്ന ഒരൗഷധമാണ്. പച്ചയീർക്കിൽ കൂവ ളത്തിൻ വേര്, മലര്, ചുക്ക്, ഉലുവ ഇവകൊണ്ടുള്ള കഷായം കോള റായ്ക്കു കൊടുക്കാം. ഇളനീരിൽ മാവിൻ തളിര് അരച്ചുകൊടുക്കുന്നത് മഞ്ഞപ്പിത്തത്തിന് സിദ്ധൗഷധമാണ്. വേരും ചുക്കും വെള്ളത്തിൽ തിള പ്പിച്ചു കുടിക്കുന്നത് പനിക്കു നല്ലതാണ്. പൂക്കൾ ശർക്കര ചേർത്തു ഭക്ഷി ച്ചാൽ പഴുപ്പു കലർന്ന് മൂത്രം പോകുന്നതിന് നല്ലതാണ്.

വേര് മൂത്രവും വിരയുമിളക്കും. മൂത്രാശയരോഗങ്ങൾ, മൂക്ക്, വായ, ആമാശയം എന്നിവയിലെ ആവരണ സ്തരങ്ങളിൽനിന്നുള്ള ചളിപോക്ക്, കരൾ രോഗങ്ങൾ, വിരശല്യം എന്നിവയ്ക്കു നല്ലതാണ്. കരിക്കിൻവെള്ളം ശീതമാണ്. കാമവർദ്ധകമാണ്. ലഹരിപിടിപ്പിക്കും. മൂത്രം ഇളക്കും. പോഷകമാണ്. വയറിളക്കം, അതിസാരം, പ്രമേഹം, രക്തം തുപ്പുക, കുഷ്ഠം, ക്ഷീണം, മൂത്രം പോകാൻ പ്രയാസം എന്നിവയ്ക്കു നല്ലതാണ്. തൊണ്ട് ശീതമാണ്. മൂത്രം ഇളക്കും. ശരീര ദുർഗന്ധം അകറ്റും, മൂത്രം പോകാനുള്ള പ്രയാസം അകറ്റും. വായ് നാറ്റം അകറ്റും. തേങ്ങ ശീതള മാണ്. രുചിയുണ്ടാക്കും. കാമം വർദ്ധിപ്പിക്കും. മലമിളക്കും. പോഷക മാണ്. പിത്തം, ബ്രോങ്കൈറ്റിസ്, മുഴ, ത്വക്ക്രോഗങ്ങൾ, ക്ഷീണം, രക്തം തുപ്പുക, പനി എന്നിവയ്ക്കു നല്ലതാണ്. തേങ്ങാവെള്ളം ശീതമാണ്. ദഹനം ഉണ്ടാക്കും, കാമവർദ്ധകമാണ്. വിരയിളക്കും. പോഷകമാണ്. പിത്തം, ചളിപോക്ക്, ക്ഷീണം, അതിസാരം, വയറിളക്കം, ശരീര ത്തിൽനിന്നും വെള്ളം നഷ്ടപ്പെടുക, വേദനയോടുകൂടി മൂത്രം പോകുക, ആരോഗ്യക്കുറവ് എന്നിവയ്ക്കു നല്ലതാണ്. തേങ്ങാവെള്ളം വലിയ മാത്രയിൽ കഴിച്ചാൽ വയറിളക്കും. വെളിച്ചെണ്ണ മുടി വളരാൻ സഹായി ക്കും. മുടി കൊഴിച്ചിലും അകാലനരയും ചെറുക്കും.

വേരും ചുക്കും വെള്ളം ചേർത്തു തിളപ്പിച്ചു കുടിച്ചാൽ പനി ശമിക്കും. ഇതു പൊടിച്ച് വെളിച്ചെണ്ണയിൽ ചാലിച്ച് വായിൽ കൊണ്ടാൽ മോണയിലെ വ്രണങ്ങൾ മാറും. കരിക്കിന്റെ കാമ്പ് പിഴിഞ്ഞെടുത്ത പാലുകൊണ്ട് കഴുകിയാൽ കുട്ടികളുടെ വായിലെ വ്രണങ്ങൾ ശമിക്കും. ഇത് ചെങ്കണ്ണിനും നല്ലതാണ്. പൂക്കൾ കഞ്ഞിവെള്ളം ചേർത്തു കഴി ച്ചാൽ കരളിന്റെ എരിച്ചിൽ ശമിക്കും. തേങ്ങ വെറുതെ ചവയ്ക്കുന്നത് വായ് പുണ്ണിനു നല്ലതാണ്. തെങ്ങിന്റെ തൊലി ചതച്ചെടുക്കുന്ന നീര് ചില ത്വക്ക്രോഗങ്ങൾക്കു നല്ലതാണ്. തെങ്ങിന്റെ എല്ലാ ഭാഗത്തിനും ഉപയോഗമുണ്ട്. തെങ്ങിന്റെ ഇളംകൂമ്പ് ചെത്തിയെടുക്കുന്ന കള്ള് പോഷ കവും ലഹരിപാനീയവുമാണ്.

തേങ്ങാവെള്ളത്തിൽ ശർക്കര കലക്കി ഒരാഴ്ച മൂടിക്കെട്ടി വച്ചതിനു ശേഷം അതിൽനിന്നും 15 മി ലി വീതം കഴിക്കുന്നത് മലബന്ധത്തിനും

അർശസ്സിനും നല്ലതാണ്.

ഒരു തേങ്ങയുടെ പീര വെള്ളം ചേർക്കാതെ പിഴിഞ്ഞെടുത്ത് അതിൽ കുറച്ചു പച്ചരിയും നൂറുഗ്രാം ചുവന്നുള്ളിയും ഇട്ട് വേവിച്ചു കഴിക്കുക. ഇങ്ങനെ ഇടവിട്ട് ചെയ്യുന്നത് അർശസ്സ് ശമിപ്പിക്കും. പുകയില കൂട്ടി മുറുക്കുമ്പോൾ ചെറിയ കഷണം കൊപ്ര (ഉണക്കത്തേങ്ങ) ചേർക്കുന്നത് പുകയിലയുടെ ദോഷങ്ങളെ ചെറുക്കും. വിളഞ്ഞ തേങ്ങയുടെ ചിരട്ട കത്തിച്ചു കല്ലിൽ വച്ചാൽ കിട്ടുന്ന എണ്ണ പുഴുക്കടിക്കു നല്ലതാണ്. ചിരട്ടയിട്ടു വെന്തവെള്ളം ദിവസേന കുടിക്കുന്നത് പ്രമേഹത്തിന് നല്ലതാണ്.

തെങ്ങിന്റെ അടിഭാഗത്തുള്ള തൊലി ഉണക്കിപ്പൊടിച്ച് വെളിച്ചെണ്ണയിൽ കാച്ചിതേക്കുന്നത് ത്വക്ക്രോഗങ്ങൾക്കു നല്ലതാണ്. ഉദരരോഗങ്ങൾക്ക് ഔഷധമായി ഇളനീർ ഉപയോഗിക്കാവുന്നതാണ്. തേങ്ങാപ്പാൽ തലയിൽ തേച്ചുകുളിക്കുന്നത് മുടികൊഴിച്ചിലിനു നല്ലതാണ്. ചിരട്ട ഇട്ടു വെന്ത വെള്ളം രക്ത സമ്മർദ്ദത്തിനു നല്ലതാണ്. ഇറച്ചി വേവിക്കുമ്പോൾ ഒരു കഷ്ണം ചിരട്ട കൂടി ഇട്ടാൽ ഏതു മാംസവും മൃദുലമാകും. ചകിരി കത്തിയ ചാരം കൽക്കണ്ടം ചേർത്ത് ഇളനീരിനൊപ്പം കലക്കി കുടിക്കുന്നത് അമിതാർത്തവത്തിനു നല്ലതാണ്. തേങ്ങാവെള്ളത്തിൽ മലർപ്പൊടിയും പഞ്ചസാരയും ചേർത്തുകഴിക്കുന്നത് ഛർദ്ദിലിനു നല്ലതാണ്. ഇളനീരിലാണ് കണ്ണിന്റെ സംരക്ഷണത്തിനും രോഗങ്ങൾക്കും ഉപയോഗിക്കുന്ന ഇളനീർക്കുഴമ്പുണ്ടാക്കുന്നത്.

തൊട്ടാവാടി

(തീണ്ടാർമണി)

സ്പർശനമുണ്ടായാൽ തന്നെ ഇലകൾ വാടുകയും തണ്ടുകൾ മടങ്ങുകയും ചെയ്യും. തൊട്ടാൽ വാടുന്നത് എന്നർത്ഥത്തിലാണ് "തൊട്ടാവാടി" എന്ന പേര്.

സംസ്കൃതനാമം	:	ലജ്ജാലു, രക്തപാടി, നമസ്കാരി, ഖാരത്വക്ക്, സങ്കോചം
ഇംഗ്ലീഷ്	:	സെൻസിറ്റീവ് പ്ലാന്റ്, ഹംബിൾ പ്ലാന്റ്
ശാസ്ത്രനാമം	:	മിമോസപുഡികാ
	:	Mimosa pudica Linn.
കുടുംബം	:	മിമോസേസി
	:	Mimosaceae

വിവരണം: ഇന്ത്യയിലുടനീളം ചൂടുള്ളതും തണുപ്പുള്ളതുമായ പ്രദേശങ്ങളിൽ കണ്ടുവരുന്നു. മുള്ളുകളുള്ള നിലത്തു പടർന്നു വളരുന്ന വാർഷിക സസ്യം. തണ്ടിന് ഇരുവശവുമായി ചെറിയ ഇലകൾ. തൊട്ടാൽ

ഇലകൾ കൂമ്പും. പിങ്ക് നിറത്തിലുള്ള ഉരുണ്ട പൂക്കൾ മിനുസമുള്ള നാരുകളുടെ കൂട്ടമാണ്. ചെറിയ ഉറകളുള്ള കായകൾ. വിത്തുകളുണ്ട്.

ഔഷധയോഗ്യഭാഗങ്ങൾ: സമൂലം

ചില ഔഷധ ഉപയോഗങ്ങൾ: ഇല ഇടിച്ചുപിഴിഞ്ഞ് മുറിവിൽ പുരട്ടിയാൽ മുറിവ് ഉണങ്ങും. ഇത് വെണ്ണയും ചേർത്തു പുരട്ടുന്നത് പരുവിനും പൊള്ളലിനും നല്ലതാണ്. വേര് കളഞ്ഞിട്ട് കഷായം വച്ചു കുടിച്ചാൽ മൂത്രാശയ കല്ല് പൊടിഞ്ഞ് പുറത്തുപോകും.

വേര് ശീതമാണ്. മുറിവുകളെയും ക്ഷതങ്ങളെയും സുഖമാക്കുന്നതിനുള്ള കഴിവുണ്ട്. വിഷത്തെ പ്രതിരോധിക്കും. മുഴകളെയും വീക്കങ്ങളെയും ശമിപ്പിക്കും. മൂത്രമിളക്കും. ഛർദ്ദിലും മലബന്ധവും ഉണ്ടാക്കും. പനി കുറയ്ക്കും. പിത്തം, വെള്ളപ്പാണ്ഡ്, യോനീനാളരോഗങ്ങൾ, മൂത്രാശയരോഗങ്ങൾ, വ്രണങ്ങൾ, വയറിളക്കം, മഞ്ഞപ്പിത്തം, എരിച്ചിൽ, ആസ്ത്മ, ഫിസ്റ്റുല, പൊങ്ങൻപനി, പനി എന്നിവയ്ക്കു നല്ലതാണ്. ഇല പോഷകമാണ്. ഹൈഡ്രോസിൽ, ഫിസ്റ്റുല, കൺജക്റ്റിവിറ്റിസ്, മുറിവുകൾ, ക്ഷതങ്ങൾ എന്നിവയ്ക്കു നല്ലതാണ്. മൂത്രാശയമുഴകൾക്കും സന്ധിവാതത്തിനും സന്ധിവേദനകൾക്കും മറ്റു മുഴകൾക്കും പുറമേ ഉപയോഗിക്കുന്നത് നല്ലതാണ്.

തൊട്ടാവാടി കഷായം വച്ചു

തൊട്ടാവാടി

മുള്ളില്ലാ തൊട്ടാവാടി

കുടിക്കുന്നത് മൂലക്കുരുവിനും ശരീരക്ഷതങ്ങൾക്കും നല്ലതാണ്. തൊട്ടാവാടി സമൂലം അരച്ചു തേങ്ങാപ്പാലിൽ കലക്കിക്കുടിക്കുന്നത് ആസ്ത്മയ്ക്കു നല്ലതാണ്.

പ്രമേഹത്തിന് തൊട്ടാവാടി സമൂലം ഇടിച്ചുപിഴിഞ്ഞ നീരെടുത്ത് ദിവസവും കുടിക്കുക.

വേരും സമം ഇലയും ഉണക്കിപ്പൊടിച്ചത് പാലിൽ തേനും ചേർത്തു കഴിക്കുന്നത് മൂലവ്യാധികൾക്കും മൂത്രസംബന്ധമായ രോഗങ്ങൾക്കും നല്ലതാണ്.

തൊഴുകണ്ണി

സംസ്കൃതനാമം: നമസ്കാരി ചാലപത്രി

ഇംഗ്ലീഷ്: ടെലിഗ്രാഫിക് പ്ലാന്റ്

ശാസ്ത്രനാമം: ഡെസ്മോഡിയം മോട്ടോറ

: Desmodium motora Linn.

വിവരണം: ഇലക്കൂമ്പ് കണ്ടാൽ തൊഴുതു നിൽക്കുന്നതുപോലെ തോന്നും. നേരെ വളരുന്ന ചെറിയസസ്യം, ചെറിയ ഇലകൾ.

ഔഷധയോഗ്യഭാഗങ്ങൾ: ഇല

ചില ഔഷധ ഉപയോഗങ്ങൾ: ഇലയുടെ കഷായം ടോൺസിലൈറ്റിസിന് നല്ലതാണ്. കുട്ടികളുടെ ചികിത്സയ്ക്ക് തൊഴുകണ്ണി പ്രധാനപ്പെട്ട ഔഷധമാണ്.

തേക്ക്

വൃക്ഷങ്ങളിലെ രാജാവാണ് തേക്ക്. വിദേശീയരെ ഇന്ത്യയിലേക്കാകർഷിച്ച പ്രധാനപ്പെട്ട വനവിഭവമാണ് തേക്ക്. 1842 ൽ നിലമ്പൂരിലാണ് ലോകത്തിലെ ആദ്യ തേക്കിൻതോട്ടം ഉണ്ടാക്കിയത്.

സംസ്കൃതനാമം : ശാകം

ഇംഗ്ലീഷ് : ടീക്ക്

ശാസ്ത്രനാമം : ടെകറ്റോണ ഗ്രാൻഡിസ്

: Tectona grandis Linn.

കുടുംബം : വെർബിനേസി

: Verbinaceae

വിവരണം: ഇന്ത്യയിൽ കേരളം,തമിഴ്നാട്, കർണ്ണാടകം, ആന്ധ്ര, മദ്ധ്യപ്രദേശ്, മഹാരാഷ്ട്ര എന്നീ സംസ്ഥാനങ്ങളിൽ ഇല പൊഴിയും കാടുകളിൽ കാണപ്പെടുന്നു. ഇല കൊഴിയുന്ന വൻവൃക്ഷം. തോട്ടങ്ങളായി നട്ടുപിടിപ്പിക്കാറുണ്ട്. കൃഷിഭൂമികളിലും നട്ടുവളർത്താറുണ്ട്. നല്ല വലിപ്പമുള്ള ഇല. മുളച്ചു വരുന്ന ചെറിയ കൂമ്പിലകൾ ഞെരടിയാൽ നല്ല ചുവപ്പ് നിറമാകും. വെള്ളനിറത്തിലുള്ള പൂക്കൾ ഉരുണ്ട കായ. കായ്ക്കകത്ത് വിത്തുണ്ട്. വിത്തിലൂടെ പ്രജനനം. തടിക്കു നല്ല കാതലുള്ളതിനാൽ വിവിധ ആവശ്യങ്ങൾക്കുപയോഗിച്ചു വരുന്നു. ഇന്ത്യക്കു വെളിയിൽ ഒന്നു രണ്ടു രാജ്യങ്ങളിൽ മാത്രമേ തേക്ക് കാണപ്പെടുന്നുള്ളൂ.

ഔഷധയോഗ്യഭാഗങ്ങൾ: തൊലി, തളിരില, കുരു, വേര്.

ചില ഔഷധ ഉപയോഗങ്ങൾ: തേക്കുതൊലി ഗർഭചികിത്സയ്ക്കുപയോഗിക്കാറുണ്ട്. ഗർഭപാത്രത്തിൽ അശുദ്ധരക്തം കെട്ടിനിൽക്കുന്നതിന് തേക്കുതൊലി, കായം, അതിവിടയം, പാടക്കിഴങ്ങ്, കടുകുരോഹിണി, ചെറുപുന്നയരി ഇവ സമം പൊടിച്ചത് എണ്ണ ചേർത്ത് കൊടുക്കുന്നത് നല്ലതാണ്. ഗർഭിണികൾക്ക് ആദ്യ മാസങ്ങളിലുണ്ടാകുന്ന ഗർഭസ്രാവങ്ങൾക്ക് തേക്കിൻ കുരു കഷായം വച്ചു കുടിക്കുന്നത് നല്ലതാണ്.

കുരു മൂത്രാശയക്കല്ലിനും നല്ലതാണ്. തേക്കിൻകുരു, താമരക്കുരു, മലങ്കാരക്കായ, തേറ്റാമ്പരൽ ഇവ സമം പൊടിച്ച് ശർക്കര ചേർത്ത് ചൂടുവെള്ളത്തിൽ കലക്കി സേവിക്കുന്നത് കല്ലിനു നല്ലതാണ്. കുരുവിൽനിന്നു കിട്ടുന്ന എണ്ണ കേശരോഗങ്ങൾക്കു നല്ലതാണ്. തേക്കിന്റെ തളിരിലയിലുള്ള ചുവന്ന ചായം വസ്ത്രങ്ങളിൽ നിറം പിടിപ്പിക്കാൻ ഉപയോഗിച്ചിരുന്നു.

തേക്കിൻകൂമ്പ് ചിലർ ഭക്ഷിക്കാറുണ്ട്. തേക്കിൻകൂമ്പ് പഞ്ചസാര ലായനിയിൽ തിളപ്പിച്ച് കുറുക്കിയെടുക്കുന്ന ദ്രാവകം ആസ്ത്മ ശമിപ്പിക്കുന്നതിനായി ചിലർ ഉപയോഗിച്ചിരുന്നു. തേക്കിന്റെ വേരുണക്കിപ്പൊടിച്ചത് സേവിച്ചാൽ രക്തം കട്ടപിടിക്കുന്നത് മാറും. ഇളംകായകൾ ചതച്ച് കുഴമ്പു പരുവത്തിലാക്കിയത് പുരട്ടുന്നത് പകരുന്ന തരത്തിൽ ചലമുള്ള ത്വക്ക് രോഗങ്ങളുൾപ്പെടെയുള്ളവയ്ക്ക് നല്ലതാണ്.

തേക്കട

(തേക്കിട, തേർക്കട, തേൾക്കട)

സംസ്കൃതനാമം	: വൃശ്ചികാളി
ഇംഗ്ലീഷ്	: ഇന്ത്യൻ ടേൺസോൾ
ശാസ്ത്രനാമം	: ഹീലിയോട്രോപിയം ഇൻഡിക്കം
	: Heliotropium indicum Linn.
കുടുംബം	: ബോറാഗിനേസി
	: Boraginaceae

വിവരണം: ഇന്ത്യയിലുടനീളം വഴിവക്കുകളിലും പുറമ്പോക്കുകളിലും കാണപ്പെടുന്നു. അരമീറ്റർ വരെ ഉയരത്തിൽ വളരുന്ന തണ്ടുള്ള സസ്യം. തണ്ടിൽ നീരുണ്ട്. ഇളംവയലറ്റ് നിറത്തിലുള്ള അനേകം പൂക്കൾ. കായും ഉണ്ട്.

ഔഷധയോഗ്യഭാഗങ്ങൾ: സമൂലം

ചില ഔഷധ ഉപയോഗങ്ങൾ: സ്നിഗ്ദ്ധത നല്കും. മുറിവുണക്കും. മൂത്രമിളക്കും. വ്രണങ്ങൾ, ചൊറി, മുറിവുകൾ, ത്വക്ക്രോഗങ്ങൾ, പ്രാണികളുടെ കടി, സന്ധിവാതം, മോണവീക്കം എന്നിവയ്ക്കു നല്ലതാണ്. വേര് കാമവർദ്ധകമാണ്. കഫം ഇളക്കും. കണ്ണിന്റെ രോഗങ്ങൾക്കു നല്ലതാണ്. വായുകോപം ശമിപ്പിക്കും. ചുമ, പനി, ബ്രോങ്കൈറ്റിസ്, പുഴുക്കടി, കണ്ണിനുവേദന, സന്ധിവാതം എന്നിവയ്ക്കു നല്ലതാണ്. ഇല വ്രണം, മുറിവ്, വീക്കം, പുഴുക്കടി, മുഖത്തെ തടിച്ച ചുവന്ന പാട് എന്നിവയ്ക്കു നല്ലതാണ്. പൂക്കൾ ചെറിയ മാത്രയിൽ ആർത്തവം പുനഃസ്ഥാപിക്കാൻ നല്ലതാണ്. പൂവ് വലിയമാത്രയിൽ ഗർഭച്ഛിദ്രം ഉണ്ടാക്കും. കായ ഉദര രോഗങ്ങൾക്കുത്തമമാണ്.

തേറ്റാമ്പരൽ

(തേറ്റാമരം)

സംസ്കൃതനാമം	: കതക, അംബുപ്രസാദ, കതകാഫ്തലം, നിർമ്മല
ഇംഗ്ലീഷ്	: ക്ലിയറിങ് നട്ട് ട്രീ, ക്ലിയറിങ് നട്ട്
ശാസ്ത്രനാമം	: സ്ട്രിച്ച്നോസ് പൊട്ടറ്റോറം
	: Strychnos potatorum Linn.f.
കുടുംബം	: ലോഗാനിയേസി
	: Loganiaceae

വിവരണം: തെക്കേ ഇന്ത്യയിലെ ഇലപൊഴിയും കാടുകളിൽ കാണപ്പെടുന്നു. ഇലപൊഴിയുന്ന ഇടത്തരം വൃക്ഷം. വെള്ളപ്പൂക്കൾ നല്ലമണമുണ്ട്. ഉരുണ്ട കായ, മൂപ്പെത്തുമ്പോൾ കറുത്തനിറം. വിത്തുകളുണ്ട്. ഉരുണ്ട വിത്തുകളുടെ നിറം മഞ്ഞയാണ്. പുറത്ത് തിളങ്ങുന്ന ചെറിയ നാരുകളുണ്ട്.

ഔഷധയോഗ്യഭാഗങ്ങൾ: വിത്ത്

ചില ഔഷധ ഉപയോഗങ്ങൾ: സ്വാസ്ഥ്യം നല്കും. മൂത്രം ഇളക്കും. ദഹനം വർദ്ധിപ്പിക്കും. വിരയിളക്കും. കാമവർദ്ധകമാണ്. കണ്ണിന്റെ രോഗങ്ങൾക്കു നല്ലതാണ്. രുചി വർദ്ധിപ്പിക്കും. പകർച്ച വ്യാധികളെ തടയും. പോഷകമാണ്. വെള്ളം ശുദ്ധീകരിക്കും. വാതം, കഫം, കരൾ രോഗങ്ങൾ, വൃക്കരോഗങ്ങൾ, വെള്ളപോക്ക്, ഉദര രോഗങ്ങൾ, ഗൊണോറിയ, ബ്രോങ്കൈറ്റിസ്, കടുത്ത വയറിളക്കം, അതിസാരം, മൂത്രത്തിലെയും വൃക്കയിലെയും കല്ലുകൾ, പ്രമേഹം, എരിച്ചിൽ, കൺജക്റ്റിവിറ്റിസ്, കണ്ണിന്റെ മറ്റുരോഗങ്ങൾ എന്നിവയ്ക്കു നല്ലതാണ്.

ഒരു സ്പൂൺ തേറ്റാമ്പരൽ തേനിനോട് ചേർത്ത് കഴിക്കുന്നത് പ്രമേഹത്തിന് നല്ലതാണ്.

തേയിലച്ചെടി

ലോകത്തിലേക്കും ഏറ്റവും പ്രചാരമുള്ള പാനീയമാണ് ചായ. പലരുടെയും പ്രഭാതം ആരംഭിക്കുന്നത് ഒരു കപ്പ് ചായയിലാണ്.

സംസ്കൃതനാമം	: ശ്യാമപർണ്ണി, ചാഹ
ഇംഗ്ലീഷ്	: റ്റീപ്ലാന്റ്
ശാസ്ത്രനാമം	: കമേല്ലിയ സിനെൻസിസ്
	: Camellia sinensis (Linn.) O.Kuntze
കുടുംബം	: തിയേസി
	: Theaceae

വിവരണം: ഇന്ത്യയിലുടനീളം ഉയർന്ന പ്രദേശങ്ങളിൽ കൃഷിചെയ്തുവരുന്നു. നിത്യഹരിതമായ വലിയ കുറ്റിച്ചെടി. ലളിതമായ കടുംപച്ചനിറത്തിലുള്ള ഇലകൾ. വെള്ളപ്പൂക്കൾ. കായും വിത്തുമുണ്ട്.

ഔഷധയോഗ്യഭാഗങ്ങൾ: ഇല (തേയില)

ചില ഔഷധ ഉപയോഗങ്ങൾ: തേയില ഇട്ടു തിളപ്പിച്ച വെള്ളം നല്ല പാനീയമാണ്. രുചിയുണ്ടാക്കും. ദഹനം വർദ്ധിപ്പിക്കും. വായുകോപം ശമിപ്പിക്കും. മൂത്രം ഇളക്കും. വിയർപ്പുണ്ടാക്കും. അഴുക്കിളക്കും. പ്രതിരോധശേഷി വർദ്ധിപ്പിക്കും. ഞരമ്പുകളെ ഉത്തേജിപ്പിക്കുന്ന പോഷകമാണ്. വയറിന്റെ അസ്വസ്ഥതകൾ, ഒരുഭാഗത്തെ തലവേദന, ഹൃദയഭാഗത്തെ വേദന, കൺജക്റ്റിവിറ്റിസ്, ക്ഷതം, വീക്കം, പനി, തളർച്ച, ക്ഷീണം എന്നിവയ്ക്കു നല്ലതാണ്.

പച്ചിലച്ചായക്ക് കല്ലുകളെ അലിയിച്ചു കളയാനും വരാതെ തടയുന്നതിനുമുള്ള കഴിവുണ്ട്.

ദന്തപ്പാല

(അയ്യപ്പാല, തിന്നാമ്പാല, നിലപ്പാല)

ദന്തപ്പാലയുടെ ഇല വെളിച്ചെണ്ണയിൽ കുറച്ചുനേരം ഇട്ടുവച്ചാൽ വെളിച്ചെണ്ണ നീലനിറമായി തീരും. പിന്നീട് ഊതവും കറുപ്പുനിറവുമായി തീരും. നീലനിറത്തിലുള്ള വെളിച്ചെണ്ണ നിഴലത്തുവച്ച് ചൂടാക്കി പുരട്ടുന്നത് സോറിയാസിസിന് കൈകണ്ട ഔഷധമാണ്.

സംസ്കൃതനാമം	:	ശ്വേതകുടജ, ഹയമരക
ഇംഗ്ലീഷ്	:	പാല ഇൻഡിഗോ പ്ലാന്റ്, ഐവറിവുഡ്, ഡുഹി
ശാസ്ത്രനാമം	:	റൈറ്റിയ ടിങ്റ്റോറിയ
	:	Wrightia tinctoria (Roxb.) R.Br.
കുടുംബം	:	അപ്പോസൈനേസി
	:	Apocynaceae

വിവരണം: ഇന്ത്യയിലുടനീളം കാണപ്പെടുന്നു. ഇല പൊഴിയുന്ന ചെറിയ വൃക്ഷം. കാടുകളിലും വനങ്ങളിലും ധാരാളമായി കാണാം. എല്ലാ ഭാഗത്തും വെള്ളനിറത്തിലുള്ള കറയുണ്ട്. പച്ചനിറത്തിലുള്ള സാധാരണ ഇല. വെള്ളപ്പൂക്കൾ. മണമുണ്ട്. കായും വിത്തുമുണ്ട്.

ഔഷധയോഗ്യഭാഗങ്ങൾ: ഇല, തൊലി.

ചില ഔഷധ ഉപയോഗങ്ങൾ: ഇല വേദന കുറയ്ക്കും, കുറഞ്ഞ രക്തസമ്മർദ്ദം, പല്ലുവേദന, വാതം എന്നിവയ്ക്കു നല്ലതാണ്. തൊലിയും വിത്തും വായുകോപം ശമിപ്പിക്കും. ദഹനം ഉണ്ടാക്കും. വയറുവേദന ശമിപ്പിക്കും. രക്തം ശുദ്ധീകരിക്കും. വിരയിളക്കും. പനി കുറയ്ക്കും. കാമം വർദ്ധിപ്പിക്കും. പിത്തം, കഫം, വെള്ളദ്ദാഹം, കുഷ്ഠം, സോറിയാസിസ്, ക്ഷതം, എരിച്ചിൽ എന്നിവയ്ക്കു നല്ലതാണ്. ഇതിന്റെ കറ രക്തം കട്ടപിടിക്കുന്നതിനും പാല് ഉറയാക്കുന്നതിനും ചില ആദിമനിവാസികൾ ഉപയോഗിക്കാറുണ്ട്. ഇലയും തൊലിയും ഇട്ട് തിളപ്പിച്ച വെള്ളത്തിൽ കുളിക്കു

ന്നത് വാതപ്പനിക്കു നല്ലതാണ്. വിത്തിന്റെ ചൂർണ്ണം ജലദോഷം അകറ്റും. വേരും പച്ചമഞ്ഞളും ചേർത്ത് കാടിയിൽ അരച്ചെടുത്തത് പാടമാറ്റിയ പാലിന്റെകൂടെ സേവിക്കുന്നത് ചുടുവാതത്തിന് നല്ലതാണ്. വേരിന്റെ തൊലി ഉരച്ച് അടയ്ക്കാ വലിപ്പത്തോളം വിഴുങ്ങുന്നത് പാമ്പിന്റെ വിഷം നീങ്ങിക്കിട്ടാൻ നല്ലതാണെന്നു പറയപ്പെടുന്നു.

ദന്തപ്പാലയുടെ ഇല ഇരുമ്പു തൊടാതെ നുള്ളി ചെറുതാക്കി ഒരു മൺചട്ടിയിൽ ഇട്ട് മൂടത്തക്കവണ്ണം വെളിച്ചെണ്ണ ഒഴിച്ച് വെയിലത്തോ നിഴലിലോ തുടർച്ചയായി ഏഴുദിവസം വച്ചതിനു ശേഷം പിഴിഞ്ഞ് അരിച്ചെടുത്ത് ഗ്ലാസ്സ് കുപ്പിയിൽ (പ്ലാസ്റ്റിക് ഒഴിവാക്കണം) സൂക്ഷിക്കുക. ഇത് പുറമേ പുരട്ടുന്നതും ഉള്ളിൽ കഴിക്കുന്നതും സോറിയാസിസിന് കൈകണ്ട ഔഷധമാണ്.

ദർഭ

(ദർഭപ്പുല്ല്)

പുരാണപ്രസിദ്ധമായ ഈ ചെടി മതപരമായ ചടങ്ങുകൾക്കുപയോഗിക്കുന്നു.

സംസ്കൃതനാമം : ദർഭ, കുശ

ഇംഗ്ലീഷ്: സാക്രിഫിഷ്യൽ ഗ്രാസ്സ്

ശാസ്ത്രനാമം: ഡെസ്മോസ്റ്റാചിയ ബൈപിന്നാറ്റ : Desmostachya bipinnata (Linn.) Stapf

കുടുംബം: പോയേസി : Poaceae

വിവരണം: ഇന്ത്യയിലുടനീളം കാണപ്പെടുന്നു. നേരേ വളരുന്ന നീളമുള്ള തണ്ടുകളോടുകൂടിയ ബഹുവർഷിയായ സസ്യം. വേരിന് നല്ല മുനയുണ്ട്. കാലിൽ കുത്തിക്കേറും. അറ്റംകൂർത്ത നീണ്ട ഇലകൾ ചുവട്ടിൽനിന്നു തന്നെ വളരുന്നു. നല്ല പച്ച നിറം.

ഔഷധയോഗ്യഭാഗങ്ങൾ: സമൂലം

ചില ഔഷധ ഉപയോഗങ്ങൾ: തണുപ്പുനൽകും. മൂത്രം ഇളക്കും. മിനുസം നല്കും. മുലപ്പാൽ വർദ്ധിപ്പിക്കും. ആസ്ത്മ, മഞ്ഞപ്പിത്തം, പിത്തം വേദനയോടുകൂടിയ ആർത്തവം, മൂത്രനാളീ രോഗങ്ങൾ, തൊലിപ്പുറത്തുള്ള പൊട്ടലുകൾ എന്നിവയ്ക്കു നല്ലതാണ്. കാമം വർദ്ധിപ്പിക്കും. ഉത്തേജകമാണ്.

നന്ത്യാർവട്ടം

വലിയ നന്ത്യാർവട്ടവും ചെറിയ നന്ത്യാർവട്ടവുമുണ്ട്. നിറയെ പാലുപോലുള്ള ദ്രാവകമുണ്ട്.

സംസ്കൃതനാമം : നന്ദിവൃക്ഷ, ക്ഷീരി, വിഷ്ണുപ്രിയ
ഇംഗ്ലീഷ് : ഈസ്റ്റ് ഇന്ത്യൻ റോസ്ബേ
ശാസ്ത്രനാമം : ടാബർനമൊണ്ടാന ഡൈവേരിക്കേറ്റ
: Tabernaemontana divaricata (Linn.) R.Br. ex Roem. & Schultes
കുടുംബം : അപ്പോസൈനേസി
: Apocynaceae

വിവരണം: ഇന്ത്യയിലുടനീളം കാണപ്പെടുന്നു. പൂന്തോട്ടത്തിൽ അലങ്കാരച്ചെടിയായി നട്ടുവളർത്തുന്നു. രണ്ടരമീറ്ററോളം ഉയരത്തിൽ വളരുന്ന കുറ്റിച്ചെടി. തണ്ടിലും ഇലയിലും വെളുത്ത കറയുണ്ട്. പൂക്കൾക്ക് നല്ല തൂവെള്ളനിറമാണ്. കായും വിത്തുമുണ്ട്.

ഔഷധയോഗ്യ ഭാഗങ്ങൾ: വേര്, പൂക്കൾ, കറ.

ചില ഔഷധ ഉപയോഗങ്ങൾ: വേര് വേദനകുറയ്ക്കുന്നതും വിരയിളക്കുന്നതുമാണ്. പോഷകമാണ്. തളർച്ച, പല്ലുവേദന, തിമിരം, വാതം, സന്ധിവേദന, കാലുവേദന എന്നിവയ്ക്കു നല്ലതാണ്. പൂക്കൾ നല്ല തണുപ്പു നല്കും. എരിച്ചിൽ കണ്ണിന്റെ രോഗങ്ങൾ, ത്വക്ക്രോഗങ്ങൾ എന്നിവയ്ക്കു നല്ലതാണ്. കറ മുറിവുകളിൽ പുരട്ടുന്നത് നല്ലതാണ്. ചെടിപിഴിഞ്ഞെടുത്ത നീര് എണ്ണയോടൊപ്പം തലയിൽ പുരട്ടുന്നത് ചെങ്കണ്ണിനു നല്ലതാണ്. വേരു ചവയ്ക്കുന്നത്

പല്ലിനു വേദനയ്ക്കു നല്ലതാണ്. വേര് എണ്ണയോടൊപ്പം കാച്ചിതേക്കുന്നത് തലവേദനയ്ക്കും തലയുടെ മറ്റ് അസുഖങ്ങൾക്കും നല്ലതാണ്. വേരു ചതച്ച് ചെറുനാരങ്ങാനീരിനൊപ്പം കണ്ണിൽ വയ്ക്കുന്നത് കാഴ്ചക്കുറവിനു നല്ലതാണത്രെ.

പൂവ് കുറച്ചുനേരം വെള്ളത്തിലിട്ടതിനു ശേഷം ആ വെള്ളം കൊണ്ടു കണ്ണുകഴുകുന്നത് ചെങ്കണ്ണിനും മറ്റു നേത്രരോഗങ്ങൾക്കും നല്ലതാണ്.

നറുനീണ്ടി

(നന്നാറി, നറുനെണ്ടി)

ഉഷ്ണകാലത്ത് നന്നാറി ചേർത്തുണ്ടാക്കുന്ന സർബത്ത് ഒന്നാന്തരം ശീതളപാനീയമാണ്.

സംസ്കൃതനാമം	: അനന്തമൂല, ശാരിബ
ഇംഗ്ലീഷ്	: ഇന്ത്യൻ സരസപറില്ല, കൺട്രി സരസപറില്ല
ശാസ്ത്രനാമം	: ഹെമിഡെസ്മസ് ഇൻഡിക്കസ്
	: Hemidesmus indicus (Linn.) R.Br.
കുടുംബം	: ആസ്ക്ലിപിയഡേസി
	: Asclepiadaceae

വിവരണം: ഇന്ത്യയിലുടനീളം കയ്യാലകളിലും കുറ്റിക്കാടുകളിലും കുന്നിൻ ചരുവുകളിലും കാണപ്പെടുന്നു. നിലത്തു പടർന്നു വളരുന്ന ബഹുവർഷിയായ സസ്യം. ചെറിയ തണ്ടുകളും ചെറിയ നീണ്ട ഇലകളും തണ്ടും ഇലയും മുറിച്ചാൽ വെളുത്ത കറ ഒഴുകും. സുഗന്ധമുണ്ട്. വേര് വലുതായി കിഴങ്ങായി മാറും. കിഴങ്ങാണ് ഉപയോഗിക്കുന്നത്. ഇതിനും നല്ല സുഗന്ധമുണ്ട്. രുചിയുമുണ്ട്. പർപ്പിൾ കലർന്ന പച്ച നിറത്തിലുള്ള പൂക്കൾ. കായും വിത്തുമുണ്ട്.

ഔഷധയോഗ്യഭാഗങ്ങൾ: വേര് (കിഴങ്ങ്), ഇല, തണ്ട്.

ചില ഔഷധ ഉപയോഗങ്ങൾ: കിഴങ്ങ് നല്ല തണുപ്പു നല്കും. രക്തം ശുദ്ധീകരിക്കും. കാമം വർദ്ധിപ്പിക്കും. രുചിയുണ്ടാക്കും. സ്നിഗ്ദ്ധത നല്കും. വായുകോപം ശമിപ്പിക്കും. സ്വാസ്ഥ്യം നല്കും. വിരയി

ളക്കും. പനി കുറയ്ക്കും. കഫമിളക്കും. വിയർപ്പുണ്ടാക്കും. പോഷകമാണ്. പിത്തം, എരിച്ചിൽ, വെള്ളപ്പാണ്ഡ്, കുഷ്ഠം, ത്വക്ക്രോഗങ്ങൾ, ആസ്ത്മ, ബ്രോങ്കൈറ്റിസ്, വെള്ളദ്ദാഹം, കണ്ണിന്റെ രോഗങ്ങൾ, ഒരു വശത്തുമാത്രമുണ്ടാകുന്ന തലവേദന, അപസ്മാരം മൂലമുള്ള ബോധക്ഷയം, വയറിളക്കം, അതിസാരം, സിഫിലിസ്, പനി, ജ്വരം, വെള്ളപോക്ക്, പഴുപ്പ്, സന്ധിവേദന, ക്ഷീണം എന്നിവയ്ക്കു നല്ലതാണ്. ഇല ഛർദ്ദിൽ, മുറിവ്, വെള്ളപ്പാണ്ഡ് എന്നിവയ്ക്കു നല്ലതാണ്. തണ്ട് വിയർപ്പുണ്ടാക്കുന്നതും മുലപ്പാൽ വർദ്ധിപ്പിക്കുന്നതും വീക്കങ്ങൾക്കു നല്ലതുമാണ്. നറുനീണ്ടിക്കിഴങ്ങ് തേങ്ങാപ്പാലും ചേർത്തു കൊടുത്താൽ രക്തസ്രാവം ശമിക്കും. കിഴങ്ങിന്റെ ചൂർണ്ണം എണ്ണ ചേർത്ത് പുറത്തുപുരട്ടിയാലും ഇതേ ഫലം കിട്ടും. വേരിട്ട വെള്ളംകുടിച്ചാൽ പനി ശമിക്കും. ഗർഭണികൾക്ക് ഒൻപതാംമാസത്തിലുണ്ടാവുന്ന ഗർഭസ്രാവത്തിന് നന്നാറിക്കിഴങ്ങ് പാൽക്കഷായം വെച്ച് കുടിച്ചാൽ മതി.

മൂത്രം പോകാത്ത അവസ്ഥയിൽ നന്നാറിക്കിഴങ്ങ് ഉണക്കിപ്പൊടിച്ചത് പാലിൽ ചേർത്തു കഴിച്ചാൽ മൂത്രം പോകും. നന്നാറിക്കിഴങ്ങ് കഷായമാക്കി പഞ്ചസാരയോ തേനോ ചേർത്ത് കുട്ടികൾക്കു കൊടുത്താൽ ചുമയും വയറുകടിയും ശമിക്കും. നന്നാറിക്കിഴങ്ങ് ഉണക്കിപ്പൊടിച്ചത് കരിക്കിൻ വെള്ളത്തിൽ കഴിക്കുന്നത് ഹീമോഫീലിയക്കു നല്ലതാണ്. നന്നാറികഷായം തേൻ ചേർത്തു കഴിക്കുന്നത് വിയർപ്പും ചൂടിനും ചുടുകുരുവിനും ചൊറിച്ചിലിനും നല്ലതാണ്.

നറുനീണ്ടിക്കിഴങ്ങ് ഇട്ടുതിളപ്പിച്ച വെള്ളം കുടിക്കുന്നത് വെള്ളപോക്ക്, ചൊറി, ചിരങ്ങ്, വെള്ളദ്ദാഹം, അമിതവിശപ്പ്, രക്തദൂഷ്യം, കരൾ പ്ലീഹാ രോഗങ്ങൾ എന്നിവയ്ക്കു നല്ലതാണ്. നന്നാറിക്കിഴങ്ങ് പാലിൽ കാച്ചിക്കഴിക്കുന്നത് കല്ലിനെ അലിയിച്ചു കളയാൻ നല്ലതാണ്. നന്നാറി ഇട്ട വെള്ളം കണ്ണിലിറ്റിക്കുന്നത് കാഴ്ചയ്ക്കു നല്ലതാണ്. നന്നാറിക്കിഴങ്ങിട്ടു കാച്ചിയ പാൽ ദിവസേന കുടിക്കുന്നത് രക്തവാതത്തിനു നല്ലതാണ്.

നാഗദന്തി

(ദന്തി)

സംസ്കൃതനാമം	:	ദന്തി
ശാസ്ത്രനാമം	:	ബാലിയോസ്പെർമംമൊണ്ടാനം, സോളാനിഫോളിയം
	:	Baliospermum montanum (Willd.) Muell - Arg.
കുടുംബം	:	യൂഫോർബിയേസി
	:	Euphorbiaceae

വിവരണം: ഇന്ത്യയിലുടനീളം കാണപ്പെടുന്നു. രണ്ടു മീറ്റർവരെ ഉയരത്തിൽ വളരുന്ന കുറ്റിച്ചെടി. കായും ദീർഘവൃത്താകൃതിയിൽ അറ്റം കൂർത്ത പച്ച ഇലകളും ഉണ്ട്. രണ്ടുവശവും പരുപരുത്ത രോമങ്ങളുണ്ട്. ചെറിയ മൊട്ടുകൾ ചേർന്ന കുലകളായാണ് പൂക്കൾ കാണപ്പെടുന്നത്. വൃത്താകൃതിയിലുള്ള കായ്ക്ക് മൂന്നു വശമുണ്ട്. അതിനകത്ത് വിത്തുകൾ.

ഔഷധയോഗ്യഭാഗങ്ങൾ: വേര്, ഇല, വിത്ത്, എണ്ണ.

ചില ഔഷധ ഉപയോഗങ്ങൾ: വേര് ദഹനം വർദ്ധിപ്പിക്കുന്നതും വേദന കുറയ്ക്കുന്നതും വിരകളെ നശിപ്പിക്കുന്നതും മൂത്രം ഇളക്കുന്നതും വിയർപ്പ് കുറയ്ക്കുന്നതും പനി കുറയ്ക്കുന്നതുമാണ്. വായുകോപത്തിനും മലബന്ധത്തിനും മഞ്ഞപ്പിത്തത്തിനും കുഷ്ഠത്തിനും ത്വക്ക്രോഗങ്ങൾക്കും ശരീരത്തിലെ ദുർനീരുകൾക്കും വിളർച്ചയ്ക്കും വെള്ളപോക്കിനും പനിക്കും പ്രമേഹത്തിനും നല്ലതാണ്. ഇല ആസ്ത്മയ്ക്കും ബ്രോങ്കൈറ്റിസിനും നല്ലതാണ്. വിത്ത് വയറിളക്കും. വ്രണങ്ങളിലെ ചലം പുറത്തുകളയും. വാതത്തിനും വായുകോപത്തിനും വീക്കങ്ങൾക്കും നല്ലതാണ്.

ഇലയരച്ച് ദേഹത്തു പുരട്ടുന്നത് സന്ധിവേദനയ്ക്കു നല്ലതാണ്. വേര്, ഇല, കായ് എന്നിവയെല്ലാം ഉദരശുദ്ധിക്ക് നല്ലതാണ്. പ്രമേഹത്തിനുള്ള ധാന്വന്തരം ഘൃതം അർശസ്സിനുള്ള ദന്ത്യരിഷ്ടം എന്നിവയിലെ പ്രാധാന ചേരുവ നാഗദന്തിയാണ്.

നാഗപ്പൂമരം

(നാഗചെമ്പകം, എലിപൊങ്ക്)

ശ്വേതചമ്പകം, നാഗചമ്പകം, സുൽത്താൻചമ്പകം, നീലച്ചമ്പകം, ഭൂമിചമ്പകം ഇങ്ങനെ ചമ്പകങ്ങൾ പലതരത്തിലുണ്ട്. ഇതിൽ നാഗചെമ്പകമരമാണ് നാഗപ്പൂമരം. നീലചമ്പകത്തിന്റെയും സുൽത്താൻചമ്പകത്തിന്റെയും പൂക്കൾക്കു കൂടി നാഗപ്പൂവ് എന്ന് പറയാറുണ്ട്.

സംസ്കൃതനാമം	:	കേസരം, നാഗകേസരം, ഹേമകുഞ്ജാൽക, നാഗപുഷ്പ.
ഇംഗ്ലീഷ്	:	അയൺവുഡ് ട്രീ
ശാസ്ത്രനാമം	:	മേസുഅ ഫെറിയ, മെസുഅ നാഗസ്സാറിയം
	:	Mesua nagassarium (Burm.f.) Kosterm.
കുടുംബം	:	ക്ലൂസിയേസി
	:	Clusiaceae

വിവരണം: ഇന്ത്യയിലുടനീളം നിത്യഹരിതവനങ്ങളിൽ കാണപ്പെടുന്നു. നിത്യഹരിതമായ ഇടത്തരം വൃക്ഷം. ചുവന്ന ബ്രൗൺനിറത്തിലുള്ള തൊലി ഇടയ്ക്കിടെ പൊളിഞ്ഞുപോകും. സാധാരണ ഇലകൾ. വെളുത്ത നല്ല സുഗന്ധമുള്ള പൂക്കൾ, ഉരുണ്ട കായ, പാലുണ്ട്. ആദ്യം ഇളംപച്ച പിന്നീട് ചുവപ്പ്. കായ്ക്കകത്ത് വിത്തുകളുണ്ട്.

ഔഷധയോഗ്യഭാഗങ്ങൾ: തൊലി, പൂവ്, കായ, മൊട്ട്, വിത്ത്, വേര്, തൈലം, കഴമ്പ്.

ചില ഔഷധ ഉപയോഗങ്ങൾ: പൂക്കൾ ഉണക്കിപ്പൊടിച്ച് നെയ്യും തേനും ചേർത്ത് രക്താർശസിലെകുരുക്കളിന്മേൽ പുരട്ടാം. പൂവരച്ച് വെണ്ണയും പഞ്ചസാരയും ചേർത്ത് ഉള്ളിൽ കഴിക്കാം. ധാരാളം കഫം തുപ്പുന്ന ചുമയ്ക്കും പൂവ് നല്ലതാണ്. ശിരോരോഗം, വസ്തിരോഗം, കണ്ഠരോഗം ഇവയ്ക്കും നാഗപ്പൂ നല്ലതാണ്. ഇതിന്റെ ഇലയും പൂവും ചിലർ പാമ്പുവിഷത്തിന് പ്രത്യേകമായി ഉപയോഗിക്കുന്നുണ്ട്. ഇല കഠിനമായ ജലദോഷത്തിൽ അരച്ചു നെറ്റിയിലിടുന്നത് നല്ലതാണ്. വിത്തിൽനിന്നെടുക്കുന്ന തൈലം വാതത്തിനും ചിരങ്ങിനും ത്വക്ക്രോഗങ്ങൾക്കും വ്രണങ്ങൾക്കും പുരട്ടാം. നാഗപ്പൂവ് ഉത്തമമായ ഒരു പചനദ്രവ്യമാണ് (ദഹിക്കാൻ സഹായിക്കുന്നത്).

വേര് ഇടിച്ചുപിഴിഞ്ഞ് ഇഞ്ചി ചേർത്തു കഴിച്ചാൽ ശക്തിയായി

വിയർക്കും. തൊലിയുടെ പൊടി പാമ്പുകടിയുടെ മുറിവുണക്കും. ഇല ചതച്ച് വെളിച്ചെണ്ണയിൽ ചാലിച്ച് നെറ്റിയിൽ പുരട്ടുന്നത് തലയിലെ കഫം, നീർക്കെട്ട്, ജലദോഷം എന്നിവയ്ക്ക് ഫലപ്രദമാണ്. ഇലനീര് കുടിച്ചാൽ കഫമിളകും. ചുമ മാറും. കായ് തിളപ്പിച്ച് തേൻ ചേർത്തു കഴിച്ചാൽ വയറിളകും.

പൂക്കൾ ചൂടുണ്ടാക്കും. വേദന കുറയ്ക്കും. മൂത്രവും വിരയും ഇളക്കും. വിഷത്തിനു പ്രതിവിധിയാണ്. കഫമിളക്കും. ഉദരരോഗങ്ങൾക്ക് നല്ലതാണ്. കാമവർദ്ധകമാണ്. ഹൃദയപോഷണമാണ്. പിത്തം, വാതം, ആസ്ത്മ, വായ്നാറ്റം, കുഷ്ഠം, സ്കേബീസ്, ത്വക്ക്രോഗങ്ങൾ, ഛർദ്ദിൽ, വ്രണം, കാലിലെ എരിച്ചിൽ, വന്ധ്യത, വെള്ളപോക്ക്, ഹൃദ്രോഗം എന്നിവയ്ക്കു നല്ലതാണ്. കുരുവിൽനിന്നെടുക്കുന്ന എണ്ണ വാതത്തിനും ത്വക്ക് രോഗങ്ങൾക്കും ഉത്തമമാണ്.

നാന്മുകപ്പുല്ല്

(മയൂരശിഖ, മയിലാടുംശിഖ)

സംസ്കൃതനാമം: മയൂരശിഖ
ഇംഗ്ലീഷ്: പീകോക്ക്സ് ടെയിൽ
ശാസ്ത്രനാമം: ആക്റ്റിനിയോപ്റ്ററിസ് ഡിക്കോറ്റോമ
: Actiniopteris dichotoma Bedd.
കുടുംബം: പോളിപോഡിയേസി
: Polypodiaceae

വിവരണം: ഇന്ത്യയിലുടനീളം കുന്നിൻചരിവുകളിൽ കാണപ്പെടുന്നു.

പനയുടെ രൂപത്തിലുള്ള ചെറിയ പന്നച്ചെടി.

ഔഷധയോഗ്യഭാഗങ്ങൾ: സമൂലം

ചില ഔഷധ ഉപയോഗങ്ങൾ: ശീതമാണ്. വിരയിളക്കും. രക്തവാർച്ച തടയും. കുഷ്ഠത്തെ ചെറുക്കും. മലബന്ധമുണ്ടാക്കും. വായുകോപം ശമിപ്പിക്കും. കഫം, പിത്തം, വയറിളക്കം, അതിസാരം, കുഷ്ഠം, ത്വക്ക്രോഗങ്ങൾ, പ്രമേഹം, പനി, രക്തം തുപ്പുക, രക്തം ഛർദ്ദിക്കുക എന്നിവയ്ക്കു നല്ലതാണ്.

നായ്ക്കുരണ

നായ്ക്കുരണ കായയുടെ പുറത്തുള്ള രോമങ്ങൾ (പൊടി) അത്യന്തം ചൊറിച്ചിലുണ്ടാക്കുന്നതാണ്. വളരെ പ്രധാനപ്പെട്ട ഒരു വാജീകരണ (കാമശക്തി ഉണ്ടാക്കുന്ന) ഔഷധമാണ് നായ്ക്കുരണ. വന്ധ്യതയ്ക്ക് ഉത്തമമാണ്. നായ്ക്കുരണയുടെ ചൊറിച്ചിലിന് തുമ്പച്ചെടി ഒരു പ്രത്യൗഷധമാണ്.

സംസ്കൃതനാമം	: ആത്മഗുപ്ത, കപികച്ഛു, കുലക്ഷയ, അജാദ
ഇംഗ്ലീഷ്	: കോമൺ കോവിച്ച്, കോഹേജ്
ശാസ്ത്രീയനാമം	: മ്യൂകുന പ്രൂറിയൻസ്, മ്യൂകുന പ്രൂറിറ്റ
	: Mucuna pruriens (Linn.) DC. Mucuna prurita (Linn.) Hook.
കുടുംബം	: ഫാബേസി
	: Fabaceae

വിവരണം: ഇന്ത്യയിലുടനീളം വേലികളിലും കുറ്റിക്കാടുകളിലും കാണപ്പെടുന്നു. പടർന്നുകയറുന്ന വാർഷിക വള്ളിച്ചെടി. രോമിലമായ തണ്ടുകൾ. മൂന്നിതളുള്ള ഇല. പർപ്പിൾ നിറത്തിലുള്ള പൂക്കൾ. പയർ പോലെ നീളമുള്ള കായകൾ. കായകൾക്കുമീതേ കമ്പിളിപോലെ അനേകം രോമങ്ങൾ ഉണ്ട്. അവ ശരീരത്തു സ്പർശിക്കുന്നതിനിടയായാൽ അത്യന്തം ചൊറിച്ചിലുണ്ടാക്കും. കായ്ക്കകത്ത് ഉറകളിൽ നാലു മുതൽ ആറു വരെ വിത്തുകളുണ്ടാകും. മൂക്കാത്ത ഇലയും കായും പച്ചക്കറിയായും കന്നുകാലിത്തീറ്റയായും ഉപയോഗിക്കുന്നു.

ഔഷധയോഗ്യഭാഗങ്ങൾ: വേര്, ഇല, വിത്ത്, രോമം.

ചില ഔഷധ ഉപയോഗങ്ങൾ: നായ്ക്കുരണക്കായയുടെ പുറമേയുള്ള രോമങ്ങൾ ശേഖരിച്ച് സമം കായവും ചേർത്ത് ചെവിയിൽ തൊട്ടാൽ ചൊറിച്ചിലില്ലാതാവും വരെ ഇടിച്ചു പൊടിച്ച് കടുകുമണി മാത്രയിൽ കൊടുത്താൽ ചെറിയ കുട്ടികൾക്കുണ്ടാകാറുള്ള വിരയും കൃമിയും മൂലമുള്ള ശല്യം നിശ്ശേഷം ശമിക്കും. നായ്ക്കുരണ വിത്തു പൊടിച്ചത് രണ്ടുഗ്രാം വരെ അസ്ഥി സ്രാവത്തിനും (വെള്ളപോക്ക്) ശുക്ലസ്രാവത്തിനും കൊടുക്കാം. നായ്ക്കുരണപ്പരിപ്പും ഞെരിഞ്ഞിലും സമം പൊടിച്ച്

മൂന്നു ഗ്രാം വീതം എടുത്ത് ചെറുചൂടുള്ള പാലും പഞ്ചസാരയും ചേർത്തു കൊടുക്കുന്നത് ഏറ്റവും ധാതുപുഷ്ടിയും ശുക്ലവും വർദ്ധിപ്പിക്കുന്നതാണെന്ന് *സുശ്രുത സംഹിത* പറയുന്നു. അരക്കിലോ നായ്ക്കുരണ നാലു ലിറ്റർ പശുവിൻപാലിൽ പുഴുങ്ങി നല്ലവണ്ണം കൊഴുക്കും വരെ വറ്റിച്ചു വാങ്ങി തോടുകളഞ്ഞ് പരിപ്പെടുത്ത് പശുവിൻനെയ്യിൽ വറുത്ത് ഇരട്ടി പഞ്ചസാര കലക്കിയതിലിട്ടു കുറുക്കി പത്തുഗ്രാം തൂക്കമുള്ള ഗുളികകളാക്കി തേനിലിട്ടുവെക്കുക. ഇത് ദിവസേന ഓരോന്നുവീതം കഴിച്ചാൽ സ്ത്രീഗമന ശക്തി വളരെ വർധിക്കും. ഇതുതന്നെ അസ്ഥിസ്രാവത്തിനും ആർത്തവരക്തസ്രാവത്തിനും പക്ഷവധത്തിനും കൊടുക്കാം. കായയുടെ തൊണ്ട് പഞ്ചസാരക്കുഴമ്പിലോ തേനിലോ മുക്കിയിട്ടുവച്ച് എടുത്ത് അരിഞ്ഞ് അതുകൊണ്ട് ലേഹ്യമുണ്ടാക്കി മൂന്നോ നാലോ ദിവസം രാവിലെ സേവിക്കുകയും അതിനുശേഷം നല്ലതുപോലെ വയറിളക്കുകയും ചെയ്താൽ കൃമിശല്യം നിശ്ശേഷം മാറും. വലിയവർക്ക് ഒരു ടേബിൾസ്പൂണും കുട്ടികൾക്ക് ഒരു ടീസ്പൂണും നൽകാം. വേരിന്റെ സത്തെടുത്ത് തേനും ചേർത്ത് കോളറയ്ക്കു കൊടുക്കാം. മന്തുരോഗത്തിലും വേരരച്ചു പുരട്ടാം. നായ്ക്കുരണയിലയരച്ചു വ്രണത്തിൽ പുരട്ടാം. തേൾ കടിച്ചിടത്ത് നായ്ക്കുരണ വിത്തു വച്ചിരുന്നാൽ അതു വിഷം വലിച്ചെടുക്കുമെന്നു പറയപ്പെടുന്നു.

വേര് ഉത്തേജകമാണ്. വയറിളക്കും. മൂത്രവും വിരയും ഇളക്കും. കാമവർദ്ധകമാണ്. സ്നിഗ്ദ്ധത വരുത്തും. ആർത്തവം തിരികെ കൊണ്ടുവരും. പനി കുറയ്ക്കും. പോഷകമാണ്. വാതം, പിത്തം, മലബന്ധം, വൃക്കരോഗങ്ങൾ, ക്ഷയം, ചളിപോകൽ, നീണ്ടതും വേദനയോടും കൂടിയ

ആർത്തവം, ആർത്തവക്രമക്കേടുകൾ, മന്ത്, ഞരമ്പുരോഗങ്ങൾ, വ്രണങ്ങൾ, പനി, ബോധക്ഷയം, എന്നിവയ്ക്കു നല്ലതാണ്. ഇല കാമവർദ്ധകമാണ്. വിരയിളക്കും. പോഷകമാണ്. വീക്കം, തലവേദന, ക്ഷീണം എന്നിവയ്ക്കു നല്ലതാണ്. വിത്ത് വയറിളക്കും. വിഷത്തെ പ്രതിരോധിക്കും. വിരയിളക്കും. പോഷകമാണ്. ഗൊണോറിയ, ക്ഷയം, വന്ധ്യത, വാതം, ക്ഷീണം എന്നിവയ്ക്കു നല്ലതാണ്. പൂവും കായയ്ക്കു പുറത്തുള്ള രോമവും വിരയിളക്കും. വേര് വേവിച്ചു കഴിക്കുന്നത് മൂത്രം പോകുന്നതിനെ ത്വരിതപ്പെടുത്തും. എണ്ണ ചേർത്തു കഴിക്കുന്നത് സന്ധിവീക്കവേദനയെ ശമിപ്പിക്കും. ഇതും കൊഴിഞ്ഞിലിന്റെ വേരും ചേർത്തുണ്ടാക്കുന്ന മരുന്ന് പഴുപ്പോടുകൂടി മൂത്രം പോകുന്നതിന് നല്ലതാണ്. ഇലയുടെ ചൂർണ്ണം മുഴകൾ ഭേദമാകുന്നതിന് നല്ലതാണ്.

നായ്ക്കുരണ വേരും ഞെരിഞ്ഞിലും സമം ചേർത്തു കഷായമുണ്ടാക്കി കഴിക്കുന്നത് വൃക്കരോഗങ്ങൾക്കു നല്ലതാണ്. നായ്ക്കുരണ ഇല അരച്ചുപുരട്ടിയാൽ പരു വേഗം പഴുത്തു പൊട്ടും. നായ്ക്കുരണ പരിപ്പ് പാലിൽ വേവിച്ച് ആറുമ്പോൾ തേനും നെയ്യും ചേർത്ത് കഴിച്ചാൽ ലൈംഗികശേഷി വർദ്ധിക്കും. നായ്ക്കുരണ പരിപ്പും വയൽച്ചുള്ളിയും സമം അരച്ചു പഞ്ചാസാര ചേർത്ത് കറന്നുചൂടോടുകൂടിയ പാലിൽ സേവിച്ചുകൊണ്ടിരുന്നാൽ ശുക്ലക്ഷയം ഉണ്ടാകില്ല.

നിലക്കടല

നിലക്കടല നല്ല ഭക്ഷ്യവസ്തുവാണ്. നിലക്കടലഎണ്ണ വ്യാപകമായി പാചകത്തിനായി ഉപയോഗിച്ചുവരുന്നു.

സംസ്കൃതനാമം: ഭൂചണക, മണ്ഡപി

ഇംഗ്ലീഷ്: ഗ്രൗണ്ട്നട്ട്, പീനട്ട്, മങ്കിനട്ട്

ശാസ്ത്രനാമം: അരാച്ചിസ് ഹൈപ്പോഗേ

: Arachis hypogaea Linn.

കുടുംബം: ഫേബേസി

: Fabaceae

വിവരണം: ഇന്ത്യയിലുടനീളം കൃഷി ചെയ്തുവരുന്നു. അനേകം ശാഖകളുള്ള നിലത്തു പടർന്നുവളരുന്ന വാർഷിക വിള. ചെറിയ ഇലകൾ. മഞ്ഞപ്പൂക്കൾ. തണ്ടിന്റെ ഞെട്ടുകളിൽനിന്നും ഭൂമിക്കടിയിൽ

തോടിൽ പൊതിഞ്ഞ് വളരുന്നതാണ് കപ്പലണ്ടി (നിലക്കടല).

ഔഷധയോഗ്യഭാഗങ്ങൾ: നിലക്കടല (കപ്പലണ്ടി), നിലക്കടല എണ്ണ.

ചില ഔഷധ ഉപയോഗങ്ങൾ: നിലക്കടല കാമം വർദ്ധിപ്പിക്കും. മുലപ്പാൽ വർദ്ധിപ്പിക്കും. മലബന്ധം ഉണ്ടാക്കും. പോഷകമാണ്. ക്ഷീണം അകറ്റും. മുലപ്പാൽ തീരെയില്ലാത്ത അവസ്ഥയ്ക്ക് മാറ്റം വരുത്താൻ നല്ലതാണ്. വയറിളക്കത്തിനു നല്ലതാണ്. എണ്ണ വയറിളക്കും. സ്നിഗ്ദ്ധതയും സ്വാസ്ഥ്യവും ഉണ്ടാക്കും. കിഡ്നി രോഗങ്ങൾക്ക് അത്യുത്തമമാണ്. നിലക്കടല കഴിച്ചുടൻ വെള്ളം കുടിക്കരുത്. പച്ചനിലക്കടല മുളപ്പിച്ച് കഴിക്കുന്നത് അത്യന്തം പോഷകമാണ്.

നിലപ്പന

(നെൽപ്പന)

പനയുടെ ഇലകളോടു സാദൃശ്യം തോന്നുന്ന ചെറിയ ഇലകളുള്ളതിനാലാവാം ഈ പേര്.

സംസ്കൃതനാമം : മുസലി, തലമൂലി, തലമൂലിക, ഹംസപദി

ശാസ്ത്രനാമം : കർക്കുലിഗോ ഓർച്ചിയോയിഡസ്

: Curculigo orchiodes Gaertn.

കുടുംബം: അമരില്ലിഡേസി

: Amaryllidaceae

വിവരണം: ഇന്ത്യയിലുടനീളം പറമ്പുകളിലും വെളിമ്പ്രദേശങ്ങളിലും കാടുകളിലും കാണപ്പെടുന്നു. നിലത്തു വളരുന്ന തീരെ ചെറിയ സസ്യം. ചെറിയ ഇലകൾ. ചെറിയ മഞ്ഞപ്പൂക്കൾ. കായും വിത്തുമുണ്ട്. ഭൂമിക്കടിയിൽ വളരുന്ന വേരുകളാണ് ഉപയോഗിക്കുന്നത്.

ഔഷധയോഗ്യഭാഗങ്ങൾ: വേരുകൾ

ചില ഔഷധ ഉപയോഗങ്ങൾ: കാമം വർദ്ധിപ്പിക്കും. രക്തം ശുദ്ധീകരിക്കും. മൂത്രം ഇളക്കും. സ്നിഗ്ദ്ധത ഉണ്ടാക്കും. ദഹനം ക്രമപ്പെടുത്തും. രുചി വർദ്ധിപ്പിക്കും. വായുകോപം ശമിപ്പിക്കും. പനിയെ പ്രതിരോധിക്കും. പോഷകമാണ്. പിത്തം, വാതം, വെള്ളപോക്ക്, ത്വക്ക്രോഗങ്ങൾ, ആസ്ത്മ, ബ്രോങ്കൈറ്റിസ്, മഞ്ഞപ്പിത്തം, വയറിളക്കം, മുറിവുകൾ, വെള്ളദ്ദാഹം, ഛർദ്ദിൽ, കണ്ണിന്റെ അസുഖങ്ങൾ, ഗൊണേറിയ, നടുവിനുവേദന എന്നിവയ്ക്കു നല്ലതാണ്.

നിലനാരകം

സംസ്കൃതനാമം : അമ്ലവല്ലി, ത്രിപർണ്ണിക
ഇംഗ്ലീഷ് : ഗോവനീസ് ഐപെകാകുയാൻഹ
ശാസ്ത്രനാമം : നാരഗേമിയ അലേറ്റ
: Naregamia alata Wight & Arn.
കുടുംബം : മിലിയേസി
: Meliaceae

വിവരണം: തെക്കേ ഇന്ത്യയിലുടനീളം പറമ്പുകളിലും കാടുകളിലും തോട്ടങ്ങളിലും അടിക്കളയായി വളരുന്നു. ഏതാണ്ട് 30 സെ മീ വരെ ഉയരത്തിൽ വളരുന്ന ചെറുസസ്യം. വേരിന് നല്ല സുഗന്ധമുണ്ട്. വെള്ളപ്പൂക്കൾ. കായും വിത്തുമുണ്ട്.

ഔഷധയോഗ്യഭാഗങ്ങൾ: സമൂലം

ചില ഔഷധ ഉപയോഗങ്ങൾ: പകർച്ചവ്യാധികളെ തടയും. ഛർദ്ദിലുണ്ടാക്കും. കഫമിളക്കും. രക്തം ശുദ്ധീകരിക്കും. പനിയെ ചെറുക്കും. മുറിവുകൾ, വ്രണങ്ങൾ, പിത്തം, വാതം, ചുമ, ആസ്ത്മ, ബ്രോങ്കൈറ്റിസ്, പ്ലീഹാരോഗങ്ങൾ, കരപ്പൻ, ചൊറിച്ചിൽ, വയറിളക്കം, വെള്ളദ്ദാഹം, വിളർച്ച, മലേറിയപനി, വായ്നാറ്റം എന്നിവയ്ക്കു നല്ലതാണ്. ഇതിന്റെ നീര് വെളിച്ചെണ്ണയിൽ ചേർത്തു പുരട്ടുന്നത് അലർജിമൂലം ഉണ്ടാകുന്ന ചൊറിച്ചിലിനു നല്ലതാണ്.

നിലംപരണ്ട

നിലത്തു പടർന്നുവളരുന്ന സസ്യം എന്നർത്ഥത്തിലാണ് നിലംപരണ്ട എന്ന പേര്.

സംസ്കൃതനാമം	: ത്രിപാദി
ശാസ്ത്രനാമം	: ഡെസ്മോഡിയം ട്രൈഫ്ളോറം, ഹൈബാന്തസ് എന്നിയാസ്പെർമസ്
	: Desmodium triflorum (Linn.) DC.
കുടുംബം	: ഫേബിയേസി, വയോലേസി
	: Fabaceae

വിവരണം: ഇന്ത്യയിലുടനീളം കളയായി കാണപ്പെടുന്നു. ധാരാളം ശാഖകളുള്ള നിലത്തു പടർന്നു വളരുന്ന ബഹുവർഷിയായ ചെറുസസ്യം. തണ്ടിന്റെ മുട്ടുകളിലും വേരുണ്ടാകും. പിങ്ക് അല്ലെങ്കിൽ വെള്ളപ്പൂക്കൾ. കായുണ്ട്.

ഔഷധയോഗ്യഭാഗങ്ങൾ: സമൂലം

ചില ഔഷധ ഉപയോഗങ്ങൾ: ശീതമാണ്. കഫം ഇളക്കും. മുലപ്പാൽ വർദ്ധിപ്പിക്കും. പിത്തം, ചുമ, മുറിവ്, ശരീരത്തിലെ ദുർനീരുകൾ, ചൊറിച്ചിൽ, ചൊറി, മുഖത്തെ ചുവന്ന തടിപ്പ്, എരിച്ചിൽ, വയറിളക്കം, വായുകോപം എന്നിവയ്ക്കു നല്ലതാണ്.

നിലംപരണ്ടയുടെ തളിരും ഇളംതണ്ടും ഭക്ഷ്യയോഗ്യമാണ്. ഇലയും തണ്ടും ഉണക്കിപ്പൊടിച്ചത് കഴിക്കുന്നത് കുടൽ സംബന്ധമായ രോഗങ്ങൾക്കു നല്ലതാണ്. നിലംപരണ്ട പശുവിൻ പാലിൽ അരച്ച് രാവിലെ കഴിക്കുന്നത് മഞ്ഞപ്പിത്തത്തിന് നല്ലതാണ്. നിലംപരണ്ട ഉണക്കി കത്തിച്ച ചാമ്പൽ വെള്ളത്തിൽ കലക്കി തെളിയൂറ്റിയെടുത്ത് മറ്റൊരു പാത്രത്തിലൊഴിച്ചു വറ്റിച്ചെടുത്തു കിട്ടുന്ന പരണ്ട ഉപ്പ് കുടൽവ്രണങ്ങൾക്കും മൂലക്കുരു, ഭഗന്ദരം എന്നീ രോഗങ്ങൾക്കും നല്ലതാണ്.

നിലവേപ്പ്
(കിരിയാത്ത്)

നിലവേപ്പാണ് കിരിയാത്ത് എന്ന പേരിൽ സാധാരണയായി ഉപയോഗിച്ചു വരുന്നത്. യഥാർത്ഥത്തിൽ കിരിയാത്ത് എന്ന ഒരിനം ഉണ്ട്.

സംസ്കൃതനാമം	: ഭൂനിംബ, കിരാതിക്ത
ഇംഗ്ലീഷ്	: ഗ്രീൻ ചിരെട്ട, ക്രീയറ്റ്
ശാസ്ത്രനാമം	: അൻ ഡ്രോഗ്രാഫിസ് പാനിക്കുലേറ്റ
	: Andrographis paniculata (Burm.f.) Wall.ex Nees
കുടുംബം	: അക്കാന്തേസി
	: Acanthaceae

വിവരണം: ഇന്ത്യയിലുടനീളം പറമ്പുകളിലും വെളിമ്പ്രദേശങ്ങളിലും വനത്തിലും കണ്ടുവരുന്നു. ഏതാണ്ട് ഒരുമീറ്റർ വരെ ഉയരത്തിൽ വളരുന്ന നിവർന്നു നിൽക്കുന്ന സസ്യം. ചെറിയ കടുംപച്ചനിറത്തിലുള്ള ഇലകൾ. പൂവുകൾക്ക് ഇളം വെള്ളനിറം, ഒരു തണ്ടിൽ കുറേ പൂക്കൾ കാണാം. കായും വിത്തുമുണ്ട്.

വിത്തുകളിലൂടെ പ്രജനനം. ഇലകൾക്ക് നല്ല കയ്പ്പുള്ളതിനാൽ കരക്കാഞ്ഞിരം എന്നും അറിയപ്പെടുന്നു.

ഔഷധയോഗ്യഭാഗങ്ങൾ: സമൂലം

ചില ഔഷധ ഉപയോഗങ്ങൾ: രക്തം ശുദ്ധീകരിക്കുകയും കഫവും മലവും വിരയുമിളക്കുകയും ദഹനം വർദ്ധിപ്പിക്കുകയും പനിയെയും രോഗങ്ങൾ ആവർത്തിച്ചുവരുന്നതിനെ തടയുകയും ചെയ്യും. വെള്ളദ്ദാഹം, എരിച്ചിൽ, മുറിവ്, ആന്തരിക വ്രണങ്ങൾ, ജ്വരം, മലേറിയ, ചുമ, ബ്രോങ്കൈറ്റിസ്, ത്വക്ക്രോഗങ്ങൾ, കുഷ്ഠം, ചൊറിച്ചിൽ, ആമാശയവിരകൾ, മലബന്ധം, വായുകോപം, വയറിളക്കം, അതിസാരം, പിത്തം ഇവയ്ക്കു നല്ലതാണ്. സമൂലം അരച്ച് കഞ്ഞിവെള്ളത്തിൽ വേവിച്ചു സേവിച്ചാൽ ചില പാമ്പുകളുടെ വിഷം ശമിക്കുമെന്നു പറയപ്പെടുന്നു.

നീലഅമരി

(അമരി)

നീലമുണ്ടാക്കുന്നതിന് ഉപയോഗിച്ചു വരുന്നതിനാലാണ് നീലഅമരി എന്ന പേര്. ഇലയിൽനിന്നാണ് നീലം ഉണ്ടാക്കുന്നത്. ഇല തലമുടി വളരുന്നതിനും കൊഴിച്ചിൽ തടയുന്നതിനുമായി പരമ്പരാഗതമായി ഉപയോഗിച്ചു വരുന്നു.

സംസ്കൃതനാമം	:	നിലീനി
ഇംഗ്ലീഷ്	:	ഇന്ത്യൻ ഇൻഡിഗോ
ശാസ്ത്രനാമം	:	ഇൻഡിഗോഫെറ്റിൻക്ടോറിയ
	:	Indigofera tinctoria Linn.
കുടുംബം	:	ഫാബേസി
	:	Fabaceae

വിവരണം: ഇന്ത്യയിലുട നീളം കാണപ്പെടുന്നു. വ്യാവസായികാവശ്യങ്ങൾക്ക് കൃഷിചെയ്തും വരുന്നു. രണ്ടു മീറ്റർ വരെ ഉയരത്തിൽ വളരുന്ന അനേകം ശാഖകളോടുകൂടിയ സസ്യം. ചെറിയ ഇലകൾ. കായും കായ്ക്കകത്ത് വിത്തുകളുമുണ്ട്. ചെറിയ നീണ്ട കായുടെ ഉറകളിലാണ് വിത്ത്. വിത്തിലൂടെ പ്രജനനം.

ഔഷധയോഗ്യഭാഗങ്ങൾ: വേര്, ഇല.

ചില ഔഷധ ഉപയോഗങ്ങൾ: വേര്, ഇല എന്നിവയിൽ തലമുടി വളരുന്നതിനുള്ള ഘടകങ്ങൾ അടങ്ങിയിട്ടുണ്ട്. വയറിളക്കുന്നതും വിരയിളക്കുന്നതും കഫം പുറത്തേക്കു കളയുന്നതും മൂത്രം ഇളക്കുന്നതുമാണ്. ഉദരരോഗങ്ങൾ, പ്ലീഹയുടെ രോഗങ്ങൾ, തലവേദന, ഹൃദ്രോഗം, ബ്രോങ്കൈറ്റിസ്, ആസ്ത്മ, ആന്തരിക വ്രണങ്ങൾ, ത്വക്ക്രോഗങ്ങൾ എന്നിവയ്ക്കു നല്ലതാണ്. ഇലയുടെ നീര് പേപ്പട്ടി വിഷത്തിലെന്നപോലെയുള്ള വെള്ളഭയത്തിനു നല്ലതാണ്. സമൂലം പിഴിഞ്ഞെടുത്ത നീര് ഞരമ്പുരോഗങ്ങൾക്കും അപസ്മാരത്തിനും നല്ലതാണ്. അണുബാധയെ ചെറുക്കുന്നതിനുള്ള ശക്തിയുണ്ട്.

വേര് കഷായമാക്കി കുടിക്കുന്നത് വൃക്കയിലെ കല്ലുമൂലമുണ്ടാകുന്ന വേദനകുറയ്ക്കും. കരിക്കിൻ വെള്ളത്തിൽ ചേർത്തു കഴിച്ചാൽ വിഷത്തിന്റെ ശക്തി കുറയും. ഇല അരച്ചു വയറിൽ പുരട്ടിയാൽ മൂത്രതടസ്സം നീങ്ങും. ഇല അരച്ചുപുരട്ടുന്നത് വീക്കത്തിനു നല്ലതാണ്.

നീലയമരിയുടെ നീര് പത്തു മില്ലി തേൻ ചേർത്തു കഴിക്കുന്നത് ചുഴലി, ഞരമ്പുരോഗങ്ങൾ, പ്രമേഹം, ആസ്ത്മ, കരൾ, പ്ലീഹാ വീക്കം എന്നിവയ്ക്കു നല്ലതാണ്. അമരിവേര് കഷായം വച്ചു കുടിക്കുന്നത് മൂത്രത്തിൽ കല്ലിന് നല്ലതാണ്.

നീരാരൽ

സംസ്കൃതനാമം : സുനിഷണ, ചതുസ്പ്പത്രി
ശാസ്ത്രനാമം : മാർസീലയ ക്വാഡ്രിഫോളിയ, മാർസീലിയ മൈഫ്യൂട്ടാ
: Marsiliea quadrifolia Linn.
കുടുംബം : നിംഫായിയേസി, മാർസിലിയേസി
: Marsileaceae

വിവരണം: ഇന്ത്യയിലുടനീളം ചതുപ്പുപ്രദേശങ്ങളിൾ ഥായലി ന്റെയും തോടുകളുടെയും പാടങ്ങളുടെയും അരികുകളിൽ കാണപ്പെടുന്നു. പടർന്നുവളരുന്ന ചെറിയ സസ്യം. ഇലകൾ നാലായി വിന്യസിക്കപ്പെട്ടിരിക്കുന്നു.

ഔഷധയോഗ്യഭാഗങ്ങൾ: സമൂലം

ചില ഔഷധ ഉപയോഗങ്ങൾ: രുചിയുണ്ടാക്കും. പിത്തം ശമിപ്പിക്കും. ചുമ, ബ്രോങ്കൈറ്റിസ്, കുഷ്ഠം, ത്വക്ക്രോഗങ്ങൾ, വയറിളക്കം, കണ്ണുരോഗങ്ങൾ, പനി, മാനസികാസ്വാസ്ഥ്യങ്ങൾ എന്നിവയ്ക്കു ഫലപ്രദം. നീരാരൽ ദേഹം ചടപ്പിക്കും. മൂത്രം വർദ്ധിപ്പിക്കും. കഫം കുറയ്ക്കും. കാമം വർദ്ധിപ്പിക്കും. കുരു മറ്റൗഷധങ്ങൾ അലിയിപ്പിച്ചു യോജിപ്പിക്കുവാൻ നന്ന്. ശീതമാണ്. സ്നിഗ്ദ്ധത ഉണ്ടാക്കും. വേദന കുറയ്ക്കും. കൺജക്റ്റിവി

റ്റീസിനു നല്ലതാണ്. മൂത്രം ഇളക്കും. മലബന്ധം ഉണ്ടാക്കും. കഫമിളക്കും. കാമം വർദ്ധിപ്പിക്കും. രക്തം ശുദ്ധീകരിക്കും. വായുകോപം ശമിപ്പിക്കും. മനോരോഗം, കണ്ണിന്റെ രോഗങ്ങൾ, വയറിളക്കം, ക്ഷതം, വെള്ളദ്ദാഹം, അപസ്മാരം, ജ്വരം എന്നിവയ്ക്കു നല്ലതാണ്.

നീരാരൽ അരച്ച് പാലിലോ വെണ്ണയിലോ കഴിക്കുന്നത് ശുക്ല സ്രാവത്തിനും വെള്ളപോക്കിനും നല്ലതാണ്.

നീരൂറ്റി

നീരിന് വളരെ ഫലപ്രദമായ ഔഷധമായതുകൊണ്ടുണ്ടായതാവണം ഈ പേര്.

ശാസ്ത്രനാമം : ഫ്രിനിയം കാപിറ്ററ്റം
: Frinium capitatum
കുടുംബം : മരാന്റേസ്യ
: Marantaceae

വിവരണം: നിലപ്പനയുടേതു പോലെയുള്ള ഇലകൾ. അതിനേക്കാൾ നീട്ടവും വലിപ്പവുമുണ്ട്. അധികം പൊക്കത്തിലല്ലാതെ വളരുന്ന ചെറിയ സസ്യം. ഭൂമിക്കടിയിലുള്ള ഉള്ളിപോലുള്ള കന്ദ (കിഴങ്ങ്) മാണ് ഉപയോഗിക്കുന്നത്.

ഔഷധയോഗ്യഭാഗങ്ങൾ: കിഴങ്ങ്

ചില ഔഷധ ഉപയോഗങ്ങൾ: കിഴങ്ങരച്ചു നീരിനുമേൽ പൂശിയാൽ നീര് ഉടനടി വറ്റും. പ്രമേഹത്തെ ശമിപ്പിക്കും.

നീർമാതളം

പ്രത്യേകതരത്തിലുള്ള പൂക്കളാണുള്ളത്. ഗൃഹാങ്കണങ്ങളിൽ നട്ടുവളർത്തുന്നു.

സംസ്കൃതനാമം	:	വരണം, പശുഗന്ധ
ഇംഗ്ലീഷ്	:	ത്രീലീവ്ഡ് കേപർ
ശാസ്ത്രനാമം	:	ക്രേറ്റേവമാഗ്ന, ക്രേറ്റേവാനുർവാലാ, ക്രറ്റേവറിലീജിയോസ ക്രറ്റേവ നിർവാല
	:	Crataeva magna (Lour.) DC. Crateva nurvala Hamilt. Crateva religiosa Forst.
കുടുംബം	:	കപ്പാരേസി
	:	Capparaceae

വിവരണം: ഇന്ത്യയിലുടനീളം നദീതീരങ്ങളിൽ കാണപ്പെടുന്നു. നീർമാതളം ഒരു വലിയ വൃക്ഷമാണ്. ഇലയ്ക്ക് മൂന്നിതളുകളുണ്ട്. പൂവ് മഞ്ഞകലർന്ന വെളുത്തനിറം. കായയ്ക്ക് അടയ്ക്കയുടെ ആകൃതിയും അതിനേക്കാൾ വലിപ്പവുമുണ്ട്. പൂവിന് പ്രത്യേക സുഗന്ധമുണ്ട്. ഇല ഞെരടിയാൽ ദുർഗന്ധമുണ്ടാകും.

ഔഷധയോഗ്യഭാഗങ്ങൾ: ഇല, പൂവ്, തൊലി, കായ, വേര്, വേരിന്മേൽ തൊലി.

ചില ഔഷധ ഉപയോഗങ്ങൾ: തൊലിശമനൗഷധവും ജ്വരം ശമിപ്പിക്കുന്നതും രക്തം ശുദ്ധീകരിക്കുന്നതും സുഖവർദ്ധകവുമാണ്. പനിക്കും ത്വക്ക്രോഗങ്ങൾക്കും നന്ന്. തൊലി പൊടിച്ചത് ആമാശയത്തിൽ പിത്താധിക്യം മൂലമുണ്ടാകുന്ന ഛർദ്ദിക്കുപയോഗിക്കാം. അതു ദഹനവർദ്ധകവുമാണ്. വേരിന്മേൽ

തൊലിയും ഇലയും ചുക്കും ഞെരിഞ്ഞിലും കഷായം വച്ചു ചവർക്കാരവും തേനും മേമ്പൊടി ചേർത്തു കൊടുത്താൽ മഹോദരത്തിലും മൂത്രരോഗങ്ങളിലും കല്ലിലും വിശേഷമാണ്. ഇലയും തൊലിയും ചതച്ച് വാതത്തിന് കിഴി വയ്ക്കാവുന്നതാണ്. ഇലയുടെ പുകമൂക്കിൽക്കൂടി വലിച്ചു കയറ്റുന്നത് നാസാസ്ഥിശോഷത്തിന് നന്ന്. ഇല വയറ്റിൽ കേടുകൾക്കു നല്ലതാണ്. പോഷകവുമാണ്. കല്ലിനെ അലിയിക്കാനുള്ള ശക്തിയുള്ളതിനാൽ പിത്താശയക്കല്ലിനെ ഉരുക്കിക്കളയുവാൻ ഇത് അകത്തും പുറത്തും ഉപയോഗിക്കാം. പൂവ് പിത്തവും ആമവാതവും രക്തദോഷവും ശമിപ്പിക്കും. കായ ത്രിദോഷങ്ങളെയും ശമിപ്പിക്കും. ഇലയരച്ച ചാറ് അടിവയറ്റിൽ തേച്ചാൽ മൂത്രം പോകും. ഇലയും തൊലിയും ദഹനമുണ്ടാക്കും. ഉദരരോഗങ്ങൾക്കു നല്ലതാണ്. മലവും മൂത്രവും കഫവും വിരയുമിളക്കും. വായുകോപം തടയും. കല്ലിനെ അലിയിച്ചു കളയും. ഉത്തേജകമാണ്. അഴുക്കിനെ ഇളക്കും. രക്തം ശുദ്ധീകരിക്കും. രോഗങ്ങൾ ആവർത്തിച്ചു വരുന്നതിനെ തടയും. പോഷകമാണ്. സ്നിഗ്ദ്ധത ഉണ്ടാക്കും. വാതം, കഫം, വെള്ളദ്ദാഹം, വൃക്കയിലെയും മൂത്രത്തിലെയും കല്ലുകൾ, ചുമ, ആസ്ത്മ, ബ്രോങ്കൈറ്റിസ്, ത്വക്ക്രോഗങ്ങൾ, നെഞ്ചിന്റെ രോഗങ്ങൾ, വീക്കം, കരൾ രോഗങ്ങൾ, മലദ്വാരത്തിന്റെ വീക്കം എന്നിവയ്ക്കു നല്ലതാണ്.

നീർമരുത്

(വെൺമരുത്, ആറ്റ്മരുത്, മരുത്, പുഴമരുത്, പുഴമത്തി)

തടി വിവിധ ആവശ്യങ്ങൾക്ക് ഉപയോഗിക്കുന്നു. പൂവ് സ്ത്രീകൾ തലയിൽ ചൂടാറുണ്ട്.

സംസ്കൃതനാമം	:	അർജ്ജുന, കക്കൂഭ, പാർത്ഥ, നടിസർജ, വീരവൃഷ
ഇംഗ്ലീഷ്	:	വൈറ്റ് മുർദ
ശാസ്ത്രനാമം	:	ടെർമിനാലിയ അർജ്ജുന
	:	Terminalia arjuna (Roxb. ex DC.) Wight & Arn
കുടുംബം	:	കോംബ്രിടേസി
	:	Combretaceae

വിവരണം: ഇന്ത്യയിലുടനീളം കാണപ്പെടുന്ന വലിയ നിത്യഹരിതവൃക്ഷം. മിനുസമുള്ള ഇളംചാരനിറത്തിലുള്ള തടിയും ശിഖരങ്ങളും. ചെറിയ ഇലകൾ, വെള്ളപ്പൂക്കൾ, കായുണ്ട്. നന്നായി വളരുന്ന നീർമരുത് മണ്ണിന്റെ പുഷ്ടിയുടെ ലക്ഷണമാണത്രെ.

ഔഷധയോഗ്യഭാഗങ്ങൾ: തൊലി

ചില ഔഷധ ഉപയോഗങ്ങൾ: കാമം വർദ്ധിപ്പിക്കും. സ്വസ്ഥത നല്കും. ഹൃദയരോഗങ്ങൾക്കു ഹിതമാണ്. രക്തസ്രാവം നിർത്തും. വയറിളക്കത്തെ തടയും. കഫം ഇളക്കും. പകർച്ചവ്യാധികളെ ചെറുക്കും. കല്ല് അലിയിക്കും. പോഷകമാണ്. ഒടിവുകൾ, ആന്തരിക വ്രണങ്ങൾ, പ്രമേഹം, മോഹാലസ്യം, ആസ്ത്മ, ബ്രോങ്കൈറ്റിസ്, ട്യൂമറുകൾ, (മുഴകൾ) ആന്തരികവും ബാഹ്യവുമായ ക്ഷതങ്ങൾ, കരൾവീക്കം (ലിവർ സിറോസിസ്), രക്തസമ്മർദ്ദം, വിളർച്ച, മൂത്രനാളിയിലെ പഴുപ്പ് എന്നിവയ്ക്കു നല്ലതാണ്.

നീർമരുതിൻതോൽ പാലിൽ കലക്കി തേൻ ചേർത്ത് കാലത്തു കഴിക്കുന്നത് എല്ലാത്തരം ഹൃദ്രോഗങ്ങൾക്കും നല്ലതാണ്. നീർമരുതിന്റെ തൊലി ഉണക്കിപ്പൊടിച്ച് പത്തുഗ്രാം വീതം മോരിൽ ചേർത്തു കാലത്തു കഴിക്കുന്നത് മൂത്രത്തിലെ കല്ലിനു നല്ലതാണ്. ഇല അരച്ചിടുന്നത് ത്വക്ക്രോഗങ്ങൾക്കും തൊലി തേനിലരച്ചിടുന്നത് മുഖക്കുരുവിനും നല്ലതാണ്.

നീർമുള്ളി

നീരുള്ള (വെള്ളം) പ്രദേശങ്ങളിൽ ധാരാളമായി കാണപ്പെടുന്നതിനാലാവണം ഈ പേര്. നിറയെ ചെറിയ മുള്ളുകളുണ്ട്.

വിവരണം: ഒരുമീറ്റർ വരെ ഉയരത്തിൽ വളരുന്ന ചെറിയ കുറ്റിച്ചെടി. മാംസളമായ തണ്ടുകൾ. സാധാരണ ഇലകൾ. ഇലയുടെ കക്ഷങ്ങളിൽ ചെറിയ മുള്ളുകളുണ്ട്. പൂവും കായുമുണ്ട്.

ഔഷധയോഗ്യഭാഗങ്ങൾ: സമൂലം

ചില ഔഷധ ഉപയോഗങ്ങൾ: സന്ധിവാതം ഉൾപ്പെടെയുള്ള വാത സംബന്ധമായ രോഗങ്ങൾക്ക് ഇതിന്റെ കഷായം നല്ലതാണ്. വയൽച്ചുള്ളിക്കു പകരം പലപ്പോഴും നീർമുള്ളി ഉപയോഗിച്ചു കാണുന്നു.

നീർതൊട്ടാവാടി

(നീട്ടി തൊട്ടാവാടി)

സംസ്കൃതനാമം	: അലംബൂസ
ഇംഗ്ലീഷ്	: സെൻസിറ്റീവ് വാട്ടർപ്ലാന്റ്
ശാസ്ത്രനാമം	: നെപ്റ്റൂണിയ ഒലിറേസ്യ, നെപ്റ്റൂണിയ പ്രോസ്ട്രേറ്റാ
	: Neptunia oleracea Lour.
കുടുംബം	: മിമോസേസി, ഫാബേസി
	: Mimosaceae

വിവരണം: ഇന്ത്യയിലുടനീളം വെള്ളക്കെട്ടുകളിലും കായലുകളിലും കാണപ്പെടുന്നു. വെള്ളത്തിൽ പൊങ്ങിക്കിടക്കുന്ന തണ്ടോടുകൂടിയ വാർഷികസസ്യം. ഇലത്തണ്ടിനിരുവശവുമായി വളരെ ചെറിയ ഇലകൾ. ചെറിയ മഞ്ഞപ്പൂക്കൾ. കായും വിത്തുമുണ്ട്.

ഔഷധയോഗ്യഭാഗങ്ങൾ: സമൂലം

ചില ഔഷധ ഉപയോഗങ്ങൾ: ശീതമാണ്. മൂത്രം ഇളക്കും. വയറിളക്കത്തെ പ്രതിരോധിക്കും. വിരയിളക്കും. വേദനകുറയ്ക്കും. പിത്തം, ചെവിവേദന, തലവേദന, സിഫിലിസ്, എരിച്ചിൽ എന്നിവയ്ക്ക് നല്ലതാണ്. സമൂലം കഷായം വച്ചു കുടിച്ചാൽ വയറിനു നല്ല ബലം കിട്ടും. വാതവേദന ശമിപ്പിക്കും. ഇടിച്ചു പിഴിഞ്ഞ നീര് പുരട്ടുന്നത് വ്രണങ്ങൾ പൊള്ളൽ എന്നിവയ്ക്കു നല്ലതാണ്.

നെയ്യുണ്ണി

(നെയ്യുറുണി, ശിവലിംഗക്കായ, ശിവവള്ളി, ഐവിരലിക്കോവ)

സംസ്കൃതനാമം: ലിംഗിണി, ലിംഗഫല, ശിവപ്രിയ

ശാസ്ത്രനാമം: ഡിപ്ലോസൈക്ലോസ് പാൽമേറ്റസ്

: Diplocyclos palmatus (Linn.) Jeffrey

കുടുംബം: കുക്കുർബിറ്റേസി

: Cucurbitaceae

വിവരണം: ഇന്ത്യയിലുടനീളം വേലികളിലും കുറ്റിക്കാടുകളിലും കാണപ്പെടുന്നു. അനേകം ശാഖകളോടുകൂടി മരത്തിലും മറ്റും പിടിച്ചു പടർന്നുവളരുന്ന വള്ളിച്ചെടി. മഞ്ഞപ്പൂക്കൾ. ഉരുണ്ട കായകൾ. വിത്തുകളുണ്ട്.

ഔഷധയോഗ്യഭാഗങ്ങൾ: സമൂലം

ചില ഔഷധ ഉപയോഗങ്ങൾ: രക്തം ശുദ്ധീകരിക്കും. പോഷകമാണ്. പിത്തം, ചുമ, വായുകോപം, ത്വക്ക്രോഗങ്ങൾ, വീക്കം, ക്ഷീണം എന്നിവയ്ക്കു നല്ലതാണ്. ഭ്രൂണഹത്യയുണ്ടാക്കും.

നെയ്വള്ളി

വിവരണം: പടർന്നു കയറുന്ന വള്ളി. ചെറിയ സാധാരണ ഇലകൾ. പൂവും കായുമുണ്ട്.

ഔഷധയോഗ്യഭാഗങ്ങൾ: ഇല

ചില ഔഷധ ഉപയോഗങ്ങൾ: വിവിധ ഔഷധങ്ങളിൽ ചേർക്കുന്നു.

നെല്ല്

ധാന്യങ്ങളിൽ ഗുണസമ്പുഷ്ടമായ ഒന്നാണ് അരി. മലയാളിയുടെ പ്രധാനപ്പെട്ട ഭക്ഷണമാണ് അരി. നെല്ല് ധാരാളം ഇനങ്ങളിലുണ്ട്.

സംസ്കൃതനാമം	:	ധാന്യ, വ്രിഹി, ശാലി
ഇംഗ്ലീഷ്	:	പാഡി, റൈസ്
ശാസ്ത്രനാമം	:	ഒറിസാസറ്റിവ
	:	Oryza sativa Linn.
കുടുംബം	:	പോയേസി
	:	Poaceae

വിവരണം: ഇന്ത്യയിലുടനീളം നീർവാഴ്ചയുള്ള പ്രദേശങ്ങളിലും പാടങ്ങളിലും കൃഷി ചെയ്തുവരുന്നു. കടുംപച്ചനിറത്തിൽ അനേകം തണ്ടുകൾ മൂട്ടിൽനിന്നും മുളച്ചു വരുന്ന വാർഷിക കുറ്റിസസ്യം. ഇലകൾ നീളത്തിലാണ്. കതിരു വന്ന് അത് ധാന്യമായി മാറുന്നു. സ്വർണം കലർന്ന മഞ്ഞനിറമാണ് വിളയുമ്പോൾ നെല്ലിന്. കതിരിൽ അനേകം നെൽവിത്തുകളുണ്ടാകും. നെല്ലു പൊളിച്ച് പുറന്തോടു നീക്കിയാൽ അതിനകത്തുനിന്നും അരി ലഭിക്കും. നീണ്ടു ചെറുതാണ് അരിമണി.

ഔഷധയോഗ്യഭാഗങ്ങൾ: വേര്, അരി.

ചില ഔഷധ ഉപയോഗങ്ങൾ: ഇന്ത്യയിൽ കേരളം, തമിഴ്നാട്, ആന്ധ്ര ഉൾപ്പെടയുള്ള ചില സംസ്ഥാനങ്ങളിലെ ജനങ്ങളുടെ മുഖ്യ ഭക്ഷണം അരിയാണ്. കതിരു കൊയ്തതിനു ശേഷമുള്ള പുല്ല് ഉണക്കിയെടുക്കുന്ന കച്ചി കന്നുകാലികളുടെ പ്രധാനപ്പെട്ട ഭക്ഷണമാണ്.

നെല്ലിന്റെ വേര് ശീതമാണ്. മൂത്രമിളക്കും. വായുകോപം ശമിപ്പിക്കും. എരിച്ചിൽ, ജ്വരം, പ്രമേഹം എന്നിവയ്ക്കു നല്ലതാണ്. അരി കാമവർദ്ധകമാണ്. മൂത്രമിളക്കും. വായുകോപം ശമിപ്പിക്കും. അതിസാരത്തെ ചെറുക്കും. അത്യന്തം പോഷകമാണ്. പിത്തം, ശ്വാസകോശരോഗങ്ങൾ വയറിളക്കം എന്നിവയ്ക്കു നല്ലതാണ്.

നെല്ല് (ഞവര)

ശാസ്ത്രനാമം : റൈസ സറ്റൈവ
: Ryza sativa Linn.
കുടുംബം : പോയേസ്യെ
: Poaceae

വിവരണം: കേരളത്തിൽ മാത്രം കാണുന്ന ഔഷധ ഗുണമുള്ള നെല്ലിനം. സ്വർണ്ണനിറത്തിലും കറുത്ത നിറത്തിലുമുള്ള ഇനങ്ങളുണ്ട്.

ഔഷധയോഗ്യഭാഗം: അരി

ചില ഔഷധ ഉപയോഗങ്ങൾ: ഞരമ്പുകളുടെ ദൗർബല്യം വാതം എന്നിവയ്ക്ക് ഉത്തമം. കഫം ശമിപ്പിക്കും. സന്ധിവേദന, വാതതളർച്ച, ഞരമ്പുകളുടെ ശേഷിക്കുറവ് എന്നിവയ്ക്ക് ഞവരക്കിഴി അത്യന്തം ഫലപ്രദമാണ്. ഞവര അരി കിഴികെട്ടി പാലിൽ തിളപ്പിച്ച് തൈലം തേച്ച് ശരീരഭാഗത്ത് ഉഴിയുന്നതിനെയാണ് ഞവരക്കിഴി എന്നുപറയുന്നത്.

നെല്ലി

നെല്ലിക്ക ഉണങ്ങിയതായാലും പച്ചയായാലും വേവിച്ചതായാലും അതിൽ ജീവകം സി ധാരാളം അടങ്ങിയിരിക്കുന്നു. നെല്ലിക്ക ത്രിദോഷങ്ങളെയും ശമിപ്പിക്കും.

സംസ്കൃതനാമം : ആമലകി, ധാത്രി, വായസ്ത, അമൃതഫല
ഇംഗ്ലീഷ് : ഇന്ത്യൻ ഗൂസ്ബെറി, ഗൂസ്ബെറി, കൺട്രി ഗൂസ്ബെറി
ശാസ്ത്രനാമം : ഫില്ലാന്തസ് എംബ്ലിക്ക, എംബ്ലിക്ക ഒഫിസിനാലിസ്
: Phyllanthus emblica Linn.
Emblica officinalis Gaertn.
കുടുംബം : യൂഫോർബിയേസി
: Euphorbiaceae

വിവരണം: ഇന്ത്യയിലുട നീളം ഇലകൊഴിയും കാടുകളിലും കുന്നിൻ ചരുവുകളിലും പുൽമേടുകളിലും കാണപ്പെടുന്നു. ഇലകൊഴിയുന്ന ഇടത്തരം വൃക്ഷം. തീരെ ചെറിയ ഇലകൾ. പച്ചകലർന്ന മഞ്ഞനിറത്തിലുള്ള പൂക്കൾ. ഉരുണ്ട കായ (നെല്ലിക്ക) മാംസളമായ ഭാഗത്തിനകത്ത് വളരെ കട്ടിയുള്ള കുരു (വിത്ത്) ഉണ്ട്.

ഔഷധയോഗ്യഭാഗങ്ങൾ: നെല്ലിക്ക, കുരു, ഇല, തൊലി, പൂവ്, തടി.

ചില ഔഷധ ഉപയോഗങ്ങൾ: വേരിന്മേൽ തൊലി കുടൽ വ്രണങ്ങൾക്കും ആമാശയവ്രണങ്ങൾക്കും നല്ലതാണ്. തൊലി, ഗൊണോറിയ, മഞ്ഞപ്പിത്തം, വയറിളക്കം, പേശിവേദന എന്നിവയ്ക്കു നല്ലതാണ്. ഇല കൺജക്റ്റിവിറ്റീസ്, വീക്കം, വെള്ളദ്ദാഹം, അതിസാരം, വയറിളക്കം എന്നിവയ്ക്കു നല്ലതാണ്.

നെല്ലിക്ക ശീതമാണ്. വേദന കുറയ്ക്കും. വായുകോപം ശമിപ്പിക്കും. ഉദരരോഗങ്ങൾക്കു നല്ലതാണ്. പകർച്ചവ്യാധികളെ ചെറുക്കും. കാമം വർദ്ധിപ്പിക്കും. മലവും മൂത്രവും ഇളക്കും മുടിവളരാൻ സഹായിക്കും. പോഷകമാണ്. വാതം, പിത്തം, കഫം, പ്രമേഹം, ചുമ, ആസ്ത്മ, തലവേദന, വെള്ളദ്ദാഹം, ഹൈപ്പർ അസിഡിറ്റി, പെപ്റ്റിക് അൾസർ, ത്വക്ക് രോഗങ്ങൾ, വിളർച്ച, കരൾരോഗങ്ങൾ, മഞ്ഞപ്പിത്തം, കുഷ്ഠം, അതിസാരം, വയറിളക്കം, ഇടവിട്ടുള്ള പനി, അകാലനര, ഹൃദ്രോഗം, രക്തം ഛർദ്ദിക്കുക, മുഖത്തെ തടിച്ച ചുവന്ന പാടുകൾ എന്നിവയ്ക്കു നല്ലതാണ്. കുരു പ്രമേഹത്തിനു നല്ലതാണ്.

മൂക്കാത്ത ഇല പിഴിഞ്ഞ് മോരിൽ ചേർത്തു കുടിക്കുന്നത് അതിസാരം ശമിക്കാൻ നല്ലതാണ്. നെല്ലിക്കാപ്പൊടിയും തൈരും ചേർത്തു കഴിക്കുന്നതും ഇതിനു നല്ലതാണ്. നെല്ലിക്കാ വാറ്റിയെടുക്കുന്ന നീര് കരളെരിച്ചിലിനു നല്ലതാണ്. നെല്ലിക്കാപ്പൊടി കഷായമാക്കി കുടിക്കുന്നത് പനിക്കും നെഞ്ചെരിച്ചിലിനും നല്ലതാണ്. കഷായം ശർക്കര ചേർത്തു കഴിക്കുന്നത് തലചുറ്റലിനു നല്ലതാണ്.

നെല്ലിക്കാ നീര് തേൻ ചേർത്തോ പഞ്ചസാര ചേർത്തോ പച്ചവെള്ളത്തിൽ കഴിക്കുന്നതു നല്ലൊരു ശീതളപാനീയമാണ്. പച്ച നെല്ലിക്കാ

നീരും നെയ്യും ചേർത്തതിന് രസായന ഗുണമുണ്ട്. നീരിൽ ജീരകവും കരിഞ്ചീരകവും പൊടിച്ചിട്ട് പശുവിൻ തൈരും കൂട്ടിച്ചേർത്തു സേവിക്കുന്നത് വായ്പുണ്ണിനു വിശേഷമാണ്. നെല്ലിക്കാനീർ കവിൾകൊള്ളുകയുമാവാം. നെല്ലിക്കാനീരും തേനും തിപ്പലിയും ചേർത്ത് എക്കിട്ടത്തിനും വേദനയോടുകൂടിയ ശ്വാസവൈഷമ്യത്തിനും കൊടുക്കാം. നീരും പച്ചമഞ്ഞൾ നീരും തേനും ചേർത്തു സേവിക്കുന്നത് പ്രമേഹത്തിന് വളരെ നല്ലതാണ്. പച്ചനെല്ലിക്ക പന്ത്രണ്ടു മണിക്കൂർ നേരം പച്ചവെള്ളത്തിലിട്ടു വയ്ക്കുക. അതിനുശേഷം എടുത്ത് ശുദ്ധജലത്തിൽ മാർദ്ദവം വരുന്നതുവരെ വേവിക്കുക. പിന്നീട് അതരച്ച് മൂന്നിരട്ടി പഞ്ചസാരയും ചേർത്തു ഭരണിയിലാക്കി സൂക്ഷിക്കുക. ഇത് ഓരോ ടീ സ്പൂൺ ദിവസേന സേവിക്കുന്നത് മലബന്ധത്തിനും ഹൃദയമിടിപ്പിനും പുളിച്ചുതികട്ടൽ, അജീർണ്ണം, അരുചി, ദഹനസംബന്ധമായ രോഗങ്ങൾ എന്നിവയ്ക്കും വളരെ ഫലപ്രദമാണ്. നെല്ലിക്ക തേനിലിട്ട് പഴക്കം ചെന്നിട്ട് ഉപയോഗിക്കുന്നതും നന്ന്. ഉണക്ക നെല്ലിക്കയ്ക്കു രക്തസ്രാവം ശമിപ്പിക്കുവാനുള്ള ശക്തിയുണ്ട്. നിഴലത്തു വെച്ചേ നെല്ലിക്ക ഉണക്കാവൂ. ഉണക്കനെല്ലിക്ക അതിസാരത്തിലും വയറിളക്കത്തിനും നല്ലതാണ്. പാണ്ഡുരോഗത്തിനും മഞ്ഞപ്പിത്തത്തിനും ഇരുമ്പു ചേർത്തു കഴിക്കാം. നെല്ലിയില കൊണ്ടുള്ള ശീതകഷായത്തിൽ ഉലുവ ചേർത്തു കഴിക്കുന്നത് അതിസാരത്തിനും വയറിളക്കത്തിനും നല്ലതാണ്. നെല്ലിയുടെ കൂമ്പിലകൾ മോരിലരച്ചു കൊടുത്താൽ അജീർണ്ണം ശമിക്കും. ഇല തൈരിൽ കൊടുത്താലും ഇതേ

ഫലം ലഭിക്കും. നെല്ലിയിലകൊണ്ടു കഷായം വച്ച് കവിൾ കൊള്ളുന്നത് വായ്പുണ്ണിനു നന്ന്. നെല്ലിയില പൊടിച്ചു വിതറിയാൽ കുട്ടികളുടെ പൊക്കിൾ പഴുക്കുന്നതു ശമിക്കും. ഇലയുടെ നീര് ദുഷ്ടവ്രണങ്ങളിൽ പുരട്ടുന്നത് നല്ലതാണ്. നെല്ലിയുടെ പൂവ് ജ്വരത്തെ ശമിപ്പിക്കും. നെല്ലിക്കാക്കുരു കഷായം വച്ച് സേവിക്കുന്നത് പനിക്കും പ്രമേഹത്തിനും നന്ന്. കണ്ണിലെ പഴുപ്പുകൾക്ക് അരച്ചു പുരട്ടാം. നെല്ലിക്കാക്കുരുവും അമുക്കുരവും സമം പൊടിച്ച് നെയ്യും തേനും ചേർത്ത് സേവിക്കുന്നത് ആരോഗ്യവും ഉത്സാഹവും ഉണ്ടാകാൻ നല്ലതാണ്.

കലങ്ങിയ വെള്ളത്തിൽ നെല്ലിമരത്തിന്റെ ചെത്തുപൂളോ കൊമ്പുകളോ ഇട്ടാൽ വെള്ളം തെളിയും. കിണറുകളിലും കുളങ്ങളിലും നെല്ലിപ്പലക ഇടുന്നത് ഈ ഗുണം ഉള്ളതുകൊണ്ടാണ്. വേരിൽ നിന്നെടുക്കുന്ന മദ്യം മഞ്ഞപ്പിത്തത്തിനും ചുമയ്ക്കും അജീർണ്ണത്തിനും നല്ലതാണ്. നെല്ലിയുടെ തടിയിന്മേൽ കായപോലെ വീർത്തിരിക്കുന്ന ഭാഗം പൊളിച്ച് അതിൽനിന്നു കിട്ടുന്ന പുഴുവിനെ എടുത്ത് തലയോട്ടിയിൽ വിരൽ കൊണ്ടുരസുന്നത് തലയോട്ടിയിലെ പുഴുക്കടിക്ക് ഒരു സിദ്ധൗഷധമാണ്.

വയറുകടിക്ക് കുരു നീക്കിയ നെല്ലിക്ക പച്ചമോരിൽ അരച്ചുകലക്കി കുടിച്ചാൽ മതി. മഞ്ഞപ്പിത്തത്തിന് നെല്ലിക്കാനീരും സമം കരിമ്പിൻ നീരും അതിരാവിലെ വെറും വയറ്റിൽ കഴിക്കുക.

നെല്ലിക്ക തേനിലിട്ടുവച്ച് 90 ദിവസത്തിനുശേഷം ഓരോ നെല്ലിക്ക ദിവസവും കഴിച്ച് ഓരോ സ്പൂൺ തേനും കഴിക്കുന്നത് ജരാനരകൾ ബാധിക്കാതിരിക്കുന്നതിന് നല്ലതാണ്. പച്ചനെല്ലിക്ക അരച്ചിട്ടാൽ തലവേദന ശമിക്കും. അടിവയറ്റിൽ തേച്ചാൽ മൂത്രതടസ്സം മാറും. പീനസത്തിന് കുരുകളഞ്ഞ നെല്ലിക്ക അരച്ച് പാലിൽ സേവിക്കുക. രക്തശുദ്ധിക്ക് നെല്ലിക്ക തേൻചേർത്ത് കഴിക്കുക. മുടികൊഴിച്ചിലിന് നെല്ലിക്ക അരച്ചു തലയിൽ തേച്ചുപിടിപ്പിച്ചിട്ട് പത്തു മിനിട്ടിനുശേഷം കുളിക്കുക. നെല്ലിക്കയിട്ടു തിളപ്പിച്ച വെള്ളത്തിൽ പതിവായി കുളിച്ചാൽ ജരാനര ബാധിക്കാതെ ദീർഘായുസ്സുണ്ടാകും.

നിത്യയൗവ്വനത്തിന് നാലുഭാഗം നെല്ലിക്ക രണ്ടുഭാഗം താന്നിക്ക ഒരു ഭാഗം കടുക്ക എന്നിവ ചേരുന്ന ത്രിഫലചൂർണ്ണമാക്കി അത്താഴശേഷം ദിവസേന തേനിൽ ചേർത്ത് സേവിക്കുന്നത് ഉത്തമമാണ്.

നെല്ലിക്കനീരുകൊണ്ട് ധാര കോരുന്നത് കണ്ണിന്റെ രോഗങ്ങൾക്കു നല്ലതാണ്. നെല്ലിക്കാനീര് തലയിൽ പുരട്ടുന്നതും നല്ലതാണ്. നെല്ലിക്ക, താന്നിക്ക, കടുക്ക, ചുക്ക്, മുളക്, തിപ്പലി, ഇരട്ടിമധുരം ഇവ തുല്യമായെടുത്തു പൊടിച്ചു തേനിൽ സേവിക്കുന്നത് എല്ലാത്തരം പീനസത്തിനും നല്ലതാണ്. നെല്ലിക്ക ഏറ്റവും പ്രധാനപ്പെട്ട വാജീകരണൗഷധമാണ്. (ഓജസ്സും ധാതുപുഷ്ടിയും കാമശക്തിയും വർദ്ധിപ്പിക്കുന്നത്) ച്യവനപ്രാശത്തിലെ പ്രധാനചേരുവ നെല്ലിക്കയാണ്.

നൊങ്ങണംപുല്ല്

(ഞൊങ്ങണം പുല്ല്)

സംസ്കൃതനാമം	: ഛായാപർപ്പടിക
ശാസ്ത്രനാമം	: ഹെഡിയോട്ടിസ് ഹെർബേസിയ
	: Hedyotis herbacea Linn.
കുടുംബം	: റൂബിയേസി
	: Rubiaceae

വിവരണം: ഇന്ത്യയിലുടനീളം തുറസ്സായ പാഴ്സ്ഥലങ്ങളിൽ കാണപ്പെടുന്നു. നേരെ വളരുന്ന ധാരാളം ശിഖരങ്ങളുള്ള വാർഷിക, ദ്വൈവാർ

ഷിക പുല്ല്. ചെറിയ കൂർത്ത ഇലകൾ. ചെറിയ വെള്ളപ്പൂക്കൾ. ചെറിയ കായും വിത്തുകളുമുണ്ട്.

ഔഷധയോഗ്യഭാഗങ്ങൾ: സമൂലം

ചില ഔഷധ ഉപയോഗങ്ങൾ: ശീതമാണ്. വിരയിളക്കും. വീക്കത്തെ ചെറുക്കും. കഫം ഇളക്കും. വയറിന്റെ രോഗങ്ങൾക്കു നല്ലതാണ്. പോഷകമാണ്. മന്ത്, പനി, വെള്ളദ്ദാഹം, വീക്കം, ആസ്ത്മ, ബ്രോങ്കൈറ്റിസ്, ക്ഷയം, വ്രണം, ഹൈഡ്രോസിൽ എന്നിവയ്ക്കു നല്ലതാണ്.

നൊങ്ങണംപുല്ല് ഇടിച്ചുപിഴിഞ്ഞ നീരിൽ കാച്ചിയ നെയ്യ് സേവിക്കുന്നത് സുഖപ്രസവത്തിനു നല്ലതാണ്.

പച്ചമുളക്

(മുളക്, കപ്പൽമുളക്, ചുവന്നമുളക്)

കറികൾക്കും മറ്റും എരിവും രുചിയും കൂട്ടാൻ ഉപയോഗിക്കുന്നു.

സംസ്കൃതനാമം : കടുവീര, രക്തമരിച

ഇംഗ്ലീഷ് : ചില്ലി, ലോംഗ് ചില്ലി, റെഡ് ചില്ലി

ശാസ്ത്രനാമം: കാപ്സിക്കം ആനം

: Capsicum annuum Linn.

കുടുംബം: സൊളാനേസി

: Solanaceae

വിവരണം: ഇന്ത്യയിലുടനീളം കൃഷി ചെയ്തുവരുന്നു. നേരെ വളരുന്ന തണ്ടിന് തീരെ ബലമില്ലാത്ത അനേകം ശാഖകളും ഇലകളുമുള്ള വാർഷിക സസ്യം. വയലറ്റ് നിറത്തിലുള്ള പൂക്കൾ. ഇളംകായ (മുളക്) യുടെ നിറം പച്ചയാണ്. പഴുക്കുമ്പോൾ ചുവപ്പാകും. മുളകിനകത്ത് ധാരാളം വിത്തുകളുണ്ട്. വിത്ത് മുളപ്പിച്ച് പ്രജനനം.

പച്ചമുളക്

ഔഷധയോഗ്യഭാഗങ്ങൾ: കായ (മുളക്)

ചില ഔഷധ ഉപയോഗങ്ങൾ: ദഹനമുണ്ടാക്കും. കഫവും മലവുമിളക്കും. വായുകോപം ശമിപ്പിക്കും. ഉത്തേജകമാണ്. തുപ്പലുണ്ടാക്കും. ഹൃദയപോഷകമാണ്. പനി കുറയ്ക്കും. രോഗങ്ങൾ ആവർത്തിച്ചു വരുന്നതിനെ ചെറുക്കും. സ്വരഭംഗം, തൊണ്ടയടപ്പ്, നടുവേദന, തലവേദന, സന്ധിവാതം, വെള്ളദ്ദാഹം, ഹൃദ്രോഗം, മലേറിയ, പനി, കോളറ മാറ്റമില്ലാത്ത വ്രണങ്ങൾ, കഫം എന്നിവയ്ക്കു നല്ലതാണ്. വിത്ത് ചവയ്ക്കുന്നത് പല്ലുവേദന അകറ്റും. ചതച്ച് മുറിവിൽ വച്ചാൽ പരുക്കൾ പഴുത്തു പൊട്ടും.

കാന്താരിമുളക്

പച്ചില

സംസ്കൃതനാമം : പത്രം, തമാലപത്ര
ഇംഗ്ലീഷ് : ഇന്ത്യൻകാസിയ, കാസിയ സിനമൺ
ശാസ്ത്രനാമം : സിന്നമോമം തമല
: Cinnamomum tamala (Buch. Ham.) N
കുടുംബം : ലോറേസി
: Lauraceae

വിവരണം: ഹിമാലയപ്രദേശത്തു കണ്ടുവരുന്നു. നിത്യഹരിതമായ ഇടത്തരം വൃക്ഷം. ഇളംമഞ്ഞനിറത്തിലുള്ള പൂക്കൾ, കായയുണ്ട്.

ഔഷധയോഗ്യഭാഗങ്ങൾ: ഇല, തൊലി, തൈലം, വേര്.

ചില ഔഷധ ഉപയോഗങ്ങൾ: ഇലയിൽനിന്നും തൊലിയിൽ നിന്നും വേരിൽനിന്നും തൈലമെടുക്കാം. തൊലിയിൽ നിന്നെടുക്കുന്ന തൈലത്തിന് നാഡികളെ ഉത്തേജിപ്പിക്കുവാനുള്ള ശക്തിയുണ്ട്. അണുനാശകമാണ്. ആർത്തവരാഹിത്യത്തിന് നന്ന്. അർബുദത്തിനും അണുജന്യമായ രോഗങ്ങൾക്കും ഫലപ്രദമാണ്. പല്ലിന്റെ ഊനുകൾക്കു ബലം കൊടുക്കുകയും നിശ്വാസത്തിനു സുഗന്ധത വരുത്തുകയും ചെയ്യും. ഇതിന്റെ തൈലം പല്ലുവേദനയുള്ള ഭാഗത്തു വച്ചാൽ പല്ലുവേദന ശമിക്കും. വാതവേദനകൾക്കും തലകുത്തിനും പുരട്ടുവാൻ നന്ന്. ഇലയിൽ നിന്നെടുക്കുന്ന തൈലം ശക്തിയേറിയ ഒരു ഉത്തേജകദ്രവ്യമാണ്. അതു പലഹാരങ്ങളിൽ സുഗന്ധമുണ്ടാക്കുന്നതിനു ചേർക്കാറുണ്ട്. പച്ചില കോഷ്ഠവായുവിനെ കുറയ്ക്കുന്നതും മൂത്രം വർദ്ധിപ്പിക്കുന്നതും ഉത്തേജകവുമാകുന്നു.

ഇല സുഗന്ധമുള്ളതാണ്. പകർച്ചവ്യാധികളെ ചെറുക്കും. വിരയും മൂത്രവുമിളക്കും. ഉത്തേജകമാണ്. വായുകോപം ശമിപ്പിക്കും. ഹൃദയതകരാറുകൾ, വീക്കം, ചളിപോകുക, കണ്ണിനുവേദന, വാതം, അതിസാരം, കരൾ, പ്ലീഹാരോഗങ്ങൾ, ഗുദത്തിന്റെ വീക്കം, ഗുദവേദന എന്നിവയ്ക്കു നല്ലതാണ്.

പതിമുകം

ദാഹശമനിയായി വ്യാപകമായി ഉപയോഗിച്ചു വരുന്നു.

സംസ്കൃതനാമം : പദ്മക, പത്മഗന്ധി
ഇംഗ്ലീഷ് : ഹിമാലയൻ വൈൽഡ് ചെറി
ശാസ്ത്രനാമം : പ്രൂണസ് സെറാസോയിഡസ്
: Prunus cerasoides D. Don
കുടുംബം : റോസേസി
: Rosaceae

വിവരണം: ഹിമാലയത്തിൽ കാണപ്പെടുന്നു. ഔഷധാവശ്യങ്ങൾക്കായി കേരളത്തിൽ വ്യാപകമായി നട്ടുവളർത്തുന്നു. ഉയരത്തിൽ വളരുന്ന ഇടത്തരം വൃക്ഷം. കാതലിന് ഇളം ചുവപ്പുനിറമാണുള്ളത്. വെള്ള, പിങ്ക്, അല്ലെങ്കിൽ ക്രിംസൺ നിറത്തിലുള്ള പൂക്കൾ. കായയും വിത്തുമുണ്ട്. വിത്തിലൂടെ പ്രജനനം.

ഔഷധയോഗ്യഭാഗങ്ങൾ
തടി

ചില ഔഷധ ഉപയോഗങ്ങൾ: വേദനകുറയ്ക്കും. തണുപ്പു നല്കും. ദഹനം വർദ്ധിപ്പിക്കും. മൂത്രം ഇളക്കും. രക്തം ശുദ്ധീകരിക്കും. പനിയെ ചെറുക്കും. ആർത്തവം പുനഃസ്ഥാപിക്കും. പോഷകമാണ്, പിത്തം, എരിച്ചിൽ, ഞരമ്പുരോഗങ്ങൾ, മുറിവുകൾ, വ്രണങ്ങൾ, കുഷ്ഠം, ത്വക്കിന്റെ നിറവ്യത്യാസം, ചൊറിച്ചിൽ, ആസ്ത്മ, ഛർദ്ദിൽ, കണ്ണിന്റെ രോഗങ്ങൾ, ഹൃദ്രോഗം, ജ്വരം, സ്വപ്നാടനം, വെള്ളദ്ദാഹം, ആർത്തവക്രമക്കേടുകൾ, വേദനയോടുകൂടിയ ആർത്തവം, മുഖത്തുണ്ടാകുന്ന ചുവന്ന തടിപ്പുകൾ, തലവേദന എന്നിവയ്ക്കു നല്ലതാണ്.

പനച്ചി

(പനച്ച, പനഞ്ഞി)

പനച്ചിയുടെ പഴുത്ത കായ ഭക്ഷ്യയോഗ്യമാണ്. ഇളംകായിൽ നിന്നൂറിവരുന്ന ദ്രാവകം നല്ല പശയാണ്.

സംസ്കൃതനാമം	:	തിന്തുക, തിന്തുകി
ഇംഗ്ലീഷ്	:	ഇന്ത്യൻ പെഴ്സിമോൺ, വൈൽഡ് മങ്കോസ്റ്റീൽ
ശാസ്ത്രനാമം	:	ഡയോസ്പൈറോസ് മലബാറിക്ക
	:	Diospyros malabarica (Desr.) Kostel.
കുടുംബം	:	എബണേസി
	:	Ebenaceae

വിവരണം: ഇന്ത്യയിലുടനീളം പ്രധാനമായും അരുവികളുടെയും നദികളുടെയും കായലുകളുടെയും തീരങ്ങളിലും കുന്നിൻ ചരിവുകളിലും കാണപ്പെടുന്നു. ഉയരത്തിൽ പടർന്നുവളരുന്ന നിത്യഹരിതമായ ഇടത്തരം വൃക്ഷം. പൂവും കായും വിത്തുമുണ്ട്. പൂവിന് വെള്ള അല്ലെങ്കിൽ വെള്ള കലർന്ന മഞ്ഞനിറമാണ്. നല്ല സുഗന്ധമുണ്ട്. ഉരുണ്ട കായ്ക്കുള്ളിൽ വിളയുന്നതിനുമുമ്പ് കുറച്ചുദ്രാവകം കാണും. പഴുത്ത് ഭക്ഷ്യയോഗ്യമാവുമ്പോൾ അറ്റത്ത് മധുരമുള്ള ചാറുണ്ടാകും.

ഔഷധയോഗ്യഭാഗങ്ങൾ: തൊലി, ഇല, പൂവ്, കായ, എണ്ണ.

ചില ഔഷധ ഉപയോഗങ്ങൾ: തൊലി രക്തം ശുദ്ധീകരിക്കും. പനി കുറയ്ക്കും, പിത്തം, എരിച്ചിൽ, വീക്കം, അതിസാരം, വയറിളക്കം, കുഷ്ഠം, ത്വക്ക്രോഗങ്ങൾ, വെള്ളദ്ദാഹം, ക്ഷതങ്ങൾ, പൊള്ളൽ, പ്രമേഹം, പനി, ശുക്ലക്ഷയം, യോനിനാളരോഗങ്ങൾ എന്നിവയ്ക്കു നല്ലതാണ്. ഇല മൂത്രം ഇളക്കും. കണ്ണിനു നല്ലതാണ്. രക്തവാർച്ച തടയും. നിശാന്ധത, മൂക്കിൽ നിന്നും രക്തംവരുന്നത്, പൊള്ളൽ, ക്ഷയത്തിന്റെ മുഴ

കൾ, സ്കേബീസ്, മുറിവുകൾ, രക്തംതുപ്പൽ എന്നിവയ്ക്കു നല്ലതാണ്. പൂക്കൾ മൂത്രം ഇളക്കും. കാമം വർദ്ധിപ്പിക്കും. വെള്ളപോക്ക് നിശാന്ധത, പ്ലീഹാരോഗങ്ങൾ, മൂത്രനാളിയിലെ സ്രവങ്ങൾ, വിളർച്ച, സ്കേബീസ് എന്നിവയ്ക്കു നല്ലതാണ്. കായ ദഹനം വർദ്ധിപ്പിക്കും. വായുകോപം ശമിപ്പിക്കും. പിത്തം, വാതം എന്നിവയ്ക്കു നല്ലതാണ്. വിത്തിൽനിന്നും കിട്ടുന്ന എണ്ണ വയറിളക്കത്തിനും അർശസ്സിനും നല്ലതാണ്.

തളിരിലകൾ വെള്ളത്തിൽ അരച്ചു ചേർത്ത് കുടിക്കുന്നത് നല്ലതാണ്. ഇളംകായയുടെ ചാറ് വായിലിടുന്നത് നാക്കിന്റെ പൊള്ളലുകൾക്ക് നല്ലതാണ്. ഇതു കണ്ണിലൊഴിച്ചാൽ ചെങ്കണ്ണു മാറും. പുറംതോടിന്റെ പൊടിയിൽ തേൻ ചേർത്തു കഴിക്കുന്നത് ഉദരരോഗങ്ങൾക്കു നല്ലതാണ്.

പനിക്കൂർക്ക

(കഞ്ഞിക്കൂർക്ക, കന്നിക്കൂർക്ക)

സംസ്കൃതനാമം	:	കർപ്പൂരവല്ലി, സുഗന്ധവാളക
ഇംഗ്ലീഷ്	:	കൺട്രി ബോറേജ്, ഇന്ത്യൻ ബോറേജ്
ശാസ്ത്രനാമം	:	പ്ളെക്ട്രാന്തസ് അംബോയിനിക്കസ്, കോളിയസ് അംബോയ്നിക്കസ്
കുടുംബം	:	ലാമിയേസി

വിവരണം: ഇന്ത്യയിലുടനീളം പൂന്തോട്ടങ്ങളിൽ കാണാം. കൃഷി ചെയ്തും വരുന്നു. മാംസളമായ ഇലകളും തണ്ടുകളുമുള്ള ചെറുസസ്യം. ഇരുണ്ട പർപ്പിൾ നിറത്തിലുള്ള പൂവും കായുമുണ്ട്. ഇലകൾക്ക് പ്രത്യേക സുഗന്ധമുണ്ട്. ഞെരടിയാൽ പ്രത്യേക സുഗന്ധമുള്ള നീര് ലഭിക്കും. തണ്ടിൽ നിന്നും നീര് എടുക്കാം.

ഔഷധയോഗ്യഭാഗങ്ങൾ: ഇല, വേര്.

ചില ഔഷധ ഉപയോഗങ്ങൾ: കരൾ ടോണിക്കാണ്. വിയർപ്പ് നാറ്റം അകറ്റും, കഫം ഇളക്കും, മൂത്രം വർദ്ധിപ്പിക്കും. വിരയിളക്കുന്നതും വായുകോപം ശമിപ്പിക്കുന്നതും രുചി വർദ്ധിപ്പിക്കു

ന്നതും പനി കുറയ്ക്കുന്നതുമാണ്. കല്ലുകൾ അലിയിച്ചു കളയുന്നതിനുള്ള ശക്തിയുണ്ട്. തലവേദന, ഭക്ഷണത്തോടുള്ള വിരക്തി, വെള്ളദ്ദാഹം, വായുകോപം, വയറിളക്കം, കോളറ, വായ്നാറ്റം, മാനസികരോഗങ്ങൾ, ചുമ, പഴകിയ ആസ്ത്മ, ബ്രോങ്കൈറ്റിസ്, കിഡ്നിയിലെ കല്ലുകൾ, കരൾ രോഗങ്ങൾ, മലേറിയ ജ്വരം എന്നിവയ്ക്കു നല്ലതാണ്. വേര് കഷായം വച്ചു കുടിക്കുന്നത് ഏതു രോഗവും മാറാൻ സഹായിക്കും. ഇല വാറ്റിയെടുക്കുന്ന എണ്ണ കടുത്ത പനിക്കും വായുകോപത്തിനും കൈകാൽ വീക്കത്തിനും ചോരയും ചലവും ചേർന്നുപോകുന്ന മലവിസർജ്ജനത്തിനും വയറുകടിക്കും നല്ലതാണ്.

ഇലനീരിൽ ചെറുനാരങ്ങാനീരും തേനും ചേർത്ത് നല്കിയാൽ ജലദോഷവും ചുമയും കുഞ്ഞുങ്ങളുടെ വയറ്റിലെ അസുഖങ്ങളും ശമിക്കും. ചെറുചൂടുള്ള ഇലനീർ കുടിച്ചാൽ കുട്ടികളുടെ ജലദോഷവും മൂക്കടപ്പും മാറും. ശ്വാസതടസത്തിന് നീര് കഴിക്കുകയും നെറ്റിയിലും നെഞ്ചത്തും തടവുകയും ചെയ്യുന്നതു നല്ലതാണ്.

പനിക്കൂർക്കയോടു സാമ്യമുള്ള കൂർക്കയുടെ ഉരുണ്ട ചെറിയ കിഴങ്ങുകൾ ഭക്ഷ്യവസ്തുവാണ്. കൂർക്ക കിഴങ്ങുകൾക്കായി കൃഷി ചെയ്തു വരുന്നു.

പനിച്ചകം

(ഉപ്പനച്ചം, നരണമ്പുളി)

ഇളം കൂമ്പിലകൾ ഭക്ഷിക്കാറുണ്ട്. പ്രത്യേക പുളിരസമുള്ളതിനാൽ വേറിട്ടൊരു രുചിയാണ് ഇലയ്ക്ക്.

സംസ്കൃതനാമം: ശതാംബസ്തി

ശാസ്ത്രനാമം: ഹിബിസ്കസ് അക്കുലേറ്റസ്

: Hibiscus aculeatus Roxb.

കുടുംബം: മാൾവേസീയ

: Malvaceae

വിവരണം: ഇന്ത്യയിലുടനീളം കാടുകളിലും പുൽമേടുകളിലും കയ്യാലകളിലും വഴിവക്കുകളിലും പുറമ്പോക്കുകളിലും അടി

ക്കാടായി കാണപ്പെടുന്നു. മരത്തിലും നിലത്തും പടർന്നുവളരുന്ന വള്ളി ച്ചെടി. ചെറിയ മുള്ളുള്ള കനംകുറഞ്ഞ തണ്ടുകൾ. പ്രത്യേകരീതിയി ലുള്ള ഇലകൾ. അനേകം ഇതളുകളുള്ള കോളാമ്പിപോലുള്ള വലിയ മഞ്ഞപ്പൂക്കൾ. മദ്ധ്യഭാഗം പർപ്പിൾ നിറത്തിലാണ്. പ്രത്യേകതരത്തിലുള്ള കായ. കായയ്ക്കകത്ത് വിത്തുകൾ. ഇലകൾ രോമിലമാണ്.

ഔഷധയോഗ്യഭാഗങ്ങൾ: വേര്, ഇല.

ചില ഔഷധ ഉപയോഗങ്ങൾ: വേര് വീക്കത്തെ ചെറുക്കും. മൂത്ര മിളക്കും. എരിച്ചിൽ, വൃക്കരോഗങ്ങൾ എന്നിവയ്ക്കു നല്ലതാണ്. ഇല വീക്കത്തെ ചെറുക്കും. വിരയിളക്കും. കണ്ണിന്റെ രോഗങ്ങൾക്കു നല്ല താണ്.

പഞ്ഞപ്പുല്ല്
(കൂവരക്, വരക്)

ക്ഷാമകാലത്ത് (പഞ്ഞകാലത്ത്) അരിക്കുപകരം ഉപയോഗിച്ചി രുന്ന ധാന്യമായതിനാലാവണം ഈ പേര്. പഞ്ഞപ്പുല്ല് നല്ല ഭക്ഷ്യധാ ന്യമാണ്.

സംസ്കൃതനാമം : കോദ്രവ

ഇംഗ്ലീഷ്: കോഡോമില്ലെറ്റ്

ശാസ്ത്രനാമം: പാസ്പാലം സ്ക്രോബികുലേറ്റം

കുടുംബം: പോയേസി

വിവരണം: ഇന്ത്യയിലുടനീളം കാടുകളിൽ കാണപ്പെടുന്നു. കൃഷിചെയ്തും വരുന്നു. ഒരുമീറ്റർ വരെ ഉയരത്തിൽ വളരുന്ന വാർഷികപുല്ല്, നീളമുള്ള ഇലകൾ (കച്ചി). തണ്ടിന്റെ അറ്റത്തുണ്ടാകുന്ന കതിരിനെ ചുറ്റി അനേകം ധാന്യങ്ങളുണ്ടാകും, ധാന്യമാണുപയോഗിക്കുന്നത്.

ഔഷധയോഗ്യഭാഗങ്ങൾ: ധാന്യം (പഞ്ഞപ്പുല്ല്)

ചില ഔഷധ ഉപയോഗങ്ങൾ: ശീതമാണ്. മൂത്രം ഇളക്കും. ഉത്തേജകമാണ്. പകർച്ച

വ്യാധികളെ ചെറുക്കും. രക്തവാർച്ച തടയും. പോഷകമാണ്. മലബന്ധം ഉണ്ടാക്കും. വ്രണം, വായുകോപം, വയറിളക്കം, മാനസികവിഭ്രാന്തി, വീക്കം, എരിച്ചിൽ, കരൾരോഗങ്ങൾ, ക്ഷതം, പിത്തം, ക്ഷീണം എന്നിവയ്ക്കു നല്ലതാണ്. തണ്ട് നേത്രപടലത്തിന്റെ തടസ്സങ്ങൾക്ക് (അതാര്യത) നല്ലതാണ്.

പഞ്ഞിമരം

ഇതിന്റെ കായ്ക്കുള്ളിലെ മൃദുലമായ നാരുകൾ (പഞ്ഞി) കിടക്കുന്നതിനുള്ള മെത്തയും തലയിണയും കുഷ്യനുകളും ഉണ്ടാക്കാനുപയോഗിച്ചു വരുന്നു. തടി തീപ്പെട്ടിക്കും മറ്റും ഉപയോഗിക്കുന്നു.

സംസ്കൃതനാമം	:	കുടശാല്മലി, ശ്വേതശാല്മലി,
ഇംഗ്ലീഷ്	:	വൈറ്റ്സിൽക്ക് കോട്ടൺട്രീ, കോപോക്ട്രീ
ശാസ്ത്രനാമം	:	സീബ പെന്റാൻഡ്ര
	:	Ceuba pentadra (Linn.) Gaertn.
കുടുംബം	:	ബോംബാക്കേസി
	:	Bombacaceae

വിവരണം: തെക്കേ ഇന്ത്യനിൽ കാണപ്പെടുന്നു. പഞ്ഞിക്കായി കൃഷിചെയ്തു വരുന്നു. ഇലപൊഴിയുന്ന ഇടത്തരം വൃക്ഷം. കടുംപച്ചനിറത്തിലുള്ള കൂർത്ത ഇലകൾ. വെളുത്ത പൂക്കൾ. പൂവിന് പ്രത്യേക മണമില്ല. ദീർഘവൃത്താകൃതിയുള്ള കായയുടെ നിറം കടുംപച്ചയാണ്. ഉണങ്ങുമ്പോൾ തോടിന്റെ കട്ടികൂടുകയും നിറം മാറുകയും ചെയ്യും. തോടുപൊട്ടിച്ചാൽ അതിനകത്ത് വിവിധ അറകളിലായി നിറഞ്ഞിരിക്കുന്ന പഞ്ഞി ലഭിക്കും. ഇതിനിടയിൽ കറുത്തുരുണ്ട ചെറിയ വിത്തുകളും കാണാം. ഇലപൊഴിയും വൃക്ഷമായതിനാൽ കായകൾ മൂക്കുമ്പോൾ ഇല എല്ലാം പൊഴിഞ്ഞ് കായ

കൾ മാത്രം തൂങ്ങിനിൽക്കുന്നത് പ്രത്യേക കാഴ്ചയാണ്.

ഔഷധയോഗ്യഭാഗങ്ങൾ: വേര്, തൊലി, ഇളംകായ, ഇല, വിത്ത്.

ചില ഔഷധ ഉപയോഗങ്ങൾ: ഇളംകായ ഇടിച്ചു ചതച്ച് കുഴമ്പാക്കി തലയിൽ പുരട്ടുന്നത് തലവേദനയ്ക്കു നല്ലതാണ്. ഉണങ്ങിയ കായ കൊണ്ടുനടക്കുന്നത് അപസ്മാര രോഗികൾക്കു നല്ലതാണെന്നു പറയപ്പെടുന്നു. വേര് മൂത്രമിളക്കും. കാമം വർദ്ധിപ്പിക്കും. പനിയെ ചെറുക്കും. പോഷകമാണ്. ഗൊണോറിയ, ജ്വരം, പിത്തം, മൂത്രമൊഴിക്കുമ്പോൾ വേദന എന്നിവയ്ക്കു നല്ലതാണ്. തൊലി മലവും മൂത്രവുമിളക്കും. വിരയിളക്കും. വായുകോപം ശമിപ്പിക്കും. പോഷകമാണ്. കരൾ പ്ലീഹാരോഗങ്ങൾ, അടിവയറ്റിലെ രോഗങ്ങൾ, മുഴകൾ, വാതം, കഫം എന്നിവയ്ക്കു നല്ലതാണ്. ഇല സ്വാസ്ഥ്യമുണ്ടാക്കും. പൂക്കളുടെ കഷായം വയറിളക്കും. വിത്തിലുള്ള എണ്ണ സോപ്പുണ്ടാക്കാൻ ഉപയോഗിക്കുന്നു. പിണ്ണാക്ക് നല്ല കന്നുകാലി തീറ്റയാണ്.

പടവലം

പടവലം അഞ്ചുതരത്തിലുണ്ട്. നാട്ടുപടവലത്തിന്റെ കായയാണ് സാധാരണയായി ഭക്ഷണത്തിനുപയോഗിക്കുന്നത്. കാട്ടുപടവലമാണ് ഔഷധരൂപേണ ഉപയോഗിക്കുവാനേറ്റവും നല്ലത്.

സംസ്കൃതനാമം	: പടോലാ, സ്വാദുഫല, ചിഞ്ചിന്ദ
ഇംഗ്ലീഷ്	: സ്നേക്ക് ഗൂർഡ്
ശാസ്ത്രനാമം	: ട്രിച്ചോ സാന്തെസ് അൻഗുയിന, സാന്തെസ് കുക്കുമെറിനാ
	: Trichosanthes cucumerina Linn.
കുടുംബം	: കുക്കുർബിറ്റേസിയ
	: Cucurbitaceae

വിവരണം: ഇന്ത്യയിലുടനീളം കൃഷിചെയ്തു വരുന്നു. പടർന്നു കയറുന്ന വാർഷിക വള്ളിച്ചെടി. നീളത്തിൽ പടരും. സാധാരണ ഇലകൾ. വെള്ളപ്പൂക്കൾ. താഴോട്ടു നീണ്ടു വളരുന്ന ഫലം. നാലുമീറ്റർ വരെ നീളം വയ്ക്കും. കായ നല്ല മൃദുലമാണ്. അകം പൊള്ളയാണ്. കായ (പടവലങ്ങ)ക്കകത്ത് കുറേ വിത്തുകളുണ്ടാകും.

ഔഷധയോഗ്യഭാഗങ്ങൾ: ഫലം (പടവലങ്ങ) ഇല, വള്ളി, വേര്

ചില ഔഷധ ഉപയോഗങ്ങൾ: നാട്ടുപടവലങ്ങ പിത്തവും ജ്വരവും ശമിപ്പിക്കുകയും രുചിയും ബലവും ശരീരപുഷ്ടിയുമുണ്ടാക്കുകയും ചെയ്യും. കയ്പൻ പടവലത്തിന് ഒരുതരം ദുർഗ്ഗന്ധമുണ്ട്. ഇതിന്റെ വേര് മലബന്ധം ഇല്ലാതാക്കുന്നതും പോഷകവുമാണ്. ഇലയുടെ നീര് വമനകാരിയും (ഛർദ്ദിയുണ്ടാക്കുന്നത്) വിത്ത് കൃമിയെയും ജ്വരത്തെയും നശിപ്പിക്കുന്നതുമാണ്. തല പുഴുതിന്നുന്നതിന് (ഇന്ദ്രലുപ്തം) ഇലയുടെ നീരു

പുരട്ടുന്നത് നല്ലതാണ്. കയ്പൻ പടവലം ഹൃദ്രോഗത്തിനും ജ്വരത്തിനും നന്ന്. ദേഹപോഷകവുമാണ്. വിട്ടുമാറാത്ത ജ്വരങ്ങളിൽ ഇത് സമൂലം മല്ലിയും ചേർത്ത് കഷായം വച്ച് തേൻ ചേർത്ത് സേവിക്കുന്നത് നല്ലതാണ്. വിത്ത് വയറ്റിൽ സുഖക്കേടുകൾക്കു കൊടുക്കാം. പച്ചക്കായ കഷായം വച്ച് പഞ്ചസാര ചേർത്തു കഴിച്ചാൽ ദഹനമുണ്ടാകും.

വേരും വിത്തും ശീതമാണ്. വിരയിളക്കും. വയറിളക്കും. പിത്തം, സിഫിലിസ് എന്നിവയ്ക്കു നല്ലതാണ്. പടവലങ്ങാ ശീതമാണ്. ദഹനമുണ്ടാക്കും. വായുകോപം ശമിപ്പിക്കും. മലവും വിരയുമിളക്കും. പോഷകമാണ്. പിത്തം, എരിച്ചിൽ, വെള്ളദ്ദാഹം, ജ്വരം, ക്ഷീണം എന്നിവയ്ക്കു നല്ലതാണ്.

പരുത്തി

(കുരുപ്പരുത്തി, നൂൽപ്പരുത്തി, പഞ്ഞിപ്പരുത്തി)

കുരുപ്പരുത്തി കൂടാതെ പൂപ്പരുത്തി, താളിപ്പരുത്തി എന്നീ ഇനങ്ങളുമുണ്ട്.

സംസ്കൃതനാമം	: കാർപ്പാസാ
ഇംഗ്ലീഷ്	: ഇന്ത്യൻ കോട്ടൺ, കോമൺ കോട്ടൺ
ശാസ്ത്രനാമം	: ഗോസിപ്പിയം ഹെർബേസിയം
	: Gossypium herbaceum Linn.
കുടുംബം	: മാൽവേസി
	: Malvaceae

വിവരണം: ഇന്ത്യയിലുടനീളം കൃഷിചെയ്തുവരുന്നു. രണ്ടരമീറ്റർ വരെ ഉയരത്തിൽ വളരുന്ന ചെറിയ കുറ്റിച്ചെടി. പർപ്പിൾനിറത്തിൽ മദ്ധ്യഭാഗമുള്ള മഞ്ഞപ്പൂക്കൾ. ഉരുണ്ട കായകൾ. ചാരനിറത്തിലോ ചുവപ്പുകലർന്ന ബ്രൗൺനിറത്തിലോ ഉള്ള വിത്തുകൾ. വെള്ളനാരുകളിൽനിന്ന് പരുത്തി നൂലുണ്ടാക്കുന്നു. വർഷം മുഴുവനും പൂക്കും.

ഔഷധയോഗ്യഭാഗങ്ങൾ: വേര്, ഇല, പൂവ്, വിത്ത്.

ചില ഔഷധ ഉപയോഗങ്ങൾ: വേര് രക്തം ശുദ്ധീകരിക്കും. മൂത്രം ഇളക്കും. ഗർഭച്ഛിദ്രം ഉണ്ടാക്കും ആർത്തവം തിരികെ കൊണ്ടുവരും. വയറിളക്കത്തെ തടയും. കഫം, വാതം, അതിസാരം, വയറിളക്കം, കുഷ്ഠം, ത്വക്ക്രോഗങ്ങൾ, ആർത്തവക്രമക്കേടുകൾ, വായുകോപം, പനി എന്നിവയ്ക്കു നല്ലതാണ്. മൂത്രനാളി ചുരുങ്ങുന്നതിനുവേണ്ടി ഉപയോഗിക്കാവുന്നതാണ്. ഇല മൂത്രം ഇളക്കും. ശീതമാണ്. മലബന്ധം ഉണ്ടാക്കും. പോഷണമാണ്. പിത്തം, വയറെരിച്ചിൽ, വിളർച്ച, വയറിളക്കം, അതിസാരം, സന്ധിവാതം, ചെവിവേദന എന്നിവയ്ക്കു നല്ലതാണ്. പൂക്കൾ മുലപ്പാൽ വർദ്ധിപ്പിക്കും. ആർത്തവം പുനഃസ്ഥാപിക്കും. കരളിന് പോഷകമാണ്. പിത്തം, പൊള്ളൽ, വിഭ്രാന്തി, സ്കേബീസ്, കരൾ രോഗങ്ങൾ, മഞ്ഞപ്പിത്തം, നീണ്ടതും പ്രയാസമേറിയതുമായ ആർത്തവം, ആർത്തവക്രമക്കേടുകൾ, ബോധക്കേട് എന്നിവയ്ക്കു നല്ലതാണ്. വിത്ത് ശീതമാണ്. സ്നിഗ്ദ്ധത നല്കും. വേദനകുറയ്ക്കും. മുറിവുകളെ പെട്ടെന്ന് സുഖമാക്കും. വയറിളക്കത്തെ തടയും. മുലപ്പാൽ വർദ്ധിപ്പിക്കും. കഫം ഇളക്കും. കാമവർദ്ധകമാണ്. മലവും മൂത്രവും ഇളക്കും. പനിയെ തടുക്കും. പോഷണമാണ്.

ഇല ചതച്ച് പശുവിൻപാൽ ചേർത്ത് തലയിൽ പുരട്ടുന്നത് സുഖനിദ്രയ്ക്കു നല്ലതാണ്. അത് തലവേദനയ്ക്കും തലചുറ്റലിനും നല്ലതാണ്. കായ ചതച്ച് വെള്ളം ചേർത്തു കഴിക്കുന്നത് അതിസാരത്തിനും വായ്പുണ്ണിനും നല്ലതാണ്.

പരുത്തിക്കുരു പൊടിച്ചത് പോഷകപ്രദമായ ഭക്ഷ്യവസ്തുവാണ്. പരുത്തിക്കുരുവിന്റെ എണ്ണ മുടിവളരുന്നതിനും കറുക്കുന്നതിനും നല്ലതാണ്. ഇതു തലയിൽ തേച്ചാൽ താരൻ മാറും. തലയ്ക്ക് നല്ല തണുപ്പുണ്ടാകും. ഉറക്കം സുഖമാകും. പരുത്തിക്കുരുഎണ്ണ തേൻ ചേർത്തു

കഴിക്കുന്നത് വന്ധ്യതയ്ക്കും ഗർഭം അലസലിനും നല്ലതാണ്. പരുത്തിവേരരച്ചു കാടിയിൽ കലക്കി കുടിച്ചാൽ മൂത്രതടസ്സം മാറും. കല്ലലിഞ്ഞു പോകും.

പരുത്തി മൊട്ട് കൽക്കമായി എണ്ണ കാച്ചി തേക്കുന്നത് ചെവിയിൽ നിന്നു പൊട്ടിയൊലിക്കുന്നതിനു നല്ലതാണ്.

പറങ്കിമാവ്

(കശുമാവ്)

പറങ്കികൾ (പോർച്ചുഗീസ്) കൊണ്ടുവന്നതിനാലാവണം പറങ്കിമാവ് എന്നു പറയപ്പെടുന്നത് കശുവണ്ടിപ്പരിപ്പ് രുചികരവും പോഷകവുമായ നല്ല ഭക്ഷ്യ വസ്തുവാണ്. ധാരാളം വിദേശനാണ്യം നേടിത്തരുന്ന നാണ്യ വിളയാണിത്.

സംസ്കൃതനാമം	:	വൃക്കബീജ, വൃക്കഫല, വേനാമ്ര
ഇംഗ്ലീഷ്	:	കാഷ്യൂനട്ട് ട്രീ
ശാസ്ത്രനാമം	:	അനാകാർഡിയം ഓക്സിഡന്റേൽ
	:	Anacardium cccidentale Linn.
കുടുംബം	:	അനക്കാർഡിയേസി
	:	Anacardiaceae

വിവരണം: ഇന്ത്യയിലുടനീളം കാണപ്പെടുന്നു. വന്യമായി കാണപ്പെടുന്നതോടൊപ്പം വ്യാപകമായി കൃഷിചെയ്തും വരുന്നു. പരുപരുത്ത തൊലിയാണുള്ളത്. ഇളം കുരുന്നിലകൾക്ക് ചുവപ്പു കലർന്ന പച്ചനിറമാണ്. ഞെരടിയാൽ നല്ല മണമുണ്ട്. മൂക്കുമ്പോൾ നല്ല പച്ചനിറമാകും. ഇളംമഞ്ഞനിറത്തിലുള്ള ചെറിയ പൂക്കൾ. കുലയായി ഉണ്ടാകുന്നു. മാംസളമായ നീണ്ടുരുണ്ട കശുമാങ്ങയുടെ അറ്റത്താണ് കട്ടിയുള്ള അണ്ടി (കശുവണ്ടി) കാണുന്നത്. പച്ചനിറത്തിലുള്ള കശുമാങ്ങ പഴുക്കുമ്പോൾ നല്ല മഞ്ഞ അല്ലെങ്കിൽ ചുവപ്പു നിറമാകും. നിറയെ നീരുള്ള കശുമാങ്ങ ഭക്ഷ്യയോഗ്യമാണ്. പച്ചനിറത്തിലുള്ള അണ്ടി മൂക്കുമ്പോൾ ചാരനിറമാകും. അണ്ടിക്കകത്താണ് പരിപ്പ് ഇരിക്കുന്നത്. പരിപ്പിന്റെ നിറം വെള്ളയാണ്. അണ്ടിയിൽ രൂക്ഷമായ ശരീരം പൊള്ളിക്കുന്ന കറയുണ്ട്. പച്ചകശുമാങ്ങയിലെ കറയും പൊള്ളിക്കും. കശുവണ്ടി ചുട്ടുതല്ലിയാണ് പരിപ്പെടുക്കുന്നത്.

ഔഷധയോഗ്യഭാഗങ്ങൾ: വേര്, തൊലി, ഇല, പഴം, കശുവണ്ടിപ്പരിപ്പ്, കറ.

ചില ഔഷധ ഉപയോഗങ്ങൾ: കശുമാങ്ങ പിഴിഞ്ഞ നീര് ശരിയായ രീതിയിൽ പുളിപ്പിച്ച് വീഞ്ഞുപോലെ ലഹരിയുള്ള പാനീയമുണ്ടാക്കുന്നു. ഗോവക്കാർ ഇതുകൊണ്ട് നല്ല മദ്യം ഉണ്ടാക്കുന്നു (ഗോവൻ

ഫെനി) ഇതിന്റെ നീര് അതിസാരത്തിനും പ്രമേഹത്തിനും അത്യുത്തമമാണ്. കശുവണ്ടിപ്പരിപ്പ് പോഷകമാണ്. ഉത്തേജകമാണ്. കശുവണ്ടി തല്ലി പരിപ്പെടുത്തതിനുശേഷം ഉള്ള തോടിൽനിന്നും ലഭിക്കുന്ന കറുത്ത എണ്ണ വട്ടച്ചൊറിക്കു നല്ലതാണ്. ചിതലരിക്കാത്ത ഈ എണ്ണ തടികളുടെയും ഓലയുടെയും സംരക്ഷണത്തിനുപയോഗിക്കുന്നു. ഇത് പുഴുക്കളെ നശിപ്പിക്കാനും നല്ലതാണ്. കശുവണ്ടിപ്പരിപ്പ് ദഹനം ക്രമപ്പെടുത്തും. ഛർദ്ദിയും പുളിച്ചുതികട്ടലും ശമിപ്പിക്കും. വേര് വയറിളക്കും. തൊലിക്ക് ശരീരത്തെ സാധാരണ നിലയിലാക്കുന്നതിനുള്ള ഗുണമുണ്ട്.

ഇലയും തൊലിയും പല്ലിനുവേദനയ്ക്കും മോണവീക്കത്തിനും നല്ലതാണ്. തൊലിയിൽനിന്നും ഊറിവരുന്ന പശ(കറ), കുഷ്ഠം, പുഴുക്കടി, ദുഷ്ടവ്രണങ്ങൾ എന്നിവയ്ക്കു തേച്ചാൽ രോഗശമനമുണ്ടാകും. പഴം കാമവർദ്ധകമാണ്. മുടിവളരാൻ സഹായിക്കും. വിരയിളക്കും. വാതം, കഫം, ത്വക്ക് രോഗങ്ങൾ അതിസാരം, ക്ഷതം, ഭക്ഷണത്തിനു രുചിയില്ലായ്മ എന്നിവയ്ക്കു നല്ലതാണ്. മുടി പൊഴിയുന്നത് തടയും. കശുവണ്ടിപ്പരിപ്പ് ഉയർന്ന പോഷകമൂല്യമടങ്ങിയ ഭക്ഷ്യവസ്തുവാണ്.

പല്ലുവേദനയ്ക്ക് കശുമാവിന്റെ തൊലി വെന്ത വെള്ളം കവിൾകൊള്ളുക. കശുവണ്ടിയുടെ തോടിൽനിന്നുള്ള എണ്ണയ്ക്ക് വ്യാവസായിക പ്രധാന്യമുണ്ട്. പെയിന്റ്, വാർണിഷ്, മഷി തുടങ്ങിയവയുണ്ടാക്കാൻ ഉപയോഗിക്കുന്നു.

പലകപ്പയ്യാനി

(പയ്യാഴാന്ത, വെള്ളപ്പാതിരി)

രണ്ടുവിധമുണ്ട്. ഒന്നിന് സ്വോനാകം, ശുകനാസം, കടംഗം, കൃുഭരം എന്നിങ്ങനെയും മറ്റതിന് ഡുന്ഡുകം, ദീർഘവൃന്തം, പൂതിവൃക്ഷം, കീര നാശനം എന്നിങ്ങനെയുമാണ് പര്യായങ്ങൾ ഉപയോഗിച്ചുവരുന്നത്. രണ്ടും തമ്മിൽ ഗുണത്തിൽ വ്യത്യാസമൊന്നുമില്ല. പലകപ്പയ്യാനി വേര് വലിയ പഞ്ചമൂലങ്ങളിലൊന്നാണ്.

സംസ്കൃതനാമം	: ഡുണ്ഡുകം, ഡിണ്ഡികം
ഇംഗ്ലീഷ്	: ഇന്ത്യൻ ട്രമ്പറ്റ് ട്രീ
ശാസ്ത്രനാമം	: ഒറോക്സൈലം ഇൻഡിക്കാ, കാലോസാന്തസ് ഇൻഡിക്കം
	: Oroxylum indicum (Linn.) Benth. ex Kurz Calosanthus indica Blum.
കുടുംബം	: ബിഗ്നോണിയേസി
	: Bignoniaceae

വിവരണം: ഇന്ത്യയിലുടനീളം ഇലപൊഴിയും കാടുകളിൽ നനവുള്ള പ്രദേശങ്ങളിൽ കണ്ടുവരുന്നു. ഇലപൊഴിയുന്ന ഇടത്തരം വൃക്ഷം. വലിയ ഇലകൾ, പൂവും കായും ഉണ്ട്. തടിക്ക് തീരെ കട്ടിയില്ല. പയ്യാനിയുടെ പൂക്കൾക്ക് ദുർഗന്ധമുണ്ട്. കായ നീണ്ടതാണ്. വിത്തിന് കടലാസുപോലെ ചിറകുണ്ട്.

ഔഷധയോഗ്യഭാഗങ്ങൾ: തൊലി, വേര്, വേരിന്മേൽ തൊലി, കായ.

ചില ഔഷധ ഉപയോഗങ്ങൾ: പലകപ്പയ്യാനി കഫം, വാതം, പിത്തം എന്നീ ത്രിദോഷങ്ങളെയും സന്നിവാത ജ്വരത്തെയും ശമിപ്പിക്കും. ആമവാതം, കാസം, ചുമ, രുചിക്ഷയം അതിസാരം എന്നിവയ്ക്കും നന്ന്. തൊലി പൊടിച്ചതിനും

തൊലികൊണ്ടുള്ള കഷായത്തിനും സ്വേദനം (വിയർപ്പ്) വർദ്ധിപ്പിക്കുന്നതിനുള്ള ഗുണമുണ്ട്. വേരിന്മേൽ തൊലി അതിസാരത്തിനും വയറിളക്കത്തിനും കഷായം വച്ചോ സത്തെടുത്തോ കഴിക്കാം. തൊലിയിട്ടു തിളപ്പിച്ച വെള്ളം ഉപയോഗിച്ചു കുളിക്കുന്നത് വാതരോഗികൾക്കു നന്ന്. വേരിന്മേൽ തൊലി അരച്ചു കലക്കി എണ്ണകാച്ചി കർണ്ണരോഗങ്ങളിൽ ഒഴിക്കുന്നത് നല്ലതാണ്. വേരരച്ചു പുരട്ടുന്നത് നീരിനു നല്ലതാണ്. വ്രണങ്ങൾക്കും നല്ലതാണ്. കുരുവിന് വിരേചന ഗുണമുണ്ട്.

വേര് ശീതമാണ്. വേദനയകറ്റും. വീക്കം ചെറുക്കും. കാമം വർദ്ധിപ്പിക്കും. കഫമിളക്കും. രുചിയുണ്ടാക്കും. ദഹനമുണ്ടാക്കും. മൂത്രമിളക്കും. വാതത്തെ ചെറുക്കും. പോഷകമാണ്. വാതം, കഫം, വീക്കം, തടിപ്പ്, ഞരമ്പുരോഗങ്ങൾ, ചുമ, ആസ്ത്മ, ബ്രോങ്കൈറ്റിസ്, വെള്ളദ്ദാഹം, അതിസാരം, വയറിളക്കം, ഛർദ്ദിൽ, വെള്ളപ്പാണ്ഡ്, മുറിവ്, സന്ധിവാതം, ജ്വരം എന്നിവയ്ക്കു നല്ലതാണ്. ഇല ഉദരരോഗങ്ങൾക്കു നല്ലതാണ്. വേദന കുറയ്ക്കും. വായിലെ വേദനയ്ക്കും തലവേദനയ്ക്കും നല്ലതാണ്. വ്രണം, പ്ലീഹാരോഗങ്ങൾ, വാതം എന്നിവയ്ക്കു നല്ലതാണ്. ഇളംകായ കഫമിളക്കും. വായുകോപം ശമിപ്പിക്കും. ഉദരരോഗങ്ങൾക്കു നല്ലതാണ്.

പലകപ്പയ്യാനിയുടെ വേരിന്റെ കഷായം നീരുവീക്കത്തിനു നല്ലതാണ്. തളിരിലകൾ ചതച്ച് മഞ്ഞൾ ചേർത്തു പുരട്ടുന്നത് വ്രണങ്ങൾ ഉണങ്ങാൻ നല്ലതാണ്. മരത്തിന്റെ തൊലി പൊടിച്ച് വീഞ്ഞും ചേർത്തു സേവിക്കുന്നത് ഒടിവും മുറിവും കൂടിച്ചേരാൻ നല്ലതാണ്. പയ്യാനിയുടെ വേരുകൾ ചതച്ചിട്ടു കാച്ചുന്ന എണ്ണ പുരട്ടുന്നത് തലവേദനയ്ക്കും മൂക്കൊലിപ്പിനും തലയിലെ കഫസംബന്ധമായ മറ്റസുഖങ്ങൾക്കും നല്ലതാണ്. തൊലിയും ഇലയും ചതച്ച് തിളപ്പിച്ച വെള്ളംകൊണ്ട് കഴുകുന്നത് മുറിവുകൾക്കും വ്രണങ്ങൾക്കും പരുവിനും നല്ലതാണ്. ഇഞ്ചി, ഇരട്ടി മധുരം പലകപ്പയ്യാനിത്തൊലി ഇവ അരിക്കാടിയിൽ അരച്ച് തേൻ ചേർത്തു കുടിക്കുന്നത് അതിസാരത്തിന് നല്ലതാണ്. പുജനേലിയലോൺജിഫോളിയ എന്ന ശാസ്ത്രനാമമുള്ള പയ്യാനി (ആഴാന്ത) എന്ന ഇനവുമുണ്ട്.

പർപ്പടപ്പുല്ല്

സംസ്കൃതനാമം : പർപ്പട, പർപ്പടക
ശാസ്ത്രനാമം : ഹെഡിയോട്ടിസ് കോറിംബോസ
: Hedyotis corymbosa (Linn.) Lam.
കുടുംബം : റൂബിയേസി
: Rubiaceae

വിവരണം: ഇന്ത്യയിലുടനീളം വരണ്ടതും നീർവാഴ്ചയുള്ളതുമായ പ്രദേശങ്ങളിൽ ഒരു കളയായി കാണപ്പെടുന്നു. നിലത്തു പടർന്നുവളരുന്ന അനേകം ശാഖകളുള്ള വാർഷിക സസ്യം. തീരെ ചെറിയ ഇലകൾ.

വെള്ളപ്പൂക്കൾ. തീരെ ചെറിയ വിത്തുകൾ.

ഔഷധയോഗ്യഭാഗങ്ങൾ: സമൂലം

ചില ഔഷധ ഉപയോഗങ്ങൾ: മാസാർത്തവം വേണ്ടപോലെ വരുത്തുന്നതിന് ഇതിന്റെ ശീതകഷായം ഉപയോഗിക്കുന്നത് നല്ലതാണ്. ഇത് എണ്ണയിലിട്ടു മൂപ്പിച്ച് രക്തവാതോപദ്രവങ്ങൾക്കു പുരട്ടാം. പൂവും ഇളം തളിരും കഷായം വച്ചു കഴിക്കുന്നത് ജ്വരത്തെ ശമിപ്പിക്കും. ശീതമാണ്. ദഹനം വർദ്ധിപ്പിക്കും. വയറിന്റെ രോഗങ്ങൾക്കു നല്ലതാണ്. നെഞ്ചിന്റെ രോഗങ്ങൾ, വായുകോപം, വിരശല്യം, പനി, മഞ്ഞപ്പിത്തം, വിഷാദരോഗം, ചൂട്, പിത്തം, വെള്ളദ്രാഹം, ബോധക്ഷയം, മലബന്ധം, കുഷ്ഠം, ത്വക്ക്രോഗങ്ങൾ, ചുമ, കരൾരോഗങ്ങൾ, പ്രമേഹം എന്നിവയ്ക്കു നല്ലതാണ്. വിരയിളക്കും. രക്തം ശുദ്ധീകരിക്കും. വിയർപ്പുണ്ടാക്കും. കഫവും മൂത്രവും ഇളക്കും. കരളിന് ഉത്തമ പോഷകമാണ്.

പാച്ചോറ്റി

പാച്ചോറ്റി വിവിധ ഇനങ്ങളിലുണ്ട്.

സംസ്കൃതനാമം	:	ലോധ്ര, തിൽവക്ക, തിൽവ, കാർമുഖ
ഇംഗ്ലീഷ്	:	ചുങ്ങ, ലോദ്ട്രീ
ശാസ്ത്രനാമം	:	സിംപ്ലോക്കോസ കൊച്ചിൻചൈനൻസിസ്, സിംപ്ലോക്കോസ് റേസിനോസ, സിംപ്ലോക്കോസ് ലോറിന
	:	Symplocos cochinchinensis (Lour.) Moore ssp. laurina (Retz.) Nooteboom
കുടുംബം	:	സിപ്ലോക്കേസി
	:	Symplocaceae

ഉപവിഭാഗം: ലോറിന

വിവരണം: ഇന്ത്യയിലുട നീളം നിത്യഹരിതവനങ്ങളിലും താഴ്‌വാരങ്ങളിലും ചോലക്കാടുകളിലും കണ്ടുവരുന്നു. പത്തു മീറ്റർ വരെ ഉയരത്തിൽ വളരുന്ന നിത്യഹരിതവൃക്ഷം. പൂക്കൾ മഞ്ഞകലർന്ന വെള്ളനിറം. സുഗന്ധമുണ്ട്. വൃത്താകൃതിയിലുള്ള കായയ്ക്ക് ആദ്യം പച്ചയും പിന്നീട് നീലകലർന്ന കറുപ്പും പിന്നീട് കറുപ്പും നിറമാണ്. ഇതിനകത്തുള്ള കുരുവിന്റെ ഉള്ളിൽ പരിപ്പുണ്ട്.

ഔഷധയോഗ്യഭാഗങ്ങൾ: തൊലി

ചില ഔഷധ ഉപയോഗങ്ങൾ: കണ്ണിന്റെ രോഗങ്ങൾക്കു നല്ലതാണ്. കഫം ഇളക്കും. രക്തം ശുദ്ധീകരിക്കും. വായുകോപം ശമിപ്പിക്കും. രക്തസ്രാവം നിർത്തും. ഉദര രോഗങ്ങൾക്കു നല്ലതാണ്. പഴുപ്പുണ്ടാക്കും. പിത്തം, കഫം, ആസ്ത്മ, ബ്രോങ്കൈറ്റിസ്, സന്ധിവാതം, ആന്തരികവ്രണങ്ങൾ, മുഴകൾ, കുഷ്ഠം, ത്വക്ക്രോഗങ്ങൾ, പനി, വെള്ളദ്ദാഹം, വയറിളക്കം, അതിസാരം, ഗൊണോറിയ, രക്തംതുപ്പൽ, ഗുഹ്യഭാഗങ്ങളിലെ സ്രവങ്ങൾ എന്നിവയ്ക്കു നല്ലതാണ്. ഇല എണ്ണയിൽ വേവിച്ചുപയോഗിച്ചാൽ കണ്ണിന്റെ അസുഖങ്ങൾ മാറും. വേരിന്റെ തൊലിയും സിന്നാബാറും വെള്ളത്തിൽ തിളപ്പിച്ച് ഇഞ്ചിയും ജീരകവും ചേർത്ത് കഴിക്കുന്നത് വയറുവേദന ഇല്ലാതാക്കും.

പാടവള്ളി

(പാടക്കിഴങ്ങ്)

ഇതു വലിയതും ചെറിയതുമെന്ന രണ്ടുതരമുണ്ട്.

സംസ്കൃതനാമം	: പാഠാ
ശാസ്ത്രനാമം	: സൈക്ലിയ പെൽറ്റേറ്റ, സൈക്ലിയ ബർമാനി
	: Cyclea burmanni Hook . f & Thomson
കുടുംബം	: മെനിസ്പേർമേസി
	: Menispermaceae

വിവരണം: നിത്യഹരിത വള്ളിച്ചെടി. തണ്ടുകൾ പച്ചനിറമുള്ളതും രോമിലമായതുമാണ്. പച്ചനിറത്തിലുള്ള ഇലകൾ, രോമിലമാണ്. വെളുത്ത നിറത്തിലുള്ള ചെറിയ പൂക്കൾ. കായും വിത്തുമുണ്ട്. കിഴങ്ങാണുപയോഗിക്കുന്നത്.

ഔഷധയോഗ്യ ഭാഗങ്ങൾ: പാടക്കിഴങ്ങ്, തൊലി, ഇല, വള്ളി.

ചില ഔഷധ ഉപയോഗങ്ങൾ: പാടയില വെള്ളത്തിൽ പിഴിഞ്ഞു പത്തുനിമിഷം വെച്ചശേഷം പോളമേൽ തേച്ചാൽ കണ്ണിലെ ഉഷ്ണം ശമിക്കും. പാടക്കിഴങ്ങ് കഫവാതങ്ങൾ, ഛർദ്ദി, കുഷ്ഠം, ജ്വരം, വയറുവേദന, ഹൃദ്രോഗം, കൃമി, ചൊറി, വിഷം, അതിസാരം, ശ്വാസരോഗങ്ങൾ, ഗുല്മം, വ്രണം ഇവ ശമിപ്പിക്കും. പാടക്കിഴങ്ങ് ചതച്ച് വ്രണങ്ങളിന്മേലും നാളീവ്രണങ്ങളിന്മേലും ലേപനം ചെയ്യാറുണ്ട്. ഉല്പാദനേന്ദ്രിയരോഗങ്ങളിൽ ഇതൊരു ശമനൗഷധമാണ്. മൂത്രസംബന്ധമായ രോഗങ്ങൾക്കും ഗ്രഹണിക്കും നന്ന്. പാടക്കിഴങ്ങ് നാലുഭാഗം, കുരുമുളക് അഞ്ചുഭാഗം, കായം മൂന്നുഭാഗം, ചുക്ക് ആറു ഭാഗം ഇവ പൊടിച്ചോ അരച്ചോ തേൻ ചേർത്ത് ഒന്നുമുതൽ രണ്ടുഗ്രാം വരെ തൂക്കമുള്ള ഗുളികകളാക്കി സേവിക്കുന്നത് ഉദരശൂലയ്ക്കും (വയർവേദന) അജീർണ്ണത്തിനും വളരെ നന്ന്. ഇലയുടെ ചാറ് കണ്ണിലെ ചുവപ്പിനും തലവേദനയ്ക്കും നല്ലതാണ്. വേര്, പാടമാറ്റിയ പാൽ, ജീരകം എന്നിവയുടെ കൂടെ ഉപയോഗിക്കുന്നത് വയറിളക്കത്തിനും രക്തസ്രാവത്തിനും നല്ലതാണ്. വേര് ചൂടുവെള്ളത്തിൽ കഴിക്കുന്നത് വായുകോപം ശമിപ്പിക്കും. പാടക്കിഴങ്ങ് അരിക്കാടിയിൽ അരച്ച് തേൻ ചേർത്ത് സേവിക്കുന്നത് ആന്തരിക മുഴകൾ ശമിക്കുവാൻ നല്ലതാണ്.

പാതിരി

(പൂപ്പാതിരി)

ചുവന്നതും വെളുത്തതുമായ പൂക്കളോടുകൂടിയ രണ്ടുതരം ഉള്ളതായി കാണുന്നു. വെളുത്ത പൂവുള്ളതിന് ശ്വേതപാടലാ, കാഷ്ഠപാടലാ എന്നും ചുവന്ന പൂവുള്ളതിന് രക്തപാടലികാ എന്നും പേർ പറയുന്നു. പൂവ് പൂജയ്ക്കുപയോഗിക്കുന്നു.

സംസ്കൃതനാമം	:	പാടലാ, കൃഷ്ണ വൃന്ദ, കുബേരാക്ഷി, താമ്രപുഷ്പി
ഇംഗ്ലീഷ്	:	ട്രംപറ്റ് ഫ്ളവർട്രീ
ശാസ്ത്രനാമം	:	സ്റ്റീരിയോസ്പെർമം കോളൈസ്, സ്റ്റീരിയോസ്പെർമം ചെലോനോയ്ഡ്സ്
	:	Stereospermum colais (Buch. Ham. ex Dillw.) Mabberley
കുടുംബം	:	ബിഗോണിയേസി
	:	Bignoniaceae

വിവരണം: ഇന്ത്യയിലുടനീളം ഇലപൊഴിയും കാടുകളിൽ കാണപ്പെടുന്നു. ഇലപൊഴിയുന്ന വൻവൃക്ഷം. വലിയ ഇലകൾ. മഞ്ഞപ്പൂക്കൾ. ചുവന്ന വരകളുള്ള വെള്ളപ്പൂക്കൾ. സുഗന്ധം ഉണ്ട്. കായും വിത്തുകളുമുണ്ട്. വിത്തുകളുടെ ഇരുവശത്തും സുതാര്യമായ ചിറകുകളുണ്ട്.

ഔഷധയോഗ്യഭാഗങ്ങൾ: പൂവ്, കായ, വിത്ത്, വേര്.

ചില ഔഷധ ഉപയോഗങ്ങൾ: വെളുത്തപാതിരി വാതത്തെ ശമിപ്പിക്കും. ഛർദ്ദി, കഫം, ചടപ്പ്, തളർച്ച ഇവ ശമിപ്പിക്കും. രക്തദോഷത്തിനും ഛർദ്ദ്യരുചിക്കും എക്കിളിനും കഫത്തിനും വളരെ നന്ന്. കായ, എക്കിൾ, പിത്താതിസാരം, രക്തപിത്തം എന്നിവ ഇല്ലാതാ

ക്കും. പാതിരി തൊലിയുടെ കഷായം മൂത്രം വർദ്ധിപ്പിക്കും. ഗ്രഹണി, ജ്വരം, കാസം, നീര് എന്നിവയ്ക്കു ഫലപ്രദമാണ്. പൂവ് തേൻ ചേർത്തു കൊടുത്താൽ എക്കിട്ടം ശമിക്കും.

വേര് രുചിയുണ്ടാക്കും. വേദന കുറയ്ക്കും. മൂത്രമിളക്കും. കല്ലിനെ അലിയിച്ചുകളയും. കഫമിളക്കും. ഹൃദയപോഷകമാണ്. കാമം വർദ്ധിപ്പിക്കും. വീക്കത്തെ തടയും. ബാക്ടീരിയകളെ നശിപ്പിക്കും. വായുകോപം ശമിപ്പിക്കും. പോഷകമാണ്. വാതം, വെള്ളദ്ദാഹം, വയറിളക്കം, മൂത്രത്തിലെയും വൃക്കകളിലെയും കല്ലുകൾ, ചുമ, ആസ്ത്മ, ക്ഷതം, ഹൈപ്പർഅസിഡിറ്റി, ഛർദ്ദി, ജ്വരം, ക്ഷീണം എന്നിവയ്ക്കു നല്ലതാണ്. ഇല ചെവിവേദന, പല്ലിനുവേദന, സന്ധിവാതവേദന, മലേറിയപനി, മുറിവ് എന്നിവയ്ക്കു നല്ലതാണ്. പൂക്കൾ ശീതമാണ്. കാമവർദ്ധകമാണ്. പോഷകമാണ്. എരിച്ചിൽ, പിത്തവാതം, ഹൃദ്രോഗം, ക്ഷീണം എന്നിവയ്ക്കു നല്ലതാണ്.

ഇലയിൽനിന്നുള്ള കഷായം മലബന്ധത്തിന് കൈക്കണ്ട ഔഷധമാണ്. ഇലനീരും നാരങ്ങാനീരും ചേർത്തു കഴിച്ചാൽ ഉന്മാദം ശമിക്കും.

പലകപ്പയ്യാനി, മുഞ്ഞ, കുമിഴ്, പാതിരി, കൂവളം ഇവ അഞ്ചിന്റേയും വേരുകൾ കൂടുന്നതാണ് വലിയ പഞ്ചമൂലം (ബൃഹത് പഞ്ചമൂലം). ഇത് കഫവാതങ്ങൾ ശമിപ്പിക്കും.

പാതിരി എന്ന ഇനമുണ്ട്. പൂവിന്റെ നിറം ചുവപ്പ് വേര്, ഇല, പൂവ്, തൊലി ഇവ ഔഷധാവശ്യങ്ങൾക്കുപയോഗിക്കുന്നു. പൂപ്പാതിരിയുടെയും പാതിരിയുടെയും തടി കെട്ടിടം, ഫർണിച്ചർ എന്നിവയുണ്ടാക്കാനുപയോഗിക്കുന്നു.

പാണൽ

(കുറ്റിപ്പാണൽ)

സംസ്കൃതനാമം	:	കുപീലു, അശ്വശാഖോട
ശാസ്ത്രനാമം	:	ഗ്ലൈകോസ്മിസ് പെന്റാഫില്ല, ഗ്ലൈകോസ്മിസ് അർബോറി
	:	Glycosmis arborea (Roxb.) DC.
കുടുംബം	:	റൂട്ടേസീ
	:	Rutaceae

വിവരണം: ഇന്ത്യയിലുടനീളം വനത്തിൽ അടിക്കാടായി കാണപ്പെടുന്നു. സുഗന്ധമുള്ള നേരെവളരുന്ന കുറ്റിച്ചെടി. ഇലകൾക്ക് കറുപ്പു കലർന്ന പച്ചനിറം. ഉപരിതലം നല്ല മിനുസമുണ്ട്. ചെറിയ വെള്ളപ്പൂക്കൾ. കായയും വിത്തുമുണ്ട്.

ഔഷധയോഗ്യഭാഗങ്ങൾ: സമൂലം

ചില ഔഷധ ഉപയോഗങ്ങൾ: വിരയിളക്കും. പനി കുറയ്ക്കും. കഫമിളക്കും. വീക്കത്തെ തടയും. വാതം, പനി, ചുമ, എന്നിവയ്ക്കു നല്ലതാണ്. വേര് മുഖത്തെ വീക്കങ്ങൾക്കും സന്ധിവാതത്തിനും മഞ്ഞപ്പിത്തത്തിനും രക്തക്കുറവിനും നല്ലതാണ്. ഇലകൾ ജ്വരം, കരൾരോഗങ്ങൾ, ചിരങ്ങ്, ത്വക്ക്രോഗങ്ങൾ, മുറിവ്, മുഖത്തെ ചുവന്ന തടിപ്പുകൾ എന്നിവയ്ക്കു നല്ലതാണ്. കായ കഫത്തിനും ചുമയ്ക്കും ബ്രോങ്കൈറ്റിസിനും നല്ലതാണ്. ചെടി സമൂലം ചതച്ച് ആവികൊള്ളുന്നത് വാതവേദനകൾക്കു നല്ലതാണ്. വേര് പൊടിച്ച് അരിക്കാടിയിൽ സേവിക്കുന്നത് സ്രവങ്ങളെ ഉദ്ദീപിപ്പിക്കുവാൻ നല്ലതാണ്. വേര് വെള്ളത്തിലരച്ചു സേവിക്കുന്നത് വിശപ്പുണ്ടാക്കും. വേരിന്റെ കഷായം, വായുകോപം ശമിപ്പിക്കും. ഇല നീര് തലവേദനയ്ക്കും ശിരോരോഗങ്ങൾക്കും നല്ലതാണ്. ഇലയുടെ നീര് എണ്ണ ചേർത്ത് ചൂടാക്കി ചെവിയിൽ ഒഴിക്കുന്നത് ചെവിവേദനയ്ക്കു നല്ലതാണ്.

കുറ്റിപ്പാണലിന്റെ ഇല അരച്ചെടുത്ത് നെല്ലിക്കാവലിപ്പത്തിൽ കഴിക്കുന്നത് ശരീരത്തിനേറ്റ ക്ഷതങ്ങൾക്കു നല്ലതാണ്. കിളുന്നില ജീരകം ചേർത്തരച്ച് നെല്ലിക്കാ വലുപ്പത്തിൽ കഴിക്കുന്നത് മഞ്ഞപ്പിത്തത്തിനു നല്ലതാണ്.

പാൽമുതക്ക്

(അഞ്ചിലത്താളി)

മുതക്ക് പാൽ അധികമുള്ളതും കുറഞ്ഞതും എന്നു രണ്ടുതരമുണ്ട്. പാൽ കൂടിയതാണ് ഗുണാധിക്യമുള്ളതും ഔഷധത്തിനുപയോഗിക്കുന്നതും. പാൽമുതക്കിന്റെ കിഴങ്ങിൽ ദ്വാരമുള്ളതും ഇല്ലാത്തതുമെന്ന രണ്ടുതരവുമുണ്ട്. ദ്വാരത്തോടു കൂടിയത് ആയുസ്സ് നിലനിർത്താനും

മറ്റേത് രോഗത്തിന്റെ ശമനത്തിനും കൂടുതൽ നല്ലതാണ്. കിഴങ്ങിന് ഇരുണ്ട നിറമുള്ള കരിമുതക്കുമുണ്ട്.

സംസ്കൃതനാമം	:	വിദാരി, ക്ഷീരവിദാരി, പയസ്വനി, ഇക്ഷവല്ലി
ഇംഗ്ലീഷ്	:	ജയന്റ് പൊട്ടറ്റോ
ശാസ്ത്രനാമം	:	ഐപോമിയ മൗറിഷിയാന, ഐപോമിയ പാനിക്കുലേറ്റ, ഐപോമിയഡിജിറ്റേറ്റ
	:	Ipomoea mauritiana Jacq. Ipomoea digitata Linn. Ipomoea paniculata R. Br.
കുടുംബം	:	കൺവൊൾവുലേസി
	:	Convolvulaceae

വിവരണം: ഇന്ത്യയിലുടനീളം നിത്യഹരിതവനങ്ങളിലും ഇലപൊഴിയും കാടുകളിലും തീരപ്രദേശങ്ങളിലും കാണപ്പെടുന്നു. പടർന്നുകയറുന്ന ബഹുവർഷിയായ വള്ളിച്ചെടി. കിഴങ്ങുരൂപത്തിലുള്ള വേരുകൾ. ചോർപ്പ് രൂപത്തിലുള്ള ചുവപ്പു നിറമുള്ള പൂക്കൾ. ഉരുണ്ടകായുണ്ട്. അനേകം നാരുകളുള്ള വിത്തുകളുണ്ട്. കിഴങ്ങുകളാണ് ഉപയോഗിക്കുന്നത്. ഇല കന്നുകാലി തീറ്റയാണ്.

ഔഷധയോഗ്യഭാഗങ്ങൾ: കിഴങ്ങ്

ചില ഔഷധ ഉപയോഗങ്ങൾ: വാതപിത്തങ്ങൾ ശമിപ്പിക്കും. മൂത്രം വർദ്ധിപ്പിക്കും. ദേഹം തടിപ്പിക്കും. വൃശ്ചിക മാസത്തിൽ മുതക്കിൻകൊടി ഉണങ്ങുമ്പോൾ കിഴങ്ങു ശേഖരിച്ച് അരിഞ്ഞുണക്കി ചെറുചൂടിൽ ഉണക്കിപ്പൊടിച്ചു സൂക്ഷിക്കാവുന്നതാണ്. ഇത് രസായന ദ്രവ്യങ്ങളിൽ ശ്രേഷ്ഠമാണ്. കരളിന്റെയും പാൻക്രിയാസിന്റെയും രോഗങ്ങൾക്ക് നല്ലതാണ്. പ്രമേഹം, ലൈംഗികക്ഷീണം, ശസ്ത്രക്രീയാനന്തരമുള്ള ഉപദ്രവങ്ങൾ ഇവയിൽ നല്ലതാണ്. ഇടയ്ക്കിടയ്ക്കു മൂത്രം ഒഴിക്കാൻ തോന്നുക, മൂത്രത്തിന് നിറപ്പകർച്ച, കൊഴുപ്പ് ഇവ കണ്ടാൽ കുറേക്കാലം ഇത്

കഴിക്കുന്നത് നല്ലതാണ്. അഞ്ചുഗ്രാം വരെ പൊടി തേൻ കൂട്ടിയോ പാലും പഞ്ചസാരയും ചേർത്തോ കഴിക്കാം. വെയിലത്തിട്ടുണക്കിപ്പൊടിച്ച് പഞ്ചസാരയും വെണ്ണയും ചേർത്തു വേവിച്ച് കഴിച്ചാൽ കുട്ടികളുടേതുൾപ്പെടെ ക്ഷീണത്തിനും ചടവിനും ദഹനക്കുറവിനും നല്ലതാണ്. മെലിഞ്ഞവർ വണ്ണം വയ്ക്കും. ആർത്തവം ശരിയാക്കുവാനും നന്ന്. ശീതമാണ്. സ്വസ്ഥതയുണ്ടാക്കും. കാമവർദ്ധകമാണ്. മുലപ്പാൽ വർദ്ധിപ്പിക്കും. ഓജസ്കരമാണ്. രക്തം ശുദ്ധീകരിക്കും. മൂത്രമിളക്കും. ഉത്തേജകമാണ്. രുചിയുണ്ടാക്കും. വായുകോപം ശമിപ്പിക്കും. ഉദരരോഗങ്ങൾക്കു നല്ലതാണ്. കഫവും വിരയുമിളക്കും. പോഷകമാണ്. ക്ഷതം, കുഷ്ഠം, ത്വക്ക്രോഗങ്ങൾ, ജ്വരം, ബ്രോങ്കൈറ്റിസ്, എരിച്ചിൽ, ഓക്കാനം, ഛർദ്ദിൽ, സിഫിലിസ്, ഗൊണോറിയ, വീക്കം, കരൾപ്ലീഹാ രോഗങ്ങൾ, നീണ്ടതും അമിതവുമായ ആർത്തവം എന്നിവയ്ക്കു നല്ലതാണ്. പാൽ മുതക്കിൻ കിഴങ്ങിന്റെ പൊടി നെയ്യും തേനും ചേർത്ത് പതിവായി കഴിച്ചാൽ ഓജസ്സും ബലവും കാമശേഷിയും നിലനിർത്താം. മുതക്കിൻ ചൂർണം പാൽമുതക്കിൻ നീരിൽ തന്നെ ഭാവനചെയ്ത് തേനും നെയ്യും ചേർത്ത് സേവിച്ചാൽ നൂറു സ്ത്രീകളെ പ്രാപിക്കാൻ തക്ക സാമർത്ഥ്യമുണ്ടാകുമത്രെ (വിദാരി ചൂർണ്ണം).

പാൽവള്ളി

ഈ ചെടിയുടെ എല്ലാഭാഗത്തും പാലുപോലുള്ള കറയുണ്ട്. അതിനാലാവാം പാൽവള്ളി എന്ന പേരു വന്നത്.

സംസ്കൃതനാമം: ഉല്പലശാരിബാ, പാലിന്ദി, ശ്യാമള

ശാസ്ത്രനാമം: ഐക്കനോകാർപ്പസ് ഫ്രൂട്ടൻസെൻസ്

: Ichnocarpus frutenscens (Linn.) R. Br.

കുടുംബം: അപ്പോസൈനേസി

: Apocynaceae

വിവരണം: ഇന്ത്യയിലുടനീളം സമതലപ്രദേശങ്ങളിലും കുന്നിൻ ചരിവുകളിലും കാണപ്പെടുന്നു. പടർന്നു കയറുന്ന ലതാസസ്യം. സാധാരണ ഇല

പാർവള്ളി

കൾ, പൂക്കൾ പച്ചകലർന്ന വെളുപ്പ്. കായും വിത്തും. വിത്തിലൂടെ പ്രജനനം.

ഔഷധയോഗ്യഭാഗങ്ങൾ: വേര്

ചില ഔഷധ ഉപയോഗങ്ങൾ: വേര് കാമാസക്തി വർദ്ധിപ്പിക്കുന്നതും വായുകോപം ശമിപ്പിക്കുന്നതും ശരീരം വിയർപ്പിക്കുന്നതും മൂത്രം വർദ്ധിപ്പിക്കുന്നതും രക്തം ശുദ്ധീകരിക്കുന്നതും സ്വസ്ഥത നല്കുന്നതും പോഷകവുമാണ്. പിത്തം, എരിച്ചിൽ, വെള്ളദ്ദാഹം, പനി, ശുക്ലക്ഷീണം, കിഡ്നിസംബന്ധമായ അസുഖങ്ങൾ, ത്വക്ക്രോഗങ്ങൾ, കുഷ്ഠം, ചൊറിച്ചിൽ, ഛർദ്ദിൽ, പ്രമേഹം, തലവേദന, മലബന്ധം, ക്ഷീണം എന്നിവയ്ക്കു നല്ലതാണ്. ഇല പിഴിഞ്ഞെടുക്കുന്ന നീര് ചൂടുകുരുവിന് നല്ലതാണ്. വേര് മല്ലിയും ഇഞ്ചിയും ചേർന്ന് കഴിച്ചാൽ പനി മാറും.

ചെറിയ ഇലകളുള്ള പാർവള്ളിയുമുണ്ട്. ഇതിന് വെളുത്ത കറയുണ്ട്. ഔഷധഗുണമുണ്ട്.

പാരിജാതം

(പവിഴമല്ലി)

പാലാഴി മഥനത്തിൽ കിട്ടിയതുകൊണ്ടാണത്രെ ഈ പേര്. മനോഹരമായ പൂക്കളുള്ളതിനാൽ പൂന്തോട്ടങ്ങളിൽ വച്ചുപിടിപ്പിക്കുന്നു.

സംസ്കൃതനാമം	: പാരിജാത, സെഫാലികാ
ഇംഗ്ലീഷ്	: നൈറ്റ് ജാസ്മിൻ, കോറൽ ജാസ്മിൻ
ശാസ്ത്രനാമം	: നിക്റ്റാന്തസ് അർബോർ ട്രിസ്റ്റിസ്
കുടുംബം	: ഒലിയേസി

വിവരണം: ഇന്ത്യയിലുടനീളം കാണപ്പെടുന്നു. പൂന്തോട്ടങ്ങളിലും ഗൃഹാങ്കണങ്ങളിലും വച്ചുപിടിപ്പിക്കുന്നു. പത്തുമീറ്റർവരെ ഉയരം വയ്ക്കുന്ന വലിയ കുറ്റിച്ചെടി. സാധാരണ ഇലകൾ, നല്ല പൂക്കൾ, കായും വിത്തുമുണ്ട്.

ഔഷധയോഗ്യഭാഗങ്ങൾ: ഇല, പൂവ്, വിത്ത്.

ചില ഔഷധ ഉപയോഗങ്ങൾ: ഇല ബാക്ടീരിയയെ പ്രതിരോധിക്കും. വേദന കുറയ്ക്കും. ദഹനമുണ്ടാക്കും. വിരയിളക്കും. രക്തം ശുദ്ധീകരിക്കും. കഫമിളക്കും. വായുകോപം ശമിപ്പിക്കും. മലവും മൂത്രവുമിളക്കും. പചനരസത്തെ ഉത്തേജിപ്പിക്കും. തലമുടി വളരാൻ സഹായിക്കും. പോഷകമാണ്. കഫം, വാതം, വീക്കം, ചൊറിച്ചിൽ, ത്വക്ക്രോഗങ്ങൾ, പനി, ബ്രോങ്കൈറ്റിസ്, ആസ്ത്മ, ചുമ, കരൾരോഗങ്ങൾ, മുടിനരയ്ക്കൽ, കഷണ്ടി എന്നിവയ്ക്കു നല്ലതാണ്. പൂക്കൾ കണ്ണിന്റെ രോഗങ്ങൾ, വയറിന്റെ രോഗങ്ങൾ എന്നിവയ്ക്കു നല്ലതാണ്. തലമുടി വളരാൻ സഹായിക്കുന്നു. കണ്ണിന്റെ വേദന, വായുകോപം, വെള്ളദ്ദാഹം, പ്ലീഹയുടെ രോഗങ്ങൾ അകാലനര, കഷണ്ടി എന്നിവയ്ക്കു നല്ലതാണ്. വിത്ത് കഷണ്ടിക്കും സ്കർവിയിലും നല്ലതാണ്. തലമുടിവേരുകൾക്കും നല്ലതാണ്.

പാവൽ

കയ്പ (പാവൽ) നാലു വിധത്തിലുണ്ടെന്നു പറയപ്പെടുന്നു. നാട്ടിലുണ്ടാകുന്ന ഇനം ഭക്ഷണത്തിനുപയോഗിക്കുന്നു. കാട്ടിലുണ്ടാകുന്ന പാവലിനെ കാട്ടുപാവൽ എന്നറിയപ്പെടുന്നു.

സംസ്കൃതനാമം	:	കാരവേല്ലകം
ഇംഗ്ലീഷ്	:	ബിറ്റർഗൂർഡ്
ശാസ്ത്രനാമം	:	മോമോർഡികാ കരാൻറ്റ്യ
	:	Momordica charantia Linn.
കുടുംബം	:	കുക്കുർബിറ്റേസി
	:	Cucurbitaceae

വിവരണം: ഇന്ത്യയിലുടനീളം കൃഷിചെയ്തുവരുന്നു. തണ്ട് കനം കുറഞ്ഞതും പച്ചനിറത്തിൽ അഞ്ചുവശങ്ങളുള്ളതുമാണ്. പച്ചനിറത്തി

ലുള്ള ഇലകൾ പലതായി വിഭജിക്കപ്പെട്ടിരിക്കുന്നു. പ്രത്യേക മണമുണ്ട്. മഞ്ഞനിറത്തിലുള്ള പൂക്കൾ. പാവയ്ക്കയുടെ പുറത്ത് അനേകം മുള്ളുപോലുള്ള മാംസളമായ മുഴകൾ കാണാം. കായ്ക്കകത്ത് ജലാംശം നിറഞ്ഞ മാംസളഭാഗവും അതിനകത്ത് ഇളം മഞ്ഞനിറത്തിലുള്ള വിത്തുകളും.

ഔഷധയോഗ്യഭാഗങ്ങൾ: കായ (പാവയ്ക്കാ, കയ്പയ്ക്ക), ഇല, വേര്.

ചില ഔഷധ ഉപയോഗങ്ങൾ: പാവയ്ക്കാ പോഷകവും പിത്തം, കഫം, കൃമി, രക്തജ്വരം ഇവയെ ശമിപ്പിക്കുന്നതുമാണ്. രുചിക്കേട്, വാതം, രക്തദോഷം, ജ്വരം, പാണ്ഡുരോഗം ഇവയ്ക്കുത്തമം. കായയുടെ കഴമ്പും ഇലപിഴിഞ്ഞ നീരും വിത്തും കൃമികളെ നശിപ്പിക്കും. ഇല തിന്നാൽ മുലപ്പാൽ വർദ്ധിക്കും. പാവയ്ക്കാ രക്തവാതത്തിലും ആമവാതത്തിലും കരൾ പ്ലീഹാരോഗങ്ങളിലും നല്ലതാണ്. പാവയ്ക്കാ രക്തം ശുദ്ധീകരിക്കും. മനോമാന്ദ്യവും ദോഷവർദ്ധനയും ശമിപ്പിക്കും. കായപിഴിഞ്ഞ നീര് ഒരു ടീസ്പൂണെടുത്ത് പഞ്ചസാര ചേർത്ത് വായ്പുണ്ണിനു പുരട്ടുകയും സേവിക്കുകയും ചെയ്യാം. തീപ്പൊള്ളലിനും കുരുക്കൾക്കും തലയോട്ടിമേൽ ഉണരുകൾ വരുന്നതിനും ഇതുതന്നെ പുരട്ടാം. ആർത്തവവേദനയിൽ രക്തമൊഴിഞ്ഞുപോകുവാനും ഇതു നല്ലതാണ്. പിത്തരോഗങ്ങളിൽ ഛർദ്ദിപ്പിക്കുവാനും വയറിളക്കുവാനും ഇലയുടെ നീര് ഉപയോഗിക്കാം. പാവയ്ക്കായും ഇലയും കുഷ്ഠരോഗം, അർശസ്സ്, മഞ്ഞപ്പിത്തം, പ്രമേഹം മുതലായവയ്ക്ക് നന്ന്. ഇലയുടെ നീരിൽ കുരുമുളകരച്ചു കൺകുഴിക്കു ചുറ്റും പുരട്ടുന്നത് നിശാന്ധതയ്ക്കു നല്ലതാണ്. വേര് രക്തം പോക്കുള്ള മൂലക്കുരുവിന് അരച്ച് അർശസ്സിന്മേൽ പുരട്ടാം. ഇലയുടെ അല്പം നീരും മഞ്ഞൾപ്പൊടിയും ചേർത്ത് കുട്ടികളുടെ ഓക്കാനത്തിനു കൊടുത്താൽ ഛർദ്ദിച്ചുപോയി വയറുശരിയാകും. ചെടി സമൂലം ഉണക്കിപ്പൊടിച്ചത് കുഷ്ഠവ്രണങ്ങളിലും മറ്റുവ്രണങ്ങളിലും വിതറാവുന്നതാണ്.

വേര് കണ്ണിന്റെ രോഗങ്ങൾക്കും യോനീനാളം പുറത്തേക്കു തള്ളി വരുന്നതിനും നല്ലതാണ്. ഇല വിരയിളക്കും. പനിയെ പ്രതിരോധിക്കും. ഛർദ്ദിലുണ്ടാക്കും. വയറിളക്കും. പിത്തം, എരിച്ചിൽ, നിശാന്ധത എന്നിവയ്ക്കു നല്ലതാണ്. പാവയ്ക്കാ രക്തം ശുദ്ധീകരിക്കും. ഉത്തേജകമാണ്.

രുചിയും ദഹനവുമുണ്ടാക്കും. ഉദരരോഗങ്ങൾക്കു നല്ലതാണ്. ആർത്തവം തിരികെ കൊണ്ടുവരും. പോഷകമാണ്. കഫം, പിത്തം, ത്വക്ക്രോഗങ്ങൾ, കുഷ്ഠം, വ്രണം, എരിച്ചിൽ, മുറിവ്, വാതവേദന, കരൾരോഗങ്ങൾ, ക്ഷതം, വീക്കം, മുലപ്പാലിലെ അശുദ്ധി എന്നിവയ്ക്കു നല്ലതാണ്. വിത്ത് വ്രണങ്ങൾക്കും കരൾ പ്ലീഹാ തടസ്സങ്ങൾക്കും നല്ലതാണ്. പുറംവേദന, ഒടിവ്, വ്രണം എന്നിവയിൽ പാവയ്ക്കയും ഇലയും അരച്ചിടുന്നത് നല്ലതാണ്. മഞ്ഞപ്പിത്തത്തിന് നീര് ഉള്ളിൽ കഴിക്കുന്നത് ഉത്തമമാണ്. രണ്ടു സ്പൂൺ പാവയ്ക്കാനീരിൽ കൽക്കണ്ടം ചേർത്ത് ഒരാഴ്ച രാവിലെ കഴിച്ചാൽ രക്താർശ്ശസിന് ശമനമുണ്ടാകും. രക്തത്തിലെ പ്രമേഹത്തിന് പാവയ്ക്കാ സൂപ്പുവച്ചു കഴിക്കുക.

പാവയ്ക്കായിൽ കൊഴുപ്പുകുറവായതിനാൽ രക്തസമ്മർദ്ദമുള്ളവർക്കും ഇതു കഴിക്കാവുന്നതാണ്. വാതവേദനയ്ക്കും ഈ സൂപ്പ് ഗുണം ചെയ്യും. മഞ്ഞപ്പിത്തത്തിന് പാവയ്ക്കായും ഇലയും ജീരകം ചേർത്തരച്ച് കാലത്തെ വെറും വയറ്റിൽ കഴിക്കുക. അർശസ്സിന് നാലുസ്പൂൺ പാവയ്ക്കാനീരിൽ രണ്ടുസ്പൂൺ പഞ്ചസാരയോ കൽക്കണ്ടമോ ചേർത്ത് രണ്ടാഴ്ച തുടർച്ചയായി കഴിച്ചാൽ അർശസ്സ് പ്രത്യേകിച്ച് രക്താർശസ്സ് ശമിക്കും. തലമുടി വട്ടത്തിൽ പൊഴിയുന്നതിന് പാവലിന്റെ ഇല ഇടിച്ചു പിഴിഞ്ഞ ചാറ് പലവട്ടം പുരട്ടുക. പ്രമേഹത്തിന് പച്ചപ്പാവയ്ക്ക ചെറുതായിട്ടരിഞ്ഞത് തൈരിലിട്ട് ഉപ്പും ചേർത്ത് ദിവസേന കഴിക്കുക. പാവയ്ക്കാനീര് ദിവസവും കഴിക്കുക. രണ്ടു സ്പൂൺ പാവയ്ക്കാ നീര് രണ്ടു സ്പൂൺ തേനും ചേർത്ത് കഴിച്ചാൽ ആർത്തവ സമയത്തെ വേദന മാറും. പാവയ്ക്കാ പച്ചയായിട്ടു കഴിക്കുന്നതാണുത്തമം. വേവിച്ചാൽ അല്പം ഗുണം കുറയും.

കാട്ടുപാവലിന്റെ (കാട്ടുകയ്പ) ഇലയും കായും വേരും കുരുവും കിഴങ്ങും ഉപയോഗിക്കുന്നു. പകുതി മൂത്ത കായാണുപയോഗിക്കേണ്ടത്. പച്ചക്കായ രോഗാനന്തരമുണ്ടാകുന്ന അരുചിക്കു കറിവച്ചു കഴിക്കുന്നതു നല്ലതാണ്. കായയോ വേരിന്റെ നീരോ ഗൗളീമൂത്രം വീണിട്ടുണ്ടാകുന്ന പൊള്ളലിനു പുരട്ടാം. കായ ഉണക്കിപ്പൊടിച്ചതോ കഷായം വച്ചതോ മൂക്കിൽ വലിച്ചു കയറ്റിയാൽ ധാരാളം വെള്ളം ഒലിച്ചുപോയി മൂക്ക് ശുദ്ധമാകും. ആൺവള്ളിയുടെ വേര് സർപ്പവിഷം കൊണ്ടുള്ള വ്രണങ്ങളിൽ പുരട്ടാം. കൊഴുപ്പുള്ള വേര് മൂലക്കുരു കൊണ്ടുള്ള രക്തംപോക്കിലും കുടലിലുണ്ടാകുന്ന വേദനയ്ക്കും ഉപയോഗിക്കാം. കിഴങ്ങും ഈ സ്ഥാനത്തുപയോഗിക്കാം. ഇത് പത്തു ഗ്രാം വരെ എടുത്ത് ലേഹ്യരൂപത്തിലാക്കിയും ഉപയോഗിക്കാം. കാസരോഗത്തിൽ കഫം ഇളക്കിക്കളയാൻ നന്ന്. കിഴങ്ങ് നീരുവറ്റിക്കാൻ അത്യുത്തമമാകുന്നു. ചെടി സമൂലമോ ഇലയുടെ നീരോ നാളികേരം, കുരുമുളക്, രക്തചന്ദനം മുതലായവയോടു ചേർത്തരച്ചു നെറ്റിമേൽ പുരട്ടിയാൽ തലവേദന ശമിക്കും. ഇലപൊടിച്ച് ചൂടുവെള്ളത്തിൽ ചേർത്തു കഴിച്ചാൽ സന്ധിവേദന ഇല്ലാതാകും. പാവയ്ക്കായുടെ നീര് ചൊറിച്ചിലിനു നല്ലതാണ്.

പിച്ചി

(പിച്ചകം, പിച്ചക മുല്ല)

മുല്ലപ്പൂക്കളെക്കാൾ സുഗന്ധം പിച്ചിപ്പൂവിനുണ്ട്. കാട്ടുപിച്ചകം എന്ന ഇനവും ഉണ്ട്. ഇതിന്റെ പൂക്കൾക്ക് സാധാരണ പിച്ചിപ്പൂവിനേക്കാൾ കുറച്ച് വലുപ്പം കൂടുതൽ ഉണ്ട്. ഇതളുകൾക്ക് ചുവപ്പ് കലർന്ന നിറവുമാണ്.

സംസ്കൃതനാമം	:	ജാതി, മാലതി
ഇംഗ്ലീഷ്	:	സ്പാനീഷ് ജാസ്മിൻ, കോമൺ ജാസ്മിൻ, കാറ്റലോണിയൻ ജാസ്മിൻ
ശാസ്ത്രനാമം	:	ജാസ്മിനം ഗ്രാന്റിഫ്ളോറം, ജാസ്മിനം അഗസ്റ്റിഫോളിയം
	:	Jasminum grandiflorum Linn. Jasminum augustifolium Linn
കുടുംബം	:	ഓലിയേസി
	:	Oleaceae

വിവരണം: ഇന്ത്യയിലുടനീളം കാണപ്പെടുന്നു. വീട്ടുമുറ്റത്ത് സുഗന്ധമുള്ള പൂക്കൾക്കായി നട്ടുവളർത്തുന്നു. മരങ്ങളിലും തണ്ടുകളിലും പടർന്നുകയറുന്ന ലതാസസ്യം ചെറിയ ഇലകൾ വെള്ളപ്പൂക്കൾക്ക് നല്ല സുഗന്ധമുണ്ട്. കായയുണ്ട്. വള്ളി മുറിച്ചുനട്ട് പ്രജനനം.

ഔഷധയോഗ്യഭാഗങ്ങൾ: സമൂലം

ചില ഔഷധ ഉപയോഗങ്ങൾ: കാമാസക്തി വർദ്ധിപ്പിക്കും. അണുനാശകമാണ്. വേദന ശമിപ്പിക്കുകയും രക്തം ശുദ്ധീകരിക്കുകയും ആർത്തവം തിരികെ കൊണ്ടുവരികയും മൃദുത്വം നൽകുകയും മൂത്രം ഇളക്കുകയും വിരയെ നശിപ്പിക്കുകയും പല്ലുകളും മോണകളും വൃത്തിയാക്കുകയും പഴുക്കാൻ സഹായിക്കുകയും ചെയ്യും. പോഷകമാണ്. വേര് തലവേദന, വാതം, ശരീരം തളർന്ന അവസ്ഥ, മുഖംകോടൽ, മാനസിക പ്രശ്നങ്ങൾ, മലബന്ധം, വായു

കോപം, വന്ധ്യത, ആർത്തവം ക്രമപ്പെടുത്തൽ, വേദനയോടു കൂടിയ ആർത്തവം, പുഴുക്കടി, കുഷ്ഠം, ത്വക്ക് രോഗങ്ങൾ, മന്ദത എന്നിവയ്ക്കു നല്ലതാണ്. ഇലകൾ പല്ലുവേദന, ഇളക്കമുള്ള പല്ലുകൾ ഉറപ്പിക്കൽ, കുഷ്ഠം, ത്വക്ക് രോഗങ്ങൾ, ആർത്തവ പ്രശ്നങ്ങൾ, ആന്തരിക വ്രണങ്ങൾ, മുറിവ് എന്നിവയ്ക്കു നല്ലതാണ്. പൂക്കൾ കണ്ണുകൾക്കു നല്ലതാണ്. തലയ്ക്കുള്ള രോഗങ്ങൾ, കുഷ്ഠം, പിത്തം, പല്ലിന്റെ കേടുകൾ, കണ്ണിന്റെ രോഗങ്ങൾ, ചൊറിച്ചിൽ എന്നിവയ്ക്കു നല്ലതാണ്. പൂക്കൾ സ്തനത്തിൽ വച്ചു കെട്ടിയാൽ മുലപ്പാൽ നിലയ്ക്കും. തൊലിയും ഇലയും വെണ്ണയും എണ്ണയും ചേർത്ത് തിളപ്പിച്ച് തേച്ചുപിടിപ്പിച്ചാൽ വ്രണങ്ങൾ സുഖപ്പെടും.

പീച്ചിൽ

(പീച്ചിങ്ങ)

പീച്ചിങ്ങ നല്ല ഭക്ഷ്യവസ്തുവാണ്. ഉണങ്ങിയ പീച്ചങ്ങയുടെ പുറം തോടും അകത്തെ വിത്തുകളും നീക്കിയാൽ കുളിക്കുമ്പോൾ ശരീരം തേക്കുന്നതിനു നല്ലതാണ്. കാട്ടുപീച്ചിങ്ങ (ലൂഫാ ഈജിപ്റ്റിയാക്കി) എന്നൊരിനംകൂടിയുണ്ട്. പ്രത്യേക ഔഷധഗുണങ്ങളിതിനില്ല.

സംസ്കൃതനാമം: ദാമാർഗവ, സ്വാദുകോശാതകി, തിക്ത കോശാതകി

ഇംഗ്ലീഷ്: റിഡ്ജഡ് ഗൂർഡ്, റിബ്ബ്ഡ് ഗൂർഡ്

ശാസ്ത്രനാമം: ലുഫാ അക്യൂട്ടാൻഗുല

കുടുംബം: കുക്കുർബിറ്റേസി

വിവരണം: ഇന്ത്യയിലുടനീളം കാണപ്പെടുന്നു. കാട്ടിലും മറ്റും കാണാം. കൃഷിചെയ്തും വരുന്നു. പടർന്നു കയറുന്ന ലതാസസ്യം. പച്ചനിറത്തിലുള്ള വലിയ ഇലകൾ. പൂക്കൾ മഞ്ഞ. അഞ്ചിതളുകളുണ്ട്. നീളമുള്ള മാംസളമായ കായ. വിത്തുണ്ട്. വിത്തിലൂടെ പ്രജനനം.

ഔഷധയോഗ്യഭാഗങ്ങൾ: കായ, വിത്ത്, ഇല, പൂവ്, തണ്ട്

ചില ഔഷധ ഉപയോഗങ്ങൾ: ഇല പ്ലീഹാ വീക്കം, കുഷ്ഠം, ക്ഷതങ്ങൾ, കൺജക്റ്റിവിറ്റിസ്, പുഴുക്കടി എന്നിവയ്ക്കു നല്ലതാണ്. കായ ശീതവും മൂത്രമിളക്കുന്നതും പോഷകവുമാണ്. പുഷ്ടിദായകമാണ്. കായ ഒന്നാന്തരം ഭക്ഷ്യവസ്തുവാണ്. വിത്ത് ഛർദ്ദിലുണ്ടാക്കും. കഫവും മലവും ഇളക്കും. എല്ലാ ത്വക്ക്രോഗങ്ങൾക്കും നല്ലതാണ്.

വേര് കഷായമായി ഉപയോഗിക്കുന്നത് കഫത്തിനും കോളറയ്ക്കും ഉദരമുഴകൾക്കും നല്ലതാണ്. കായ വെള്ളത്തിൽ അരച്ചുകുടിക്കുന്നത് ഛർദ്ദി ശമിപ്പിക്കും. വിത്തിൽ നിന്നെടുക്കുന്ന എണ്ണ ത്വക്ക്രോഗങ്ങൾക്ക് നല്ലതാണ്.

പുടയാവ്

(എലിത്തടിയൻ)

സംസ്കൃതനാമം : സ്ഫോദയാഭുജങ്ങം
ശാസ്ത്രനാമം : റാഫിഡോഫോറാ ലാസിനിയാറ്റ
കുടുംബം : അരേസി

വിവരണം: ഇന്ത്യയിലുടനീളം നിത്യഹരിത വനങ്ങളിൽ കാണപ്പെടുന്നു. വളരെ കട്ടിയുള്ള തണ്ടുകളും വലിയ ഇലകളുമുള്ള മരത്തിൽ പറ്റിച്ചേർന്നു വളരുന്ന വലിയ ലതാസസ്യം. ചെടിയിൽനിന്നും വേരുകൾ താഴോട്ടു തൂങ്ങി വളരും. ഇലകൾക്കു പച്ചനിറമാണ്. (മണിപ്ലാന്റ് എന്ന ചെടിയുടെ ഇലകളോടു സാദൃശ്യമുണ്ട്) തണ്ടുകൾക്ക് ഇളം ചാരനിറം.

ഔഷധയോഗ്യഭാഗങ്ങൾ: തണ്ട്

ചില ഔഷധ ഉപയോഗങ്ങൾ: തണ്ട് ദഹനം വർദ്ധിപ്പിക്കും. വായുകോപം ശമിപ്പിക്കും. വ്രണങ്ങൾ, ഗുല്മം, ശ്വാസകോശരോഗങ്ങൾ, കുടൽരോഗങ്ങൾ എന്നിവയ്ക്കു നല്ലതാണ്.

പുന്ന

പുന്നക്കായുടെ അകത്തെ പരിപ്പാട്ടിയെടുക്കുന്ന എണ്ണ വിളക്കുകത്തിക്കാൻ പണ്ട് ഉപയോഗിച്ചിരുന്നു. കലോഫില്ലം കലബ എന്നറിയപ്പെടുന്ന ചെറുപുന്ന എന്നൊരിനവും കലോഫില്ലം എലേറ്റം (കാട്ടുപുന്ന) എന്ന ഇനവുമുണ്ട്. ഇതിന്റെ പഴങ്ങൾ ആളുകൾ ഭക്ഷിക്കാറുണ്ട്. എണ്ണയും ഉപയോഗിക്കാറുണ്ട്. മറ്റുപയോഗങ്ങളില്ല.

സംസ്കൃതനാമം	:	പുന്നഗ
ഇംഗ്ലീഷ്	:	അലക്സാൻഡ്രിയൻ ലോറൽ, മാസ്റ്റ് വുഡ്
ശാസ്ത്രനാമം	:	കാലോഫില്ലം ഇനോഫില്ലം
	:	Calophyllum inophyllum Linn.
കുടുംബം	:	ക്ലൂസിയേസി
	:	Clusiaceae

വിവരണം: പൂർവ്വപശ്ചിമ കടൽത്തീരങ്ങളിലും ആറ്റുവക്കിലും കാണപ്പെടുന്നു. നിത്യഹരിതമായ ഇടത്തരം വൃക്ഷം. കരിമ്പച്ചനിറത്തിലുള്ള ഇലകളുടെ അരിക് സ്വർണ്ണനിറമാണ്. വെള്ളപ്പൂക്കൾ. സുഗന്ധമുണ്ട്. ഉരുണ്ട കായും ഫലമജ്ജയും വിത്തുമുണ്ട്. പച്ചനിറമുള്ള കായകൾ മൂക്കുന്നതോടെ ചുവപ്പുനിറമാകും. അകത്ത് നീണ്ടുരുണ്ട പരിപ്പ് പൊട്ടിച്ചാൽ കറ ഊറും.

ഔഷധയോഗ്യഭാഗങ്ങൾ തൊലി, ഇല, കായ വിത്ത്, എണ്ണ.

ചില ഔഷധ ഉപയോഗങ്ങൾ: തൊലി ശീതമാണ്. വേദനയകറ്റും. മൂത്രം ഇളക്കും. വിരയിളക്കും. തൊലിക്കു മിനുസം നല്കും. മുഴകളെ ഇല്ലാതാക്കും. വാതം, പിത്തം, മുറിവ് ത്വക്ക്രോഗങ്ങൾ, കണ്ണിന്റെ രോഗങ്ങൾ, ആന്തരിക ക്ഷതങ്ങൾ, വൃഷണവീക്കം എന്നിവയ്ക്കും ശരീരനിറം വർദ്ധിപ്പിക്കുന്നതിനും നല്ല

താണ്. ഇല മൈഗ്രേൻ വെർട്ടിഗോ, കണ്ണിനു വേദന, എന്നിവയ്ക്കു നല്ല താണ്. വിത്തിൽ നിന്നെടുക്കുന്ന എണ്ണ വേദന കുറയ്ക്കും. മൂത്രം ഇള ക്കും. സ്വാസ്ഥ്യം നല്കും. വാതം, മസിൽ വേദന, കുഷ്ഠം, ത്വക്ക്രോഗ ങ്ങൾ, ഗൊണോറിയ സ്കേബീസ് എന്നിവയ്ക്കു നല്ലതാണ്. പുന്നക്കാ എണ്ണ ഉപയോഗിച്ചു തടവുന്നത് കൈ, കാൽ വേദനയ്ക്കു നല്ലതാണ്. മെഴുകുചേർത്ത ലേപനം സ്കേബീസിനു കൈക്കണ്ട ഔഷധമാണ്. മരത്തിൽനിന്നും കായിൽ നിന്നുമെടുക്കുന്ന കറ സേവിച്ചാൽ ശക്തിയായ ഛർദ്ദിലുണ്ടാവുകയും അതിലൂടെ ദഹനതടസം നീങ്ങുകയും അനാവ ശ്യദ്രവ്യങ്ങളെ പുറന്തള്ളുകയും ചെയ്യും. തൊലി ചതച്ച് നെറ്റിയിലിടു ന്നത് തലവേദനയ്ക്കു നല്ലതാണ്.

പുന്ന ഇല ഒരുദിവസം ഇട്ടുവെച്ച വെള്ളംകൊണ്ടു കണ്ണു കഴുകു ന്നത് കൺരോഗങ്ങൾക്കെല്ലാം ഉത്തമമാണ്. ഇലകൾ ഉണക്കിപ്പൊടിച്ച് മൂക്കുപ്പൊടിപോലെ വലിക്കുന്നത് തലവേദനയ്ക്കും ചെന്നിക്കുത്തിനും നല്ലതാണ്.

പുതിന

ഇലയ്ക്കും തണ്ടിനും പ്രത്യേകമായ മണമുണ്ട്. വായുകോപത്തി നുത്തമം.

സംസ്കൃതനാമം	:	പുദിന, പുതിഹ
ഇംഗ്ലീഷ്	:	മിന്റ്
ശാസ്ത്രനാമം	:	മെൻതാ അർവെൻസിസ്, മെൻതാപിപ്പെറിറ്റ
	:	Mentha arvensis Linn.
കുടുംബം	:	ലാമിയേസി
	:	Lamiaceae

വിവരണം: ഹിമാലയത്തിൽ കണ്ടുവരുന്നു. ഇന്ത്യയിലുടനീളം കൃഷിചെയ്തുവരുന്നു. നേരെ വളരുന്ന നല്ല സുഗന്ധമുള്ള ചെറിയ തണ്ടു കളും ഇലകളുമുള്ള സസ്യം. ലൈലാക് നിറത്തിലുള്ള പൂക്കൾ. കായുണ്ട്.

ഔഷധയോഗ്യഭാഗങ്ങൾ: ഇല

ചില ഔഷധ ഉപയോഗങ്ങൾ: ഉത്തേജകമാണ്. വേദന കുറയ്ക്കും. ശരീരദുർഗന്ധം അകറ്റും. വിരയിളക്കും. വായുകോപം ശമിപ്പിക്കും. ദഹനം വർദ്ധിപ്പിക്കും. ഉദര രോഗങ്ങൾ അകറ്റും. ഛർദ്ദിൽ തടയും. ഹൃദ യപോഷണമാണ്. കഫമിളക്കും. രക്തം ശുദ്ധീകരിക്കും. ആർത്തവം തിരികെ കൊണ്ടുവരും. ഗർഭനിരോധനത്തെ സഹായിക്കും, പല്ലുകളെ വൃത്തിയാക്കുന്നതിനു നല്ലതാണ്. മൂത്രം ഇളക്കും. വാതം, വായ്നാറ്റം, സന്ധിവേദന, മുറിവ്, പെട്ടെന്നു വളരാത്ത വ്രണങ്ങൾ, വെള്ളദ്ദാഹം, ക്ഷീണം, പെപ്റ്റിക് അൾസർ, ഛർദ്ദിൽ, വയറിളക്കം, ഹൃദ്രോഗം, ചുമ,

പല്ലുദ്രവിക്കുക, ആസ്ത്മ, ത്വക്ക്രോഗങ്ങൾ, പ്രയാസമേറിയതും നീണ്ടതുമായ ആർത്തവം, ആർത്തവ ക്രമക്കേടുകൾ, കരൾ, പ്ലീഹാ രോഗങ്ങൾ, മഞ്ഞപ്പിത്തം, തലവേദന, പനി എന്നിവയ്ക്കു നല്ലതാണ്. പഴുപ്പ്, ചീയൽ എന്നിവ തടയുന്നതിനുള്ള (ആന്റിസെപ്റ്റിക്) കഴിവുണ്ട്. പുതിന അരച്ച് ഒരു നെല്ലിക്കാ വലുപ്പം എടുത്ത് മോരിൽ കലക്കി ദിവസം രണ്ടുനേരം കഴിക്കുന്നത് ഉദരഅൾസറിനു നല്ലതാണ്. വായിൽ പുണ്ണിന് ഇല അരച്ച് മോരിൽ കലക്കി കവിൾകൊള്ളുകയും അകത്തേക്കു കഴിക്കുകയും ചെയ്യുക. പുതിനയില അരച്ച് രാത്രി ഉറങ്ങുന്നതിനു മുമ്പ് മുഖത്തു തേച്ചു പിടിപ്പിച്ചിട്ട് രാവിലെ കഴുകിക്കളയുന്നത് മുഖസൗന്ദര്യം നിലനിർത്തുന്നതിനും വർദ്ധിപ്പിക്കുന്നതിനും നല്ലതാണ്. തലവേദനയ്ക്ക് പുതിനയില അരച്ച് നെറ്റിയിലിട്ടാൽ വേദന ശമിക്കും.

പുതിന സമൂലം ഉണക്കിപ്പൊടിച്ചത് പല്ലുതേക്കുന്നതിന് നല്ലതാണ്. ദന്തരോഗങ്ങളും വായ്നാറ്റവും മാറും. പുതിനയിട്ട ചമ്മന്തി ഉണ്ടാക്കി കഴിക്കുന്നത് ഉദര അൾസർ രുചിയില്ലായ്മ ഓക്കാനം എന്നിവയ്ക്കു നല്ലതാണ്. പുതിനയില ഉണക്കിപ്പൊടിച്ചത് ഇട്ടു തിളപ്പിച്ച വെള്ളം കുടിക്കുന്നത് ഉദരരോഗങ്ങൾക്കു നല്ലതാണ്.

പുത്രഞ്ജീവി

(പൊങ്കലം, പൂത്തിലഞ്ഞി)

പുത്രന്മാരെ (സന്താനങ്ങളെ) സൃഷ്ടിക്കുന്നതിനുള്ള ഇതിന്റെ ഔഷധശക്തിയിൽ നിന്നുമാകാം ഈ പേര്.

സംസ്കൃതനാമം : പുത്രജീവ, പുത്രഞ്ജീവ
ശാസ്ത്രനാമം : ഡ്രൈപെറ്റെസ് റോക്സ്ബർഗി, പുത്രംജീവ റോക്സ്ബർഗ്ബി

	:	Drypetes roxburghii (Wall.) Huresawa
കുടുംബം	:	യൂഫോർബിയേസി
	:	Euphorbiaceae

വിവരണം: ഇന്ത്യയിലുടനീളം തണലുള്ള താഴ്വാരങ്ങളിൽ കാണപ്പെടുന്നു. പൂന്തോട്ടങ്ങളിൽ നട്ടുപിടിപ്പിക്കാറുണ്ട്. നിത്യഹരിതമായ ഇടത്തരം വൃക്ഷം. ചെറിയ ഇലകൾ. വെളുത്ത പൂക്കൾ. കായയും വിത്തുമുണ്ട്.

ഔഷധയോഗ്യഭാഗങ്ങൾ: ഇല, വിത്ത്.

ചില ഔഷധ ഉപയോഗങ്ങൾ: ഇലകൾക്കും വിത്തുകൾക്കും സന്താനോല്പാദനത്തെ സഹായിക്കുന്നതിനുള്ള ശക്തിയുണ്ട്. വന്ധ്യതയ്ക്ക് ഒരു പരിഹാരമാണ്. പനി ശമിപ്പിക്കും. വിത്ത് കണ്ണിന്റെ രോഗങ്ങൾക്കു നല്ലതാണ്. മുലപ്പാൽ വർദ്ധിപ്പിക്കും. വീക്കത്തെ ചെറുക്കും. കാമവർദ്ധകമാണ്. മൂത്രം ഇളക്കും. വാതം, പിത്തം, എരിച്ചിൽ, കണ്ണിനുവേദന, മലബന്ധം, മന്ത്, വീക്കം, തുടർച്ചയായിട്ടുള്ള ഗർഭച്ഛിദ്രം എന്നിവയ്ക്കു വളരെ ഫലപ്രദമാണ്.

പുളിയാറില

സംസ്കൃതനാമം	:	ചാർങ്ങ്ഗേരി, അമ്ലപത്രി
ഇംഗ്ലീഷ്	:	ഇന്ത്യൻ സോറൽ
ശാസ്ത്രനാമം	:	ഓക്സാലിസ് കോർണിക്കുലേറ്റ
	:	Oxalis corniculata Linn.
കുടുംബം	:	ഓക്സാലിഡേസി
	:	Oxalidaceae

വിവരണം: ഇന്ത്യയിലുടനീളം തുറസ്സായ സ്ഥലങ്ങളിലും നനവുള്ള പ്രദേശങ്ങളിലും കാണപ്പെടുന്നു. നിലത്തുപടർന്നു വളരുന്ന ചില തണ്ടുകൾ മുകളിലേക്കു നിൽക്കുന്ന ബഹുവർഷിയായ സസ്യം. നീളമുള്ള ചെറുതണ്ടിൽ മൂന്നായി വിഭജിക്കപ്പെട്ടിട്ടുള്ള ചെറിയ ഇലകൾ. മഞ്ഞപ്പൂക്കൾ, ചെറിയ കായും അനേകം വിത്തുകളും.

ഔഷധയോഗ്യഭാഗങ്ങൾ: സമൂലം

ചില ഔഷധ ഉപയോഗങ്ങൾ: വാതം, കഫം, ഗ്രഹണി, അർശസ്സ് ഇവ ശമിപ്പിക്കും. മുഖശുദ്ധി ഉണ്ടാക്കും. ഇല ജ്വരത്തെ ശമിപ്പിക്കും. വീക്കത്തിന് പുളിയാറില അരച്ചുവയ്ക്കുന്നത് നല്ലതാണ്. വേദനയും പഴുപ്പും ശമിക്കും. അരിമ്പാറയിലും അതുപോലെ തൊലിയിന്മേലുണ്ടാകുന്ന വളർച്ചകൾക്കും ഇലയുടെ നീര് പുരട്ടുന്നത് നല്ലതാണ്. കണ്ണിലെ പടലത്തിന്റെ ഭേദ്യതയ്ക്ക് (ഒപാസിറ്റി ഓഫ് ദി കോർണിയ) ഇതിന്റെ നീര് കണ്ണിലെഴുതാം. ഗ്രഹണി രോഗികൾക്ക് ഇതിന്റെ മോരു കാച്ചി ക്കൊടുക്കുന്നതോ കറിവച്ചു കൊടുക്കുന്നതോ ആയാൽ രുചിയും ദഹനവുമുണ്ടാകും. ഇത് വയറിളക്കത്തിനും അതിസാരത്തിനും നല്ലതാണ്. ഇലയുടെ നീര് സർബത്തായുണ്ടാക്കി പഞ്ചസാരയും ചേർത്തു കുടിക്കുന്നത് രക്താതിസാര സമയത്തുള്ള വെള്ളദ്ദാഹം ശമിപ്പിക്കും. നീരുകൊണ്ടു കഴുകിയാൽ തുണിയിൽ പറ്റിയ മഷിയുടെയും ഇരുമ്പിന്റെയും കറ നീങ്ങും. അർശസ്സിലും ഗുദഭ്രംശത്തിലും പുളിയാറില സർബത്ത് കഴിക്കുന്നത് നല്ലതാണ്. പിത്തം കൊണ്ടുണ്ടാകുന്ന തലകുത്തിന് പുളിയാറില സമൂലം വെളുത്തുള്ളിയും ചേർത്തു നെറ്റിമേൽ പുരട്ടിയാൽ ആശ്വാസം ലഭിക്കും.

പുളിയാറില ശീതമാണ്. വേദന കുറയ്ക്കും. വീക്കത്തെ ചെറുക്കും. ദഹനമുണ്ടാക്കും. വായുകോപം ശമിപ്പിക്കും. കരൾപോഷകമാണ്. മൂത്രം ഇളക്കും. ബാക്റ്റീരിയകളെ നശിപ്പിക്കും. വിരയിളക്കും. പഴുപ്പിനെ തടയും (ആന്റിസെപ്റ്റിക്ക്). ആർത്തവം തിരികെ കൊണ്ടുവരും. വെള്ളദ്ദാഹം, വിളർച്ച, ജ്വരം, അതിസാരം, വയറിളക്കം, സ്കർവ്വി, പാടുകൾ,

വ്രണം, തലവേദന, കണ്ണിന്റെ രോഗങ്ങൾ, ഹൃദ്രോഗം, ക്ഷതം, വിഷബാധ, നീണ്ടതും വേദനയോടുംകൂടിയ ആർത്തവം, ആർത്തവക്രമക്കേടുകൾ, കരൾ രോഗങ്ങൾ, എരിച്ചിൽ എന്നിവയ്ക്കു നല്ലതാണ്.

പുലിച്ചുവടി

ശാസ്ത്രനാമം: ഐപോമ്യ പെസ്റ്റിഗ്രിഡിസ്

കുടുംബം: കൺവൊൾവുലേസ്യെ

വിവരണം: വള്ളിപോലെ മണ്ണിൽ പടർന്നു വളരുന്ന സസ്യം. ഇല പുലിയുടെ ചുവടുപോലെ തോന്നിക്കുന്നതിനാലാവാം ഈ ചെടിക്ക് ഈ പേര് ലഭിച്ചത്. വെള്ളപ്പൂവും ചെറിയ കായുമുണ്ട്.

ഔഷധയോഗ്യഭാഗങ്ങൾ: സമൂലം

ചില ഔഷധ ഉപയോഗങ്ങൾ: വിഷത്തെ പ്രതിരോധിക്കും. വിഷത്തിന് പുലിച്ചുവടി മരുന്നായി ഉപയോഗിക്കുന്നു. പാമ്പു കടിച്ചിടത്ത് ഇല അരച്ചിടുന്നത് വിഷം ശമിക്കാൻ നല്ലതാണ്.

പുല്ലാഞ്ഞി
(വരവള്ളി)

സംസ്കൃതനാമം	:	സുഷവി
ശാസ്ത്രനാമം	:	കാലികോപ്റ്ററിസ് ഫ്ളോറിബുൻഡ
	:	Calycopteris floribunda Lam.
കുടുംബം	:	കോംബ്രേറ്റേസി
	:	Combretaceae

വിവരണം: ഇന്ത്യയിലുടനീളം ഇലകൊഴിയും വനങ്ങളിലും നീർത്ത

ടങ്ങളിലും വെളിമ്പ്രദേശങ്ങളിലും കയ്യാലകളിലും കാണപ്പെടുന്ന കുറ്റിച്ചെടി. ചെറിയ ലളിതമായ ഇലകൾ. മഞ്ഞകലർന്ന പച്ച നിറത്തിലുള്ള പൂക്കൾ. കായും വിത്തുമുണ്ട്. ഇതിന്റെ തായ്ത്തടിയിൽ വെള്ളം ശേഖരിച്ചുവയ്ക്കുന്നതിനുള്ള കഴിവുണ്ട്. വേനൽക്കാലത്ത് ഇതിന്റെ തണ്ട് മുറിച്ച് വെള്ളം കുടിക്കാറുണ്ട്.

ഔഷധയോഗ്യഭാഗങ്ങൾ: ഇല, കായ.

ചില ഔഷധ ഉപയോഗങ്ങൾ: ഇല വിരയിളക്കും. രക്തം ശുദ്ധീകരിക്കും. മലമിളക്കും. വായുകോപം ശമിപ്പിക്കും. വിയർപ്പുണ്ടാക്കും. കുടൽ വിരകൾ, കുഷ്ഠം, മലേറിയ, അതിസാരം, വ്രണം, ഛർദ്ദിൽ എന്നിവയ്ക്കു നല്ലതാണ്. കായ മഞ്ഞപ്പിത്തത്തിനും വ്രണങ്ങൾക്കും ചൊറിച്ചിലിനും മറ്റു ത്വക്ക്രോഗങ്ങൾക്കും നല്ലതാണ്. ഇല അരച്ചു വെണ്ണയിൽ കഴിക്കുന്നത് മലമ്പനിക്ക് നല്ലതാണ്.

പൂക്കൈത

(കൈത, കൈനാറി, താഴമ്പൂ)

ശിവൻ തലയിലണിഞ്ഞിരുന്ന പുഷ്പമാണ് കേതകി (കൈതപ്പൂ). പക്ഷേ ഇപ്പോൾ ആരും കൈതപ്പൂവിനെ പൂജിക്കാറില്ല. അതിന്റെ കാരണം ബ്രഹ്മാവും വിഷ്ണുവും ഒരിക്കൽ അതികഠിനമായ തപസ്സനുഷ്ഠിച്ചു. ഇതിനിടയിൽ ആരാണു കേമൻ എന്നതിനെ സംബന്ധിച്ച് ഇവർ തമ്മിലുണ്ടായ വാഗ്വാദത്തിൽ ലിംഗരൂപനായി ശിവൻ പ്രത്യക്ഷപ്പെടുകയും എന്റെ പാദമോ ശിരസ്സോ ആദ്യം കണ്ടെത്തുന്നവൻ കൂടുതൽ ശ്രേഷ്ഠനാണെന്നും പ്രസ്താവിച്ചു. വിഷ്ണു കീഴ്പോട്ടും ബ്രഹ്മാവ് മേല്

പോട്ടും സഞ്ചരിച്ചു. സഞ്ചാരത്തിനിടയിൽ ആകാശത്തുനിന്ന് കീഴ്പോട്ടുവന്ന കൈതപ്പൂവ് എടുത്ത് ബ്രഹ്മാവ് വിഷ്ണുവിന്റെ അടുത്തെത്തി. അതിൽ വിശ്വാസം വരാഞ്ഞ വിഷ്ണു കൈതപ്പൂവിനോട് സാക്ഷി പറയാൻ ആവശ്യപ്പെട്ടു. ബ്രഹ്മാവിനോടൊപ്പം ചേർന്ന് കള്ളസാക്ഷി പറഞ്ഞ കൈതപ്പൂവിനെ ശിവൻ ശപിക്കുകയുണ്ടായി. അന്നുമുതൽ കൈതപ്പൂവിന് ഉത്തമ പുഷ്പങ്ങളുടെ കൂട്ടത്തിൽ സ്ഥാനമില്ലാതായി.

നല്ല സുഗന്ധമുള്ള പൂക്കൾ സ്ത്രീകൾ തലയിൽ ചൂടാറുണ്ട്. പഴയ കാലത്ത് തുണികൾ സൂക്ഷിക്കുന്ന പെട്ടിയിൽ ഉണങ്ങിയ കൈതപ്പൂ മണം ലഭിക്കുന്നതിനായി സൂക്ഷിക്കാറുണ്ടായിരുന്നു.

സംസ്കൃതനാമം : കേതകി
ഇംഗ്ലീഷ് : സ്ക്രൂപൈൻ, അംബ്രലാ ട്രീ
ശാസ്ത്രനാമം : പണ്ടാനസ് ഒഡോറാറ്റിസ്സിമസ്, പണ്ടാനസ് കൈത
കുടുംബം : പണ്ടാനേസി

വിവരണം: ഇന്ത്യയിലുടനീളം സമുദ്രപ്രദേശങ്ങളിലും കായൽപ്രദേശങ്ങളിലും നീർത്തോടുകളിലും കാണപ്പെടുന്നു. അധികം ബലമില്ലാത്ത തണ്ടുകളോടുകൂടിയ നേരെയും താണും വളരുന്ന കുറ്റിച്ചെടി. മുള്ളുള്ള വളരെ നീണ്ട ഇലകൾ തണ്ടിനു ചുറ്റുമായി കാണപ്പെടുന്നു. നല്ല മണമുള്ള പൂക്കളുണ്ട്. കായുണ്ട്. കായ ആനകൾ ഭക്ഷിക്കാറുണ്ട്. മനുഷ്യരും ഭക്ഷിക്കാറുണ്ട്.

ഔഷധയോഗ്യഭാഗങ്ങൾ: വേര്, ഇല, പൂവ്.

ചില ഔഷധ ഉപയോഗങ്ങൾ: വേര് രക്തം ശുദ്ധീകരിക്കും. സ്നിഗ്ദ്ധത നല്കും. ഗർഭധാരണത്തെ സഹായിക്കും. കാമവർദ്ധകമാണ്. വയറിന്റെ രോഗങ്ങൾക്കു നല്ലതാണ്. വേദനകുറയ്ക്കും. ശരീരദുർഗന്ധം അകറ്റും. പഴുപ്പ്, ചീയൽ തടയും.

പോഷകമാണ്. ശിരോരോഗങ്ങൾക്കു നല്ലതാണ്. കഫം, പിത്തം, ത്വക്ക്രോഗങ്ങൾ, കുഷ്ഠം, തലവേദന, ചെവിക്കുവേദന, വ്രണം, മുറിവ്, പ്രമേഹം, തുടർച്ചയായ ഗർഭഛിദ്രം, ക്ഷീണം എന്നിവയ്ക്കു നല്ലതാണ്. ഇല പകർച്ചവ്യാധികളെ തടയും. കാമം വർദ്ധിപ്പിക്കും. രക്തം ശുദ്ധീകരിക്കും. ഇടുപ്പെല്ലുവേദന, മുഴകൾ, കുഷ്ഠം, സിഫിലിസ്, സ്കേബീസ്, വെള്ളപ്പാണ്ഡ്, ഹൃദ്രോഗം, ഉറക്കമില്ലായ്മ മൂലമുള്ള മസ്തിഷ്ക രോഗങ്ങൾ മസൂരി എന്നിവയ്ക്കു നല്ലതാണ്. പൂക്കൾ കാമം വർദ്ധിപ്പിക്കും. വേദന കുറയ്ക്കും. ശീതമാണ്. ചൊറിച്ചിൽ, ചെവിവേദന, തലവേദന, വെള്ളപ്പാണ്ഡ്, തൊലിപ്പുറത്തെ രോഗങ്ങൾ എന്നിവയ്ക്കു നല്ലതാണ്. പൂക്കൾക്കു താഴെയുള്ള ഇലകളിൽനിന്നു ലഭിക്കുന്ന എണ്ണ ഉത്തേജകമാണ്. തലവേദന, സന്ധിവേദന, നടുവിന്റെ ചേർപ്പിനുണ്ടാകുന്ന വേദന എന്നിവയ്ക്കു നല്ലതാണ്.

വേരിന്റെ കഷായം വയറിളക്കം ശമിപ്പിക്കും. വേരിന്റെ നീര് ചൂടാക്കുമ്പോൾ ലഭിക്കുന്ന എണ്ണ വാതനാശിനിയാണ്. പൂക്കളും ചന്ദനവും ജീരകവും അരച്ചുണ്ടാക്കുന്ന കുഴമ്പ് തേക്കുന്നത് ജനനേന്ദ്രിയങ്ങളുടെ ശക്തി വർദ്ധിപ്പിക്കും.

പൂമരുത്

(പുള്ളമരുത്, വെള്ളമരുത്)

സംസ്കൃതനാമം: അശ്വകർണ്ണ

ഇംഗ്ലീഷ്: ഫ്ളവറിങ് മുർദാ

ശാസ്ത്രനാമം: ലാജർസ്ട്രോമിയ ഹിർസ്യൂട്ട, ടെർമിനാലിയ പാനികുലേറ്റ

: Terminalia paniculata Roth

കുടുംബം: കോംബ്രിട്ടേസി ലിത്രേസി

: Combretaceae

വിവരണം: പശ്ചിമഘട്ടങ്ങളിൽ അർദ്ധനിത്യഹരിത കാടുകളിലും തണുപ്പുള്ള ഇലപൊഴിയും കാടുകളിലും കാണപ്പെടുന്നു. ഇലപൊഴിയുന്ന വലിയ വൃക്ഷം. പൊള്ളിയിളകുന്നതു

പോലെ ഇടയ്ക്കിടെ തൊലി ഇളകിപ്പോകും. നല്ല മിനുസമുള്ള തടി, ചെറിയ ഇലകൾ, ചുവപ്പുകലർന്ന ബ്രൗൺ നിറത്തിലുള്ള പൂക്കൾ, കായയുണ്ട്. കായ്ക്കകത്ത് മജ്ജയും ധാരാളം പരന്ന വിത്തുകളുമുണ്ട്.

ഔഷധയോഗ്യഭാഗങ്ങൾ: തൊലി, പൂക്കൾ, വേര്.

ചില ഔഷധ ഉപയോഗങ്ങൾ: തൊലി ശീതമാണ്. കഫമിളക്കും. മൂത്രം വർദ്ധിപ്പിക്കും. ഹൃദയപോഷകമാണ്. രക്തം ശുദ്ധീകരിക്കും. പോഷകമാണ്. മുറിവുണക്കും. കഫം, പിത്തം, ചുമ, ബ്രോങ്കൈറ്റിസ്, ഹൃദ്രോഗങ്ങൾ, കുഷ്ഠം, വിളർച്ച എന്നിവയ്ക്കു നല്ലതാണ്. വേരിട്ടു തിളപ്പിച്ച വെള്ളം കവിൾ കൊള്ളുന്നത് വായ്പ്പുണ്ണ്, തൊണ്ടരോഗങ്ങൾ എന്നിവയ്ക്കു നല്ലതാണ്. വേരരച്ചു തിളപ്പിച്ചു പുരട്ടുന്നത് കുരുക്കൾ പഴുക്കാൻ നല്ലതാണ്. മരപ്പട്ടയും പൂക്കളും ചേർത്തുണ്ടാക്കുന്ന കഷായം കരൾ പ്ലീഹ മറ്റ് ആന്തരാവയവങ്ങൾ എന്നിവയുടെ തടസ്സത്തിനും വയറിനകത്തെ നീർക്കെട്ടിനും മൂത്രതടസ്സത്തിനും നല്ലതാണ്.

പൂവരശ്

(ചീലാന്തിപ്പട്ട, പൂപ്പരുത്തി, ശീലാന്തിപ്പട്ട)

ഇതിന്റെ തടി വിവിധ ഉരുപ്പടികൾ നിർമ്മിക്കുന്നതിനും മറ്റും ഉപയോഗിക്കുന്നു. ഗ്രീക്കുകാർക്ക് ഈ മരം പവിത്രമാണ്.

സംസ്കൃതനാമം: ഹരിപുച്ഛ, പരിഷ, കമണ്ഡലം

ഇംഗ്ലീഷ്: പോർഷ്യട്രീ, ബാൻഡിട്രീ

ശാസ്ത്രനാമം: തെസ്പേസിയ പോപുൽനീ

: Thespesia populnea (Linn.)

Solandex Correa

കുടുംബം: മാൽവേസി

: Malvaceae

വിവരണം: ഇന്ത്യയുടെ തീരപ്രദേശങ്ങളിൽ കാണപ്പെടുന്നു. കായൽ പ്രദേശങ്ങളിലും താഴ്ന്ന പ്രദേശങ്ങളിലും സുലഭമായി കാണാം. വളരെ എളുപ്പം വളരുന്ന ഒരുവിധം

വലിയ നിത്യഹരിത വൃക്ഷം. തടി ഗൃഹോപകരണങ്ങളുടെ നിർമ്മാണത്തിനുപയോഗിക്കുന്നു. മഞ്ഞപ്പൂക്കൾ, ഉരുണ്ട കായ.

ഔഷധയോഗ്യഭാഗങ്ങൾ: സമൂലം

ചില ഔഷധ ഉപയോഗങ്ങൾ: രക്തം ശുദ്ധീകരിക്കും. രക്ത സ്രാവം തടയും. അതിസാരത്തെ ചെറുക്കും. ത്വക്ക് രോഗങ്ങൾ പ്രത്യേകിച്ച് സ്കേബീസ് സോറിയാസീസ്, പുഴുക്കടി, കുഷ്ഠം എന്നിവയ്ക്കും മൂത്രനാളിയുടെ വീക്കം, ഗൊണേറിയ, ക്ഷതം, മുറിവ്, വ്രണം, വയറിളക്കം, കോളറ, പ്രമേഹം, പാടുകൾ, ചുമ, ആസ്ത്മ, പിത്തം എന്നിവയ്ക്കും നല്ലതാണ്. തൊലിക്കും കായക്കും സുഖപ്പെടുത്താനുള്ള ഔഷധങ്ങളുടെ ശക്തിയെ വർധിപ്പിക്കുന്നതിനുള്ള ശേഷിയുണ്ട്.

പൂവണ്ണ്

വലിയ മരമാണ്. സാധാരണ ഇലകൾ. പൂവും കുരുവുണ്ട്. കുരുവിൽ എണ്ണയുണ്ട്.

ഔഷധയോഗ്യഭാഗങ്ങൾ: കുരു

ചില ഔഷധ ഉപയോഗങ്ങൾ: കുരു ആട്ടി എടുക്കുന്ന എണ്ണ തേക്കുന്നത് വാതരോഗത്തിന് നല്ലതാണ്. കന്നുകാലികളുടെ രോഗങ്ങൾക്കുപയോഗിച്ചു വരുന്നു.

പൂവ്വാംകുറുന്തൽ

സംസ്കൃതനാമം	: സഹദേവി, ഉത്തമകന്യപത്ര
ഇംഗ്ലീഷ്	: ആഷ് കളേർഡ് ഫ്ളീബേൻ
ശാസ്ത്രനാമം	: വെർമോണിയ സിനെറിയ
	: Vermonia cinerea (Linn.) Less.
കുടുംബം	: ആസ്റ്ററേസിയ
	: Asteraceae

വിവരണം: ഇന്ത്യയിലുടനീളം പറമ്പുകളിലും വെളിമ്പ്രദേശങ്ങളിലും കണ്ടുവരുന്നു. മുക്കാൽ മീറ്ററോളം ഉയരത്തിൽ വളരുന്ന സസ്യം. ഇലകളും പൂക്കളും ചെറുതാണ്. പൂക്കൾക്ക് പർപ്പിൾനിറം. പൂക്കളിൽ വിത്തുകളുണ്ട്. വിത്തുകൾ പ്രജനനം നടത്തുന്നു.

ഔഷധയോഗ്യഭാഗങ്ങൾ: സമൂലം

ചില ഔഷധ ഉപയോഗങ്ങൾ: രക്തം ശുദ്ധീകരിക്കുന്നതും വിരയിളക്കുന്നതും മൂത്രം വർദ്ധിപ്പിക്കുന്നതും, വേദന കുറയ്ക്കുന്നതുമാണ്. പനിക്കും ഉദരരോഗങ്ങൾക്കും നല്ലതാണ്. പകർച്ചവ്യാധികളെ തടയുന്നതിനും ബാക്ടീരിയകളെയും പൂപ്പലുകളെയും നശിപ്പിക്കുന്നതിനുമുള്ള ശക്തിയുണ്ട്. കാൻസറിനെ പ്രതിരോധിക്കാനുള്ള ശക്തിയുണ്ടെന്നു പറയപ്പെടുന്നു. ത്വക്ക്രോഗങ്ങൾ, കുഷ്ഠം, കിഡ്നി രോഗങ്ങൾ, വാതം എന്നിവയ്ക്കു നല്ലതാണ്. വരണ്ട ചൊറികൾക്കും പുഴുക്കടിക്കും ഇല അരച്ചു പുരട്ടുന്നത് നല്ലതാണ്. പൂക്കൾ വാതത്തിനും കടുത്ത പനിക്കും കഷായം വെച്ചു കുടിക്കുന്നതു നല്ലതാണ്. വിത്ത് വിരശല്യങ്ങൾക്ക് അത്യുത്തമമാണ്. ചുമ, വായുകോപം, വെള്ളപോക്ക്, ത്വക്ക്രോഗങ്ങൾ, വേദനയോടുകൂടി മൂത്രം പോകുന്ന അവസ്ഥ എന്നിവയ്ക്കും നല്ലതാണ്. ചെടി സമൂലം എടുത്ത് അതിന്റെ നീര് കുടിക്കുന്നത് പനി ശമിപ്പിക്കും. പൂവ്വാംകുറുന്തില ഇട്ട വെള്ളത്തിൽ കുളിക്കുന്നത് ചിത്തഭ്രമരോഗികൾക്കു നല്ലതാണ്. നീര് കണ്ണിന്റെ പുറത്ത് പുരട്ടുന്നത് മഞ്ഞപ്പിത്തത്തെ ചെറുക്കും.

ചെങ്കണ്ണിന് പൂവ്വാംകുറുന്തിലയുടെ ഇല പിഴിഞ്ഞെടുത്ത നീരിൽ ചെറുതേൻ ചേർത്ത് കണ്ണിലൊഴിക്കുക. ഇത് കണ്ണിന്റെ രക്ഷയ്ക്കു നല്ലതാണ്.

ജ്വരത്തിന് സമൂലം അരച്ച് പാലിൽ ചേർത്ത് കഴിക്കുക.

പെരും കുരുമ്പ

സംസ്കൃതനാമം	:	മൂർവ്വ, മോർടാ
ശാസ്ത്രനാമം	:	ചോനേ മോർഫാ ഫ്രാഗ്രൻസ്
	:	Chonemorpha fragrans (Moon) Alston
കുടുംബം	:	അപ്പോ സയനേസി
	:	Apocynaceae

വിവരണം: ഇന്ത്യയിലുടനീളം നീർവാഴ്ചയുള്ള കാടുകളിൽ കാണപ്പെടുന്നു. പടർന്നു വളരുന്ന കുറ്റിച്ചെടി. കറയുണ്ട്. തൊലി നല്ല നാരുകൾ ഉണ്ടാക്കാൻ ഉപയോഗിക്കുന്നു. വലിയ പൂക്കൾ - വെള്ളയും മഞ്ഞയും. സുഗന്ധമുണ്ട്. നീളമുള്ള കായകൾ, അനേകം വിത്തുകളുണ്ട്. വിത്തിലൂടെ പ്രജനനം.

ഔഷധയോഗ്യഭാഗങ്ങൾ: വേര്

ചില ഔഷധ ഉപയോഗങ്ങൾ: കഫം ഇളക്കും. മുലപ്പാൽ വർദ്ധിപ്പിക്കും. സ്കർവിയെ തടയും. വേദന ഇല്ലാതാക്കും. വിരയിളക്കും. ദഹനം വർദ്ധിപ്പിക്കും. വായുകോപം ശമിപ്പിക്കും. വാതം, കഫം, ത്വക്ക്രോഗങ്ങൾ, കുഷ്ഠം, സ്കേബീസ്, സിഫിലിസ്, വെള്ളദ്ദാഹം, മലബന്ധം, മൂത്രാശയരോഗങ്ങൾ, ഹൃദ്രോഗം, വയറെരിച്ചിൽ, പ്രമേഹം, മഞ്ഞപ്പിത്തം, ചുമ എന്നിവയ്ക്കു നല്ലതാണ്.

പൊൻകുരണ്ടി

(കൊരണ്ടി, ഏകനായകം)

സംസ്കൃതനാമം	:	വൈരി, പീതികാ
ശാസ്ത്രനാമം	:	സലാസ്യ റെറ്റിക്കുലേറ്റ
	:	Salacia reticulata Wight
കുടുംബം	:	ഹിപ്പോക്രേറ്റിയേസി
	:	Hippocrateaceae

വിവരണം: ഇന്ത്യയിലുടനീളം കാടുകളിലും കാവുകളിലും പുറമ്പോക്കുകളിലും കാണപ്പെടുന്നു. ഇളംമഞ്ഞ നിറത്തിലുള്ള തണ്ടോടുകൂടിയ മരത്തിൽ പടർന്നുകയറുന്ന ലതാസസ്യം. മഞ്ഞകലർന്ന പച്ചനിറത്തിലുള്ള പൂക്കൾ. വലിയ കായയും വിത്തുകളും കായയിൽ മജ്ജയുണ്ട്.

ഔഷധയോഗ്യഭാഗങ്ങൾ: വേര്

ചില ഔഷധ ഉപയോഗങ്ങൾ: വേദനകുറയ്ക്കും. മൂത്രം ഇളക്കും. രക്തം ശുദ്ധീകരിക്കും. കരളിന്റെയും വയറിന്റെയും അസുഖങ്ങൾക്കു നല്ലതാണ്. ആർത്തവം തിരികെ കൊണ്ടുവരും. വാതം, പ്രമേഹം, ക്ഷതം, മുഴ, മൂത്രനാളിയിലെ സ്രാവങ്ങൾ, ത്വക്ക്രോഗങ്ങൾ, കുഷ്ഠം, ആർത്തവക്രമക്കേടുകൾ, വേദനയോടുകൂടിയ ആർത്തവം, മുറിവുകൾ, വ്രണങ്ങൾ, അധിക വിയർപ്പ്, വെള്ളദ്ദാഹം, വായുകോപം ശുക്ലക്ഷയം, ഇവയ്ക്കു നല്ലതാണ്.

ഏകനായകത്തിൻ വേര് തേറ്റാമ്പരലുമൊത്ത് കഴിക്കുന്നത് പ്രമേഹശമനത്തിന് നല്ലതാണ്. ഏകനായകം പച്ചമഞ്ഞൾ ഇവ മോരിൽ അരച്ച് പുളിക്കാത്ത മോരിൽ തേൻചേർത്ത് കഴിച്ചാൽ പ്രമേഹം മാറും.

പൊന്നാവീരം

പൊൻമഞ്ഞ നിറത്തിലുള്ള ഇതിന്റെ പൂക്കളെ സൂചിപ്പിക്കുന്നതാവണം ഈ പേര്.

സംസ്കൃതനാമം	:	കാസമർദ്ദ
ഇംഗ്ലീഷ്	:	നീഗ്രോ കോഫി, സ്റ്റിങ്കിങ്ങ് വീഡ്
ശാസ്ത്രനാമം	:	കാസ്സിയ ഓക്സിഡെന്റാലിസ്
	:	Cassia occidentalis Linn.
കുടുംബം	:	സീസാൽപിനിയേസി
	:	Caesalpiniaceae

വിവരണം: നിലത്തു പടർന്നു വളരുന്ന ഒരു ചെറിയ ചെടിയാണ്. വല്ലാത്ത രൂക്ഷഗന്ധമുണ്ട്. മഞ്ഞപ്പൂക്കൾ. കായും ചെറിയ ഉരുണ്ട അനേകം വിത്തുകളും. കായ നീണ്ടതാണ്.

ഔഷധയോഗ്യഭാഗങ്ങൾ: ഇല, പൂവ്, കായ, വേര്, കുരു.

ചില ഔഷധ ഉപയോഗങ്ങൾ: ഇലയും വിത്തും എണ്ണ ചേർത്ത്

പുരട്ടുന്നത് ചൊറി തുടങ്ങിയുള്ള ത്വക്ക്രോഗങ്ങൾക്ക് നല്ലതാണ്. വേരുകൊണ്ടുണ്ടാക്കുന്ന ശീതകഷായം ജ്വരത്തെയും ചുമയെയും ശമിപ്പിക്കും.

കായ വയറിളക്കും. വായുകോപം ശമിപ്പിക്കും. കഫമിളക്കും. വാതം, കഫം, ചുമ, ബ്രോങ്കൈറ്റിസ്, മലബന്ധം, ജ്വരം, അപസ്മാരം എന്നിവയ്ക്കു നല്ലതാണ്. വേര് മൂത്രമിളക്കും. വീക്കത്തെ ചെറുക്കും. ദഹനമുണ്ടാക്കും. ഉദരരോഗങ്ങൾക്കു നല്ലതാണ്. പോഷണമാണ്. വാതം, വീക്കം, പ്രമേഹം, മന്ത്, പുഴുക്കടി, അപസ്മാരം, ഞരമ്പുവീക്കം, പഴുതാരയുടെ വിഷം എന്നിവയ്ക്കു നല്ലതാണ്.

ഇല രക്തം ശുദ്ധീകരിക്കും. വേദന കുറയ്ക്കും. കഫമിളക്കും. പകർച്ചവ്യാധികളെ ചെറുക്കും, കാമവർദ്ധകമാണ്. വാതം, കഫം, കുഷ്ഠം, മുഖത്തെ തടിച്ച ചുവന്ന പാടുകൾ, ചൊറിച്ചിൽ, മുറിവ്, വ്രണങ്ങൾ, ചുമ, ബ്രോങ്കൈറ്റിസ്, ആസ്ത്മ, ജലഭയം എന്നിവയ്ക്കു നല്ലതാണ്. വിത്ത് രക്തം ശുദ്ധീകരിക്കും. കഫവും മലവും മൂത്രവുമിളക്കും. ഉദരരോഗങ്ങൾക്കു നല്ലതാണ്. വായുകോപം ശമിപ്പിക്കും. കുഷ്ഠം, വ്രണം, ചുമ, ബ്രോങ്കൈറ്റിസ്, മുഖത്തെ ചുവന്നു തടിച്ച പാടുകൾ, വെള്ളദ്ദാഹം എന്നിവയ്ക്കു നല്ലതാണ്.

പൊന്നാങ്ങാണി

(മീനങ്ങാണി, പൊന്നാങ്കണ്ണിക്കീര)

സംസ്കൃതനാമം	: മത്സ്യാക്ഷി, പത്തൂര
ശാസ്ത്രനാമം	: ആൾട്ടർനന്തേര സെസ്സിലിസ്
	: Alternanthera sesillis (Linn.) R. Br. ex Dc.
കുടുംബം	: അമരാന്തേസി
	: Amaranthaceae

വിവരണം: ഇന്ത്യയിലുടനീളം ചതുപ്പുപ്രദേശങ്ങളിൽ കണ്ടുവരുന്നു. കൃഷിചെയ്തും വരുന്നു. ധാരാളം ശാഖകളുള്ള നിലത്തു പടർന്നു

വളരുന്ന സസ്യം. ഇലകൾ ചെറുത്. ചെറിയ വെള്ളപ്പൂക്കൾ, കായും വിത്തുമുണ്ട്.

ഔഷധയോഗ്യഭാഗങ്ങൾ: സമൂലം

ചില ഔഷധ ഉപയോഗങ്ങൾ: രക്തം ശുദ്ധീകരിക്കും. ദഹനം വർദ്ധിപ്പിക്കുകയും ദഹനരസത്തെ വർദ്ധിപ്പിക്കുകയും മുലപ്പാൽ വർദ്ധിപ്പിക്കുകയും പനി കുറയ്ക്കുകയും ചെയ്യും. കഫം, പിത്തം, എരിച്ചിൽ, വയറിളക്കം, കുഷ്ഠം, ത്വക്ക്രോഗങ്ങൾ, മലബന്ധം, ക്ഷതങ്ങൾ ഇവയ്ക്കു നല്ലതാണ്. മുലപ്പാൽ ഇല്ലാത്ത അവസ്ഥയിൽ മുലപ്പാൽ ഉണ്ടാക്കുന്നതിന് നല്ലതാണ്.

പൊന്നങ്ങാണി അരച്ച് കറന്ന ഉടനെയുള്ള പാലിൽ കഴിക്കുന്നത് മഞ്ഞപ്പിത്തത്തിന് നല്ലതാണ്.

പേര

(കൊയ്യ, അടക്കാപ്പഴം)

കായുടെ വലിപ്പമനുസരിച്ച് വിവിധ തരങ്ങളിൽ ചെറുതും വലുതും ഒക്കെയുണ്ട്. മധുരത്തിലും വ്യത്യാസമുണ്ട്. പേരയ്ക്കാ ഭക്ഷ്യയോഗ്യമായ നല്ല പോഷകമായ പഴമാണ്. പ്രമേഹക്കാർക്കും കഴിക്കാവുന്ന പഴമാണ്.

സംസ്കൃതനാമം	:	പേരുകാ, സ്വാദുഫല
ഇംഗ്ലീഷ്	:	കൊമൺഗുവ, ഗുവാട്രീ
ശാസ്ത്രനാമം	:	പ്സിഡിയം ഗ്വജാവ
	:	Psidium guajava Linn.
കുടുംബം	:	മിർട്ടേസി
	:	Myrtaceae

വിവരണം: ഇന്ത്യയിലുടനീളം കാണപ്പെടുന്നു. തോട്ടങ്ങളിലും വീടു

കളിലും വച്ചു പിടിപ്പിക്കുന്നു. ഇടത്തരം വൃക്ഷം. നല്ല മിനുസമുള്ള പിങ്ക് നിറത്തിലുള്ള തൊലി. ഇളംപച്ചനിറത്തിലുള്ള ഇലകൾ. നല്ല സുഗന്ധമുണ്ട്. വെളുത്ത പൂക്കൾ. പച്ചനിറത്തിലുള്ള കായ (പേരയ്ക്കാ) പഴുക്കുമ്പോൾ നല്ല മഞ്ഞനിറമാകും. നല്ല സുഗന്ധമുണ്ട്. പേരയ്ക്കായുടെ മാംസളമായ ഭാഗത്തിനകത്ത് ധാരാളം ചെറിയ വിത്തുകൾ. വിത്തുകൾ കുറഞ്ഞ ഇനവുമുണ്ട്. വിത്തിലൂടെ പ്രജനനം.

ഔഷധയോഗ്യ ഭാഗങ്ങൾ: വേര്, ഇല, പൂവ്, കായ (പേരയ്ക്കാ).

ചില ഔഷധ ഉപയോഗങ്ങൾ: വേര് ഛർദ്ദിലിനു നല്ലതാണ്. ഛർദ്ദിലിനെ ഒഴിവാക്കും. ക്ഷതം, അതിസാരം, വയറിളക്കം പ്രത്യേകിച്ച് കുട്ടികളുടേതിന് നല്ലതാണ്. വ്രണം, മോണവീക്കം, മലാശയവീക്കം എന്നിവയ്ക്കു നല്ലതാണ്. ഇല വേദന കുറയ്ക്കും. വായുകോപം ശമിപ്പിക്കും. പോഷകമാണ്. മുറിവ്, വ്രണം, കോളറ, വയറിളക്കം, ഛർദ്ദിൽ, വൃക്കവീക്കം, മാനസിക തകർച്ച, വാതം, അപസ്മാരം, പല്ലുവേദന എന്നിവയ്ക്കു നല്ലതാണ്. പൂക്കൾ ശീതമാണ്. മുലപ്പാൽ വർദ്ധിപ്പിക്കും. പോഷകമാണ്. കണ്ണിനു വേദന, മോണയിൽനിന്ന് രക്തം പോകുക എന്നിവയ്ക്കു നല്ലതാണ്. പേരയ്ക്കാ മധുരമുള്ളതും ശീതവുമാണ്. കാമവർദ്ധകമാണ്. മുലപ്പാൽ വർദ്ധിപ്പിക്കും. പോഷകമാണ്. പിത്തം, എരിച്ചിൽ, മോണയിൽനിന്നും രക്തം പോകുക, ക്ഷീണം, അതിസാരം, വയറിളക്കം എന്നിവയ്ക്കു നല്ലതാണ്. ഇല വെള്ളത്തിലിട്ടു തിളപ്പിച്ചു കുളിക്കുന്നത് പനി വിയർത്തു പോകാൻ നല്ലതാണ്. പേരയ്ക്കാ മഞ്ഞപ്പിത്തം, വയറ്റിലെ കട്ടി എന്നിവയ്ക്കു നല്ലതാണ്.

പേരാൽ

(വടവൃക്ഷം)

ഹിന്ദുക്കളുടെ പുണ്യവൃക്ഷമാണ് പേരാൽ. ഇതിന്റെ കൊമ്പത്ത് യക്ഷന്മാരും ഗന്ധർവ്വന്മാരും താമസിക്കുന്നെന്നാണ് വിശ്വാസം. ശ്രീരാമൻ അച്ഛന്റെ ശ്രാദ്ധം നടത്തിയത് പ്രയാഗിലുള്ള ഒരു പേരാലിന്റെ ചുവട്ടിൽ വച്ചാണെന്നു വിശ്വസിക്കപ്പെടുന്നു. അതിനാൽ പേരാലിന്റെ ചുവട്ടിൽ വച്ച് പിതൃശ്രാദ്ധം നടത്തുന്നത് നല്ലതാണെന്ന് കരുതപ്പെടുന്നു. പ്രേതബാധയകറ്റാൻ പാണന്മാർ പേരാലിന്റെ കൊമ്പ് ഉപയോഗിച്ചിരുന്നു. നല്ല തണൽമരമായതിനാൽ ഗ്രാമാതിർത്തികളിൽ വച്ചു പിടിപ്പിക്കണമെന്ന് *മനുസ്മൃതി*യിലും ജലദൗർലഭ്യം ഉണ്ടാകാതിരിക്കാൻ ജലാശയങ്ങളുടെ കരയിൽ പേരാൽ നടണമെന്ന് വരാഹമിഹിരാചാര്യൻ *ബൃഹൽസംഹിത*യിൽ പറഞ്ഞിട്ടുള്ളതായും കാണുന്നു.

ആലിന്റെ വർഗ്ഗത്തിലെ നാലാമത്തെ ഇനം. ക്ഷേത്രത്തിന്റെ പടിഞ്ഞാറുഭാഗത്താണ് ഇതിന്റെ സ്ഥാനം. വീടിന്റെ കിഴക്കു ഭാഗത്തും വൃക്ഷത്തിന്റെ തടിയിൽനിന്നുമുണ്ടാകുന്ന വേരുകൾ മണ്ണിലെത്തി സാധാരണ വേരുകളെപ്പോലെ പ്രവർത്തിക്കും. ഇത്തരത്തിൽ ഏക്കർ കണക്കിനു സ്ഥലത്തു വ്യാപിക്കാൻ പേരാലിനു കഴിയും. പെരുക്കം എന്നതിൽ നിന്നുമാവാം പേരാലെന്നു വന്നത്. ഹെക്റ്ററുകളോളം സ്ഥലത്ത് വ്യാപിച്ചു കിടക്കുന്ന ഒരു പേരാൽ വൃക്ഷം പശ്ചിമബംഗാളിലുണ്ട്.

സംസ്കൃതനാമം: വട, ന്യഗ്രോദ

ഇംഗ്ലീഷ്: ബനിയൻ ട്രീ

ശാസ്ത്രനാമം: ഫൈക്കസ് ബംഗാളെൻസിസ് ലിൻ

: Ficus bengalensis (Linn.)

കുടുംബം: മോറേസി

: Moraceae

വിവരണം: ഇന്ത്യയിലുടനീളം കാണപ്പെടുന്നു. ധാരാളം ശിഖരങ്ങളുള്ള വൻവൃക്ഷം. തടിയിൽനിന്നും വേരുകൾ താഴോട്ടു

വളർന്നു വരും. പച്ചകലർന്ന വെള്ളനിറത്തിലുള്ള തൊലി. കടുംപച്ച നിറത്തിലുള്ള സാധാരണ ഇലകൾ. പൂവും ഉരുണ്ടകായുമുണ്ട്. തൊലിയിലും ഇലയിലും പാൽനിറത്തിലുള്ള കറയുണ്ട്.

ഔഷധയോഗ്യഭാഗങ്ങൾ: വേര്, തൊലി, ഇല, മൊട്ട്, കായ, കറ.

ചില ഔഷധ ഉപയോഗങ്ങൾ: ശാഖകളിൽനിന്നുണ്ടായി തൂങ്ങിക്കിടക്കുന്ന വേരുകളിൽനിന്നും ശേഖരിക്കുന്ന ദ്രാവകം കഷായരൂപത്തിൽ കഴിക്കുന്നത് കരളും രക്തവും ശുദ്ധീകരിക്കുന്നതിനും പനിമൂലമുള്ള വേദന ശമിക്കുന്നതിനും നല്ലതാണ്. തൊലിയിട്ടു തിളപ്പിച്ച വെള്ളം കൊണ്ടു കുളിക്കുന്നത് പനിക്കു നല്ലതാണ്. ഉഷ്ണപ്പുണ്ണു കഴുകാൻ നല്ലതാണ്.

വേര് വേദന കുറയ്ക്കും. രക്തം ശുദ്ധീകരിക്കും. വീക്കത്തെ ചെറുക്കും. കണ്ണിന്റെ രോഗങ്ങൾക്കു നല്ലതാണ്. രക്തവാർച്ച തടയും. വാതത്തെ ചെറുക്കും. വിയർപ്പുണ്ടാക്കും. വയറിളക്കത്തെ തടയും. ഛർദ്ദിലുണ്ടാക്കും. പോഷകമാണ്.

തടിയിൽനിന്നും ഉണ്ടാകുന്ന വേര് ഛർദ്ദിലിനും വെള്ളപോക്കിനും വൈറ്റമിൻ ഡി യുടെ കുറവുമൂലം എല്ലുകൾക്കുണ്ടാവുന്ന ബലക്ഷയം, എന്നിവയ്ക്കും നല്ലതാണ്. തൊലി എരിച്ചിൽ, രക്തംതുപ്പൽ, ക്ഷതം, വയറിളക്കം, അതിസാരം, പ്രമേഹം, വ്രണം, ത്വക്ക്രോഗങ്ങൾ, വെള്ളപോക്ക്, ഗൊണേറിയ എന്നിവയ്ക്കു നല്ലതാണ്. ഇല വ്രണം, കുഷ്ഠം, അലർജി, അറിയാതെ മൂത്രം പോകുക എന്നിവയ്ക്കു നല്ലതാണ്. തൊലിയുടെ കഷായത്തിൽ കുളിച്ച് കരിങ്കുറുഞ്ഞി കൽക്കം തേച്ചാൽ ദേഹം കറുക്കും.

പേഴ്

(പേര്, ആലം)

പേഴ് പാഴ്മരമാണ്. ഇല ആടുകൾ ഭക്ഷിക്കാറുണ്ട്. കായയ്ക്കു ലേശം വിഷാംശമുണ്ട്.

സംസ്കൃതനാമം	:	കുംഭി, കടഭി, സമുദ്രഫല
ഇംഗ്ലീഷ്	:	കുമ്പി, പാറ്റ്ന ഓക്ക്
ശാസ്ത്രനാമം	:	കാരിയ ആർബോറിയ
	:	Careya arborea Roxb.
കുടുംബം	:	ലെസിത്തിഡേസി
	:	Lesithidaceae, Barringtoniaceae

വിവരണം: ഇന്ത്യയിലുടനീളം ഇലപൊഴിയും കാടുകളിലും പുൽമേടുകളിലും കൃഷിയിടങ്ങളിലും കാണപ്പെടുന്നു. ഇടത്തരം ഇലകൊഴിയും വൃക്ഷം. ഇലകൾക്ക് സാമാന്യവലുപ്പമുണ്ട്. മഞ്ഞകലർന്ന വെള്ളനിറത്തിലുള്ള ലേശം ദുർഗന്ധമുള്ള പൂക്കൾ. കായ നല്ല ഉരുണ്ടതാണ്.

ഔഷധയോഗ്യഭാഗങ്ങൾ: തൊലി, ഇല, പൂവ്, കായ.

ചില ഔഷധ ഉപയോഗങ്ങൾ: തൊലി കഫവും വിരയുമിളക്കും. പകർച്ചവ്യാധികളെ തടയും. പനിയെയും ചൊറിച്ചിലിനെയും തടയും. മുഴ, ചുമ, വെള്ളദ്ദാഹം, ബ്രോങ്കൈറ്റിസ്, ക്ഷതം, കുടൽവിരകൾ, അതിസാരം, വെള്ളപ്പാണ്ഡ്, നിയന്ത്രണമില്ലാത്ത മൂത്രംപോക്ക്, അപസ്മാരം, വസൂരി എന്നിവയ്ക്കു നല്ലതാണ്. ഇല വ്രണങ്ങൾക്കു നല്ലതാണ്. പൂക്കൾ പ്രസവത്തിൽ യോനീനാളങ്ങൾക്കുണ്ടാവുന്ന ചതവുകൾക്ക് നല്ലതാണ്. കായ സുഗന്ധമുള്ളതും കാമവർദ്ധകവുമാണ്. വെള്ളദ്ദാഹം, കഫം എന്നിവയ്ക്കു നല്ലതാണ്. വിത്തിൽ വിഷമുണ്ടെന്നാണ് വിശ്വാസം.

പ്ലാവ്

പൗരാണിക കാലം മുതലേ അറിയപ്പെടുന്ന വൃക്ഷം. അഗസ്ത്യാശ്രമത്തിൽ ധാരാളം പ്ലാവുണ്ടായിരുന്നു. ഭക്ഷ്യയോഗ്യമായ ഏറ്റവും വലിയ ഫലം തരുന്ന വൃക്ഷം. ഇളംചക്കയും പച്ചച്ചക്കയും പഴുത്ത ചക്കയും ചക്കക്കുരുവും വിവിധരൂപത്തിൽ ഭക്ഷണമായുപയോഗിച്ചു വരുന്നു. ചക്കപ്പഴം വാതത്തെയും പിത്തത്തെയും ശമിപ്പിക്കും. നല്ല മൂപ്പെത്തിയ പ്ലാവിന്റെ കാതൽ (തടി)ഗൃഹനിർമ്മാണത്തിനും ഗൃഹോപകരണങ്ങളും അലങ്കാര വസ്തുക്കളും ഉണ്ടാക്കുന്നതിനും ഉപയോഗിക്കുന്നു.

സംസ്കൃത നാമം	: പനസ, ശിവദുഫല
ഇംഗ്ലീഷ്	: ജാക്ക് ഫ്രൂട്ട് ട്രീ
ശാസ്ത്രനാമം	: ആർട്ടോ കോർപ്പസ് ഹെറ്ററോഫില്ലസ്, ആൾട്ടോകാർപ്പസ് ഇന്റഗ്രിഫോളിയ
	: Artocarpus heterophyllus Lam. Artocarpus intengrifolia Linn.
കുടുംബം	: മോറേസി
	: Moraceae

വിവരണം: ഇന്ത്യയിലുടനീളം കാണപ്പെടുന്നു. ഇരുപത്തിയഞ്ചു മീറ്റർ വരെ ഉയരത്തിൽ വളരുന്ന നിത്യഹരിത വൃക്ഷം. കടുംപച്ചനിറ

ത്തിലുള്ള സാധാരണ ഇലകൾ. നീണ്ടുരുണ്ട പൂക്കൾ വളർന്ന് ചക്കയുണ്ടാകുന്നു. ചക്കയുടെ പുറത്ത് മുള്ളുകളുണ്ട്. ചക്കയ്ക്കകത്ത് അനേകം വിത്തുകളുണ്ട് (ചക്കക്കുരു) തായ്ത്തടിയിലും ശാഖകളിലും ചിലപ്പോൾ പുറത്തു കാണുന്ന വേരുകളിലും ചക്കയുണ്ടാകും.

ഔഷധയോഗ്യഭാഗങ്ങൾ: ചക്ക, ഇല, വേര്, ചക്കക്കുരു, കറ.

ചില ഔഷധ ഉപയോഗങ്ങൾ: പ്ലാവിന്റെ കൂമ്പിലകൾ ത്വക്ക്രോഗങ്ങളിൽ ലേപനത്തിനുപയോഗിക്കാം. പ്ലാവിന്റെ വേരും ത്വക്ക്രോഗങ്ങൾക്കു നല്ലതാണ്. വേരുകൊണ്ടുള്ള കഷായം അതിസാരം ശമിപ്പിക്കും. കൂമ്പിലകൾ നല്ലെണ്ണയിലോ തുമ്പച്ചാറിലോ അരച്ചു പുരട്ടിയാൽ പഴുതാര കുത്തിയാലുള്ള വേദന ശമിക്കും. മരത്തിൽ നിന്നെടുക്കുന്ന ചറം കരുക്കൾ പഴുപ്പിക്കുവാൻ വേണ്ടി പുരട്ടാവുന്നതാണ്. വേരിന് വയറിളക്കത്തെ തടയുന്നതിനുള്ള കഴിവുണ്ട്. ഇല ജ്വരം, പൊള്ളൽ, മുറിവുകൾ, ത്വക്ക്രോഗങ്ങൾ, വാതം, പിത്തം എന്നിവയ്ക്ക് നല്ലതാണ്. മൂപ്പെത്താത്ത ചക്ക നല്ല പോഷകവും വായു കോപം ഇല്ലാതാക്കുന്നതുമാണ്. അത് ദഹനക്കുറവിനും ശരീരശക്തി വർദ്ധിപ്പിക്കുന്നതിനും നല്ലതാണ്. ചക്കപ്പഴം കാമം വർദ്ധിപ്പിക്കുകയും വാതവും പിത്തവും ശമിപ്പിക്കുകയും ചെയ്യും. ആന്തരിക വ്രണങ്ങൾക്കും നല്ലതാണ്. ചക്കക്കുരു മൂത്രവും കാമവും വർദ്ധിപ്പിക്കും. മലബന്ധം ഉണ്ടാക്കും. തടി ഞരമ്പുകളെ ഉത്തേജിപ്പിക്കും. പ്ലാവിന്റെ കറ കാഴ്ചപ്രശ്നങ്ങൾക്കും കണ്ണു രോഗങ്ങൾക്കും നല്ലതാണ്.

വേരിന് വയറിളക്കത്തെ പ്രതിരോധിക്കുന്നതിനുള്ള ശക്തിയുണ്ട്. ഇളംചക്ക കഫം, വെള്ളദ്ദാഹം, ക്ഷീണം എന്നിവയ്ക്കു നല്ലതാണ്. വിളഞ്ഞ ചക്ക ശീതമാണ്. മലമിളക്കും. കാമം വർദ്ധിപ്പിക്കും. പോഷകമാണ്. വാതം, പിത്തം, വ്രണങ്ങൾ എന്നിവയ്ക്കു നല്ലതാണ്. ശരിയായ കാഴ്ച

യില്ലായ്മക്കും കണ്ണിന്റെ വീക്കത്തിനും കറ നല്ലതാണ്. ചക്കക്കുരുവിന്റെ തൊലി പണ്ട് അടയ്ക്കായ്ക്കൊപ്പം വെറ്റിലമുറുക്കുന്നതിന് ചിലർ ഉപയോഗിച്ചിരുന്നു. ഈ തൊലിക്ക് ചില പ്രത്യേക ഗുണങ്ങളുണ്ടെന്ന് കണ്ടുപിടിക്കപ്പെട്ടിട്ടുണ്ട്. ചക്കക്കുരുവിൽ പ്രോട്ടീൻ, കാർബോഹൈഡ്രേറ്റ് കൊഴുപ്പ്, കാൽസിയം ഫോസ്ഫറസ് എന്നിവ ചക്കച്ചുളയിലുള്ളതിനേക്കാൾ അധികമുണ്ട്.

പഴുത്ത പ്ലാവില ഞെട്ടും ജീരകവും കൂട്ടി കഷായം വച്ചു കുടിക്കുന്നത് മഞ്ഞപ്പിത്തത്തിനു നല്ലതാണ്.

പഴുത്തപ്ലാവിലെ കുത്തിപ്പിഴിഞ്ഞെടുത്ത നീരിൽ അയമോദകം ചേർത്ത് നെയ്യു കാച്ചി സേവിക്കുന്നത് വായുകോപത്തിനു നല്ലതാണ്. തടിയിൽനിന്നു ലഭിക്കുന്ന മഞ്ഞച്ചായം തുണികൾക്ക് നിറം നല്കാനുപയോഗിക്കുന്നു. ലഹരിപദാർത്ഥങ്ങളോടൊപ്പം ചക്ക ഉപയോഗിക്കാൻ പാടില്ല.

ബീറ്റ് റൂട്ട്

(ചെഞ്ചീര, നെയ്ചീര)

പച്ചക്കറിയായി ഉപയോഗിക്കുന്നു.

സംസ്കൃതനാമം: പാലക്യാ

ഇംഗ്ലീഷ്: ബീറ്റ് റൂട്ട്, ഗാർഡൻ ബീറ്റ്

ശാസ്ത്രനാമം: ബേറ്റാ വൾഗാരീസ്

: Beta vulgaris Linn.

കുടുംബം: ചെനോപോഡിയേസി

: Chenopodiaceae

വിവരണം: ഇന്ത്യയുടെ പലഭാഗങ്ങളിലും കൃഷി ചെയ്തുവരുന്നു. രണ്ടുവർഷം വരെ നിൽക്കുന്ന കന്ദമുള്ള ചെറുസസ്യം. ചെറിയ ഇലകൾ, ചെറിയപൂക്കളുണ്ട്. കിഴങ്ങാണ് ഉപയോഗിക്കുന്നത്.

ചുവപ്പു കലർന്ന പർപ്പിൾ നിറത്തിലുള്ള കിഴങ്ങ് നല്ല മാംസളമാണ്.

ഔഷധയോഗ്യഭാഗങ്ങൾ: കിഴങ്ങ് (ബീറ്റ് റൂട്ട്) ഇല വിത്ത്.

ചില ഔഷധ ഉപയോഗങ്ങൾ: കിഴങ്ങ് കഫമിളക്കും. പോഷണമാണ്. മാനസിക രോഗങ്ങൾ, അർശസ്സ്, ചുമ, വീക്കം, ക്ഷീണം എന്നിവയ്ക്കു നല്ലതാണ്. ഇല ശീതമാണ്. മൂത്രമിളക്കും. വയറിളക്കും. വേദന കുറയ്ക്കും. പോഷണമാണ്. മുറിവ്, പൊള്ളൽ, തളർച്ച, ചെവിവേദന, തലവേദന, കരൾ, പ്ലീഹാരോഗങ്ങൾ, മലബന്ധം, പിത്തം, ക്ഷീണം എന്നിവയ്ക്കു നല്ലതാണ്. വിത്ത് കഫവും മൂത്രവും ഇളക്കും. കാമവർദ്ധകമാണ്. ആർത്തവം തിരികെ കൊണ്ടുവരും. ചുമ, ആസ്ത്മ, ആർത്തവക്രമക്കേടുകൾ, നീണ്ടതും വേദനയോടു കൂടിയതുമായ ആർത്തവം എന്നിവയ്ക്കു നല്ലതാണ്.

ബ്രഹ്മി

ഓർമ്മശക്തിയും ബുദ്ധിശക്തിയും വർദ്ധിപ്പിക്കുന്നതിനുള്ള വിശുദ്ധമായ (ദൈവികമായ – ബ്രഹ്മ) ഔഷധമാണ് ബ്രഹ്മി.

സംസ്കൃതനാമം	: ബ്രഹ്മി, സരസ്വതി, സീതകാമിനി, ബേകപർണി, ത്രയന്തി
ഇംഗ്ലീഷ്	: തൈം ലീവ്ഡ് ഗ്രാറ്റിയോള
ശാസ്ത്രനാമം	: ബാക്കോപ്പമൊണ്ണീറി
	: Bacopa monnieri (Linn.) Pennell
കുടുംബം	: സ്ക്രോഫുല്ലാരിയേസി
	: Scrophulariaceae

വിവരണം: ഇന്ത്യയിലുടനീളം നനവാർന്ന പ്രദേശങ്ങളിലും വയലുകളിലും വളരുന്നു. നിലത്തുപടർന്നു വളരുന്ന സസ്യം. വെള്ളകലർന്ന പച്ചനിറത്തിലുള്ള മാംസളമായ തണ്ടുകളും തീരെ ചെറിയ ഇലകളും. പൂക്കളും വിത്തുകളുമുണ്ട്. വേരോടുകൂടിയ തണ്ടുകൾ നട്ട് പ്രജനനം നടത്താം.

ഔഷധയോഗ്യഭാഗങ്ങൾ: സമൂലം

ചില ഔഷധ ഉപയോഗങ്ങൾ: ബുദ്ധി വികസിപ്പിക്കുന്ന ഒരുത്തമ ഔഷധമാണ് ബ്രഹ്മി. അത് വേദനകുറയ്ക്കുകയും രക്തം ശുദ്ധീകരിക്കുകയും ദഹനം വർദ്ധിപ്പിക്കുകയും വായുകോപം ഇല്ലാതാക്കുകയും ഹൃദയത്തെ ബലപ്പെടുത്തുകയും മൂത്രത്തെ ഇളക്കുകയും തെറ്റിയ ആർത്തവത്തെ ക്രമപ്പെടുത്തുകയും പനി കുറയ്ക്കുകയും ചെയ്യും. വാതവും പിത്തവും കുറയ്ക്കും. അപസ്മാരം, വീക്കങ്ങൾ, മാനസിക രോഗങ്ങൾ, കുട്ടികളിലെ മാനസിക വളർച്ചാക്കുറവ്, അനാവശ്യകോശ വളർച്ചകൾ, വെള്ളപോക്ക്, ത്വക്ക്രോഗങ്ങൾ, വന്ധ്യത, ക്ഷീണം എന്നി

വയ്ക്കും ഉത്തമമാണ്. ബ്രഹ്മി ചതച്ച് കുരുമുളകും സുഗന്ധപ്പുല്ലും നെല്ലിക്കയും ചേർത്ത കഞ്ഞിവെള്ളം കുടിക്കുന്നത് തെളിഞ്ഞ മധുര ശബ്ദം കിട്ടാൻ നല്ലതാണ്. ബ്രഹ്മി ശുദ്ധമായ വെണ്ണയും പശുവിൻ പാലും ചേർത്ത് നെറ്റിയിൽ പുരട്ടിയാൽ ഓർമ്മക്കേട് മാറും. ബ്രഹ്മി പശുക്കൾ തിന്നാൽ കൂടുതൽ പാൽ ചുരത്തും.

ബ്രഹ്മിനീരും ഇരട്ടിമധുരവും ചേർത്ത് കഴിക്കുന്നത് ആയുർദൈർഘ്യത്തിനു നല്ലതാണ്. ബ്രഹ്മി അരച്ചു പാലിൽ കഴിക്കുന്നത് ഓർമ്മശക്തിക്കും ബുദ്ധിശക്തിക്കും നല്ലതാണ്. ബ്രഹ്മി ഉണക്കിപ്പൊടിച്ച് സൂക്ഷിച്ച് വച്ച് ചൂർണ്ണമായോ തേൻചേർത്തോ പാലിൽ തിളപ്പിച്ച് പഞ്ചസാര ചേർത്തോ ഉപയോഗിക്കാവുന്നതാണ്. ഹെർണിയയ്ക്ക് ബ്രഹ്മി തൈലം പുരട്ടുന്നത് ആശ്വാസം നല്കും.

പ്രമേഹത്തിന് ബ്രഹ്മി അരച്ച് തിളപ്പിച്ചാറിയ പാലിൽ ചേർത്ത് കഴിക്കുക. ബുദ്ധിശക്തിക്ക് ബഹ്മി അരച്ച് നെല്ലിക്കാവലിപ്പത്തിൽ പാലിലോ നെയ്യിലോ ചേർത്ത് ദിവസേന രാവിലെ കഴിക്കുക. നിത്യയൗവ്വനത്തിന് ബ്രഹ്മി നെയ്യിൽ വറുത്ത് പാലു ചേർത്ത് തുടർച്ചയായി കഴിക്കുക.

ബ്രഹ്മി ഇടിച്ചു പിഴിഞ്ഞനീരിൽ ഇരട്ടിമധുരം പൊടിച്ചതും ചേർത്ത് കാച്ചിയ പശുവിൻ പാലിൽ നിത്യേന കുടിക്കുന്നതും വളരെ നല്ലതാണ്.

ഒരുലിറ്റർ നെയ്യിൽ നാലുലിറ്റർ ബ്രഹ്മി ഇടിച്ചുപിഴിഞ്ഞ നീരെടുത്ത് അമ്പതുഗ്രാം വീതം മഞ്ഞൾ, നെല്ലിക്ക, കടുക്ക, ത്രികോല്പക്കൊന്നയും പതിനഞ്ചുഗ്രാം വീതം തിപ്പലി, വിഴാലരി, ഇന്തുപ്പ്, പഞ്ചസാര, വയമ്പ് എന്നിവയും ചേർത്തുണ്ടാക്കുന്ന ബ്രഹ്മിഘൃതം ബുദ്ധിതെളിയുന്നതിന് അത്യുത്തമമാണ്. ബ്രഹ്മി ഇടിച്ചുപിഴിഞ്ഞ നീരിൽ ശംഖുപുഷ്പം, വയമ്പ്, കൊട്ടം ഇവ ചേർത്തു കാച്ചിയ നെയ്യ് അപസ്മാരത്തിനും ഓർമ്മക്കുറവിനും നല്ലതാണ്.

മധുരക്കിഴങ്ങ്

(ശർക്കരക്കിഴങ്ങ്, കപ്പക്കിഴങ്ങ്)

വിദേശത്തുനിന്ന് കപ്പലിൽ കൊണ്ടുവന്നതിനാലാകാം കപ്പക്കിഴങ്ങ് (കപ്പൽ കിഴങ്ങ്) എന്ന പേര് വന്നത്. കപ്പക്കിഴങ്ങ് ഭക്ഷ്യയോഗ്യമാണ്.

സംസ്കൃതനാമം : പിണ്ഡാലു, രക്താലു
ഇംഗ്ലീഷ് : സ്വീറ്റ് പൊട്ടറ്റോ
ശാസ്ത്രനാമം : ഐപോമിയ ബറ്റാറ്റസ്
: Ipomoea batatas (Linn.) Lam.
കുടുംബം : കൺവോൾവുലേസി
: Convolvulaceae

വിവരണം: ഇന്ത്യയിലുട നീളം കൃഷിചെയ്തു വരുന്നു. നിലത്തു പടർന്നുവളരുന്ന കിഴങ്ങുകളുള്ള വള്ളിച്ചെടി. തണ്ടുകളുടെയും ഇലകളുടെയും കിഴങ്ങിന്റെയും നിറം ഇളംചുവപ്പാണ്. തണ്ടുകളിൽനിന്നും വേരുകൾ ഉണ്ടാകും. പർപ്പിൾ നിറത്തിലുള്ള പൂക്കൾ. കായും വിത്തുകളുമുണ്ട്. കിഴങ്ങിന് ചെറിയ മധുരമുണ്ട്.

ഔഷധയോഗ്യഭാഗങ്ങൾ: കിഴങ്ങ് (മധുരക്കിഴങ്ങ്)

ചില ഔഷധ ഉപയോഗങ്ങൾ: ശീതമാണ്. മലമിളക്കും. കാമവർദ്ധകമാണ്. മൂത്രമിളക്കും. പോഷകമാണ്. പിത്തം, എരിച്ചിൽ, ദഹനക്കേട്, മൂത്രത്തിലെയും വൃക്കയിലെയും കല്ലുകൾ, പ്രമേഹം, ക്ഷീണം എന്നിവയ്ക്കു നല്ലതാണ്.

മധുരനാരങ്ങ

(പെരുനാരകം, മധുനാരകം)

അമ്ലഫലങ്ങളിൽ വച്ച് ഏറ്റവും നിർദ്ദോഷമായതാണ് മധുരനാരങ്ങ. മധുരനാരങ്ങ ഭക്ഷ്യയോഗ്യമാണ്. പുളി കലർന്ന മധുരം രുചികരമാണ്.

സംസ്കൃതനാമം : നാരങ്ങ, സ്വാദുനാരങ്ങ, ഐരാവതം

ഇംഗ്ലീഷ് : ലൂസ് സ്കിൻഡ് ഓറഞ്ച്
ശാസ്ത്രനാമം : സിട്രസ് റെറ്റികുലാറ്റാ
: Citrus reticulata Blanco
കുടുംബം : റൂട്ടേസി
: Rutaceae

വിവരണം: ഇന്ത്യയിലുടനീളം തോട്ടങ്ങളിലും വീട്ടുമുറ്റങ്ങളിലും വച്ചു പിടിപ്പിക്കുന്നു. നിത്യഹരിതമായ ഇടത്തരം വൃക്ഷം. ചെറിയ ഇലകൾ, വെള്ളനിറത്തിൽ മണമുള്ള പൂക്കൾ. ഉരുണ്ടകായ (മധുരനാരങ്ങ) കട്ടിയായ പുറംതോടിനകത്ത് നല്ല മൃദുവായ പഞ്ഞിപോലുള്ള ആവരണമുണ്ട്. അതിനകത്ത് അല്ലികളായിട്ടാണ് ഫലം. അല്ലികളിൽ ചെറിയ വിത്തുകളുണ്ട്.

ഔഷധയോഗ്യഭാഗങ്ങൾ: പൂവ്, കായ (മധുരനാരങ്ങ), മധുരനാരങ്ങയുടെ തോട്, പൂവിൽ നിന്നെടുക്കുന്ന തൈലം.

ചില ഔഷധ ഉപയോഗങ്ങൾ: മധുരനാരങ്ങ ചേർത്ത വെള്ളം ഉത്തേജകവും പുത്തനുണർവ്വ് പ്രദാനം, ചെയ്യുന്നതുമാണ്. ഇതിൽ വളരെയധികം ജീവകങ്ങൾ അടങ്ങിയിട്ടുണ്ട്. രക്തം ശുദ്ധീകരിക്കുകയും രുചി വർദ്ധിപ്പിക്കുകയും ചെയ്യും. മറ്റു ഭക്ഷണങ്ങൾ ദഹിപ്പിക്കുവാനുള്ള ശക്തിയുണ്ട്. വയറ്റിന് ഏറെ നല്ലതാണ്. സ്കർവിരോഗം തടയും. ദേഹം ക്ഷീണിച്ചവർക്ക് ഇതിന്റെ നീര് വളരെ നല്ലതാണ്. പ്രത്യേകിച്ച് ചുമ, കഫക്കെട്ട്, പ്രമേഹം, കരൾ, ഹൃദയരോഗങ്ങൾ ഉള്ളവർക്ക്. അല്ലിയുടെ പുറമേയുള്ള നനുത്ത പാട ദഹിക്കുവാൻ പ്രയാസമുള്ളതിനാൽ ഭക്ഷിക്കരുത്. നാങ്ങാനീര് പിത്തത്തിനും പിത്താതിസാരത്തിനും നല്ലതാണ്. ചെറിയ കുട്ടികൾക്ക് ഇതിന്റെ നീരും പാലും ചേർത്തു കൊടുക്കുന്നത് വയറ്റിലെ അസുഖങ്ങൾക്ക് നന്ന്. പാണ്ഡുത, സിരകളുടെ ക്ഷീണം, മനോവ്യാകുലത മുതലായവയുള്ള കുട്ടികൾക്ക് മുന്തിരിങ്ങയുടെയും മധുരനാരങ്ങയുടെയും നീര് പിഴിഞ്ഞെടുത്ത് ഉടനെ കൂട്ടിച്ചേർത്തു കൊടുക്കുന്നത് നല്ലൊരു പോഷകദ്രവ്യമാണ്. തോടിന്റെ സത്ത് കുടലിന്റെ

ശക്തിക്ഷയം കൊണ്ടുണ്ടാകുന്ന ഗ്രഹണിക്കും ധാതുക്ഷയത്തിനും നല്ലതാണ്. മധുരനാരങ്ങയുടെ തോട് നുറുക്കിയിട്ട് വെള്ളമൊഴിച്ചു കുലുക്കിയാൽ കുപ്പികൾ നല്ല വൃത്തിയാകും. പൂവിൽ നിന്നെടുക്കുന്ന സത്ത് ഉത്തേജകമായ ഒരു പാനീയമാണ്. തോടിൽനിന്നും പൂക്കളിൽനിന്നും എടുക്കുന്ന തൈലം ഒന്നുമുതൽ മൂന്നു തുള്ളിവരെ പഞ്ചസാര ചേർത്ത് വയറിലെ കേടുകൾക്കു കൊടുക്കാം. ഉണങ്ങാത്ത തോടു കൊണ്ടുരയ്ക്കുന്നത് മുഖക്കുരുവിനു നന്ന്. പൂവിൽ നിന്നെടുക്കുന്ന തൈലം വേദനാഹരവും ഗുല്മഹരവുമാണ്.

പൂക്കൾ ഉത്തേജകമാണ്. വേദനകുറയ്ക്കും. മൂത്രം ഇളക്കും. മയക്കം ഉണ്ടാക്കും. വായുകോപം ശമിപ്പിക്കും. പോഷകമാണ്. സന്ധിവേദന, പ്ലീഹാരോഗങ്ങൾ, പനി, ക്ഷീണം എന്നിവയ്ക്കു നല്ലതാണ്. മധുരനാരങ്ങയ്ക്ക് പുളിയും മധുരവുമുണ്ട്. ശീതമാണ്. ശരീരദുർഗന്ധം അകറ്റും. കാമവർദ്ധകമാണ്. രുചിയുണ്ടാക്കും. ദഹനം വർദ്ധിപ്പിക്കും. കരളിനു പോഷകമാണ്. പകർച്ചവ്യാധികളെ ചെറുക്കും. അണുനാശകമാണ്. ഛർദ്ദിൽ, ചൊറിച്ചിൽ, പിത്തം, വാതം, കരൾരോഗങ്ങൾ, ശുക്ലക്ഷയം, വെള്ളദ്ദാഹം, ഹൃദ്രോഗം, ക്ഷീണം എന്നിവയ്ക്കു നല്ലതാണ്. ഫലത്തിന്റെ പുറത്തെ തോട് വിരയിളക്കും. വയറിളക്കത്തെ തടയും. ഉദരരോഗങ്ങൾക്കു നല്ലതാണ്. പോഷകമാണ്. ത്വക്ക്രോഗങ്ങൾ, വായുകോപം, ക്ഷീണം, ഛർദ്ദിൽ, വിരശല്യം, വെള്ളദ്ദാഹം എന്നിവയ്ക്കു നല്ലതാണ്.

മത്തൻ

മത്തങ്ങ ഭക്ഷ്യയോഗ്യമായ പച്ചക്കറിയാണ്. വിത്ത് വറുത്തു കൊറിക്കാൻ നല്ലതാണ്.

സംസ്കൃതനാമം	:	പീതകൂശ്മാണ്ഡ
ഇംഗ്ലീഷ്	:	റെഡ് ഗൂർഡ് പംപ്കിൻ, സ്ക്വാഷ് മെലൺ
ശാസ്ത്രനാമം	:	കുക്കുർബിറ്റ മൊസ്കാറ്റ, കുക്കുർബിറ്റ മാക്സിമ
	:	Cucurbita maxima Duchense ex Lam.
കുടുംബം	:	കുക്കുർബിറ്റേസി
	:	Cucurbitaceae

വിവരണം: ഇന്ത്യയിലുടനീളം കൃഷിചെയ്തു വരുന്നു. നിലത്തു പടർന്നു വളരുന്നു. തണ്ടിന് നല്ല കട്ടിയുണ്ട്. രോമിലമായ വലിയ ഇലകൾ. പൂവ് മഞ്ഞ. വലിയ ഉരുണ്ട കായ (മത്തങ്ങ). അതിൽ വിത്തും. പച്ചനിറത്തിലുള്ള മത്തങ്ങാ മൂപ്പെത്തുമ്പോൾ മഞ്ഞനിറമാകും. അകം നല്ല മാംസളമാണ്. വിത്തുകൾ നീണ്ടുരുണ്ട് മിനുസമുള്ളതാണ്.

ഔഷധയോഗ്യഭാഗങ്ങൾ: ഇല, കായ (മത്തങ്ങ) വിത്ത്.

ചില ഔഷധ ഉപയോഗങ്ങൾ: മത്തങ്ങ മൂത്രമിളക്കും. പോഷകമാണ്. ഉത്തേജകമാണ്. സ്നിഗ്ദ്ധത വരുത്തും. പൊള്ളൽ, പാടുകൾ, മൈഗ്രേൻ, ഞരമ്പുരോഗങ്ങൾ, പഴുപ്പ് എന്നിവയ്ക്കു നല്ലതാണ്. വിത്ത് വിരയിളക്കുന്നതും മൂത്രം വർദ്ധിപ്പിക്കുന്നതും ഞരമ്പുകളെ ഉത്തേജിപ്പിക്കുന്നതുമാണ്. ഞരമ്പുതളർച്ചയ്ക്ക് ഉത്തമമാണ്.

മത്തങ്ങാനീരും ഉണക്കമുന്തിരിങ്ങായും ചേർത്ത് കഴിച്ചാൽ ക്ഷീണം അകലും. മത്തങ്ങയ്ക്ക് പുകയിലയുടെ ദോഷത്തെ അകറ്റാനുള്ള ശക്തിയുണ്ടെന്നു പറയപ്പെടുന്നു.

മഞ്ഞൾ

(പച്ചമഞ്ഞൾ, വരട്ടുമഞ്ഞൾ)

മഞ്ഞളിന്റെ ഭൂകാണ്ഡത്തിന്റെ നിറം മഞ്ഞയായതിനാലായിരിക്കും ഈ പേര്.

സംസ്കൃതനാമം	: ഹരിദ്ര, വരവർണ്ണിനി
ഇംഗ്ലീഷ്	: ടർമെറിക്
ശാസ്ത്രനാമം	: കർക്യൂമ ലോങ്ങ
	: Curcumalonga Linn.
കുടുംബം	: സിഞ്ചിബറേസി
	: Zingiberaceae

വിവരണം: ഇന്ത്യയിലുടനീളം കൃഷിചെയ്തുവരുന്നു. ബഹുവർഷിയായ നേരെവളരുന്ന മാംസളമായ തണ്ടുകളുള്ള സസ്യം. ഇളംപച്ചനിറത്തിലുള്ള പൂക്കൾ. കന്ദമാണ് ഉപയോഗിക്കുന്നത്. കന്ദം നട്ട് പ്രജനനം.

ഔഷധയോഗ്യഭാഗങ്ങൾ: പച്ചയും ഉണങ്ങിയതുമായ കന്ദം (മഞ്ഞൾ).

ചില ഔഷധ ഉപയോഗങ്ങൾ: രക്തം ശുദ്ധീകരിക്കും. അണുനാശകമാണ്. കഫം ഇളക്കും. വായുകോപം ശമിപ്പിക്കും. രോഗങ്ങൾ ആവർത്തിച്ചുവരുന്നതിനെ തടയും. രുചി വർദ്ധിപ്പിക്കും. വിരയിളക്കും. മൂത്രം വർദ്ധിപ്പിക്കും. രക്തവാർച്ച തടയും. അഴുക്കിളക്കും. കണ്ണിനു നല്ലതാണ്. കഫം, പിത്തം, ആന്തരികവ്രണങ്ങൾ, മുറിവുകൾ, കുഷ്ഠം, ത്വക്ക് രോഗങ്ങൾ, അലർജി, ത്വക്കിന്റെ നിറംമാറൽ, ചൊറിച്ചിൽ, വെള്ളദ്ദാഹം, ചുമ, ആസ്ത്മ, ബ്രോങ്കൈറ്റിസ്, മലബന്ധം, വിളർച്ച, രക്തം തുപ്പൽ, പ്ലീഹാവീക്കം, മന്ദത, മൂത്രനാളിയിൽനിന്നുള്ള സ്വാഭാവിക വിസർജ്ജ്യങ്ങൾ, ശരീരത്തിലെ ദുർനീരുകൾ, നാടവിര, മഞ്ഞപ്പിത്തം, കൺജക്റ്റിവിറ്റിസ്, ക്ഷീണം, പ്രമേഹം, മാനസികരോഗങ്ങൾ, ഉറക്കമില്ലായ്മ എന്നിവയ്ക്കു നല്ലതാണ്. മഞ്ഞൾ വായ്നാറ്റത്തിനു നല്ലതാണ്. ആമാശയരോഗങ്ങൾ ഇല്ലാതാക്കുന്നതിനും വൃക്കകളിലെ തടസ്സത്തിനും ആർത്തവശുദ്ധിക്കും ശരീരത്തിലെ നീർക്കെട്ടിനും നല്ലതാണ്. മഞ്ഞൾ ചെറുപയർ, ചെത്തിപ്പൂവ് ഇവ ഉണക്കിപ്പൊടിച്ച ചൂർണ്ണം ഉപയോഗിച്ചു കുളിക്കുക. ശരീരസൗന്ദര്യം നിലനിർത്താം. അരസ്പൂൺ മഞ്ഞൾപ്പൊടി ഒരു സ്പൂൺ നെല്ലിക്കാനീരും തേനും ചേർത്ത് പതിവായി കഴിക്കുന്നത് പ്രമേഹനിയന്ത്രണത്തിന് നല്ലതാണ്.

മഞ്ഞൾപ്പൊടി വെണ്ണയും ചേർത്ത് ദിവസേന രാവിലെ സേവിക്കുന്നത് പ്രമേഹത്തിന് നല്ലതാണ്.

തലവേദനയ്ക്ക് മഞ്ഞൾ കഷണം വേപ്പെണ്ണയിൽ മുക്കി കത്തിച്ച് ആ പുക ശ്വസിച്ചാൽ ശമനം ലഭിക്കും. കൊടിഞ്ഞിക്ക് ശുദ്ധമായ വെളിച്ചെണ്ണയിൽ മുക്കിയ ഒരു കഷണം മഞ്ഞൾ മെഴുകുതിരിയിൽ കത്തിച്ച്

പുക നല്ലവണ്ണം ശ്വസിക്കുക. ചെങ്കണ്ണിന് മഞ്ഞൾവെള്ളത്തിൽ ഒരു കഷണം തുണിമുക്കി ഉണങ്ങിയശേഷം കണ്ണുകൾ തുടയ്ക്കാൻ ഉപയോഗിക്കുക. ആസ്ത്മയ്ക്ക് ഒരു ടീസ്പ്പൂൺ മഞ്ഞൾപ്പൊടി ഒരു ഗ്ലാസ്സ് പാലിൽ ചേർത്ത് വെറും വയറ്റിൽ കുറേ ദിവസത്തേക്കു കഴിക്കുക. വളം കടിക്ക് മഞ്ഞൾ വെളുത്തുള്ളി ഇവ സമം അരച്ച് തുടർച്ചയായി തേച്ചു പിടിപ്പിക്കുക. കുഴിനഖത്തിന് പച്ചമഞ്ഞൾ അരച്ചത് വേപ്പെണ്ണയിൽ ചാലിച്ചു പുരട്ടുക. പ്രമേഹത്തിന് മഞ്ഞൾപ്പൊടി വെണ്ണയിൽ ചാലിച്ച് നിത്യേക കഴിക്കുക. പ്രമേഹക്കുരുവിന് പച്ചമഞ്ഞൾ എള്ള് കോവലിന്റെ ഇല ഇവ സമം അരച്ചു പുരട്ടുക. ത്വക്ക്രോഗങ്ങൾക്ക് മഞ്ഞളും വേപ്പിലയും സമം ചേർത്തരച്ചു തേച്ചുപിടിപ്പിക്കുക. മഞ്ഞളും കറിവേപ്പിലയും ഇട്ടു വെന്ത കഷായം ദിവസേന രണ്ടുനേരം വച്ച് ഉള്ളിൽ കഴിക്കുന്നതു നല്ലതാണ്. കരപ്പന് പച്ചമഞ്ഞളും മുത്തങ്ങയും വെള്ളം ചേർക്കാതെ അരച്ചു തേച്ചുപിടിപ്പിക്കുക. മുഖത്തെ കറുത്തപാടുകൾക്ക് മഞ്ഞളും വേപ്പിലയും കൂടി അരച്ച് കോഴിമുട്ടയുടെ വെള്ളയിൽ ചാലിച്ച് തേച്ചുപിടിപ്പിക്കുക. പുഴുക്കടി/വ്രണങ്ങൾക്ക് മഞ്ഞൾ വെള്ളത്തിലരച്ച് ഇടയ്ക്കിടെ പുരട്ടുക. മുഖക്കുരുവിന് മഞ്ഞളും രക്തചന്ദനവും ചേർത്തരച്ച് കുറേദിവസത്തേക്ക് പുരട്ടുക. മഞ്ഞളും വേപ്പിലയും ചേർത്തരച്ചു പുരട്ടുന്നതും നല്ലതാണ്.

മഞ്ചട്ടി

(ശീവോളിക്കൊടി, ചൊവ്വള്ളിക്കൊടി)

സംസ്കൃതനാമം : മഞ്ചിഷ്ഠ, യോജനവല്ലി രക്താംഗി, വസ്ത്രയഭൂഷണ, സമംഗ
ഇംഗ്ലീഷ് : ഇന്ത്യൻ മാഡ്ഡർ
ശാസ്ത്രനാമം : റൂബിയ കോർഡിഫോളിയ
കുടുംബം : റൂബിയേസി

വിവരണം: ഇന്ത്യയിലുടനീളം ഉയർന്ന പ്രദേശങ്ങളിൽ കാണപ്പെടുന്നു. പടർന്നു കയറുന്ന മുള്ളുള്ള ബഹുവർഷിയായ ലതാസസ്യം പ്രത്യേകതയുള്ള ഇലകൾ. ചുവന്ന നിറത്തിലുള്ള വേര്. പൂക്കൾ വെള്ള, പച്ച, മഞ്ഞ, ചുവപ്പു നിറങ്ങളിൽ കാണപ്പെടുന്നു. കുറഞ്ഞ തോതിൽ സുഗന്ധമുണ്ട്. ഉരുണ്ട കായും അതിനകത്ത് വിത്തുകളും.

ഔഷധയോഗ്യഭാഗങ്ങൾ: വേര്

ചില ഔഷധ ഉപയോഗങ്ങൾ: വേരുകൾ വേദന കുറയ്ക്കും. പഴുപ്പിനെ പ്രതിരോധിക്കും. (ആന്റിസെപ്റ്റിക്ക്) ദഹനമുണ്ടാക്കും. വായുകോപം തടയും. അതിസാരത്തെ ചെറുക്കും. വിരയിളക്കും. രക്തം ശുദ്ധീകരിക്കും. കണ്ണിന്റെ രോഗങ്ങളെ ശമിപ്പിക്കും. ആർത്തവം തിരികെ കൊണ്ടുവരും. ഉത്തേജകവും പോഷകവുമാണ്. കഫം, പിത്തം, ഞരമ്പു

രോഗങ്ങൾ, തലവേദന, വെള്ളദ്ദാഹം, വയറിളക്കം, കുഷ്ഠം, ത്വക്ക്രോഗങ്ങൾ, വെള്ളപ്പാണ്ഡ്, ചൊറിച്ചിൽ, മുറിവ്, വ്രണം, ക്രമരഹിതവും വേദനയോടു കൂടിയതുമായ ആർത്തവം, ഇടവിട്ടുള്ള ജ്വരം, ചുമ, പ്രമേഹം, ത്വക്കിന്റെ നിറം മാറൽ, ഒടിഞ്ഞ എല്ലുകളുടെ കൂടിച്ചേരൽ, തൊലിപ്പുറത്തെ ക്ഷയം, ചെവിയുടെ രോഗങ്ങൾ, മൂത്രനാളിയിൽനിന്നുള്ള സ്രവങ്ങൾ, ക്ഷതം, മഞ്ഞപ്പിത്തം, കരൾരോഗങ്ങൾ, പ്ലീഹാരോഗങ്ങൾ, സന്ധിവേദന, വെള്ളപോക്ക്, നെഞ്ചിന്റെ രോഗങ്ങൾ, ക്ഷീണം എന്നിവയ്ക്കു നല്ലതാണ്.

മഞ്ചാടി

ചുവപ്പുനിറത്തിൽ തിളക്കവും മിനുസവുമുള്ള ചെറിയ മഞ്ചാടിക്കുരു കാഴ്ചയ്ക്ക് നല്ല ഭംഗിയുള്ളതാണ്. പണ്ട് തൂക്കം അളക്കുന്നതിനായി മഞ്ചാടിക്കുരു ഉപയോഗിച്ചിരുന്നു. എണ്ണം പഠിക്കുന്നതിനും ചില കളികൾക്കും മഞ്ചാടിക്കുരു ഉപയോഗിച്ചിരുന്നു. മഞ്ചാടിക്കുരു ഇടിച്ചു പിഴിഞ്ഞെടുക്കുന്ന പശ ഉടഞ്ഞുപോയ വസ്തുക്കൾ ഒട്ടിക്കാൻ നല്ലതാണ്. ഇല പൊടിച്ച പൊടി കോലങ്ങൾ എഴുതുവാനും മറ്റും ഉപയോഗിച്ചിരുന്നു.

സംസ്കൃതനാമം	: കുചന്ദന, താമ്രക
ഇംഗ്ലീഷ്	: കോറൽ വുഡ്ട്രീ, റെഡ്വുഡ്ട്രീ
ശാസ്ത്രനാമം	: അഡിനാന്തീറ പാവോനിന
	: Adenanthera pavonina Linn.
കുടുംബം	: ഫാബേസി, മൈമോസേസി
	: Mimosaceae, Fabaceae

വിവരണം: ഇന്ത്യയിലുടനീളം വനങ്ങളിൽ കാണപ്പെടുന്നു. മുറ്റത്തു തണലിനായും നട്ടുവളർത്തപ്പെടുന്നു. ഇരുപതുമീറ്റർ വരെ ഉയരത്തിൽ വളരുന്ന ഇലപൊഴിയുന്ന ഇടത്തരം വൃക്ഷം. ചെറിയ ഇലകൾ തണ്ടിന്റെ ഇരുവശങ്ങളിലായി വിന്യസിച്ചിരിക്കുന്നു. ഇളംമഞ്ഞപ്പൂക്കൾ. നീളമുള്ള കായും അതിന്റെ അകത്ത് വിത്തും (മഞ്ചാടിക്കുരു). തിളങ്ങുന്ന സ്കാർലറ്റ് നിറമാണ് വിത്തിന്. വിത്തിലൂടെ പ്രജനനം നടത്തുന്നു.

ഔഷധയോഗ്യഭാഗങ്ങൾ: തൊലി, ഇല, വിത്ത്, കാതൽ.

ചില ഔഷധ ഉപയോഗങ്ങൾ: തൊലി, ഇല, വിത്ത്, കാതൽ

എന്നിവ കാമവർദ്ധകമാണ്. മലാശയത്തിലെ രക്തവാർച്ചയ്ക്കും മൂത്രത്തിലൂടെ രക്തം പോകുന്നതിനും കുടൽവ്രണത്തിനും വാതത്തിനും ഇലയും തൊലിയും നല്ലതാണ്. വിത്ത് മൂത്രത്തിലൂടെ രക്തംപോകുന്നതിനും പനി കുറയ്ക്കുന്നതിനും ഛർദ്ദി ശമിപ്പിക്കുന്നതിനും വാതത്തിനും, പിത്തത്തിനും എരിച്ചിലിനും വെള്ളദ്ദാഹത്തിനും പനിക്കും തലചുറ്റലിനും നല്ലതാണ്. കാതൽ രക്തവാർച്ച നിർത്തുന്നതിനും വയറിളക്കത്തിനും നല്ലതാണ്. ഇല ഇടിച്ചുപിഴിഞ്ഞെടുത്ത നീര് ശശക്കെട്ട് വേദനയ്ക്ക് നല്ലതാണ്. തടിയിൽനിന്നും പശ (തിലക് എന്നറിയപ്പെടുന്നു) എടുക്കാറുണ്ട്.

മന്ദാരം

(ചുവന്ന മന്ദാരം, കൊങ്ങ്, കൊങ്ങുമന്ദാരം)

ചുവന്ന പൂവുള്ളതും (ചുവന്ന മന്ദാരം) വെളുത്ത പൂവുള്ളതും (വെളുത്തമന്ദാരം) ഉണ്ട്.

സംസ്കൃതനാമം : കാഞ്ചനാർ, കോവിദാർ
ശാസ്ത്രനാമം : ബൊഹീനിയ വെരിഗേറ്റ (ചുവന്നമന്ദാരം), ബൊഹീനിയ അക്യുമിനേ (വെളുത്തമന്ദാരം)
: Bauhinia variegata Linn.
Bauhinia acumineae Linn.
കുടുംബം : ഫാബേസി Fabaceae
: Caesalpiniaceae
ഉപകുടുംബം : സേസാൽ പിനിയേസി

വിവരണം: ഇന്ത്യയിലുടനീളം കാണപ്പെടുന്നു. വീട്ടുമുറ്റങ്ങളിലും തോട്ടങ്ങളിലും അലങ്കാരച്ചെടിയായി നട്ടുവളർത്തുന്നു. ഇടത്തരം വലു

പ്പമുള്ള ഇലപൊഴിയും വൃക്ഷം. വെള്ളയും പിങ്ക് നിറത്തിലുമുള്ള പൂക്കൾ. കായും വിത്തുമുണ്ട്. നീണ്ട കായ്ക്കകത്തെ അറകൾക്കുള്ളിലാണ് വിത്ത്.

ഔഷധയോഗ്യ ഭാഗങ്ങൾ: വേര്, തൊലി.

ചില ഔഷധ ഉപയോഗങ്ങൾ: തൊലിയും വേരും രക്തം ശുദ്ധീകരിക്കുന്നതും വിരകളെ നശിപ്പിക്കുന്നതും മലത്തെ മുറുക്കുന്നതുമാണ്. അമിത രക്തസ്രാവത്തെ തടയും. പിത്തം, കഫം ശമിപ്പിക്കും. വയറിളക്കും. വയറുകടി ത്വക്ക്രോഗങ്ങൾ, കുഷ്ഠം, അമാശയത്തിലെ വിരകൾ, ആന്തരികമുഴകൾ, മുറിവുകൾ, ആന്തരിക വ്രണങ്ങൾ, പ്രമേഹം, ചുമ, രക്തം തുപ്പുക, നീണ്ട ആർത്തവം എന്നിവയ്ക്കു നല്ലതാണ്.

ചുവന്ന മന്ദാരത്തിന്റെ വേര് കഷായം വച്ചു കുടിക്കുന്നത് ആന്ത്രവായുവിനു നല്ലതാണ്. പഞ്ചസാരയും തേനും ചേർത്തു കഴിച്ചാൽ ചുമ ശമിക്കും. കഫം അയഞ്ഞുപോകും. തൊലി ചതച്ച് കാടി വെള്ളത്തോടൊപ്പം കഴിക്കുന്നത് ശരീരത്തിലെ അന്തഃസ്രവങ്ങളെ ഉത്തേജിപ്പിക്കും. പൂക്കൾ കഷായമാക്കി പഞ്ചസാര ചേർത്തു കഴിച്ചാൽ മലമിളകും.

വെള്ളമന്ദാരത്തിന്റെ വേരും തൊലിയും ചതച്ചു പുരട്ടുന്നത് പുണ്ണുകൾക്കു നല്ലതാണ്. വേര് എണ്ണ ചേർത്തു തിളപ്പിച്ച് ചെവികളിലെ പരുവിന് പുരട്ടുന്നത് നല്ലതാണ്. വേരു ചവയ്ക്കുന്നത് പല്ലുവേദന ശമിപ്പിക്കും. പൂക്കൾ കുരുമുളകു ചേർത്തു ചതച്ച് നെറ്റിയിൽ പുരട്ടുന്നത് തലവേദനയ്ക്കു നല്ലതാണ്.

മണിത്തക്കാളി

കായ പഴുക്കുമ്പോൾ ചുവന്നനിറം വരുന്നതും കറുത്തനിറം വരുന്നതുമായ രണ്ടിനങ്ങളുണ്ട്. രണ്ടിനും ഗുണങ്ങൾ ഒരുപോലെയാണ്.

സംസ്കൃതനാമം	: കാകമാചി
ഇംഗ്ലീഷ്	: ബ്ലാക്ക് നൈറ്റ് ഷേഡ്
ശാസ്ത്രനാമം	: സൊളാനം നിഗ്രം
	: Solanum nigrum Linn.
കുടുംബം	: സൊളാനേസി
	: Solanaceae

വിവരണം: ഇന്ത്യയിലുടനീളം ഒരു കളയായി കാണപ്പെടുന്നു. നേരെ വളരുന്ന അനേകം ശാഖകളുള്ള വളരെ ചെറിയ ഇലകളുള്ള ചെറിയ ചെടി. നല്ല ഉരുണ്ട കായ മാംസളമാണ്. അകത്ത് അനേകം വിത്തുകൾ.

ഔഷധയോഗ്യഭാഗങ്ങൾ: മണിത്തക്കാളി, ഇല, തണ്ട്, പൂവ്.

ചില ഔഷധ ഉപയോഗങ്ങൾ: ത്രിദോഷവും കുഷ്ഠവും ശമിപ്പിക്കും. മറ്റുപദ്രവങ്ങളുണ്ടാക്കാതെ രോഗം ശമിപ്പിക്കുന്ന ഒരു ശമനൗഷധമാണിത്. സ്വരം നന്നാക്കും. മലം ഇളക്കും. പഴവും പൂവും കഷായം വച്ച് ചുമയ്ക്കും ക്ഷയത്തിനും ഉപയോഗിക്കാം. (സൊനാനീൻ എന്ന വിഷം അടങ്ങിയിരിക്കുന്നതു കാരണം കായ അധികം ഉപയോഗിക്കരുത്). ഇത് മൂത്രം വർദ്ധിപ്പിക്കുന്നതും കഫം ഇളക്കുന്നതും പ്രാദേശികമായ വേദനാസംഹാരിയുമാണ്. ജ്വരം, നീര്, ഛർദ്ദി, ഹൃദ്രോഗം, അർശസ്സ്, എക്കിൾ, വയറുവേദന, ചൊറി എന്നിവയ്ക്കും നല്ലതാണ്. കണ്ണിനു നല്ലതാണ്. ഇലയും തണ്ടും പിഴിഞ്ഞ നീര് അരമുതൽ രണ്ടു ഗ്രാം വരെ നീരിനും

ഹൃദ്രോഗത്തിനും അർശസ്സിനും, പഴുപ്പുള്ള നീരുകളിലും കരൾ പ്ലീഹാ വൃദ്ധികളിലും കൊടുക്കാം. ചെടി പിഴിഞ്ഞ നീര് മൺപാത്രത്തിലാക്കി പച്ചനിറം മാറി ചുവപ്പുകലർന്ന തവിട്ടുനിറമാകും വരെ ചൂടാക്കി വാങ്ങി രാവിലെ മുപ്പതു മുതൽ അറുപതുമില്ലി വരെ ഉപയോഗിക്കാം. ഇത് രക്ത ശുദ്ധീകരണത്തിനും ചുണങ്ങു മുതലായ പഴക്കം ചെന്ന ത്വക്ക്രോഗ ങ്ങൾക്കും നല്ലതാണ്. ജ്വരങ്ങളിൽ ഒരു ശീതളപാനീയമായി ഉപയോഗി ക്കാം. ഇലയ്ക്കും ഈ ഗുണങ്ങളൊക്കെയുണ്ട്. ഇല ഒരു വേദനാസം ഹാരിയാണ്. ഇല അരച്ച് വാതജമായ സന്ധിരോഗങ്ങൾക്കു പുരട്ടാം. ത്വക്ക്രോഗങ്ങൾക്കും നല്ലതാണ്. ഇല ചൂടാക്കി വേദനയും നീരുമുള്ള വ്രണങ്ങളിൽ പതിക്കാം. തൊണ്ടയിൽ കഫം കെട്ടുക, നോവും വീക്കവും ഉണ്ടാവുക, സ്വരഭേദം എന്നിവയ്ക്ക് മണിത്തക്കാളിയില ചവച്ചുതിന്നു ന്നത് വളരെ നന്ന്. ചെടി സമൂലം കഫമിളക്കും. വീക്കത്തെ ചെറുക്കും. ദഹനമുണ്ടാക്കും. മൂത്രവും മലവുമിളക്കും. രക്തം ശുദ്ധീകരിക്കും. വിയർപ്പുണ്ടാക്കും. വായുകോപം ശമിപ്പിക്കും. ഹൃദയ പോഷണമാണ്. ഉത്തേജകമാണ്. ഓജസ്കരവും പോഷകവുമാണ്. പഴുപ്പും ചലവും പുറ ന്തള്ളും. വാതദോഷങ്ങൾ, മുഴകൾ, ചുമ, ആസ്ത്മ, മുറിവ്, വ്രണം, കരൾ രോഗങ്ങൾ, ചെവിവേദന, കണ്ണിന്റെ രോഗങ്ങൾ, ഛർദ്ദിൽ, ഹൃദ്രോ ഗം, പ്ലീഹാരോഗം, വൃക്കരോഗം, ക്ഷീണം എന്നിവയ്ക്കു നല്ലതാണ്. സമൂ ലമിട്ട കഷായം കേന്ദ്രനാഡിവ്യൂഹത്തെ ചുരുക്കുകയും അതിലൂടെ നട്ടെ ല്ലിന്റെ സ്വയം പ്രവർത്തനമുണ്ടാക്കുകയും അത് ഹൃദയത്തിന്റെ പ്രവർത്തനങ്ങളെ സ്വാധീനിക്കുകയും ചെയ്ത് രക്തസമ്മർദ്ദം നേരെയാ ക്കുന്നു. ഇല സന്ധിവേദനയ്ക്കും ത്വക്ക്രോഗങ്ങൾക്കും നല്ലതാണ്. കായും ഇലയും ചേർത്തുള്ള കഷായം, ചുമ, മുഖത്തെ ചുവന്ന തടിച്ച പാടുകൾ, എലിയുടെ കടി, ബ്രോങ്കൈറ്റിസ്, ക്ഷയം, ജ്വരം, കണ്ണിന്റെ രോഗങ്ങൾ, ജലഭയം എന്നിവയ്ക്കു നല്ലതാണ്. വിത്ത് മാന്ദ്യത, വീക്കം, ത്വക്ക്രോഗങ്ങൾ എന്നിവയ്ക്കു നല്ലതാണ്. വേരിന്റെ തൊലി, ചെവിരോ ഗങ്ങൾ, കണ്ണിന്റെയും മൂക്കിന്റെയും രോഗങ്ങൾ, ഹെപ്പറ്റിറ്റിസ് എന്നി വയ്ക്കു നല്ലതാണ്. ഉദര അൾസറിന് ഇലയും മണിത്തക്കാളിയും അത്യു ത്തമമായ ഔഷധമാണ്.

മരമഞ്ഞൾ

വംശനാശത്തിലോട്ടടുക്കുന്ന ഒരു സസ്യമാണിത്. ഏറെ ഔഷധ പ്രാധാന്യമുള്ള ഈ സസ്യത്തെ സംരക്ഷിക്കുന്നതിനുള്ള പരിശ്രമങ്ങൾ ആരംഭിച്ചിട്ടുണ്ട്.

സംസ്കൃതനാമം : ദർവി, ദാരുഹരിദ്ര, പീതദാതു, പീതാദ്രു
ഇംഗ്ലീഷ് : ട്രീ ടർമറിക്

ശാസ്ത്രനാമം : കോസിനിയം ഫെനെസ്ട്രേറ്റം
: Coscinium fenestratum (Gaertn.) Colebr.
കുടുംബം : മെനിസ്പെർമേസി
: Menispermaceae

വിവരണം: കേരളത്തിലെയും തമിഴ്നാട്ടിലെയും പശ്ചിമഘട്ടങ്ങളിൽ കാണപ്പെടുന്നു. മരത്തിൽ പടർന്നുകയറുന്ന കട്ടിയുള്ള തണ്ടോടുകൂടിയ സസ്യം. വട്ടത്തിലുള്ള സാധാരണ ഇലകൾ. മഞ്ഞകലർന്ന ബ്രൗൺനിറമാണ് തണ്ടിന്. മഞ്ഞനിറമുള്ള പൂക്കൾ. കായും വിത്തുമുണ്ട്. വിത്ത് ഉരുണ്ടതാണ്.

ഔഷധയോഗ്യഭാഗങ്ങൾ: തണ്ട്

ചില ഔഷധ ഉപയോഗങ്ങൾ: കണ്ണിന്റെ അസുഖങ്ങൾക്കു നല്ലതാണ്. വേദനയകറ്റും. രക്തം ശുദ്ധീകരിക്കും. അണുനാശകമാണ്. വയറിന്റെ രോഗങ്ങൾക്കു നല്ലത്. വീക്കത്തെ തടയും. പനികുറയ്ക്കും. പോഷകമാണ്. കഫം, വാതം, മുറിവുകൾ, വ്രണങ്ങൾ, ത്വക്ക്രോഗങ്ങൾ, അടിവയറ്റിലെ അസ്വസ്ഥതകൾ, മഞ്ഞപ്പിത്തം, പ്രമേഹം, പനി, ക്ഷീണം എന്നിവയ്ക്കു നല്ലതാണ്.

മരച്ചീനി

(കപ്പ, പൂളക്കിഴങ്ങ്, കൊള്ളിക്കിഴങ്ങ്, മരക്കിഴങ്ങ്)

മരച്ചീനിയുടെ കിഴങ്ങ് നല്ല ഭക്ഷ്യവസ്തുവാണ്. സ്റ്റാർച്ച് (പശ) ഉണ്ടാക്കുന്നതിനായി മരച്ചീനി ഉപയോഗിക്കാറുണ്ട്. മരച്ചീനി വിവിധ ഇനങ്ങളുണ്ട്.

സംസ്കൃതനാമം	:	ദാരുകന്ദ, കല്പകന്ദ
ഇംഗ്ലീഷ്	:	റ്റപ്പിയോക്ക, കസ്സാവ
ശാസ്ത്രനാമം	:	മാനിഹോറ്റ് എസ്കുലെന്റാ
	:	Manihot esculenta Crantz
കുടുംബം	:	യൂഫോർബിയേസി
	:	Euphorbiaceae

വിവരണം: കേരളത്തിലും തമിഴ്നാട്ടിലും വ്യാപകമായി കൃഷി ചെയ്തുവരുന്നു. നേരെ വളരുന്ന മുകളിലറ്റം മാത്രം രണ്ടോ മൂന്നോ ശാഖകളുള്ള കുറ്റിച്ചെടി. തണ്ടുകൾ മൃദുലമാണ്. തൊലിപ്പുറത്തെ മുട്ടുകളിൽ നിന്നും ഇലകൾ ഉണ്ടാകുന്നു. നീണ്ട തണ്ടിൽ മൂന്നോ നാലോ ആയി പിരിഞ്ഞ ഇലകൾ. ഇളംപച്ചനിറം ചെറിയ വെള്ളപ്പൂക്കൾ. ഉരുണ്ട കായകൾ. കായയ്ക്കകത്ത് വിത്തുണ്ട്. തണ്ടു മുറിച്ചു നട്ട് പ്രജനനം. ഭൂമിക്കടിയിൽ വളരുന്ന കിഴങ്ങാണ് ഉപയോഗിക്കുന്നത്.

ഔഷധയോഗ്യഭാഗങ്ങൾ

കിഴങ്ങ് (കപ്പ)

ചില ഔഷധ ഉപയോഗങ്ങൾ: രുചിയുണ്ടാക്കും. മുറിവുചേരാൻ സഹായിക്കും. പുഷ്ടിദായകവും പോഷകവുമാണ്. മലബന്ധം, ദുഷ്ട വ്രണങ്ങൾ, ക്ഷീണം എന്നിവയ്ക്കു നല്ലതാണ്.

മരോട്ടി

(നീരട്ടി, മരവട്ടി, നീരളം, നീർവട്ടി)

മരോട്ടിക്കായുടെ അകം എണ്ണമയമാണ്. ആട്ടി എടുക്കുന്ന എണ്ണ സോപ്പുനിർമ്മാണത്തിനുപയോഗിക്കുന്നു. പഴയകാലത്ത് വിളക്കെണ്ണ യായി ഉപയോഗിച്ചിരുന്നു.

സംസ്കൃതനാമം	:	തുവരക, കുഷ്ഠവൈരി
ഇംഗ്ലീഷ്	:	മരോത്തി ട്രീ, ചോൾമുഗ്ര
ശാസ്ത്രനാമം	:	ഹിഡ്നോകോർപ്പസ് പെൻടാൻഡ്ര, ഹിഡ്നോകോർപ്പസ് ലോറിഫോളിയ, ഹിഡ്നോ കോർപ്പസ് വെറ്റിയാന
	:	Hydnocarpus laurifloria (Dennst.) Sleumer Hydnocarpus pentandra (Dennst.) Sleumer
കുടുംബം	:	ഫ്ളാകോർടിയേസി
	:	Flacourtiaceae

വിവരണം: പശ്ചിമഘട്ടത്തിലെ കാടുകളിൽ കാണപ്പെടുന്നു. നിത്യ ഹരിതമായ ഇടത്തരം വൃക്ഷം. പച്ചകലർന്ന വെള്ളനിറത്തിലുള്ള ചെറിയ പൂക്കൾ. ഉരുണ്ടകായ. അനേകം വിത്തുകൾ. മരോട്ടികായ ആട്ടി എണ്ണ എടുക്കുന്നു. ഹിഡ്നോ കോർപസ് ആൽപിന എന്ന കാട്ടുമരോട്ടിയിൽ നിന്നും എണ്ണ ലഭിക്കും.

ഔഷധയോഗ്യഭാഗങ്ങൾ: മരോട്ടിക്കായ, മരോട്ടി എണ്ണ (ചാൽമുഗ്രിക്ക് എണ്ണ).

ചില ഔഷധ ഉപയോഗങ്ങൾ: കായ സ്നിഗ്ദ്ധത ഉണ്ടാക്കും. രക്തം ശുദ്ധീകരിക്കും. വിരയിളക്കും. വേദന കുറയ്ക്കും. മലമിളക്കും. ഛർദ്ദിൽ ഉണ്ടാക്കും. വായുകോപം ശമിപ്പിക്കും. ഉദര രോഗങ്ങൾക്കു നല്ലതാണ്. പഴുപ്പുണ്ടാക്കും. പോഷകമാണ്. കുഷ്ഠം, ത്വക്ക്രോഗങ്ങൾ, ചൊറിച്ചിൽ, വെള്ളപ്പാണ്ഡ്, ശ്വാസകോശ രോഗങ്ങൾ, പരുക്ക്, പുഴുക്കടി, വാതം, കഫം, മാരകമായ വ്രണങ്ങൾ, വെള്ളദ്ദാഹം, പ്രമേഹം, മുറിവ് എന്നിവയ്ക്കു നല്ലതാണ്. പണ്ട്

മരോട്ടി എണ്ണയാണ് കുഷ്ഠരോഗ ചികിത്സയ്ക്കുപയോഗിച്ചിരുന്നത്.

എണ്ണ വേദനസംഹാരിയാണ്. ത്വക്ക്രോഗങ്ങൾക്കു നല്ലതാണ്. ലവണദ്രാവകങ്ങൾ കണ്ണിൽ വീണാലുണ്ടാകുന്ന അസ്വസ്ഥതയ്ക്ക് മരോട്ടി എണ്ണ കണ്ണിലൊഴിച്ചാൽ മതി. അമിതമായ കണ്ണീർപ്രവാഹത്തിനും നല്ലതാണ്. എണ്ണയും ചാരവും കൂട്ടിക്കലർത്തി കന്നുകാലികളുടെ മുറിവിൽ വയ്ക്കുന്നത് നല്ലതാണ്. കരിങ്ങാലിക്കഷായത്തിൽ മരോട്ടിയെണ്ണ, തേൻ, നെയ്യ് ഇവ ചേർത്തു പതിനഞ്ചു ദിവസം സേവിക്കുകയും മാംസരസം മാത്രം ഭക്ഷിക്കുകയും ചെയ്താൽ ഇരുന്നൂറു വർഷം വരെ ജീവിച്ചിരിക്കാമെന്നാണ് വാഗ്ഭടമതം. മരോട്ടിയെണ്ണകൊണ്ട് അമ്പതു തവണ നസ്യം ചെയ്താൽ മുന്നൂറു വർഷം വരെ ജീവിക്കാമെന്ന് പറയപ്പെടുന്നു.

മൾബറി

(പട്ടുനൂൽപ്പുഴുച്ചെടി)

പട്ടുനൂൽ ഉൽപ്പാദിപ്പിക്കുന്ന പട്ടുനൂൽപ്പുഴുക്കളുടെ ഇഷ്ടഭക്ഷണം മൾബെറിച്ചെടികളുടെ ഇലയാണ്. പട്ടുനൂൽപ്പുഴുക്കൾ ഈ ചെടിയിൽ വളരുന്നു. ഇതിന്റെ കായ (മൾബറി) ഭക്ഷ്യയോഗ്യമാണ്.

സംസ്കൃതനാമം	:	തൂതം
ഇംഗ്ലീഷ്	:	മൾബറി
ശാസ്ത്രനാമം	:	മോറസ് അൽബാ
	:	Morus alba Linn.
കുടുംബം	:	മോറാസ്യേ
	:	Moraceae

വിവരണം: ഇന്ത്യയിലുടനീളം നട്ടുവളർത്തുന്നു. മൂന്നു മീറ്ററോളം ഉയരത്തിൽ വളരുന്ന കുറ്റിച്ചെടി.. കടുംപച്ചനിറത്തിലുള്ള ഇലകൾ. ചെറിയ പൂക്കൾ. കായ ആദ്യം പച്ചനിറവും പഴുക്കുമ്പോൾ ചുവപ്പു നിറവും പിന്നീട് കറുപ്പു നിറവുമാകുന്നു. ചെറിയ നീണ്ട കായകൾ വിവിധ അല്ലികൾ ചേർന്നുണ്ടായതുപോലെ തോന്നും. ചെറിയ രോമങ്ങളുണ്ട്. മാംസളമാണ്. തണ്ടു മുറിച്ചു നട്ട് പ്രജനനം.

ഔഷധയോഗ്യഭാഗങ്ങൾ: വേര്, ഇല, കായ (മൾബെറി).

ചില ഔഷധ ഉപയോഗങ്ങൾ: വേര് വിരയും മലവുമിളക്കും. ഇല വിയർപ്പുണ്ടാക്കും. സ്നിഗ്ദ്ധതയുണ്ടാക്കും. ബാക്ടീരിയയെ പ്രതിരോധിക്കും. സ്കേബീസ്, ഒച്ചയടപ്പ് എന്നിവയ്ക്കു നല്ലതാണ്. കായ (മൾബറി) ശീതമാണ്. മലമിളക്കും. കാമവർദ്ധകമാണ്. മൂത്രമിളക്കും. വിരയിളക്കും. മസ്തിഷ്ക പോഷണമാണ്. ധാതുപുഷ്ടിയുണ്ടാക്കും. വാതം, പിത്തം, എരിച്ചിൽ, വസൂരി, പുറംവേദന, വയറിളക്കം, കുടലിലെ അൾസർ, കരൾ പ്ലീഹാരോഗങ്ങൾ, സ്ഥായിയായ ശോകം (വ്യാകുല ഭ്രാന്ത്) എന്നിവയ്ക്കു നല്ലതാണ്.

മലതാങ്ങി

പ്രദേശ വ്യത്യാസമനുസരിച്ച് മലതാങ്ങി എന്നറിയപ്പെടുന്ന ചെടികൾ രണ്ടുണ്ട്. വലിയ ഇലയുള്ളതുമുണ്ട്. ഇതിന്റെ ഇലയും വള്ളിയും ചേർത്ത് തലച്ചുമടെടുക്കുന്നതിനുള്ള ചുമ്മാടുണ്ടാക്കിയാൽ എത്ര ഭാരമുണ്ടെങ്കിലും അറിയില്ലത്രെ. അതിനാലാണ് മലയും താങ്ങും എന്നർത്ഥത്തിലുള്ള മലതാങ്ങി എന്ന പേര്.

വിവരണം: പടർന്നു വളരുന്ന ചെറിയ വള്ളിച്ചെടി. ഇളംപച്ച നിറത്തിലുള്ള ചെറിയ തണ്ടുകളും ഇലകളും.

ഔഷധയോഗ്യഭാഗങ്ങൾ: സമൂലം

ചില ഔഷധ ഉപയോഗങ്ങൾ: നടുവിനു വേദനയ്ക്കു മലതാങ്ങി സമൂലമിട്ടു വയ്ക്കുന്ന കഷായം നല്ലതാണ്.

മലരി

(സർപ്പപ്പോള)

മൂന്നര അടി വരെ ഉയരത്തിൽ വളരുന്ന പോളകളുടെ രൂപത്തിൽ ഇലകളുള്ള ചെടി. പച്ചനിറത്തിലുള്ള നീണ്ട പോളകൾ ചുവട്ടിൽനിന്നും ഉത്ഭവിക്കുന്നു. ചെറിയ പൂവും കായുമുണ്ട്.

ഔഷധയോഗ്യഭാഗങ്ങൾ: പോള

ചില ഔഷധ ഉപയോഗങ്ങൾ: നീരു വറ്റിക്കും. മലരി ചേർത്ത് ചില എണ്ണകൾ (കായത്തിരുമേനി എണ്ണ) തയ്യാറാക്കാറുണ്ട്.

മല്ലി

(കൊത്തമ്പാല, കൊത്തമല്ലി, കൊത്തമ്പാലരി)

കറികളുടെയും മറ്റും രുചിയും ഗുണവും വർദ്ധിപ്പിക്കുന്ന മല്ലി കറികളിൽ ചേർത്തുപയോഗിക്കുന്നു.

സംസ്കൃതനാമം	: ധാന്യക, ദാനകാ, ഛത്ര, കുസതുംബുരു
ഇംഗ്ലീഷ്	: കൊറിയാണ്ടർ
ശാസ്ത്രനാമം	: കൊറിയാൻഡ്രം സറ്റിവം
	: Coriandrum Sativum Linn.
കുടുംബം	: എപിയേസി
	: Apiaceae

വിവരണം: ഇന്ത്യയിലുടനീളം കൃഷിചെയ്യപ്പെടുന്നു. സുഗന്ധമുള്ള തണ്ടും ഇലകളുമുള്ള വാർഷിക സസ്യം. ചെറിയ പൂക്കൾ, മഞ്ഞ കലർന്ന ബ്രൗൺ നിറത്തിലുള്ള ഉരുണ്ട ചെറിയ കായ (മല്ലി). ഒരു കായക്കകത്ത് രണ്ടു വിത്തുകൾ കാണാം.

ഔഷധയോഗ്യഭാഗങ്ങൾ: ഇല, കായ (മല്ലി).

ചില ഔഷധ ഉപയോഗങ്ങൾ: ഇല വേദനകുറയ്ക്കും. രക്തവാർച്ച തടയും. വീക്കത്തെ തടയും. വായ്നാറ്റം ഇല്ലാതാക്കും. മൂക്കിൽനിന്നുള്ള

രക്തവാർച്ച, കൺജക്റ്റിവിറ്റീസ്, വീക്കം, മഞ്ഞപ്പിത്തം, പല്ലിനുവേദന, പഴുപ്പുണ്ടാകുക, മോണയിൽനിന്നു രക്തവാർച്ച എന്നിവയ്ക്കു നല്ല താണ്. മല്ലി (കൊത്തമ്പാലരി) സ്നിഗ്ദ്ധത നല്കും. വീക്കത്തെ തടയും. വിരയിളക്കും. ഉദര രോഗങ്ങൾക്കു നല്ലതാണ്. വായുകോപം ശമിപ്പിക്കും. രുചിയും ദഹനവും വർദ്ധിപ്പിക്കും. മൂത്രം ഇളക്കും. പനി കുറയ്ക്കും. കഫം ഇളക്കും. വേദന ശമിപ്പിക്കും. ഉത്തേജകമാണ്. പിത്തം, എരി ച്ചിൽ, ചുമ, ബ്രോങ്കൈറ്റിസ്, അതിസാരം, വയറുകടി, തലവേദന, മൂക്കിൽ നിന്നും രക്തവാർച്ച, മുഖത്തെ തടിച്ച ചുവന്ന പാട്, വെള്ളദാഹം, സന്ധി വാതം, ഉന്മേഷക്കുറവ് എന്നിവയ്ക്കു നല്ലതാണ്. ചേർക്കുരുമൂലമുള്ള പൊള്ളലിന് ഇല അരച്ചിടുന്നത് പ്രതിവിധിയാണ്.

തലവേദനയ്ക്ക് മല്ലിയിലയും ചന്ദനവും അരച്ചുചേർത്ത് നെറ്റിയിൽ പൂശുക. ചുമയ്ക്ക് കൊത്തമല്ലി നന്നായി അരച്ച് പഞ്ചസാര ചേർത്തു കഴിക്കുക.

മല്ലിയില നീര് മഞ്ഞൾ ചേർത്ത് പൂശുന്നത് മുഖകാന്തിയും ശരീര കാന്തിയും വർദ്ധിപ്പിക്കും. മോര് മല്ലിയില ചേർത്ത് കഴിക്കുന്നത് വയറു കടി ദഹനക്കേട്, അർശസ്സ് എന്നിവയ്ക്കു നല്ലതാണ്. ചുക്ക്, മല്ലി, അമൃത് ഇവകൊണ്ടുള്ള കഷായം പനിക്കും മഞ്ഞപ്പിത്തത്തിനും നല്ലതാണ്. മല്ലി ഇളനീരിൽ അരച്ചു കുടിച്ചാൽ മൂത്രതടസ്സം മാറും.

മാതളനാരകം

(വള്ളിനാരകം, ഉറുമാമ്പഴം, താളിമാതളം, മാതളം)

സംസ്കൃതനാമം	: ദാദിമം, കരകം, മധുരാമ്ലഫലം, ദണ്ഡബീജം
ഇംഗ്ലീഷ്	: പൊമഗ്രാനേറ്റ്
ശാസ്ത്രനാമം	: പുണികാഗ്രാനേറ്റം
	: Punica granatum Linn.
കുടുംബം	: പുണിക്കേസി
	: Punicaceae

വിവരണം: ഇന്ത്യയിലുടനീളം കൃഷി ചെയ്തുവരുന്നു. ഇല പൊഴിയുന്ന വലിയ കുറ്റിച്ചെടി. അനേകം ശാഖകൾ. ചെറിയ ഇലകൾ. സ്കാർലറ്റ് ചുവപ്പുനിറത്തിലുള്ള പൂക്കൾ. അടിയിൽ തിളങ്ങുന്ന പച്ചനിറമാണ്. ഉരുണ്ട കായ. അതിനകത്ത് മാംസളമായ ചെറിയ കുരുക്കൾ. കുരുക്കളുടെ അകത്ത് വിത്തുണ്ട്.

ഔഷധയോഗ്യഭാഗങ്ങൾ: അല്ലി, നീര്, കുരു, തോട്, തോടിന്റെ അടിയിലെ കഴമ്പ്.

ചില ഔഷധ ഉപയോഗങ്ങൾ: പഴുത്ത മാതളനാരങ്ങയ്ക്ക് വിഷങ്ങൾ പുറത്തു കളയുവാനുള്ള ശക്തിയുണ്ട്. അതിന്റെ മഞ്ഞയായ കഴമ്പു വയറ്റിനു നല്ലതാണ്. തൊണ്ട് ദേഹത്തെ പുഷ്ടിപ്പെടുത്തുന്നതും സ്കർവിരോഗത്തെ ഇല്ലാതാക്കുന്നതുമാണ്. തൊണ്ടും പഞ്ചസാരയും ചേർത്ത് ലേഹ്യമുണ്ടാക്കി വയറിളക്കത്തിനുപയോഗിക്കാം. തൊണ്ട് ഉപ്പിലിട്ട് കഴിക്കുന്നത് അരുചിക്ക് നന്ന്. തൊണ്ട് വീഞ്ഞിൽ മുക്കിയിട്ടാൽ വീഞ്ഞ് വിനാഗിരി (ചൊറുക്ക)യാവും. തൊലി പൊടിച്ചതു വാറ്റിയോ തൊലി പിഴിഞ്ഞ നീരിൽനിന്നോ തൈലമെടുക്കാം. ഈ തൈലം ഉത്തേജകമായ ഒരു ലേപനമാണ്. പൂക്കുലകളിൽ നിന്നും ഇലകളിൽനിന്നുമെടുക്കുന്ന തൈലത്തിനും ഇതേ ഗുണങ്ങളുണ്ട്. തൊണ്ടിൽനിന്നും വാറ്റിയെടുക്കുന്ന നീര് മനശ്ശാന്തികരവും ശീതവും ദഹനത്തെ വർദ്ധി

പ്പിക്കുന്നതുമാണ്. ജ്വരത്തിലെ താപവും തൃഷ്ണയും ശമിപ്പിക്കാൻ നല്ലതും ഒരു ശീതളപാനീയവുമാണ്. അതു പിത്ത ഛർദ്ദിക്കും പിത്ത ജ്വരത്തിനും കൊടുക്കാം.

തോട് കഷായം വച്ചു കുടിക്കുന്നത് വയറുകടിക്കു നല്ലതാണ്. മാതളത്തിന്റെ തോട്, ഉണക്കിപ്പൊടിച്ചുവച്ച് ദാഹശമനിയായി ഉപയോഗിക്കുന്നത് വയറുവേദന, ക്ഷീണം എന്നിവയ്ക്കു നല്ലതാണ്.

വയറുകടിക്ക് പഴത്തിന്റെ തോടുണക്കിപ്പൊടിച്ചത് മോരിൽ ചേർത്ത് ദിവസം മൂന്നുനേരം വീതം കഴിക്കുക. ഗ്യാസ്ട്രബിളിന് മാതളങ്ങത്തോട് ഉണക്കിപ്പൊടിച്ചത് ജീരകം ചേർത്ത് കഴിക്കുക. പ്രമേഹത്തിന് മാതളക്കുരു മോരിൽ അരച്ചു കഴിക്കുക.

മാതളനാരങ്ങ ഇടിച്ചുപിഴിഞ്ഞ നീരിന് തുല്യം ഇഞ്ചി ഇടിച്ചു പിഴിഞ്ഞ നീര്, അതിൽ തേനും പഞ്ചസാരയും ചുക്കും മുളകും തിപ്പലിയും ചേർത്ത് കവിൾകൊള്ളുന്നത് വായ്ക്കകത്തെ എല്ലാ അസുഖങ്ങൾക്കും നല്ലതാണ്.

മാങ്ങാനാറി

ഈ ചെടിയുടെ ഇലകൾക്ക് മാങ്ങയുടെ സുഗന്ധമാണ് ഉള്ളത്. മാങ്ങാനാറി എന്ന പേര് അങ്ങനെ ഉണ്ടായതാകണം.

സംസ്കൃതനാമം: അമ്രഗന്ധ

ശാസ്ത്രനാമം: ലിംനോഫില അരോമാറ്റിക്ക

കുടുംബം: സ്ക്രോഫുലാരിയേസി

വിവരണം: ഇന്ത്യയിലുടനീളം ചതുപ്പുപ്രദേശങ്ങളിലും കുളങ്ങളുടെയും കായലുകളുടെയും വെള്ളക്കെട്ടുകളുടെയും സമീപപ്രദേശങ്ങളിലും കാണപ്പെടുന്നു. അധികം ശാഖകളുള്ള നല്ല സുഗന്ധമുള്ള നേരെ വളരുന്ന കുറ്റിച്ചെടി. ദളത്തിന്റെ അറ്റത്ത് പർപ്പിൾ നിറമുള്ള പൂക്കൾ. കായുണ്ട്.

ഔഷധയോഗ്യഭാഗങ്ങൾ: സമൂലം

ചില ഔഷധ ഉപയോഗങ്ങൾ: ആന്റിസെപ്റ്റിക്കാണ് (പഴുപ്പിനെ ചെറുക്കും). മുലപ്പാൽ വർദ്ധിപ്പിക്കും. രുചിയുണ്ടാക്കും. ദഹനം വർദ്ധിപ്പിക്കും. വായുകോപം ശമിപ്പിക്കും. വിരയിളക്കും. മൂത്രമിളക്കും. പനി കുറ

യ്ക്കും. പിത്തം, നാറുന്ന വ്രണങ്ങൾ, മുലപ്പാലില്ലാത്ത അവസ്ഥ, മുലപ്പാൽ ശുദ്ധമല്ലാത്ത അവസ്ഥ, ഭക്ഷണത്തോടു താല്പര്യമില്ലായ്മ, മലബന്ധം എന്നിവയ്ക്കു നല്ലതാണ്. കഷായമാക്കി കഴിച്ചാൽ പനി ശമിക്കും. മോരിൽ ചേർത്തു കഴിക്കുന്നത് തലകറക്കത്തിനു നല്ലതാണ്.

മാങ്ങായിഞ്ചി

ഇഞ്ചി പോലിരിക്കുന്നതിനാലും മാങ്ങയുടെ മണം ഉള്ളതിനാലുമാവണം ഈ പേര്. ഇഞ്ചിയുടെ അത്രയും ഗുണമില്ല. ഭക്ഷ്യയോഗ്യമാണ്. ചമ്മന്തിയിൽ ചേർത്താൽ മണവും രുചിയും കൂടും.

സംസ്കൃതനാമം	: അമ്രാദ്രകം, കർപ്പൂരഹരിദ്ര
ഇംഗ്ലീഷ്	: മാംഗോ ജിഞ്ചർ
ശാസ്ത്രനാമം	: കുർക്കുമാ അമാഡ
	: Curcuma amada Roxb.
കുടുംബം	: സിഞ്ചിബറേസി
	: Zingiberaceae

വിവരണം: ഇന്ത്യയിലുടനീളം കൃഷി ചെയ്തുവരുന്നു. കന്ദമുള്ള സുഗന്ധവാഹിയായ നേരെ വളരുന്ന ചെറുസസ്യം. തണ്ടും ഇലകളും മാംസളമാണ്. ഇളംമഞ്ഞയോ വെള്ളനിറത്തിലോ ഉള്ള പൂക്കൾ. കന്ദമാണ് (ഇഞ്ചി) ഉപയോഗിക്കുന്നത്. കന്ദം നട്ട് പ്രജനനം നടത്തുന്നു.

ഔഷധയോഗ്യഭാഗങ്ങൾ: കന്ദം (മാങ്ങായിഞ്ചി)

ചില ഔഷധ ഉപയോഗങ്ങൾ: രുചിയും ദഹനവും വർദ്ധിപ്പിക്കും. വായുകോപം ശമിപ്പിക്കും. കാമവർദ്ധകമാണ്. വയറിളക്കും. മൂത്രം വർദ്ധിപ്പിക്കും. കഫം ഇളക്കും. പകർച്ചവ്യാധികളെ തടയും. പനി കുറയ്ക്കും. സ്വാസ്ഥ്യം നല്കും. പിത്തം, വെള്ളദ്ദാഹം, മുറിവുകൾ, ആന്തരികവ്രണങ്ങൾ, ത്വക്ക്രോഗങ്ങൾ, ചൊറിച്ചിൽ, ചുമ, ബ്രോങ്കൈറ്റിസ്, ചെവിവേദന, വായ്നാറ്റം ഇവയ്ക്കും നല്ലതാണ്.

മാവ്

പൗരാണികകാലം മുതൽ അറിയപ്പെടുന്ന വൃക്ഷം. ചിത്രകൂടത്തിലും പഞ്ചവടിയിലും ഇന്ദ്രപ്രസ്ഥത്തിലും മാവുണ്ടായിരുന്നതായി പുരാണങ്ങൾ പറയുന്നു. മാവിൽ സൃഷ്ടികർത്താക്കളായ ഇരുപത്തിയൊന്ന് പ്രജാപതികൾ വസിക്കുന്നതായി ഹിന്ദുക്കൾ വിശ്വസിക്കുന്നു. വിശേഷാവസരങ്ങളിൽ അലങ്കാരത്തിനായി മാവില ഉപയോഗിക്കുന്നു. ശവദാഹത്തിനു മാവിന്റെ വിറക് എടുക്കുന്നു. അമ്മയൂട്ടാത്തത് മാവൂട്ടും എന്നാണ് ചൊല്ല്. മാമ്പഴം സപ്തധാതുക്കളെയും പോഷിപ്പിക്കുന്നതാണ്. ധാരാളം ഇനം മാമ്പഴങ്ങളുണ്ട്. സാമാന്യഗുണം ഒന്നാണെങ്കിലും ഇന ഭേദങ്ങളനുസരിച്ച് ചില വ്യത്യാസങ്ങളുണ്ട്.

സംസ്കൃതനാമം	:	ആമ്ര, ചുത, മാകന്ദ, ചികവല്ലഭ
ഇംഗ്ലീഷ്	:	മാംഗോട്രീ, സ്പ്രിങ്ങ് ട്രീ
ശാസ്ത്രനാമം	:	മാംഗിഫേറാ ഇൻഡിക്ക
	:	Mangifera indica Linn.
കുടുംബം	:	അനാകാർഡിയേസി
	:	Anacardiaceae

വിവരണം: ഇന്ത്യയിലുടനീളം വീടുകളിലും വഴിവക്കുകളിലും വച്ചുപിടിപ്പിക്കുന്നു. കാടുകളിൽ കാണപ്പെടുന്നു. നിത്യഹരിതമായ വൻവൃക്ഷം. ധാരാളം ശാഖകളും ഇലകളുമുണ്ട്. നല്ല തണൽ ലഭിക്കും. തൊലിയിൽ ഇളംമഞ്ഞനിറത്തിലുള്ള കറയുണ്ട്. ധാരാളം പൂക്കൾ. മാംസളമായ ഫലം. ഫലത്തിനകത്ത് വിത്ത്.

ഔഷധയോഗ്യഭാഗങ്ങൾ: ഇല, പൂവ്, കണ്ണിമാങ്ങ, പച്ചമാങ്ങ, മാമ്പഴം, മാങ്ങാണ്ടി, തൊലി, പശ.

ചില ഔഷധ ഉപയോഗങ്ങൾ: പൂക്കൾ കൊഴിഞ്ഞ ശേഷം ചുവട്ടിൽ വീണുകിടക്കുന്ന ഉണ്ണിമാങ്ങകൾ ശേഖരിച്ച് ഉണക്കിപ്പൊടിച്ചു വച്ച് മോരിൽ ചേർത്തു കൊടുത്താൽ കുട്ടികളുടെ അതിസാരം ശമിക്കും. പച്ചമാങ്ങ ചെങ്കണ്ണിനും ചർമ്മരോഗങ്ങൾക്കും നന്ന്. മാങ്ങാത്തൊലി ആമാശയത്തിനു ബലം നൽകും. പച്ചമാങ്ങ തൊലിയും അണ്ടിയും കളഞ്ഞു നുറുക്കി വെയിലത്തുവച്ചുണക്കി പൊടിച്ച് ഉപയോഗിക്കുന്നത് നല്ലൊരു രക്തസ്രാവനിവാരണ ഔഷധമാണ്. ഇത് സ്കർവി രോഗത്തിനും ഗുണം ചെയ്യും. മാങ്ങയുടെ കഴമ്പിൽനിന്നോ തൊലിയിൽനിന്നോ എടുക്കുന്ന നീര് കുടിക്കുന്നത് ഡിഫ്ത്തീരിയ തുടങ്ങിയ എല്ലാ തൊണ്ടരോഗങ്ങൾക്കും നല്ലതാണ്. പച്ചക്കായുടെ കഴമ്പും പഞ്ചസാരയും ചേർത്ത് കൂട്ടിത്തിരുമ്മി കഴിക്കുന്നത് കോളറയും പ്ലേഗുമുണ്ടാകുന്ന അവസരത്തിൽ പ്രതിരോധശക്തിനൽകും. മാങ്ങയുടെ നീര് തണുപ്പു കൊണ്ടുണ്ടാവുന്ന കാൽവിള്ളലിന് പുരട്ടാം. പച്ചമാങ്ങാത്തൊലി ചെറുതായി നുറുക്കി നെയ്യിൽ വറുത്ത് പഞ്ചസാരകൂട്ടി അരച്ചു ഗുളികളാക്കി കഴിക്കുന്നത് യോനീസ്രവത്തിന് (വെള്ളപോക്കിനും രക്തം പോകുന്നതിനും)

നല്ലതാണ്. പച്ചമാങ്ങയും പാലും വിരുദ്ധാഹാരങ്ങളാണ്.

ആമ്രകല്പം എന്നറിയപ്പെടുന്ന ക്രീയ (എല്ലാ ഭക്ഷണവും നിറുത്തിവച്ച് പകരം മാമ്പഴം മാത്രമായി കഴിക്കുന്നത്) ഒരു കായകല്പ ചികിത്സ തന്നെയാണ്. ദേഹത്തിന് തൂക്കവും വർണപ്രസാദവും സുഖവും സിദ്ധിക്കും.

മാങ്ങയുടെ അണ്ടിയിലുള്ള പരിപ്പ് ഉണക്കിപ്പൊടിച്ച് പുട്ടുണ്ടാക്കാറുണ്ട്. ഇത് ഏങ്ങലിനു നല്ലതാണ്. നീര് നസ്യം ചെയ്താൽ മൂക്കിൽനിന്നുള്ള രക്തസ്രാവം ശമിക്കും. പരിപ്പ് കൃമിയെ നശിപ്പിക്കും. മൂലക്കുരുവിനും അത്യാർത്തവത്തിനും കാസശ്വാസം, അതിസാരം, വയറിളക്കം, ചോരഛർദ്ദി, യോനീസ്രാവം, അസ്ഥിസ്രാവം മുതലായവയ്ക്കും മാങ്ങയണ്ടിപ്പരിപ്പ് പൊടിച്ചത് അഞ്ചു ഗ്രാം വരെ തേൻചേർത്തോ ചേർക്കാതെയോ കൊടുക്കാം. ചളിയോടുകൂടിയ വയറിളക്കത്തിൽ ഈ പരിപ്പ് വറുത്ത് തൈരിൽ അരച്ചുകൊടുക്കുന്നത് വളരെ നല്ലതാണ്. മാവിൻതൊലി വാറ്റിയെടുത്ത സത്തോ തൊലി വെള്ളത്തിൽ കലക്കി കുറുക്കിയെടുത്ത സത്തോ യോനീസ്രാവം, അസ്ഥിസ്രാവം, രക്താർശസ്സ്, പീനസം ഇവയ്ക്കു നന്ന്. മാവിന്റെ ഇല കത്തിച്ചു പുകയേൽക്കുന്നത് ചിലതരം തൊണ്ടരോഗങ്ങൾക്കും എക്കിട്ടത്തിനും നല്ലതാണ്. ഇല കത്തിച്ച ചാരം തീപ്പൊള്ളലിന് ലേപനം ചെയ്യാവുന്നതാണ്. ഇലയുടെ നീര് തേനും പാലും ചേർത്ത് വയറിളക്കത്തിലെ രക്തം പോക്കിനു കൊടുക്കാം. മാവിന്റെ തൊലിയിൽനിന്നു കിട്ടുന്ന കറ (പശ) കാൽ വിള്ളുന്നതിനു പുരട്ടാം. കൂമ്പിലകൾ ഉണക്കിപ്പൊടിച്ചു പ്രമേഹത്തിനു കൊടുക്കാം. ഇല

യുടെ കഷായം തേനും ചേർത്തു കൊടുത്താൽ സ്വരസാദം ശമിക്കും.

മാവിന്റെ പൂവ് ഉണക്കി കഷായംവച്ചോ പൊടിച്ചോ കഴിക്കുന്നത് അതിസാരത്തിനും വയറിളക്കത്തിനും നന്ന്. മാമ്പൂവ് പുകച്ചാൽ കൊതുകുകൾ അകന്നു പോകും. മാവിന്റെ കറ ചെറുനാരങ്ങനീരോ എണ്ണയോ ചേർത്ത് പുരട്ടുന്നത് സ്കേബീസ്, ചൊറി, ചിരങ്ങ് തുടങ്ങിയ ത്വക്ക്രോഗങ്ങൾക്ക് നല്ലതാണ്. മാങ്ങ പറിച്ച ഉടനെയുള്ള ഞെട്ടിലെ കറ തേളുകുത്തിയ സ്ഥലത്ത് പുരട്ടിയാൽ വേദന ഉടനെ ശമിക്കും.

വേരും തൊലിയും ശീതമാണ്. രക്തവാർച്ച തടയും. സിഫിലിസിനെ ചെറുക്കും. ഛർദ്ദിലിനെ തടയും. പിത്തം, മൂത്രത്തിലൂടെയുള്ള രക്തം പോക്ക്, മലദ്വാരത്തിന്റെ ക്ഷതം, രക്തംതുപ്പൽ, വെള്ളപോക്ക്, സിഫിലിസ്, മുറിവ്, വ്രണം, ഛർദ്ദിൽ, മൂത്രനാളിയുടെ വീക്കം അതിസാരം, വയറിളക്കം, വാതം, ഡിഫ്ത്തീരിയ എന്നിവയ്ക്കു നല്ലതാണ്.

പച്ചമാങ്ങയും ചിലയിനം പഴുത്തതും ഉപ്പിലിട്ടു സൂക്ഷിക്കാറുണ്ട്. വിളഞ്ഞമാങ്ങ നുറുക്കി ഉപ്പുപുരട്ടി ഉണക്കിയുണ്ടാക്കുന്ന അടമാങ്ങ അത്യന്തം രുചികരമാണ്. ഇല ശീതമാണ്. രക്തവാർച്ച തടയും. മലബന്ധമുണ്ടാക്കും. കഫം, പിത്തം, എരിച്ചിൽ, ക്ഷതം, രക്തംതുപ്പൽ, ക്ഷതം, മുറിവ്, വ്രണം, അതിസാരം, വയറിളക്കം, ഉദരരോഗങ്ങൾ എന്നിവയ്ക്കു നല്ലതാണ്. പച്ചിലയും ഉണങ്ങിയ ഇലയും പല്ലു വൃത്തിയാക്കുന്നതിന് ഉത്തമമാണ്. പൂക്കൾ ശീതമാണ്. രക്തവാർച്ച തടയും. പിത്തം, മുറിവ്, വ്രണം, ഭക്ഷണത്തോടു താല്പര്യമില്ലായ്മ, വെള്ളദാഹം എന്നിവയ്ക്കു നല്ലതാണ്

പല്ലുവേദനയ്ക്ക് മാവിന്റെ തളിരില ചവച്ചരയ്ക്കുക. പഴുത്ത മാവില ഇട്ടു തിളപ്പിച്ച വെള്ളം കവിൾകൊള്ളുക. മഞ്ഞപ്പിത്തത്തിന് തളിരില കരിക്കിൻവെള്ളത്തിലരച്ച് രണ്ടുനേരം വച്ച് ദിവസേന കഴിക്കുക.

മാമ്പഴം മദ്യം ഉണ്ടാക്കാനായി ഉപയോഗിച്ചുവരുന്നു.

മിഴിതിലകമൂലി

കണ്ണിന്റെ രോഗങ്ങൾക്ക് ഉത്തമമായതിനാലാവാം ഈ പേര്.

വിവരണം: ചെറിയ കുറ്റിച്ചെടി. പൂവും കായുമുണ്ട്.

ഔഷധയോഗ്യഭാഗങ്ങൾ: ഇല

ചില ഔഷധ ഉപയോഗങ്ങൾ: കണ്ണിന്റെ എല്ലാ രോഗങ്ങൾക്കും ഇലച്ചാർ ഇറ്റിക്കുന്നത് നല്ലതാണ്.

മുക്കാൽപ്പീരം

(മുക്കാപ്പീരം)

സംസ്കൃതനാമം	:	ത്രികോശകി, കൃതരന്ധ്ര
ശാസ്ത്രനാമം	:	മുക്കിയ മഡറാസ്പറ്റനാ
	:	Mukia maderaspatana (Linn.) Roem.
കുടുംബം	:	കുക്കുർബിറ്റേസി
	:	Cucurbitaceae

വിവരണം: ഇന്ത്യയിലുടനീളം കാണപ്പെടുന്നു. നിലത്തോ ഉയരത്തിലോ പടർന്ന് വളരുന്ന വാർഷിക സസ്യം. ചെറിയ ഇലകൾ. ഇലകളുടെ അടിയിൽ ചെറിയ മുള്ളുകൾ കാണാം. ചെറിയ മഞ്ഞപ്പൂക്കൾ. ഉരുണ്ട കായ. കടുംചുവപ്പുനിറം. അകം മാംസളമാണ്. വിത്തുകൾ നീണ്ടുരുണ്ടതാണ്.

ഔഷധയോഗ്യഭാഗങ്ങൾ: സമൂലം

ചില ഔഷധ ഉപയോഗങ്ങൾ: വായുകോപം ശമിപ്പിക്കും. കഫമിളക്കും. വേദനകുറയ്ക്കും. പോഷകമാണ്. പിത്തം, എരിച്ചിൽ, മലബന്ധം, വ്രണങ്ങൾ, ആസ്ത്മ, വെർട്ടിഗോ, പുറംവേദന, ഞരമ്പുവേദന, പല്ലിനുവേദന എന്നിവയ്ക്കു നല്ലതാണ്. സമൂലം കഷായം വച്ചു കുടിക്കുന്നത് വിയർപ്പും മൂത്രവും വർദ്ധിപ്പിക്കും. കോളറാ, മൂത്രതടസ്സം, ഗൊണേറിയ, മൂത്രത്തിലെ കല്ല് എന്നിവ ശമിപ്പിക്കും. വേരിന്റെ കഷായം വായു കോപം അകറ്റും. വേര് വായിലിട്ടു ചവയ്ക്കുന്നത് പല്ലുവേദനയ്ക്കു നല്ലതാണ്.

മുക്കൂറ്റി

മുക്കൂറ്റിപ്പൂവ് ദശപുഷ്പങ്ങളിലുൾപ്പെടുന്നു. കാഴ്ചയ്ക്കു വളരെ ഭംഗിയുള്ളതാണ് മുക്കൂറ്റിപ്പൂവ്.

സംസ്കൃതനാമം	:	വിപരീതലജ്ജാലു, ജ്ജൂല്ലപുഷ്പ, പീതപുഷ്പ
ഇംഗ്ലീഷ്	:	ബയോഫൈറ്റം
ശാസ്ത്രനാമം	:	ബയോഫൈറ്റം സെൻസിറ്റിവം
	:	Biophytum sensitivum (Linn.) DC.
കുടുംബം	:	ഓക്സാലിഡേസി
	:	Oxalidaceae

വിവരണം: ഇന്ത്യയിലുടനീളം പറമ്പുകളിലും വെളിമ്പ്രദേശങ്ങളിലും കളയായി വളരുന്നു. നേരെ നിൽക്കുന്ന വളരെ ചെറിയ സസ്യം. തണ്ടിനിരുവശവും ചെറിയ ഇലകൾ. പത്തു സെന്റീമീറ്ററോളം നീളം വരുന്ന ചെറിയ ഒറ്റത്തണ്ടിന്മേൽ മഞ്ഞനിറത്തിലുള്ള ചെറിയ പൂക്കൾ. കായും വിത്തുമുണ്ട്. വിത്തിലൂടെ പ്രജനനം.

ഔഷധയോഗ്യഭാഗങ്ങൾ: സമൂലം

ചില ഔഷധ ഉപയോഗങ്ങൾ: മൂത്രം വർദ്ധിപ്പിക്കുകയും, ദുർനീരിളക്കിക്കളയുകയും കഫം ഇളക്കുകയും ചെയ്യുന്ന ഒരു പോഷകമാണ് മുക്കൂറ്റി. മൂത്രത്തിലെ കല്ലിനും പനിയിലെ വെള്ളദ്ദാഹത്തിനും മുറിവുകൾക്കും ആസ്ത്മയ്ക്കും പാമ്പുവിഷത്തിനും വായിലെ വേദനകൾക്കും നല്ലതാണ്. മുക്കൂറ്റി അരച്ച് കരിക്കിൻ വെള്ളത്തിൽ കുടിച്ചാൽ മൂത്രതടസ്സം മാറും.

മുന്തിരി

ഫലവർഗ്ഗത്തിൽ വച്ച് ഏറ്റവും ശ്രേഷ്ഠമായത് മുന്തിരിങ്ങാപ്പഴമാണ്. കറുപ്പ്, പച്ച, ഇളംചുവപ്പ് തുടങ്ങിയ നിറങ്ങളിലും പല വലിപ്പത്തിലുമുള്ള മുന്തിരിപ്പഴമുണ്ട്. ഇതിൽ കറുത്ത മുന്തിരിങ്ങയാണ് ഏറ്റവും ഗുണപ്രദം. മുന്തിരിങ്ങ മൂത്രവും മലവും കളയുന്നതും കണ്ണിന് ഹിതമായിട്ടുള്ളതുമാണ്.

സംസ്കൃതനാമം	: ദ്രാക്ഷാ, ഗോസ്തനീ, മൃദ്വികാ
ഇംഗ്ലീഷ്	: യൂറോപ്യൻഗ്രേപ്പ്, വൈൻഗ്രേപ്പ്, കോമൺ ഗ്രേപ്പ് വൈൻ
ശാസ്ത്രനാമം	: വൈറ്റിസ് വൈനിഫേറാ ലിൻ
	: Vitis Vinifera Linn.
കുടുംബം	: വിറ്റേസി
	: Vitaceae

വിവരണം: ഇന്ത്യയിലുടനീളം കൃഷിചെയ്തു വരുന്ന പടർന്നുകയറുന്ന വള്ളിച്ചെടി. തണ്ടിനു കട്ടിയുണ്ട്. സാധാരണ ഇലകൾ, പച്ചനിറത്തിലുള്ള ചെറിയ പൂക്കൾ, നീലകലർന്ന കറുപ്പുനിറത്തിലും പച്ചനിറത്തിലും പർപ്പിൾ നിറത്തിലുമുള്ള കായകൾ (മുന്തിരി), മാംസളമായ ഫലത്തിനകത്ത് വിത്ത്.

ഔഷധയോഗ്യഭാഗങ്ങൾ: മുന്തിരിങ്ങാപ്പഴം, പച്ചയായും പഴമായും ഉണക്കിയും ഉപയോഗിക്കാം. പഴുത്തുണങ്ങിയ മുന്തിരിങ്ങയാണ് അധികവും ഉപയോഗിക്കുന്നത്.

ചില ഔഷധ ഉപയോഗങ്ങൾ: പഴങ്ങളിൽ വച്ച് ഏറ്റവും ദഹനശക്തിതരുന്നതും രക്തശുദ്ധിയും പുഷ്ടിയും ഉണ്ടാക്കുന്നതുമാണ്. വിശിഷ്ടമായ ഒരു ശമനൗഷധമാണ്. വെള്ളദ്ദാഹത്തിനും ചുമയ്ക്കും ഉഷ്ണത്തിനും ഒച്ചയടപ്പിനും ക്ഷയത്തിനും നീരിളക്കത്തിനും മഞ്ഞപ്പിത്തത്തിനും ജ്വരത്തിനും നന്ന്. മധുരമുള്ളതാണെങ്കിലും

പ്രമേഹരോഗികൾക്കു വിരുദ്ധമല്ല. കരൾ രോഗമുള്ള കുട്ടികൾക്ക് മുന്തിരിങ്ങ ഉത്തമമായ ഒരു ഭക്ഷണദ്രവ്യമാണ്. ഹൃദ്രോഗത്തിനും കഫക്കെട്ടിനും ഉപകാരപ്രദമാണ്. രക്തവാതത്തിനും നല്ലതാണ്. ജീരകംകൊണ്ടു ശീതകഷായം വച്ച് പിറ്റേദിവസം കറുത്ത മുന്തിരിങ്ങ പിഴിഞ്ഞുചേർത്തു കഴിക്കുന്നത് ഹൃദ്രോഗത്തിനു നല്ലതാണ്. മുന്തിരിങ്ങ പതിനഞ്ചു മിനിട്ടുനേരം വെള്ളത്തിലിട്ടു തിളപ്പിച്ച് പിഴിഞ്ഞരിച്ച് പാലും പഞ്ചസാരയും ചേർത്തു കഴിക്കുന്നത് ഏതു രോഗത്തിന്റെയും മരുന്നുകളോടൊപ്പം രോഗശമനത്തിന് ഏറെ ഗുണം ചെയ്യും.

മുന്തിരിപ്പഴം ശീതമാണ്. സ്വാസ്ഥ്യം പകരും. വയറിളക്കും. ബുദ്ധി വികസിപ്പിക്കും. ഓജസ്കരമാണ്. കാമവർദ്ധകമാണ്. ഹൃദയത്തിനും ഞരമ്പുകൾക്കും പോഷണമാണ്. മൂത്രം ഇളക്കും. രക്തം ശുദ്ധീകരിക്കും. ഉദരരോഗങ്ങൾക്കു നല്ലതാണ്. കഫമിളക്കും. രക്തമുണ്ടാക്കും. രക്തവാർച്ച തടയും. വായുകോപം ശമിപ്പിക്കും. പഴുപ്പുണ്ടാക്കും. പോഷകമാണ്. പിത്തം, കഫം, എരിച്ചിൽ, കുട്ടികളിലെ ബുദ്ധിവളർച്ചക്കുറവ്, ഹൃദ്രോഗം, രക്തം തുപ്പൽ, ക്ഷതം, വിളർച്ച, ജ്വരം, കുഷ്ഠം, ത്വക്ക്രോഗങ്ങൾ, വായുകോപം, ചുമ, ആസ്ത്മ, ബ്രോങ്കൈറ്റിസ്, കണ്ണിന്റെ രോഗങ്ങൾ, മഞ്ഞപ്പിത്തം, ക്ഷീണം എന്നിവയ്ക്കു നല്ലതാണ്. ഇല വേദന കുറയ്ക്കും. മൂത്രമിളക്കും. രക്തം ശുദ്ധീകരിക്കും. തലവേദന, സ്കേബീസ്, സിഫിലിസ്, ക്ഷതം, പ്ലീഹാരോഗങ്ങൾ, ഛർദ്ദിൽ, വായിലെ ക്ഷതങ്ങൾ, എന്നിവയ്ക്കു നല്ലതാണ്. തണ്ടു കത്തിച്ച ചാരം, സന്ധിവേദന, വൃക്കയിലെ കല്ല്, ക്ഷതം, വൃഷണവീക്കം എന്നിവയ്ക്കു നല്ലതാണ്. പൂക്കൾ കഫമിളക്കും. ആർത്തവം തിരികെ കൊണ്ടുവരും. കരൾ രോഗങ്ങൾ, വിളർച്ച, ക്രമരഹിതമായ ആർത്തവം, നീണ്ടതും പ്രയാസമേറിയതുമായ ആർത്തവം എന്നിവയ്ക്കു നല്ലതാണ്.

മുതിര

മുതിര ഭക്ഷ്യയോഗ്യമാണ്. ഇടവിളയായി കൃഷിചെയ്തുവരുന്നു.

സംസ്കൃതനാമം	:	കുലത്ഥം
ഇംഗ്ലീഷ്	:	ഹോഴ്സ്ഗ്രാം
ശാസ്ത്രനാമം	:	മാക്രോടിലോമാ യുണിഫ്ളോറം
	:	Macrotyloma uniflorum (Lam.) Verdc
കുടുംബം	:	ഫാബേസി
	:	Fabaceae

വിവരണം: ഇന്ത്യയിലുടനീളം കൃഷിചെയ്തുവരുന്നു. ഏറെ ശാഖകളുള്ള കുറച്ചു നേരെയും പടർന്നും വളരുന്ന വാർഷിക വിള. സാധാരണ ചെറിയ ഇലകൾ, മഞ്ഞപ്പൂക്കൾ. വാൾ രൂപത്തിലുള്ള കായയുടെ ഉറയിൽ വിത്ത് (മുതിര).

ഔഷധയോഗ്യഭാഗങ്ങൾ: മുതിര, ചെടി.

ചില ഔഷധ ഉപയോഗങ്ങൾ: മുതിര പിത്തവും രക്തവും വർദ്ധിപ്പിക്കും. പീനസം, അർശസ്സ്, ശ്വാസകോശരോഗങ്ങൾ, ചുമ, കൃമി, കല്ല്, കഫം, വാതം ഇവ ശമിപ്പിക്കും. ജ്വരം, മേദസ്സ് ഇവ കുറയ്ക്കും. വിയർപ്പിനെ തടയും. പ്രമേഹത്തെ കുറയ്ക്കും ഉദരരോഗങ്ങൾക്കും ഹൃദ്രോഗത്തിനും ശിരോരോഗങ്ങൾക്കും നന്ന്. സ്ത്രീകളുടെ അസ്ഥിസ്രാവത്തിനും ക്രമം തെറ്റിയ ആർത്തവങ്ങൾക്കും മുതിര നല്ലൊരൗഷധമാണ്. കണ്ണിലെ രോഗങ്ങൾക്ക് പ്രത്യേകം നല്ലതാണ്. മുതിരയും കശുവണ്ടിപ്പരിപ്പുംകൂടി കഷായംവച്ചു കുടിക്കുന്നത് ഉദരം മുതലായ ഭാഗങ്ങളിൽനിന്നുള്ള രക്തസ്രാവത്തിനു നല്ലതാണ്. കല്ലിനും ചുമയ്ക്കും മുതിര കഷായം വച്ച് ഇന്തുപ്പും ചേർത്ത് കഴിക്കാം. വണ്ണം കുറയ്ക്കുവാനും ഇതു നന്ന്. വിയർപ്പു വന്നതിനുശേഷം തണുക്കുന്നതിനു മുതിരപ്പൊടി ദേഹത്തു തിരുമ്മിയാൽ മതി. മുതിരക്കഷായം ചുക്കും കായവും വിളയുപ്പും മേമ്പൊടി ചേർത്ത് ഉദര വേദനകൾക്ക് കൊടുക്കാം.

മുതിര വിരയിളക്കും. മൂത്രം ഇളക്കും. കഫം ഇളക്കും. കണ്ണിനു നല്ലതാണ്. പോഷകമാണ്. വിയർപ്പുണ്ടാക്കും. ആർത്തവം തിരികെ കൊണ്ടുവരും. വായുകോപം ശമിപ്പിക്കും. മുഴകൾ, ക്ഷതങ്ങൾ, ബ്രോങ്കൈറ്റിസ്, ഹൃദ്രോഗം, വൃക്കയിലെ കല്ല്, മൂത്രാശയ കല്ല്, പ്ലീഹാവീക്കം, ആസ്ത്മ എന്നിവയ്ക്കു നല്ലതാണ്.

മുതിരയ്ക്ക് കല്ല് അലിയിച്ചു കളയുന്നതിനുള്ള ശക്തിയുണ്ട്. മൂന്നു ഗ്ലാസ്സ് വെള്ളത്തിൽ കുറച്ചു മുതിരയിട്ട് അടുത്ത ദിവസം ഈ വെള്ളം ഇടവിട്ടിടവിട്ട് കുടിക്കുക. ഇങ്ങനെ കുറേദിവസത്തേക്കു ചെയ്താൽ കല്ല് അലിഞ്ഞുപോകും. മുതിര ദിവസവും ഉപയോഗിക്കുന്നത് ശരീരത്തിലെ കൊഴുപ്പിനെ കുറയ്ക്കും. പ്രമേഹത്തിന് മുതിര വറുത്തുപൊടിച്ച് പശുവിൻ പാലിൽ കാച്ചി ദിവസവും രാത്രിയിൽ കഴിക്കുന്നത് നല്ലതാണ്.

മുതിരക്കഷായം വെള്ളപോക്കിനും ആർത്തവ തടസ്സത്തിനും വയറുവേദനയ്ക്കും നല്ലതാണ്. ദിവസവും മുതിര പുഴുങ്ങിത്തിന്നുന്നത് തടി കുറയ്ക്കും. അത് കല്ലിനെ അലിയിക്കാനും നല്ലതാണ്. ഗർഭാവസ്ഥയിൽ മുതിര കഴിച്ചാൽ ഗർഭച്ഛിദ്രം ഉണ്ടാകാൻ സാദ്ധ്യതയുണ്ട്.

മുതിരയും മോരും വിരുദ്ധമായതിനാൽ ചേർത്തു കഴിക്കാൻ പാടുള്ളതല്ല.

മുത്തങ്ങ

കുഴിമുത്തങ്ങ, കരിമുത്തങ്ങ, കശേരുക, കസേരുകം എന്നും അറിയപ്പെടും. വലിയത് രാജകശേരുകമെന്നും ചെറിയത് ചിചോഡം എന്നും അറിയപ്പെടുന്നു.

സംസ്കൃതനാമം	:	മുസ്ത, മുസ്തക, വരിട, കാന, കുരുവിന്ദ
ഇംഗ്ലീഷ്	:	നട്ട് ഗ്രാസ്സ്
ശാസ്ത്രനാമം	:	കില്ലിംഗ നെമോറാലിസ്, സൈപ്പറസ് റോട്ടൺഡസ്
	:	Cyperus rotundus Linn.
കുടുംബം	:	സൈപ്പറേസിയ
	:	Cyperaceae

വിവരണം: ഇന്ത്യയിലുടനീളം പാഴ്സ്ഥലങ്ങളിലും കൃഷിയിടങ്ങളിലും അടിക്കളയായി കാണപ്പെടുന്നു. വളരെ ചെറിയ വാർഷിക സസ്യം. ഭൂമിക്കടിയിലുണ്ടാകുന്ന വേരുകളിലുള്ള ഉരുണ്ട ചെറിയ മുട്ടുകളാണ് മുത്തങ്ങ. അവയ്ക്കു നല്ല സുഗന്ധമുണ്ട്. നല്ല കറുത്ത നിറമാണ് മുത്തങ്ങയ്ക്ക്.

ഔഷധയോഗ്യഭാഗങ്ങൾ: വേര്, കിഴങ്ങ് (മുത്തങ്ങ).

ചില ഔഷധ ഉപയോഗങ്ങൾ: മുത്തങ്ങ ചേർത്തുണ്ടാക്കുന്ന പാൽക്കഞ്ഞി വയറിളക്കവും ഛർദ്ദിയും കൊണ്ടുണ്ടാകുന്ന ക്ഷീണത്തിനു കുടിക്കുവാൻ നല്ലതാണ്. മരുന്നുകളുടെയും വായിലെ മറ്റു ദുഃസ്വാദുകളും മാറുന്നതിന് മുത്തങ്ങ ചവച്ചുകൊണ്ടിരുന്നാൽ മതി. മുലപ്പാലിന്റെ അരുചി മാറ്റാൻ കുട്ടികൾക്കു കൊടുക്കുന്നത് നല്ലതാണ്. രക്തപിത്തം, ക്ഷീണം, എരിച്ചിൽ, പിത്തം എന്നിവ ശമിപ്പിക്കും. തണ്ട് മലം ഇളക്കും.

മുത്തങ്ങ ശീതമാണ്. വീക്കത്തെ ചെറുക്കും. മുലപ്പാൽ വർദ്ധിപ്പിക്കും. രക്തം ശുദ്ധീകരിക്കും. ബുദ്ധി വികസിപ്പിക്കും. ഞരമ്പുകൾക്കു പോഷണമാണ്. ദഹനമുണ്ടാക്കും. വായുകോപം ശമിപ്പിക്കും. ഉദരരോഗങ്ങൾക്കു നല്ലതാണ്. മലബന്ധമുണ്ടാക്കും. കഫവും മൂത്രവുമിളക്കും. വിയർപ്പുണ്ടാക്കും. ആർത്തവം തിരികെ കൊണ്ടുവരും. കല്ലുകളെ അലിയിച്ചുകളയും. രോഗങ്ങൾ ആവർത്തിച്ചു വരുന്നതിനെ തടയും. കഫം, പിത്തം, വീക്കം, മുലപ്പാലില്ലായ്മ, കുഷ്ഠം, ത്വക്ക്രോഗങ്ങൾ,

സ്കേബീസ്, കുട്ടികളിലെ ബുദ്ധിവളർച്ചക്കുറവ്, ഞരമ്പുരോഗങ്ങൾ, അപസ്മാരം എന്നിവയ്ക്കു നല്ലതാണ്. രുചിയും വിശപ്പുമുണ്ടാക്കും. വിരയിളക്കും. വയറിളക്കം, അതിസാരം, മൂത്രത്തിലെയും വൃക്കയിലെയും കല്ലുകൾ, ചുമ, ക്രമരഹിതമായ ആർത്തവം, മുറിവ്, വ്രണം, മലേറിയ, ജ്വരം, ഛർദ്ദിൽ, കണ്ണിന്റെ രോഗങ്ങൾ, വേദനയോടുകൂടിയ ആർത്തവം, ക്ഷീണം എന്നിവയ്ക്കു നല്ലതാണ്. മുത്തങ്ങയിൽ നിന്നെടുക്കുന്ന എണ്ണ കരൾ സംബന്ധമായ രോഗങ്ങൾക്കു നല്ലതാണ്. മുത്തങ്ങ പാലിൽ കാച്ചി കുടിക്കുന്നത് വിരശല്യത്തിനു നല്ലതാണ്.

മുത്തങ്ങ അരച്ച് പതിവായി ശരീരത്തിൽ തേച്ചു കുളിച്ചാൽ വിയർപ്പുനാറ്റം മാറും. ദഹനക്കേടിന് മുത്തങ്ങാക്കിഴങ്ങ് പൊടിച്ച് തേനിൽ ചേർത്ത് മൂന്നുനേരം വീതം ഏതാനും ദിവസം കഴിക്കുക. അതിസാരത്തിന് മുത്തങ്ങ ചതച്ചിട്ട് പാൽ കാച്ചിയോ തേനിൽ ചേർത്തോ കഴിക്കുക. വയറിളക്കത്തിന് മുത്തങ്ങ ചതച്ച് വെള്ളത്തിൽ വേവിച്ച് അതിൽ വെളുത്തുള്ളി ചതച്ചിട്ട് പലപ്രാവശ്യം കുടിക്കുക. വയറുകടിക്ക് മുത്തങ്ങ ചതച്ച് പാലിലിട്ട് തിളപ്പിച്ചു കുടിക്കുക. വിരശല്യത്തിന് മുത്തങ്ങയും ഇഞ്ചിയും അരച്ച് തേനിൽ സേവിക്കുക. ജ്വരത്തിന് മുത്തങ്ങ അരച്ച് പാലിൽ കഴിക്കുക. മുടികൊഴിച്ചിലിന് മുത്തങ്ങ ചതച്ചിട്ട വെളിച്ചെണ്ണ കാച്ചി പതിവായി തേക്കുന്നത് ഫലപ്രദമാണ്.

മുത്തങ്ങയും ഇഞ്ചിയും അരച്ച് തേൻ ചേർത്തു കഴിക്കുന്നത് ഉദരരോഗങ്ങൾക്കു നല്ലതാണ്. മുത്തങ്ങ എള്ളെണ്ണയിൽ ചതച്ചിട്ടു തലയിൽ തേക്കുന്നത് മുടികൊഴിച്ചിലിനു നല്ലതാണ്.

മുത്തങ്ങ ചതച്ച് പാലിലിട്ട് നാലിരട്ടി വെള്ളവുമൊഴിച്ച് കാച്ചി വാങ്ങി തേനും ചേർത്തു സേവിക്കുന്നത് രക്താതിസാരത്തിനു നല്ലതാണ്.

മുഞ്ഞ

ചെറുമുഞ്ഞ എന്നൊരു തരം കൂടിയുണ്ട്. പലപ്പോഴും ഔഷധാവശ്യങ്ങൾക്കായി ചെറുമുഞ്ഞയാണുപയോഗിക്കാറ്.

സംസ്കൃതനാമം	:	അഗ്നിമന്ഥ, അരണി, ഗനികാരിക, വൈജയന്ത
ഇംഗ്ലീഷ്	:	ഹെഡ് ഏക്ട്രീ
ശാസ്ത്രനാമം	:	പ്രേമ്നാ കോറിം ബോസാ, പ്രേമ്നാസെറാറ്റി ഫോളിയ
	:	Premna corymbosa Rottl.
കുടുംബം	:	വെർബിനേസി
	:	Verbenaceae

വിവരണം: ഇന്ത്യയിലുടനീളം വെളിമ്പ്രദേശങ്ങളിൽ കണ്ടുവരുന്നു. കുറച്ചുയരത്തിൽ വളരുന്ന കുറ്റിച്ചെടി. ചെറിയ ഇലകൾ. പച്ചകലർന്ന മഞ്ഞനിറമുള്ള അല്ലെങ്കിൽ പച്ചകലർന്ന വെള്ളനിറമുള്ള പൂക്കൾ, കായുണ്ട്.

ഔഷധയോഗ്യഭാഗങ്ങൾ: വേര്, ഇല.

ചില ഔഷധ ഉപയോഗങ്ങൾ. വേര് രക്തം ശുദ്ധീകരിക്കും. ഹൃദയത്തിനു നല്ലതാണ്. കഫം ഇളക്കും. ദഹനം വർദ്ധിപ്പിക്കും. ഉദര രോഗ

കർപ്പൂര മുഞ്ഞ

മുഞ്ഞ

ങ്ങൾക്കു നല്ലതാണ്. ബാക്ടീരിയകളെ നശിപ്പിക്കും. മുലപ്പാൽ വർദ്ധിപ്പിക്കും. വായു കോപം ഇല്ലാതാക്കും. പനി കുറയ്ക്കും. പോഷകമാണ്. വാതം, കഫം, ഹൃദ്രോഗം കരൾ രോഗങ്ങൾ, ചുമ ആസ്ത്മ, ഞരമ്പു രോഗങ്ങൾ, ബ്രോങ്കൈറ്റിസ്, കുഷ്ഠം, ത്വക്ക്രോഗങ്ങൾ, വെള്ളദ്ദാഹം, ഭക്ഷണത്തോടു താല്പര്യക്കുറവ്, മലബന്ധം, ജ്വരം, പ്രമേഹം, ക്ഷീണം, എന്നിവയ്ക്കു നല്ലതാണ്. ഇല വയറിന്റെ രോഗങ്ങൾക്കു നല്ലതാണ്. വായു കോപം ശമിപ്പിക്കും. വെള്ളദ്ദാഹം, മുലപ്പാൽ ഇല്ലാത്ത അവസ്ഥ, ചുമ, ജ്വരം, ഞരമ്പുരോഗങ്ങൾ, ക്ഷതങ്ങൾ, മുഴകൾ, വാതരോഗങ്ങൾ എന്നിവയ്ക്കു നല്ലതാണ്. മുഞ്ഞ ദഹനത്തെ വർദ്ധിപ്പിക്കുന്നതും പോഷകവുമായ ഔഷധമാണ്. ഇത് ആമവാതത്തിനും വിഷത്തിനും പ്രതിവിധിയാണ്. ഇലകൊണ്ടുള്ള കഷായം വസൂരി മുതലായ പൊന്തലുണ്ടാകുന്ന പനിക്കും വയറുവേദനയ്ക്കും വായുകോപത്തിനും നല്ലതാണ്. വേരുകൊണ്ടുള്ള കഷായം പനി മാറിയ അവസ്ഥയിലും വാതത്തിലും സിരാരോഗത്തിലും നന്ന്. മുഞ്ഞവേരരച്ച് നെയ് കൂട്ടിക്കുഴച്ച് കഴിച്ചാൽ ശീതപിത്തം, തൊണ്ടവീക്കം ഇവ ശമിക്കും.

മുള

(ഇല്ലി)

വിവിധ ഇനങ്ങളുണ്ട്. അറുപതു വർഷത്തിനുശേഷം പുഷ്പിക്കുകയും ഒരുമാസത്തോളം പൂത്തുനിന്നതിനുശേഷം നശിച്ചു പോകുകയും ചെയ്യുന്നു. പച്ച, മഞ്ഞ, മുള്ളുള്ളത്, ഇല്ലാത്തത്, നല്ല വലുപ്പമുള്ളത്, അധികം വലിപ്പമില്ലാത്തത് തുടങ്ങിയ പല ഇനങ്ങളുണ്ട്. മുളയരി ഭക്ഷ്യയോഗ്യമാണ്. മുള പനമ്പ്, കുട്ട, റയോൺ പൾപ്പ്, കടലാസുപൾപ്പ് മുതലായവ ഉണ്ടാക്കാനുപയോഗിക്കുന്നു.

സംസ്കൃത നാമം	: വംശകരീരം, വംശ, വേണു, വംശലേഖന
ഇംഗ്ലീഷ് നാമം	: തോണി ബാംബൂ, ബാംബൂ
ശാസ്ത്ര നാമം	: ബാംബൂസ് ബാംബോസ്, ബാംബൂസാ അരുണ്ടിനേസിയ, ബാംബൂസ സ്പൈനോസ
	: Bambusa arundinaceae (Retz.) Wild. Bambusa bambos (Linn.) Wood
കുടുംബം	: ബംബുസേസീ
	: Poaceae, Bambusaceae
ഉപകുടുംബം	: ബാംബുസേസി

വിവരണം: ഇന്ത്യയിലുടനീളം കാടുകളിലും കുന്നിൻ ചരുവുകളിലും പറമ്പുകളിലും കാണപ്പെടുന്നു. വളരെ ഉയരമുള്ള ശിഖരങ്ങളി

ല്ലാത്ത മുള്ളുകളുള്ള സസ്യം. തടിക്കകം പൊള്ളയാണ്. തടിയിലെ മുട്ടുകളിൽനിന്നും ഉത്ഭവിക്കുന്ന ചെറുതണ്ടുകളിൽ അനേകം ചെറിയ ഇലകൾ. ഒരുതവണ പൂക്കും. പൂങ്കുലയിൽ അരിയുണ്ടാകും (മുളയരി). അതാണ് വിത്ത്.

ഔഷധയോഗ്യ ഭാഗങ്ങൾ: മുളംകൂമ്പ് (മുളയാണ്ടൽ), ഇല, അരി, വേര്.

ചില ഔഷധ ഉപയോഗങ്ങൾ: മുളപൊട്ടി വരുന്ന കൂമ്പ് ഭക്ഷണദ്രവ്യമായി ഉപയോഗിക്കുന്നു. അതുകൊണ്ട് കറികളും ഉപ്പിലിട്ടതും ഉണ്ടാക്കാം. അത് രുചിയുണ്ടാക്കുകയും ദഹനം വർദ്ധിപ്പിക്കുകയും ചെയ്യും. ഇല അരച്ചു തേച്ചാൽ വ്രണത്തിലെ കൃമികൾ നശിക്കും. ആദ്യം കൂമ്പിന്റെ നീരൊഴിക്കുകയും പിന്നെ ഇല അരച്ചു കെട്ടുകയും ചെയ്താൽ കൂടുതൽ നല്ലതാണ്. ആർത്തവസമയത്ത് രക്തംപോക്കു കുറവായാൽ തളിര് കഷായം വച്ചു കുടിക്കാം. ഈ കഷായം കുഷ്ഠരോഗത്തിനും പനിക്കും ശ്വാസകോശത്തിൽനിന്നും രക്തം പോകുന്നതിനും ഉപയോഗിക്കാം. ഇല്ലിക്കൂമ്പ് പ്രസവാനന്തരം രക്തം പോകുവാനും, ഇലയുടെ മൊട്ട് കഷായം വച്ചു കുടിക്കുന്നത് മറുപിള്ള പോകുവാനും നല്ലതാണ്. ഈ കഷായം കുട്ടികളുടെ വയറ്റിലെ കൃമിക്കും കുഷ്ഠത്തിനും ജ്വരത്തിനും നന്ന്. മൂത്ത ഇലകൾക്ക് ഗർഭപാത്രം സങ്കോചിപ്പിക്കാനുള്ള ശക്തിയുണ്ട്. പുറത്തെ മൊരി, ചൊറി ശമിപ്പിക്കും. മൊരി എടുക്കുമ്പോൾ പച്ചനിറത്തിലുള്ള ഭാഗം കളഞ്ഞിട്ടു വേണം എടുക്കാൻ. മുളയുടെ വേര് രക്തം നേർപ്പിക്കും. പെൺമുളയുടെ ഉള്ളിലുള്ള കല്ല് (മുളംകർപ്പൂരം) ചൈതന്യവും കാമവും വർദ്ധിപ്പിക്കുന്നതും കഫം ശമിപ്പിക്കുന്നതുമാണ്. ഇതുകൊണ്ടു പാനകമുണ്ടാക്കി കൊടുക്കുന്നത് വയറിളക്കത്തിനും രക്താതിസാരത്തിനും പനിയിലെ വെള്ളദ്ദാഹത്തിനും പക്ഷവാതത്തിനും കുടൽവായുവിനും ക്ഷയം, ചുമ, ആസ്ത്മ എന്നിവയ്ക്കും നല്ലതാണ്.

ഇതിന്റെ ചൂർണ്ണം ഒരുഗ്രാം വരെ തേനോ നെയ്യും പഞ്ചസാരയും ചേർത്തോ കഴിക്കുന്നത് പോഷകകരമാണ്. മൂത്രമാർഗ്ഗത്തിനും ശ്വാസ കോശത്തിനും സുഖം നല്കുവാനും ശുക്ലം വർദ്ധിപ്പിക്കുവാനുമുള്ള ശക്തി ഇതിനുണ്ട്. മൂപ്പെത്തിയ തടിയുടെ പൊള്ളയായ ഉൾഭാഗത്തെ പൊതിഞ്ഞിരിക്കുന്ന കുമ്മായം (മുളം കർപ്പൂരം) വേദനയോടുകൂടി മൂത്രം പോകുന്നതിനും പഴുപ്പു കലർന്ന മൂത്രം പോകുന്നതിനും ഫലപ്രദമാണ്.

മുള വേര് ശീതമാണ്. മലവും മൂത്രവുമിളക്കും. രക്തം ശുദ്ധീക രിക്കും പോഷകമാണ്. കഫം, പിത്തം, കുഷ്ഠം, ത്വക്ക്രോഗങ്ങൾ, എരി ച്ചിൽ, നിറംമാറ്റം, പുഴുക്കടി, മൂത്രാശയ രോഗങ്ങൾ, ക്ഷീണം എന്നി വയ്ക്കു നല്ലതാണ്. ഇല ശീതമാണ്. ആർത്തവം തിരികെ കൊണ്ടുവരും. കണ്ണിന്റെ രോഗങ്ങൾക്കു നല്ലതാണ്. മലബന്ധമുണ്ടാക്കും. വായുകോപം ശമിപ്പിക്കും. പിത്തം, പുറംവേദന, ക്ഷതം, വയറിളക്കം, ഗൊണോറിയ, നീണ്ടതും വേദനയോടുകൂടിയതുമായ ആർത്തവം, ക്രമരഹിതമായ ആർ ത്തവം, മുറിവ്, ത്വക്ക്രോഗങ്ങൾ, ജ്വരം എന്നിവയ്ക്കു നല്ലതാണ്. മുള ങ്കൂമ്പ് വയറിളക്കും. ദഹനമുണ്ടാക്കും. വായുകോപം ശമിപ്പിക്കും. വിരയി ളക്കും. മൂത്രം വർദ്ധിപ്പിക്കും. വീക്കം, വ്രണം, മുറിവ്, വെള്ളദ്ദാഹം, ഓക്കാ നം, കുടൽവിരകൾ എന്നിവയ്ക്കു നല്ലതാണ്. മുളയരി വിരയിളക്കും, കാമവർദ്ധകമാണ്. പകർച്ചവ്യാധികളെ ചെറുക്കും. പോഷകമാണ്. കഫം, മൂത്രാശയ രോഗങ്ങൾ, ക്ഷീണം എന്നിവയ്ക്കു നല്ലതാണ്. മുളയരി ഭക്ഷ ണമായുപയോഗിക്കുന്നു. മുളയരികൊണ്ട് പായസം വെക്കാറുണ്ട്.

മുളയ്ക്കകത്ത് മുട്ടുകളിൽ കാണപ്പെടുന്ന മുളംകർപ്പൂരം (മുളം മന്ന) ശീതമാണ്. വിരയിളക്കും. മലബന്ധമുണ്ടാക്കും. ഹൃദയപോഷണമാണ്. രക്തവാർച്ച തടയും. കാമവർദ്ധകമാണ്. മൂത്രമിളക്കും. വായുകോപം ശമിപ്പിക്കും. പോഷകമാണ്. പിത്തം, കഫം, ഛർദ്ദിൽ, വയറിളക്കം, എരി ച്ചിൽ, കുഷ്ഠം, മഞ്ഞപ്പിത്തം, ഹൃദ്രോഗം, രക്തവാർച്ച, രക്തംഛർദ്ദിൽ, ക്ഷതം, ബ്രോങ്കൈറ്റിസ്, ചുമ, ആസ്ത്മ, ക്ഷയം, വയറുവേദന, സിഫി ലിസ്, പനി, കണ്ണിന്റെ രോഗങ്ങൾ, ക്ഷീണം എന്നിവയ്ക്കു നല്ലതാണ്. തൊലിയും ഇലയും തിളപ്പിച്ചുണ്ടാക്കുന്ന കഷായം കുടിക്കുന്നത് മുറി വുകളിൽ കെട്ടിക്കിടക്കുന്ന രക്തം ശുദ്ധീകരിക്കുന്നതിനും പ്രസവാന ന്തരം രക്തമയമായ വസ്തുക്കളെ പുറംതള്ളുന്നതിനും നല്ലതാണ്.

മുള്ളങ്കി

ചെറിയ കിഴങ്ങുള്ളതും വലിയകിഴങ്ങുള്ളതും എന്നു മുള്ളങ്കി രണ്ടുതരമുണ്ട്. ചെറിയതിനു ലഘുമൂലകമെന്നും വലിയതിനു മഹാമൂല കമെന്നും ചാണക്യമൂലകമെന്നും പേരുകളുണ്ട്. ഇതിൽത്തന്നെ വെള്ള, ചുവപ്പ്, മഞ്ഞ എന്നിങ്ങനെ മൂന്നു നിറങ്ങളുള്ളവയുണ്ട്. ഇതിൽ മഞ്ഞ നിറത്തിലുള്ളതിനാണ് ഗുണം കൂടുതൽ.

സംസ്കൃതനാമം : മൂലികാ, മൂലി
ഇംഗ്ലീഷ് : റാഡിഷ്
ശാസ്ത്രനാമം : റഫാനസ്സറ്റിവസ്
: Raphanus sativas Linn.
കുടുംബം : ബ്രാസിക്കേസി
: Brassicaceae

വിവരണം: ഇന്ത്യയിലുടനീളം കൃഷിചെയ്തുവരുന്നു. ഏകവർഷിയോ ഇരുവർഷിയോ ആയ ചെറിയ തണ്ടുകളോടുകൂടിയ സസ്യം. നീളമുള്ള ഇല. വെള്ള അല്ലെങ്കിൽ ലൈലാക് നിറത്തിലുള്ള പൂക്കൾ. കായും വിത്തുമുണ്ട്. ഭൂമിക്കടിയിലുള്ള കന്ദമാണ് ഉപയോഗിക്കുന്നത്.

ഔഷധയോഗ്യഭാഗങ്ങൾ: കിഴങ്ങ്, ഇല, വിത്ത്, എണ്ണ.

ചില ഔഷധ ഉപയോഗങ്ങൾ: മുള്ളങ്കിക്ക് കല്ലിനെ അലിയിപ്പിച്ചു കളയാനുള്ള ശക്തിയുണ്ട്. വിത്ത് മൂത്രം വർദ്ധിപ്പിക്കുന്നതും മലം ഇളക്കുന്നതും കല്ലുകളെ അലിയിപ്പിക്കുന്നതുമാണ്. വിത്ത് ഓരോ ഗ്രാം സേവിക്കുന്നത് അസ്ഥിസ്രാവത്തിനു നല്ലതാണ്. ആർത്തവത്തെ ഉത്തേജിപ്പിക്കുകയും ചെയ്യും. വിത്തു പൊടിച്ചു തേനിൽ കഴിച്ചാൽ കാമവൃദ്ധിയുണ്ടാകും. മുള്ളങ്കിയില ഉപ്പു ചേർത്തു കഴിക്കുന്നത് മലബന്ധത്തിനും ഗൊണേറിയയ്ക്കും നല്ലതാണ്. ഇലയുടെ സ്വരസം മലബന്ധത്തെ അകറ്റുകയും മൂത്രം വർദ്ധിപ്പിക്കുകയും ചെയ്യും. മുള്ളങ്കിക്കിഴങ്ങ് (മുള്ളങ്കി) മൂത്രസംബന്ധമായ രോഗങ്ങൾക്കും മൂലക്കുരുവിനും വയറ്റിൽവേദനയ്ക്കും അർശസ്സിനും വിശേഷമാണ്. മുള്ളങ്കി വേവിച്ച് എള്ളുകൂട്ടി അരച്ചുകഴിക്കുന്നത് അർശസ്സിനു വിശേഷമാണ്. മൂത്രമൊഴിക്കുമ്പോഴുണ്ടാകുന്ന വേദനയ്ക്ക് പച്ചക്കിഴങ്ങിന്റെ നീര് അറുപത് മില്ലീ വരെ ഇടവിട്ട് കഴിക്കുന്നത് നല്ലതാണ്. സ്കർവി രോഗത്തിന് ഇത് ഫലപ്രദമായ ഔഷധമാണ്. ഈ നീര് ഭക്ഷണത്തിനു മുമ്പ് കഴിക്കുന്നത് ദഹനശക്തിയും രുചിയും വർദ്ധിപ്പിക്കും. കണ്ണിനും ഞരമ്പുകൾക്കും നല്ലതാണ്.

നീരിൽ മധുരം ചേർത്തു കഴിക്കുന്നത് മഞ്ഞപ്പിത്തത്തിനു നല്ലതാണ്. നീരുകൊണ്ടു സിറപ്പുണ്ടാക്കി കഴിക്കുന്നത് വാതത്തിനും ചുമയ്ക്കും വില്ലൻചുമയ്ക്കും നല്ലതാണ്.

കിഴങ്ങ് (മുള്ളങ്കി) രുചിയും ദഹനവുമുണ്ടാക്കും. ഉദര രോഗങ്ങൾക്കു നല്ലതാണ്. രക്തം ശുദ്ധീകരിക്കും. വീക്കത്തെ ചെറുക്കും. വേദന കുറയ്ക്കും ഉന്മേഷം നൽകും. ബാക്റ്റീരിയകളെ നശിപ്പിക്കും. ഞരമ്പുവേദന, തലവേദന, അസ്വസ്ഥത, മൂത്രനാളീ രോഗങ്ങൾ, കുഷ്ഠം, ത്വക്ക്രോഗങ്ങൾ, വീക്കം, കരൾ രോഗങ്ങൾ, ഉറക്കമില്ലായ്മ, കഠിനമായ വയറിളക്കം, ക്ഷതം, കഫം എന്നിവയ്ക്കു നല്ലതാണ്. ഇല ബാക്റ്റീരിയകളെ നശിപ്പിക്കും. മലവും മൂത്രവും ഇളക്കും. വിത്ത് കഫവും മലവും മൂത്രവുമിളക്കും. ആർത്തവം തിരികെ കൊണ്ടുവരും. ചുമ, വെള്ളദ്ദാഹം വായുകോപം, ആർത്തവക്രമക്കേടുകൾ, പ്ലീഹാരോഗങ്ങൾ തളർച്ച എന്നിവയ്ക്കു നല്ലതാണ്.

മുയൽച്ചെവിയൻ

സംസ്കൃതനാമം	:	ശശശ്രുതി, അകുകർണ്ണി, ദ്രവന്തി, സംബാരി
ശാസ്ത്രനാമം	:	എമീലിയ സോഞ്ചിഫോളിയ
	:	Emilia sonchifolia (Linn.) DC.
കുടുംബം	:	ആസ്റ്ററേസി
	:	Asteraceae

വിവരണം: ഇന്ത്യയിലുടനീളം പറമ്പുകളിലും വെളിമ്പ്രദേശങ്ങളിലും കുന്നിൻചരിവുകളിലും കാണപ്പെടുന്നു. നിവർന്നുനിൽക്കുന്ന മാംസളമായ തണ്ടും ഇലകളും ഉള്ള തീരെ ചെറിയ സസ്യം. പടർന്നു വളരാറുമുണ്ട്. അനേകശാഖകളുണ്ട്. ഇലകൾക്ക് മുയലിന്റെ ചെവിയു

മായി സാദൃശ്യമുണ്ട്. വെള്ളപ്പൂക്കൾ. പൂക്കൾക്കകത്ത് വിത്തുകളുണ്ട്. വിത്തിൽ നിന്നും പ്രജനനം.

ഔഷധയോഗ്യഭാഗങ്ങൾ: സമൂലം

ചില ഔഷധ ഉപയോഗങ്ങൾ: കണ്ണിന്റെ രോഗങ്ങൾക്കു നല്ലതാണ്. പനിയെയും ആസ്ത്മയെയും പ്രതിരോധിക്കും. വാതം, വയറിന്റെ രോഗങ്ങൾ, വയറിളക്കം, ചെവിവേദന, കുട്ടികളുടെ ചെവിക്കല്ലുവേദന, മുറിവ്, വ്രണങ്ങൾ, ഇടവിട്ടുള്ള പനി, നിശാന്ധത, ശ്വാസകോശരോഗങ്ങൾ എന്നിവയ്ക്കു നല്ലതാണ്. സമൂലം ഇട്ട് കഷായം വച്ചു കുടിക്കുന്നത് പനിക്കും ആസ്ത്മയ്ക്കും നല്ലതാണ്. നീരിൽ പഞ്ചസാര ചേർത്തു കഴിക്കുന്നത് വയറിളക്കത്തെ ചെറുക്കും. ചതച്ച് വെണ്ണയോടൊപ്പം പുരട്ടിയാൽ പരു പഴുത്ത് ഉണങ്ങും.

മുരിക്ക്

(മുൾമുരിക്ക്)

കൃഷിയിടങ്ങളിൽ മുളകുകൊടി പടർത്താനായും വേലിക്കായും നട്ടുപിടിപ്പിക്കുന്നു. ഇല ആടുകളുടെ ഇഷ്ടഭക്ഷണമാണ്. പൊങ്ങുപോലുള്ള തടി തീപ്പെട്ടി, പെട്ടി എന്നിവയുണ്ടാക്കാനുപയോഗിക്കുന്നു.

സംസ്കൃതനാമം	:	പാരിഭദ്ര
ഇംഗ്ലീഷ്	:	ഇന്ത്യൻ കോറൽ ട്രീ
ശാസ്ത്രനാമം	:	എറിത്രിന വേരിഗേറ്റ, എറിത്രിന ഇൻഡിക്ക
	:	Erythrinavariegata Linn. Erythina indica Lam.
കുടുംബം	:	ഫാബേസി
	:	Fabaceae

വിവരണം: ഇന്ത്യയിലുടനീളം ഇലകൊഴിയും വനങ്ങളിൽ കാണപ്പെടുന്നു. അതിവേഗം വളരുന്ന മുള്ളുള്ള ഇടത്തരം വൃക്ഷം. തടിക്ക് വളരെ കട്ടി കുറവാണ്. ധാരാളം ശാഖകളുണ്ട്. ശാഖകളിൽ നിറയെ മുള്ളുണ്ട്. ചുവന്ന നിറത്തിലുള്ള പൂക്കൾ. കായും വിത്തുമുണ്ട്. കമ്പുമുറിച്ചു നട്ടും വിത്തുപയോഗിച്ചും പ്രജനനം. ഇല നല്ല പച്ചില വളമാണ്.

ഔഷധയോഗ്യഭാഗങ്ങൾ തൊലി, ഇല.

ചില ഔഷധ ഉപയോഗങ്ങൾ: തൊലി ദഹനം വർദ്ധിപ്പിക്കും. വായുകോപം ശമിപ്പിക്കും. വിരയിളക്കും. മൂത്രവും കഫവും ഇളക്കും. ഉത്തേജകമാണ്. ആർത്തവം തിരികെകൊണ്ടുവരും. കഫം, വാതം, വീക്കം, കൺജക്റ്റിവിറ്റിസ്, ചെവിവേദന, ഉറക്കമില്ലായ്മ, ഭക്ഷണത്തോടു താല്പര്യമില്ലായ്മ, വെള്ളദ്ദാഹം, കുഷ്ഠം, ത്വക്ക്രോഗങ്ങൾ, പനി, വേദനയോടുകൂടിയ ആർത്തവം എന്നിവയ്ക്കു നല്ലതാണ്. ഇല മൂത്രവും മലവും വിരയും ഇളക്കും. ആർത്തവം തിരികെ കൊണ്ടുവരും. ഉദര രോഗങ്ങൾ, വീക്കം, മൂത്രാശയരോഗങ്ങൾ, വേദനയോടുകൂടിയ ആർത്തവം, കുടൽ രോഗങ്ങൾ, ചെവിവേദന, പല്ലിനുവേദന എന്നിവയ്ക്കു നല്ലതാണ്. ഇല അരച്ചുപുരട്ടുന്നത് മുറിവിനു നല്ലതാണ്. ചിലർ ഇതിന്റെ മരത്തൊലി വസ്ത്രമലക്കാനും പൂക്കൾ കറിവയ്ക്കാനുമുപയോഗിക്കുന്നു. ഇല പിഴിഞ്ഞനീര് കഴിച്ചാൽ തലവേദനയും ചെന്നിക്കുത്തും ശമിക്കും. ഇലയുടെ നീര് കഞ്ഞിവെള്ളം ചേർത്തുപയോഗിച്ചാൽ വയറ്റിളക്കം ശമിക്കും. ഇലനീര് വെറ്റിലചേർത്ത് പുരട്ടുന്നത് വ്രണങ്ങൾ കരിയാൻ നല്ലതാണ്. നീരിൽ എണ്ണ ചേർത്തു പുരട്ടുന്നത് ചൊറിക്കും പുഴുക്കടിക്കും നല്ലതാണ്. ഇലയും ശർക്കരയും ചേർത്തരച്ചു ഗുളികപ്പരുവത്തിൽ കഴിക്കുന്നത് വിശപ്പുമൂലമുള്ള വയറുവേദനയ്ക്കു നല്ലതാണ്. ഇല തേങ്ങാപ്പാലിൽ പുഴുങ്ങിത്തിന്നാൽ മുലപ്പാൽ വർദ്ധിക്കും.

മുരിങ്ങ

വെള്ള, മഞ്ഞ എന്നീ നിറങ്ങളോടുകൂടിയ പുഷ്പങ്ങളുള്ള ഇനങ്ങളുണ്ട്. ചുവപ്പ്, നീല നിറങ്ങളോടുകൂടിയ പുഷ്പങ്ങളും ഉള്ളതായി പറയപ്പെടുന്നു. ഇതിൽ മഞ്ഞ, വെള്ള പൂക്കളുള്ളവയാണ് സാധാരണ ഉപയോഗിച്ചുവരുന്നത്. ഇല, മുരിങ്ങക്കാ എന്നിവ കറി, തോരൻ എന്നിവ വയ്ക്കാനുപയോഗിക്കുന്നു.

സംസ്കൃതനാമം	:	ശിഗ്രു, ശോഭാഞ്ജനം, സൗഭഞ്ജനം, ശ്വേതമരീചം, അക്ഷിവ, മോചക
ഇംഗ്ലീഷ്	:	ഡ്രംസ്റ്റിക്ക് ട്രീ, ഹോഴ്സ് – റാഡിഷ് ട്രീ
ശാസ്ത്രനാമം	:	മൊരിങ്ങ ഒലീഫെറ, മൊറിങ്ങ ടെറിഗോ സ്പെർമ
	:	Moringa oleifera Lam.
കുടുംബം	:	മോറിങ്കേസി
	:	Moringaceae

വിവരണം: ഇന്ത്യയിലുടനീളം വീടുകളിലും തൊടികളിലും വച്ചു പിടിപ്പിക്കുന്നു. പത്ത് മീറ്റർ വരെ ഉയരത്തിൽ വളരുന്ന ഇടത്തരം വൃക്ഷം. തീരെ ചെറിയ ഇലകൾ. പൂവും കായുമുണ്ട്. നല്ല വെളുത്ത പൂക്കൾ. നീളത്തിലുള്ള കായയ്ക്കകത്ത് വിത്തുണ്ട്. വിത്തു മുഖേനയും കമ്പ് മുഖേനയും പ്രജനനം.

ഔഷധയോഗ്യഭാഗങ്ങൾ: ഇല, പൂവ്, കായ, കുരു, പശ, വേര്, തൊലി, വേരിലെയും കുരുവിലെയും എണ്ണ.

ചില ഔഷധ ഉപയോഗങ്ങൾ: മുരിങ്ങ ഇലയും പൂവും കായും നല്ല ഭക്ഷ്യദ്രവ്യങ്ങളാണ്. ദേഹത്തിലെ ദുർന്നീരു കളയുന്നതിനും മൂത്രം വർദ്ധിപ്പിക്കുന്നതിനും സുഖവർദ്ധനയ്ക്കും ഉത്തമമാണ്. മുരിങ്ങയില ഞരമ്പുകൂടാതെ എടുത്ത് ഉപ്പുകൂട്ടി വേവിച്ച് വെന്താൽ വെള്ളം ഊറ്റിക്കളഞ്ഞ് നെയ്യ് ചേർത്തു വഴറ്റി കഴിക്കുന്നത് നല്ലതാണ്. ഇത് മുലപ്പാൽ വർദ്ധിപ്പിക്കുന്നതിനും ഇടയാക്കും. ഇല അരച്ചിടുന്നത് ഗ്രന്ഥി വീക്കങ്ങൾക്കു നല്ലതാണ്. ഇല അരച്ചു കുറച്ചു വെളുത്തുള്ളിയും പുളിയും ഉപ്പും കുരുമുളകും ചേർത്തു സേവിക്കുന്നത് വ്രണം കരിയുന്നതിനും പനിയും പഴുപ്പും ശമിക്കുന്നതിനും നല്ലതാണ്. ഇലയുടെ നീര് കണ്ണിലൊഴിച്ചാൽ മാനസികമായുള്ളതും ഹിസ്റ്റീരിയകൊണ്ടുണ്ടാകുന്നതുമായ മൂർച്ഛകൾക്ക് ഉണർവ്വു കിട്ടുന്നതാണ്. ഇലയുടെ നീര് തേൻ ചേർത്തു കണ്ണിലെഴുതുന്നത് നേത്രരോഗങ്ങൾക്കു നന്ന്. ഇലനീരിൽ കുരുമുളകരച്ചു ചെറുചൂടോടുകൂടി നെറ്റിമേൽ പുരട്ടിയാൽ തലവേദന വിട്ടുമാറും. മുരിങ്ങയില നീര് പതിനഞ്ചു ഗ്രാം വരെ കഴിച്ചാൽ രക്തസമ്മർദ്ദത്തിന് ഉടനടി ആശ്വാസം ലഭിക്കും. ഇത് ആറുദിവസം വരെ തുടർന്നാൽ പൂർണ്ണ ഫലം സിദ്ധിക്കും. പ്രമേഹോപദ്രവങ്ങൾക്കും നല്ലതാണ്.

മുരിങ്ങക്കായ കൃമികളെ നശിപ്പിക്കും. ഇത് പ്ലീഹാ രോഗങ്ങൾക്കും സന്ധിവേദനകൾക്കും ധനുർവാതത്തിനും പക്ഷവാതത്തിനും ശമനൗഷധമാണ്. കുരു വെള്ളത്തിലരച്ചു നസ്യം ചെയ്താൽ കഫംകൊണ്ടും നീരിളക്കംകൊണ്ടുമുള്ള തലവേദന ശമിക്കും. കുരുവിൽനിന്നു കിട്ടുന്ന എണ്ണ വാതരോഗങ്ങൾക്കു പുറമേ പുരട്ടുവാൻ വിശേഷമാണ്.

വേരിനും വേരിന്മേൽ തൊലിക്കും ഗർഭം അലസിപ്പിക്കുവാനുള്ള ശക്തിയുണ്ട്. വേരിന്റെ നീര് പാലും ചേർത്ത് മൂത്രം വർദ്ധിപ്പിക്കുന്നതിനും വസ്തിയിൽ കല്ലുണ്ടാകാതിരിക്കുന്നതിനും ദഹനശക്തി വർദ്ധിപ്പിക്കുന്നതിനും ഏങ്ങലിനും കൊടുക്കാവുന്നതാണ്. ഇത് കാസശ്വാസവും രക്തവാതവും വാതവേദനകളും കരൾ, പ്ലീഹകൾ സംബന്ധിച്ച മഹോദരവും ഉള്ളിലുണ്ടാകുന്ന പഴുപ്പുകളും ശമിപ്പിക്കും. പച്ചവേര് അരച്ചു കൊടുക്കുന്നത് വിഷമജ്വരത്തിനും അപസ്മാരത്തിനും നല്ലതാണ്. വിഷമുള്ള മൃഗങ്ങൾ കടിച്ചാലുണ്ടാകുന്ന ദോഷം പച്ചവേരരച്ചു പുരട്ടുന്നതായാൽ ഇല്ലാതാകുന്നതാണ്. പ്രസവത്തിനു താമസം നേരിടുമ്പോൾ വേരു കുത്തിപ്പിഴിഞ്ഞ നീര് യോനിയിൽ പുരട്ടിയാൽ ക്ഷണത്തിൽ പ്രസവിക്കും. വേരിന്മേൽ തൊലി കുത്തിപ്പിഴിഞ്ഞ നീര് ചെവിവേദനയ്ക്ക് ഫലപ്രദമാണ്. പല്ലുവേദനയിൽ പഞ്ഞിയിൽ മുക്കി വയ്ക്കുന്നതും നല്ലതാണ്.

വേര് ദഹനം ഉണ്ടാക്കും. വായുകോപം ശമിപ്പിക്കും. വിരയിളക്കും. വേദന കുറയ്ക്കും. ആർത്തവം തിരികെകൊണ്ടുവരും. മൂത്രമിളക്കും. ക്ഷതത്തെ ചെറുക്കും. കഫമിളക്കും. വിഷത്തെ പ്രതിരോധിക്കും. ഉത്തേജകമാണ്. കല്ലുണ്ടാകുന്നതിനെ ചെറുക്കും. കല്ലിനെ അലിയിച്ചു കളയും. കൺജക്റ്റിവിറ്റിസിനു നല്ലതാണ്. വാതം, കഫം, വെള്ളദ്ദാഹം, വയറി

ളക്കം, ചെവിവേദന, തളർച്ച, വീക്കം, നീണ്ടതും പ്രയാസമേറിയതുമായ ആർത്തവം, ആർത്തവക്രമക്കേടുകൾ, ജ്വരം, മൂത്രത്തിലെയും വൃക്കയിലെയും കല്ലുകൾ, കണ്ണിന്റെ രോഗങ്ങൾ, ചുമ, ആസ്ത്മ, ബ്രോങ്കൈറ്റിസ്, നെഞ്ചുരോഗങ്ങൾ, പ്ലീഹാരോഗങ്ങൾ, ചുഴലി, ഉന്മാദം, ഹൃദ്രോഗം എന്നിവയ്ക്കു നല്ലതാണ്.

തൊലി ഗർഭച്ഛിദ്രം ഉണ്ടാക്കും. ഫംഗസുകളെ ചെറുക്കും. ഹൃദയത്തെയും രക്തചംക്രമണത്തെയും ഉത്തേജിപ്പിക്കും. വാതം, കഫം, പുഴുക്കടി എന്നിവയ്ക്കു നല്ലതാണ്. വിഷത്തെ പ്രതിരോധിക്കും. ഇല വീക്കത്തെ ചെറുക്കും. വേദന കുറയ്ക്കും. വിരയിളക്കും. കൺജക്റ്റിവിറ്റിസിനു നല്ലതാണ്. വൈറ്റമിൻ എ യും സിയും ധാരാളമടങ്ങിയിട്ടുണ്ട്. സ്കർവി, കഫം, വാതം, മുറിവ്, മുഴ, വീക്കം എന്നിവയ്ക്കു നല്ലതാണ്. വിത്ത് മലമിളക്കും. കൺജക്റ്റിവിറ്റിസിനു നല്ലതാണ്. വേദന കുറയ്ക്കും. ക്ഷതത്തെ ചെറുക്കും. തൊലിയുടെ നീരും ഉള്ളിയും വെള്ളവും ചേർത്തു തളിച്ചാൽ പാമ്പുകളുടെ ശല്യം ഉണ്ടാകില്ല. ഈ മിശ്രിതം കുടിക്കുകയോ പുരട്ടുകയോ ചെയ്യുന്നത് ജലദോഷത്തിനും വേദനയ്ക്കും നല്ലതാണ്. തൊലിയുടെ നീരും ഉള്ളിയും കുരുമുളകും ചേർത്ത് ചെന്നിയിൽ പുരട്ടിയാൽ കഫക്കെട്ട് മാറും. ഇലനീര് വെണ്ണയുമായി ചേർത്ത് തിളപ്പിച്ചു പുരട്ടുന്നത് ത്വക്ക് രോഗങ്ങൾക്കു നല്ലതാണ്.

മുരിങ്ങയുടെ കൂമ്പും ഉപ്പുംകൂട്ടി അരച്ചിടുന്നത് ചതവുകൾക്കു നല്ലതാണ്.

മഞ്ഞപ്പിത്തത്തിന് മുരിങ്ങയില നീരിൽ (മൂന്നു സ്പൂൺ) അത്രയും തേങ്ങാപ്പാൽ ചേർത്ത് അതിരാവിലെ വെറും വയറ്റിൽ കഴിക്കുക. രക്തസമ്മർദ്ദത്തിന് മുരിങ്ങയില നീരിൽ തേൻ ചേർത്ത് രാവിലെയും വൈകിട്ടും സ്ഥിരമായി കുറച്ചുനാൾ കഴിക്കുക. മുരിങ്ങയില അരച്ചു മുറിവിൽ വച്ചു കെട്ടിയാൽ ഏതു മുറിവും ഉണങ്ങും. അപ്പൻഡിസൈറ്റിസിന് മുരിങ്ങത്തൊലി കഷായം വച്ച് കായം, ഇന്തുപ്പ് ഇവ ചേർത്തു ദിവസവും രാവിലെ കഴിക്കുന്നതു നല്ലതാണ്. കാഴ്ചക്കുറവിന് മുരിങ്ങയില തോരൻ വച്ചോ കറിവച്ചോ ഭക്ഷണമായിട്ടുപയോഗിക്കുക. കൊക്കോപ്പുഴുവിന് മുരിങ്ങയിലച്ചാറിൽ ഒരു ടീസ്പൂൺ തേനും ചേർത്ത് അടുപ്പിച്ച് നാലുദിവസം കഴിക്കുക.

മുരിങ്ങ ഇലച്ചാർ തിളച്ച വെള്ളത്തിൽ വച്ചു ചൂടാക്കിയ ശേഷം പാലുചേർത്ത് കഴിക്കുന്നത് നല്ല പോഷകമാണ്. ഒരു സ്പൂൺ മുരിങ്ങയില നീരും സമം ചെറുനാരങ്ങനീരും ചേർത്ത് ദിവസേന കഴിക്കുന്നത് അർശസ്സിനു വളരെ നല്ലതാണ്. മുരിങ്ങത്തളിര് തിളച്ച വെള്ളത്തിൽ കുറച്ചുനേരം ഇട്ടിട്ട് അതിൽ ഉപ്പും കുരുമുളകുപൊടിയും ചെറുനാരങ്ങാനീരും ചേർത്ത് സൂപ്പുണ്ടാക്കി കഴിക്കുന്നത് നല്ലതാണ്.

മുരിങ്ങക്കുരു, ചെറുകടലാടിക്കുരു ഇവ അമരിയില ഇടിച്ചു പിഴിഞ്ഞ നീരിൽ കാച്ചിയ എണ്ണകൊണ്ട് നസ്യം ചെയ്താൽ എത്ര പഴകിയ തലവേദനയും മാറും.

മുല്ല

വിവിധ ഇനങ്ങളുണ്ട്. എല്ലാ ഇനങ്ങളുടെയും പൂക്കൾക്ക് ഹൃദയഹാരിയായ സുഗന്ധമുണ്ട്. പൂക്കൾ വെള്ളത്തിലോ എണ്ണയിലോ ഇട്ടുവച്ചാൽ സുഗന്ധമുള്ള തൈലം കിട്ടും.

സംസ്കൃതനാമം	:	മല്ലിക, അരണി
ഇംഗ്ലീഷ്	:	അറേബ്യൻ ജാസ്മിൻ, ജാസ്മിൻ
ശാസ്ത്രനാമം	:	ജാസ്മിനം സമ്പാക്ക്
	:	Jasminum sambac (Linn.) Ait
കുടുംബം	:	ഓലിയേസി
	:	Oleaceae

വിവരണം: ഇന്ത്യയിലുടനീളം വീട്ടുമുറ്റത്ത് അലങ്കാരച്ചെടിയായി നട്ടുവളർത്തുകയും പൂക്കൾക്കായി വ്യാപകമായി കൃഷിചെയ്തും വരുന്നു. നേരെ നിൽക്കുകയും പടർന്നുകയറുകയും ചെയ്യുന്ന ലതാസസ്യം. വെള്ളനിറത്തിലുള്ള പൂക്കൾ അതീവസുഗന്ധഹാരിയാണ്. തണ്ട് മുറിച്ചുനട്ട് പ്രജനനം നടത്തുന്നു. അപൂർവമായി മാത്രം കായകളുണ്ടാകും.

ഔഷധയോഗ്യഭാഗങ്ങൾ: വേര്, ഇല, പൂവ്.

ചില ഔഷധ ഉപയോഗങ്ങൾ: ഇലയും വേരും കണ്ണുരോഗങ്ങൾക്ക് നല്ലതാണ്. ഇല ത്വക്ക്രോഗങ്ങൾക്കും ആന്തരികവ്രണങ്ങൾക്കും പനിക്കും നല്ലതാണ്. പൂക്കൾ കണ്ണിനു ഹിതമാണ്. മുലപ്പാൽ കുറയ്ക്കും. മലം ഇളക്കും. പിത്തം, കുഷ്ഠം, പനി, ഛർദ്ദിൽ, മാനസികാസ്വാസ്ഥ്യം, തലവേദന, ചെവിരോഗങ്ങൾ, ചൊറിച്ചിൽ, മുലപ്പാൽ അധികം പോകുക എന്നിവയ്ക്കു നല്ലതാണ്. ചെടി സമൂലം എണ്ണയിൽ തിളപ്പിച്ച് സേവിക്കുന്നത് ദഹനശക്തി വർദ്ധിപ്പിക്കും.

മുല്ലപ്പൂവെള്ളം കവിളിൽ കൊള്ളുന്നത് വായിലെ വ്രണങ്ങൾക്കും കുരുക്കൾക്കും വായ്നാറ്റത്തിനും നല്ലതാണ്.

മുറികൂടി

മുറികൂടി പച്ച

മുറികൂടി

മുറിവ് കൂടുന്നതിനും കരിയുന്നതിനും ഏറ്റവും ഫലപ്രദമായ മരുന്നെന്ന നിലയിലാവാം ഈ പേര്.

വിവരണം: നിലത്ത് പടർന്നുവളരുന്ന ബലമില്ലാത്ത ഇളംപച്ചനിറത്തിലുള്ള തണ്ടും ചെറിയ ഇലകളുമുള്ള സസ്യം. മുട്ടുകളിൽനിന്നാണ് ഇല ഉണ്ടാകുന്നത്. അവിടെനിന്നും വേരും ഉണ്ടാകും. ഇല ഞെരടിയാൽ നല്ല പശപോലെയാകും. മുറിവിനുമേൽ ഇറ്റിച്ചാൽ ഒരു പാടപോലെ രൂപപ്പെട്ട് മുറിവിനെ സംരക്ഷിക്കും. ചുവപ്പു കലർന്ന കറുപ്പു നിറത്തിലും പച്ച നിറത്തിലും രണ്ടിനങ്ങളുണ്ട്.

ഔഷധയോഗ്യഭാഗങ്ങൾ: ഇല

ചില ഔഷധ ഉപയോഗങ്ങൾ: മുറിവുണ്ടായാൽ ഇല ചതച്ച് നീര് അതിന്മേൽ ഇറ്റിക്കുകയോ തേക്കുകയോ ചെയ്യുക. പശപോലെയുള്ള നീര് ഒരു പാടപോലെ രൂപപ്പെട്ട് മുറിവ് കൂടുന്നതിനും കരിയുന്നതിനും സഹായിക്കുന്നു. അണുക്കളിൽനിന്നും സംരക്ഷിക്കും.

മൂവില

സംസ്കൃതനാമം	:	ശാലപർണ്ണി, കണ്ടബഹുല, ചിത്രപർണ്ണി, ഗുഹ
ശാസ്ത്രനാമം	:	പ്സ്യൂഡാർത്രിയ വിസിഡ
	:	Pseudarthria viscida (Linn.) Wight & Arn.
കുടുംബം	:	ഫാബേസി
	:	Fabaceae

വിവരണം: തെക്കേഇന്ത്യയിലുടനീളം കുന്നുകളിലും തുറസ്സായ സ്ഥലങ്ങളിലും കാണപ്പെടുന്നു. ഭാഗികമായി നേരെനിൽക്കുന്ന ചെറിയ ബഹുവർഷിയായ കുറ്റിച്ചെടി. ഒരു തണ്ടിൽ മൂന്നിലകൾ കാണാം.

പർപ്പിൾ അല്ലെങ്കിൽ പിങ്ക് നിറത്തിലുള്ള പൂക്കൾ. കായും വിത്തുകളുമുണ്ട്.

ഔഷധ്യയോഗ്യ ഭാഗങ്ങൾ: സമൂലം

ചില ഔഷധ ഉപയോഗങ്ങൾ: ദശമൂലത്തിലുൾപ്പെടുന്നു. വലിയ പഞ്ചമൂലവും ചെറിയ പഞ്ചമൂലവും ചേരുന്നത് ദശമൂലം (മുഞ്ഞ, പയ്യാനി, കൂവളം, കുമിഴ്, പാതിരി, ഞെരിഞ്ഞിൽ, ചെറുവഴുതിനങ്ങ, വെൾവഴുതിന, ഓരില, മൂവില). ദശമൂലം വിഷമജ്വരത്തിനും സൂതികാ ജ്വരത്തിനും നെഞ്ചിനകത്തുണ്ടാകുന്ന പഴുപ്പുകൾക്കും തലച്ചോറിലെ കേടുകൾക്കും വാതപിത്തകഫങ്ങളാലുണ്ടാകാവുന്ന അനേകം ഉപദ്രവങ്ങൾക്കും നന്ന്.

ജലദോഷവും ജ്വരവും ശമിപ്പിക്കും. വിഷത്തിനും കൂട്ടുവിഷത്തിനും നന്ന്. പ്രമേഹത്തിനും അർശസ്സിനും ഫലപ്രദമാണ്.

വേര് സ്വസ്ഥതയുണ്ടാക്കും. ദഹനം വർദ്ധിപ്പിക്കും. വിരയിളക്കും. ഞരമ്പുകൾക്കു പോഷണമാണ്. വീക്കത്തെ ചെറുക്കും. മൂത്രമിളക്കും. ഹൃദയപോഷണമാണ്. കാമവർദ്ധകമാണ്. വായുകോപം ശമിപ്പിക്കും. ഓജസ്കരമാണ്. പോഷകമാണ്. പിത്തം, വാതം, ചുമ, ബ്രോങ്കൈറ്റിസ്, ആസ്ത്മ, ക്ഷയം വയറിളക്കം, ഞരമ്പുകളുടെ ബലഹീനത, വീക്കം, ഹൃദ്രോഗം, ജ്വരം, ക്ഷതം, പ്രമേഹം, ക്ഷീണം, ഉയർന്ന ശരീരതാപം എന്നിവയ്ക്കു നല്ലതാണ്.

മൂവിലവേരും ഏകനായകവേരും സമം കഷായംവച്ച് പഞ്ചസാരയും തേനും മേമ്പൊടി ചേർത്ത് കഴിക്കുന്നത് പ്രമേഹത്തിന് നല്ലതാണ്.

മൂടില്ലാത്താളി

(ആകാശവള്ളി, ആകാശഗരുഡക്കൊടി)

പടർന്നു വളരുന്ന ചെടിയെ മൂടി നശിപ്പിച്ചുകളയും.

സംസ്കൃതനാമം	:	ആകാശവല്ലി, അസ്പർശാ, കാവള്ളി, അമരവള്ളി
ഇംഗ്ലീഷ്	:	ഡോഡ്ഡർ
ശാസ്ത്രനാമം	:	കസീത്ത ഫിലിഫോർമിസ്, കുസ്കുട റിഫ്ളെക്സാ
	:	Cuscuta reflexa Roxb.
കുടുംബം	:	കോൺവോൾവുലേസി
	:	Convolvulaceae

വിവരണം: ഇന്ത്യയിലുടനീളം ഉയർന്ന പ്രദേശങ്ങളിൽ കാണപ്പെടുന്നു. ചെടികളിലും മരങ്ങളിലും പറ്റിച്ചേർന്നു പടർന്നു വളരുന്ന ഇലകളില്ലാത്ത പരാന്നഭോജിയായ സസ്യം. മണ്ണിൽ മൂടില്ലാത്തതിനാലാണ് മൂടില്ലാത്താളി എന്നറിയപ്പെടുന്നത്. തണ്ടുകളുടെ നിറം മഞ്ഞയാണ്. ചെടികളെ മൂടി വളർന്ന് അവയെ നശിപ്പിക്കും. തണ്ടുകൾ അടുത്ത ചെടിയുമായി ബന്ധപ്പെട്ടാൽ അവ പ്രത്യേകമായി അവിടെ വളരുകയും ആ ചെടിയെ മൂടുകയും ചെയ്യും. പൂക്കളും കായും വിത്തുമുണ്ട്.

ഔഷധയോഗ്യഭാഗങ്ങൾ: സമൂലം

ചില ഔഷധ ഉപയോഗങ്ങൾ: കഫമിളക്കും. വായുകോപം ശമിപ്പിക്കും. കാമവർദ്ധകമാണ്. പോഷകമാണ്. വിയർപ്പുണ്ടാക്കും. വിരയിളക്കും. മൂത്രം വർദ്ധിപ്പിക്കും. മഞ്ഞപ്പിത്തം, പേശീവേദന, ചുമ, ബ്രോങ്കൈറ്റിസ്, തലവേദന, പനി, തളർച്ച എന്നിവയ്ക്കു നല്ലതാണ്.

വിത്ത് രക്തം ശുദ്ധീകരിക്കും. വേദന കുറയ്ക്കും. ചെടി അരച്ച് എള്ളെണ്ണ ചേർത്തു തലയിൽ തേച്ചുപിടിപ്പിക്കുന്നത് മുടിയുടെ വേരു പടലങ്ങളെ ശക്തിപ്പെടുത്തും. ചാറ് ശർക്കര ചേർത്തുപയോഗിക്കുന്നത് താപത്തെ കുറയ്ക്കും. കണ്ണിലെ മഞ്ഞപ്പിത്തം മാറ്റും.

മേന്തോന്നി

(കാന്തൾ, മേത്തോന്നി)

പ്രത്യേക ആകൃതിയിലുള്ള പൂക്കളാണിതിനുള്ളത്. ഈ ചെടിയുടെ വടക്കു ഭാഗത്തേക്കു വളരുന്ന വേരുകൾക്ക് മറ്റൊരു വസ്തുവിന്റെ പ്രവർത്തനത്തെ പ്രചോദിപ്പിക്കുവാനുള്ള മാന്ത്രികശക്തിയുണ്ടെന്ന് ചിലർ വിശ്വസിച്ചിരുന്നു.

സംസ്കൃതനാമം	:	ലാംഗലി, വിശല്യാ, ശക്രപുഷ്പികാ, അഗ്നിശിഖ
ഇംഗ്ലീഷ്	:	മലബാർ ഗ്ലോറിലില്ലി, ക്ലൈംബിങ് ലില്ലി
ശാസ്ത്രനാമം	:	ഗ്ലോറിയാസ സൂപ്പർബ
	:	Gloriosa superba Linn.
കുടുംബം	:	ലിലിയേസി
	:	Liliaceae

വിവരണം: ഇന്ത്യയിലുട നീളം താഴ്ന്ന കാടുകളിൽ കാണപ്പെടുന്നു. മനോഹര പുഷ്പങ്ങൾ ഉള്ളതിനാൽ പൂന്തോട്ടങ്ങളിലും മുറ്റത്തും അലങ്കാര ചെടിയായി നട്ടുവളർത്തുന്നു. പടർന്നു കയറുന്ന ഇടത്തരം വള്ളിച്ചെടി. കാഴ്ചയ്ക്കു ഭംഗിയുള്ള വിവിധ വർണ്ണങ്ങൾ ചാലിച്ച പൂക്കളുണ്ട്. കായും വിത്തുമുണ്ട്. വെള്ളക്കിഴങ്ങുകൾ (കന്ദം) ആണ് ഉപയോഗിക്കുന്നത്.

ഔഷധയോഗ്യഭാഗങ്ങൾ: കിഴങ്ങ്

ചില ഔഷധ ഉപയോഗങ്ങൾ: കിഴങ്ങ് ചെറിയതോതിൽ വിഷമാണ്. ഗർഭം അലസിപ്പിക്കും. രക്തം ശുദ്ധീകരിക്കും.

വിരയിളക്കും. ദഹനം വർദ്ധിപ്പിക്കും. വയറിളക്കും. ഉദരരോഗങ്ങൾക്കു നല്ലതാണ്. ഛർദ്ദിലുണ്ടാക്കും. കഫം ഇളക്കും. ഓജസ്കരമാണ്. പോഷകമാണ്. ത്വക്ക്രോഗങ്ങൾ, കഫം, വാതം, വീക്കം, വ്രണം, ക്ഷീണം, ഇടവിട്ടുള്ള പനി, വായുകോപം ഇവയ്ക്കു നല്ലതാണ്. പകർച്ചവ്യാധികളെ തടയും. പ്രസവവേദനയുണ്ടാക്കും. മറുപിള്ളയെ പുറത്തുകളയും. കിഴങ്ങ് കൂടുതൽ കഴിക്കരുത്. മേന്തോന്നിക്കായ പൊടിച്ച് അല്പം എള്ളെണ്ണ ചേർത്ത് ഗുഹ്യഭാഗത്തു വച്ചാൽ പ്രസവം എളുപ്പത്തിലാകും. സുഖപ്രസവമുണ്ടാകും. മേന്തോന്നിക്കിഴങ്ങ് പാടക്കിഴങ്ങ് ഇവ സമം അരച്ചു പുരട്ടുന്നത് കുട്ടികളുടെ പാലുണ്ണിക്കു നല്ലതാണ്. അരച്ച് തലയിൽ പുരട്ടിയാൽ പേൻ നശിക്കും.

മോതിരച്ചുള്ളി

പടർന്നു കയറുന്ന കുറ്റിച്ചെടി. മുളപൊട്ടുന്ന ശിഖരങ്ങളുടെ മുന മടങ്ങി മോതിരം പോലെ ഇരിക്കുന്നതിനാലാവാം മോതിരച്ചുള്ളി എന്ന പേര്. മഞ്ഞ നിറത്തിലുള്ള ചെറിയ പൂവ്. ചെറിയ ഉരുണ്ട കായ.

ഔഷധയോഗ്യഭാഗങ്ങൾ: വേര്

ചില ഔഷധ ഉപയോഗങ്ങൾ: വാതസംബന്ധമായ വേദനകൾ ശമിപ്പിക്കും. ഇതുപയോഗിച്ചുള്ള കഷായം വാതത്തിന് ഉത്തമമാണ്.

മൈലാഞ്ചി

മൈലാഞ്ചിയില ചതച്ചരച്ച് നഖങ്ങളുടെ പുറത്തു കുറച്ചുനേരം വച്ചിരുന്നാൽ നഖത്തിന് ഇളംചുവപ്പുനിറം ലഭിക്കും. കയ്യിലും കാലിലും വിവിധ ഡിസൈനുകൾ മൈലാഞ്ചിവച്ച് വരച്ചെടുക്കാറുണ്ട്. തലമുടിക്ക് ചെമ്പിച്ചനിറം ലഭിക്കുന്നതിന് മൈലാഞ്ചി പൊടി ഉപയോഗിക്കുന്നു. മൈലാഞ്ചി തുണികൾക്ക് നിറം പിടിപ്പിക്കാനുപയോഗിച്ചിരുന്നു.

സംസ്കൃതനാമം : മേദിനി, മദയാന്തികാ, നഖരഞ്ജനി

ഇംഗ്ലീഷ് : ഹെന്ന, സൈപ്രസ് ഷ്റ്ബ്, ഈജിപ്ഷ്യൻ പ്രിവൻ
ശാസ്ത്രനാമം : ലോസോണിയ ഇനേർമിസ്
: Lawsonia inermis Linn.
കുടുംബം : ലിത്രേസി
: Lythraceae

വിവരണം: ഇന്ത്യയിലുടനീളം കാണപ്പെടുന്നു. ഇല പൊഴിയും വനങ്ങളിൽ അപൂർവമായി കാണാം. വീടുകളിൽ അലങ്കാരവൃക്ഷമായി നട്ടു വളർത്തുന്നു. ഏതാണ്ട് 8 മീറ്റർ വരെ ഉയരം വരുന്ന ഇടത്തരം ഇലപൊഴിയും കുറ്റിച്ചെടി. വെള്ളയോ റോസ് നിറത്തിലോ ഉള്ള പൂക്കൾ. നല്ല സുഗന്ധമുണ്ട്. കായ, കായ്ക്കകത്ത് അനേകം വിത്തുകൾ.

ഔഷധയോഗ്യഭാഗങ്ങൾ: വേര്, ഇല, പൂവ്, വിത്ത്.

ചില ഔഷധ ഉപയോഗങ്ങൾ: വേര് മൂത്രം വർദ്ധിപ്പിക്കുന്നതും രക്തം ശുദ്ധീകരിക്കുന്നതും ആർത്തവം പുനഃസ്ഥാപിക്കുന്നതും ഗർഭച്ഛിദ്രം ഉണ്ടാക്കുന്നതും മുടിവളരാൻ സഹായിക്കുന്നതുമാണ്. എരിച്ചിൽ, കുഷ്ഠം, ത്വക്ക്രോഗങ്ങൾ, ആർത്തവ ക്രമക്കേടുകൾ, വേദനയോടുകൂടിയ ആർത്തവം, അകാലനര എന്നിവയ്ക്ക് നല്ലതാണ്. ഇല മൂത്രം വർദ്ധിപ്പിക്കുന്നതും ഛർദ്ദി ഉണ്ടാക്കുന്നതും കഫം ഇളക്കുന്നതും വേദന ശമിപ്പിക്കുന്നതും രക്തം ശുദ്ധീകരിക്കുന്നതും രക്തസ്രാവം തടയുന്നതും തലമുടി വളരാൻ സഹായിക്കുന്നതും പനി ശമിപ്പിക്കുന്നതുമാണ്. മുറിവുകൾ, ആന്തരിക വ്രണങ്ങൾ, ചുമ, ബ്രോങ്കൈറ്റിസ്, കഫം, പിത്തം, എരിച്ചിൽ, വയറിളക്കം, അതിസാരം, കുഷ്ഠം, വെള്ളപോക്ക്, തലവേദന, നടുവേദന, വാതവേദന, സ്കേബീസ്, പൊള്ളൽ, കരൾരോഗങ്ങൾ, പ്ലീഹാരോഗങ്ങൾ, വിളർച്ച എന്നിവയ്ക്കു നല്ലതാണ്. ഇലയുടെ നീര് കരൾ ടോണിക്കാണ്. രക്തം തുപ്പുക, പനി, കണ്ണിന്റെ രോഗങ്ങൾ, ആർത്തവക്രമക്കേടുകൾ വേദനയുള്ള ആർത്തവം, മുടികൊഴിച്ചിൽ, അകാ

ലനര, മഞ്ഞപ്പിത്തം ഇവയ്ക്കും ഉത്തമമാണ്. പൂക്കൾ ബുദ്ധിവികസിപ്പിക്കും. കരൾ രോഗങ്ങൾക്കുത്തമ ടോണിക്കാണ്. നിദ്ര ജനിപ്പിക്കും. തലവേദന, എരിച്ചിൽ, ഹൃദ്രോഗം, കുട്ടികളിലെ മാനസികവളർച്ചക്കുറവ്, ഉറക്കക്കുറവ്, പനി ഇവയ്ക്കും നല്ലതാണ്.

വേര് കഷായം വച്ചു കുടിക്കുന്നത് കാലിലെ വാതസംബന്ധമായ വേദനയ്ക്കു നല്ലതാണ്. ശർക്കര ചേർത്തോ പാലിലോ കഴിക്കുന്നത് മഞ്ഞപ്പിത്തത്തിനു പ്രതിവിധിയാണ്. ഇലച്ചാറ് പശുവിൻപാലും ശർക്കരയും ചേർത്തു കഴിക്കുന്നത് പഴുപ്പുകലർന്ന് മൂത്രം പോകുന്നതിന് നല്ലതാണ്.

ഉപ്പൂറ്റി വിണ്ടുകീറലിന് രാത്രി കിടക്കും മുമ്പ് മൈലാഞ്ചി അരച്ചു പുരട്ടുക. പൂവ് തലയണയുടെ ഉള്ളിലിട്ടാൽ നല്ല ഉറക്കം ലഭിക്കും. വളംകടിക്ക് വിരലുകൾക്കിടയിൽ മൈലാഞ്ചി അരച്ചുപുരട്ടുക. കുഴിനഖത്തിന് മൈലാഞ്ചിയിലയും പച്ചമഞ്ഞളും സമം അരച്ച് കുഴിനഖത്തിൽ കനത്തിൽ തേച്ചുവയ്ക്കുക. ചൂടുവാതത്തിന് മൈലാഞ്ചി അരച്ചു പുരട്ടുക. മഞ്ഞപ്പിത്തത്തിന് കുറച്ചു മൈലാഞ്ചിയിലയും ഇരട്ടി കറിവേപ്പിലയും ചേർത്തരച്ച് തേനിൽ രണ്ടുനേരം വച്ച് പതിവായി കഴിക്കുക. മുടികൊഴിച്ചിലിന്/ അകാലനരയ്ക്ക് ഇല അരച്ചുചേർത്ത വെളിച്ചെണ്ണ കാച്ചി നിത്യേന തേക്കുക.

യൂക്കാലി മരം

സംസ്കൃതനാമം	:	നിലനിര്യാസ
ഇംഗ്ലീഷ്	:	ബ്ലൂഗം, യൂക്കാലിപ്റ്റസ്
ശാസ്ത്രനാമം	:	യൂക്കാലിപ്റ്റസ് ഗ്ലോബുലസ്
	:	Eucalyptus globulus Labill.
കുടുംബം	:	മിർട്ടേസി
	:	Myrataceae

വിവരണം: ഇന്ത്യയിലുടനീളം നട്ടുവളർത്തുന്നു. നല്ല ഉയരത്തിൽ നേരെ വളരുന്ന മരം. വെളുത്ത നിറത്തിലുള്ള തടി. വെള്ള കലർന്ന പച്ചനിറത്തിലുള്ള സാധാരണ ഇലകൾ. തടിയിലെ തൊലി ഇളകിപ്പോകാറുണ്ട്. വെള്ള നിറത്തിലുള്ള വലിയ പൂക്കൾ, കായയും അതിനകത്ത് വിത്തുമുണ്ട്. ഇല, തൊലി ഒക്കെ വാറ്റി യൂക്കാലി തൈലമെടുക്കുന്നു. തടിയുടെ പൾപ്പുകൊണ്ട് കടലാസുണ്ടാക്കുന്നു.

ഔഷധയോഗ്യഭാഗങ്ങൾ: യൂക്കാലിതൈലം

ചില ഔഷധ ഉപയോഗങ്ങൾ: യൂക്കാലി തൈലം ആന്റിസെപ്റ്റിക്കാണ്. ദുർഗന്ധത്തെ അകറ്റും. ഉത്തേജകമാണ്. വേദനയകറ്റും. വായുകോപം ശമിപ്പിക്കും. ദഹനമുണ്ടാക്കും. വിരയിളക്കും. ഹൃദയപോഷണമാണ്. കഫവും മൂത്രവുമിളക്കും. പ്രാണികളെ തുരത്തും. പനിയെ

ചെറുക്കും. കഫം, വാതം, വായ്നാറ്റം, തലവേദന, ക്ഷയം, ചുമ, ആസ്ത്മ, ശ്വാസകോശരോഗങ്ങൾ, ബ്രോങ്കൈറ്റിസ്, പൊള്ളൽ, വെള്ളദ്ദാഹം, പഴുപ്പ്, നാടവിര, ഹൃദയക്ഷീണം, ത്വക്ക്രോഗങ്ങൾ, ജ്വരം എന്നിവയ്ക്കു നല്ലതാണ്. തൈലം അകത്തുകഴിച്ചാൽ ഛർദ്ദിയും വയറിളക്കവും ഹൃദയക്ഷീണവും ഉണ്ടാകും.

രക്തചന്ദനം

(ചെഞ്ചന്ദനം)

പ്രധാനപ്പെട്ട സൗന്ദര്യസംരക്ഷണ ഔഷധമാണ്. തടിയുടെ ചൂർണ്ണം സൗന്ദര്യസംരക്ഷണത്തിനായി ഉപയോഗിക്കുന്നു.

സംസ്കൃതനാമം	: രക്തചന്ദന, രക്തസാര, ക്ഷുദ്രചന്ദന
ഇംഗ്ലീഷ്	: റെഡ് സാൻഡേഴ്സ്, റൂബി വുഡ്, റെഡ് സാൻഡൽ വുഡ്
ശാസ്ത്രനാമം	: പ്റ്ററോകാർപ്പസ് സന്റാലിനസ്
	: Pterocarpus santalinus Linn.f.
കുടുംബം	: ഫേബേസി
	: Fabaceae

വിവരണം: ആന്ധ്രപ്രദേശ്, തമിഴ്നാട്, കർണ്ണാടക എന്നീ സംസ്ഥാനങ്ങളിൽ കാണപ്പെടുന്നു. ഇലപൊഴിയുന്ന ഇടത്തരം വൃക്ഷം. മഞ്ഞപ്പൂക്കൾ. കായും വിത്തുമുണ്ട്. വിത്തിലൂടെ പ്രജനനം. തടിയുടെ ഉൾവശത്തെ നിറം ഇളംചുവപ്പാണ്.

ഔഷധയോഗ്യഭാഗങ്ങൾ: കാതൽ, കായ.

ചില ഔഷധ ഉപയോഗങ്ങൾ: കാതൽ (തടി) ശീതമാണ്. രക്തം ശുദ്ധീകരിക്കും. വീക്കം തടയും. പനി കുറയ്ക്കും. കണ്ണു രോഗങ്ങൾക്കു നല്ലതാണ്. രക്തസ്രാവം തടയും. വിരയിളക്കും. കാമം വർദ്ധിപ്പിക്കും. വിയർപ്പുണ്ടാക്കും. പകർച്ചവ്യാധികളെ ചെറുക്കും. പോഷകമാണ്. പനിക്കും തലവേദനയ്ക്കും നെറ്റിയിൽ അരച്ചിടുന്നത് വളരെ ഫലപ്രദമാണ്. പല്ലുവേദന, പിത്തം, എരിച്ചിൽ, ഛർദ്ദിൽ, അതിസാരം, വയറിളക്കം, കുഷ്ഠം, ത്വക്ക്രോഗങ്ങൾ, വ്രണങ്ങൾ, ക്ഷതങ്ങൾ, രക്തം തുപ്പൽ, ക്ഷീണം, മാനസിക അസ്വാസ്ഥ്യങ്ങൾ എന്നിവയ്ക്കു നല്ലതാണ്. കായ വയറിളക്കത്തിനും മൂത്രത്തിൽ കൂടി രക്തം പോകുന്നതിനും നല്ലതാണ്.

കണ്ണിനു താഴെയുള്ള കറുത്ത പാട് മാറുന്നതിന് തുല്യം കസ്തൂരി മഞ്ഞളും ചേർത്തരച്ചു ദിവസവും പുരട്ടുക. തടി അരച്ചു പുരട്ടിയാൽ വ്രണം ഉണങ്ങും.

രാമച്ചം

രാമച്ചത്തിന്റെ വേരിന് നല്ല സുഗന്ധമുണ്ട്. ഇതിൽ നിന്നെടുക്കുന്ന എണ്ണ നല്ല സുഗന്ധദ്രവ്യമാണ്. വേര് വിശറി, മറ്റ് അലങ്കാരവസ്തുക്കൾ എന്നിവ ഉണ്ടാക്കാൻ ഉപയോഗിക്കുന്നു. മണ്ണൊലിപ്പു തടയുന്നതിന് രാമച്ചം വ്യാപകമായി വച്ചുപിടിപ്പിക്കാറുണ്ട്. തൈലം വാസന ദ്രവ്യമായും മരുന്നായും ഉപയോഗിക്കുന്നു.

സംസ്കൃതനാമം	: ഉശിറാ, സേവ്യ, സുഗന്ധി മുല്ല, വീരണ, വീര, സാമഗന്ധിക
ഇംഗ്ലീഷ്	: വെറ്റിവേർ, ഖാസ്-ഖാസ്, ഖുസ്-ഖുസ്

ശാസ്ത്രനാമം	:	വെറ്റിവെറിയ സിസാനിയോഡസ്, ആൻഡ്രോപോഗൻ മുറിക്കേറ്റസ്
	:	Vetiveraia zizanioides (Linn.) Nash Andropogon muricatus Rtz.
കുടുംബം	:	പോയേസീ
	:	Poaceae

വിവരണം: ഇന്ത്യയിലുടനീളം കുന്നിൻ ചരുവുകളിൽ കാണപ്പെടുന്നു. ഔഷധവ്യാവസായിക ആവശ്യങ്ങൾക്കായി കൃഷിചെയ്തു വരുന്നു. രണ്ടു മീറ്ററിലധികം വളരുന്ന പുല്ല്. ഇല വീതികുറഞ്ഞു നീളമുള്ളതാണ്. പൂക്കളും ഫലങ്ങളുമുണ്ട്. വേരിന് നല്ല സുഗന്ധമുണ്ട്. മൂടെടുത്തു നട്ട് പ്രജനനം നടത്താം.

ഔഷധയോഗ്യഭാഗങ്ങൾ: വേര്, തൈലം.

ചില ഔഷധ ഉപയോഗങ്ങൾ: വേരു ശീതവും സുഗന്ധവാഹിയുമാണ്. വിയർപ്പു കുറയ്ക്കുന്നതും രക്തം ശുദ്ധീകരിക്കുന്നതും ദഹനം വർദ്ധിപ്പിക്കുന്നതും, വായുകോപം, ഛർദ്ദി എന്നിവ ഇല്ലാതാക്കുന്നതും മൂത്രം വർദ്ധിപ്പിക്കുന്നതും വിരകളെ നശിപ്പിക്കുന്നതും, ആർത്തവം ക്രമപ്പെടുത്തുന്നതുമാണ്. പിത്തത്തിനു നല്ലതാണ്. അൾസർ, ത്വക്ക്രോഗങ്ങൾ, ഓക്കാനം, ഛർദ്ദി, ആസ്ത്മ, ചുമ, പനി, വയറിളക്കം, കുട്ടികളിലെ മാനസിക വളർച്ചക്കുറവ് എന്നിവയ്ക്ക് ഉത്തമമാണ്. വേര് കഷായം വച്ച് ദേഹം കഴുകുന്നത് കൈകാലുകളുടെ ശക്തി കൂട്ടുന്നതിനും ശരീരത്തിന്റെ ജൈവിക പ്രവർത്തനങ്ങളും ചോദനകളും ഉന്മേഷകരമായി നിലനിർത്തുന്നതിനും തലവേദനയ്ക്കും നല്ലതാണ്. വയറുവേദന, തലയ്ക്കുണ്ടാകുന്ന മാന്ദ്യം, വേദനകൾ എന്നിവയ്ക്കും ഈ കഷായം നല്ലതാണ്. തൈലം വ്രണങ്ങളിൽ പുരട്ടുന്നത് നല്ലതാണ്. രാമച്ചവേരിന് വെള്ളം ശുദ്ധീകരിക്കുന്നതിനും തണുപ്പും ചെറു സുഗന്ധവും നൽകുന്നതിനുമുള്ള കഴിവുണ്ട്.

രുദ്രാക്ഷം

ത്രിപുരൻ എന്ന അസുരന്റെ പരാക്രമങ്ങളിൽ വിഷമിച്ച ദേവന്മാർ ശിവന്റെ സഹായം തേടി. ത്രിപുരനെ എങ്ങനെ വധിക്കേണ്ടൂ എന്ന വിചാരത്തിൽ ശിവൻ അല്പസമയം കണ്ണടച്ചിരുന്നുപോയി. അത് ഒരായിരം ദിവ്യ വർഷങ്ങൾ നീണ്ടു. അതിനുശേഷം കണ്ണ് ഒന്ന് ഇമച്ചപ്പോൾ നേത്രങ്ങളിൽനിന്ന് അശ്രുബിന്ദുക്കൾ താഴെവീണു. ഈ ബാഷ്പബിന്ദുക്കളിൽനിന്നാണ് രുദ്രാക്ഷവൃക്ഷങ്ങളുണ്ടായിട്ടുള്ളത് എന്ന് പറയപ്പെടുന്നു. രുദ്രാക്ഷങ്ങളുടെ മുഖസംഖ്യയെ (വെട്ട്) ആധാരമാക്കി ഓരോന്നിനും പ്രത്യേക ഗുണങ്ങളാണുള്ളത്. ഒരു മുഖം മാത്രമുള്ള രുദ്രാക്ഷം ശിവസ്വരൂപമാണ് എന്നും അതിനെ ധരിച്ചാൽ ബ്രഹ്മഹത്യാ പാപം നശിക്കും എന്നും വിശ്വസിക്കപ്പെടുന്നു. രണ്ടുമുഖം ദേവീ ദേവ സ്വരൂപമാണ്. ഇതിനെ ഗൗരീശങ്കരമെന്നുപറയും. അതു ധരിച്ചാൽ അറിഞ്ഞും അറിയാതെയും ചെയ്തിട്ടുള്ള പാപങ്ങളെല്ലാം തീരുമത്രെ. മൂന്ന് മുഖം അഗ്നിസ്വരൂപവും നാല് ബ്രഹ്മസ്വരൂപവും അഞ്ച് കാലാഗ്നി സ്വരൂപവും ആറ് ഷണ്മുഖസ്വാമിയായ കാർത്തികേയനും ഏഴ് കാമദേവസ്വരൂപവും എട്ട് മഹാസേനാധിപനായ വിനായകദേവനും ഒൻപത് ഭൈരവ സ്വരൂപവും പതിനൊന്ന് ഏകാദശ രുദ്രരൂപവും (ഇത് ശിരസ്സിലാണ് ധരിക്കേണ്ടത്). പന്ത്രണ്ട് ദ്വാദശാദിത്യന്മാർ ധ്വിതി ചെയ്യുന്നതും (ചെവിയിൽ ധരിക്കണം) പതിമൂന്ന് സാക്ഷാൽ കാർത്തികേയനു തുല്യനും പതിനാല് സാക്ഷാൽ പരമശിവനും തുല്യമാണ്. പതിനാല് മുഖമുള്ള രുദ്രാക്ഷം ധരിക്കുന്നവർ സാക്ഷാൽ പരമശിവനു സമാനനായിത്തീരും എന്നാണ് പ്രമാണം. കഴുത്തിൽ മുപ്പത്തിരണ്ടും ശിരസ്സിൽ നാല്പതും കാതിൽ ആറുവീതവും കയ്യിൽ പന്ത്രണ്ടു വീതവും ഭുജദേശത്തിൽ പതിനാറുവീതവും ശിഖയിൽ ഒന്നും വക്ഷപ്രദേശത്ത് (മാറിടം) ഒരുനൂറ്റി എട്ടും എണ്ണം രുദ്രാക്ഷം ധരിക്കണം. ഇങ്ങനെ ധരിക്കുന്നവർ സാക്ഷാൽ ശ്രീനീലകണ്ഠ പരമശിവൻ തന്നെയാണ്.

സംസ്കൃതനാമം: രുദ്രാക്ഷ

ഇംഗ്ലീഷ്	:	ഉട്രാസും ബീഡ് ട്രീ
ശാസ്ത്രനാമം	:	എലായോകാർപ്പസ് സ്ഫേറിക്കസ്, എലായേകാർപ്പസ് ടുബർക്കുലേറ്റ്സ്
	:	Elaeocarpus sphaericus (Gaertn.) K. Schum, Elaeocarpus tuberculatus Rox.
കുടുംബം	:	എലായോകാർപ്പേസി
	:	Elaeocarpaceae

വിവരണം: ഹിമാലയം, ആസാം, ബംഗാൾ, ബീഹാർ, ഉത്തരാഘണ്ഡ് എന്നിവിടങ്ങളിൽ കാണപ്പെടുന്നു. നിത്യഹരിതമായ ഇടത്തരം വൃക്ഷം. വെള്ളപ്പൂക്കൾ, ഉരുണ്ട കായ (രുദ്രാക്ഷം), കായയുടെ പുറത്ത് കുറുകെയുള്ള വരകളുടെ അടിസ്ഥാനത്തിൽ വിവിധ മുഖങ്ങളുള്ള (ഭാഗങ്ങൾ) രുദ്രാക്ഷമുണ്ട്. ചോള രുദ്രാക്ഷം, കൽരുദ്രാക്ഷം എന്നീ ഇനങ്ങളുമുണ്ട്.

ഔഷധയോഗ്യഭാഗങ്ങൾ: കായ (രുദ്രാക്ഷം).

ചില ഔഷധ ഉപയോഗങ്ങൾ: രുചി വർദ്ധിപ്പിക്കും. ഉത്തേജകമാണ്. ചുമ, ഞരമ്പുരോഗങ്ങൾ, തലവേദന, അപസ്മാരത്തിലെ മോഹാലസ്യം, മസ്തിഷ്ക രോഗങ്ങൾ, കഫം, വാതം എന്നിവയ്ക്കു നല്ലതാണ്. മാനസിക വിഭ്രാന്തി, രക്താതിസമ്മർദ്ദം, മാനസിക തളർച്ച, ഉറക്കമില്ലായ്മ എന്നിവയ്ക്കു നല്ലതാണ്. കഫമിളക്കും. കരളിനുള്ള ഉത്തമപോഷകമാണ്.

രുദ്രാക്ഷം, ഇരട്ടി മധുരം ഇവ അരച്ച് തേനിൽ സേവിച്ചാൽ രാപ്പനി ശമിക്കും. പശ്ചിമഘട്ടത്തിലെ നിത്യഹരിത വനങ്ങളിൽ രുദ്രാക്ഷം എന്നറിയപ്പെടുന്ന ഒരിനമുണ്ട്. ഇത് യഥാർഥ രുദ്രാക്ഷമല്ല.

ലശൂനച്ചെടി

വെളുത്തുള്ളിയുടെ മണമുള്ളതിനാലാവാം ഈ ചെടിക്ക് ലശൂന (വെളുത്തുള്ളി) വള്ളി എന്ന പേരുണ്ടായത്.

വിവരണം: പടർന്നു വളരുന്ന വള്ളിച്ചെടി. പൂവും കായുമുണ്ട്. തണ്ടിനും ഇലകൾക്കും വെളുത്തുള്ളിയുടെ മണമുണ്ട്.

ഔഷധയോഗ്യഭാഗങ്ങൾ: ഇല, വള്ളി.

ചില ഔഷധ ഉപയോഗങ്ങൾ: ഇലയും തണ്ടും ചതച്ച് വീടിന്റെ പരിസരത്ത് ഇട്ടാൽ വിഷമുള്ള ഇഴജന്തുക്കളുടെ ശല്യം ഉണ്ടാകുകയില്ലെന്നു പറയപ്പെടുന്നു.

വടുകപ്പുളി നാരകം

ഉപ്പിലിട്ട് ഉപയോഗിക്കുന്നു.

സംസ്കൃതനാമം : ബൃഹത്, ജംബീര

ഇംഗ്ലീഷ് : സോർ ഓറഞ്ച്, ബിറ്റർ ഓറഞ്ച്, ബിഗരേഡ് ഓറഞ്ച്

ശാസ്ത്രനാമം : സിട്രസ് ഓറാന്റിഫോളിയ
: Citrus aurantifolia (Christm.) Swingle

കുടുംബം : റൂട്ടേസി
: Rutaceae

വിവരണം: തെക്കേ ഇന്ത്യയിലുടനീളം നട്ടുവളർത്തുന്ന മുള്ളുകളുള്ള ഇടത്തരം വൃക്ഷം. നല്ല കടുംപച്ച നിറത്തിലുള്ള ഇലകൾ. ചാരം കലർന്ന നിറത്തിലുള്ള കൊമ്പുകൾ, സാധാരണ ഇലകൾ. സമൃദ്ധമായി വളർന്നു നല്ല തണൽ നല്കും. വെള്ള പ്പൂക്കൾ. നല്ല മണമുണ്ട്. ഉരുണ്ട കായ. പച്ച നിറത്തിലുള്ള കായ മൂക്കുമ്പോൾ മഞ്ഞ നിറമാകും. കായയുടെ തൊലിക്കകത്ത് അല്ലികളായി നാരങ്ങ. അതിനകത്ത് ചെറിയ വിത്തുകൾ.

ഔഷധയോഗ്യഭാഗങ്ങൾ: കായ (നാരങ്ങ)

ചില ഔഷധ ഉപയോഗങ്ങൾ: മലമിളക്കും. രുചിയുണ്ടാക്കും. ദഹനമുണ്ടാക്കും. വിരയിളക്കും. സ്കേബീസിനെ ചെറുക്കും. ഉദരരോഗങ്ങൾക്കു നല്ലതാണ്. പിത്തം, കഫം, ചുമ, ബ്രോങ്കൈറ്റിസ്, വെള്ളദ്ദാഹം, ഓക്കാനം, വായുകോപം, വിളർച്ച എന്നിവയ്ക്കു നല്ലതാണ്.

വന്നിച്ചമത

ഹോമങ്ങൾക്കാണ് വന്നിച്ചമത പ്രധാനമായിട്ടും ഉപയോഗിക്കുന്നത്.

വിവരണം: ഇന്ത്യയിലുടനീളം കാണപ്പെടുന്ന ചെറിയവൃക്ഷം. ചെറിയ പച്ചനിറത്തിലുള്ള ഇലകൾ. നൂൽരൂപത്തിൽ എഴുന്നുനിൽക്കുന്ന ഉരുണ്ട ചെറിയ മഞ്ഞപ്പൂവ്. ഹോമത്തിന്റെ ആവശ്യങ്ങൾക്കായിട്ടാണ് പ്രധാനമായും ഉപയോഗിക്കുന്നത്.

വള്ളിപ്പാല

ഈ ചെടിയുടെ എല്ലാ ഭാഗത്തും പാലുപോലുള്ള കറയുണ്ട്. വിഷത്തെ ചെറുക്കുന്നതിന് ഉത്തമമാണ്.

സംസ്കൃതനാമം : ലതാക്ഷീരി

ഇംഗ്ലീഷ് : ഇന്ത്യൻ ഇപെകാകുൻഹ ഇമെറ്റിക് സ്വാലോ, വോറി കൺട്രി ഇപെകാകുൻഹ

ശാസ്ത്രനാമം: ടൈല ഫോറ ഇൻഡിക്ക

: Tylophora indica (Burm.f.) Merrill

കുടുംബം: ആസ്ക്ലിപിയഡേസി

: Asclepiadaceae

വിവരണം: ഇന്ത്യയിലുടനീളം വേലികളിലും കുറ്റിക്കാടുകളിലും കാണപ്പെടുന്നു. മരത്തിൽ പടർന്നു വളരുന്ന ലതാസസ്യം. മാംസളമായ കനംകുറഞ്ഞ തണ്ടുകൾ. ചെറിയ ഇളംപച്ച ഇലകൾ, തണ്ടുകൾ ഒടിച്ചാൽ കറവരും. പച്ചകലർന്ന മഞ്ഞനിറത്തിലുള്ള പൂക്കൾ. കായും വിത്തുമുണ്ട്.

ഔഷധയോഗ്യഭാഗങ്ങൾ: വേര്, ഇല.

ചില ഔഷധ ഉപയോഗങ്ങൾ: കഫം ഇളക്കും. വിയർപ്പുണ്ടാക്കും. വൈറസുകളെ പ്രതിരോധിക്കും. വയറിളക്കും. ഛർദ്ദിലുണ്ടാക്കും. ആസ്ത്മ, ബ്രോങ്കൈറ്റിസ്, വില്ലൻചുമ, വയറിളക്കം, അതിസാരം, പേപ്പട്ടിവിഷത്തിലെപ്പോലെ ജലഭയം, മുറിവ്, ആന്തരിക വ്രണങ്ങൾ, വെള്ളദ്ദാഹം, വായുകോപം, വാതം, കാൻസർ മുഴകൾ, രക്താർബുദം എന്നിവയ്ക്കു നല്ലതാണ്. സമൂലം അരച്ച് കരിക്കിൻവെള്ളത്തിൽ ചേർത്തു കൊടുത്താൽ ഉള്ളിൽ ഉള്ള വിഷം ഛർദ്ദിച്ചു പോകും. അങ്കോലം, തിരുതാളി, അമൽപ്പൊരി എന്നിവയുടെ വേരും ഈ ചെടിയും സമൂലം അരച്ച് പശുവിൻപാലിൽ ചേർത്ത് തലയിലും നെഞ്ചിലും പുരട്ടിയാൽ ഉള്ളിൽ ചെന്ന വിഷത്തെ നീക്കിക്കളയുമെന്ന് പറയപ്പെടുന്നു.

വയമ്പ്

ജനിച്ചുടനെയും തുടർന്നും കൊച്ചുകുട്ടികൾക്ക് വയമ്പ് അരച്ചു കൊടുക്കാറുണ്ട്. മതിയായ വിശപ്പുണ്ടാക്കുന്നതിന് ഇത് സഹായിക്കും.

സംസ്കൃതനാമം	: വചാ, ഉഗ്രഗന്ധാ
ഇംഗ്ലീഷ്	: സ്വീറ്റ് ഫ്ളാഗ്
ശാസ്ത്രനാമം	: അക്കോറസ് കലാമസ്
	: Acorus calamus Linn.
കുടുംബം	: അരേസിയ
	: Araceae

വിവരണം: ഇന്ത്യയിലെല്ലായിടത്തും ചതുപ്പുനിലങ്ങളിൽ കാണപ്പെടുന്നു. ഔഷധാവശ്യങ്ങൾക്കായി കൃഷിചെയ്തുവരുന്നു. മൂലകാണ്ഡത്തോടുകൂടിയ ബഹുവർഷിയായ ചെറുസസ്യം. കടുംപച്ചനിറത്തിൽ നീളത്തിൽ വീതികുറഞ്ഞ ഇലകൾ. ബ്രൗൺനിറത്തിലുള്ള ചെറിയ പൂക്കൾ. ഫലവും വിത്തുമുണ്ട്. മൂലകാണ്ഡം നട്ട് പ്രജനനം നടത്തുന്നു.

ഔഷധയോഗ്യഭാഗങ്ങൾ: മൂലകാണ്ഡം (കിഴങ്ങ്)

ചില ഔഷധ ഉപയോഗങ്ങൾ: കന്ദത്തിന് നല്ല സുഗന്ധമുണ്ട്. അത് ബുദ്ധി വർദ്ധിപ്പിക്കും. വയറിളക്കുന്നതും വായുകോപം ശമിപ്പിക്കുന്നതും വിരയെ നശിപ്പിക്കുന്നതും ആർത്തവം ക്രമപ്പെടുത്തുന്നതും മൂത്രം വർദ്ധിപ്പിക്കുന്നതും കഫം ഇളക്കുന്നതും പകർച്ചവ്യാധികളെ തടയുന്നതും വേദന ശമിപ്പിക്കുന്നതുമാണ്. പ്രാണികളെ നശിപ്പിക്കുന്നതിനുള്ള ശക്തിയുണ്ട്. സ്വസ്ഥത നല്കുകയും വേദന ശമിപ്പിക്കുകയും ചെയ്യുന്ന സിരാ ടോണിക്കായി ഉപയോഗിക്കുന്നു. വാതം, കഫം, ദഹനക്കുറവ്, ആർത്തവമില്ലായ്മ, വൃക്കരോഗങ്ങൾ, ചുമ, ബ്രോങ്കൈറ്റിസ്, അപസ്മാരം, മാനസിക രോഗങ്ങൾ, വിഷാദം, കുട്ടികളിലെ മാനസിക വളർച്ച

യില്ലായ്മ, ക്ഷീണം, ത്വക്ക്രോഗങ്ങൾ, അനാവശ്യ മുഴകൾ ഇവയ്ക്കും നല്ലതാണ്. കന്ദം കത്തിച്ചു കരിയാക്കി പല്ലുതേക്കാനുപയോഗിക്കുന്നു. വെറുതെ ചവയ്ക്കുന്നത് ഉമിനീരുണ്ടാക്കും. വെള്ളത്തിൽ അരച്ചു കൊടുക്കുന്നത് കുട്ടികളിലുള്ള അപസ്മാരത്തിനു നല്ലതാണ്. പ്രസവത്തിനു ശേഷം ആദ്യത്തെ മൂന്നു ദിവസം സ്ത്രീകൾക്ക് കൊടുക്കുന്ന പേറ്റു മരുന്നിൽ വയമ്പ് പ്രധാന ഇനമാണ്. വയമ്പ്, കച്ചോലം, ജാതിക്ക, ഏലക്ക, വെള്ളുള്ളി ഇവ ഉണക്കിപ്പൊടിച്ചത് തുമ്പനീരിൽ ചാലിച്ചെടുക്കുന്നതാണ് പേറ്റുമരുന്ന്.

വയൽച്ചുള്ളി

ചതുപ്പുനിലങ്ങളിൽ വളരുന്ന മുള്ളുള്ള കുറ്റിച്ചെടിയാണ് ചുള്ളി. വയലിൽ വളരുന്നതിനെ വയൽച്ചുള്ളി എന്നറിയപ്പെടുന്നു. നീർച്ചുള്ളിയുമുണ്ട്.

സംസ്കൃതനാമം	:	ഇക്ഷുര, കോകിലാക്ഷ
ഇംഗ്ലീഷ്	:	ലോങ്ങ് ലീവ്ഡ് ബരിയേറിയ
ശാസ്ത്രനാമം	:	ഹൈഗ്രോഫില ചുള്ളി, ഹൈഗ്രോഫില ഓറിക്കുലേറ്റ
	:	Hygrophila auriculata (K. Schum.) Heine
കുടുംബം	:	അക്കാന്തേസി
	:	Acanthaceae

വിവരണം: ഇന്ത്യയിലുടനീളം വയൽവരമ്പുകളിലും ചതുപ്പുപ്രദേശങ്ങളിലും കണ്ടുവരുന്നു. ഏതാണ്ട് ഒരുമീറ്ററോളം ഉയരത്തിൽ നേരെ വളരുന്ന ഇലയുടെ കക്ഷങ്ങളിൽ മുള്ളുകളുള്ള വാർഷിക സസ്യം. ഇലകൾക്കു നീട്ടമുണ്ട്. വെളുത്ത പൂക്കളും കായും വിത്തുമുണ്ട്.

ഔഷധയോഗ്യഭാഗങ്ങൾ: വേര്, ഇല, വിത്ത്.

ചില ഔഷധ ഉപയോഗങ്ങൾ: വേര് മൂത്രം ഇളക്കുന്നതും കാമം വർദ്ധിപ്പിക്കുന്നതും പോഷകവുമാണ്. മൂത്രാശയക്കല്ല്, ബ്രൈറ്റ്സ്

രോഗം, വായുകോപം, വാതം, വയറിളക്കം, മഞ്ഞപ്പിത്തം, വെള്ളദാഹം എന്നിവയ്ക്കു നല്ലതാണ്. ഇലകൾ കാമം വർദ്ധിപ്പിക്കുന്നതും കണ്ണു രോഗങ്ങൾ ശമിപ്പിക്കുന്നതും പോഷകവുമാണ്. മഞ്ഞപ്പിത്തം, വാതം, ചുമ, പിത്തം, വിളർച്ച, ശരീരത്തിലെ ദുർനീരുകൾ, നടുവേദന, സന്ധിവേദന, മൂത്രനാളിയുടെ രോഗങ്ങൾ, ഉദരരോഗങ്ങൾ എന്നിവയ്ക്കു നല്ലതാണ്. വിത്ത് കരളിന് നല്ലതും കാമവർദ്ധകവും പോഷകവുമാണ്. മൂത്രം ഇളക്കും. ശരീരശക്തി വർദ്ധിപ്പിക്കും. കല്ല് അലിയിച്ചുകളയും. സിരകളെ ഉത്തേജിപ്പിക്കും. കാമശക്തി വർദ്ധിപ്പിക്കുകയും ഗർഭച്ഛിദ്രത്തെ തടയുകയും ചെയ്യും. വേരിന്റെ കഷായം മൂത്രത്തെ ഇളക്കും. മൂത്രതടസ്സം നീക്കും. മഹോദരവും കൈകാലുകളിലെ നീർവീക്കവും ശമിപ്പിക്കും. മൂത്രക്കല്ലിനെ അലിയിപ്പിക്കാനുള്ള ശക്തിയുണ്ട്. ചെടി ചതച്ചിടുന്നത് ശരീരത്തിലെ നീർക്കെട്ടിനു നല്ലതാണ്.

വൃക്കയിൽകല്ലിന് വയൽച്ചുള്ളി, തഴുതാമ ഇവ സമം എടുത്ത് കഷായം വച്ച് മൂന്നുനേരം ഒരു ഗ്ലാസ്സ് വീതം കുടിക്കുക.

വയൽച്ചുള്ളിയുടെ ഇല മഹോദരത്തിനു നല്ലതാണ്. വയൽച്ചുള്ളിയരി പശുവിൻപാലിൽ സേവിക്കുന്നത് ധാതു പുഷ്ടിക്കും ശുക്ലവർദ്ധനവിനും നല്ലതാണ്.

വഴുതന

വഴുതന നല്ല പച്ചക്കറിയാണ്. വ്യാപകമായി ഉപയോഗിച്ചുവരുന്നു.

സംസ്കൃത നാമം : വാർത്താകം, വർത്താകി
ഇംഗ്ലീഷ് : ബ്രിഞ്ചാൾ, എഗ്ഗ് പ്ലാന്റ്
ശാസ്ത്രനാമം : സൊളാനം മെലോംഗേന
: Solanum melongena Linn.

കുടുംബം : സൊളാനേസി
: Solanaceae

വിവരണം: ഇന്ത്യയിലുടനീളം കൃഷിചെയ്തു വരുന്നു. നേരെ വളരുന്ന തണ്ടിലും ഇലയിലും മുള്ളുകളുള്ള (മുള്ളില്ലാത്തതുമുണ്ട്). ബഹുവർഷിയായ സസ്യം. കടും പച്ചനിറത്തിലുള്ള സാധാരണ ഇലകൾ. നീലനിറത്തിലുള്ള പൂക്കൾ. മാംസളമായ കായകൾ നീണ്ടതും ഉരുണ്ടതും പലരൂപത്തിലുണ്ട്. നിറത്തിലും വ്യത്യാസമുണ്ട്. കായ്ക്കകത്ത് (വഴുതനങ്ങ) അനേകം ചെറിയ വിത്തുകൾ.

ഔഷധയോഗ്യഭാഗങ്ങൾ: വഴുതനങ്ങ, ഇല, വിത്ത്.

ചില ഔഷധ ഉപയോഗങ്ങൾ: വഴുതനങ്ങ ജ്വരവാതകഫങ്ങൾ ശമിപ്പിക്കും. ഇളംകായ കഫത്തെയും പിത്തത്തെയും ശമിപ്പിക്കും. രുചിയും ബലവും പുഷ്ടിയും വർദ്ധിപ്പിക്കും. രക്തവും ശുക്ലവും ഉണ്ടാക്കും. കരൾരോഗമുള്ളവർക്ക് വഴുതനങ്ങ ഉത്തമമായ ഒരൗഷധമാണ്. വഴുതനയുടെ പച്ചിലകളിൽ ജീവകം സി ധാരാളമടങ്ങിയിട്ടുണ്ട്. ഇല നിദ്രാജനകമാണ്. വിത്തുകൾ ഉത്തേജകമാണ്.

വേര് മലമിളക്കും. ഹൃദയപോഷണമാണ്. വേദന കുറയ്ക്കും. വീക്കം, ഞരമ്പുരോഗങ്ങൾ, ഹൃദ്രോഗം, മൂക്കിലെ വ്രണങ്ങൾ എന്നിവയ്ക്കു നല്ലതാണ്. ഇല തുപ്പൽ വർദ്ധിപ്പിക്കും. ലഹരിയുണ്ടാക്കും. കോളറ, ബ്രോങ്കൈറ്റിസ്, ആസ്ത്മ, പല്ലിനു വേദന, പനി, ജ്വരം എന്നിവയ്ക്കു നല്ലതാണ്. വഴുതനങ്ങ കാമവർദ്ധകമാണ്. ഹൃദയപോഷണമാണ്.

വാക

(നെന്മേനിവാക)

വാകപ്പൊടി നല്ല സ്നാനചൂർണ്ണമാണ്.

സംസ്കൃതം	: ശിരിഷിഭണ്ഡിലം
ഇംഗ്ലീഷ്	: സിരിസ്ട്രീ
ശാസ്ത്രനാമം	: അൽബിസിയ ലബ്ബക്ക്
	: Albizia lebbeck (Linn.) Benth.
കുടുംബം	: മിമോസേസിയ
	: Mimosaceae

വിവരണം: ഇന്ത്യയിലുടനീളം വനങ്ങളിലും മറ്റുപ്രദേശങ്ങളിലും കാണപ്പെടുന്നു. കൃഷിചെയ്തും വരുന്നു. ഇരുപതു മീറ്റർ ഉയരത്തിൽ വരെ വളരുന്ന ഇലപൊഴിയും വൃക്ഷം. ഇലകൾ ചെറുതാണ്. തണ്ടുകളുടെ ഇരുവശത്തുമാണ് ഇലകൾ വിന്യസിച്ചിട്ടുള്ളത്. വെളുത്ത മണമുള്ള പൂക്കളും നീളമുള്ള കായും കായ്ഫലത്തെ അറകളിൽ ഇളംമഞ്ഞനിറമുള്ള അർദ്ധഗോളാകൃതിയിലുള്ള വിത്തുകളുമുണ്ട്. വിത്തു മുളപ്പിച്ചാണ് പ്രജനനം.

ഔഷധയോഗ്യഭാഗങ്ങൾ: തൊലി, പൂവ്, വിത്ത്.

ചില ഔഷധ ഉപയോഗങ്ങൾ: തൊലി, കഫം ഇളക്കുന്നതും കാമം വർദ്ധിപ്പിക്കുന്നതും വേദനകുറയ്ക്കുന്നതും രക്തം ശുദ്ധീകരിക്കുന്നതുമായ ഒരു പോഷകമാണ്. പിത്തവും കഫവും കുറയ്ക്കും. കുഷ്ഠം, ആസ്ത്മ, വെള്ളപോക്ക്, മുറിവുകൾ, വീക്കങ്ങൾ, വയറിളക്കം, ദന്തരോഗങ്ങൾ, എല്ലാത്തരം വിഷബാധകൾ എന്നിവയ്ക്ക് നല്ലതാണ്. പൂക്കൾ ചുമയ്ക്കും ബ്രോങ്കൈറ്റിസിനും നല്ലതാണ്. വിത്ത് വീക്കങ്ങൾക്കും ത്വക്ക്രോഗങ്ങൾക്കും കുഷ്ഠത്തിനും വെള്ളപോക്കിനും വിഷബാധയ്ക്കും ശുക്ലക്കുറവിനും നല്ലതാണ്. നെന്മേനിവാകയുടെ ചൂർണ്ണം ഒരു ഉത്തമ സ്നാനചൂർണ്ണമായി ഉപയോഗിച്ചുവരുന്നു. ഇലനീര് നാരങ്ങാനീരും പച്ചമഞ്ഞളും ചേർത്ത് വെളിച്ചെണ്ണയിൽ കാച്ചി പുരട്ടുന്നത് കുഷ്ഠത്തിനും പഴകിയ വ്രണങ്ങൾക്കും നല്ലതാണ്.

വാതക്കൊടി

(കാട്ടുവെരണ്ട, അമർച്ചക്കൊടി, ചൊറിവള്ളി)

വാതത്തെ ശമിപ്പിക്കാനുള്ള ഔഷധഗുണത്തിൽനിന്നാവാം ഈ പേരു കിട്ടിയത്.

സംസ്കൃതനാമം	:	ഗന്ധിര, ധനവള്ളി, വാതനാശിനി
ഇംഗ്ലീഷ്	:	ഫോക്സ് ഗ്രേപ്പ്
ശാസ്ത്രനാമം	:	കേയ്റേറ്റിയ കാരിയോസ, നരവേലിയ സെയ്ലാനിക്ക
	:	Cayuratia careosa (Wall. ex Wight) Gagnep
കുടുംബം	:	വിറ്റേസി
	:	Vitaceae

വിവരണം: ഇന്ത്യയിലുടനീളം പടിഞ്ഞാറൻ തീരങ്ങളിലും പശ്ചിമ ഘട്ടങ്ങളിലും കാണപ്പെടുന്നു. മാംസളമായ തണ്ടുകളോടുകൂടിയ പടർന്നു കയറുന്ന ലതാസസ്യം. പൂവ് തണ്ടുകളിൽ കാണപ്പെടുന്നു. മാംസളമായ കായ. അകത്ത് വിത്തുകൾ.

ഔഷധയോഗ്യഭാഗങ്ങൾ: സമൂലം

ചില ഔഷധ ഉപയോഗങ്ങൾ: വാതം, കഫം, മുഴ, പനി, ഞരമ്പു രോഗങ്ങൾ, പ്ലീഹാ രോഗങ്ങൾ എന്നിവയ്ക്കു നല്ലതാണ്. മൂത്രം ഇളക്കും. രക്തം ശുദ്ധീകരിക്കും. കരൾരോഗങ്ങൾക്കു നല്ലതാണ്. ഹൃദ്രോഗത്തിനും മുറിവിനും വ്രണങ്ങൾക്കും ശരീരത്തിലെ ദുർനീരുകൾക്കും നല്ലതാണ്. ഇതിന്റെ ഇല അരച്ചിടുന്നത് കാളകളുടെ കഴുത്തിലെ ചൊറിക്കു നല്ലതാണ്.

വാതം കൊല്ലി

വാതത്തെ (കൊല്ലുന്ന) ശമിപ്പിക്കുന്ന ഔഷധമെന്ന നിലയിലാവണം ഈ പേരുണ്ടായത്.

സംസ്കൃതനാമം : വാതഘ്നി
ശാസ്ത്രനാമം : ജസ്റ്റീസിയ ജൻഡാറുസ്സ
: Jucticia gendarussa Burm.f.
കുടുംബം : അകാന്തേസി
: Acanthaceae

വിവരണം: ഇന്ത്യയിലുടനീളം കണ്ടുവരുന്നു. വീട്ടുമുറ്റത്ത് നട്ടുപിടിപ്പിക്കാറുമുണ്ട്. ഏതാണ്ട് ഒരു മീറ്റർ വരെ ഉയരത്തിൽ വളരുന്ന കുറ്റിച്ചെടി. വെള്ളപ്പൂക്കൾ. കായയുണ്ട്.

ഔഷധയോഗ്യഭാഗങ്ങൾ: വേര്, ഇല.

ചില ഔഷധ ഉപയോഗങ്ങൾ: വേരും ഇലയും കഫം ഇളക്കുകയും വേദന കുറയ്ക്കുകയും ഛർദ്ദിൽ ഉണ്ടാക്കുകയും വിയർപ്പ് വർദ്ധിപ്പിക്കുകയും ആർത്തവം പുനഃസ്ഥാപിക്കുകയും രോഗങ്ങൾ ആവർത്തിച്ചുവരുന്നത് തടയുകയും ചെയ്യും. കീടനാശകസ്വഭാവവുമുള്ളതാണ്. കഠിനമായ വാതം, തലവേദന, ശരീരത്തിന്റെ ഒരുഭാഗത്തുണ്ടാകുന്ന തളർച്ച, വായ കോടുക, ചുമ, ചെവിവേദന, ഒരു വശത്തെ തലവേദന, ബ്രോങ്കൈറ്റിസ്, സന്ധിവീക്കം, വേദനയോടുകൂടിയ ആർത്തവം, ആന്തരിക ക്ഷതങ്ങൾ, ഇടവിട്ടുവരുന്ന പനി, വിളർച്ച എന്നിവയ്ക്കു നല്ലതാണ്. ആർത്തവത്തെ ക്രമപ്പെടുത്തും.

വാതംപറത്തി

വാതത്തെ പറപ്പിക്കും എന്ന അർത്ഥത്തിലായിരിക്കണം ഈ പേരുണ്ടായത്.

വിവരണം: ഏതാണ്ട് ആറടി ഉയരത്തിൽവരെ വളരുന്ന കുറ്റിച്ചെടി. സാധാരണ ഇലകൾ. പൂവുണ്ട്.

ഔഷധയോഗ്യഭാഗങ്ങൾ: ഇല

ചില ഔഷധ ഉപയോഗങ്ങൾ: ഇലകൊണ്ടു കിഴി ഇടുന്നത് വാത വേദനയ്ക്ക് അത്യുത്തമമാണ്. ഇലയിട്ടു തിളപ്പിച്ച വെള്ളം ഉപയോഗിച്ചു കുളിക്കുന്നത് ദേഹവേദനയ്ക്കു നല്ലതാണ്.

വാൾപ്പയർ

(വാളവര, വാളമര)

പയർവർഗ്ഗത്തിൽ പെടുന്ന വാൾപ്പയർ ഭക്ഷ്യയോഗ്യമാണ്.

സംസ്കൃതനാമം: അസിശിംബി, മഹാശിംബി

ഇംഗ്ലീഷ്: സ്വേർഡ് ബീൻ, ബ്രോഡ്ബീൻ, പതഗോണിയൻ ബീൻ

ശാസ്ത്രനാമം: കനാവാലിയ ഗ്ലേഡിയറ്റ

: Canavalia gladiata (Jacq.) DC.

കുടുംബം: ഫേബേസി

: Fabaceae

വിവരണം: ഇന്ത്യയിലുടനീളം കൃഷിചെയ്തുവരുന്നു. പടർന്നുവളരുന്ന ബഹുവർഷിയായ വള്ളിസസ്യം. കടുംപച്ചനിറത്തിലുള്ള തണ്ടും ഇലക

ളും. വെള്ള അല്ലെങ്കിൽ ലൈലാക് നിറത്തിലുള്ള പൂക്കൾ. വാളിന്റെ രൂപത്തിൽ നീളമുള്ള ഇടവിട്ടിടവിട്ട് വിത്തുകളുടെ അറകളുമുള്ള കായ (പയർ). ചുവപ്പുകലർന്ന ബ്രൗൺനിറത്തിലുള്ള വിത്ത്.

ഔഷധയോഗ്യഭാഗങ്ങൾ: പയർ

ചില ഔഷധ ഉപയോഗങ്ങൾ: ശീതമാണ്. രുചിയും ദഹനവുമുണ്ടാക്കും. എരിച്ചിൽ, വെള്ളദ്ദാഹം, മുറിവ്, വ്രണം, കഫം, പിത്തം എന്നിവയ്ക്കു നല്ലതാണ്. മുറിവുണക്കും.

വാളൻപുളി

പഴുത്ത പുളിയുടെ കഴമ്പ് കറികളിലുപയോഗിക്കുന്നു. കുരു നീക്കിയ പുളി ലേശം ഉണക്കി സൂക്ഷിക്കുന്നു. ദീർഘകാലം കേടുകൂടാതെയിരിക്കും. മൂന്നിനങ്ങൾ കാണാറുണ്ട്.

സംസ്കൃതനാമം	:	അമ്ലീകാ; അമ്ലീക, തിന്ത്രിണി, തിന്ദിട
ഇംഗ്ലീഷ്	:	ടാമറിൻഡ് ട്രീ
ശാസ്ത്രനാമം	:	ടാമറിൻഡസ് ഇൻഡിക്ക
	:	Tamarindus indica Linn.
കുടുംബം	:	ഫാബേസി Fabaceae
	:	Cicalpiniaceae
ഉപകുടുംബം	:	സെസാൽ പിനേസി

വിവരണം: ഇന്ത്യയിലുടനീളം പ്രത്യേകിച്ച് തെക്കേ ഇന്ത്യയിൽ പറമ്പുകളിലും റോഡുവക്കുകളിലും കാണപ്പെടുന്നു. വലിയ നിത്യഹരിതവൃക്ഷം. തടിയിലെ തൊലി വിണ്ടുകീറിയതുപോലിരിക്കും. തീരെ ചെറിയ ഇലകൾ. മഞ്ഞപ്പൂക്കൾ. പുറത്തു തോടും അകത്ത് മാംസളമായ ഭാഗവും കുരുവും ചേർന്ന് നീണ്ട കായകൾ. പൊഴിഞ്ഞു താഴെ വീഴുന്ന ഇലകൾ ദ്രവിച്ച് മണ്ണിന്റെ അമ്ലത്വം വർദ്ധിപ്പിക്കുമെന്നതിനാൽ ചുവട്ടിൽ മറ്റുചെടികൾ വിരളമായേ വളരാറുള്ളൂ.

ഔഷധയോഗ്യഭാഗങ്ങൾ: ഇല, കായ, കുരു, തൊലി, പൂവ്.

ചില ഔഷധ ഉപയോഗങ്ങൾ: പഴുത്ത ഫലം, ജ്വരം, വാതം എന്നിവ ശമിപ്പിക്കുന്നതാണ്. പിത്ത കോപത്താലുള്ള ദേഹത്തെ ചുട്ടുനീറ്റലിനു നന്ന്. മലബന്ധം ശമിപ്പിക്കും. മദ്യംകൊണ്ടുണ്ടാവുന്ന മദത്തിന് പ്രത്യൗഷധമാണ്. ശരീരത്തിലെ രക്തചംക്രമണം ത്വരിതപ്പെടുത്തും. ഒരുകൊല്ലമോ അതിൽ കൂടുതലോ പഴകിയ ഫലം ഉപയോഗിക്കുന്നതുകൊണ്ട് കരൾ, ആമാശയം, പക്വാശയം എന്നീ അവയവങ്ങൾക്കു ബലം സിദ്ധിക്കും. സ്കർവിരോഗം ശമിപ്പിക്കാനും വരാതിരിക്കുന്നതിനും നല്ലതാണ്. പുളിങ്ങായും ഉപ്പും വെള്ളവും ചേർത്ത് തീപ്പൊള്ളലിന് പൊത്തിവയ്ക്കുന്നത് നല്ലതാണ്. പുളി കലക്കിയ വെള്ളം

കവിൾകൊണ്ടാൽ തൊണ്ടനോവു ശമിക്കും. ഇല ഇടിച്ചു പിഴിഞ്ഞു കിട്ടുന്ന നീര് ജ്വരത്തിനും മൂത്രച്ചൂടിനും നന്ന്. ഇല യിട്ടു തിളപ്പിച്ച വെള്ളം ദുഷ്ടവ്രണങ്ങൾ കഴുകുവാനും കുളിക്കുവാനും ഉപയോഗിക്കുന്നു. പൂവു പിഴിഞ്ഞ നീര് രക്തസ്രാവത്തോടുകൂടിയ മൂലക്കുരുവിന് സേവിക്കുവാൻ നല്ലതാണ്. തോടുകളഞ്ഞ പുളിങ്കുരു വെള്ളത്തിലിട്ട് ആറുലിറ്റർ പാലിൽ അരച്ചു കലക്കി സേവിച്ചാൽ ഒരാഴ്ചയ്ക്കുള്ളിൽ അസ്ഥിസ്രാവത്തിനു ഗണ്യമായ സുഖം കിട്ടും. പുളിമരത്തിന്റെ ചുവട്ടിൽ വസിക്കുന്നത് ആരോഗ്യത്തിന് ഹാനികരമാണെന്നു പറയപ്പെടുന്നു. പുളി ശർക്കരയിൽ ചേർത്തു നല്കുന്നത് മാരകമായ പനികൾക്കു വളരെ ഉത്തമമാണ്.

വേരിന്മേൽ തൊലി പോഷകമാണ്. ആർത്തവം തിരികെ കൊണ്ടുവരും. വയറിളക്കം ക്രമരഹിതമായ ആർത്തവം, മോണവീക്കം, രക്തം പോകൽ, ആസ്ത്മ എന്നിവയ്ക്കു നല്ലതാണ്. ഇല വിരയിളക്കും. വേദനയകറ്റും. വീക്കത്തെ തടയും. ഫംഗസിനെ നശിപ്പിക്കും. മൂത്രമിളക്കും. പനിയെ ചെറുക്കും. വായുകോപം ശമിപ്പിക്കും. കൺജക്റ്റിവിറ്റീസിനു നല്ലതാണ്. വാതം, തടിപ്പ്, ജ്വരം, മൂത്രച്ചുടിച്ചിൽ, ഉദരരോഗങ്ങൾ, മുറിവ്, വ്രണം, മഞ്ഞപ്പിത്തം, സ്കേബീസ്, മുഴ, പുഴുക്കടി, പൊള്ളൽ, വസൂരി, ചെവിവേദന നേത്രരോഗങ്ങൾ എന്നിവയ്ക്കു നല്ലതാണ്. പുളി (ഫലമജ്ജ) ശീതമാണ്. ദഹനമുണ്ടാക്കും. വയറിളക്കും. വായുകോപം ശമിപ്പിക്കും. സ്കർവിരോഗത്തെ ചെറുക്കും. പഴുപ്പിനെ തടയും (ആന്റിസെപ്റ്റിക്ക്). കണ്ണിന്റെ രോഗങ്ങൾക്കു നല്ലതാണ്. ഉദരരോഗങ്ങൾ, ഉമ്മത്തിന്റെ വിഷം, മദ്യം മൂലമുള്ള ലഹരി, സ്കേബീസ്, വയർ വേദന, മലബന്ധം, ക്ഷതം, കണ്ണിനു വേദന എന്നിവയ്ക്കു നല്ലതാണ്. പുളിങ്കുരു ശീതമാണ്. കാമവർദ്ധകമാണ്. ഉദരരോഗങ്ങൾക്കു നല്ലതാണ്. പോഷകമാണ്. പുറംതോട് കളഞ്ഞ് വേവിച്ചോ വറുത്തോ തിന്നാം. തോട് കഞ്ഞി

വെള്ളത്തിൽ ചാലിച്ചു പുരട്ടുന്നത് നീരുവറ്റിക്കും. പിത്തനീര് അധികമാകുമ്പോഴും രക്തം ചൂടാകുമ്പോഴും വെള്ളദ്ദാഹത്തിനും ക്ഷയത്തിനും കൊന്നക്കുരുവും പുളിങ്കുഴമ്പും പഞ്ചസാരയും ചേർത്തു കഴിക്കുന്നത് നല്ലതാണ്.

അർശസ്സിന് പൂക്കൾ ഇടിച്ചുപിഴിഞ്ഞ നീര് അരഔൺസ് വീതം രണ്ടുനേരം കഴിക്കുക. കൈകാലുകളിലെ അമിതവിയർപ്പിന് പുളിയില തിളപ്പിച്ച വെള്ളത്തിൽ കുറേനേരം കൈയും കാലും മുക്കിവയ്ക്കുക. ശരീരവേദനയ്ക്ക് പുളിയിലയിട്ടു തിളപ്പിച്ച വെള്ളത്തിൽ കുളിക്കുന്നതു നല്ലതാണ്.

വാഴ

നേന്ത്രവാഴയെയാണ് വാഴ എന്നതുകൊണ്ട് ഉദ്ദേശിക്കുന്നതെങ്കിലും എല്ലാത്തരത്തെയും വാഴ എന്നു സാമാന്യമായി വിശേഷിപ്പിക്കുന്നു. വാഴ പല ഇനത്തിലുണ്ട്. ഇവയുടെയെല്ലാം സാമാന്യഗുണങ്ങൾ ഒരുപോലെയാണെങ്കിലും തരഭേദമനുസരിച്ച് ചില പ്രത്യേക ഗുണങ്ങൾ ഓരോ ഇനത്തിലും കണ്ടുവരുന്നു. പഴം അത്യന്തം പോഷകകരമാണ്.

സംസ്കൃതനാമം : മോചം
ഇംഗ്ലീഷ് : പ്ലാന്റെയിൻസ്, ബനാന
ശാസ്ത്രനാമം : മ്യൂസ പാരഡിസിയ
കുടുംബം : മ്യൂസേസി

വിവരണം: ഇന്ത്യയിലുടനീളം വിവിധ ഇനങ്ങളിലുള്ള വാഴകൾ കൃഷിചെയ്തുവരുന്നു. ചെറുതും വലുതുമായ ഇനം വാഴകളുണ്ട്. രണ്ടു മീറ്റർ മുതൽ എട്ടു മീറ്റർ വരെ ഉയരത്തിൽ വളരുന്ന ശാഖകളില്ലാത്ത മാംസളമായ സസ്യം. വിളയുമ്പോൾ കൂമ്പും പിന്നീട് കുലയും (ഫലം) ഉണ്ടാകുന്നു. വാഴയുടെ കടയ്ക്കൽ (ചുവട്ടിൽ) ഉണ്ടാകുന്ന വിത്തുകൾ (വാഴക്കന്ന്) നട്ടാണ് പ്രജനനം നടത്തുന്നത്. കുല വരാൻ ആറുമാസവും കുല മൂപ്പെത്താൻ നാലുമാസവും വേണം.

ഔഷധയോഗ്യഭാഗങ്ങൾ: കൂമ്പ്, കായ, പഴം, വാഴപ്പിണ്ടി.

ചില ഔഷധ ഉപയോഗങ്ങൾ: നല്ലവണ്ണം പഴുത്ത പഴം രാവിലെ സേവിച്ചാൽ മലം അയഞ്ഞുപോകും. ചെറിയതരം വാഴപ്പഴങ്ങൾ അർശസ്സിലും വയറിളക്കത്തിലും ഭക്ഷിക്കാൻ നന്ന്. വാഴപ്പഴം കരിച്ച ചാരം രക്തം സ്തംഭിപ്പിക്കുവാനും പുളിച്ചുതികട്ടലിനും നല്ലതാണ്. വാഴയുടെ തണ്ടും വേരും കത്തിച്ച ചാരം കൃമികളെ നശിപ്പിക്കും. വാഴകത്തിച്ച ചാരം നെഞ്ചെരിച്ചിലിനും വയറുവേദനയ്ക്കും നല്ലതാണ്. മുപ്പതുഗ്രാം വാഴപ്പഴവും പതിനഞ്ചുഗ്രാം വാളൻപുളിയുടെ കഴമ്പും ചേർത്ത് ഞെരടി ഏഴുഗ്രാം ഉപ്പോ കൽക്കണ്ടമോ ചേർത്തു കഴിക്കുന്നത് അർശസ്സിന് ഒരു സിദ്ധൗഷധമാണ്. ഇത് അർശസ്സ് ശക്തിയേറിയതാണെങ്കിൽ മൂന്നോ

നാലോ പ്രാവശ്യം കഴിക്കണം. ഇതു കഴിക്കുന്ന സമയത്ത് രോഗി അനങ്ങാതെ കിടക്കണം. ഗുരുത്വമുള്ള ഭക്ഷണസാധനങ്ങൾ കഴിക്കുകയുമരുത്. കുട്ടികളുടെ തൊണ്ണൂറാം ചുമയ്ക്ക് നേന്ത്രപ്പഴം (ഏത്തപ്പഴം) നല്ലൊരു പ്രതിവിധിയാണ്. മാറത്തു കഫം കെട്ടുന്നതിന് വാഴപ്പഴംകൊണ്ടുള്ള സർബത്ത് നല്ലതാണ്. പഴുത്ത പഴത്തിലുള്ള ഇരുമ്പിന്റെ അംശം പാണ്ഡുരോഗികൾക്ക് നല്ലതാണ്. പച്ചക്കായ അരിഞ്ഞുണങ്ങി പാലിലോ വെള്ളത്തിലോ കുറുക്കി കൊടുക്കുന്നത് കുട്ടികൾക്കും മുതിർന്നവർക്കും പോഷകവും ഏറ്റവും എളുപ്പത്തിൽ ദഹിക്കുന്ന ആഹാരവുമാണ്. കുട്ടികളുടെ അതിസാരത്തിനും സ്കർവിയിലും ഇത് നല്ലതാണ്. പച്ചക്കായ വേവിച്ചതിൽ ഉപ്പോ പഞ്ചസാരയോ ചേർത്ത് തൈരും കൂട്ടി അർശസ്സിനും വയറിളക്കത്തിനും കൊടുക്കാവുന്നതാണ്. പുളിച്ചുതികട്ടലുള്ള ഗ്രഹണിക്ക് പച്ചക്കായ വെയിലത്തുണക്കി പൊടിച്ച പൊടികൊണ്ട് ഉപ്പുമാത്രം ചേർത്ത് ചപ്പാത്തിയുണ്ടാക്കി കൊടുക്കാം. വാഴയുടെ പൂവ് ഹൃദയപ്രസാദം വരുത്തും. ബലവും അഗ്നിയും ശുക്ലവും വർദ്ധിപ്പിക്കും. കഫം, രക്തദോഷം, പിത്തം, ക്ഷയം, പിത്താതിസാരം ഇവ ശമിപ്പിക്കും. പൂവിന്റെ നീര് തൈരും കൂട്ടി കഴിക്കുന്നത് അർശസ്സിനും ആർത്തവാധികൃത്തിനും നല്ലതാണ്. പൂവ് പാകം ചെയ്ത് കഴിക്കുന്നത് പ്രമേഹരോഗികൾക്ക് നന്ന്. വാഴയുടെ ഇളയവേരിൽ ധാരാളം വിഷദ്രാവകങ്ങളുണ്ട്. വേരു ചതച്ച നീര് പാലും ചേർത്തു കുടിക്കുന്നത് തലകറക്കത്തിനും ശർക്കര ചേർത്തു കുടിക്കുന്നത് വൃക്കയുടെ എരിച്ചിലിനും നല്ലതാണ്. വേരിന്റെ നീര് കുടിക്കുന്നത് വേദനയോടുകൂടി മൂത്രം പോകുന്നതിന്

വളരെ നല്ലതാണ്. ഇത് രസം (മെർക്കുറി) ശരീരത്തിലുണ്ടാക്കുന്ന വിഷ ബാധയ്ക്ക് പ്രതിവിധിയാണ്. തൊലിപ്പുറത്തുണ്ടാകുന്ന പൊള്ളലിന് വാഴ യിലയിൽ കിടത്തി വാഴപ്പോളയുടെ നീര് തുടരെത്തുടരെ ഒഴിക്കുന്നതു നല്ലതാണ്. വാഴപ്പിണ്ടി നീരിൽ അല്പം മഞ്ഞൾപ്പൊടിയും തേനും ചേർത്ത് കഴിക്കുന്നത് പ്രമേഹത്തിന് നല്ലതാണ്. വാഴപ്പിണ്ടിനീര് കുട ലിലെ വ്രണങ്ങൾക്ക് നല്ലതാണ്. ഭക്ഷണത്തിൽ കൂടി തലമുടി വയറ്റിൽ പോയാൽ വേര് ചതച്ചനീര് കുടിക്കുന്നത് നല്ലതാണ്.

അൾസറിന് വാഴപ്പിണ്ടി നീര് സ്ഥിരമായി വെറും വയറ്റിൽ കഴി ക്കുക.

കിഡ്നിരോഗങ്ങൾക്കും വാഴപ്പിണ്ടി നീര് നല്ലതാണ്. വാഴക്കൂമ്പ് കൊത്തിയരിഞ്ഞ് മുരിങ്ങയിലയും ചേർത്ത് തോരൻ വച്ചു കഴിക്കുന്നത് നല്ലതാണ്. പ്രമേഹത്തിന് വാഴപ്പിണ്ടി ഉണക്കിപ്പൊടിച്ചത് ഒരു സ്പൂൺവീതം തുടർച്ചയായി കുറേനാളത്തേക്ക് കഴിക്കുക. മൂത്രാശയ രോഗങ്ങൾക്ക് വാഴപ്പിണ്ടിയുടെ നീര് ഇടയ്ക്കിടെ കഴിക്കുക. വാഴപ്പിണ്ടി തോരൻ വച്ചു കഴിക്കുക. വൃക്കയിൽ കല്ലിനും ഇത് ഫലപ്രദമാണ്. ക്ഷീണം മാറ്റാൻ വാഴപ്പഴം, തേൻ, വെണ്ണ, നാരങ്ങാനീര് എന്നിവ ചേർത്ത് പതിവായി കഴിക്കുക.

വിഷപ്പച്ച

വിഷത്തിനുപയോഗിക്കുന്നതു കൊണ്ടാവാം ഈ പേര്. തണ്ടിനു തീരെ ബലമില്ലാത്ത നേരെ വളരുന്ന സസ്യം. കടുംപച്ചനിറത്തിലുള്ള തണ്ടും ഇലകളും.

ഔഷധയോഗ്യഭാഗങ്ങൾ: സമൂലം

ചില ഔഷധ ഉപയോഗങ്ങൾ: ഇലയ്ക്ക് വിഷത്തെ പ്രതിരോധിക്കുന്നതിന് കഴി വുണ്ട്.

വിഷല്യകരണി

വിഷത്തെ പ്രതിരോധിക്കുന്ന ഔഷധമായതിനാലാവാം ഈ പേരു കിട്ടിയത്.

വിവരണം: മാംസളമായ തണ്ടും ഇലകളുമുള്ള ചെറിയ കുറ്റിച്ചെടി. വെള്ള കലർന്ന പച്ചനിറത്തിലുള്ള തണ്ടും ഇലകളും പൂവും കായുമുണ്ട്.

ഔഷധയോഗ്യഭാഗങ്ങൾ: ഇല

ചില ഔഷധ ഉപയോഗങ്ങൾ: ഇലച്ചാർ വിഷത്തിനു നല്ലതാണ്.

വിഷ്ണുക്രാന്തി

(കൃഷ്ണക്രാന്തി)

വിഷ്ണുഭഗവാന്റെയും കൃഷ്ണഭഗവാന്റെയും ശരീരനിറമായ നീലനിറത്തിലുള്ള പൂക്കളുള്ളതിനാലാവാം ഈ പേര്.

സംസ്കൃതനാമം	:	വിഷ്ണുക്രാന്താ, ഹരിക്രാന്താ
ശാസ്ത്രനാമം	:	ഇവോൾവുലസ് അൽസിനോയ്ഡ്സ്
	:	Evolvulus alsinoides (Linn.(Linn.
കുടുംബം	:	കൺവൊൾവുലേസി
	:	Convolvulaceae

വിവരണം: ഇന്ത്യയിലുടനീളം തുറസായ സ്ഥലങ്ങളിൽ കാണപ്പെടുന്നു. നിലത്തു പടർന്നു വളരുന്ന ബഹുവർഷിയായ സസ്യം. ചെറിയ ഇലകൾ. പൂവും കായുമുണ്ട്. പൂവിന്റെ നിറം നീലയാണ്.

ഔഷധയോഗ്യഭാഗങ്ങൾ: സമൂലം

ചില ഔഷധ ഉപയോഗങ്ങൾ: കാമം വർദ്ധിപ്പിക്കും. ബുദ്ധിവികസിപ്പിക്കും. വിരയിളക്കും. തലമുടി വളരാൻ സഹായിക്കും. കഫമിളക്കും. വായുകോപം ശമിപ്പിക്കും. വിഷത്തിനു പ്രതിവിധിയാണ്. പോഷകമാണ്. ബ്രോങ്കൈറ്റിസ്, ആസ്ത്മ, പിത്തം, അപസ്മാരം, ഓർമക്കുറവ്, ആന്തരിക ക്ഷതങ്ങൾ, കുട്ടികളിലെ മാനസിക വളർച്ചക്കുറവ്, വയറിളക്കം,

അതിസാരം, മുടികൊഴിച്ചിൽ, അകാലനര, ഇടവിട്ടുള്ള പനി, ക്ഷീണം എന്നിവയ്ക്കു നല്ലതാണ്. സമൂലം ജീരകവും ചേർത്ത് തിളപ്പിച്ചത് സേവിക്കുന്നത് പനിക്കും ശരീരം മെലിയുന്നതിനും സ്ഥായിയായ അസുഖങ്ങൾക്കും നല്ലതാണ്. എണ്ണയിൽ കാച്ചി തേക്കുന്നത് മുടി വളരുന്നതിന് അത്യുത്തമമാണ്. വിഷ്ണുക്രാന്തിയും ചുക്കും ചേർത്ത് കഷായം വച്ച് പാലു ചേർത്തു കഴിച്ചാൽ ഉറക്കം പമ്പ കടക്കും.

ബുദ്ധിശക്തിക്ക് വിഷ്ണുക്രാന്തി സമൂലം നെയ്യിൽ കാച്ചി നിത്യേന സേവിക്കുക. വിഷ്ണുക്രാന്തി അരച്ച് കാടിയിലോ ചൂടുവെള്ളത്തിലോ വയറ്റിൽ തേച്ചാൽ കൃമി നശിക്കും.

വിളാർമരം

(ബ്ലാങ്ക മരം, വിളാത്തി)

ഇംഗ്ലീഷ്: വുഡ് ആപ്പിൾ, എലിഫന്റ് ആപ്പിൾ

ശാസ്ത്രനാമം: ഫെറോണിയ ലിമോണിയ, ഫെറോണിയ എലിഫന്റം, ലിമോണിയ അസിഡിസിമ

: Limonia acidissima Linn.

കുടുംബം: റുട്ടേസി

: Rutaceae

വിവരണം: ഇന്ത്യയിലെമ്പാടും ഇല കൊഴിയും കാടുകളിൽ കാണപ്പെടുന്നു. നിറയെ മുള്ളുകളുള്ള ഇടത്തരം വൃക്ഷം. സാധാരണ ഇലകൾ. മങ്ങിയ ചുവപ്പുനിറത്തിലുള്ള പൂക്കൾ, ഓറ

ഞ്ചിന്റെ വലിപ്പമുള്ള ഉരുണ്ട കായ. അതിനകത്ത് വിത്തുകളെ പൊതിഞ്ഞ് സ്വാദുള്ള മാംസളമായ കാമ്പുണ്ട്. ഈ കാമ്പ് ഭക്ഷ്യയോഗ്യമാണ്.

ഔഷധയോഗ്യഭാഗങ്ങൾ: കായിലെ മാംസളമായ പൾപ്പ്.

ചില ഔഷധ ഉപയോഗങ്ങൾ: കായിലെ പൾപ്പ് നല്ല പുഷ്ടി വർദ്ധക ഔഷധമാണ്. ഇല കന്നുകാലിത്തീറ്റയാണ്.

വിഴാൽ

വിരശല്യത്തിനെതിരെ ഉപയോഗിക്കുന്ന പ്രധാനപ്പെട്ട ഔഷധമാണ്.

സംസ്കൃതനാമം	:	വിദങ്ങ, വെള്ള, കൃമിഘ്ന കൃമിരിപ്പുന
ഇംഗ്ലീഷ്	:	എംബേലിയ
ശാസ്ത്രനാമം	:	എംബീലിയ ചെറിയാം കൊട്ടം, എംബീലിയ റൈബ്സ്
	:	Embelia ribes Burm.f.
കുടുംബം	:	മിർസിനേസി
	:	Myrsinaceae

വിവരണം: ഇന്ത്യയിലുടനീളം കുന്നുംപുറങ്ങളിൽ കാണപ്പെടുന്നു. പടർന്നു കയറുന്ന വലിയ കുറ്റിച്ചെടി. വഴക്കമുള്ള അനേകം ശാഖകൾ. ചെറിയ ഇലകൾ, ചെറിയ പൂക്കൾ. വെള്ളയോ പച്ച കലർന്ന വെള്ളനിറത്തിലോ കാണപ്പെടുന്നു. പിന്നീട് നിറം ചുവപ്പാകുന്നു. വൃത്താകൃതിയിലുള്ള ചുവന്ന കായ ധാരാളം ഉണ്ടാകുന്നു. ദശയ്ക്കകത്ത് കുരുവും അതിനകത്ത് പരിപ്പുമുണ്ട്. വിത്ത് കുരുമുളകുപോലിരിക്കും.

ഔഷധയോഗ്യഭാഗങ്ങൾ: വേര്, ഇല, കായ (വിഴാലരി).

ചില ഔഷധ ഉപയോഗങ്ങൾ: തളിരിലയും ഇഞ്ചിയും ചേർത്തു വായ് കഴുകിയാൽ തൊണ്ടയിലെ അസുഖങ്ങൾ മാറും. വിഴാലരി വെണ്ണയിൽ വറുത്ത് കുഴമ്പാക്കി നെറ്റിയിൽ പുരട്ടുന്നത് ഭ്രാന്ത് ഉള്ളവർക്ക് നല്ലതാണ്. പരിപ്പ് വാതത്തിനു നല്ലതാണ്. വേര് വാതം, പല്ലുവേദന, വെള്ളദ്ദാഹം എന്നിവയ്ക്കു നല്ലതാണ്. ഇല രക്തം ശുദ്ധീകരിക്കും. സ്വാസ്ഥ്യം നൽകും. ത്വക്ക് രോഗങ്ങൾ, കുഷ്ഠം എന്നിവയ്ക്കു നല്ലതാണ്. കായ (വിഴാലരി) വിരയിളക്കുന്നതിനുള്ള ഉത്തമ ഔഷധമാ

കാട്ടുവിഴാൽ

ണ്. രക്തം ശുദ്ധീകരിക്കും. ബുദ്ധി വികസിപ്പിക്കും. ദഹനം വർദ്ധിപ്പിക്കും. വായുകോപം ശമിപ്പിക്കും. മൂത്രം ഇളക്കും. ഗർഭത്തെ തടയും. ഉത്തേജകമാണ്. പകർച്ചവ്യാധികളെ ചെറുക്കും. മുലപ്പാൽ വർദ്ധിപ്പിക്കും. വേദന കുറയ്ക്കും. പോഷകമാണ്. കഫം, വാതം, ത്വക്ക്‌രോഗങ്ങൾ, കുഷ്ഠം, ഞരമ്പുകളുടെ തളർച്ച, വെള്ളദ്ദാഹം, കുട്ടികളുടെ മാനസിക വളർച്ചാകുറവ്, മുഴകൾ, ആസ്ത്മ, ദന്തരോഗങ്ങൾ, ഹൃദ്രോഗങ്ങൾ, മാനസിക രോഗങ്ങൾ, പുഴുക്കടി, ക്ഷീണം, ഒരുവശത്തെ തലവേദന, ശ്വാസവൈഷമ്യം എന്നിവയ്ക്കു നല്ലതാണ്. വിഴാലരിപ്പരിപ്പ്, വരട്ടുമഞ്ഞൾ, ഇരട്ടിമധുരം, ചുക്ക്, ഞെരിഞ്ഞിൽ ഇവ കഷായം വച്ച് തേൻ ചേർത്തു സേവിച്ചാൽ വർദ്ധിച്ച പ്രമേഹവും ശമിക്കും (വീഡംഗരജന്യാദി കഷായം).

വിഴാലരി ഒരു രസായന ഔഷധമാണ്. വിഴാലരി ശുദ്ധി ചെയ്ത ചേർക്കുറു, ചുക്ക് ഇവ സമം പൊടിച്ച് നെയ്യും നെയ്യുടെ പകുതി തേനും ചേർത്തു കഴിക്കുന്നത് രോഗങ്ങളെ അകറ്റി ആയുസ്സു വർദ്ധിപ്പിക്കും.

വിഴാലരി പൊടിച്ച് തേങ്ങാപ്പാലിൽ കഴിക്കുകയോ കാടിയിൽ അരച്ച് കലക്കിയോ തേനിൽ ചേർത്തോ കഴിക്കുന്നത് കൃമിശല്യത്തിന് നല്ലതാണ്.

വിഴാലരി കൊക്കോപ്പുഴുവിനും നാടവിരയ്ക്കും ഫലപ്രദമല്ലെങ്കിലും മറ്റു വിരകളെയും കൃമികളെയും നശിപ്പിക്കും.

വെണ്ട

വെണ്ടക്കാ നല്ല പച്ചക്കറിയാണ്. വിവിധ ഇനങ്ങളുണ്ട്.

സംസ്കൃതനാമം : ഭേണ്ട
ഇംഗ്ലീഷ് : ലേഡീസ് ഫിംഗർ
ശാസ്ത്രനാമം : അബൽ മോസ്ചസ് എസ്കുലെന്റസ്, ഹിബിസ്കസ് എസ്കുലെന്റസ്
: Abelmoschus esculentus (Linn.) Moench
കുടുംബം : മാൾവേസി
: Malvaceae

വിവരണം: ഇന്ത്യയിലുടനീളം കൃഷിചെയ്തുവരുന്നു. നേരെ വളരുന്ന വാർഷിക കുറ്റിച്ചെടി. തണ്ടുകൾക്ക് അധികം ബലമില്ല. വലിയ ഇലകൾ. രോമങ്ങളുണ്ട്. വലിയ മഞ്ഞപ്പൂക്കൾ, നീളമുള്ള കായ

(വെണ്ടക്കാ) യിൽ അനേകം വിത്തുകളുണ്ട്. വെണ്ട വിവിധ ഇനത്തിലുണ്ട്. ഇന വ്യത്യാസം അനുസരിച്ച് വെണ്ടക്കായുടെ വലിപ്പത്തിനും രൂപത്തിനും വ്യത്യാസമുണ്ട്.

ഔഷധയോഗ്യഭാഗങ്ങൾ: കായ (വെണ്ടക്ക)

ചില ഔഷധ ഉപയോഗങ്ങൾ: ശീതമാണ്. കാമം വർദ്ധിപ്പിക്കും. രോഗങ്ങൾക്കു നല്ലതാണ്. മൂത്രമിളക്കും സ്നിഗ്ധതയും മിനുസവുമുണ്ടാക്കും. മലബന്ധമുണ്ടാക്കും. പോഷകമാണ്. പിത്തം, ഗൊണോറിയ, മൂത്രനാളിയിൽനിന്നുള്ള സ്രവങ്ങൾ, വിളർച്ച, ചൊറിച്ചിൽ, വയറിളക്കം, ക്ഷീണം എന്നിവയ്ക്കു നല്ലതാണ്. ആമാശയത്തിലെ അസ്വസ്ഥതകൾ ശമിപ്പിക്കും.

വെള്ളരി

വെള്ളരി, മുള്ളൻ വെള്ളരി (കക്കരി), വെളുത്ത വെള്ളരി, ചീന വെള്ളരി എന്നിങ്ങനെ വിവിധ ഇനങ്ങളുണ്ട്. വെള്ളരിവർഗത്തിൽപ്പെട്ടവയ്ക്കെല്ലാം ഏതാണ്ടു സമാനഗുണങ്ങളാണുള്ളത്.

സംസ്കൃതനാമം : ത്രപുസ
ഇംഗ്ലീഷ് : കുക്കുംബർ, കോമൺ കുക്കുംബർ

ശാസ്ത്രനാമം	:	കുക്കുർമിസ് സറ്റിവസ്
	:	Cucurmis sativas Linn.
കുടുംബം	:	കുക്കുർബിറ്റേസി
	:	Cucurbitaceae

വിവരണം: ഇന്ത്യയിലുടനീളം കൃഷിചെയ്തുവരുന്നു. നിലത്തും മരങ്ങളിലും പടർന്നുവളരുന്ന വാർഷിക ലതാസസ്യം. മഞ്ഞപ്പൂക്കൾ. ഫലം (വെള്ളരി) നീണ്ടുരുണ്ടതാണ്.

ഔഷധയോഗ്യഭാഗങ്ങൾ: വെള്ളരി, വിത്ത്.

ചില ഔഷധ ഉപയോഗങ്ങൾ: രക്തസ്രാവം തടയും. മൂത്രം ഇളക്കും. പോഷകമാണ്. പിത്തം, വെള്ളദ്ദാഹം, എരിച്ചിൽ, സൂര്യതാപം, ജ്വരം, പനി, ഉറക്കമില്ലായ്മ, ബ്രോങ്കൈറ്റിസ്, മഞ്ഞപ്പിത്തം, ക്ഷതങ്ങൾ, ശാരീരിക ക്ഷീണം എന്നിവയ്ക്കു നല്ലതാണ്. വിത്ത് പോഷകവും വയറിളക്കുന്നതും പനിയെ പ്രതിരോധിക്കുന്നതും മൂത്രം ഇളക്കുന്നതുമാണ്. പിത്തം, എരിച്ചിൽ, മലബന്ധം, ഇടവിട്ടുള്ള പനി, വൃക്കയിലെ കല്ല് എന്നിവയ്ക്കും വേദനയോടുകൂടി മൂത്രം പോകുന്നതിനും ശരീരക്ഷീണത്തിനും നല്ലതാണ്. മുള്ളൻ വെള്ളരിയുടെ ഇല വേവിച്ച് ജീരകവും കൂട്ടി വറുത്തുപൊടിച്ച് അഞ്ചുഗ്രാമോ അതിൽ കൂടുതലോ തൊണ്ടയിലെ രോഗങ്ങൾക്ക് അകത്തേക്കു കഴിക്കാം. ഈ പൊടി പഞ്ചസാര ചേർത്തു കഴിച്ചാൽ മൂത്രം ധാരാളം പോകും. വെയിൽ അധികം കൊണ്ടിട്ടുണ്ടാകുന്ന പ്രശ്നങ്ങൾക്ക് മുള്ളൻ വെള്ളരിക്കാ കഷണങ്ങളാക്കി തലയിൽ വച്ചു പൊതിയാം. സൂര്യാവർത്തമുള്ളവർക്കു തണുപ്പു ലഭിക്കാനും ഇതുപോലെ ചെയ്യാം. ഇതിന്റെ വെള്ളം കൊതുക്, കൃമി മുതലായവയെ നശിപ്പിക്കുവാൻ ശക്തിയുള്ളതാണ്.

മൂത്രതടസ്സത്തിന് വെള്ളരിക്കാ അരച്ച് അടിവയറ്റിൽ പുരട്ടുക. മൂത്രത്തിൽ കല്ലിന് വെള്ളരിക്കാ നീര് ദിവസേന കഴിക്കുക. പ്രമേഹത്തിന് വെള്ളരിക്കാനീരുപയോഗിക്കുകയോ ഭക്ഷണമായിട്ടു കഴിക്കുകയോ ചെയ്യുന്നതു നല്ലതാണ്. കണ്ണിന്റെ ക്ഷീണത്തിന് നേർത്ത വെള്ളരിക്കാ കഷണം കണ്ണിനു മുകളിൽ വയ്ക്കുക. മുഖകാന്തിക്ക് വെള്ളരിക്ക ഇടിച്ചുപിഴിഞ്ഞ നീരിൽ സമം പശുവിൻപാൽ ചേർത്ത് ഒന്നിടവിട്ട ദിവസങ്ങളിൽ മുഖത്ത് മസാജ് ചെയ്യുക. നിറം വർദ്ധിപ്പിക്കുന്നതിന് വെള്ളരിക്കയുടെ നീരിൽ ചെറുനാരങ്ങയും ചേർത്ത് ശരീരമാസകലം തേച്ചുപിടിപ്പിക്കുക. അരമണിക്കൂറിനുശേഷം തണുത്ത വെള്ളത്തിൽ കുളിക്കുക. വെള്ളരിക്കുരു, കുമ്പളക്കുരു, ഏലത്തിരി ഇവ പൊടിച്ച് ഇളനീരിൽ പഞ്ചസാരയും ചേർത്ത് സേവിക്കുന്നത് വയറുവേദനയ്ക്കും മൂത്രതടസ്സത്തിനും നല്ലതാണ്.

വെളുത്തുള്ളി

മലകളിലും കൃഷിഭൂമികളിലും ഉണ്ടാവുന്നതായി രണ്ടുവിധം ഉള്ളികളുണ്ട്. മലകളിലുണ്ടാവുന്നതാണ് ഏറ്റവും നല്ലത്. സർവരോഗസംഹാരി എന്ന നിലയ്ക്കാണ് വെളുത്തുള്ളി അറിയപ്പെടുന്നത്. ഭക്ഷണത്തോടൊപ്പം ചേർത്തുപയോഗിക്കുന്നു.

സംസ്കൃതനാമം	:	ലശൂനം, രസോന, ലിംഗഗ്രന്ഥ, ദൂതാഗ്നി, രസോന
ഇംഗ്ലീഷ്	:	ഗാർലിക്
ശാസ്ത്രനാമം	:	അല്ലിയംസറ്റിവം
	:	Allium sativum Linn.
കുടുംബം	:	ലിലിയേസി
	:	Liliaceae

വിവരണം: ഇന്ത്യയിലുടനീളം കൃഷിചെയ്തുവരുന്നു. അരമീറ്റർ വരെ ഉയരത്തിൽ വളരുന്ന ബഹുവർഷിയായ സസ്യം. വെള്ളനിറത്തിലുള്ള പൂക്കൾ ഉണ്ട്. ഭക്ഷ്യയോഗ്യമായ ഭാഗം ഭൂമിക്കടിയിലുണ്ടാകുന്ന കിഴങ്ങാണ്.

ഔഷധയോഗ്യഭാഗങ്ങൾ: ഭൂമിക്കടിയിലുണ്ടാകുന്ന കിഴങ്ങ് (വെളുത്തുള്ളി).

ചില ഔഷധ ഉപയോഗങ്ങൾ: കഫം, വാതം, ഗുല്മം, അർശസ്സ്, പീനസം, കൃമി, പ്രമേഹം, ഏങ്ങൽ, കുഷ്ഠം, ചുമ ഇവ ശമിപ്പിക്കും. മലം ഇളക്കും. രുചിയും ദഹനവും വർദ്ധിപ്പിക്കും. മുടി വളർച്ചയെ സഹായിക്കും. രക്തപിത്തമുണ്ടാക്കും. നസ്യം ചെയ്തവരിലും ചടച്ചവരിലും, അതിയായി വർദ്ധിച്ചിട്ടുള്ള ഇക്കിൾ, ഛർദ്ദി, ശ്വാസംമുട്ടൽ ഉള്ള

വരിലും വെളുത്തുള്ളി പ്രയോഗിക്കരുത്.

വെളുത്തുള്ളിയുടെ വീര്യം പ്രധാനമായും അതിലടങ്ങിയിരിക്കുന്ന തൈലത്തിന്റേതാണ്. വെളുത്തുള്ളി നന്നായി ചതച്ചു വെള്ളത്തിലിട്ടു വച്ച് ഊറ്റിയെടുത്താൽ തൈലം കിട്ടും. ഇത് രണ്ടുതുള്ളി വരെ ഉപയോഗിക്കാം. ഇത് സിരാരോഗങ്ങൾക്കും തലകുത്തിനും വായുകോപത്തിനും മതിഭ്രമത്തിനും ഉപ്പു ചേർത്തു നൽകുന്നത് ഫലപ്രദമാണ്. ബോധക്ഷയത്തിന് നസ്യം ചെയ്യാം. തൈലം കൊതുകു നിവാരിണിയുമാണ്.

വെളുത്തുള്ളിക്ക് രക്തം ശുദ്ധീകരിക്കാനും കൃമികളെ നശിപ്പിക്കാനും ഗർഭപാത്രം സങ്കോചിപ്പിക്കുവാനുമുള്ള കഴിവുണ്ട്. മലമ്പനി, മന്ത്, ക്ഷയം, ആസ്ത്മയിലെ വലിവ് എന്നിവയ്ക്കു നന്ന്. പഴുപ്പിനെ പ്രതിരോധിക്കുന്ന (ആന്റിസെപ്റ്റിക്) ദ്രവ്യമായതിനാൽ കുടലിലെ വിഷബീജങ്ങൾ ശമിപ്പിക്കുവാനും പ്രസവചികിത്സയിലും ഉപയോഗിച്ചുവരുന്നു. ശീതകാലത്ത് വെളുത്തുള്ളി നിത്യേന ഭക്ഷണത്തിലുൾപ്പെടുത്തി കഴിച്ചാൽ വാതരോഗങ്ങൾ വരാതെ കഴിക്കാവുന്നതാണ്. ഉള്ളികൊണ്ടുള്ള പാൽക്കഷായവും നല്ലതാണ്. ഇത് സ്ത്രീകൾക്ക് സ്വരവും സൗന്ദര്യവും വർദ്ധിപ്പിക്കുന്നതിനും സ്തനങ്ങൾ ദൃഢമായി സംരക്ഷിക്കുന്നതിനും ഉത്തമമാണ്. രക്തസമ്മർദ്ദത്തിനും ഹൃദ്രോഗത്തിനും ഉള്ളി നല്ലൊരൗഷധമാണ്. ആറുവെളുത്തുള്ളി ഇട്ട് പാൽക്കഷായം ദിവസേന രാവിലെ കഴിക്കുന്നതായാൽ രക്തസമ്മർദ്ദത്തിന് അതിശയകരമായ ഫലം ലഭിക്കും. വെളുത്തുള്ളി തൊലികളഞ്ഞ് തേനിലിട്ടുവച്ച് പഴകിയശേഷം ദിവസേന ഓരോന്നു സേവിക്കുന്നതും നല്ലതാണ്. രക്തം കട്ടപിടിക്കുന്നതു തടയുവാനും, രക്തം അലിയിപ്പിക്കുവാനുമുള്ള കഴിവുള്ളതിനാൽ ഹൃദയസംബന്ധിയായ അസുഖങ്ങൾക്ക് ഉത്തമമാണ്. ഈ ഗുണം പച്ചയ്ക്കോ വേവിച്ചോ വറുത്തോ ഭക്ഷിച്ചാലും നഷ്ടപ്പെടുന്നതല്ല. വെളുത്തുള്ളി ചതച്ചിട്ട വെള്ളവും പഞ്ചസാരയും ചേർത്ത് കഴിക്കുന്നത് ചുമയ്ക്കും പനിക്കും ജ്വരത്തിനും നല്ലതാണ്. മുറിവിനും ചതവിനും ഉള്ളി

ചതച്ച് പുരട്ടുന്നത് നല്ലതാണ്. മഞ്ഞളും ചേർത്തു പുരട്ടുന്നത് വളംകടിക്കു നല്ലതാണ്. ന്യൂമോണിയക്കു പുറമേ പുരട്ടുന്നത് അത്യന്തം ഫലപ്രദമാണ്. ഉള്ളിനീർ തലയിൽ തേച്ചാൽ തല നരയ്ക്കുകയില്ലെന്നു പറയപ്പെടുന്നു. കക്കൂസിലുണ്ടാകുന്ന പലതരം കൃമികൾ മൂലമുണ്ടാകുന്ന ത്വക്ക്രോഗങ്ങൾക്ക് വെളുത്തുള്ളി നീരും നാരങ്ങാനീരും ചേർത്ത് ഏഴു ദിവസം പുരട്ടിയാൽ ശമനം ലഭിക്കും. വെളുത്തുള്ളി ശീതകാലത്തു സേവിച്ചാൽ രോഗം വരാതെയും സ്വർണനിറത്തോടുകൂടിയും സന്തുഷ്ടനായി ദീർഘനാൾ ജീവിച്ചിരിക്കാമെന്നാണ് വിധി.

വെളുത്തുള്ളി പനിയെയും വേദനയെയും ചെറുക്കും. കാമം വർദ്ധിപ്പിക്കും. വിരയിളക്കും. കഫമിളക്കും. വായുകോപവും ഗുല്മനും ശമിപ്പിക്കും. മൂത്രമിളക്കും. പകർച്ചവ്യാധികളെ ചെറുക്കും. ആർത്തവം തിരികെ കൊണ്ടുവരും. ഉത്തേജകമാണ്. കൊളസ്ട്രോളിനെ ചെറുക്കും. ബാക്റ്റീരിയയെയും ഫംഗസിനെയും നശിപ്പിക്കും. പോഷകമാണ്. കഫം, വാതം, വില്ലൻചുമ, ബ്രോങ്കൈറ്റിസ്, ആസ്ത്മ, ജ്വരം, മുഖത്തിന്റെ കോടൽ, ആമാശയവ്രണം (അൾസർ) ക്ഷയം, കണ്ണിന്റെയും ഹൃദയത്തിന്റെയും രോഗങ്ങൾ, മോഹാലസ്യം, വെള്ളപ്പാണ്ഡ്, കുഷ്ഠം, അപസ്മാരം, വിഭ്രാന്തി, ക്ഷതം, ചെവിവേദന, പുറംവേദന, സന്ധിവേദന, രക്തം തുപ്പൽ, കരൾ പ്ലീഹാ രോഗങ്ങൾ, ശ്വാസകോശരോഗങ്ങൾ, പല്ലു ദ്രവിച്ചു പോകുക എന്നിവയ്ക്കു നല്ലതാണ്.

അരിമ്പാറ പോകാൻ വെളുത്തുള്ളി ചുട്ട് അതിന്റെ മുകളിൽ വച്ചു കെട്ടിയാൽ മതി. രക്തസമ്മർദ്ദത്തിന് വെളുത്തുള്ളി അരച്ചു വെണ്ണ ചേർത്ത് പതിവായി കഴിക്കുക.

പ്രമേഹം/ രക്തസമ്മർദ്ദത്തിന് കുറച്ചു വെളുത്തുള്ളി പാലിൽ കാച്ചി കഴിക്കുന്നതും ആ പാൽ കുടിക്കുന്നതും നല്ലതാണ്. വെളുത്തുള്ളി ഭരണിയിലോ കുപ്പിയിലോ ആക്കി അത് മൂടുന്നതുവരെ തേൻ ഒഴിച്ച് നന്നായി അടച്ച് ഒരുമാസം മണ്ണിൽ കുഴിച്ചിടുക. അതിനുശേഷം ദിവസം രണ്ട് അല്ലി വീതം കഴിക്കുന്നതും നല്ലതാണ്. അപസ്മാരത്തിന് വെളുത്തുള്ളിയും സമം മുരിങ്ങയിലയും കൂടി അരച്ച് കൈയുടെയും കാലിന്റെയും വെള്ളയിൽ പുരട്ടുക. തലവേദനയ്ക്ക് ചതച്ച് നെറ്റിയിലിട്ടാൽ ശമനം ലഭിക്കും. ചെവിവേദനയ്ക്ക് വെളുത്തുള്ളി നീര് ചെവിയിൽ ഒഴിക്കുക. തൊണ്ടവീക്കത്തിന് വെളുത്തുള്ളി അരച്ച് തൊണ്ടയിൽ പുരട്ടുക. തീയിൽ ചുട്ടെടുത്ത് ഇടയ്ക്കിടെ കഴിക്കുകയും ചെയ്യുക. മുണ്ടിനീരിന് വെളുത്തുള്ളിയും തുളസിയിലയും ഇടിച്ചു പിഴിഞ്ഞനീര് രണ്ടുസ്പൂൺ വീതം ഇടയ്ക്കിടെ കൊടുത്താൽ കുട്ടികൾക്ക് മുണ്ടിനീര് പകരാതിരിക്കും. അഞ്ചു വെളുത്തുള്ളി ചതച്ച് പലപ്രാവശ്യം ചെറുചൂടോടെ കവിൾ കൊള്ളുന്നത് മോണരോഗങ്ങൾക്കെല്ലാം നല്ലതാണ്. ആസ്ത്മയ്ക്ക് ഒരല്ലി വെളുത്തുള്ളി ഒരൗൺസ് പാലിൽ ചേർത്ത് ദിവസേന കഴിക്കുക. കൊളസ്ട്രോളിന് വെളുത്തുള്ളി ഇട്ടു കാച്ചിയ പാൽ രാവിലെയോ രാത്രിയിലോ കഴിക്കുക. ദഹനക്കേടിന് ചുട്ടുതിന്നാൽ മാറും. ഗ്യാസ്ട്രബിളിന് വെളു

ത്തുള്ളിയും മഞ്ഞളും ഇട്ടുകാച്ചിയ പാൽ ദിവസേന കഴിക്കുക. പാണ്ടിന് കുറേനാൾ തേനിലിട്ടു വച്ചിരുന്ന വെളുത്തുള്ളിയുടെ അല്ലികൾ ദിവസവും വെറും വയറ്റിൽ രണ്ടെണ്ണം വീതം കഴിക്കുക. പുഴുക്കടിക്ക് വെളുത്തുള്ളി ഉപ്പും ചേർത്തരച്ചു പുരട്ടുക.

വണ്ണം കുറയ്ക്കാൻ വെളുത്തുള്ളി സ്ഥിരമായി ഉപയോഗിക്കുക.

വെളുത്തുള്ളി ചതച്ച് പാൽക്കായം ചേർത്തു തളിച്ചാൽ പാമ്പുവരില്ലെന്നു പറയപ്പെടുന്നു.

വെറ്റിലക്കൊടി

വെറ്റില ചുണ്ണാമ്പു തേച്ച് അടയ്ക്കയും ചിലപ്പോൾ പുകയിലയും ചേർത്ത് മുറുക്കാനുപയോഗിക്കുന്നു..

സംസ്കൃതനാമം	:	താംബൂല വല്ലി, താംബൂല
ഇംഗ്ലീഷ്	:	ബീറ്റൽ, ബീറ്റൽ ലീഫ് വൈൻ, ബീറ്റൽ പെപ്പർ
ശാസ്ത്രനാമം	:	പൈപ്പർ ബെറ്റെൽ
	:	Piperbetle Linn.
കുടുംബം	:	പൈപ്പറേസി
	:	Piperaceae

വിവരണം: ഇന്ത്യയിലെല്ലായിടത്തും വെള്ളമുള്ള സ്ഥലങ്ങളിൽ കൃഷിചെയ്തുവരുന്നു. മരക്കമ്പുകളിൽ പടർന്ന് കയറുന്ന ബഹുവർഷിയായ ലതാസസ്യം. ഇലയാണ് ഉപയോഗിക്കുന്നത്. ചെറിയ പൂക്കളുണ്ട്. തണ്ടുമുറിച്ച് നട്ട് പ്രജനനം.

ഔഷധയോഗ്യഭാഗങ്ങൾ: സമൂലം

ചില ഔഷധ ഉപയോഗങ്ങൾ: കാമാസക്തി വർദ്ധിപ്പിക്കുന്നതും കഫം ഇളക്കുന്നതും മലം ഇളക്കുന്നതും വിരയിളക്കുന്നതുമാണ്. ഒരു സുഗന്ധദ്രവ്യമാണ്. വായുകോപത്തിനും ശരീരത്തിന് തണുപ്പു നൽകുന്നതിനും പനികുറയ്ക്കുന്നതിനും മലബന്ധം ഇല്ലാതാക്കുന്നതിനും നല്ലതാണ്. തുപ്പൽ വർദ്ധിപ്പിക്കും. പോഷകമാണ്. ബ്രോങ്കൈറ്റിസ്, ആസ്ത്മ, ചുമ, കുഷ്ഠം, മദ്യാസക്തി, വന്ധ്യത, വാതം, വെള്ളദ്ദാഹം, കഫം, വയറിളക്കം എന്നിവയ്ക്കു നല്ലതാണ്.

വായ്നാറ്റത്തിന് വെറ്റിലക്കൊടിയുടെ തണ്ട് ഉണക്കിപ്പൊടിച്ച് തേൻ ചേർത്ത് പലദിവസം വായിൽ ഇടുക. ചുണങ്ങിന് രണ്ടുവെറ്റിലയും അഞ്ച് അല്ലി വെളുത്തുള്ളിയും ചേർത്തരച്ച് ചുണങ്ങുള്ള ഭാഗത്ത് തേച്ചു പിടിപ്പിക്കുക.

വേപ്പ്
(ആര്യവേപ്പ്)

വേപ്പ് രക്തശുദ്ധീകരണ ഔഷധമാണ്. വേപ്പിലയ്ക്കും പിണ്ണാക്കിനും പ്രാണികളെ നശിപ്പിക്കുന്നതിനുള്ള ശക്തിയുണ്ട്. വേപ്പ് എന്നാൽ കറിയില എന്നാണർത്ഥം. ഇതിന്റെ ചുവട്ടിൽ വിശ്രമിക്കുന്നത് ആരോഗ്യദായകമാണ്. വേപ്പ് വച്ചുപിടിപ്പിക്കുന്നത് പുണ്യമായി പലരും കരുതുന്നു.

സംസ്കൃതനാമം	:	അരിഷ്ട, നിംബ, മണ്ട, തിക്തക, ഹിംഗുനിര്യാസ
ഇംഗ്ലീഷ്	:	നീം ട്രീ, മർഗോസ ട്രീ, ഇന്ത്യൻ ലിലാക്
ശാസ്ത്രനാമം	:	അസെഡിറക്ട ഇൻഡിക്ക, മിലിയ അസെഡിറിക്ട
	:	Azadirachta indica A. Juss.
കുടുംബം	:	മീലിയേസി
	:	Meliaceae

വിവരണം: ഇന്ത്യയിലുടനീളം കാണപ്പെടുന്ന 20 മീറ്റർ ഉയരം വരെ വളരുന്ന മരം. പൂക്കൾ മഞ്ഞ കലർന്ന വെള്ള അല്ലെങ്കിൽ ക്രീം നിറത്തിൽ കാണപ്പെടുന്നു. കായും വിത്തും ഉണ്ട്. കായ കുലകളായിട്ടു കാണപ്പെടുന്നു. അകത്ത് എണ്ണമയമുള്ള മജ്ജയുണ്ട്. ഇതിനകത്ത് നീണ്ട വിത്തു കാണാം.

ഔഷധയോഗ്യ ഭാഗങ്ങൾ: ഇല, തൊലി, വേര്, വേരിന്മേൽ തൊലി, ഇളംകായ, പഴം, പശ, മദ്യം, വിത്ത്, പൂവ്, കുരു, എണ്ണ.

ചില ഔഷധ പ്രയോഗങ്ങൾ: വേപ്പിന്റെ അംശങ്ങളിൽ വെച്ച് ഏറ്റവും പ്രധാനമായത് തൊലിയാണ്. മലമ്പനി ശമിപ്പിക്കുവാനുള്ള വേപ്പിൻതൊലിയുടെ ശക്തി കൊയനക്കു തുല്യമാണ്. തൊലി കഷായം വച്ചോ സത്തെടുത്തോ പൊടിച്ചോ മലമ്പനിക്കും എല്ലാ വിഷജ്വരങ്ങൾക്കും എന്നു മാത്രമല്ല ജ്വരമുക്താവസ്ഥയിലും അരോചകത്തിലും കൊടുക്കാവുന്നതാണ്. മല്ലിയും ചുക്കും കൂടി ചേർത്തുകൊടുത്താൽ മലമ്പനിക്ക് കൊയനയേക്കാൾ ഗുണം ചെയ്യും. തൊലി ജ്വരങ്ങളിൽ വെള്ളദ്ദാഹവും ഛർദ്ദിയും ശമിപ്പിക്കുവാൻ നന്ന്. ത്വക്ക് രോഗങ്ങളിൽ തൊലി പൊടിച്ചോ കഷായം വച്ചോ കഴിക്കുന്നത് നല്ലതാണ്. ഈ കഷായത്തിൽ കിരിയാത്തും കുരുമുളകും മേമ്പൊടി ചേർത്തു കൊടുക്കുന്നത് ജ്വരങ്ങൾക്ക് വിശേഷമാണ്. വേപ്പിൻതൊലി ഒരുഭാഗവും തിപ്പലി രണ്ടുഭാഗവും ചേർത്തു കഷായം വച്ചു കഴിച്ചാൽ ആമവാതം, കടീവാതം ഇവ ശമിക്കും. തൊലി, കായ, ഇല എന്നിവ കൃമികളെ ഇല്ലാതാക്കും. ഇലയിൽ നിന്നെടുക്കുന്ന തൈലം ഉത്തേജകവും വ്രണങ്ങളിൽ നല്ലതുമാണ്. പശ ശമനൗഷധമാണ്. മരത്തിൽനിന്ന് ഊറിവരുന്ന മദ്യം പോഷകവും സ്വാസ്ഥ്യജനകവും ജ്വരത്തെയും കുഷ്ഠത്തെയും നശിപ്പിക്കുന്നതുമാണ്. തൊലിയും വേരിന്മേൽ തൊലിയും പച്ചക്കായും ക്ഷീണത്തിനും രോഗമുക്താവസ്ഥയിലും കൊടുക്കാം. തൈലം ദുഷ്ടവ്രണങ്ങളിലും പഴകിയ ത്വക്ക്രോഗങ്ങളിലും ശിരസ്തോദങ്ങളിലും പുരട്ടുന്നത് നല്ലതാണ്. ദുഷ്ട

വ്രണങ്ങളിൽ പുരട്ടിയാൽ പൊറ്റകെട്ടുകയോ പഴുക്കുകയോ ചെയ്യാതിരിക്കും. ടെറ്റനസിലും കുഷ്ഠത്തിലും ശീതപിത്തത്തിലും പുഴുക്കടി മുതലായ എല്ലാ ത്വക്ക്രോഗങ്ങളിലും വാർപ്പിലും കഴുത്തിലെ ഗ്രന്ഥി വീക്കത്തിലും ഇതു പുരട്ടാം. ഉണങ്ങിയ കുരു ചതച്ചരച്ചു വെള്ളത്തിലോ മറ്റോ ചാലിച്ചു പുരട്ടിയാലും ഈ ഫലം കിട്ടും. കുഷ്ഠത്തിൽ പുറത്തും അകത്തും ഉപയോഗിക്കാം. പേൻ മുതലായ ക്ഷുദ്രജീവികളെ കൊല്ലാൻ ഇതു പുരട്ടാവുന്നതാണ്. വിഷമജ്വരങ്ങളിലും കുഷ്ഠത്തിലും അഞ്ചു മുതൽ പത്തു തുള്ളിവരെ ദിവസം ഒന്നോ രണ്ടോ പ്രാവശ്യമായി അകത്തേക്കു കൊടുക്കാം. കൃമി ഇളക്കുന്നതിന് അര മുതൽ ഒരുഗ്രാംവരെ സേവിക്കാവുന്നതാണ്.

വേപ്പിൻകായ കുഷ്ഠത്തിലും ഉദരകൃമികളിലും അർശസ്സിലും മൂത്രരോഗങ്ങളിലും നന്ന്. കുരു ഒരുഗ്രാമെടുത്തു രണ്ടു ഗ്രാം ശർക്കരകൂട്ടി ഗുളികയാക്കി ഉരുട്ടി ഏഴുദിവസം സേവിച്ചാൽ അർശസ്സു നശിക്കും. വിത്ത് പേൻ നശിപ്പിക്കും. കുരു ഏതു രോഗത്തിന്റെയും മൂർദ്ധന്യാവസ്ഥ കഴിഞ്ഞുകിട്ടുവാനുപയോഗിക്കാം. പഴുത്ത കായകൊണ്ട് സർബത്തുണ്ടാക്കി കഴിക്കുന്നത് ഉദരത്തിലെ കൃമികളെ നശിപ്പിക്കും. കായയുടെ പരിപ്പരിച്ചു വ്രണങ്ങളിൽ പുരട്ടുന്നത് നല്ലതാണ്. ഇല ധാരാളമായി ഇട്ടു വച്ച കഷായം വ്രണങ്ങൾ കഴുകുവാനും കുളിക്കുവാനും ഉപയോഗിക്കാം. ഇല അരച്ച് വ്രണങ്ങളിലും ഗ്രന്ഥിവീക്കങ്ങളിലും പുരട്ടാം. വസൂരിരോഗത്തിൽ ഇലയരച്ചു പുറമേ പുരട്ടുന്നതും രോഗിയുടെ കിടക്കമേൽ ഇലകൾ വിതറുന്നതും വിശറിയുണ്ടാക്കി വീശുന്നതും നല്ലതാണ്. വേപ്പില പൊടിച്ചതു ഗുദദ്വാരത്തിന്റെ ഉള്ളിൽ തേച്ചാൽ കുട്ടികളുടെ കൃമികടി നശിക്കും. വേപ്പിലനീരും കുറച്ചു ചക്കരയും കൂട്ടിത്തേച്ചാൽ നന്ന്. ഗ്രന്ഥി വീക്കങ്ങളിലും നീരിലും ഇല അരച്ച് പൊതിയുന്നത് നല്ലതാണ്. കോൽപ്പുളിയും വേപ്പിലയും കൂട്ടി അരച്ച് വസൂരി കൊണ്ടുണ്ടാകുന്ന വ്രണങ്ങളിൽ പുരട്ടാവുന്നതാണ്. തണുത്ത വെള്ളത്തിലോ ഐസ് വെള്ളത്തിലോ ഇലയിട്ടു കടഞ്ഞുകിട്ടുന്ന പത ദേഹത്തു പുരട്ടുന്നത് ശക്തിയേറിയ പനിയിൽ ദേഹത്തിന്റെ ചൂടുകുറയ്ക്കാൻ നല്ലതാണ്. പച്ചില ഉണങ്ങിയത് പുസ്തകങ്ങളിൽ വച്ചാൽ പ്രാണികളുടെ ഉപദ്രവം ഉണ്ടാകുന്നതല്ല. ഇല ദിവസവും ഭക്ഷിച്ചാൽ സർപ്പവിഷം ബാധിക്കുന്നതല്ല. വേപ്പിന്റെ മൂന്നു തളിരും വരട്ടു മഞ്ഞളും അരച്ചു രാവിലെ ശീലിച്ചാൽ ബാലന്മാരുടെ കാസശ്വാസം (ആസ്ത്മ) നിശ്ശേഷം ശമിക്കും. വേപ്പിന്റെ ഏഴ് ഇലകൾ വീതം ദിവസവും രാവിലെ ചവച്ചുതിന്നുന്നത് കഠിനമായ ചൊറികൾ നശിക്കാൻ നല്ലതാണ്. വസൂരി ബാധയുള്ള കാലങ്ങളിൽ വേപ്പിലയും കുരുമുളകും കൂടി അരച്ച് ദിവസേന ഓരോ നെല്ലിക്കയോളം കഴിച്ചാൽ രോഗം ബാധിക്കാതിരിക്കും. പാമ്പിന്റെ വിഷം ബാധിച്ചിട്ടുണ്ടോ എന്നറിയാൻ വേപ്പില കടിച്ചാൽ മതി. വിഷം ബാധിച്ചിട്ടുണ്ടെങ്കിൽ ഇലക്കു കയ്പുതോന്നുകയില്ല. പത്തുഗ്രാം വേപ്പിലയും ഇരുപതുഗ്രാം വീതം കർപ്പൂരവും കായവും ചേർത്ത് മൂന്നു ഗ്രാം ശർക്ക

രയിൽ സേവിച്ചാൽ പകർച്ചവ്യാധികൾ ബാധിക്കുകയില്ല. ഇലയുടെ നീരും തേനും കൂട്ടി മഞ്ഞപ്പിത്തത്തിനും കൃമിരോഗങ്ങൾക്കും ത്വക്ക് രോഗങ്ങൾക്കും കൊടുക്കാം. അഞ്ച് വേപ്പിലയും അഞ്ച് ആവീരപ്പൂവും കൂട്ടി അതിരാവിലെ സേവിക്കുന്നത് പ്രമേഹത്തിന് നല്ലതാണ്. വേപ്പില യിട്ടു തിളപ്പിച്ച വെള്ളം തലയിലൊഴിച്ചാൽ മുടികൊഴിച്ചിൽ, താരണം, പേൻ ചർമരോഗങ്ങൾ ഇവ ശമിക്കും.

വേപ്പിൻപശ നീരിളക്കത്തിനു നല്ലതാണ്. ഇത് ഒരു ശമനൗഷധ മാണ്. പശ കയ്യുണ്യനീരിൽ അരച്ചു കലക്കി എണ്ണ കാച്ചി തേക്കുന്നത് നരമാറാൻ നല്ലതാണ്. പൂവ് ഓജസ്സും ദഹനശേഷിയും വർദ്ധിപ്പിക്കും. പൂവുകൊണ്ടുള്ള ശീതകഷായം ഗ്രഹണിയിലും കരൾ രോഗങ്ങളിലും ക്ഷീണത്തിലും കൊടുക്കാം. വേപ്പിന്റെ തടിയിൽനിന്ന് ഊറിവരുന്ന മദ്യം ക്ഷയത്തിലും ഗ്രഹണിയിലും ദേഹദൗർബല്യത്തിലും കുഷ്ഠത്തിലും മറ്റു ത്വക്ക് രോഗങ്ങളിലും ഉപയോഗിക്കാം. ഇളയ ചില്ല ചതച്ചതുകൊണ്ടു പല്ലുതേക്കുന്നത് ദുർഗ്ഗന്ധം ശമിക്കുവാനും പല്ലിന് ഉറപ്പും വെടിപ്പും വായയ്ക്ക് മാധുര്യം സിദ്ധിക്കുവാനും നന്ന്. വേപ്പില നീര് സമം തേനും ചേർത്തു കഴിക്കുന്നത് മഞ്ഞപ്പിത്തത്തിനും ഉദരകൃമിക്കും നല്ലതാണ്. വേപ്പിലയും മഞ്ഞളും ചേർത്തരച്ചത് വിഷജന്തുക്കൾ കടിച്ച ഭാഗത്ത് തേച്ചുപിടിപ്പിക്കുന്നത് വിഷശമനത്തിന് നല്ലതാണ്. ഇല അരച്ചു പുരട്ടു ന്നത് പൊള്ളലിനു നല്ലതാണ്.

തൊലി രക്തം ശുദ്ധീകരിക്കും. രോഗം ആവർത്തിച്ചു വരുന്നതിനെ ചെറുക്കും. സ്വസ്ഥതപകരും. പ്രാണിനാശകമാണ്. കരൾ പോഷണ മാണ്. കഫവും വിരയുമിളക്കും. നെഞ്ചുരോഗങ്ങൾക്കു നല്ലതാണ്. പോഷകമാണ്. മൂത്രച്ചുടിച്ചിൽ, പിത്തം, കുഷ്ഠം, ത്വക്ക്‌രോഗങ്ങൾ, പുഴു ക്കടി, വെള്ളപ്പാണ്ഡ്, മലേറിയ, ജ്വരം, മുറിവ്, വ്രണം, എരിച്ചിൽ, മുഴ, ക്ഷയത്തിലെ മുഴകൾ, ഛർദ്ദിൽ, പ്രമേഹം, കുടൽവിരകൾ, കരൾരോഗ ങ്ങൾ, അറിയാതെ മൂത്രം പോകുക, ചുമ, ബ്രോങ്കൈറ്റിസ്, നീണ്ടതും പ്രയാസമേറിയതുമായ ആർത്തവം, സന്ധിവേദന, ക്ഷതം, ചെവിവേദന, സിഫിലിസ്, മയക്കം എന്നിവയ്ക്കു നല്ലതാണ്. ഇല രക്തം ശുദ്ധീക രിക്കും. പഴുപ്പിനെ തടയും (ആന്റി സെപ്റ്റിക്ക്). കണ്ണിന്റെ രോഗങ്ങൾക്കു നല്ലതാണ്. വിരയിളക്കും. പകർച്ചവ്യാധികളെ തടയും. പ്രാണിനാശക മാണ്. രുചിയുണ്ടാക്കും. സ്വസ്ഥത നൽകും. പിത്തം എരിച്ചിൽ, കുഷ്ഠം, ത്വക്ക് രോഗങ്ങൾ, വെള്ളപ്പാണ്ഡ്, കുടൽവിരകൾ, വ്രണം, ക്ഷയം, പൊള്ളൽ, പുഴുക്കടി, മലേറിയ, ജ്വരം, പനി എന്നിവയ്ക്കു നല്ലതാണ്. ഇലയിട്ടു തിളപ്പിക്കുന്ന വെള്ളംകൊണ്ടു കുളിക്കുന്നത് ചിക്കൻപോക് സിനും സന്ധിവേദനയ്ക്കും നല്ലതാണ്. ഇലകളുടെ ചൂർണ്ണവും എണ്ണയും ചേർത്ത് തേക്കുന്നത് വിറയലിനും ഞരമ്പുവലിക്കും ഫലപ്ര ദമാണ്.

വേപ്പില അരച്ച് തേൻ ചേർത്തു കഴിക്കുന്നത് അർശസ്സിനു നല്ല താണ്. ഏഴു വേപ്പിലയും ഏഴു കുരുമുളകും ഒരു ചെറിയ കഷണം പച്ച

മഞ്ഞളും അരച്ച് പച്ചപ്പാലിൽ തുടർച്ചയായി മൂന്ന് ആഴ്ച കഴിച്ചാൽ കുടലിലെ അൾസറും മുഴകളും ശമിക്കും. വേപ്പില അരച്ച് കഴിക്കുന്നതും വേപ്പെണ്ണ അഞ്ചു തുള്ളി വീതം പാലിൽ ചേർത്തു കഴിക്കുന്നതും പ്രമേഹത്തിനും ത്വക്ക് രോഗങ്ങൾക്കും നല്ലതാണ്.

ഉപ്പൂറ്റി വിണ്ടുകീറലിന് വേപ്പിലയും പച്ചമഞ്ഞളും അരച്ച് പുരട്ടുക. ചൂടുവാതത്തിന് വേപ്പിലയും മഞ്ഞളും സമം അരച്ചു പുരട്ടുക. ത്വക്ക് രോഗങ്ങൾക്ക് വേപ്പിലയിട്ടു തിളപ്പിച്ച വെള്ളത്തിൽ നിത്യേന കഴുകുകയോ കുളിക്കുകയോ ചെയ്യുക. വേപ്പില നന്നായി അരച്ച് തേനിൽ ചാലിച്ചു തേച്ചുപിടിപ്പിക്കുന്നത് നല്ലതാണ്. വ്രണങ്ങൾക്ക് ആര്യവേപ്പില അരച്ച് വ്രണത്തിൽ പുരട്ടുക.

വേപ്പിലയിട്ടു വെന്ത വെള്ളംകൊണ്ടു കുളിക്കുന്നത് ചൊറി, ചിരങ്ങ്, വ്രണങ്ങൾ എന്നിവയ്ക്കും കണ്ണിലിറ്റിക്കുന്നത് കണ്ണിന്റെ രോഗങ്ങൾക്കും മുടി കൊഴിച്ചിൽ, താരൻ എന്നിവയ്ക്കും നല്ലതാണ്. പഴുത്ത കായ കൊണ്ടു സർബത്തുണ്ടാക്കി കഴിക്കുന്നത് വയറ്റിലെ കൃമികളെ നശിപ്പിക്കും. വേപ്പെണ്ണകൊണ്ട് ചായം ഉണ്ടാക്കാറുണ്ട്. വേപ്പിൻ പിണ്ണാക്ക് നല്ല ജൈവവളമാണ്. മലവേപ്പ് (ശീമവേപ്പ്) എന്ന ഇനവുമുണ്ട്.

വേങ്ങ

വേങ്ങക്കാതൽ ഉപയോഗിച്ചു നിർമിക്കുന്ന കപ്പുകളിൽ വെള്ളം കുറേനേരം വച്ചിട്ട് കുടിക്കുന്നത് പ്രമേഹരോഗികൾക്കു നല്ലതാണ്.

സംസ്കൃതനാമം	: അസന, ബീജക, പേടക, ബന്ധുകവൃക്ഷ
ഇംഗ്ലീഷ്	: ഇന്ത്യൻ ക്നോട്രീ, മലബാർ ക്നോട്രീ
ശാസ്ത്രനാമം	: പ്റ്ററോകാർപ്പസ് മർസൂപിയം.
	: Pterocarpus marsupium Roxb.
കുടുംബം	: ഫേബേസി
	: Fabaceae

വിവരണം: ഇന്ത്യയിലുടനീളം നിത്യഹരിതവനങ്ങളിലും ഇലപൊഴിയും വനങ്ങളിലും കാണപ്പെടുന്നു. മുപ്പതു മീറ്റർ വരെ ഉയരത്തിൽ വളരുന്ന ഇടത്തരം വൃക്ഷം. മഞ്ഞപ്പൂക്കൾ. ഉരുണ്ട കായകൾ. വിത്തുകളുണ്ട്. തൊലിയിലെ ചുവന്നകറ ഉപയോഗിച്ച് ഗം കൈനോ ഉണ്ടാക്കുന്നു.

ഔഷധയോഗ്യഭാഗങ്ങൾ: കാതൽ, ഇല, പൂവ്, കറ.

ചില ഔഷധ ഉപയോഗങ്ങൾ: കാതൽ (തടി) രക്തം ശുദ്ധീകരിക്കും. ശീതമാണ്. വിരയിളക്കും. രക്തവാർച്ച തടയും. വേദനകുറയ്ക്കും. അമിതമൂത്രം പോക്കിനെ തടയും. നവീകരണശക്തിയുണ്ട്. പ്രമേഹത്തിന് ഉത്തമമാണ്. കഫം, പിത്തം, മന്ത്, വീക്കം, ഒടിവ്, ചതവ്, കുഷ്ഠം, ത്വക്ക് രോഗങ്ങൾ, വെള്ളപ്പാണ്ഡ്, മുഖത്തെ ചുവന്ന തടിപ്പു

കൾ, മൂത്രനാളിയിൽ നിന്നുള്ള സ്രാവങ്ങൾ, കണ്ണിന്റെ രോഗങ്ങൾ, മലദ്വാരത്തിന്റെ വീക്കം, വേദന, പല്ലുവേദന, വയറിളക്കം, അതിസാരം, സന്ധിവാതവേദന, ചുമ, ആസ്ത്മ, അകാലനര എന്നിവയ്ക്കു നല്ലതാണ്. ഇല പൊള്ളൽ, ചൊറി, ത്വക്ക് രോഗങ്ങൾ എന്നിവയ്ക്കു നല്ലതാണ്. പൂക്കൾ രുചിവർദ്ധിപ്പിക്കും. പനി കുറയ്ക്കും. മലിനജലം ശുദ്ധമാക്കാൻ വേങ്ങത്തൊലി നല്ലതാണ്.

ശരീരം തടിച്ചവർ വേങ്ങക്കാതൽ കഷായം വെച്ച് തേൻ ചേർത്ത് കഴിക്കുന്നത് തടി കുറയാൻ നല്ലതാണ്.

വേങ്ങക്കാതൽ കരിങ്ങാലിക്കാതൽ ഇവ കഷായം വെച്ച് പാലും പഞ്ചസാരയും ചേർത്ത് കഴിക്കുന്നത് എല്ലാത്തരം പീനസത്തിനും നല്ലതാണ്.

വേങ്ങയിൽ വെട്ടുമ്പോൾ തൊലിയിൽനിന്നും ഊറിവരുന്ന പശ (ഗംകൈനോ)ഉണക്കിപ്പൊടിച്ചത് വ്രണങ്ങളിലിട്ടാൽ അവ വേഗം സുഖപ്പെടും. ഈ പൊടി നെയ്യിൽ വറുത്ത് ഓരോ നുള്ള് പാലിനൊപ്പം കഴിക്കുന്നത് മലബന്ധത്തിനും അർശസ്സിനും ഉദരരോഗങ്ങൾക്കും വെള്ളപോക്കിനും രക്തദോഷത്തിനും നല്ലതാണ്. വെള്ളത്തിൽ കലക്കി കണ്ണിലിറ്റിക്കുന്നത് കാഴ്ചശക്തി വർദ്ധിക്കാൻ നല്ലതാണ്. ഇതുകൊണ്ടു പല്ലുതേക്കുന്നത് മോണപഴുപ്പിനു നല്ലതാണ്. ഈ പശ രസായന ദ്രവ്യവുമാണ്. പഞ്ചസാരയും നെയ്യും ത്രിഫലപ്പൊടിയും ചേർത്തു കഴിക്കുന്നത് ജരാനരകളെ അകറ്റും. വേങ്ങക്കാതൽ പൊടിച്ചതോ ചെറുകഷ്ണങ്ങളോ ഒരു ഗ്ലാസ് വെള്ളത്തിലിട്ട് ഇതു പിഴിഞ്ഞരിച്ചു പിറ്റേദിവസം കുടിക്കുക. ഇങ്ങനെ കുറേ നാൾ ചെയ്യുന്നത് പ്രമേഹത്തിനു നല്ലതാണ്. വേങ്ങക്കാതൽ കൊണ്ടുണ്ടാക്കിയ ഗ്ലാസ്സിൽ വെള്ളം നിറച്ചും ഇങ്ങനെ ചെയ്യാവുന്നതാണ്.

വേമ്പാട

സംസ്കൃതനാമം : ദിനേശവല്ലി, രക്തവല്ലി
ഇംഗ്ലീഷ് : റെഡ്ക്രീപ്പർ
ശാസ്ത്രനാമം : വെന്റിലാഗോ മടേരാസ്പടന
: Ventilage maderaspatana Gaertn.
കുടുംബം : റാംനേസി
: Rhamnaceae

വിവരണം: ഇന്ത്യയിലുട നീളം കാടുകളിൽ കാണപ്പെടുന്നു. വളരെ ഉയരത്തിൽ പടർന്നു കയറുന്ന വള്ളിച്ചെടി. ചെറിയ ഇലകൾ. പൂക്കൾ ഇളംപച്ചനിറം. അസുഖകരമായ മണമുണ്ട്. കായുണ്ട്.

ഔഷധയോഗ്യഭാഗങ്ങൾ: തൊലി, തണ്ട്, വേര്.

ചില ഔഷധ ഉപയോഗങ്ങൾ: ദഹനം വർദ്ധിപ്പിക്കും. വായുകോപവും ഉദരരോഗങ്ങളും ശമിപ്പിക്കും. പകർച്ചവ്യാധികളെ തടയും. രക്തം ശുദ്ധീകരിക്കും. ഉത്തേജകവും പോഷകവുമാണ്. കഫം, വെള്ളദ്ദാഹം, കുഷ്ഠം, കരപ്പൻ, ചൊറിച്ചിൽ തുടങ്ങിയ ത്വക്ക് രോഗങ്ങൾ, ജ്വരം, മുഖത്തെ തൊലിക്കുണ്ടാവുന്ന ചുവന്ന പാട്, വിളർച്ച എന്നിവയ്ക്കും നല്ലതാണ്.

വേലിപ്പരുത്തി

വേലികളിൽ പടർന്നു വളരുന്ന വള്ളിച്ചെടി.
സംസ്കൃതനാമം : കുരുടക, ഉത്തമാരണി
ശാസ്ത്രനാമം : പെർഗുലാറിയ ഡേമിയ,
താലിപരിത്തിടിലിയേസിയം
: Pergularia daemia (Forssk.) Chiov.
കുടുംബം : അസ്ക്ലെപിയാഡേസി

:
Asclepiadaceae

വിവരണം: ഇന്ത്യയിലെ വരണ്ടപ്രദേശങ്ങളിൽ കണ്ടുവരുന്നു. ചെറിയ ദുർഗന്ധമുള്ള പാൽനിറത്തിലുള്ള തണ്ടുകളോടുകൂടിയ പടർന്നു വളരുന്ന ബഹുവർഷിയായ സസ്യം. പച്ചകലർന്ന മഞ്ഞനിറത്തോടുകൂടിയ അല്ലെങ്കിൽ മങ്ങിയ വെള്ളനിറത്തിലുള്ള പൂക്കൾ. കായും വിത്തുമുണ്ട്.

ഔഷധയോഗ്യഭാഗങ്ങൾ: സമൂലം

ചില ഔഷധ ഉപയോഗങ്ങൾ: കഫം ഇളക്കും. മുലപ്പാൽ വർദ്ധിപ്പിക്കും. ആർത്തവം തിരികെ കൊണ്ടുവരും. വിരയിളക്കും. പനിയെ പ്രതിരോധിക്കും. ഛർദ്ദിൽ ഉണ്ടാക്കും. മൂത്രനാളിയിൽനിന്നുള്ള രക്തം പോക്ക്. വീക്കം, വാതം, കഫം, ചുമ, ആസ്ത്മ, വെള്ളപ്പാണ്ഡ്, മൂത്രാശയ രോഗങ്ങൾ, ആർത്തവക്രമക്കേടുകൾ, വേദനയോടുകൂടിയ ആർത്തവം എന്നിവയ്ക്കു നല്ലതാണ്. ഇല രക്തം ശുദ്ധീകരിക്കും. വിരയിളക്കും. കഫം, കുഷ്ഠം, ക്ഷതം എന്നിവയ്ക്കു നല്ലതാണ്. കായ ദഹനമുണ്ടാക്കും. കഫം, വെള്ളദ്ദാഹം എന്നിവയ്ക്കു നല്ലതാണ്.

ചെടി സമൂലം എടുത്ത് നീര് പിഴിഞ്ഞെടുത്തുപയോഗിക്കുന്നത് ആർത്തവക്രമക്കേടുകൾക്കും മൂത്രാശയ സംബന്ധമായ ക്രമക്കേടുകൾക്കും സുഖപ്രസവത്തിനും നല്ലതാണ്.

ശതാവരി

(ശതാവേലി)

ചെറിയതെന്നും വലിയതെന്നും രണ്ടുവിധമുണ്ട്. ഏകദേശം സമാന ഗുണങ്ങളാണ് രണ്ടിനുമുള്ളത്. ശതം – നൂറ്; അനേകം വേരുകൾ (കിഴങ്ങുകൾ) ഉള്ളതുകൊണ്ടാവണം ഈ പേര്.

സംസ്കൃതനാമം : ശതാവരി, ദശവീര്യ, സഹസ്രമൂലി, അഭീരു, ശതാവര്യങ്കര

ഇംഗ്ലീഷ് : വൈൽഡ് അസ്പരാഗസ്
ശാസ്ത്രനാമം : അസ്പരാഗസ് റേസിമോസസ്
: Asparagus racemosus Willd.
കുടുംബം : ലിലിയേസി
Liliaceae

വിവരണം: ഇന്ത്യയിലുടനീളം കണ്ടുവരുന്ന ചെറിയ മുള്ളുകളും ചെറിയ ഇലകളുമുള്ള വള്ളിച്ചെടി. തണ്ടും ഇലകളും ഉരുണ്ട് പച്ചനിറത്തോടുകൂടിയാണ്. വെള്ളപ്പൂക്കൾ. ചെറിയ സുഗന്ധമുണ്ട്. മൂന്നു വശത്തോടുകൂടിയ കായ്കൾ. അതിനകത്ത് ഉരുണ്ട വിത്തുകൾ.

ഔഷധയോഗ്യഭാഗങ്ങൾ: ശതാവരിക്കിഴങ്ങ്, ഇല, തണ്ട്.

ചില ഔഷധ ഉപയോഗങ്ങൾ: കിഴങ്ങ് ഉണക്കിപ്പൊടിച്ച ചൂർണ്ണം അഞ്ചുഗ്രാം വരെ നെയ്യും പഞ്ചസാരയും ചേർത്ത് ഉപയോഗിക്കാം. കിഴങ്ങിന്റെ സ്വരസം പതിനഞ്ചുമില്ലി വരെ നെയ്യും ചേർത്തു സേവിക്കാം. കിഴങ്ങ് ജ്വരത്തെയും ശൂലയെയും ഇല്ലാതാക്കുന്നതും മൂത്രം വർദ്ധിപ്പിക്കുന്നതും കാമം വർദ്ധിപ്പിക്കുന്നതും രക്തം ശുദ്ധീകരിക്കുന്നതുമാണ്. അർശസ്സിനും അതിസാരത്തിനും നന്ന്. ധാതുപുഷ്ടിക്ക് ഉത്തമമായ പോഷകദ്രവ്യമാണ്. അപസ്മാരത്തിനും ഉപയോഗിക്കാം. ചൂർണ്ണം ദിവസേന രാത്രി പാലിൽ ചേർത്തു കഴിക്കുന്നത് മലബന്ധം ഒഴിവാക്കാൻ നല്ലതാണ്. അർശ്ശോരോഗികൾക്കും ഇത് ഗുണം ചെയ്യും. ദമ്പതികൾ ഇതു ശീലിക്കുന്നത് ദാമ്പത്യസുഖത്തിനും ശുക്ലവർദ്ധനവിനും ഉത്തമമാണ്. ശുക്ലത്തിന്റെ അളവും ഗുണവും വർദ്ധിക്കും. സ്ത്രീകളുടെ സ്തനവലിപ്പം കൂടും. സ്ത്രീകളുടെ വന്ധ്യതയ്ക്കും ജനനേന്ദ്രിയ സംബന്ധമായ രോഗങ്ങൾക്കും ഗുണപ്രദമാണ്. അതിസാരത്തിലും വയറിളക്കത്തിലും അതുമായി ബന്ധപ്പെട്ടുണ്ടാകുന്ന വയറുവേദനയ്ക്കും നല്ല ഫലം ചെയ്യും. കിഴങ്ങിന്റെ നീരിൽ തേൻ ചേർത്തു സേവിക്കുന്നത് ശരീരത്തിന്റെ മൃദുത്വത്തിന് ഫലപ്രദമാണ്. വേര് എണ്ണ ചേർത്തു കാച്ചി പുരട്ടുന്നത് ത്വക്ക് രോഗങ്ങൾക്കു നല്ലതാണ്. വേരിന്റെ നീര് പനിക്കും നെഞ്ചെരിച്ചിലിനും നല്ലതാണ്. ശതാവരിയുടെ കിഴങ്ങ് ഇടിച്ചുപിഴിഞ്ഞനീര് സമം വെള്ളംചേർത്ത് ദിവസവും രാവിലെ പതിവായി കഴിക്കുന്നത് പുളിച്ചുതികട്ടൽ, വയറ്റിനകത്തുള്ള പുകച്ചിൽ, ഭക്ഷണത്തിനു മുമ്പുള്ള വയറുവേദന, രക്തപിത്തം ഇവയെ ശമിപ്പിക്കും. ശതാവരിക്കിഴങ്ങിന്റെ നീര് പഞ്ചസാര ചേർത്തു സേവിക്കുന്നത് മഞ്ഞപ്പിത്തം, ആർത്തവസമയത്തെ അധികരക്തസ്രാവം, വെള്ളപോക്ക് ഇവയ്ക്ക് നല്ലതാണ്.

ശതാവരിക്കിഴങ്ങ് ശീതമാണ്. സിഗ്ധത ഉണ്ടാക്കും. ഞരമ്പുകൾക്ക് പോഷണമാണ്. മുലപ്പാൽ വർദ്ധിപ്പിക്കും. കണ്ണിന്റെ രോഗങ്ങൾക്കു നല്ലതാണ്. വേദന കുറയ്ക്കും. കാമവർദ്ധകമാണ്. മൂത്രമിളക്കും. ഓജസ്കരമാണ്. വായുകോപം ശമിപ്പിക്കും. രുചിയുണ്ടാക്കും. ഉദരരോഗങ്ങൾക്കു നല്ലതാണ്. പോഷകമാണ്. വെള്ളദ്ദാഹം, അതിസാരം, വയറിളക്കം, മുഴ, വീക്കം, വാതം, പിത്തം, എരിച്ചിൽ, വൃക്കരോഗങ്ങൾ, കരൾരോഗങ്ങൾ,

മൂത്രച്ചുടിച്ചിൽ, തൊണ്ടയ്ക്കുള്ള അണുബാധ, ക്ഷയം, അപസ്മാരം, മോഹാലസ്യം, ഹൈപ്പർ അസിഡിറ്റി, ഹൃദ്രോഗം, രക്താതിമർദ്ദം, ഗർഭച്ഛിദ്രം, മുലപ്പാലില്ലായ്മ, ക്ഷീണം എന്നിവയ്ക്കു നല്ലതാണ്.

വേരിന്റെ (കിഴങ്ങ്) കഷായം കരൾ രോഗങ്ങൾക്കും രക്തദൂഷ്യത്തിനും വിഷാദരോഗങ്ങൾക്കും ഹൃദയസംബന്ധമായ അസുഖങ്ങൾക്കും നല്ലതാണ്. വേരിന്റെ നീരും പഞ്ചസാരയും ചേർത്തു കഴിച്ചാൽ വിശപ്പുണ്ടാകും. തലചുറ്റൽ മാറും. വേരിന്റെ നീര് പനിക്കും നെഞ്ചെരിച്ചിലിനും നല്ലതാണ്. കിഴങ്ങ് എണ്ണയിൽ വേവിച്ചുപുരട്ടിയാൽ ചൂടുകാലത്തെ ത്വക്ക് രോഗങ്ങൾ മാറും.

ശതാവരിക്കിഴങ്ങിട്ട് പാൽക്കഷായം വച്ചു കുടിക്കുന്നത് മൂത്രത്തിലെ കല്ലിനെ അലിയിക്കും. മൂത്രത്തിലെ പഴുപ്പിനും മുലപ്പാൽ വർദ്ധിക്കുന്നതിനും നല്ലതാണ്. ശതാവരിക്കിഴങ്ങിന്റെ നീര് തേൻ ചേർത്തു സേവിക്കുന്നത് ആർത്തവരോഗങ്ങൾക്കും മഞ്ഞപ്പിത്തത്തിനും നല്ലതാണ്.

അപസ്മാരത്തിന് ശതാവരിക്കിഴങ്ങ് ഇടിച്ചുപിഴിഞ്ഞ നീരിൽ തുല്യ അളവിൽ പാലും ചേർത്ത് സേവിക്കുക. വേദനയോടുകൂടി മൂത്രം പോകൽ ഉൾപ്പെടെയുള്ള മൂത്രാശയ രോഗങ്ങൾക്ക് ശതാവരിക്കിഴങ്ങ് നാരും മൊരിയും നീക്കിയിട്ട് പാലിൽ കാച്ചി കഴിക്കുന്നത് നല്ലതാണ്.

അർശസ്സിന് ശതാവരിയുടെ വേര് പാലിനൊപ്പം കഴിക്കുന്നത് ഫലപ്രദമാണ്.

ശതാവരിക്കിഴങ്ങ് ഉണക്കിപ്പൊടിച്ചത് തേനിൽ ചേർത്തു കഴിക്കുന്നത് അത്യന്തം പോഷകമാണ്. ശതാവരിക്കിഴങ്ങുപയോഗിച്ച് ചിലർ അച്ചാറുണ്ടാക്കാറുണ്ട്. ശതാവരിക്കഷായം പാലും ചേർത്തു കഴിച്ചാൽ ശുക്ലസ്രാവം ശമിക്കും. കിഴങ്ങ് അരച്ച് പാലിൽ കലക്കിക്കുടിച്ചാലും മതി.

ശതാവരിക്കിഴങ്ങുകൊണ്ട് കഷായംവച്ച് പാലും ചേർത്ത് കുടിക്കു

ന്നത് മൂത്രച്ചൂടിനും മൂത്രതടസ്സത്തിനും നല്ലതാണ്.

ശതാവരിക്കിഴങ്ങും അമൃതും കൂടി കഷായം വച്ചു കഴിക്കുന്നത് രക്തവാതശമനത്തിന് നല്ലതാണ്. ശതാവരിക്കിഴങ്ങ്, മുന്തിരിങ്ങാപ്പഴം, കുറുന്തോട്ടിവേര് ഇവ പാൽക്കഷായമാക്കി സേവിച്ചാൽ മദ്യപാനം കൊണ്ടുള്ള വികാരം ശമിക്കും.

ശവനാറി

(നിത്യകല്യാണി, ഉഷമലരി, ബാണപ്പൂ)

പൂവിന്റെ നിറം അനുസരിച്ച് വിവിധ ഇനങ്ങളുണ്ട്. കാൻസറിനുള്ള മരുന്ന് ഈ സസ്യത്തിൽനിന്നും വേർതിരിച്ചെടുക്കുന്നുണ്ട്.

സംസ്കൃതനാമം	:	നിത്യകല്യാണി
ഇംഗ്ലീഷ്	:	മഡഗാസ്കർ പെരിവിങ്കിൾ
ശാസ്ത്രനാമം	:	കതാരാന്തസ് റോസ്യുസ്
	:	Catharanthus roseus (Linn.) G. Don
കുടുംബം	:	അപോസയനേസി
	:	Apocynaceae

വിവരണം: മഡഗാസ്കറിലാണ് ഉത്ഭവം. ഇന്ത്യയിലുടനീളം വെളിമ്പ്രദേശങ്ങളിൽ കാണപ്പെടുന്നു. മനോഹരമായ പൂക്കളുള്ളതിനാൽ പൂന്തോട്ടങ്ങളിലും വീട്ടുമുറ്റങ്ങളിലും അലങ്കാരച്ചെടിയായി നട്ടുവളർത്തുന്നു. നേരെ വളരുന്ന അധികം ബലമില്ലാത്ത തണ്ടോടുകൂടിയ ചെടി. വെള്ള, ഇളംറോസ് തുടങ്ങി പല നിറത്തിലുള്ള പൂക്കളുണ്ട്.

ഔഷധയോഗ്യഭാഗങ്ങൾ: സമൂലം

ചില ഔഷധ ഉപയോഗങ്ങൾ: ഈ ചെടിയിലുള്ള ക്ഷാരവസ്തുക്കൾക്ക് കുറഞ്ഞ രക്തസമ്മർദ്ദത്തെ നിയന്ത്രിക്കുന്നതിനും ഉത്തേജിപ്പിക്കുന്നതിനും സ്വാസ്ഥ്യം നൽകുന്നതിനുമുള്ള ശക്തിയുണ്ട്. നാടോടി

വൈദ്യത്തിൽ പ്രമേഹത്തിനുള്ള ഔഷധമായി ഉപയോഗിക്കുന്നു. പോഷകമാണ്. ഇലയുടെ നീര് കടന്നൽക്കുത്തിനും അധികവും നീണ്ടതുമായ ആർത്തവത്തിനും നല്ലതാണ്. ഇതിൽനിന്ന് ഉരുത്തിരിച്ചെടുക്കുന്ന "വിൻക്രിസ്റ്റിൻ" എന്ന ക്ഷാരം ചിലതരം രക്താർബുദ (ലുക്കേമിയ) ത്തിന് ഫലപ്രദമായ ഔഷധമാണ്.

ഇലനീര് പത്തുമില്ലി വീതം കഴിക്കുന്നത് രക്തസമ്മർദത്തിനും പ്രമേഹത്തിനും നല്ലതാണ്.

ശീമപ്ലാവ്

വെളിയിൽനിന്നും (ശീമ) വന്നതിനാലും ഫലത്തിന് ചക്കയോടു സാമ്യം ഉള്ളതിനാലുമാവാം ഈ പേര് ലഭിച്ചത്. ശീമച്ചക്ക നല്ല ഭക്ഷ്യവസ്തുവാണ്.

സംസ്കൃതനാമം : ക്ഷുദ്രപനസ
ഇംഗ്ലീഷ് : ബ്രഡ്ഫ്രൂട്ട്
ശാസ്ത്രനാമം : മൊറിൻഡ സിട്രിഫോളിയ
കുടുംബം : റൂബിയേസി

വിവരണം: ഇന്ത്യയിലുട നീളം കാണപ്പെടുന്നു. ഭക്ഷണാവശ്യങ്ങൾക്കായി പറമ്പുകളിൽ നട്ടുപിടിപ്പിക്കുന്നു. ഇരുപതു മീറ്ററോളം ഉയരത്തിൽ വളരുന്ന നിത്യഹരിത വൃക്ഷം. ഇല വലുതാണ്. പ്രത്യേക ആകൃതിയുണ്ട്. ഫലം (കടച്ചക്ക) ഉണ്ട്. സാധാരണ ഗതിയിൽ വിത്തില്ല.

ഔഷധയോഗ്യഭാഗങ്ങൾ: കടച്ചക്ക, കറ.

ചില ഔഷധ ഉപയോഗങ്ങൾ: ഫലം (ശീമച്ചക്ക) വയറിന്റെ കേടുകൾക്കു നല്ലതാണ്. ഹൃദയത്തിന് ഉത്തമമായ ഒരു പോഷകമാണ്. അത് രുചി വർദ്ധിപ്പിക്കും. മൂത്രം ഇളക്കും. മുലപ്പാൽ വർദ്ധിപ്പിക്കും. പിത്തം ശമിപ്പിക്കും. കറ പഴു

പ്പിനും വേദനകൾക്കും പുരട്ടുന്നത് നല്ലതാണ്.

ശീമച്ചക്ക ശീതമാണ്. മൂത്രം ഇളക്കും. പിത്തം, ഹൃദ്രോഗം, ക്ഷീണം, മുലപ്പാലില്ലായ്മ എന്നിവയ്ക്കു നല്ലതാണ്. നല്ല പോഷണമാണ്. കറ, പാൽ ചുരത്തുന്ന കോശങ്ങളുടെ വളർച്ചയ്ക്കു പുരട്ടാൻ നല്ലതാണ്.

ശംഖുപുഷ്പം

(ആരൽ, മലയമുക്കി)

പൂക്കളുടെ നിറം അനുസരിച്ച് നീല, വെള്ള എന്നിങ്ങനെ രണ്ടുതരമുണ്ട്.

സംസ്കൃതനാമം	:	അപരാജിത, ഗിരികാർണികാ, ശംഖിനി, ശംഖപുഷ്പി
ഇംഗ്ലീഷ്	:	ക്ലിറ്റോറിയ
ശാസ്ത്രനാമം	:	ക്ലൈറ്റോറിയ ടെർനേറ്റിയ, കാൻസ്കോറ ഡെകുസ്സാറ്റ
	:	Clitoria ternatea Linn.
കുടുംബം	:	ഫാബേസി
	:	Fabaceae

വെള്ള ശംഖുപുഷ്പം

നീല ശംഖുപുഷ്പം

വിവരണം: ഇന്ത്യയിലുടനീളം കയ്യാലകളിലും അടിക്കാടുകളിലും കണ്ടുവരുന്നു. പൂന്തോട്ടങ്ങളിലും വീട്ടുമുറ്റത്തും അലങ്കാര സസ്യമായി നട്ടുവളർത്തുന്നു. പടർന്നു വളരുന്ന ഇടത്തരം ബഹുവർഷിയായ ലതാ സസ്യം കനം കുറഞ്ഞ ഇളംതണ്ടുകളും കടും പച്ചനിറത്തിലുള്ള ചെറിയ ഇലകളും. പൂവിന്റെ ആകൃതി പ്രത്യേകതയുള്ളതാണ്. നീല, വെള്ള നിറങ്ങളിൽ പൂവ്. കായും വിത്തുമുണ്ട്. നീട്ടമുള്ള ഉറകളിലാണ് വിത്ത്.

ഔഷധയോഗ്യഭാഗങ്ങൾ: വേര്, ഇല, വിത്ത്.

ചില ഔഷധ ഉപയോഗങ്ങൾ: വേര് കണ്ണിന്റെ അസുഖങ്ങൾക്ക് നല്ലതാണ്. ബുദ്ധി വർദ്ധിപ്പിക്കും. രക്തം ശുദ്ധീകരിക്കും. മൂത്രം, മലം, വിര എന്നിവ ഇളക്കും. പകർച്ചവ്യാധികളെ ചെറുക്കും. പോഷകരമാണ്. കുട്ടികളിലെ മാനസിക വളർച്ചയില്ലായ്മ, എരിച്ചിൽ, കുഷ്ഠം, വെള്ളപ്പാണ്ഡ്, പിത്തം, ക്ഷയം, വ്രണം, പനി, ജ്വരം, കുടൽവീക്കം എന്നിവയ്ക്കു നല്ലതാണ്. ഇല ചെവിവേദന, കരൾരോഗങ്ങൾ എന്നിവയ്ക്കു നല്ലതാണ്. വിത്ത് കുടൽവീക്കത്തിനു നല്ലതാണ്. ഇലനീരും എള്ളെണ്ണയും ചേർത്തു കഴിക്കുന്നത് ഛർദ്ദി ഉണ്ടാക്കും. വേര് പൊടിച്ച് ചൂടുവെള്ളത്തിൽ ചേർത്തു കുടിക്കുന്നത് മലശോധനയുണ്ടാക്കും.

രണ്ടു ശംഖുപുഷ്പം അരച്ച് നെയ്യ് ചേർത്തു കുട്ടികൾക്കു കൊടുത്താൽ അവരുടെ ബുദ്ധിശക്തിക്കും ചിന്താശക്തിക്കും നല്ലതാണ്. ശംഖുപുഷ്പത്തിന്റെ സമൂലകഷായം ഉറക്കമില്ലായ്മയ്ക്കും ഉന്മാദത്തിനും മാനസികരോഗങ്ങൾക്കും നല്ലതാണ്.

സമുദ്രപ്പച്ച

(മറിക്കുന്നി, മറുതുടരി)

സമുദ്രപ്പച്ചയുടെ ഇലയുടെ മുകൾവശം വച്ചുകെട്ടിയാൽ മുറിവുകളുണങ്ങുമെന്നും മറുവശം വച്ചു കെട്ടിയാൽ മുറിവുകൾ പഴുക്കുമെന്നും പറയപ്പെടുന്നു.

സംസ്കൃതനാമം	:	ബസ്താന്ത്രി, വൃദ്ധദാരുക
ഇംഗ്ലീഷ്	:	എലിഫന്റ് ക്രീപ്പർ
ശാസ്ത്രനാമം	:	അർഗിറീയ നെർവോസാ
	:	Argyreia nervosa (Burm.f.) Boj.
കുടുംബം	:	കോൺവോൾവുലേസി
	:	Convolvulaceae

വിവരണം: ഇന്ത്യയിലുടനീളം കാടുകളിൽ കാണപ്പെടുന്നു. വളരെ ഉയരത്തിൽ പടർന്നു വളരുന്ന വള്ളിച്ചെടി. വട്ടത്തിലുള്ള ഇലകളുടെ നിറം പച്ചകലർന്ന വെള്ളയാണ്. പൂക്കളും കായുമുണ്ട്. തണ്ട് നട്ട് പ്രജനനം നടത്താം.

ഔഷധയോഗ്യഭാഗങ്ങൾ: വേര്, ഇല.

ചില ഔഷധ ഉപയോഗങ്ങൾ: വേര് രുചിയും ദഹനവും വർദ്ധിപ്പിക്കും. വായുകോപം ഇല്ലാതാക്കും. ഹൃദയത്തെ ശക്തിപ്പെടുത്തും. കഫം ഇളക്കിക്കളയും. കാമം വർദ്ധിപ്പിക്കും. ഓജസ്സ് വർദ്ധിപ്പിക്കും. ബുദ്ധിശക്തി വളർത്തും. സിരാരോഗങ്ങൾക്കുത്തമം. വാതം, കഫം ശമിപ്പിക്കും. മുറിവുകൾക്കും ആന്തരികവ്രണങ്ങൾക്കും ഭക്ഷണത്തോടു താൽപ്പര്യമില്ലായ്മക്കും ഹൃദയസംബന്ധമായ രോഗങ്ങൾക്കും ചുമയ്ക്കും മസ്തിഷ്ക രോഗങ്ങൾക്കും അമിതവണ്ണത്തിനും വിളർച്ചയ്ക്കും ക്ഷയരോഗത്തിനും സന്ധിവാതത്തിനും യോനിസ്രാവങ്ങൾക്കും ശുക്ലക്ഷയത്തിനും നല്ലതാണ്.

സീതപ്പഴം

സീതപ്പഴം ഭക്ഷ്യയോഗ്യമാണ്.

സംസ്കൃതനാമം	:	സീതാഫലം
ഇംഗ്ലീഷ്	:	കസ്റ്റാർഡ് ആപ്പിൾ, ഷുഗർ ആപ്പിൾ
ശാസ്ത്രനാമം	:	അന്നോനാ സ്ക്വാമോസ
കുടുംബം	:	അന്നോനേസി

വിവരണം: ഇന്ത്യയിലുടനീളം കാണപ്പെടുന്നു. ചെറിയവൃക്ഷം. സാധാരണ ഇലകൾ. മഞ്ഞകലർന്ന പച്ചനിറത്തിലുള്ള പൂക്കൾ. മഞ്ഞകലർന്ന പച്ചനിറത്തിലുള്ള ഉരുണ്ട കായ. അകത്ത് മാംസളമായ നല്ല മധുരവും രുചിയുമുള്ള ഫലമജ്ജ. ഭക്ഷ്യയോഗ്യമാണ്. അല്ലികളായി കാണപ്പെടുന്ന ഫലമജ്ജയ്ക്കകത്ത് ഓരോന്നിലും ഓരോ കുരുവുണ്ട്. കറുത്ത നിറത്തിലാണ് കട്ടിയുള്ള കുരു.

ഔഷധയോഗ്യഭാഗങ്ങൾ: വേര്, ഇല, പഴം (സീതപ്പഴം), വിത്ത്.

ചില ഔഷധ ഉപയോഗങ്ങൾ: വേര് വയറിളക്കാൻ ഏറ്റവും ഫലപ്രദമാണ്. മാനസിക തളർച്ച, നട്ടെല്ലിനുള്ള പ്രശ്നങ്ങൾ എന്നിവയ്ക്കു

നല്ലതാണ്. ഇല പ്രാണിനാശകമാണ്. പേനിനെ നശിപ്പിക്കും. കുട്ടികളിലെ ഗുദം ചുരുങ്ങലിനു നല്ലതാണ്. ഇല അരച്ചു തേച്ചാൽ പഴുപ്പുണ്ടാകും. പഴം (സീതപ്പഴം) ശീതമാണ്. ഉത്തേജകമാണ്. കഫമിളക്കും. പക്വത ഉണ്ടാക്കും. പോഷകമാണ്. ഉണർവ്വുണ്ടാക്കും. വിളർച്ച, എരിച്ചിൽ, പിത്തം, ഛർദ്ദിൽ, ചുമ, രോഗാതുരമായ മുഴകൾ, പേശികളെ ബലപ്പെടുത്തൽ എന്നിവയ്ക്ക് ഉത്തമമാണ്. കുരു ഗർഭച്ഛിദ്രം ഉണ്ടാക്കും. പ്രാണിനാശകമാണ്. തലയിലെ പേനിനെ നശിപ്പിക്കാൻ ഉത്തമമാണ്.

സോപ്പുകാ

ശുചിയാക്കുന്നതിന് സോപ്പുപോലെ ഇതിന്റെ കാ ഉപയോഗിച്ചു വരുന്നതിനാലാവാം ഈ പേര്.

സംസ്കൃതനാമം	:	ഫെനില, അരിഷ്ടക്
ഇംഗ്ലീഷ്	:	സോപ്പ് നട്ട്
ശാസ്ത്രനാമം	:	സാപ്പിൻഡസ് ട്രൈഫോളിയേറ്റ്സ്, സാപ്പിൻഡസ് ലോറിയഫോളിയ
കുടുംബം	:	സാപിൻഡേസി

വിവരണം: ഇന്ത്യയിലുടനീളം കാടുകളിൽ കാണപ്പെടുന്നു. ഇല പൊഴിയുന്ന ഇടത്തരം വൃക്ഷം. ചാരനിറത്തിലുള്ള തൊലി പാളികളായി ഇളകും. സാധാരണ ഇലകൾ. വെള്ളനിറത്തിലുള്ള പൂക്കൾ. ഉരുണ്ട് മാംസളമായ കായ. കറുത്ത വിത്തുകളുണ്ട്.

ഔഷധയോഗ്യഭാഗങ്ങൾ: വേര്, തൊലി, കായ.

ചില ഔഷധ ഉപയോഗങ്ങൾ: കായ വെള്ളത്തിൽ പതയും. അതുകൊണ്ട് സോപ്പിനുപകരം ഉപയോഗിക്കുന്നു. അഴുക്കിളക്കാനുള്ള കഴിവുണ്ട്. അണുനാശകമാണ്. വേര് കഫം ഇളക്കുന്നതിനുള്ള മരുന്നായി ഉപയോഗിക്കുന്നു. വിത്തിന്റെ പരിപ്പ് പ്രസവസമയത്ത് ഗർഭപാത്രം വിക

സിപ്പിക്കുന്നതിന് ഉപയോഗിച്ചിരുന്നു. സ്വർണം മിനുക്കുന്നതിന് കായ ഉപയോഗിക്കുന്നു. തൊലി കഫമിളക്കും. ഒരു ഭാഗത്തെ തലവേദന, ഉന്മാദം, അപസ്മാരം എന്നിവയ്ക്ക് വേരിന്റെ കഷായം നല്ലതാണ്. തൊലിയുടെ കഷായം പശുക്കളിലെ വിരശല്യത്തിനും വ്രണങ്ങൾക്കും ഫലപ്രദമാണ്. കായ ഛർദ്ദിലുണ്ടാക്കും. കഫവും വിരയുമിളക്കും. ഗർഭച്ഛിദ്രമുണ്ടാക്കും. പോഷകമാണ്. ആസ്ത്മ, വയറിളക്കം, കോളറ, പുറംവേദന എന്നിവയ്ക്കു നല്ലതാണ്.

സോമലത

ഉത്തമ രസായനൗഷധമാണ്. ഇലയില്ലാത്ത തണ്ടുമാത്രമുള്ള ഇതിന് വെളുത്ത പക്ഷം മുതൽ ഇലകളുണ്ടായി പൗർണ്ണമിനാളിൽ 15 എണ്ണം തികഞ്ഞ് പിന്നെ ഓരോന്നായി കൊഴിഞ്ഞ് കറുത്തപക്ഷത്തിൽ തണ്ടുമാത്രമാകുന്നു എന്നു പറയപ്പെടുന്നു. ബ്രാഹ്മണരെയും ഔഷധങ്ങളെയും ഇഷ്ടപ്പെടാത്ത പാപികളും കൃതഘ്നരുമായ ദുർവൈദ്യന്മാർക്കു മുന്നിൽ സോമലതകൾ പ്രത്യക്ഷപ്പെടുകയില്ലെന്നാണ് *സുശ്രുത സംഹിത* പറയുന്നത്.

സംസ്കൃതനാമം	: സോമ, സോമവള്ളി
ഇംഗ്ലീഷ്	: മൂൺപ്ലാന്റ്, മൂൺക്രീപ്പർ
ശാസ്ത്രനാമം	: സാർകോസ്റ്റെമ്മാ അസിഡം
	: Sarcostemma acidum (Voight) Voight
കുടുംബം	: അസ്ക്ളെപിയാഡേസി
	: Asclepiadaceae

വിവരണം: തെക്കേ ഇന്ത്യയിലെ വരണ്ടതും പാറ നിറഞ്ഞതുമായ സ്ഥലങ്ങളിൽ കാണപ്പെടുന്നു. ഇലയില്ലാത്ത പച്ചനിറത്തിലുള്ള തണ്ടുകൾ മാത്രമുള്ള പടർന്നുവളരുന്ന ബഹുവർഷിയായ സസ്യം. തണ്ട് മാംസളമാണ്. മുറിച്ചാൽ വെളുത്ത കറയുണ്ടാകും. വെള്ള അല്ലെങ്കിൽ

പച്ചകലർന്ന വെള്ളനിറത്തിലുള്ള പൂക്കൾ, ചെറിയ മണമുണ്ട്. കായും വിത്തുമുണ്ട്.

ഔഷധയോഗ്യഭാഗങ്ങൾ: സമൂലം

ചില ഔഷധ ഉപയോഗങ്ങൾ: ശീതമാണ്. ലഹരിയുണ്ടാക്കും. ഛർദ്ദിയുണ്ടാക്കും. വൈറസുകളെ പ്രതിരോധിക്കും. ഉത്തേജകമാണ്. പിത്തം, വൈറസ് രോഗങ്ങൾ, പേപ്പട്ടി വിഷബാധയിലെ ജലഭ്രമം, മാനസിക രോഗങ്ങൾ, ക്ഷീണം എന്നിവയ്ക്കു നല്ലതാണ്.

സൂര്യകാന്തി

(സൂര്യപ്പൂ)

ആകർഷകമായ വലിയ പൂവുകളാണ് സൂര്യകാന്തിക്കുള്ളത്. സൂര്യകാന്തി എണ്ണ ആരോഗ്യപ്രദമായ എണ്ണ എന്ന നിലയിൽ വ്യാപകമായി ഉപയോഗിക്കപ്പെടുന്നു.

സംസ്കൃതനാമം	:	സുവർച്ചല, ആദിത്യഭക്ത, സൂര്യമുഖി
ഇംഗ്ലീഷ്	:	കോമൺ സൺഫ്ളവർ
ശാസ്ത്രനാമം	:	ഹെലിയാന്തസ് അന്നസ്
	:	Helianthus annus Linn.
കുടുംബം	:	ആസ്റ്ററേസി
	:	Asteraceae

വിവരണം: ഇന്ത്യയിലുടനീളം കൃഷിചെയ്തു വരുന്നു. അഞ്ചുമീറ്റർ വരെ ഉയരത്തിൽ നേരെ വളരുന്ന വാർഷിക സസ്യം. നല്ല കട്ടിയുള്ള തണ്ടുണ്ട്. ലളിതമായ ഇലകൾ. പൂക്കൾ കടുംമഞ്ഞ. ചെറിയ വിത്തുകൾ.

ഔഷധയോഗ്യഭാഗങ്ങൾ: വിത്ത്, വേര്, ഇല, പൂക്കൾ.

ചില ഔഷധ ഉപയോഗങ്ങൾ : സൂര്യകാന്തിയുടെ വിത്തിൽ നിന്നെടുക്കുന്ന എണ്ണ ഭക്ഷണാവശ്യങ്ങൾക്കും സോപ്പുൾപ്പെടെയുള്ള വ്യാവസായികാവശ്യങ്ങൾക്കും ഉപയോഗിക്കുന്നു. പിണ്ണാക്ക് പശു, കോഴി ഇവയ്ക്ക് നല്ലൊരു ഭക്ഷണമാണ്. സ്ഥായിയായ തലവേദനയ്ക്ക് സൂര്യകാന്തി വിത്ത് കൊറിച്ചുതിന്നത് വളരെ നല്ലതാണ്. വേര് വേദന കുറയ്ക്കും. പല്ലിനുവേദനയ്ക്കും പല്ലുകളുടെ ബലത്തിനും നല്ലതാണ്. ഇല

പുറംവേദന, മലേറിയ ജ്വരം, വ്രണം, മുറിവ്, തലവേദന, എരിച്ചിൽ എന്നിവയ്ക്കു നല്ലതാണ്. പൂക്കൾ ശീതമാണ്. വിരയിളക്കും. രോഗങ്ങൾ ആവർത്തിച്ചു വരുന്നതിനെ ചെറുക്കും. നീണ്ടതും പ്രയാസമേറിയതുമായ ആർത്തവം, വിളർച്ച, വീക്കം, കുഷ്ഠം, ത്വക്ക് രോഗങ്ങൾ, വ്രണങ്ങൾ, അപസ്മാരം, ആസ്ത്മാ, ബ്രോങ്കൈറ്റിസ്, എരിച്ചിൽ, കരൾ രോഗങ്ങൾ, നെഞ്ചിനു വേദന, കണ്ണിന്റെ രോഗങ്ങൾ, വൃക്കരോഗങ്ങൾ, ശ്വാസകോശ രോഗങ്ങൾ, ആർത്തവക്രമക്കേടുകൾ, പിത്തം എന്നിവയ്ക്കു നല്ലതാണ്. ആർത്തവം തിരികെ കൊണ്ടുവരും. കാമവർദ്ധകമാണ്. വിത്ത് കഫമിളക്കും. മൂത്രമിളക്കും. ചുമയ്ക്കു നല്ലതാണ്. ശ്വാസകോശത്തിന്റെ വീക്കത്തെ ചെറുക്കും.

റാഗി

(മുത്താറി, കോര, പഞ്ചപ്പുല്ല്)

ധാന്യം എന്ന നിലയിൽ പലയിടത്തും കൃഷിചെയ്തുവരുന്നു.

സംസ്കൃതനാമം	: നൃത്യകുണ്ഡള, നർത്തക, റാഗി
ഇംഗ്ലീഷ്	: റാഗി, ഫിംഗർ മില്ലെറ്റ്, ആഫ്രിക്കൻ മില്ലെറ്റ്
ശാസ്ത്രനാമം	: എല്യൂസിൻ കൊറാക്കാന
കുടുംബം	: പോയേസി

വിവരണം: തെക്കേ ഇന്ത്യയിലുടനീളം കൃഷിചെയ്തു വരുന്നു. നേരെ വളരുന്ന ഒരുമീറ്റർ വരെ ഉയരം വയ്ക്കുന്ന വാർഷിക പുല്ല്. നീളമുള്ള തണ്ടുകൾ, ഇളം ചുവപ്പുനിറത്തിലും വെള്ളനിറത്തിലുമുള്ള മണികളോടുകൂടിയ കതിരുകൾ. മണിക്കകത്ത് കറുത്തുരുണ്ട അനേകം ധാന്യങ്ങൾ (മുത്താറി).

ഔഷധയോഗ്യഭാഗങ്ങൾ: ധാന്യം (വിത്ത്)

ചില ഔഷധ ഉപയോഗങ്ങൾ: നല്ല ഭക്ഷ്യവസ്തുവാണ്. ശീതമാണ്. രക്തം ശുദ്ധീകരിക്കും. മൂത്രമിളക്കും. പോഷകമാണ്. പിത്തം, കഫം, എരിച്ചിൽ, മൂത്രത്തിലെയും വൃക്കയിലെയും കല്ലുകൾ, കുഷ്ഠം, ത്വക്ക്രോഗങ്ങൾ, ക്ഷീണം എന്നിവയ്ക്കു നല്ലതാണ്.

റോസ

(പനിനീർ)

റോസാപ്പൂ അഴകും ഹൃദയഹാരിയായ സുഗന്ധവും ഒത്തിണങ്ങിയ അപൂർവം പൂക്കളിലൊന്നാണ്. വെള്ള, ചുവപ്പ്, ചെറുത്, വലുത് തുടങ്ങി അനേകം ഇനങ്ങളുണ്ട്.

സംസ്കൃതനാമം	: ശതപത്രി, സൗമ്യഗന്ധ
ഇംഗ്ലീഷ്	: റോസ്
ശാസ്ത്രനാമം	: റോസ സെന്റിഫോളിയ
	: Rosa centifolia Linn.
കുടുംബം	: റോസാസിയ
	: Rosaceae

വിവരണം: ഇന്ത്യയിലുടനീളം ഗൃഹാങ്കണങ്ങളിലും പൂന്തോട്ടങ്ങളിലും നട്ടുവളർത്തുന്നു. നേരെ വളരുന്ന മുള്ളുള്ള ബഹുവർഷിയായ

സസ്യം. ചെറിയ ഇലകൾ. അനേകം ചെറിയ ശാഖകളുണ്ട്. ഉരുണ്ട് ചെറിയ മൊട്ട്. പിങ്ക്, വെളുപ്പ്, ചുവപ്പ് തുടങ്ങി വിവിധ ഇനത്തിൽ പൂക്കളുണ്ടാകാറുണ്ട്. ചെറിയ വിത്തുകൾ. തണ്ടുമുറിച്ചു നട്ട് പ്രജനനം.

ഔഷധയോഗ്യഭാഗങ്ങൾ: വേര്, ഇല, മൊട്ട്, പൂക്കൾ.

ചില ഔഷധ ഉപയോഗങ്ങൾ: വേര് ഉദരവ്രണം (അൾസർ), ക്ഷതം, വയറിളക്കം, വൈറ്റമിൻ ഡിയുടെ കുറവുമൂലം കുട്ടികളിലുണ്ടാവുന്ന റിക്കറ്റ് എന്ന രോഗം എന്നിവയ്ക്കു നല്ലതാണ്. ഇല മുറിവ്, കണ്ണിന്റെ രോഗങ്ങൾ, വൃക്കരോഗങ്ങൾ, ക്ഷതം എന്നിവയ്ക്കു നല്ലതാണ്. മൊട്ടും പൂവും ശീതമാണ്. സ്നിഗ്ധതയുണ്ടാക്കും. ഹൃദയപോഷണമാണ്. വീക്കത്തെ ചെറുക്കും. കഫമിളക്കും. ദഹനമുണ്ടാക്കും. കാമം വർദ്ധിപ്പിക്കും. രക്തം ശുദ്ധീകരിക്കും. ബുദ്ധി വികസിപ്പിക്കും. രക്തവാർച്ച തടയും. പോഷകമാണ്. വാതം, പിത്തം, വായ്നാറ്റം, ത്വക്ക് രോഗങ്ങൾ, ഹൃദയ ദൗർബല്യം, ക്ഷീണം, മുറിവ്, വ്രണം, അധികവിയർപ്പ്, ദഹനക്കുറവ്, വായുകോപം, ജ്വരം എന്നിവയ്ക്കു നല്ലതാണ്.

റോസ് വെള്ളത്തിനും (റോസ് വാട്ടർ) ഈ ഗുണങ്ങളുണ്ട്.

അനുബന്ധം: 1

ആയുർവേദം

ധന്വന്തരി മഹർഷി സുശ്രുതന് ഉപദേശിച്ചു കൊടുത്ത ശാസ്ത്രമാണ് ആയുർവേദം. ഈ ശാസ്ത്രത്തിൽ എല്ലാവിധ വ്യാധികളും അതിനുള്ള ചികിത്സകളും വിവരിക്കുന്നു. ശാരീരിക വ്യാധികൾ (ജ്വരം, കുഷ്ഠം മുതലായവ), മാനസിക വ്യാധികൾ (ക്രോധാദികൾ), ആഗന്തുക വ്യാധികൾ (മുറിവ്, ചതവ് തുടങ്ങിയവ) സഹജ വ്യാധികൾ (വിശപ്പ്, ജര മുതലായവ) എന്നിങ്ങനെ നാലുവിധം വ്യാധികളാണുള്ളതെന്ന് *അഗ്നിപുരാണം* 279 മുതൽ 286 വരെയുള്ള അധ്യായങ്ങളിൽ പറയുന്നു.

ദേവന്മാരും അസുരന്മാരും കൂടി അമൃതിനുവേണ്ടി പാലാഴി കടഞ്ഞപ്പോൾ ആയിരം വർഷങ്ങൾക്കുശേഷം ഒരു കയ്യിൽ കമണ്ഡലുവും മറുകയ്യിൽ ദണ്ഡുമായി വന്ന ദേവനാണ് ധന്വന്തരി എന്ന് *ബാലകാണ്ഡ*ത്തിൽ പറയുന്നു. *ഹരിവംശം* 29-ാം അദ്ധ്യായത്തിൽ ഇങ്ങനെ പറയുന്നുണ്ട്. പാലാഴിയിൽനിന്ന് ഉയർന്നുവന്ന ധന്വന്തരി വിഷ്ണുവിനോട് പറഞ്ഞു: "പ്രഭോ ഞാൻ അങ്ങയുടെ പുത്രനാണല്ലോ. എനിക്ക് യജ്ഞഭാഗം നിശ്ചയിക്കുക." ഇതു കേട്ട് മഹാവിഷ്ണു ഇങ്ങനെ അരുളിച്ചെയ്തു: "യജ്ഞഭാഗങ്ങളെല്ലാം ദേവന്മാർക്കു നിശ്ചയിച്ചുപോയി. നീ ദേവന്മാർക്കു പിന്നാലെ ജനിച്ചതിനാൽ ഈശ്വരനല്ല. നിനക്ക് ലോകത്തിൽ ഒരു രണ്ടാം ജനനം ഉണ്ടാകും. അന്നു നീ സുപ്രസിദ്ധനായിത്തീരും. രണ്ടാം ജന്മത്തിൽ നിനക്ക് അണിമ, ഗരിമ മുതലായ സിദ്ധികൾ ഉണ്ടായിരിക്കും. അതിനാൽ അന്നു നീ ശരീരത്തോടുകൂടിത്തന്നെ ദേവനായിത്തീരും. ദ്വാപരയുഗത്തിലാണ് നിന്റെ രണ്ടാം ജന്മം. അന്ന് ആയുർവേദത്തെ എട്ടു ഭാഗമാക്കി രചിക്കും." അപ്രകാരം രണ്ടാം ദ്വാപരയുഗത്തിൽ ധന്വന്തരി കാശിരാജാവിന്റെ പുത്രനായി കാശിയിൽ ജനിച്ചു. അവിടെ വച്ച് ആയുർവേദത്തെ എട്ടായി വിഭജിച്ച് ശിഷ്യന്മാരെ പഠിപ്പിച്ചു.

അഷ്ടാംഗഹൃദയം

കായചികിത്സ, ബാലചികിത്സ, ഗ്രഹചികിത്സ, ഊർധ്വാംഗചികിത്സ, ശല്യചികിത്സ, വിഷചികിത്സ, രസായനചികിത്സ, വാജീകരണചികിത്സ എന്നിവയാണ് എട്ട് അംഗങ്ങൾ.

അനുബന്ധം: 2

ത്രിഫല

നെല്ലിക്ക, താന്നിക്ക, കടുക്ക

ത്രികടു

തിപ്പലി, മുളക്, ചുക്ക്

ഗുണത്രയം

സ്വത്വം, രജസ്സ്, തമസ്സ്

ത്രിഗന്ധം

ചന്ദനം, രക്തചന്ദനം, അകിൽ

ത്രിദോഷം

വാതം, പിത്തം, കഫം

ത്രിമധുരം

തേൻ, പഞ്ചസാര, കദളിപ്പഴം

മുക്കൂട്ട്

എള്ളെണ്ണ, നെയ്യ്, ആവണക്കെണ്ണ

നാല്പാമരം

അത്തി, ഇത്തി, അരയാൽ, പേരാൽ

നാലുകറി

എരിശ്ശേരി, പുളിശ്ശേരി, മധുരക്കറി, ഉപ്പേരി

ചതുർവിഭവങ്ങൾ

വാദ്യം (കടിച്ചു തിന്നാനുള്ളത്), ലേഹ്യം (നക്കിത്തിന്നാനുള്ളത്), ഭോജ്യം (കഴിക്കാനുള്ളത്), പേയം (കുടിക്കാനുള്ളത്)

ചതുർജ്ജാതം

ഏലം, ഇലവങ്ങം, പച്ചില, നാകപ്പൂവ്

പഞ്ചകർമ്മം

വമനം, രേചനം, നസ്യം, അനുവാസനം, നിരൂഹം

പഞ്ചഗവ്യം

പാൽ, തൈര്, നെയ്യ്, ഗോമൂത്രം, ചാണകം

പഞ്ചകോലം

കാട്ടുതിപ്പലി, കാട്ടുമുളക്, ചെറുതിപ്പലി, കൊടുവേലി, ചുക്ക്

വലിയപഞ്ചമൂലം

കൂവളം, കുമ്പിൾ, പാതിരി, മുഞ്ഞ, പയ്യാഴാന്ത എന്നിവയുടെ വേരുകൾ. കുമ്പിളിനുപകരം കുമിഴും ഉപയോഗിക്കും.

ചെറിയ പഞ്ചമൂലം

കറുത്ത ചുണ്ട, വെളുത്ത ചുണ്ട, മൂവില, ഓരില ഞെരിഞ്ഞിൽ എന്നിവയുടെ വേരുകൾ.

മധ്യമ പഞ്ചമൂലം

തഴുതാമ, കുറുന്തോട്ടി, ആവണക്ക്, കാട്ടുപയർ, കാട്ടുഴുന്ന്

തൃണപഞ്ചമൂലം

അമര, കരിമ്പ്, കുശ, ദർഭ, വരിനെല്ല് എന്നിവയുടെ വേരുകൾ.

പഞ്ചാമ്ലം–1

വാളമ്പുളി, ഞെരിഞ്ഞാമ്പുളി, അമ്പഴം, മരപ്പുളി, കല്ലേപുളി

പഞ്ചാമ്ലം–2

ലന്ത, മാതളം, വാളമ്പുളി, പിണമ്പുളി, ഞെരിഞ്ഞാമ്പുളി

അഷ്ടദ്രവ്യങ്ങൾ

അരയാൽ, അത്തി, പ്ലാശ്, പേരാൽ, ചമത, എള്ള്, പായസം, നെയ്യ്

അഷ്ടവർഗ്ഗം

മേദ, മഹമേദ, കാകോളി, ക്ഷീര കാകോളി, ജീവകം, ഇടവകം, ഋദ്ധി, വൃദ്ധി (ഇവചേരുന്ന കഷായം വാതത്തിന് ഉത്തമം)

അഷ്ടബന്ധം

ശംഖുപൊടി, കടുക്കാപ്പൊടി, ചെഞ്ചല്യപ്പൊടി, കോഴിപ്പരൽ (ഒരു തരം പാറ) ആറ്റുമണൽ, നെല്ലിക്കാപ്പൊടി ,കോലരക്ക്, നൂൽപ്പഞ്ഞി ഇവ നാൽപ്പത്തിയൊന്നു ദിവസം ഇടിച്ചു പാകപ്പടുത്തി ബിംബ പ്രതിഷ്ഠാ സമയത്ത് ബിംബം ഉറയ്ക്കുന്നതിനായി നാളത്തിൽ ഇടുന്നു.

അഷ്ടഗന്ധം

അകിൽ, ചന്ദനം, ഗുൽഗുഗുലു, മാഞ്ചി, കുങ്കുമം, കൊട്ടം, രാമച്ചം, ഇരുവേലി

അഷ്ട ചൂർണ്ണം

ചുക്ക്, കുരുമുളക്, തിപ്പലി അയമോദകം, ജീരകം, കരിഞ്ചീരകം, ഇന്തുപ്പ്, പെരുംകായം ഇവ കൂട്ടിപ്പൊടിച്ചത്.

നവധാന്യം

ഉഴുന്ന്, പയറ്, ചാമ, വരക്, തിന, മുതിര, കടല, എള്ള്, നവര

ദശപുഷ്പം

നിലപ്പന, പൂവാംകുറുന്തൽ, വിഷ്ണുക്രാന്തി, മുയൽച്ചെവിയൻ, ഉഴിഞ്ഞ, കറുക, തിരുതാളി, കയ്യുണ്യം, മുക്കൂറ്റി, ചെറൂള.

ദശമൂലം

കുമിഴ്, കൂവളം, മുഞ്ഞ, പാതിരി, പലകപ്പയ്യാനി, ഓരിയ, മൂവില, കറുത്തചുണ്ട, വെളുത്ത ചുണ്ട, ഞെരിഞ്ഞിൽ എന്നിവയുടെ വേരുകൾ. (കുമിഴിനു പകരം കുമ്പിൾ ഉപയോഗിക്കുന്നു.)

അനുബന്ധം: 3

വൃക്ഷായുർവേദം

വൃക്ഷങ്ങളെ വീട്ടുപരിസരങ്ങളിൽ നട്ടുവളർത്തുന്നതു സംബന്ധിച്ചുള്ള ശാസ്ത്രവിധികൾക്കാണ് വൃക്ഷായുർവേദം എന്ന പേര് ഉപയോഗിച്ചു കാണുന്നത്. അതനുസരിച്ച് ഇത്തിമരം വീടിന്റെ വടക്കുഭാഗത്തും പേരാൽ മരം കിഴക്കു വശത്തും മാവ് തെക്കു ഭാഗത്തും അരയാൽ പടിഞ്ഞാറു ഭാഗത്തും നടുന്നത് (വളരുന്നത്) ഉത്തമമമാണ്. മുള്ളുള്ള വൃക്ഷങ്ങൾ വീടിന്റെ സമീപത്തായി തെക്കുവശത്ത് തനിയെ ഉണ്ടാകുന്നതാണ് നല്ലത്. പൂന്തോട്ടം വീടിനു സമീപമായിരിക്കണം. ചോതി, അത്തം, രോഹിണി, തിരുവോണം, മൂലം എന്നീ നാളുകൾ വൃക്ഷം നടുന്നതിന് നല്ലതാണ് എന്ന് പറയപ്പെടുന്നു. വേപ്പ്, അശോകം, പന, നെന്മേനി വാക, ഞാഴൽ, വാഴ, ഞാവൽ, ഇലഞ്ഞി, മാതളനാരകം എന്നിവ ഈ കാലത്ത് നടാവുന്നതാണ്. വൃക്ഷങ്ങൾ വയ്ക്കുന്നതിന്റെ ഏറ്റവും കുറഞ്ഞ അകലം പന്ത്രണ്ടു കോലാണ്. ഇരുപതു കോലാണ് ഉത്തമം. വൃക്ഷങ്ങൾ കായ്ക്കാതിരിക്കുന്ന പക്ഷം അവയെ ആദ്യം ആയുധംകൊണ്ടു ചെത്തിശോധന ചെയ്യണം. പിന്നെ വിഴാലരിപ്പൊടിയും നെയ്യും കൂടി കുഴച്ചു പുരട്ടി തണുത്ത വെള്ളംകൊണ്ടു നനയ്ക്കണം. നെയ്യ് തണുത്ത വെള്ളത്തിൽ ചേർത്തു നനയ്ക്കുന്നത് പൂവും കായുമുണ്ടാക്കാൻ നല്ലതാണ്. ആടിന്റെ ചാണകം പൊടിച്ച പൊടി, യവത്തിന്റെ പൊടി, എള്ള്, പശുമാംസം, വെള്ളം ഇവയെല്ലാം കൂട്ടിച്ചേർത്ത് ഏഴുരാത്രി സൂക്ഷിക്കുക. ഈ വെള്ളം ഒഴിച്ചാൽ ഏതു വൃക്ഷത്തിന്റെയും പൂവും കായും വർദ്ധിക്കും. മത്സ്യവെള്ളം കൊണ്ടു നനച്ചാൽ വൃക്ഷങ്ങൾ വേഗത്തിൽ വളരും. വിഴാലരി, മത്സ്യം, അരി ഇവ കൂട്ടിച്ചേർത്തത് ഉത്തമ വളമാണ്. ഇത് വൃക്ഷങ്ങൾക്കുണ്ടാകുന്ന എല്ലാ രോഗങ്ങളെയും ശമിപ്പിക്കും.

ദശകൂപസമാവാപി:
ദശവാപിസമോഹ്രദ:
ദശഹൃതസമ:പുത്രോന:
ദശപുത്ര സമോദ്രുമ:

ഒരു കുളം പത്തു കിണറിനു തുല്യമാണ്. പത്തു കുളത്തിനു തുല്യമാണ് ഒരു ജലാശയം എന്നും പത്തു ജലാശയത്തിനു തുല്യമാണ് ഒരു പുത്രൻ എന്നും പത്തു പുത്രന്മാർക്കു തുല്യമാണ് ഒരു വൃക്ഷമെന്നുമാണ് വൃക്ഷായുർവേദം പറയുന്നത്.

അനുബന്ധം: 4

നക്ഷത്ര വൃക്ഷങ്ങൾ

നക്ഷത്രം		വൃക്ഷം
അശ്വതി	–	കാഞ്ഞിരം
ഭരണി	–	നെല്ലി
കാർത്തിക	–	അത്തി
രോഹിണി	–	ഞാവൽ
മകയിരം	–	കരിങ്ങാലി
തിരുവാതിര	–	കരിമരം
പുണർതം	–	ഇല്ലി (പച്ചമുള)
പൂയം	–	അരയാൽ
ആയില്യം	–	നാഗപ്പൂമരം
മകം	–	പേരാൽ
പൂരം	–	പ്ലാശ്
ഉത്രം	–	ഇത്തി
അത്തം	–	അമ്പഴം
ചിത്തിര	–	കൂവളം
ചോതി	–	നീർമരുത്
വിശാഖം	–	വയ്യങ്കത
അനിഴം	–	ഇലഞ്ഞി
തൃക്കേട്ട	–	വെട്ടി
മൂലം	–	തെള്ളിപ്പയിൻ
പൂരാടം	–	ആറ്റുവഞ്ചി
ഉത്രാടം	–	പ്ലാവ്
തിരുവോണം	–	എരുക്ക്
അവിട്ടം	–	വഹ്നി
ചതയം	–	കടമ്പ്
പൂരുരുട്ടാതി	–	മാവ്
ഉത്രട്ടാതി	–	കരിമ്പന
രേവതി	–	ഇലിപ്പ

വിഷയസൂചി

www.ingramcontent.com/pod-product-compliance
Lightning Source LLC
LaVergne TN
LVHW040547051026
849519LV00004B/1267
* 9 7 8 9 3 8 5 0 1 8 1 5 2 *